AF809362

ഗ്രീൻ ബുക്സ്

രണ്ടു നഗരങ്ങളുടെ കഥ

ചാൾസ് ഡിക്കൻസ്

ഇംഗ്ലണ്ടിലെ പോർട്ട്സ്മൗത്തിൽ 1812 ഫെബ്രുവരി 7ന് ജനനം. ദാരിദ്ര്യം മൂലം വിദ്യാഭ്യാസം പൂർത്തീകരിക്കാനാകാതെ ഫാക്ടറിയിൽ ജോലി ചെയ്യാൻ നിർബന്ധിതനായി. കാര്യമായ ഔപചാരിക വിദ്യാഭ്യാസമൊന്നും ലഭിച്ചില്ലെങ്കിലും ഇരുപതു വർഷക്കാലം ഒരു വാരികയുടെ പത്രാധിപരായി പ്രവർത്തിച്ചു. പതിനഞ്ച് നോവലുകൾ, അഞ്ച് നോവെല്ലകൾ തുടങ്ങി നൂറുകണക്കിന് ചെറുകഥകൾ രചിച്ചു. വിക്ടോറിയൻ കാലഘട്ടത്തിലെ ഏറ്റവും മഹാനായ നോവലിസ്റ്റായി അദ്ദേഹം കരുതപ്പെടുന്നു. അദ്ദേഹത്തിന്റെ നോവലുകളും ചെറുകഥകളും ഇന്നും ജനപ്രിയ സാഹിത്യസൃഷ്ടികളായി നിലനിൽക്കുന്നു. കുട്ടികളുടെ അവകാശങ്ങൾക്കും വിദ്യാഭ്യാസത്തിനും സാമൂഹിക പരിഷ്കരണത്തിനും വേണ്ടി ഊർജ്ജസ്വലതയോടെ അദ്ദേഹം പോരാടി.
ചാൾസ് ഡിക്കൻസിന്റെ അപാരമായ സർഗ്ഗശക്തിയെ സമകാലീനരായ ലിയോ ടോൾസ്റ്റോയ്, ജോർജ് ഓർവെൽ തുടങ്ങിയ മഹാന്മാരായ നോവലിസ്റ്റുകൾ വാഴ്ത്തിയിട്ടുണ്ട് - പ്രത്യേകിച്ച് അതിലെ റിയലിസം, ഹാസ്യം, ഗദ്യശൈലി, അനുപമമായ സ്വഭാവചിത്രീകരണം, സാമൂഹിക വിമർശനം എന്നിവ.
1850ലാണ് ഡേവിഡ് കോപ്പർ ഫീൽഡ് പ്രസിദ്ധീകരിക്കപ്പെട്ടത്. ആത്മകഥാപരമായ നോവലായാണ് അത് കരുതപ്പെടുന്നത്.
1870 ജൂൺ 9–ാം തിയതി തന്റെ അമ്പത്തിയെട്ടാമത്തെ വയസ്സിൽ ചാൾസ് ഡിക്കൻസ് നിര്യാതനായി. വെസ്റ്റ് മിൻസ്റ്റർ ആബിയിലെ പോയറ്റ്സ് കോർണറിൽ അദ്ദേഹം അന്ത്യവിശ്രമംകൊള്ളുന്നു.

കെ.പി. ബാലചന്ദ്രൻ: വിവർത്തകൻ, ചരിത്രകാരൻ. 1939ൽ മണലൂരിൽ ജനനം. പിതാവ് വിദ്വാൻ കെ. പ്രകാശം. എഞ്ചിനീയറിങ്ങിൽ ബിരുദവും ചരിത്രത്തിൽ ബിരുദാനന്തര ബിരുദവും. കൊച്ചിൻ ഷിപ്പ്യാർഡിൽ അസിസ്റ്റന്റ് ജനറൽ മാനേജരായിരുന്നു. 2011ലെ കേരള സംസ്ഥാന ബാലസാഹിത്യ ഇൻസ്റ്റിറ്റ്യൂട്ടിന്റെ ഏറ്റവും മികച്ച വിവർത്തകനുള്ള പുരസ്കാരത്തിന് അർഹനായി. ക്ലാസിക്കുകളടക്കമുള്ള നിരവധി കൃതികൾ മലയാളത്തിലേക്കു വിവർത്തനം ചെയ്തിട്ടുണ്ട്..

നോവൽ

രണ്ടു നഗരങ്ങളുടെ കഥ

ചാൾസ് ഡിക്കൻസ്

വിവർത്തനം

കെ.പി. ബാലചന്ദ്രൻ

ഗ്രീൻ ബുക്സ്

green books private limited
gb building, civil lane road, ayyanthole,
thrissur- 680 003, kerala, ph: +91 487-2381066, 2381039
website: www.greenbooksindia.com
e-mail: info@greenbooksindia.com

original title
a tale of two cities

malayalam
randu nagarangalute katha
novel
by
charles dickens

translated by
k.p. balachandran

first published august 2016
reprinted april 2019

cover design : rajesh chalode

printed in india
manipal technologies ltd, manipal

branches:
thrissur 0487-2422515
palakkad 0491-2546162
thiruvananthapuram 0471-2335301
calicut 0495 4854662
kannur 0497-2763038

isbn : 978-93-86120-48-9

GBPL/818/2016

ചാൾസ് ഡിക്കൻസ്

ഭാഗം ഒന്ന്

ഒന്ന്

അത് ഏറ്റവും നല്ല സമയമായിരുന്നു, അത് ഏറ്റവും മോശം സമയവുമായിരുന്നു; അത് വിവേകത്തിന്റെ യുഗമായിരുന്നു, അത് അവിവേകത്തിന്റേയും യുഗമായിരുന്നു; അത് വിശ്വാസത്തിന്റെ കാലഘട്ടമായിരുന്നു, അത് അവിശ്വാസത്തിന്റേയും കാലഘട്ടമായിരുന്നു. അത് പ്രകാശത്തിന്റെ കാലം ആയിരുന്നു, അത് അന്ധകാരത്തിന്റേയും കാലമായിരുന്നു; അത് ആശയുടെ വസന്തകാലമായിരുന്നു, അത് നിരാശയുടെ ശീതകാലവും ആയിരുന്നു; നമ്മുടെ മുന്നിൽ എല്ലാം ഉണ്ടായിരുന്നു, എന്നാൽ ഒന്നും ഉണ്ടായിരുന്നില്ല –

വലിയ താടിയെല്ലുള്ളൊരു രാജാവും സാധാരണമുഖമുള്ളൊരു രാജ്ഞിയും ആയിരുന്നു ഇംഗ്ലണ്ട് സിംഹാസനത്തിൽ ഉപവിഷ്ടരായിരുന്നത്; വലിയ താടിയെല്ലുള്ളൊരു രാജാവും സുന്ദരിയായ ഒരു രാജ്ഞിയും ഫ്രാൻസ് സിംഹാസനത്തിലും. ഇരു രാജ്യങ്ങളിലേയും പ്രഭുക്കന്മാർ ഭരണകാര്യങ്ങൾ എല്ലാം ഭംഗിയായി നടക്കുന്നുണ്ടെന്ന വിശ്വാസത്തിലും കഴിഞ്ഞു.

1775–ാം ആണ്ട് ആത്മീയ ഭൂതോദയം ഇംഗ്ലണ്ടിലേക്ക് കടന്നുവരാൻ അനുകൂലമായ കാലഘട്ടം. 'മിസ്സിസ്സ് സൗത്ത് കോട്ട്' തന്റെ പുണ്യമായ ഇരുപതാം ജന്മദിനം മറികടന്നിട്ട് അധികനാൾ ആയിട്ടില്ല. സുരക്ഷാസേനയിലെ ദീർഘദർശന ശക്തിയുള്ള ഒരു സാധാരണ പട്ടാളക്കാരൻ അവരുടെ ദിവ്യശക്തിയെക്കുറിച്ച് പ്രവചിച്ച, ലണ്ടനും വെസ്റ്റ് മിൻസ്റ്ററും വിഴുങ്ങാനുള്ള തയ്യാറെടുപ്പുകൾ നടത്തപ്പെട്ടിരിക്കുന്ന – ആ സമയത്ത്, അമേരിക്കയിൽ കുടിയേറിപ്പാർത്ത ബ്രിട്ടീഷ് പൗരന്മാരുടെ ഒരു കോൺഗ്രസ്സിൽ നിന്ന് നാട്ടിൽ നടക്കുന്ന സംഭവങ്ങളെക്കുറിച്ചുള്ള സന്ദേശങ്ങൾ ബ്രിട്ടീഷ് രാജാവിനും പ്രജകൾക്കും ലഭിച്ചു: വിചിത്രമെന്നു പറയട്ടെ, അതുവരെ ലഭിച്ച ആത്മീയ സന്ദേശങ്ങളേക്കാൾ കൂടുതൽ മനുഷ്യരാശിക്ക് സുപ്രധാനമായ കാര്യമാണതെന്ന് തെളിയിക്കപ്പെട്ടു.

ഫ്രാൻസ് ആത്മീയകാര്യങ്ങളിൽ അവളുടെ സഹോദരിയുടെ അത്രതൽപരയായിരുന്നില്ല. അവൾ പേപ്പർ കറൻസി അടിച്ച് ചെലവഴിച്ച്, അനായാസം അധോഗതിയിലേക്ക് ഉരുണ്ടുവീണുകൊണ്ടിരിക്കയായിരുന്നു. അവൾ തന്റെ ക്രിസ്ത്യൻ പാസ്റ്റർമാരുടെ മാർഗ്ഗനിർദ്ദേശപ്രകാരം പല മാനുഷിക നേട്ടങ്ങളും കൈവരിച്ചു!– ഉദാഹരണത്തിന്, ഒരു യുവാവിന്റെ

മുന്നിൽ നിന്ന് അമ്പതോ അറുപതോ വാര ദൂരെയായി കടന്നുപോയ സന്ന്യാസിമാരുടെ ഒരു വൃത്തികെട്ട ഘോഷയാത്രയെ, മഴയത്ത് മുട്ടുകുത്തി നിന്ന് ആദരിച്ചില്ലെന്നതിന്റെ പേരിൽ, അയാളുടെ കൈകൾ വെട്ടിക്കളയുകയും, നാവ് ചവണകൊണ്ട് പിഴുതെറിയുകയും ചെയ്ത ശേഷം ജീവനോടെ അഗ്നി കുണ്ഡത്തിലേക്ക് എറിഞ്ഞുകൊല്ലുക തുടങ്ങിയ ഗംഭീരകാര്യങ്ങൾ.

ആ മനുഷ്യനെ പീഡിപ്പിച്ച് കൊന്നപ്പോൾ, ഫ്രാൻസിലേയും നോർവെയിലേയും കാടുകളിൽ നിന്ന് മനുഷ്യർ താഴേക്കിറങ്ങി വന്നു. മരം മുറിച്ച്, പലകകൾ കൊണ്ട് ചട്ടക്കൂടുകൾ നിർമ്മിച്ചു, അതിൽ ഒരു ചാക്കും കത്തിയും വെച്ചു. ചരിത്രത്തിലെ ദാരുണദൃശ്യത്തിനുള്ള തയ്യാറെടുപ്പ്! ഗില്ലെറ്റിൻ! അതേസമയം പാരീസിന്നടുത്തുള്ള വരണ്ട ഭൂമിയിൽ കഷ്ടപ്പെട്ട് കൃഷിയിറക്കിയിരുന്ന കർഷകർ തങ്ങളുടെ പരുക്കൻ വണ്ടികൾ വിപ്ലവവണ്ടികളായി മാറ്റിനിർത്തി, ഗില്ലറ്റിനിലേക്ക് ശിരശ്ചേദം ചെയ്യാനുള്ളവരെ കൊണ്ടുപോകുവാൻ. അങ്ങിനെ, കാട്ടിൽനിന്നിറങ്ങി വന്നവരും കർഷകരും നിരന്തരമായി നിശ്ശബ്ദം ജോലിചെയ്തു. അവർ, ശബ്ദമുയർത്താതെ പരിസരങ്ങളിൽ കറങ്ങിനടന്നത് ആരും അറിഞ്ഞില്ല. അവരുടെ നിരന്തരമായ സാന്നിദ്ധ്യത്തെ സംശയിക്കുന്നതു തന്നെ ദൈവനിഷേധവും രാജ്യദ്രോഹവുമായി കരുതപ്പെട്ടു.

ദേശീയതയെ പൊക്കിപ്പിടിക്കുന്നവരെ നീതീകരിക്കുകയോ, സംരക്ഷിക്കുകയോ, ഒന്നും ഇംഗ്ലണ്ടിൽ ചെയ്തില്ല. ആയുധധാരികളായ കൊള്ളക്കാരുടെ സാഹസികമായ ഭവനഭേദനം, പിടിച്ചുപറി എന്നിവ തലസ്ഥാനത്തുപോലും എല്ലാ രാത്രികളിലും പതിവായിരുന്നു. പട്ടണം വിട്ടുപോകുന്ന കുടുംബങ്ങളോട് വീട്ടുഫർണിച്ചർ സുരക്ഷിതത്വത്തിനായി കള്ളന്മാരുടെ ഗോഡൗണുകൾ തന്നെ പരസ്യമായി സഹായവാഗ്ദാനങ്ങൾ നൽകി. ഇരുട്ടിലെ പിടിച്ചുപറിക്കാരൻ വെളിച്ചത്തിൽ നഗരവ്യാപാരിയാണ്. അയാളെ തിരിച്ചറിഞ്ഞ സഹവ്യാപാരി തടഞ്ഞുനിർത്തിയപ്പോൾ നേതാവിന്റെ ഭാവത്തിൽ പ്രതിയോഗി തന്നെ സധൈര്യം വെടിവെച്ച്, കുതിരപ്പുറത്ത് പാഞ്ഞുപോയി!

ഏഴ് കൊള്ളക്കാർ ഒളിച്ചിരുന്ന് മെയിൽ വണ്ടി ആക്രമിച്ചു; ഗാർഡ് മൂന്നുപേരെ വെടിവെച്ച് കൊന്നുവെങ്കിലും മെയിൽവണ്ടി കൊള്ളയടിക്കപ്പെട്ടു. ലണ്ടൻ മേയർ പ്രതാപവാനായ പ്രഭുവിനെ, 'ടെൺഹാം ഗ്രീനി'ൽ അനുചരന്മാരുടെ മുന്നിൽ പിടിച്ചുനിർത്തി കൊള്ളക്കാരൻ പിടിച്ചു പറിച്ചു. ലണ്ടനിലെ തടവുപുള്ളികൾ കാരാഗൃഹത്തിലെ കാവൽക്കാരുമായി പോരാടി; നിയമപാലകർ അവർക്കുനേരെ വെടിവെച്ചു. ബംഗ്ലാവുകളിലെ ഡ്രോയിംഗ് റൂമിൽ വെച്ച് പ്രഭുക്കന്മാരുടെ കഴുത്തിൽനിന്ന് വൈരക്കുരിശുകൾ കവർച്ചക്കാർ തട്ടിയെടുത്തു. സെന്റ്. ഗൈൽസിൽ വിലക്കപ്പെട്ട സാധനങ്ങൾ പരിശോധിക്കാനായി എത്തിയ പടയാളികൾക്കു നേരെയും ജനങ്ങൾ വെടിവെച്ചു.

ഈ സംഭവങ്ങളൊന്നും അസാധാരണ കാര്യങ്ങളായി ആരും കരുതിയില്ല. അക്കാലത്ത് ആരാച്ചാർക്ക് വലിയ ഡിമാന്റ് ആയിരുന്നു - പലതരം കുറ്റവാളികളുടെ നീണ്ടനിരയുണ്ടാകും തൂക്കിലേറ്റാൻ - ഭവനഭേദനക്കാരൻ, ന്യൂഗേറ്റിൽ ആളുകളെ തീയിലിട്ടവൻ, വെസ്റ്റ് മിൻസ്റ്റർ ഹാളിന്റെ വാതിലിന് മുന്നിൽ ലഘുലേഖകൾ കത്തിച്ചവൻ, ക്രൂരനായൊരു കൊലപാതകിയെ കൊന്നവൻ- നാളെ, ഒരു ഗ്രാമീണബാലനിൽ നിന്ന് ആറ് പെൻസ് മോഷ്ടിച്ച ഒരു ചില്ലറക്കള്ളനാകാം ആ നിരയിൽ വരാൻ പോകുന്നത്!

1775-ാം ആണ്ട് അവസാനിക്കുമ്പോൾ, ഇത്തരം കാര്യങ്ങളും, അതുപോലെ ഒരായിരം കാര്യങ്ങളും കടന്നുപോയി. ഈയവസ്ഥയിൽ, കാട്ടിൽ നിന്ന് വന്നവനും കർഷകനും മറ്റൊന്നിലും ശ്രദ്ധിക്കാതെ സ്വന്തം ജോലിയിലേർപ്പെട്ടു. ആ രണ്ട് വലിയ താടിയെല്ലുള്ളവരും, സാധാരണ മുഖമുള്ളവളും അസാധാരണ മുഖമുള്ളവളും ബഹളം വെച്ചു ഉല്ലസിച്ച് നടന്നു, തങ്ങളുടെ ദൈവികാവകാശങ്ങൾ കരുത്തോടെ വിനിയോഗിച്ചു.

ഇപ്രകാരമാണ് മഹാന്മാരേയും സാധാരണക്കാരേയും അവർക്കുമുന്നിൽ നീണ്ടുകിടക്കുന്ന പാതകളിലൂടെ ‘1775’ സഹർഷം മുന്നോട്ട് നയിച്ചത്!

രണ്ട്

നവംബർ മാസത്തിലെ ഒരു വെള്ളിയാഴ്ച രാത്രി. മുന്നിൽ ഡോവർ റോഡ് നീണ്ടുകിടക്കുന്നു. അതിലൂടെ ഡോവർ മെയിൽ കഷ്ടപ്പെട്ട് വലിഞ്ഞിഴഞ്ഞ് ‘ഷൂട്ടർ ഹിൽ’ കയറുകയാണ്. നമ്മുടെ കഥാപുരുഷനും ആ മെയിൽ വണ്ടിയുടെ ഓരം ചേർന്ന് കയറ്റം കയറുകയാണ്. പിന്നാലെ മറ്റ് യാത്രക്കാരും നടക്കുന്നുണ്ട്. നടത്തമെന്ന വ്യായാമം ആസ്വദിക്കാൻ വേണ്ടിയല്ല അവർ ഈ പരിതഃസ്ഥിതിയിൽ അത് ചെയ്യുന്നത്; കുന്നും കുതിരക്കോപ്പും ചെളിയും ‘മെയിലും’, എല്ലാം ദുഷ്കരവും ഭാരമുള്ളതുമാണ്; കുതിരകൾ ഇതിന്നകം മൂന്നു പ്രാവശ്യം ഇടഞ്ഞുനിന്നു. കലാപ ലക്ഷ്യത്തോടെ ബ്ലേൽഹെത്തിലേക്ക് തിരിച്ചുപോകാൻ പോലും തുനിഞ്ഞു; വണ്ടി റോഡിന് കുറുകെ വലിച്ചുകൊണ്ടുപോയി നിർത്തി! കടിഞ്ഞാണും, ചാട്ടവാറും, വണ്ടിക്കാരനും, ഗാർഡും ഒന്നിച്ച് ആ കുതിരയുടെ വിപ്ലവചിന്ത വായിച്ചു മനസ്സിലാക്കി -

തലതാഴ്ത്തി, തണുത്തുവിറച്ച്, കനത്തചെളിയിലൂടെ കഷ്ടപ്പെട്ട് ഇഴഞ്ഞിഴഞ്ഞ് അവർ നടന്നുനീങ്ങി. തങ്ങളുടെ അസ്ഥിസന്ധികൾ വേർപ്പെട്ടുപോകുമെന്നുപോലും തോന്നി! ഇടക്കിടെ വണ്ടിക്കാരൻ അവരെ സ്വന്തം കാലിൽ വിശ്രമിക്കാനനുവദിച്ചു; അയാൾ ക്ഷീണം പ്രകടിപ്പിക്കും. “വു-ഹു! സൊ ഹൊ!” എന്നിങ്ങനെ. വണ്ടി കുന്നിൻ മുകളിലെത്തുവാൻ കഴിഞ്ഞേക്കില്ല എന്ന ഭാവത്തിൽ കുതിര ശക്തമായി തലകുലുക്കും. കുതിര ഈ കിലുകിലാരവമുയർത്തുമ്പോഴെല്ലാം യാത്രക്കാരൻ പരിഭ്രാന്തിയോടെ ഞെട്ടിത്തെറിച്ചു; അസ്വാസ്ഥ്യം നുരഞ്ഞുപൊന്തി.

മലയിടുക്കുകളിലെല്ലാം മൂടൽ മഞ്ഞ് വ്യാപിച്ചിരിക്കുന്നു. ഏകാകിയായ പ്രേതാന്മാക്കളെപ്പോലെ, അത് കുന്നിൻമുകളിൽ, അലഞ്ഞുനടക്കുന്നു. അസുഖകരമായ കടലിലെ തിരമാലകൾ പോലെ, ഭയങ്കര തണുപ്പുള്ളൊരു മൂടൽമഞ്ഞ്, തിരയടിച്ച് പൊടുന്നനെ ക്ഷോഭത്തോടെ പ്രവഹിച്ചു. കനത്ത ആ മൂടൽ മഞ്ഞിൽ 'കോച്ച്-വിളക്കു'കളിലെ പ്രകാശം പൂർണ്ണമായും മൂടപ്പെട്ടു. റോഡിലെ ഏതാനും വാര ദൂരത്തോളം ഇതായിരുന്നു അവസ്ഥ. കുതിരകളുടെ രൂക്ഷഗന്ധം അതിലേക്ക് കടന്നു ചെന്നു.

അക്കാലത്ത് യാത്രക്കാർ പരസ്പരം കാര്യങ്ങൾ പെട്ടെന്ന് തുറന്ന് പറയാൻ മടിച്ചിരുന്നു; കാരണം, ഏതൊരുവനും ഒരു കൊള്ളക്കാരനോ അല്ലെങ്കിൽ കൊള്ളക്കാരുമായി കൂട്ടുകെട്ടുള്ളവനോ ആയിരിക്കാം! എല്ലാ സത്രങ്ങളിലും മദ്യശാലകളിലും ഇത്തരക്കാരെ കണ്ടെത്താനാകും. അതുകൊണ്ട് അന്നുരാത്രി ഷൂട്ടർ ഹിൽ കഷ്ടപ്പെട്ട് കയറവെ ഡോവർ മെയിൽ ഗാർഡ് മെയിലിന്റെ പിന്നിൽ, തന്റെ മുന്നിലുള്ള പെട്ടിയിൽ കൈവെച്ച്, അതിലേക്ക് കണ്ണും നട്ട് നിന്നു - അതിൽ വെടിയുണ്ട നിറച്ച അഞ്ചെട്ട് കൈത്തോക്കുകൾ ഉണ്ട്.

ഗാർഡ് യാത്രക്കാരെ സംശയിച്ചു, യാത്രക്കാർ ഗാർഡിനേയും, തമ്മിൽ തമ്മിലും സംശയിച്ചു, അവർ മറ്റ് എല്ലാവരേയും സംശയിച്ചു, വണ്ടിക്കാരൻ തീർച്ചയായും കുതിരകളെ മാത്രം സംശയിച്ചു; ആ മൃഗങ്ങൾ യാത്രയ്ക്ക് പറ്റിയവയല്ലെന്ന് ബൈബിൾ തൊട്ട് സത്യം ചെയ്യാനയാൾക്ക് കഴിയും.

"വോ - ഹൊ!" വണ്ടിക്കാരൻ വിളിച്ചുപറഞ്ഞു. "അപ്പോൾ! ഒന്നു കൂടി വലിച്ചാൽ നമ്മൾ മുകളിലെത്തും, തുലഞ്ഞു പോകട്ടെ. നിങ്ങളെ നിയോഗിച്ചതിൽ എനിക്ക് വേണ്ടതിലേറെ കിട്ടി! ജൊ!"

"എത്ര മണിയായി,ജോ?"

"പതിനൊന്ന് മണി കഴിഞ്ഞ് പത്ത് മിനിറ്റ്."

"ദൈവമേ!" വണ്ടിക്കാരൻ വിഷമത്തോടെ പെട്ടെന്ന് വിളിച്ചു പറഞ്ഞു. "എന്നിട്ട്, 'ഷൂട്ടേഴ്സ് ഹില്ലി'ൽ പോലും എത്തിയിട്ടില്ല! "

കർക്കശനായ കുതിര ചാട്ടവാറടികൊണ്ടപ്പോൾ ഏറ്റവും ശക്തമായ രീതിയിൽ എതിർപ്പ് പ്രകടിപ്പിച്ചു, മറ്റ് മൂന്നു കുതിരകളും തൽക്ഷണം അതിനെ അനുസരിച്ചു. ഒരിക്കൽ കൂടി ഡോവർ മെയിൽ കഷ്ടപ്പെട്ട് മുന്നോട്ട് നീങ്ങി. ജോക്ക്-ബൂട്സ് ധരിച്ച യാത്രക്കാർ വണ്ടിയുടെ ഓരം ചേർന്ന് നടന്നു, വണ്ടി നിൽക്കുമ്പോൾ അവരും നിൽക്കും; അങ്ങനെ കൂട്ടായിട്ടാണവർ നീങ്ങിയത്. ആ മൂന്നുപേരിൽ ആരെങ്കിലും ഒരാൾ ആ മൂടൽ മഞ്ഞിലും ഇരുട്ടിലും മുന്നോട്ട് പോയിരുന്നെങ്കിൽ ഒരു കൊള്ളക്കാരനാണെന്ന് കരുതി അയാൾ വെടിവെക്കപ്പെട്ടേനെ!

ഒരു അന്തിമശ്രമം മെയിലിനെ കുന്നിൻ മുകളിലെത്തിച്ചു. കുതിരകൾ ശ്വാസം വിടാനായി വീണ്ടും നിന്നു. ഗാർഡ്, വണ്ടിയിൽ നിന്നും താഴെ

ഇറങ്ങി; വണ്ടി താഴേക്ക് ഇറങ്ങാനുള്ള തയ്യാറെടുപ്പിൽ നിർത്തി. യാത്രക്കാർക്ക് വീണ്ടും അകത്ത് കയറാനായി വാതിൽ തുറന്ന് പിടിച്ചു. “ശ്ശ്! ജോ!” തന്റെ പെട്ടിയിൽ ഇരുന്ന്, താഴോട്ട് നോക്കി, ഒരു മുന്നറിവ് കൊടുക്കുന്ന രീതിയിൽ വണ്ടിക്കാരൻ വിളിച്ചുപറഞ്ഞു.

“എന്താണ്, ടോം?”

അവർ ഇരുവരും ചെവിയോർത്തു നിന്നു.

“അതിവേഗത്തിലതാ ഒരു കുതിര ജോ.”

“ഒരു കുതിര കുതിച്ചു വരുന്നു ടോം.” വാതിലിലെ പിടിവിട്ട്, തന്റെ സീറ്റിലേക്ക് കയറിച്ചെന്ന്, ഗാർഡ് വിറയലോടെ ഭയപ്പെട്ട് പറഞ്ഞു. “മാന്യരെ, എല്ലാവരും ദൈവനാമത്താൽ....”

അയാൾ കൈത്തോക്കെടുത്ത് എതിരിടാൻ തയ്യാറെടുത്ത് നിന്നു.

ഒരു യാത്രക്കാരൻ കോച്ചിന്റെ ഉള്ളിലേക്ക് കയറാനായി പടിയിൽ നിൽക്കുകയാണ്. മറ്റ് രണ്ട് യാത്രക്കാർ അയാളെ പിന്തുടരാനായി തൊട്ടു പിന്നിൽ നിൽക്കുന്നു. പടിയിൽ പാതിയും, വണ്ടിയിൽ പാതിയുമായാണ് ആദ്യത്തെ യാത്രക്കാരന്റെ നില; മറ്റ് രണ്ട് പേർ താഴെ റോഡിലും. അവ രെല്ലാവരും വണ്ടിക്കാരനെയും ഗാർഡിനെയും മാറി മാറി നോക്കി, ശ്രദ്ധിച്ചു നിന്നു. വണ്ടിക്കാരൻ പിന്നാക്കം നോക്കി, ഗാർഡ് പിന്നാക്കം നോക്കി, കുതിരയും ജാഗ്രതയോടെ ചെവികൂർപ്പിച്ച് പിന്നാക്കം നോക്കി.

വണ്ടിയുടെ ചിലമ്പലും ഒച്ചയും നിലച്ചതിനോടൊപ്പം നിശയുടെ നിശ്ശ ബ്ദതയും കൂടിച്ചേർന്നപ്പോൾ, അന്തരീക്ഷം, തീർച്ചയായും, ഭയാനക മായൊരു നിശ്ചലത കൈവരിച്ചു. കുതിരകളുടെ കിതപ്പ് വണ്ടിയെ ഒന്ന് വിറപ്പിച്ചു, ജീവരക്ഷയ്ക്കു വേണ്ടി കുതിച്ചുപായാനുള്ള വെമ്പലിൽ അത് മാനസിക വിക്ഷോഭത്തിലാണെന്നതുപോലെ! യാത്രക്കാരുടെ ഹൃദയമിടിപ്പ് പുറത്തേക്ക് കേൾക്കാവുന്നത്ര ശക്തമായി. ആ കൊടുംനിശ്ശബ്ദത ജീവനും കൊണ്ടേ പോകൂ എന്ന് അവർക്കു തോന്നി; ശ്വാസമടക്കി, പിടയ്ക്കുന്ന നാഡികളോടെ വിഹ്വലരായി അവർ നിന്നു.

കുതിരക്കുളമ്പടി അതിവേഗം വന്നു.

“സൊ – ഹൊ!” കഴിയാവുന്നത്ര ഉറക്കെ ഗാർഡ് ഗർജ്ജിച്ചു.

“അനങ്ങരുത്! നിൽക്കൂ! ഞാൻ വെടിവെക്കും!”

പെട്ടെന്ന് ഓട്ടം നിന്നു. വെള്ളവും ചെളിയും തെറിപ്പിച്ചു. ഒരു മനു ഷ്യൻ മൂടൽ മഞ്ഞിൽ നിന്ന് വിളിച്ചു ചോദിക്കുന്നതു കേട്ടു.

“അത് ഡോവർ മെയിൽ ആണോ?”

“എന്താണ് കാര്യം?”

“എനിക്കൊരു യാത്രക്കാരനെ കാണണം.”

“ഏത് യാത്രക്കാരൻ?”

“മി.ജാർവിസ് ലോറി.”

അത് തന്റെ പേരാണെന്ന് നമ്മുടെ യാത്രക്കാരൻ മനസ്സിലാക്കി. ആ ഗാർഡ്, വണ്ടിക്കാരൻ, മറ്റ് രണ്ട് യാത്രക്കാർ എന്നിവർ അയാളെ അവിശ്വാസത്തോടെ നോക്കി.

"നിങ്ങൾ നിന്നിടത്തുതന്നെ നിൽക്കുക." മൂടൽ മഞ്ഞിലെ ശബ്ദത്തിനോട് ഗാർഡ് വിളിച്ചു പറഞ്ഞു. "എന്റെ കൈയിൽ തോക്കുണ്ട്. എനിക്ക് ഒരു തെറ്റ് പറ്റിയാൽ അത് നിങ്ങളുടെ ജീവിതകാലം മുഴുവൻ തിരുത്താൻ കഴിയാത്തതായിരിക്കും. ലോറി എന്ന് പേരുള്ള മാന്യൻ നേരിട്ട് സംസാരിക്കട്ടെ."

"എന്താണ് കാര്യം?" യാത്രക്കാരൻ ഇടറുന്ന മൃദുസ്വരത്തിൽ ചോദിച്ചു. "ആരാണെന്നെ ആവശ്യപ്പെടുന്നത്? അത് ജെറിയാണോ?"

"ഏത് ജെറിയായാലും ശബ്ദം ശരിയല്ലെങ്കിൽ ഞാൻ തോക്കെടുക്കും" ഗാർഡ് തന്നോടുതന്നെ മുറുമുറുത്തു.

"ഞാൻ ജെറിയാണ് മി.ലോറി."

"എന്താണ് കാര്യം?"

"ടി ആൻഡ് കമ്പനിയിൽ നിന്ന് നിങ്ങൾക്കൊരു അടിയന്തര സന്ദേശമുണ്ട്."

"എനിക്ക് ഈ സന്ദേശവാഹകനെ അറിയാം, ഗാർഡ്" റോഡിലേക്ക് ഇറങ്ങി നിന്ന് മി.ലോറി ഗാർഡിനെ സമാശ്വസിപ്പിച്ചു. പിന്നിൽ നിന്നയാളെ വണ്ടിയിൽ കയറാനായി ഒരുങ്ങി നിന്നവർ രണ്ട്പേർ ഉൽക്കണ്ഠാകുലരായി ധൃതിപിടിച്ച് വണ്ടിയിലേക്ക് കയറി, വാതിൽ അടച്ചു. ജന്നൽ പാളി പൊക്കിവെച്ചു. "അയാൾ അടുത്തേക്ക് വന്നോട്ടെ; കുഴപ്പമൊന്നുമില്ല."

"കുഴപ്പമില്ലെന്ന് ഞാനും കരുതുന്നു; എന്നാൽ, അത്രയ്ക്കങ്ങ് ഉറപ്പിക്കാൻ വരട്ടെ." ഗാർഡ് പരുക്കൻ മട്ടിൽ ആത്മഗതമായി പറഞ്ഞു.

"ഹല്ലോ, മിസ്റ്റർ!"

"കൊള്ളാം! ഹല്ലോ!" മുമ്പത്തേക്കാൾ പരുക്കൻ മട്ടിൽ ജെറി പറഞ്ഞു.

"ഒരടി മുന്നോട്ട് വരൂ! ഞാൻ പറഞ്ഞത് കേട്ടോ?

നിങ്ങളുടെ ആ കുതിരക്കോപ്പിൽ കൈത്തോക്കുണ്ടെങ്കിൽ അതിന്നടുത്തേക്ക് കൈ ചലിപ്പിക്കരുത്. കാരണം, പെട്ടെന്ന് തെറ്റ് ചെയ്യുന്നൊരു പിശാചാണ് ഞാൻ. ശരി ശരി, നിങ്ങളെ ഞങ്ങൾ ഒന്ന് കാണട്ടെ."

കറങ്ങുന്ന മൂടൽമഞ്ഞിന്നിടയിലൂടെ ഒരു കുതിരയും സവാരിചെയ്യുന്നവനും മെല്ലെ പ്രത്യക്ഷപ്പെട്ടു; അവർ മെയിലിന്റെ ഒരു പാർശ്വത്തിൽ വന്ന്, യാത്രക്കാരൻ നിന്നിടത്ത് പോയിനിന്നു. സവാരിക്കാരൻ, ഗാർഡിന്റെ മുഖത്തേക്ക് നോക്കി, ഒരു ചെറിയ, മടക്കിയ കടലാസ് ആ യാത്രക്കാരന് കൈമാറി.

ജാഗരൂകനായ ഗാർഡ് വലതുകൈ കൈത്തോക്കിലും, ഇടതുകൈ

തോക്കിൻ കുഴലിലും, കണ്ണ് കുതിര സവാരിക്കാരനിലും പതിപ്പിച്ച് മറുപടി നൽകി, "സാർ."

"ഭയപ്പെടാനൊന്നുമില്ല. ഞാൻ ടെൽസൺ ബാങ്കിന്റെ ആളാണ്. ലണ്ടനിലെ ടെൽസൺ ബാങ്ക് നിങ്ങൾക്കറിയാമല്ലൊ. ഞാൻ പാരീസ്സിലേക്ക് ബിസിനസ്സ് കാര്യത്തിനായി പോകുകയാണ്. ഇതാ നിനക്ക് വീഞ്ഞടിക്കാൻ ഒരു ക്രൗൺ. ഞാനീ കത്തൊന്ന് വായിച്ചോട്ടെ?"

"അങ്ങനെയാണെങ്കിൽ, പെട്ടെന്ന്, സാർ."

തന്റെ വശത്തുള്ള വണ്ടിയുടെ വിളക്കിന്റെ പ്രകാശത്തിൽ അയാൾ ആ കത്ത് തുറന്ന് വായിച്ചു- ആദ്യം തന്നോടുതന്നെ, പിന്നെ ഉറക്കെ പറഞ്ഞു. "ഡോവറിൽ 'മാം സെല്ലിയെ കാത്തിരിക്കുക' ജെറി, എന്റെ മറുപടി 'ജീവിതത്തിലേക്ക് തിരിച്ചുവിളിച്ചു' എന്നായിരുന്നു എന്ന് പോയി പറയുക."

ജെറി കുതിരപ്പുറത്തേറി. "അതൊരു വിചിത്രമായ മറുപടി തന്നെ!"അയാൾ ഏറ്റവും പരുക്കൻ സ്വരത്തിൽ പറഞ്ഞു.

"ആ സന്ദേശം കൊണ്ടുപോകുക, അവർക്കറിയാം എനിക്കിത് കിട്ടിയെന്ന്. യാത്ര സുഖകരമാകട്ടെ, ഗുഡ്നൈറ്റ്."

ഇത്രയും പറഞ്ഞ് യാത്രക്കാരൻ വണ്ടിയുടെ വാതിൽ തുറന്ന് അകത്ത് കടന്നു; അയാളെ അപ്പോൾ സഹയാത്രികർ സഹായിച്ചതേയില്ല. അവർ ധൃതിപിടിച്ച് തങ്ങളുടെ വാച്ചുകളും പെഴ്സുകളും ബൂട്സിന്നുള്ളിൽ ഒളിപ്പിച്ച് വെച്ച്, ഉറക്കം നടിച്ച് ഇരിക്കുകയായിരുന്നു. മറ്റെന്തെങ്കിലും സംഭവങ്ങൾ ഉണ്ടായാൽ രക്ഷപ്പെടണമെന്ന ചിന്തമാത്രമേ അവർക്കുണ്ടായിരുന്നുള്ളു.

കോച്ച് വീണ്ടും വലിഞ്ഞിഴഞ്ഞ് നീങ്ങാൻ തുടങ്ങി; കൂടുതൽ കനത്ത മൂടൽ മഞ്ഞ് അതിനെ മൂടി. ഗാർഡ് കൈത്തോക്ക് ഉറയിൽ ഇട്ടു; ബെൽറ്റിൽ പിടിപ്പിച്ച മറ്റുതോക്കുകളിലേക്ക് ദൃഷ്ടി പായിച്ചു; വണ്ടിയിൽ കരുവാന്റെ ഏതാനും ഉപകരണങ്ങൾ, കുറച്ച് ടോർച്ചുകൾ, ഒരു ടിണ്ടർ ബോക്സ് എന്നിവയുണ്ട്. കോച്ചുവിളക്കുകൾ കെട്ടാൽ (കാറ്റ് ഉണ്ടാകുമ്പോൾ അപ്രകാരം പലപ്പോഴും സംഭവിച്ചിട്ടുണ്ട്.) കോച്ചിനകത്തിരുന്ന് ഈ ഉപകരണങ്ങൾ കൊണ്ട്, അഞ്ച് മിനിറ്റിനകം വൈക്കോൽ പന്തം കത്തിച്ച് ഒരുവിധം സുരക്ഷിതത്വത്തോടെ യാത്ര തുടരാനാകും.

"ടോം!" വണ്ടിയുടെ മുകളിൽ മൃദുവായൊരു ശബ്ദം ഉയർന്നു.

"ഹലൊ, ജോ."

"നിങ്ങൾ ആ സന്ദേശം കേട്ടോ?"

"കേട്ടു, ജോ."

"അതിൽനിന്ന് എന്താണ് നിങ്ങൾ മനസ്സിലാക്കിയത്, ടോം?"

"ഒന്നും പിടികിട്ടിയില്ല, ജോ."

"അതൊരു അദ്ഭുതം തന്നെ" ഗാർഡ് ചിന്തിച്ചു.

"എനിക്ക് ഒന്നും പിടികിട്ടിയില്ല."

ആ മഞ്ഞിലും ഇരുട്ടിലും ജെറി ഒറ്റയ്ക്കായി. തളർന്ന കുതിരയ്ക്ക് ആശ്വാസം നൽകാൻ വേണ്ടി മാത്രമല്ല അയാൾ കുതിരപ്പുറത്ത് നിന്ന് താഴെ ഇറങ്ങിയത്, തന്റെ മുഖത്തുനിന്ന് ചെളിതുടച്ചു കളയാനും, തൊപ്പിയിൽ നിന്ന് വെള്ളം പിഴിഞ്ഞ് കളയാനും കൂടി വേണ്ടിയാണ്; അര ഗ്യാലൻ വെള്ളം എങ്കിലും ഉൾക്കൊള്ളാൻ കഴിവുള്ളതാണ് ആ തൊപ്പി!

മെയിൽവണ്ടി ചക്രത്തിന്റെ ശബ്ദം നേർത്ത് ഇല്ലാതായി, വീണ്ടും രാത്രി നിശ്ശബ്ദതയിലാണ്ടു പോകുന്നതുവരെ അയാൾ കുതിരയുടെ കടിഞ്ഞാൺ കൈയിൽ പിടിച്ചുനിന്നു; പിന്നെ കുന്നിൽനിന്ന് താഴേക്ക് ഇറങ്ങാനായി തിരിഞ്ഞു.

"ടെമ്പിൾ ബാറിൽനിന്ന് കുതിച്ച് പായണം, വൃദ്ധയായ മഹതി, സമതലപ്രദേശത്തെത്തുന്നതു വരെ നിന്റെ മുൻകാലുകളെ എനിക്ക് വിശ്വസിക്കാൻ കഴിയില്ല." ഈ പരുക്കൻ സന്ദേശവാഹകൻ, തന്റെ പെൺകുതിരയെ നോക്കി പറഞ്ഞു. "ജീവിതത്തിലേക്ക് തിരിച്ചുവിളിച്ചു!" വിചിത്ര സന്ദേശം തന്നെ! ജെറി! ജീവിതത്തിലേക്ക് തിരിച്ചുവിളിക്കുന്ന ഒരു സ്ഥിതി വിശേഷം ഒരു ലോകനീതിയായി മാറിയാൽ, ജെറി നീ വല്ലാത്തൊരു അവസ്ഥയിലായിരിക്കും! അ-മ്പോ!..." അയാൾ ആത്മഗതം പറഞ്ഞു.

മൂന്ന്

സന്ദേശവാഹകൻ കുതിരപ്പുറത്തും, മൂന്നുയാത്രക്കാർ ആ പഴയ അടച്ചു പൂട്ടിയ മെയിൽ വണ്ടിയിലും യാത്ര തുടർന്നു. യാത്രക്കാർ പരസ്പരം അടുപ്പമില്ലാതെ ദുരൂഹമായൊരു നിലയിലായിരുന്നു യാത്ര. ഓരോരുത്തനും ഒരു കൗണ്ടിയുടെ അത്രദൂരെയാണ് ഇരിക്കുന്നതെന്ന മട്ടിൽ!

സന്ദേശവാഹകൻ വേഗത്തിൽ കുതിരയെ വിട്ടു; ഇടയ്ക്കിടെ വഴിയോരത്തുള്ള മദ്യഷോപ്പിൽ കുടിക്കാനായി നിർത്തും. തന്റെ തൊപ്പി കണ്ണുകളിലേക്ക് താഴ്ത്തിവെച്ച് ഏതോ ചിന്തയിലാണ്ടുപോകുന്നതുപോലെ അയാൾ കാണപ്പെട്ടു. കറുത്ത കണ്ണുകളാണയാളുടേത്; ഒരു പൈശാചിക ഭാവം പ്രകടമാണ്. മൂന്നുകോണുള്ള കോളാമ്പി പോലെയാണ് അയാളുടെ തൊപ്പി, താടിയും തൊണ്ടയും വലിയൊരു മഫ്ളർ കൊണ്ട് പൊതിഞ്ഞിരിക്കുന്നു. മുട്ടുവരെ അത് ഞാന്നുകിടക്കുന്നുണ്ട്. മദ്യപിക്കാനായി നിന്നപ്പോൾ അയാൾ ആ മഫ്ളർ ഇടതുകൈ കൊണ്ട് മാറ്റി വലതുകൈ കൊണ്ട് മദ്യം ഒഴിച്ചു പിടിച്ചു; കുടിച്ച ഉടനെ മഫ്ളർകൊണ്ട് വീണ്ടും പുതച്ചു.

"ഇല്ല, ജെറി, ഇല്ല!" ഒരേകാര്യം വീണ്ടും ചിന്തിച്ചുകൊണ്ട് ആ സന്ദേശവാഹകൻ സ്വയം പറഞ്ഞു. "അത് നിനക്ക് പറ്റില്ല,ജെറി. ജെറി, നീ സത്യസന്ധനായൊരു ബിസിനസ്സുകാരനാണ്, നിന്റെ ബിസിനസ്സിന് യോജിച്ചതല്ല അത്. 'ജീവിതത്തിലേക്ക് തിരിച്ചുവിളിച്ചു!' അമ്പോ! ഞാൻ കുടിച്ചില്ലെങ്കിൽ തകർന്നുപോകും!"

ആ സന്ദേശം അയാളെ വല്ലാത്ത ആശയകുഴപ്പത്തിലാക്കി; പലതവണ അയാൾ തൊപ്പി പൊക്കി. തല ചൊറിഞ്ഞുകൊണ്ടിരുന്നു. അയാളുടെ

തലമുടി കറുത്ത്, കുത്തനെ നിൽക്കുന്ന തരത്തിലുള്ളതാണ്, അത് തന്റെ പതിഞ്ഞ, പരന്ന മൂക്കുവരെ ഞാന്നുകിടക്കുന്നു; അയാളെ കണ്ടാൽ, ലോകത്തിലെ ഏറ്റവും അപകടകാരിയായ മനുഷ്യനാണെന്ന് ആരും കരുതും!

ടെമ്പിൾ ബാറിന്നടുത്തുള്ള ടെൽസൺ ബാങ്കിൽ തനിക്ക് കൊടുക്കാനുള്ള സന്ദേശത്തെ കുറിച്ചയാൾ ഓർത്തു. അവിടെ ഉന്നതാധികാരികൾക്ക് എത്തിക്കേണ്ടതാണത്. ആ സന്ദേശത്തിൽ നിന്നുയർന്നുവന്നവയാണ് ഇപ്പോൾ ഇക്കാണുന്ന രാത്രിയിലെ പ്രേത നിഴലുകൾ എന്നയാൾക്ക് തോന്നി, അവ നിരന്നു നിന്നിരുന്നു. അയാളുടെ പെൺകുതിര റോഡിലെ ഓരോ പ്രേതനിഴലിനേയും ആശങ്കയോടെ ഒഴിഞ്ഞുമാറിയിരുന്നു!

ദുർഗ്രാഹ്യരായ മൂന്നുയാത്രക്കാരേയും കൊണ്ട് ആടിയുലഞ്ഞ്, കിലുകിലാരവത്തോടെ ബുദ്ധിമുട്ട് പിടിച്ച വഴിയിലൂടെ ആ വണ്ടി മുന്നോട്ട് നീങ്ങി. അവർക്കും ദുർഗ്രാഹ്യമായ, ഒരു വികാരമാണ്, തങ്ങളുടെ ഉറക്കം തൂങ്ങുന്ന കണ്ണുകളിലൂടെയും അലഞ്ഞുതിരിയുന്ന ചിന്തകളിലൂടെയും രാത്രിയിലെ ആ നിഴലുകൾ കണ്ടപ്പോൾ തോന്നിയത്.

ടെൽസൺ ബാങ്ക് വലിയൊരു ബിസിനസ്സ് ബാങ്ക് ആയിരുന്നു. ബാങ്ക് ജോലിക്കാർ ഇമെയിൽവണ്ടിയിലൂടെ ബാങ്ക് രേഖകളും ഡ്രാഫ്റ്റുകളും കൊണ്ടുവന്നു. ടെൽസൺ ബാങ്കിലെ ലോക്കറുകളെക്കുറിച്ചും വിലപിടിച്ച സ്റ്റോറുകളെക്കുറിച്ചും രഹസ്യങ്ങളെക്കുറിച്ചും ഈ യാത്രക്കാരന് അറിയാമായിരുന്നു. അയാൾ കത്തിച്ച ഒരു മെഴുകുതിരിയും താക്കോലുമായി അവ തുറന്ന് എല്ലാം പഴയതുപോലെ ഭദ്രമാണോ എന്ന് പരിശോധിക്കുമായിരുന്നു. ബാങ്കും കോച്ചും എപ്പോഴത്തേതുംപോലെത്തന്നെ അയാളോടൊപ്പമുണ്ടെങ്കിലും, ഇപ്പോൾ മറ്റൊരു ചിന്താപ്രവാഹം നിലയ്ക്കാതെ മനസ്സിൽ രാത്രി മുഴുവൻ കുടികൊള്ളുന്നുണ്ടായിരുന്നു - അയാൾ ആരേയോ ഒരാളെ ശവക്കുഴിയിൽ നിന്നും പുറത്തെടുക്കുവാൻ പോകുകയാണ്.

അയാൾക്ക് മുന്നിൽ പ്രത്യക്ഷപ്പെട്ട ആ പ്രേതനിഴലുകളിൽ ഏതാണ് സംസ്കരിക്കപ്പെട്ട മനുഷ്യന്റെ യഥാർത്ഥ മുഖം? അവയെല്ലാം ആ നാല്പത്തഞ്ച് വയസ്സ് പ്രായമുള്ള മനുഷ്യന്റെ മുഖങ്ങളായിരുന്നു. അവ പ്രകടിപ്പിച്ച വികാരങ്ങളിൽ മാത്രമായിരുന്നു പ്രധാന വ്യത്യാസം; അവയുടെ ബീഭത്സഭാവത്തിലും - അഹന്ത, പുച്ഛം, എതിർപ്പ്, മർക്കടമുഷ്ടി, വിധേയത്വം, വിലാപം എന്നിവ മാറി മാറി പ്രകടിപ്പിക്കപ്പെട്ടു. വിവിധതരം വീർത്ത കവിളുകൾ, വിളറിയ നിറം, ശോഷിച്ച കൈകളും രൂപവും. എന്നാൽ, മുഖം ഒന്നായിരുന്നു, എല്ലാ തലകളും അകാലനര ബാധിച്ചവയായിരുന്നു. ഉറക്കം തൂങ്ങിയിരുന്ന ആ യാത്രക്കാരൻ നൂറ് പ്രാവശ്യം ഈ പ്രേതത്തിനെ ചോദ്യം ചെയ്തു.

"എത്രകാലം മണ്ണിൽ കിടന്നു?"

മറുപടി എപ്പോഴും ഒരേ രീതിയിലായിരുന്നു:

"ഏകദേശം പതിനെട്ട് വർഷങ്ങൾ."

"നിങ്ങളെ കുഴിച്ചെടുക്കുമെന്ന എല്ലാ ആശകളും നിങ്ങൾ ഉപേക്ഷി ച്ചിരുന്നോ?"

"വളരെ മുമ്പുതന്നെ"

"നിങ്ങൾ ജീവിതത്തിലേക്ക് തിരിച്ചുവിളിക്കപ്പെട്ടിരിക്കയാണെന്ന് നിങ്ങൾക്കറിയാമോ?"

"അവർ എന്നോട് അങ്ങനെ പറഞ്ഞു."

"നിങ്ങൾക്ക് ജീവിക്കാനാഗ്രഹമുണ്ടെന്ന് ഞാൻ കരുതട്ടെ?"

"എനിക്കറിയില്ല."

"ഞാനവളെ നിങ്ങൾക്ക് കാണിക്കട്ടെ? നിങ്ങൾ വന്ന് അവളെ കാണുമോ?"– അവൾ ...... അയാളുടെ മകൾ ......

ഈ ചോദ്യത്തിനുള്ള ഉത്തരങ്ങൾ വ്യത്യസ്തവും പരസ്പര വിരുദ്ധ വുമായിരുന്നു. ചിലപ്പോൾ കിട്ടുന്ന, വിക്കിവിക്കിയുള്ള, മറുപടി ഇതായി രുന്നു, "കാത്തിരിക്കുക! അവളെ ഞാൻ പെട്ടെന്ന് കണ്ടാൽ, അതെന്നെ കൊല്ലും." ചിലപ്പോൾ കണ്ണുനീരൊഴുക്കി പറയും. "എന്നെ അവളുടെ അരികിലേക്ക് കൊണ്ടുപോകൂ." മറ്റുചിലപ്പോൾ പേടിച്ച്, തുറിച്ച കണ്ണു കളോടെ പറയും. "എനിക്കവളെ അറിയില്ല. എനിക്ക് മനസ്സിലാകുന്നില്ല."

ഇത്തരം സാങ്കല്പിക സംവാദങ്ങൾക്കുശേഷം, ആ യാത്രക്കാരൻ തന്റെ വിചിത്രഭാവനയിൽ – ഒരു വൃത്തികെട്ട ജീവിയെ മണ്ണ് മാന്തി യെടുത്തു. തന്റെ മുഖത്തും മുടിയിലും മണ്ണുപുരണ്ടുകൊണ്ട് ഒടുവിൽ അയാൾ മണ്ണിലേക്ക് തളർന്നു വീണു.

എല്ലാം മായക്കാഴ്ചകളായിരുന്നു. അയാൾ അപ്പോൾ ഞെട്ടിത്തെറിച്ച്, ജന്നലുകൾ താഴ്ത്തി. മൂടൽ മഞ്ഞും മഴയും അയാളുടെ മുഖത്തടിക്കുന്നു.

മഞ്ഞും മഴയും മുഖത്തടിച്ചപ്പോൾ അയാളുടെ കണ്ണുകൾ തുറന്നെ ങ്കിലും, ചലിക്കുന്ന വിളക്കുകളുടെ വെളിച്ചത്തിൽ നീങ്ങുന്ന രാത്രിയുടെ നിഴലുകൾ അയാളെ വിഹ്വലനാക്കി – ടെമ്പിൾ ബാറിനടുത്തുള്ള ബാങ്കിംഗ് ഹൗസ്, കഴിഞ്ഞ ദിവസത്തെ ബിസിനസ്സ് ഇടപാട്, ലോക്കർ മുറികൾ, തനിക്കുപിന്നാലെ അയയ്ക്കപ്പെട്ട സന്ദേശം, ഇതെല്ലാം യാഥാർത്ഥ്യ മാണോ? വീണ്ടും പ്രേതത്തിന്റെ മുഖം ഉയർന്നുവരുന്നു.

"എത്രകാലം മണ്ണിന്നടിയിൽ കിടന്നു?"

"ഏകദേശം പതിനെട്ട് വർഷങ്ങൾ."

"നിങ്ങൾക്ക് ജീവിക്കാനാഗ്രഹമുണ്ടെന്ന് ഞാൻ കരുതട്ടെ?"

"എനിക്കറിയില്ല."

"നിങ്ങളെ കുഴിച്ചെടുക്കുമെന്ന എല്ലാ ആശകളും നിങ്ങൾ ഉപേക്ഷി ച്ചിരുന്നോ?"

"വളരെ മുമ്പുതന്നെ."

ശരിക്കും സംസാരിക്കുന്നതുപോലെ ആ വാക്കുകൾ അയാൾക്ക് വ്യക്തമായി കേൾക്കാമായിരുന്നു, യഥാർത്ഥ ജീവിതത്തിലേതുപോലെ!

അപ്പോഴാണയാൾ ഉറക്കത്തിൽ നിന്ന് കണ്ണു തുറന്നത്; നേരം പുലർന്നെന്നും, രാത്രിയുടെ നിഴലുകൾ അപ്രത്യക്ഷമായെന്നും ആ തളർന്ന യാത്രക്കാരൻ മനസ്സിലാക്കി.

അയാൾ ഉദിച്ചുയരുന്ന സൂര്യനെ തുറന്നുവെച്ച ജനാലയിലൂടെ നോക്കി. അതാ ഉഴുതുമറിച്ച കുന്നിൻ പ്രദേശം; തലേന്ന് രാത്രി ജോലികഴിഞ്ഞ് കുതിരകളെ അഴിച്ചുകൊണ്ടുപോകുമ്പോൾ ഉപേക്ഷിച്ച ഒരു കലപ്പ അതേപടി കിടപ്പുണ്ട്. അതിന്നപ്പുറത്തെ കുററിക്കാട്ടിലെ ചെടികളിലെ സുവർണ്ണ ഇലകൾ ജ്വലിക്കുന്നതുപോലെ കാണപ്പെടുന്നു. ഭൂമി നനഞ്ഞ് തണുത്താണ് ഇരിക്കുന്നതെങ്കിലും, ആകാശം തെളിഞ്ഞിരിക്കുന്നു, സൂര്യൻ ഉജ്ജ്വലനായി ഉദിച്ചുപൊങ്ങുന്നു, പ്രശാന്തവും മനോഹരവും!

"പതിനെട്ട് വർഷങ്ങൾ!"സൂര്യനെ നോക്കി യാത്രക്കാരൻ പറഞ്ഞു. "കൃപാലുവായ സ്രഷ്ടാവേ! പതിനെട്ടു വർഷങ്ങൾ ജീവനോടെ മണ്ണിനടിയിൽ കഴിയുക! അമ്പോ..."

നാല്

ഉച്ചതിരിഞ്ഞ് മെയിൽവണ്ടി വിജയപൂർവ്വം ഡോവറിൽ എത്തിയപ്പോൾ, റോയൽ ജോർജ്ജ് ഹോട്ടലിലെ സേവകരുടെ തലവൻ വന്ന് കോച്ചിന്റെ വാതിൽ തുറന്നുകൊടുത്തു; അതാണവിടത്തെ ആചാരം. ഒരു ആഘോഷത്തിന്റേതായ ഊർജ്ജസ്വലതയോടെയാണയാളത് ചെയ്തത്; കാരണം, ശീതകാലത്ത് ലണ്ടനിൽ നിന്നുള്ള മെയിൽ യാത്ര അഭിനന്ദനാർഹമായൊരു നേട്ടം തന്നെയാണ്, സാഹസികനായ യാത്രക്കാരനും അനുമോദനം അർഹിക്കുന്നു!

ആ സമയത്ത് സാഹസികനായ യാത്രക്കാരൻ ഒരാൾ മാത്രമേ അഭിനന്ദിക്കാനായി വണ്ടിയിൽ ഉണ്ടായിരുന്നുള്ളു; മറ്റു രണ്ടുപേർ അവരവരുടെ റോഡരികിലുള്ള ലക്ഷ്യസ്ഥാനങ്ങളിൽ ഇറങ്ങിപ്പോയിരുന്നു. കോച്ചിനുള്ളിൽ വെള്ളം തെറിച്ചതിന്റേയും, വൃത്തികെട്ട നനഞ്ഞ വൈക്കോലിന്റേയും അസുഖകരമായ ഗന്ധം തങ്ങി നിന്നിരുന്നു, ഏറെക്കുറെ നായക്കൂട്ടിലേത് പോലെ!

"നാളെ 'കലായിസ്സി'ലേക്ക് ഒരു ബോട്ട് ഉണ്ടാകും, അല്ലേ, ഡ്രോയർ?"

"ഉവ്വ്, സാർ. ഈ കാലാവസ്ഥ നിലനിൽക്കുകയും, കാറ്റ് സഹിക്കാവുന്ന രീതിയിലുമാണെങ്കിൽ. കിടക്ക ഒരുക്കട്ടേ, സാർ?"

"രാത്രി ആകുന്നതിനുമുമ്പ് ഞാൻ ഉറങ്ങുന്നില്ല; എനിക്കൊരു ബെഡ്റൂമും ബാർബറും വേണം."

"അപ്പോൾ പ്രാതൽ, സാർ? അതെ, സാർ. ദയവായി, ഈ വഴിക്ക് സാർ ആ മൂലയിലെ മുറി. നിങ്ങൾക്ക് നല്ലൊരു തീച്ചൂള കാണാം, സാർ. ബാർബറെ മുറിയിലേക്കയയ്ക്കാം, സാർ.!"

മൂലയിലെ മുറി എപ്പോഴും മെയിൽ യാത്രക്കാർക്ക് വേണ്ടി മാറ്റിവെക്കപ്പെട്ടിട്ടുള്ളതാണ്; രണ്ട് കാവൽക്കാർ, നിരവധി വേലക്കാരികൾ,

ലാണ്ട് ലേഡി തുടങ്ങിയവർ മുറിക്കും കോഫി റൂമിനുമിടയ്ക്കുള്ള ഇട നാഴിയിലും മറ്റിടങ്ങളിലും ചുറ്റിനടക്കുന്നു. ആ സമയത്ത്, തവിട്ടു നിറ മുള്ള, വലിയ ചതുരൻ കഫുകളും, വലിയ പോക്കറ്റ് ഫ്ളാപ്പുകളുമുള്ള സൂട്ട്, മനോഹരമായ രീതിയിൽ ധരിച്ച്, അറുപത് വയസ്സുള്ളൊരു മാന്യൻ അതിലേ പ്രാതൽ കഴിക്കാനായി നടന്നുപോയി.

ഈ തവിട്ടു സൂട്ടുകാരനല്ലാതെ മറ്റാരും പ്രാതലിന്നായി കോഫി മുറി യിലുണ്ടായിരുന്നില്ല. അയാളുടെ പ്രാതൽമേശ തീച്ചൂളയ്ക്കടുത്താണ് ഇട്ടി രിക്കുന്നത്; അയാൾ അവിടെ ഇരുന്നപ്പോൾ ചൂളയിലെ പ്രകാശം അയാ ളുടെ മുഖത്ത് പതിച്ചു, തന്റെ ഫോട്ടോ എടുക്കാനെന്ന മട്ടിൽ! അയാൾ, ഭക്ഷണവും കാത്ത്, അനങ്ങാതിരുന്നു.

വളരെ അച്ചടക്കം പാലിക്കുന്നവനും, അന്തസ്സോടെ പെരുമാറുന്ന വനുമായി അയാൾ കാണപ്പെട്ടു. ഒരു കൈ കാൽമുട്ടിൽ വെച്ചാണ് ഇരിപ്പ്. ഫ്ളാപ്പുള്ള വെയിസ്റ്റ് കോട്ടിനുള്ളിൽ നിന്ന് വാച്ചിന്റെ ഗാംഭീര്യമുള്ള 'ടിക് ടിക്' ശബ്ദം ഉയരുന്നു. അയാളുടെ സുന്ദരമായ കാലുകൾ മെലിഞ്ഞിട്ടാ ണെന്ന് കാണാം; തവിട്ടുനിറമുള്ള സോക്സ് കാലിൽ ഭംഗിയായി ഒട്ടി പ്പിടിച്ച് കിടക്കുന്നു; വിലപ്പിടിച്ച സോക്സാണത്. അയാളുടെ ഷൂസും ബക്കിൾസും സാധാരണ മട്ടിലുള്ളതാണെങ്കിലും ഭംഗിയുള്ളവയാണ്. വിചിത്രമായൊരു വിഗ് ആണയാൾ ശിരസ്സിൽ ധരിച്ചിട്ടുള്ളത്. അത് മുടി കൊണ്ട് നിർമ്മിക്കപ്പെട്ടതാണെന്ന് കരുതപ്പെടുന്നു. സിൽക്ക് നൂലുകൊണ്ടു ള്ളതാണെന്നേ കണ്ടാൽ തോന്നൂ. അയാളുടെ ലിനൻ തൂവെള്ള നിറമാണ്. ആ ശാന്തമായ മുഖത്ത് തിളങ്ങുന്ന കണ്ണുകൾ! ടെൽസൺ ബാങ്കിന്റെ മിത ഭാഷി സ്വഭാവം പ്രകടിപ്പിച്ച് വർഷങ്ങളോളം കഴിയുവാനയാൾ ശരിക്കും ക്ലേശമനുഭവിച്ചുകാണും! ആരോഗ്യം തുളുമ്പുന്ന നിറമാണയാ ളുടെ കവിളുകൾക്ക്. മുഖത്ത് ചുളിവുകൾ വീഴാൻ തുടങ്ങിയിട്ടുണ്ട്, മുഖത്ത് ഉൽക്കണ്ഠയുടെ നിഴലുകൾ പതിഞ്ഞിരിക്കുന്നു. എന്നാൽ, മറ്റു ള്ളവർക്കുവേണ്ടിയുള്ള ടെൽസൺ ബാങ്കിന്റെ ഉദ്യോഗസ്ഥരുടേതായ സ്വകാര്യത മുഖ്യമായും ആ മുഖത്ത് പ്രകടമാണ്.

ഫോട്ടൊ എടുക്കാനെന്ന പോലെ, നിശ്ചലനായി ഇരുന്ന മി.ലോറി ഒന്ന് മയങ്ങിപ്പോയി. പ്രാതൽ എത്തിയപ്പോൾ അയാൾ ഉണർന്നു. തന്റെ കസേര അതിന്നടുത്തേക്ക് നീക്കിയിട്ടുകൊണ്ട് അയാൾ സപ്ലയറോട് പറഞ്ഞു.

"ഇന്ന് ഏതുസമയത്തും ഇവിടെ എത്തിയേക്കാവുന്ന ഒരു യുവമഹ തിക്കുവേണ്ടി താമസം ഒരുക്കി വെക്കുവാൻ ഞാൻ ആവശ്യപ്പെടുന്നു. അവൾ മി.ജാർവിസ് ലോറിയെ ചോദിച്ചേക്കും, അല്ലെങ്കിൽ ടെൽസൺ ബാങ്കിലെ ഒരു മാന്യൻ എന്ന് മാത്രമായിരിക്കും ചോദിക്കുക. ദയവായി എന്നെ അറിയിക്കുക"

"യെസ്,സാർ. ലണ്ടനിലെ ടെൽസൺ ബാങ്ക്, സാർ?"

"അതെ."

"യെസ്, സാർ. നിങ്ങളുടെ ഉദ്യോഗസ്ഥന്മാർ ലണ്ടനിൽനിന്ന് പാരീ സിൽ വരുമ്പോഴും തിരിച്ചുപോകുമ്പോഴും അവരെ സൽക്കരിക്കാനുള്ള

ഭാഗ്യം ഇടയ്ക്കിടെ ലഭിച്ചിട്ടുണ്ട്. ഒരുപാട് യാത്ര ചെയ്യുന്നവർ ആണ് സാർ, ടെൽസൺ ആൻഡ് കമ്പനീസ് ഹൗസിൽ ഉള്ളവർ."

" ഞങ്ങൾക്ക് ഫ്രാൻസിലും ഇംഗ്ലണ്ടിലും ഒരുപോലെ ഓഫീസുകൾ ഉണ്ട്."

"യെസ്, സാർ നിങ്ങൾക്ക് അധികം യാത്രചെയ്യുന്ന ശീലമില്ലെന്ന് ഞാൻ കരുതുന്നു, സാർ?"

"അവസാനത്തെ കുറച്ച് വർഷങ്ങളായി ഇല്ല. പതിനഞ്ച് വർഷമായി ഞാൻ ഫ്രാൻസിൽ വന്നിട്ട്."

"തീർച്ചയാണോ, സാർ? അപ്പോൾ ഞാനിവിടെ വരുന്നതിനുമുമ്പായിരിക്കും, സാർ. ഞങ്ങളുടെ ആളുകളുടെ കാലത്തിനു മുമ്പ്, സാർ. ഹോട്ടൽ 'റോയൽ ജോർജ്ജ്' അപ്പോൾ വെറെ വ്യക്തികളാണ് നടത്തിയിരുന്നത്, സാർ."

"ആവാം."

"ഞാൻ വാത് വെക്കാം, സാർ, ടെൽസൺ ആൻഡ് കമ്പനി തുടങ്ങിയിട്ട് അമ്പത് വർഷമെങ്കിലും ആയിരിക്കും!"

"അതിനെ നിങ്ങൾക്ക് മൂന്നുകൊണ്ട് ഗുണിക്കാം, അതായത്, നൂറ്റി അമ്പത്."

"സംശയമില്ല, സാർ!"

കണ്ണുരുട്ടിക്കൊണ്ടയാൾ മേശയിൽ നിന്നും പിൻവാങ്ങി, നാപ്കിൻ തന്റെ വലതുകൈയിൽ നിന്ന് ഇടതുകൈയിലേക്ക് മാറ്റി, സുഖകരമായൊരു സ്ഥാനത്തുനിന്ന്, ലോറിയുടെ തീറ്റയും കുടിയും നിരീക്ഷിച്ചുകൊണ്ടിരുന്നു, ഒരു ഒബ്സർവേറ്ററിയിൽ നിന്നോ, വാച്ച് ടവറിൽ നിന്നോ നിരീക്ഷിക്കുന്നതുപോലെ! എല്ലാ കാലത്തും, ഓർമ്മവെച്ച കാലം മുതൽ വെയിറ്റർമാർ അപ്രകാരം തന്നെ!

പ്രാതലിനുശേഷം കടൽത്തീരത്ത് ഒന്ന് കറങ്ങാനായി മി.ലോറി പോയി. ഇടുങ്ങിയ ഡോവർ പട്ടണം പിന്നിൽ മറഞ്ഞു കിടക്കുന്നു; അവിടെ കടും തൂക്കായ പാറക്കുന്ന് ഒരു കടൽഒട്ടകപക്ഷിയെ പോലെ ഉണ്ട്! കടൽത്തീരത്ത് കല്ലുകൾ നിറഞ്ഞ് കിടക്കുന്നു, കടൽ വരുത്തിയ നാശനഷ്ടങ്ങളും.

കടൽ അതിന്നിഷ്ടമുള്ളതൊക്കെ ചെയ്തു, അതിന്നിഷ്ടം നശീകരണമായിരുന്നു. അത് പട്ടണത്തെ ഭീഷണിപ്പെടുത്തി, മലഞ്ചെരിവുകളെ ഭീഷണിപ്പെടുത്തി, കടലോരത്തെ താഴ്ത്തികൊണ്ട് വന്നു, ഭ്രാന്തമായ ആവേശത്തോടെ!

അന്തരീക്ഷത്തിൽ രൂക്ഷമായ മീൻ മണം തങ്ങിനിൽക്കുന്നു. ആ തുറമുഖത്ത് കുറെശ്ശെ മീൻപിടിത്തമുണ്ട്, കടൽത്തീരം തെളിഞ്ഞുനിന്നിരുന്നു.

ഉച്ചതിരിഞ്ഞപ്പോൾ, അന്തരീക്ഷം, വീണ്ടും മൂടൽമഞ്ഞ് കൊണ്ട് നിറഞ്ഞു. മി.ലോറിയുടെ മനസ്സും കാർമേഘങ്ങൾ കൊണ്ട് മൂടി. ഇരുട്ടായപ്പോൾ, അയാൾ കോഫി റൂമിലെ തീച്ചൂളയ്ക്ക് മുന്നിൽ വന്നിരുന്നു;

പ്രാതലിന്നായി കാത്തിരുന്നതുപോലെ, ഡിന്നറിനായി കാത്തിരുന്നു, ജ്വലിക്കുന്ന കൽക്കരിയിൽ കണ്ണും നട്ടുകൊണ്ട്! അയാളുടെ മനസ്സ് അഗാധതയിലേക്ക് ഊളിയിട്ടു.

ഡിന്നറിനുശേഷം ഒരു കുപ്പി ചുകന്ന വീഞ്ഞ്. ജ്വലിക്കുന്ന കനലിനു മുന്നിൽ അങ്ങനെ കുറെ നേരം ലോറി ചിന്തയിലാണ്ടിരുന്നു; അയാൾ സംതൃപ്തിയോടെ കുപ്പിയിലെ അവസാന ഗ്ലാസ്സ് ഒഴിച്ചതോടെ, ഇടുങ്ങിയ തെരുവിൽനിന്ന് വണ്ടിച്ചക്രങ്ങളുടെ ചിലമ്പൽ കേട്ടു; അത് ഇരച്ചുകൊണ്ട് ഹോട്ടൽ മുറ്റത്തേക്ക് കയറി വന്നു.

അയാൾ തന്റെ ഗ്ലാസ്സ് തൊടാതെ വെച്ചു. "ഇത് മാം സെല്ലിയാണ്!" അയാൾ സ്വയം പറഞ്ഞു.

ഏതാനും മിനിറ്റുകൾക്കുള്ളിൽ വെയിറ്റർ വന്ന്, ലണ്ടനിൽ നിന്ന് മിസ്സ് മാനെറ്റ് എത്തിയിരിക്കുന്നുവെന്നും, ടെൽസണിലെ മാന്യനെ കാണാനാഗ്രഹിക്കുന്നുണ്ടെന്നും, വിളംബരം ചെയ്തു.

"ഇത്ര പെട്ടെന്നോ?"

മിസ്സ്. മാനെറ്റ് വഴിക്കുവെച്ച് ആഹാരം കഴിച്ചിരുന്നതിനാൽ, അവൾക്ക് ഒന്നും ആവശ്യമില്ലായിരുന്നു; ടെൽസണിലെ മാന്യനെ ഉടനെ കാണാനായി അവൾ വല്ലാത്ത ഉൽക്കണ്ഠയിലായിരുന്നു.

ടെൽസണിലെ മാന്യനാകട്ടെ, ഒരു ഉണർവ്വ് വരുത്താനായി തന്റെ ഗ്ലാസ്സ് കാലിയാക്കുകയേ വേണ്ടൂ. അയാൾ തന്റെ വിഗ്ഗ് ശിരസ്സിൽ ശരിപ്പെടുത്തിവെച്ച്, മിസ്സ് മാനെറ്റിന്റെ മുറിയിലേക്ക് വെയിറ്ററെ പിൻതുടർന്ന് ചെന്നു.

അതൊരു വലിയ, ഇരുളടഞ്ഞ, കറുത്ത കുതിര രോമവിരികൊണ്ട് വിരിച്ച ദുഃഖാചരണ ശൈലിയിലുള്ള ഫർണിച്ചർ ഉള്ളൊരു മുറിയായിരുന്നു. മുറിയുടെ മദ്ധ്യത്തിലുള്ളൊരു മേശമേൽ പൊക്കമുള്ള രണ്ട് മെഴുകുതിരികൾ കത്തിച്ചുവെച്ചിട്ടുണ്ട്.

ടർക്കി കാർപെറ്റിലൂടെ നടന്ന്, മിസ്സ് മാനെറ്റ് അടുത്തമുറിയിലാണെന്ന വിചാരത്തിൽ, ആ രണ്ട് പൊക്കമുള്ള മെഴുകുതിരികൾ കടന്നുചെന്നപ്പോൾ, ആ മേശയ്ക്കും തീച്ചൂളയ്ക്കുമിടയിൽ തന്നെ സ്വീകരിക്കാൻ നിൽക്കുന്ന ഒരു പതിനേഴുകാരി യുവതിയെ അയാൾ കണ്ടു. മെലിഞ്ഞ്, കൃശഗാത്രിയായൊരു മനോഹര രൂപം. സുവർണ്ണത്തലമുടിയുള്ള ആ സുന്ദരിയുടെ നയനങ്ങൾ അയാളുടെ ചോദ്യഭാവമുള്ള കണ്ണുകളുമായി ഇടഞ്ഞു. അതിൽ പരിഭ്രാന്തിയോ, അദ്ഭുതമോ, ഭീതിയോ നിഴലിച്ചിരുന്നില്ല; അല്ലെങ്കിൽ ഈ എല്ലാ ഭാവങ്ങളും ആ നോട്ടത്തിൽ അടങ്ങിയിരുന്നു എന്ന് വേണമെങ്കിൽ പറയാം – അയാളുടെ ദൃഷ്ടി അവളിൽ പതിഞ്ഞപ്പാൾ, പെട്ടെന്ന്, സ്പഷ്ടമായൊരു ചിത്രം അയാളുടെ ഓർമ്മയിലൂടെ കടന്നുപോയി – ഇംഗ്ലീഷ് ചാനൽ കടക്കവെ, ഒരു ശീതകാലത്ത്, കടൽ പ്രകമ്പനം കൊള്ളുകയും, ആലിപ്പഴം പൊഴിക്കുന്ന കൊടുങ്കാറ്റടിക്കയും ചെയ്യവെ, താൻ കൈയിൽ ഒതുക്കിപ്പിടിച്ചിരുന്നൊരു ഒരു കൊച്ചു കുഞ്ഞിനെ അയാൾ ഓർത്തു.

ഓർമ്മയിലെ ആ ചിത്രം പെട്ടെന്ന് മാഞ്ഞുപോയി - അയാൾ മിസ്സ് മാനെറ്റിനെ ഔപചാരികമായി കുനിഞ്ഞുവണങ്ങി.

"ദയവായി ഇരിക്കൂ, സാർ." സ്ഫുടം ചെയ്ത ശബ്ദം. വിദേശച്ചുവയുള്ള ഉച്ചാരണം; എന്നാൽ അത്ര കാര്യമായിട്ടില്ല.

"ഞാൻ നിങ്ങളുടെ കൈയിൽ ചുംബിക്കുന്നു, മിസ്സ്." പഴയശൈലിയിൽ മി.ലോറി പറഞ്ഞു; ഒരിക്കൽകൂടി ഔപചാരികമായി കുനിഞ്ഞ്, അയാൾ സ്വന്തം സീറ്റിൽ ഇരുന്നു.

"എനിക്കിന്നലെ ബാങ്കിൽ നിന്നൊരു കത്ത് ലഭിച്ചിരുന്നു; അതിലെന്തോ ചില രഹസ്യാന്വേഷണത്തേയോ - അല്ലെങ്കിൽ കണ്ടെത്തലിനേയോ-"

"എങ്ങനെ പറഞ്ഞാലും കുഴപ്പമില്ല, മിസ്സ്; മനസ്സിലുള്ളത് തുറന്നുപറയുക."

"-ഞാൻ ഒരിക്കലും കണ്ടിട്ടില്ലാത്ത എന്റെ പാവം അച്ഛന്റെ ആ ചെറിയ സ്വത്തിനെക്കുറിച്ച് - ഞാനിത്ര കാലമായി മരിച്ചെന്ന് കരുതിയ എന്റെ അച്ഛന്റെ - "

മി.ലോറി കസേരയിൽ ഒന്ന് ഇളകിയിരുന്നു.

"-ഞാൻ പാരീസ്സിലേക്ക് പോകേണ്ടതുണ്ടെന്നും, ബാങ്കിലെ ഒരു മാന്യനുമായി സംസാരിക്കണമെന്നും പറഞ്ഞിരിക്കുന്നു."

"ഞാൻ തന്നെയാണാ മാന്യൻ."

"അങ്ങ് പറയുന്നത് കേൾക്കാൻ ഞാൻ തയ്യാറാണ്, സാർ." അയാളുടെ മുട്ടുകാൽ മുത്തി അവൾ വണങ്ങി.

അക്കാലത്ത് യുവതികൾ അപ്രകാരം പ്രണമിച്ചിരുന്നു. തന്നേക്കാൾ മൂത്തതും, ബുദ്ധിമാനുമാണയാൾ എന്ന് പ്രകടിപ്പിക്കാനവൾ ആഗ്രഹിച്ചു. അയാൾ ഒരിക്കൽക്കൂടി അവളെ കുനിഞ്ഞു വണങ്ങി.

"ഞാൻ ബാങ്കിന് മറുപടി നൽകി, സാർ. എന്നെ അറിയുന്നവനും എന്നെ ഉപദേശിക്കാൻ കഴിവുള്ളവനും ആയ വ്യക്തി ഞാൻ ഫ്രാൻസിൽ പോകേണ്ടത് അത്യാവശ്യമാണെന്ന് കരുതുന്നുണ്ടെങ്കിൽ, ഒരു അനാഥയും, സുഹൃത്തുക്കളൊന്നുമില്ലാത്തവളുമായ എന്നെ, ആ മാന്യ വ്യക്തിയുടെ സംരക്ഷണത്തിൽ യാത്ര ചെയ്യാനനുവദിച്ചാൽ, ഞാനത് വലിയ ഔദാര്യമായി കരുതും. ആ മാന്യൻ അപ്പോഴേക്കും ലണ്ടൻ വിട്ടിരുന്നു; എന്നാൽ, എനിക്കുവേണ്ടി അദ്ദേഹത്തോട് ഇവിടെ കാത്തിരിക്കുവാനഭ്യർത്ഥിച്ചുകൊണ്ട് ഒരു സന്ദേശവാഹകനെ അദ്ദേഹത്തിനു പിറകെ വിട്ടു എന്ന് ഞാൻ അറിഞ്ഞു. നന്ദി സാർ..."

"എന്നിൽ ആ ചുമതല അർപ്പിക്കപ്പെട്ടതിൽ എനിക്ക് സന്തോഷമേയുള്ളു; അത് നിറവേറ്റാനെനിക്ക് കൂടുതൽ സന്തോഷമായിരിക്കും." മി. ലോറി പറഞ്ഞു. "ആ മാന്യൻ ബിസിനസ്സ്കാര്യങ്ങളെല്ലാം എന്നോട് വിശദമായി വിവരിച്ചുതരുമെന്നും, അതൊരു ആശ്ചര്യകരമായ സംഭവമായതിനാൽ അത് കേൾക്കാൻ ഞാൻ തയ്യാറെടുത്തിരിക്കണമെന്നും ബാങ്ക് എന്നോട് പറഞ്ഞിരുന്നു. ഞാൻ എന്നാൽ കഴിയുന്ന വിധത്തിൽ

തയ്യാറെടുത്തിരിക്കയാണ്. അതെന്താണെന്നറിയാൻ, സ്വാഭാവികമായും, വല്ലാത്ത ആകാംക്ഷ എനിക്കുണ്ട്."

അയാളുടെ ഈ അനിശ്ചിതാവസ്ഥയിൽ അവൾ അയാളെ നിരീക്ഷിച്ചു കൊണ്ടിരുന്നു. ആ യുവതിയുടെ നെറ്റി സ്വയം ഉയർന്നു, മനോഹരവും അസാധാരണവും ആയ ഒരു മുഖഭാവം പ്രകടമായി.

"നിങ്ങൾ എനിക്ക് തികച്ചും ഒരു അപരിചിതനാണോ, സാർ?"

"അല്ലേ?" ഒരു പുഞ്ചിരിയോടെ കൈനീട്ടിക്കൊണ്ട് മി.ലോറി ചോദിച്ചു.

അവൾ നിന്നിരുന്ന സ്ഥലത്തുനിന്നും മാറി, ചിന്താധീനയായി സ്വന്തം കസേരയിലിരുന്നു. അയാൾ അവളെ നിരീക്ഷിച്ചുകൊണ്ടിരുന്നു; അവൾ തലയുയർത്തിയ ഉടനെ അയാൾ തുടർന്നു:

"എനിക്ക് നിങ്ങളെ ഇംഗ്ലീഷ് ലേഡി എന്ന് സംബോധന ചെയ്യാൻ കഴിയുമെന്ന് ഞാൻ കരുതട്ടെ, മിസ്സ് മാനെറ്റ്?"

"നിങ്ങളുടെ ഇഷ്ടം പോലെ, സാർ."

"മിസ്സ് മാനെറ്റ്, ഔദ്യോഗിക കാര്യത്തിനാണ് ഞാൻ വന്നിട്ടുള്ളത്; അതെനിക്ക് നിറവേറ്റേണ്ടതുണ്ട്. ഞാൻ ഒരു സംസാരിക്കുന്ന യന്ത്രമാണെന്നപോലെ ഞാൻ പറയുന്നത് ശ്രദ്ധിക്കുക - സത്യത്തിൽ ഞാൻ അതിലപ്പുറം ഒന്നുമല്ല -! നിങ്ങളുടെ അനുവാദത്തോടെ, ഞങ്ങളുടെ ഒരു ഇടപാടുകാരന്റെ കഥ നിങ്ങളോട് വിവരിക്കാം, മിസ്സ്."

"കഥ!"

അയാൾ ധൃതിയിൽ കൂട്ടിച്ചേർത്തു. "ബാങ്കിംഗ് ബിസിനസ്സിൽ ഞങ്ങൾക്ക് ബന്ധമുള്ളവരെ ഇടപാടുകാർ എന്നാണ് ഞങ്ങൾ പതിവായി വിളിക്കാറുള്ളത്. പക്ഷേ, ഇത്..... കഥയെന്ന് പറയാം. അയാളൊരു ഫ്രഞ്ച് മാന്യനാണ്, ഒരു ശാസ്ത്രജ്ഞൻ, പ്രശസ്തൻ -ഒരു ഡോക്ടർ."

"ബ്യൂവായിസ് ആണോ?"

"അതെ, ബ്യൂവായിസ്സിനെകുറിച്ചുതന്നെ. നിങ്ങളുടെ അച്ഛനായ മി.മാനെറ്റിനെപ്പോലെ മാന്യനായ ബ്യൂവായിസ്. നിങ്ങളുടെ അച്ഛനെപ്പോലെ ആ മാന്യൻ പാരീസ്സിൽ കീർത്തിമാനായിരുന്നു. അവിടെ വെച്ച് അദ്ദേഹത്തെ പരിചയപ്പെടാനുള്ള ഭാഗ്യം എനിക്കുണ്ടായിട്ടുണ്ട്. ഞങ്ങളുടേത് ബിസിനസ്സ് ബന്ധങ്ങളായിരുന്നെങ്കിലും വളരെ രഹസ്യ സ്വഭാവമുള്ളതായിരുന്നു. അന്ന് ഞാൻ ഞങ്ങളുടെ ഫ്രഞ്ച് സ്ഥാപനത്തിലായിരുന്നു, - ഓഹ്! ഇരുപത് വർഷങ്ങൾ!"

"എല്ലാം തുറന്നു പറയൂ സാർ..."

"ഞാൻ പറയാം, മിസ്സ്, ഇരുപത് വർഷങ്ങൾക്കുമുമ്പ്. അദ്ദേഹം ഒരു ഇംഗ്ലീഷ് ലേഡിയെ കല്യാണം കഴിച്ചു. ഞാൻ അദ്ദേഹത്തിന്റെ ട്രസ്റ്റികളിൽ ഒരാളായിരുന്നു. അദ്ദേഹത്തിന്റെ ഇടപാടുകൾ, മറ്റ് പല ഫ്രഞ്ചുകാരേയും കുടുംബങ്ങളേയും പോലെ, പൂർണ്ണമായും ടെൽസൺസിന്റെ കൈകളിലായിരുന്നു. അതേ രീതിയിൽ പല ഇടപാടുകാരുടേയും ട്രസ്റ്റി ആയിരുന്നു ഞാൻ. ഇതെല്ലാം വെറും ബിസിനസ്സ് ബന്ധങ്ങൾ ആയിരുന്നു,

മിസ്സ്; സൗഹൃദബന്ധങ്ങളില്ല, പ്രത്യേകതാൽപര്യങ്ങൾ ഇല്ല, വൈകാരികതയില്ല. ഞാൻ ഓരോ ഇടപാടുകാരുടെ അടുത്ത് പോയിരുന്നത് ഔപചാരികമായി ബിസിനസ്സ് കാര്യത്തിനുവേണ്ടി മാത്രമായിരുന്നു; ചുരുക്കത്തിൽ, എനിക്ക് യാതൊരു വികാരവും അതിൽ ഇല്ലായിരുന്നു; ഞാൻ വെറുമൊരു യന്ത്രമായിരുന്നു – "

"എന്നാൽ, ഇതെന്റെ അച്ഛന്റെ കഥയാണ്, സാർ; ഞാൻ ഓർക്കുകയായിരുന്നു" വിചിത്ര ഭാവത്തോടെ മുഖം ചുളിച്ച് അയാളെ തറപ്പിച്ചു നോക്കിക്കൊണ്ട് അവൾ പറഞ്ഞു. "എന്റെ അച്ഛന്റെ മരണശേഷം രണ്ടു വർഷം കഴിഞ്ഞ് അമ്മയും മൃതിയടഞ്ഞപ്പോൾ ഞാൻ ഒരു അനാഥയായി; അപ്പോൾ നിങ്ങളാണ് എന്നെ ഇംഗ്ലണ്ടിലേക്ക് കൊണ്ടുവന്നത്. എനിക്കുറപ്പാണ്, അത് നിങ്ങൾ തന്നെ ആയിരുന്നു."

തന്റെ നേരെ വിശ്വാസപൂർവ്വം നീട്ടിയ ആ കൊച്ചു കൈ ഗ്രഹിച്ച്, ആചാരപൂർവ്വം തന്റെ ചുണ്ടിലേക്ക് അയാൾ അടുപ്പിച്ചു. പിന്നെ അവളെ അയാൾ കസേരയ്ക്കരികിലേക്ക് കൊണ്ടുപോയി, ഇരുത്തി; അയാൾ ഇടതുകൈ കൊണ്ട് കസേര പിടിച്ച്, വലതുകൈ കൊണ്ട് താടി ചൊറിയുകയും വിഗ്ഗ് തലയിൽ ശരിക്കു വെക്കുകയും ചെയ്ത് അവളുടെ മുഖത്തേക്ക് കുനിഞ്ഞ്നോക്കി; അവൾ കസേരയിലിരുന്ന് അയാളുടെ മുഖത്തേക്ക് ദൃഷ്ടി ഉയർത്തി.

"മിസ്സ്. മാനെറ്റ്, അത് ഞാൻ തന്നെ ആയിരുന്നു. ഞാൻ എത്ര സത്യസന്ധമായാണ് എന്റെ ബന്ധങ്ങളെക്കുറിച്ച് സംസാരിച്ചതെന്ന് ഇപ്പോൾ നിങ്ങൾ മനസ്സിലാക്കും – അതായത്, നിർവ്വികാരനായാണ് എല്ലാ സഹജീവികളോടും ബിസിനസ്സ് ബന്ധങ്ങൾ ഞാൻ വെച്ചു പുലർത്തിയതെന്ന്; നിങ്ങളെ പിന്നീടൊരിക്കലും ഞാൻ കണ്ടിട്ടില്ലെന്ന് ചിന്തിച്ചാൽ മതി അത് ബോധ്യപ്പെടാൻ. നിങ്ങൾ അന്നുമുതൽ ടെൽസൺ ഹൗസിന്റെ സംരക്ഷണത്തിലായിരുന്നു. പിന്നെ, വികാരങ്ങൾ! എനിക്കതിന് സമയമില്ലായിരുന്നു, അവസരമില്ലായിരുന്നു. ജീവിതകാലം മുഴുവൻ ഞാൻ ജോലിയുടെ ഭാഗമായി വലിയൊരു സാമ്പത്തികകാര്യം ചികഞ്ഞുനോക്കുന്നതിൽ വ്യാപൃതനായിരുന്നു."

ദൈനംദിന ജോലിയെക്കുറിച്ച് വിചിത്രമായൊരു സൂചന നൽകിയ ശേഷം മി.ലോറി തന്റെ വിഗ്ഗ് ശിരസ്സിൽ ഇരുകൈകൾ കൊണ്ടും പരത്തിവെച്ചു. (അതിന്റെ യാതൊരു ആവശ്യവുമില്ലായിരുന്നു, അത് അമർന്നു തന്നെയാണ് മുമ്പും ഇരുന്നിരുന്നത്.) പിന്നെ പഴയ മുഖഭാവം വരുത്തി.

"മിസ്സ്, നിങ്ങൾ ഊഹിച്ചതുപോലെ അത് നിങ്ങളുടെ ദുഃഖിതനായ അച്ഛന്റെ കഥയാണ്. അക്കഥ തികച്ചും വ്യത്യസ്തമാണ്. നിങ്ങളുടെ അച്ഛൻ മരിച്ചിട്ടില്ലെങ്കിൽ, – ഭയപ്പെടേണ്ട! നിങ്ങൾ എന്തുമാത്രം ഞെട്ടുന്നു!"

അയാളുടെ കണങ്കൈയിൽ ഇരുകൈകൾ കൊണ്ടും അവൾ കൂട്ടിപ്പിടിച്ചു.

"ദയവായി" തന്റെ കൈയിൽ ബലമായി പിടിച്ച ആ വിറയ്ക്കുന്ന കൈകളിൽ അയാൾ തന്റെ ഇടതുകൈ വെച്ച് അമർത്തി, ആശ്വസിപ്പിക്കുംവിധം

പറഞ്ഞു. "നിങ്ങൾ മാനസിക വിക്ഷോഭം സ്വയം നിയന്ത്രിക്കുക-ബിസിനസ്സ് കാര്യമാണ്. ഞാൻ പറഞ്ഞതുപോലെ...."

അവളുടെ നോട്ടം അയാളെ അസ്വസ്ഥനാക്കി; അയാൾ സംസാരം നിർത്തി, അല്പം ഉലാത്തിയശേഷം വ്യത്യസ്ത രീതിയിൽ തുടങ്ങി.

"മി.മാനെറ്റ് മരിച്ചിട്ടില്ലെങ്കിൽ; അദ്ദേഹം പെട്ടെന്ന്, അപ്രത്യക്ഷനായെങ്കിൽ; അദ്ദേഹത്തിന് ഏതെങ്കിലും ശത്രുക്കൾ ഉണ്ടായിരുന്നിരിക്കാം. ഏതെങ്കിലും തടവറയുടെ വിസ്മൃതിയിൽ വളരെക്കാലം കിടന്നിരിക്കാം; അദ്ദേഹത്തെക്കുറിച്ച് എന്തെങ്കിലും വിവരം ലഭിക്കാനായി അദ്ദേഹത്തിന്റെ ഭാര്യ രാജാവിനോടും രാജ്ഞിയോടും കച്ചേരിയിലെ ഉന്നതരോടും, പുരോഹിത വർഗ്ഗത്തോടും അപേക്ഷിച്ചെങ്കിലും എല്ലാം വിഫലമായി; -അപ്പോൾ, നിങ്ങളുടെ അച്ഛന്റെ ചരിത്രം തന്നെയാണ് നിർഭാഗ്യവാനായ ആ മാന്യൻ ഡോ.ബ്യൂവായിസ്സിന്റേത്."

"എന്നോട് കൂടുതൽ വിശദീകരിക്കാൻ ഞാൻ നിങ്ങളോട് യാചിക്കുന്നു, സാർ."

"ഞാൻ വിശദീകരിക്കാൻ പോകുകയാണ്. നിങ്ങൾക്ക് സഹിക്കാൻ കഴിയുമോ?"

"ഈസമയത്ത് നിങ്ങൾ സൃഷ്ടിക്കുന്ന അനിശ്ചിതത്വമൊഴിച്ച് മറ്റെല്ലാം എനിക്ക് സഹിക്കാൻ കഴിയും."

"ഒരു ബിസിനസ്സ് കാര്യം. അതൊരു ബിസിനസ്സായി കരുതുക - ചെയ്തു തീർക്കേണ്ട ബിസിനസ്സ്. ഈ ഡോക്ടറുടെ പത്നി, വളരെ ധീരയും ഊർജ്ജസ്വലതയുള്ളവളുമായിരുന്നെങ്കിലും, ഇക്കാരണത്താൽ, അവളുടെ കുഞ്ഞ് പിറക്കുന്നതിനു മുമ്പ് വല്ലാതെ കഷ്ടപ്പെട്ടിരുന്നു-"

"അതൊരു പെൺകുഞ്ഞായിരുന്നു, സാർ."

"ഒരു മകൾ. ഒരു ബിസിനസ്സ് കാര്യം - വിഷമിക്കരുത്. മിസ്സ്, ആ കുഞ്ഞ് പിറക്കുന്നതിനുമുമ്പ് ആ പാവം സ്ത്രീ അത്ര വിഷമിച്ചിട്ടുണ്ടായിരുന്നു; അതുകൊണ്ട്, ആ കുഞ്ഞ് യാതൊരു വേദനയും അനുഭവിക്കരുതെന്ന് കരുതി അച്ഛൻ മരിച്ചുപോയെന്ന് പറഞ്ഞാണവളെ വളർത്തിയത് - വേണ്ട, മുട്ടുകുത്തരുത്! ദൈവത്തെ ഓർത്ത്, നിങ്ങൾ എന്തിന് എന്റെ മുന്നിൽ മുട്ടുകുത്തുന്നു!"

"സത്യത്തിനുവേണ്ടി. ഓ, പ്രിയപ്പെട്ട, നല്ലവനായ, കരുണാർദ്രനായ സാർ, സത്യത്തിനുവേണ്ടി!"

"ഇത് ഒരു - ഒരു ബിസിനസ്സ് കാര്യം. നിങ്ങൾ എന്നെ സങ്കടപ്പെടുത്തുന്നു. എനിക്കെങ്ങനെയാണ് ഈ നിലയിൽ ബിസിനസ്സ് നടത്താനാകുക? നമ്മൾ വ്യക്തമായ മനസ്സോടെ ഒരു നിലപാട് എടുക്കണം....."

അയാളുടെ അപേക്ഷയ്ക്ക് നേരിട്ട് മറുപടിയൊന്നും നൽകാതെ, അവൾ നിശ്ചലയായി ഇരുന്നപ്പോൾ, അയാൾ വളരെ മൃദുവായി അവളുടെ മുറുക്കിപ്പിടിച്ച കൈകൾ വേർപെടുത്തി. അവളുടെ കൈകളിലെ വിറയൽ നിലച്ചിരുന്നു. അവൾ മി.ജാർവിസ് ലോറിക്ക് ആശ്വാസം

പകർന്നുകൊടുത്തു. അവളുടെ വിക്ഷോഭപ്രകടനങ്ങൾ തൽക്കാലം അടങ്ങി.

" ബിസിനസ്സ്! നിങ്ങൾക്ക് മുന്നിൽ ബിസിനസ്സ് ആണ് ഉള്ളത്; ബിസിനസ്സ്. മിസ്സ് മാനെറ്റ്, നിങ്ങളുടെ അമ്മ ഈ മാർഗ്ഗമാണ് നിങ്ങളോട് സ്വീകരിച്ചത്. പിന്നെ, അവർ മരിച്ചു; ഹൃദയം തകർന്നാണ് മരിച്ചതെന്ന് ഞാൻ വിശ്വസിക്കുന്നു, നിരന്തരമായി നിങ്ങളുടെ അച്ഛനെക്കുറിച്ചുള്ള അന്വേഷണം തുടർന്നിരുന്നു. നിങ്ങൾക്ക് രണ്ട് വയസ്സ് പ്രായമായിരുന്നു. നിങ്ങളുടെ അച്ഛൻ ജയിലിലോ, മറ്റേതെങ്കിലും അറയിലോ അനേകം വർഷങ്ങളായി നരകിച്ച് കിടക്കുന്നുണ്ടായിരിക്കുമെന്ന സംശയത്തിന്റെ കാർമേഘം അകറ്റാൻ വേണ്ടിയായിരുന്നു അച്ഛൻ മരിച്ചെന്ന് മകളോട് പറഞ്ഞത്"

അത് പറയവെ അയാൾ അനുകമ്പാർഹമായ അഭിനന്ദനങ്ങളോടെ അവളുടെ സുവർണ്ണ മുടിയിലേക്ക് കുനിഞ്ഞുനോക്കി, അത് നരച്ചുപോയോ എന്ന് അയാൾ സ്വയം കരുതിയിരുന്നതുപോലെ!

"വലിയ സമ്പാദ്യങ്ങൾ ഒന്നുമില്ല; ഉള്ളതെല്ലാം നിങ്ങൾക്കും അമ്മയ്ക്കും ഉള്ളതാണ്. പുതിയ നിക്ഷേപങ്ങളൊന്നും കണ്ടെത്തിയിട്ടുമില്ല, പണമായോ, ഭൂസ്വത്തോ, മറ്റെന്തെങ്കിലും; എന്നാൽ –"

തന്റെ കണങ്കൈയിലെ പിടിത്തം മുറുകുന്നതായി അയാൾക്ക് തോന്നി. അയാൾ സംസാരം നിർത്തി. അയാളെ അത്രയ്ക്ക് ആകർഷിച്ച അവളുടെ നെറ്റിയിലെ ഭാവം, ഇപ്പോൾ, നിശ്ചലവും വേദനയും ഭീതിയും കലർന്നതായി.

"എന്നാൽ, അദ്ദേഹത്തെ കണ്ടെത്തിയിരിക്കുന്നു. അദ്ദേഹം ജീവിച്ചിരിപ്പുണ്ട്. വല്ലാതെ മാറ്റം വന്നിട്ടുണ്ട്, അത് സംഭാവ്യമാണ്; ആകെ തകർന്നിരിക്കുന്നു. അതിന് സാധ്യതയുണ്ട്, എല്ലാം നല്ലതിനായി നമ്മൾക്ക് ആശിക്കാം. ഇപ്പോഴും ജീവിച്ചിരിക്കുന്നു. നിങ്ങളുടെ അച്ഛനെ പാരീസിലെ പഴയൊരു ഭൃത്യന്റെ വീട്ടിലേക്ക് കൊണ്ടുപോയിരിക്കയാണ്, നമ്മൾ അങ്ങോട്ടാണ് പോകുന്നത്; എനിക്ക് കഴിയുമെങ്കിൽ, അദ്ദേഹത്തെ തിരിച്ചറിയണം. നിങ്ങൾ അദ്ദേഹത്തിന് ജീവിതവും, സ്നേഹവും, വിശ്രമവും, ആശ്വാസവും തിരിച്ചുനൽകണം."

അവളുടെ ശരീരത്തിലൂടെ ഒരു വിറയൽ കടന്നുപോയി, അവളിലൂടെ അയാളിലേക്കും.

സ്വപ്നത്തിലെന്നതുപോലെ, അവൾ സംഭ്രമത്തോടെ പറഞ്ഞു:

"അദ്ദേഹത്തിന്റെ പ്രേതത്തെയാണ് ഞാൻ കാണാൻ പോകുന്നത്! അതദ്ദേഹത്തിന്റെ പ്രേതമായിരിക്കും! –അദ്ദേഹമല്ല." അവളുടെ അമർത്തിപ്പിടിച്ച കരങ്ങൾ മി.ലോറി മെല്ലെ തലോടി.

"ഇപ്പോൾ മനസ്സിലായില്ലേ! ഏറ്റവും മോശമായതും നല്ലതും നിങ്ങൾക്ക് മനസ്സിലായി. ആ പാവം, ദയനീയവസ്ഥയിലുള്ള മാന്യന്റെ അടുത്തേക്ക് നമ്മൾ പോകുകയാണ്, നല്ലൊരു കടൽയാത്രയ്ക്കും, നല്ലൊരു കരയാത്രയ്ക്കും ശേഷം നിങ്ങൾ അതിവേഗം നിങ്ങളുടെ പ്രിയപ്പെട്ട അച്ഛന്റെ അടുത്തെത്തും."

ഒരു മന്ത്രോച്ചാരണം പോലെ അവൾ ആവർത്തിച്ചു, "ഞാൻ സ്വതന്ത്രയായിരുന്നു, ഞാൻ സന്തോഷവതിയായിരുന്നു, ഇതുവരെ അദ്ദേഹത്തിന്റെ പ്രേതം എന്നെ ഒരിക്കലും വേട്ടയാടിയിട്ടില്ല! എന്നാലും, എന്റെ ദൈവമേ...."

"ഒരു കാര്യം കൂടി" അവളുടെ ശ്രദ്ധ തിരിക്കാനായി ആ വാക്യം അയാൾ അമർത്തിപ്പറഞ്ഞു. "അദ്ദേഹത്തെ മറ്റൊരു പേരിലാണ് കണ്ടെത്തിയത്; സ്വന്തം പേര് വളരെക്കാലമായി മറക്കപ്പെട്ടതോ, ഒളിച്ചുവെക്കപ്പെട്ടതോ, എന്താണതെന്ന് അന്വേഷിക്കുന്നതുകൊണ്ടിപ്പോൾ പ്രയോജനമൊന്നുമില്ല: ഇത്രയും കാലം അദ്ദേഹം ജയിലിലായിരുന്നോ, മറ്റെന്തെങ്കിലും ഒളിവുസങ്കേതത്തിലായിരുന്നോ, എന്നെല്ലാം അന്വേഷിക്കുന്നത് കൊണ്ട് പ്രയോജനമില്ലെന്നു മാത്രമല്ല, അത് അപകടകരവുമാണ്. ഈ വിഷയം ഒരിടത്തും, ഒരു രൂപത്തിലും സൂചിപ്പിക്കാതിരിക്കുന്നതാണ് നല്ലത്; അദ്ദേഹത്തെ ഫ്രാൻസിൽനിന്നു പുറത്തുകൊണ്ടുപോകണം. സുരക്ഷിതനായ ഒരു ഇംഗ്ലീഷ്കാരനായ ഞാനോ, ഫ്രാൻസിലും കീർത്തിനേടിയ ബാങ്കറായ ടെൽസൺസോ അത് സൂചിപ്പിക്കുന്ന ഒറ്റ കടലാസ് കഷ്ണം പോലും കൊണ്ടു നടക്കുന്നില്ല. ഇത് തികച്ചും ഒരു രഹസ്യസേവനമാണ്. എന്റെ അധികാരപത്രം, രേഖ, അല്ലെങ്കിൽ നിവേദന പത്രിക, ഒറ്റ വാക്യത്തിൽ ഉൾക്കൊള്ളുന്നു, "ജീവിതത്തിലേക്ക് തിരിച്ചുവിളിച്ചു; അതിന്റെ അർത്ഥം എന്തുമാകാം."

എന്നാൽ, എന്ത് കാര്യം! ഒറ്റ വാക്കും അവൾ ശ്രദ്ധിച്ചില്ല!

"മിസ്സ് മാനെറ്റ്!"

തികച്ചും നിശ്ചലയായി, നിശ്ശബ്ദയായി, കസേരയിൽ ചായുകപോലും ചെയ്യാതെ, അവൾ ഇരിക്കുകയാണ്; അവളുടെ കണ്ണുകൾ അയാൾക്കു നേരെ തുറിച്ചു നോക്കുന്നുണ്ട്, മുഖത്ത് പഴയ ഭാവം തന്നെ. അവൾക്ക് ബുദ്ധിമുട്ടുണ്ടായെങ്കിലോ എന്ന് വിചാരിച്ച്, അവളുടെ മുറുക്കിപ്പിടിച്ച കൈകൾ വേർപെടുത്താനയാൾ തുനിഞ്ഞില്ല; അതുകൊണ്ട് അയാൾ അനങ്ങാതിരുന്ന്, സഹായത്തിനുവേണ്ടി ഉറക്കെ ശബ്ദിച്ചു.

ചുകന്ന നിറമുള്ള തടിച്ച ഒരു ഭീകരസ്ത്രീ പ്രത്യക്ഷപ്പെട്ടു – ചുകന്ന തലമുടി; അസാധാരണമാം വിധം ഇറുകിയ വേഷം, വിചിത്രമായ തൊപ്പി എന്നിവ ധരിച്ചിരിക്കുന്നു. ഹോട്ടൽ ഭൃത്യന്മാരുടെ മുന്നിലായി വേഗത്തിലവൾ ഓടിയെത്തി അയാളുടെ നെഞ്ചിൽ ഒരു തള്ള് വെച്ച് കൊടുത്തു; അയാളെ അടുത്ത ചുമരിലേക്ക് തെറിപ്പിച്ചു! ചുമരിനോട് ചേർന്ന് വീഴുമ്പോൾ മി.ലോറി ശ്വാസം വിടാതെ ചിന്തിച്ചു. "ഇവൾക്ക് ഒരു ഒത്ത ആണിന്റെ ഇരുമ്പുബലമുണ്ട്."

"എന്താണ് നിങ്ങൾ നോക്കി നിൽക്കുന്നത്." ഹോട്ടൽ വേലക്കാരോടായി ആ രൂപം ആക്രോശിച്ചു. "എന്നെ തുറിച്ചുനോക്കി നിൽക്കാതെ പോയി പ്രഥമ ശുശ്രൂഷയ്ക്കുള്ളതെന്തെങ്കിലും കൊണ്ടുവരൂ. എന്നെ കാണാൻ എന്താണിത്രമാത്രമുള്ളത്? വേഗം പോയി എന്തെങ്കിലും കൊണ്ടുവരാത്തതെന്താണ്? നിങ്ങൾ മണപ്പിക്കുന്ന ഉപ്പ്, തണുത്ത വെള്ളം, വിനാഗിർ,

എന്നിവ പെട്ടെന്ന് കൊണ്ടുവന്നില്ലെങ്കിൽ, പറഞ്ഞേക്കാം, ഞാനാരാണെന്ന് നിങ്ങൾക്ക് മനസ്സിലാകും."

ഉടനെ അവർ അത് കൊണ്ടുവന്നു; രോഗിയെ മെല്ലെ സോഫയിൽ കിടത്തി, വളരെ മൃദുവായി, ശ്രദ്ധയോടെ ശുശ്രൂഷിച്ചു; "എന്റെ പൊന്നേ!," "എന്റെ കിളിയേ!" എന്നെല്ലാം വിളിച്ച്, അവളുടെ സുവർണ്ണത്തലമുടി വളരെ അന്തസ്സോടും ശ്രദ്ധയോടും കൂടി തോളിൽ പരത്തിയിട്ടു.

"പിന്നെ, നിങ്ങൾ!" മി.ലോറിക്കു നേരെ വെറുപ്പോടെ തിരിഞ്ഞുകൊണ്ടവൾ പറഞ്ഞു. "അവളെ പേടിപ്പിച്ചുകൊല്ലാതെ നിങ്ങൾക്ക് പറയാനുള്ളത് നേരേചൊവ്വേ പറയാൻ കഴിയില്ലേ? അവളെ ഒന്ന് നോക്കൂ, വിളർത്ത മുഖവും തണുത്ത കൈകളും. ഇതാണോ ഒരു ബാങ്കറുടെ ജോലി?"

മി.ലോറിക്ക് മറുപടി പറയാൻ പ്രയാസമുള്ള ആ ചോദ്യം. അയാൾക്ക് അങ്ങേയറ്റംജാള്യത വരുത്തിവെച്ചു. വല്ലാത്ത സഹാനുഭൂതിയോടെയും എളിമയോടെയും ദൂരേക്ക് നോക്കി നിൽക്കാൻ മാത്രമേ അയാൾക്ക് കഴിഞ്ഞുള്ളു. ആ സമയത്ത് ആ സ്ത്രീ നോക്കിനിൽക്കുന്ന ഹോട്ടൽ വേലക്കാരെയും "നിങ്ങളെ ഞാൻ മനസ്സിലാക്കിക്കും." എന്ന ദുരൂഹ ഭീഷണിയോടെ പറഞ്ഞുവിട്ടു.

"അവൾ പെട്ടെന്ന് സുഖം പ്രാപിക്കുമന്ന് ഞാൻ വിശ്വസിക്കുന്നു." മി. ലോറി പറഞ്ഞു.

"എന്റെ ഡാർലിംഗ് സുന്ദരിക്കുട്ടി!" അവൾ മിസ്മാനെറ്റിനെ തലോടിക്കൊണ്ടിരുന്നു.

"നിങ്ങൾ മിസ്സ് മാനെറ്റിനോടൊപ്പം ഫ്രാൻസിലേക്ക് പോകുമെന്ന് ഞാൻ വിശ്വസിക്കുന്നു" നേരിയ സഹാനുഭൂതിയോടും എളിമയോടും കൂടി മി.ലോറി പറഞ്ഞു.

"സംഭാവ്യമായ ഒരു കാര്യം!" ആ കരുത്തുറ്റ സ്ത്രീ മറുപടി നൽകി "എനിക്ക് കടൽ കടന്ന് പോകേണ്ടി വന്നാൽ ദൈവം എന്നെ ഒരു ദ്വീപിലേക്ക് തട്ടുമെന്നാണോ നിങ്ങൾ ഉദ്ദേശിക്കുന്നത്?"

അതും മറുപടി പറയാൻ ബുദ്ധിമുട്ടുള്ളൊരു ചോദ്യമായതിനാൽ, മി. ലോറി പിൻവലിഞ്ഞു.

അഞ്ച്

ഒരു തെരുവിൽ വലിയൊരു വീഞ്ഞ് വീപ്പ നിലത്തുവീണ് പൊട്ടിപ്പൊളിഞ്ഞു. ഒരു വണ്ടിയിൽ നിന്ന് വീപ്പ ഇറക്കുന്ന നേരത്താണ് ആ അത്യാഹിതം സംഭവിച്ചത്. അത് വീഞ്ഞു ഷാപ്പിന് തൊട്ടു മുന്നിൽ റോഡിലെ കല്ലുകൾക്കിടയിൽ വാൾനട്ട് തൊണ്ട് പോലെ ഉടഞ്ഞുകിടക്കുന്നു.

സമീപ പ്രദേശത്തുള്ള എല്ലാവരും തങ്ങളുടെ ജോലിയോ, വിശ്രമമോ മാറ്റിവെച്ച്, വീഞ്ഞ് കുടിക്കാനായി സംഭവ സ്ഥലത്തേക്ക് പാഞ്ഞെത്തി. റോഡിലെ കൂർത്തുമൂത്ത പരുക്കൻ കല്ലുകൾക്കിടയിൽ ഏത് ജീവിയേയും

ഞൊണ്ടി നടത്തിപ്പിക്കുന്ന രീതിയിലുള്ള കുഴികളാണ്. അതിനുചുറ്റും എല്ലാതരം ആളുകളും ഓടിക്കൂടിയിരിക്കുന്നു. ചിലർ മുട്ടുകുത്തി നിൽക്കുന്നു, രണ്ട് കൈകളും കൂട്ടിപ്പിടിച്ച് അതിൽ വീഞ്ഞ് എടുത്ത് മോന്തുന്നു; കുനിഞ്ഞുനിന്ന് വീഞ്ഞ് കോരാൻ ശ്രമിക്കുന്ന സ്ത്രീകളെ ചിലർ സഹായിക്കാൻ ശ്രമിക്കുന്നു; വിരലുകൾക്കിടയിലൂടെ വീഞ്ഞ് ചോർന്നൊലിക്കുന്നു. ചില പുരുഷന്മാരും സ്ത്രീകളും പൊട്ടിപ്പൊളിഞ്ഞ കളിമൺ മഗ്ഗ് കൊണ്ട് കുഴിയിൽ നിന്ന് വീഞ്ഞ് കോരിയെടുക്കുന്നു; ചിലർ സ്ത്രീകളുടെ തലയിൽ ഇട്ടിരിക്കുന്ന അഴുക്കു പുരണ്ട ഉറുമാൽ വീഞ്ഞിൽ മുക്കിപിഴിഞ്ഞ് കുഞ്ഞുങ്ങളുടെ വായിൽ വീഴ്ത്തുന്നു. മറ്റുചിലർ കളിമണ്ണ് കൊണ്ട് കൊച്ചു വരമ്പുകൾ ഉണ്ടാക്കി ഒഴുകിപ്പോകുന്ന വീഞ്ഞ് തടഞ്ഞു നിർത്തുന്നു. കുറെ പേർ ജന്നലയ്ക്കൽ നിന്ന് പൊട്ടി ഒലിച്ചുപോകുന്ന വീഞ്ഞ് തടഞ്ഞു നിർത്താനുള്ള മാർഗ്ഗങ്ങൾ നിർദ്ദേശിക്കുന്നു, വീഞ്ഞ് ഒലിച്ചുപോകാൻ അവിടെ ഓടകളൊന്നുമില്ലായിരുന്നു, ചെളിയിൽ അത് കൂടിക്കലർന്നു.

ഈ വീഞ്ഞുകളി അരങ്ങേറവെ, പൊട്ടിച്ചിരിയും ആഹ്ലാദകരമായ ഒച്ചപ്പാടും, പുരുഷന്മാരുടേയും സ്ത്രീകളുടേയും കുട്ടികളുടേയും ശബ്ദങ്ങൾ, ആ തെരുവിൽ മാറ്റൊലിക്കൊണ്ടു. അതൊരു അസുഖകരമായ കളിയായിരുന്നെങ്കിലും ഉല്ലാസനിർഭരമായിരുന്നു. എല്ലാവരുമായി കൂടിച്ചേർന്ന്, തുള്ളിച്ചാടി, പരസ്പരം ആരോഗ്യത്തിനുവേണ്ടി കുടിക്കുകയും, ഓരോ ഡസൻ ആളുകൾ കൂടിച്ചേർന്ന് കൈകോർത്തുപിടിച്ച് നൃത്തം വെക്കുകയും ചെയ്തു.

ആ വീഞ്ഞ് കഴിയുകയും, വീഞ്ഞ് കിടന്നിരുന്ന സ്ഥലം മുഴുവൻ കൈവിരലുകൾ കൊണ്ട് മാന്തിപ്പൊളിക്കുകയും ചെയ്തപ്പോൾ, ഈ പ്രകടനം അവസാനിച്ചു, അത് പൊട്ടിപുറപ്പെട്ട അതേ ധൃതിയോടെ! എല്ലാവരും പഴയ ജോലികളിൽ മുഴുകി. മുറിച്ചുകൊണ്ടിരുന്ന വിറകിൽ കുത്തിവെച്ച ഈർച്ച വാൾ വീണ്ടും പ്രവർത്തിപ്പിച്ചുതുടങ്ങി; വാതിൽപ്പടിയിൽ തന്റെ കൊച്ചു പാത്രം ഉപേക്ഷിച്ചുപോയ സ്ത്രീ തിരിച്ചുവന്ന് അതെടുത്ത് വീണ്ടും വീട്ടു വേലയിൽ മുഴുകി. മറ്റ മനുഷ്യരും അവരവരുടേതായ ജോലികളിലേക്ക് തിരിച്ചുവന്നു. സൂര്യപ്രകാശത്തേക്കാൾ ഉജ്ജ്വലമായി കാണപ്പെട്ട ആ രംഗം ശോകമൂകമായി മാറി. അത് ചുകന്ന വീഞ്ഞായിരുന്നു. സെന്റ് പാരീസിലെ ആന്റോയിൽ പരിസരത്തെ ഇടുങ്ങിയ തെരുവിലെ മണ്ണ് ചുകപ്പുനിറം കലർന്നു. പല കരങ്ങളും, മുഖങ്ങളും, നഗ്നപാദങ്ങളും, മരച്ചെരിപ്പുകളും ചുകന്നു – ചോര!

മൂലയിലെ ഒരു കടയാണ് വീഞ്ഞ് ഷോപ്പ്, മറ്റ കടകളേക്കാൾ ഭേദം. ഒരു മഞ്ഞ വെയിസ്റ്റ്കോട്ടും പച്ച പാന്റും ധരിച്ച ഷാപ്പുടമ ഒഴുകിപ്പോയ വീഞ്ഞിനുവേണ്ടി നടന്ന പരാക്രമം കണ്ടു നിന്നിരുന്നു.

“അത് എന്റെ ഇടപാടല്ല”അവസാനമായി തോൾ കുലുക്കിക്കൊണ്ടയാൾ പറഞ്ഞു. “മാർക്കറ്റിൽനിന്നുള്ള ആളുകളാണ് അത് ചെയ്തത്. അവർ വേറൊന്നു കൊണ്ടുവരട്ടെ.”

ആ വീഞ്ഞ് ഷാപ്പുടമ ഇടുങ്ങിയ കഴുത്തുള്ള, പട്ടാളക്കാരനെപ്പോലെ തോന്നിക്കുന്ന ഒരു മുപ്പതുകാരനാണ്; എളുപ്പത്തിൽ ക്ഷോഭിക്കുന്ന

പ്രകൃതക്കാരനാണെന്ന് തോന്നുന്നു; കഠിനമായ തണുപ്പുള്ള ദിവസമായിട്ടും, അയാൾ കോട്ടൊന്നും ധരിച്ചിട്ടില്ല. ഷർട്ടിന്റെ കൈകൾ മുട്ടിനു മുകളിലേക്ക് ചുരുട്ടി വെച്ചിരിക്കുന്നു. തലയിൽ തൊപ്പിയില്ല; ചുരുണ്ട് കറുത്ത തലമുടി. ഇരുനിറമുള്ള മനുഷ്യനാണയാൾ. നല്ല കണ്ണുകളും, ധീരവും പ്രസന്നവുമായ മുഖഭാവമുള്ളവൻ; ആ പ്രസന്നവദനത്തിൽ, ഒടുങ്ങാത്ത പകയും ഒളിഞ്ഞു കിടക്കുന്നുണ്ട്. തീർച്ചയായും ദൃഢചിത്തനായൊരു വ്യക്തിയാണ്, ഉറച്ച ലക്ഷ്യമുള്ളവൻ.

അയാൾ ഷോപ്പിനകത്തേക്ക് കടന്നുചെന്നപ്പോൾ, അയാളുടെ ഭാര്യ മാഡം ഡിഫാർജ് കൗണ്ടറിന് പിന്നിൽ ഇരിക്കുകയായിരുന്നു. ഭർത്താവിന്റെ പ്രായമുള്ള അവൾ നല്ല ശക്തയായൊരു സ്ത്രീയാണ്. ഒന്നും നോക്കുന്നില്ലെന്ന് തോന്നുമെങ്കിലും എല്ലാം ശ്രദ്ധിക്കുന്ന കണ്ണുകളാണ് അവളുടേത്-വലിയ കൈ, ഉറച്ച മുഖം, കരുത്തുറ്റ ശരീരം, ആത്മസംയമനത്തോടെയുള്ള പെരുമാറ്റരീതി. അവൾ യാതൊരു കാരണവശാലും തെറ്റുകൾ വരുത്താത്തവളാണെന്ന് ആർക്കും പ്രവചിക്കാനാകും. തണുപ്പ് സഹിക്കാനാകാത്ത മാഡം ഡിഫാർജ് കമ്പിളിയിൽ പൊതിഞ്ഞാണ് ഇരിക്കുന്നത്, തലയിൽ ഒരു ഷാൾ ഇട്ടിരിക്കുന്നു. കാതിലെ വലിയ റിംഗുകൾ മറച്ചിട്ടില്ല.

അവൾ തുന്നിക്കൊണ്ടിരുന്ന തുണി മുന്നിൽ വെച്ച് പല്ലിന്റെ ഇട കുത്തുകയാണ്. ഭർത്താവ് അകത്ത് വന്നപ്പോൾ അവൾ ഒന്നും പറഞ്ഞില്ലെങ്കിലും ചുമച്ചു. അതോടൊപ്പം അവളുടെ കറുത്ത പുരികങ്ങളും പൊങ്ങി, അതിന്റെ അർത്ഥം പുതിയതായി കയറിവരുന്ന പതിവുകാരെ അയാൾ ശ്രദ്ധിക്കണം എന്നായിരുന്നു. അവളുടെ ഓരോ മുഖഭാവങ്ങളിലുമുള്ള മൗനഭാഷ അയാൾക്ക് നല്ലവണ്ണമറിയാമായിരുന്നു.

അതനുസരിച്ച് വീഞ്ഞുഷോപ്പുടമ ചുറ്റുപാടും ദൃഷ്ടി പായിച്ചു; മുതിർന്ന ഒരു മനുഷ്യനും ഒരു യുവതിയും ഒരു മൂലയിൽ ഇരിക്കുന്നത് കണ്ടു. മറ്റ് ചിലരും കൂടി അവിടെ ഇരിക്കുന്നുണ്ട്. രണ്ടുപേർ ശീട്ട് കളിക്കുന്നു, രണ്ടുപേർ ഡോമിനൊ കളിക്കുന്നു. മൂന്നുപേർ കൗണ്ടറിൽ നിന്ന് വീഞ്ഞ് കുടിക്കുന്നു. അയാൾ കൗണ്ടറിന്റെ പിന്നിലൂടെ നടക്കവെ, ആ മുതിർന്ന മാന്യൻ യുവതിയോട് അയാളെനോക്കി പറയുന്നത് കേട്ടു.

“ഇതാണ് നമ്മുടെ ആൾ.”

“ആ മൂലയ്ക്ക് എന്താണ് നിങ്ങൾ ചെയ്യുന്നത്, നാശം?” മി.ഡിഫാർജ് സ്വയം മന്ത്രിച്ചു. “എനിക്ക് നിങ്ങളെ മനസ്സിലായില്ല.”

ആ അപരിചിതരെ താൻ ശ്രദ്ധിക്കുന്നില്ലെന്നയാൾ നടിച്ചു. കൗണ്ടറിൽ നിന്നുകൊണ്ട് കുടിക്കുന്ന മൂന്ന് ഇടപാടുകാരുമായി സംസാരിച്ചുകൊണ്ടു നിന്നു.

“എങ്ങനെയുണ്ട്, ജാക്ക്സ്?” ആ മൂന്നു പേരിലൊരാൾ മി.ഡിഫാർജിനോട് ചോദിച്ചു. “തെറിച്ചുപോയ വീഞ്ഞ് മുഴുവൻ കുടിച്ചുതീർത്തോ?”

“ഒരു തുള്ളിയുമില്ലാതെ, ജാക്ക്സ്.” മി.ഡിഫാർജ് മറുപടി നൽകി.

ഈ കുശല പ്രശ്നം നടന്നുകൊണ്ടിരിക്കവെ അപ്പോഴും പല്ലിന്റെ ഇട കുത്തിക്കൊണ്ടിരുന്ന മാഡം ഡിഫാർജ് മറ്റൊരു ചെറിയ ചുമകൂടി ചുമച്ചു, പുരികമുയർത്തി നോക്കി.

ആ മൂവരിൽ രണ്ടാമത്തവൻ മി. ഡിഫാർജിനെ അഭിസംബോധന ചെയ്ത് പറഞ്ഞു. "ഈ നികൃഷ്ട ജീവികൾ അധികംപേർക്കും വീഞ്ഞിന്റെ സ്വാദ് എന്താണെന്ന് അറിയില്ല; അവർക്ക് കറുത്ത ബ്രെഡ്ഡിന്റേയും മരണത്തിന്റേയും സ്വാദല്ലാതെ മറ്റൊന്നും അറിയില്ല. അങ്ങനെയല്ലേ, ജാക്ക്സ്?"

"അത് ശരിയാണ്, ജാക്ക്സ്" മി.ഡിഫാർജ് മറുപടി നൽകി. ഈ സമയത്ത്, അപ്പോഴും ടൂത്ത്പിക് ഉപയോഗിച്ചുകൊണ്ട്, ഗാംഭീര്യതയോടെ ഇരുന്ന മാഡം ഡിഫാർജ് മറ്റൊരു ചുമകൂടി ചുമച്ചു.

മൂന്നാമത്തവൻ തന്റെ വീഞ്ഞുകപ്പ് കാലിയാക്കി ചുണ്ടുകൾ തുടച്ച്, പറഞ്ഞു:

"ആഹ്! എത്ര കഷ്ടമാണവരുടെ നില! ആ പാവം ജീവികളുടെ വായിൽ എപ്പോഴും കയ്പ് രസമാണ്, കഠിന ജീവിതം തന്നെയാണവർ നയിക്കുന്നത്. ഞാൻ പറഞ്ഞത് ശരിയല്ലേ, ജാക്സ്?"

"ശരിയാണ് ജാക്സ്." മി.ഡിഫർജ് മറുപടി നൽകി.

സംസാരം ഇത്രയുമായപ്പോൾ, മാഡം ഡിഫാർജ് ടൂത്ത്പിക് താഴെ വെച്ച്, പുരികം ചുളിച്ച് കസേരയിൽ ഒന്ന് ഇളകി ഇരുന്നു.

"ഒരു മിനിറ്റ്! ശരിക്കും!" അവളുടെ ഭർത്താവ് മുറുമുറുത്തു "മാന്യരെ – ഇതെന്റെ ഭാര്യ!"

ആ മൂന്ന് പതിവുകാരും മാഡത്തെനോക്കി തൊപ്പി പൊക്കി അഭിവാദ്യം ചെയ്തു. അവരുടെ അഭിവാദ്യങ്ങൾ അവൾ സ്വീകരിച്ച്, അവർക്ക് നേരെ ദൃഷ്ടി പായിച്ച് പെട്ടെന്ന് കണ്ണെടുക്കുകയും ചെയ്തു. പിന്നെ ചുറ്റുപാടും ഒന്ന് വീക്ഷിച്ച്, ശാന്തയായി തുന്നിക്കൊണ്ടിരുന്ന തുണി കൈയിലെടുത്ത്, സ്വന്തം ജോലിയിൽ വ്യാപൃതയായി. "മാന്യരെ" ഭാര്യയുടെ ഭാവവ്യത്യാസങ്ങളിൽ തന്റെ തിളങ്ങുന്ന ദൃഷ്ടി പതിപ്പിച്ച്, അയാൾ പറഞ്ഞു "ഗുഡ് ഡെ. നിങ്ങൾ കാണാനാഗ്രഹിക്കുന്ന ബാച്ലർ ശൈലിയിൽ ഫർണിഷ് ചെയ്ത മുറി അഞ്ചാം നിലയിലാണ്. ഇടത് വശത്തുള്ള കൊച്ചു അങ്കണത്തിൽ ആണ് കോണി വാതിൽ സ്ഥിതി ചെയ്യുന്നത്." അയാൾ കൈ ചൂണ്ടിക്കാണിച്ചു. "എന്റെ ഷോപ്പിന്റെ ജനനലയുടെ അടുത്ത്" "നിങ്ങളിലൊരാൾ നേരത്തെ അവിടെ പോയിട്ടുണ്ട്; അയാൾക്ക് വഴി കാണിക്കാൻ കഴിയും. മാന്യരേ, ഗുഡ് ബൈ!"

അവർ വീഞ്ഞിന്റെ പണം കൊടുത്ത് സ്ഥലം വിട്ടു. ഭർത്താവ് തുന്നിക്കൊണ്ടിരിക്കുന്ന ഭാര്യയെ നോക്കി സംശയിച്ച് നിൽക്കവെ, ആ മുതിർന്ന മനുഷ്യൻ താൻ ഇരുന്ന മൂലയിൽ നിന്നും എഴുന്നേറ്റുവന്ന് ഒരു വാക്ക് പറഞ്ഞോട്ടെ എന്ന് അനുവാദം ചോദിച്ചു. "സസന്തോഷം, സാർ" മി.ഡിഫാർജ് പറഞ്ഞു, അയാളോടൊപ്പം ശാന്തനായി വാതിൽക്കലേക്ക് നടന്നു.

അവരുടെ സംഭാഷണം വളരെ ഹ്രസ്വമായിരുന്നു; എന്നാൽ, വളരെ നിർണ്ണായകം. ആദ്യവാക്കിൽത്തന്നെ മി.ഡിഫാർജ് ഞെട്ടിപ്പോയി. അയാൾ

അതീവ ശ്രദ്ധയോടെ നിന്നു. ഭവ്യതയോടെ തലകുനിച്ചു നിന്നു. ഒരു മിനിറ്റു പോലും അവരുടെ സംസാരം നീണ്ടുനിന്നില്ല; പിന്നെ, ആ മുതിർന്ന മാന്യൻ ആ യുവതിയെ മാടി വിളിച്ചു, എല്ലാവരും കൂടി പുറത്തേക്ക് പോയി. തുന്ന ലിൽ ഏർപ്പെട്ടിരുന്ന മാഡം അതൊന്നും കണ്ടതായി ഭാവിച്ചില്ല.

തൊട്ടുമുമ്പ്, സൂചിപ്പിച്ച കോണിപ്പടിയുടെ അടുത്ത് നിന്നിരുന്ന മി.ഡി ഫാർജിന്റെ അരികിലേക്ക് മി.ജാർവിസ് ലോറിയും മിസ്സ്. മാനെറ്റും ചെന്നു. അത് വൃത്തിക്കെട്ട ഒരു കൊച്ചു മുറ്റത്തേക്കാണ് തുറക്കുന്നത്; ഒരുപാട് ആളുകൾ താമസിക്കുന്ന സ്ഥലത്തേക്കുള്ള ഒരു പൊതുഗേറ്റാണത്. ഇരുണ്ട ഇഷ്ടികകൾ പതിച്ച, മുഷിഞ്ഞ കോണിപ്പടിയിൽ വെച്ച്, മി.ഡി ഫാർജ് ഒരു കാലിൽ മുട്ടുകുത്തി നിന്ന്, തന്റെ പഴയ യജമാനന്റെ മക ളുടെ കരം ഗ്രഹിച്ച് ചുംബിച്ചു. അതൊരു സൗമ്യമായ പ്രവൃത്തിയായിരു ന്നെങ്കിലും, അത്ര സൗമ്യതയോടെയല്ല ചെയ്തത്; ഏതാനും നിമിഷ ങ്ങൾക്കുള്ളിൽ ഒരു സവിശേഷമായ മാറ്റം അയാളിൽ സംഭവിച്ചു. അയാ ളുടെ മുഖത്ത് യാതൊരു പ്രസന്നതയും പ്രകടമായിരുന്നില്ല; തുറന്ന ഒരു മനസ്ഥിതിയും അതിൽ കാണാനായില്ല; നിഗൂഢതയും, ദേഷ്യവുമുള്ളൊരു അപകടകാരിയായ മനുഷ്യൻ.

“ഇത് വളരെ പൊക്കമുള്ളതാണ്; കുറച്ച് ബുദ്ധിമുട്ടാണ് കയറുവാൻ. മെല്ലെ തുടങ്ങുന്നതാണ് നല്ലത്.” മി.ഡിഫാർജ് കർശനമായ രീതിയിൽ, അവർ കോണി കയറാൻ തുടങ്ങവെ മി.ലോറിയോട് പറഞ്ഞു.

“അദ്ദേഹം ഒറ്റയ്ക്കാണോ?” മി.ലോറി മെല്ലെ ചോദിച്ചു.

“ഒറ്റയ്ക്ക്! ദൈവം അദ്ദേഹത്തെ സഹായിക്കട്ടെ, ആര് കൂടെ ഉണ്ടാ കാനാണ്!” അതേരീതിയിൽ മെല്ലെ മറുപടി നൽകി.

“അപ്പോൾ, എപ്പോഴും അദ്ദേഹം ഒറ്റയ്ക്കാണോ?”

“അതെ. അദ്ദേഹത്തിന്റെ ആഗ്രഹപ്രകാരം?”

“അദ്ദേഹം വല്ലാതെ മാറിയിട്ടുണ്ടോ?”

“മാറിയിട്ടുണ്ടോ, എന്നോ!”

വീഞ്ഞ് ഷാപ്പുടമ ചുമരിൽ കൈകൊണ്ട് ഇടിച്ച്, എന്തോ ഭയങ്കര ശാപ വചനം ഉച്ചരിച്ചു. നേരിട്ടൊരു മറുപടിക്കും അതിന്റെ പാതിപോലും ശക്തി യുണ്ടാവില്ല. മി.ലോറി തന്റെ രണ്ട് കൂട്ടുകാരോടൊപ്പം മുകളിലേക്ക് കയറും തോറും അദ്ദേഹത്തിന്റെ മനസ്സിന് ഭാരം വർദ്ധിച്ചുവന്നു. അവർ കയറി ക്കൊണ്ടിരുന്ന കോണിയും പരിസരവും വളരെ വൃത്തികെട്ടതായിരുന്നു. രണ്ടു പ്രാവശ്യം മി.ജാർവിസ് ലോറി വിശ്രമിക്കാനായി നിന്നു. പഴയ ആ കെട്ടിടം ജീർണ്ണാവസ്ഥയിലായിരുന്നു. അഴുക്കും, പൊടിയും, മാറാലയും കൊണ്ട് വൃത്തികേടായി കിടക്കുകയാണ്. ഓരോ മുറിക്ക് മുന്നിലും ഇട നാഴികളിലും ചപ്പുചവറും പൊടിയും കുന്ന് കൂടി കിടക്കുന്നു. ആരോഗ്യ കരമായ ജീവിതത്തിന്റെ യാതൊരു ലക്ഷണവുമില്ല!

ഒടുവിൽ, കോണിയുടെ മുകളിലെത്തി. മൂന്നാമതും അവർ നിന്നു. ഇനിയും ഒരു കുത്തനെയുള്ള ഇടുങ്ങിയ കോണി കയറിയാലേ മേലറയി ലെത്താനാകൂ. വീഞ്ഞുഷാപ്പുടമ, അല്പം മുന്നിലായിരുന്നു നടന്നിരുന്നത്,

ഓരം ചേർന്ന്; അതേ മാർഗ്ഗം മി.ലോറി പിൻതുടർന്നു. യുവതി എന്തെങ്കിലും ചോദ്യം ചോദിച്ചെങ്കിലോ എന്നയാൾക്ക് ഭയമുണ്ടായിരുന്നു. ഷാപ്പുടമ മുകളിലെത്തിയപ്പോൾ, തിരിഞ്ഞുനിന്ന് ശ്രദ്ധയോടെ പോക്കറ്റിൽ കൈയിട്ട് പരതി, ഒരു താക്കോൽ പുറത്തെടുത്തു.

"അപ്പോൾ, വാതിൽ അടച്ചിട്ടിരിക്കയാണോ, എന്റെ സുഹൃത്തേ?" മി.ലോറി ആശ്ചര്യപ്പെട്ടു.

"ആയ്. അതെ." മി.ഡിഫാർജിന്റെ ഗൗരവപൂർവ്വമായ മറുപടി.

"ആ നിർഭാഗ്യവാനായ മാന്യനെ അത്രയ്ക്ക് ഏകാന്തതയിൽ ഇടേണ്ടതിന്റെ ആവശ്യകതയുണ്ടെന്നാണോ നിങ്ങൾ കരുതുന്നത്?"

"വാതിൽ താക്കോലിട്ട് പൂട്ടിയിടേണ്ടത് ആവശ്യമാണെന്ന് ഞാൻ കരുതുന്നു." മി.ഡിഫാർജ് അയാളുടെ ചെവിയിൽ ഭയങ്കര ദ്വേഷ്യത്തോടെ മന്ത്രിച്ചു.

"എന്തുകൊണ്ട്?"

"എന്തുകൊണ്ടെന്നോ! ഇത്രകാലം പൂട്ടിയിട്ട മുറിയിൽ കഴിഞ്ഞവനായ അദ്ദേഹം, ഈ വാതിൽ തുറന്നിട്ടാൽ പേടിച്ച് വിറച്ച് ചാകും. എന്തൊക്കെ കുഴപ്പമുണ്ടാകുമെന്ന് എനിക്കറിയില്ല."

"അങ്ങനെ സംഭവിക്കുമോ?" മി.ലോറി അതിശയിച്ചു.

"അത് സാദ്ധ്യമാണ്!" ഡിഫാർജ് കടുപ്പത്തിൽ പ്രതികരിച്ചു. "അതെ, നമ്മൾ ജീവിക്കുന്ന ഈ ലോകത്ത്, ഇത് മാത്രമല്ല മറ്റ് പലതും സാദ്ധ്യമാണ്, സാദ്ധ്യമാണെന്ന് മാത്രമല്ല, നടക്കുകയും ചെയ്യുന്നു - ഈ ആകാശത്തിനു കീഴെ, എന്തും നടക്കും. പിശാച് നീണാൾ വാഴട്ടെ. മുകളിലേക്ക് പോകാം."

ഈ സംഭാഷണം വളരെ മെല്ലെ ആയതിനാൽ ആ യുവതിയുടെ കാതുകളിൽ എത്തിയില്ല. ഭയങ്കര മാനസിക വിക്ഷോഭത്താൽ ഇതിനകം അവൾ പേടിച്ച് വിറയ് ക്കുകയായിരുന്നു. അവളുടെ മുഖത്ത് അഗാധമായ ഉൽകണ്ഠ പ്രകടമായിരുന്നു, അതിന്നുപരി അസഹ്യമായ ഭയം. മി.ലോറി അവൾക്ക് ധൈര്യം നൽകാനായി ശ്രമിച്ചു.

"ധൈര്യമായിരിക്കുക, പ്രിയപ്പെട്ട മിസ്സ്! മനസ്സിന് ധൈര്യം കൊടുക്കുക. എല്ലാം ഒരു നിമിഷത്തിനുള്ളിൽ അവസാനിക്കും. ഇത് ബിസിനസ്സ്.... മുറിയുടെ വാതിൽ കടക്കുന്നതോടെ എല്ലാം ശാന്തമാകും. പിന്നെ, നിങ്ങൾ അദ്ദേഹത്തിനുവേണ്ടി കൊണ്ടുവന്ന എല്ലാ നന്മകളും, എല്ലാ ദുഃഖ പരിഹാരവും, എല്ലാ സുഖങ്ങളും ഒരു പുതിയ ജീവിതത്തോടെ ആരംഭിക്കുന്നു. ശരി, നല്ലത്, സ്നേഹിതാ, ഡിഫാർജ്. ഇനി വരൂ, ബിസിനസ്സ്, ബിസിനസ്സ്!"

അവർ മെല്ലെ മൃദുവായി മുകളിലേക്ക് കയറി. കോണി ചെറുതായിരുന്നു; പെട്ടെന്നവർ മുകളിലെത്തി. അവിടത്തെ പെട്ടെന്നുള്ള ഒരു വളവിൽ വെച്ച്, ആകസ്മികമായി വീഞ്ഞുകടയിൽ വച്ച് കണ്ട ഇതേ പേരുള്ള മൂന്നുപേരെ ആ മുറിക്കരികിൽ കണ്ടുമുട്ടി. അവർ മൂവരും തലകുനിച്ച് ആ ചുമരിലെ ഏതോ വിടവിലൂടെയോ, തുളയിലൂടെയോ മുറിക്കുള്ളിലേക്ക്

തുറിച്ചുനോക്കുകയായിരുന്നു. കാലടി സ്വരം കേട്ട ഉടനെ അവർ മൂവരും തിരിഞ്ഞ്, നിവർന്നു നിന്നു. മി.ഡിഫാർജ് ശബ്ദിച്ചു.

“ഞങ്ങളെ വിടൂ, നല്ല കുട്ടികളെ; ഞങ്ങൾക്കിവിടെ ചില ഇടപാടുകൾ ഉണ്ട്.”

അവർ നിശ്ശബ്ദം സ്ഥലം വിട്ടു.

വീഞ്ഞുകടക്കാരൻ അവിടെ ഉള്ള ഒരേ ഒരു വാതിലിനുനേരെ ചെന്നു. അല്പം കോപത്തോടെ, നേരിയ ശബ്ദത്തിൽ മി.ലോറി അയാളോട് ചോദിച്ചു: “മി.മാനെറ്റിനെ ഒരു പ്രദർശന വസ്തു ആക്കുകയാണോ?”

“തിരഞ്ഞെടുക്കപ്പെട്ട ചിലർക്ക് ഞാനദ്ദേഹത്തെ കാണിച്ചുകൊടുക്കുന്നു, നിങ്ങൾ ഇപ്പോൾ കണ്ടതുപോലെ.”

“അത് ശരിയാണോ?”

“ശരിയാണെന്ന് ഞാൻ കരുതുന്നു”

“ആരാണീ തിരഞ്ഞെടുക്കപ്പെട്ട ചുരുക്കംപേർ? നിങ്ങൾ എന്തടിസ്ഥാനത്തിലാണവരെ തിരഞ്ഞെടുക്കുന്നത്?”

“എന്റെ പേരുള്ള യഥാർത്ഥ മനുഷ്യരെ ഞാൻ തിരഞ്ഞെടുക്കുന്നു - ജാക്സ് എന്നാണെന്റെ പേര് - അവർക്ക് ഈ കാഴ്ച ഗുണം നൽകുവാൻ സാദ്ധ്യതയുണ്ട്; അതാണ്. നിങ്ങൾ ഇംഗ്ലീഷുകാർക്ക് അത് മനസ്സിലാവില്ല.”

അവരോട് പിന്മാറാനായി അനുശാസിക്കുന്ന ഭാവത്തോടെ, പിന്നെ കുനിഞ്ഞ്, അയാൾ ചുമരിലെ വിടവിലൂടെ അകത്തേക്ക് നോക്കി. പെട്ടെന്ന് തല ഉയർത്തി, രണ്ട് മൂന്നു പ്രാവശ്യം വാതിലിൽ മുട്ടി– അവിടെ ഒരു ശബ്ദം ഉണ്ടാക്കണമെന്നല്ലാതെ മറ്റൊരു ഉദ്ദേശ്യവുമില്ലായിരുന്നു. അതേ ഉദ്ദേശ്യത്തിൽ അയാൾ മൂന്ന് നാല് പ്രാവശ്യം താക്കോൽ ഇട്ട് തിരിച്ചു; പിന്നെ പൂട്ടിൽ തട്ടികൊണ്ട്, കഴിയാവുന്നത്ര ശക്തമായി അത് തിരിച്ചു.

വാതിൽ മെല്ലെ പിടിച്ച് അയാൾ തുറന്നു. പിന്നെ, മുറിയിലേക്ക് നോക്കി എന്തോ പറഞ്ഞു. ദുർബ്ബലമായൊരു ശബ്ദം എന്തോ മറുപടി നൽകി. ഒറ്റ വാക്കിലായിരുന്നു അവർ പരസ്പരം സംസാരിച്ചത്.

അയാൾ പിൻതിരിഞ്ഞു നോക്കി, എല്ലാവരോടും കടന്നുവരുവാൻ ആംഗ്യം കാണിച്ചു. മകളുടെ അരക്കെട്ടിൽ കൈയിട്ടുകൊണ്ട് മി.ലോറി അവളെ പിടിച്ചു; കാരണം അവൾ കുഴഞ്ഞു വീഴുമെന്നയാൾക്ക് തോന്നി.

“ഒരു - ഒരു - ഒരു ബിസിനസ്സ്, ബിസിനസ്സ്!” കവിളിൽ വിയർപ്പ് ഒലിപ്പിച്ചുകൊണ്ടയാൾ ഉത്സാഹിപ്പിച്ചു. “ തളരാതെ, തളരാതെ, പ്രിയപ്പെട്ട മിസ്...”

“എനിക്ക് അതിനെ പേടിയാണ്” അവൾ വിറച്ചുകൊണ്ട് മറുപടി നൽകി

“എന്തിനെ? എന്ത്?”

“ഞാൻ ഉദ്ദേശിച്ചത്, അദ്ദേഹത്തെ, എന്റെ അച്ഛനെ.”

അവളുടെ നിലയിൽ നിരാശപൂണ്ട്, അദ്ദേഹം അവളെ താങ്ങിപ്പിടിച്ച്

മുറിയിലേക്ക് ധൃതിയിൽ നടത്തി. അവൾ അയാളുടെ മേൽ ഞാന്നുകിടന്ന് വാതിലിന്നകത്തേക്ക് കടന്നു.

ഡിഫാർജ് താക്കോൽ എടുത്ത് ഉള്ളിൽ നിന്ന് പൂട്ടി, താക്കോൽ വീണ്ടും ഊരിയെടുത്ത്, കൈയിൽ പിടിച്ചു. ക്രമാനുസാരമായാണ് ഇതെല്ലാം അയാൾ ചെയ്തത്, തനിക്ക് കഴിയാവുന്നത്ര ഒച്ച ഉണ്ടാക്കുകയും ചെയ്തു. ഒടുവിൽ, അയാൾ മുറി കുറുകെ കടന്ന് ജന്നലയ്ക്കൽ എത്തി. അവിടെനിന്ന്, ചുറ്റുപാടും വീക്ഷിച്ചു.

ആ അറ വിറകും മറ്റും സൂക്ഷിക്കാനായി നിർമ്മിക്കപ്പെട്ടതായിരുന്നതിനാൽ ഇരുളടഞ്ഞതായിരുന്നു. കാരണം, ആ ഡോർമർ ജന്നൽ, സത്യത്തിൽ മേൽക്കൂരയിലെ ഒരു വാതിൽ ആണെന്ന് പറയാം. അതിന്നടുത്ത് ഉറപ്പിച്ച ചെറിയൊരു ക്രെയിൻ കൊണ്ട് റോഡിൽ നിന്ന് സാധനങ്ങൾ പൊക്കി എടുത്ത് വെക്കുന്നത് ഈ വാതിലിലൂടെയാണ്. മറ്റേതൊരു ഫ്രെഞ്ച് വാതിൽ പോലെ രണ്ട് ഭാഗങ്ങളായി മദ്ധ്യത്തിൽ അടയ്ക്കുന്നവ. തണുപ്പ് ഒഴിവാക്കാനായി, ആ വാതിലിന്റെ പാതി അടച്ച് പൂട്ടിയിരിക്കുന്നു, മറ്റെ പാതി അല്പം തുറന്നു വെച്ചിട്ടുണ്ട്. അത്തരത്തിൽ, അല്പാല്പമായി മാത്രമേ വെളിച്ചം മുറിയിലേക്ക് കടക്കുന്നുള്ളു. മുറിയിലേക്ക് കയറിയ ഉടനെ ഒന്നും കാണാൻ കഴിയില്ല. നല്ല ശീലമായിത്തീർന്നവർക്കു മാത്രമേ ആ ഇരുളിൽ ഇരുന്ന് എന്തെങ്കിലും പണി ചെയ്യാൻ കഴിയു. വാതിൽക്കലേക്ക് പുറം തിരിച്ച്, തന്നെ നോക്കി നിൽക്കുന്ന വീഞ്ഞുകടക്കാരനു നേരെ ജന്നലയ്ക്ക് അഭിമുഖമായി, ഒരു പൊക്കം കുറഞ്ഞ ബെഞ്ചിൽ, മുന്നോട്ട് കുനിഞ്ഞ് ഇരുന്ന് ഒരു തലനരച്ച ക്ഷീണിച്ച മനുഷ്യൻ വളരെ തിരക്കുപിടിച്ച് ഷൂസ് ഉണ്ടാക്കുന്നു...

ആറ്

"ഗുഡ്ഡെ!"കുനിഞ്ഞിരുന്ന് ഷൂ ഉണ്ടാക്കുന്ന നരച്ച തലയിലേക്ക് നോക്കി മി.ഡിഫാർജ് പറഞ്ഞു.

ഒരു നിമിഷം തല ഒന്ന് പൊന്തി; വളരെ നേരിയ സ്വരത്തിൽ, വിദൂരതയിൽ നിന്നുയരുന്ന ശബ്ദം പോലെ അഭിവാദ്യത്തിന് മറുപടി വന്നു.

"ഗുഡ്ഡെ!"

"നിങ്ങൾ ഇപ്പോഴും കഠിനാദ്ധ്വാനത്തിലാണ് എന്ന് ഞാൻ മനസ്സിലാക്കട്ടെ?"

ഒരു നീണ്ട നിശ്ശബ്ദതയ്ക്കുശേഷം ആ ശിരസ്സ് ഒരു നിമിഷ നേരത്തേക്ക് ഉയർന്നു; ആ ശബ്ദം മറുപടി നൽകി "ഞാൻ ജോലി ചെയ്യുകയാണ്." ഇപ്രാവശ്യം, ക്ഷീണിച്ച് തളർന്ന ആ ഒരു ജോഡി കണ്ണുകൾ ചോദ്യം ചോദിച്ചവന്റെ മുഖത്തേക്ക് നോക്കി, തൽക്ഷണം വീണ്ടും മുഖം താഴ്ത്തുകയും ചെയ്തു.

ആ ശബ്ദത്തിലെ തളർച്ച ദയനീയവും ഭയാനകവുമായിരുന്നു. അത് ശാരീരിക ദൗർബ്ബല്യം മൂലമല്ല, തടങ്കൽ ജീവിതത്തിനും കഠിനമായ

ദിനചര്യകൾക്കും അതിന്റേതായ പങ്ക് ഉണ്ടെങ്കിലും ഏകാന്തശൂന്യതയിൽ വർഷങ്ങളായി അകപ്പെട്ട ഒരാളുടെ മാനസികാവസ്ഥയായിരുന്നു അത്. ആ ശബ്ദം... വളരെ വളരെ മുമ്പ് ഉണ്ടാക്കിയ ശബ്ദത്തിന്റെ അവസാനത്തെ നേരിയ പ്രതിദ്ധ്വനിപോലെ ആയിരുന്നു അത്. അതുകൊണ്ട് മനുഷ്യശബ്ദത്തിന്റെ ജീവനും പ്രതിദ്ധ്വനിയും പൂർണ്ണമായി അതിന് നഷ്ടപ്പെട്ടിരുന്നു. ഒരു കാലത്ത് മനോഹരമായിരുന്നവ നിറംമങ്ങിയ കറ ആയതുപോലെ. അത്രയ്ക്ക് താഴ്ന്നതും അമർത്തപ്പെട്ടതുമായിരുന്നു അത്, ഭൂഗർഭത്തിൽ നിന്നുയരുന്ന ഒരു ശബ്ദം പോലെ.

ഏതാനും മിനിറ്റുകൾ നിശ്ശബ്ദമായി ജോലി തുടർന്നശേഷം ആ തളർന്ന കണ്ണുകൾ വീണ്ടും ഉയർത്തി, യാതൊരുവിധ താൽപര്യത്തോടെയോ, ജിജ്ഞാസയോടെയോ അല്ല, യാന്ത്രികമായി.

“ഇത്തിരി കൂടി വെളിച്ചം താങ്കൾക്ക് സഹിക്കാൻ കഴിയുമോ?”ഷൂ നിർമ്മാതാവിൽത്തന്നെ കണ്ണുനട്ടുകൊണ്ട് ഡിഫാർജ് ചോദിച്ചു.

ഷൂ നിർമ്മാതാവ് ജോലി നിർത്തി; നിർവ്വികാരനായി ഇരുവശവും നോക്കി, അയാൾക്കുനേരെ ദൃഷ്ടി തിരിച്ചു.

“നിങ്ങൾ എന്താണ് പറഞ്ഞത്?”

“നിങ്ങൾക്ക് കുറച്ചുകൂടി വെളിച്ചം സഹിക്കാനാകുമോ?”

“ശരി ... ഞാൻ സഹിക്കണമല്ലോ.”

പാതിതുറന്ന വാതിൽ കുറച്ചുകൂടി തുറന്ന്, അതേ നിലയിൽ ഉറപ്പിച്ചുവെച്ചു. അറയിലേക്ക് സൂര്യരശ്മി കടന്നുവന്നു, പണിതീരാത്ത ഷൂ മടിയിൽ വെച്ച് അനങ്ങാതിരിക്കുന്ന പണിക്കാരൻ. അയാളുടെ ഏതാനും പണിആയുധങ്ങളും പലതരം തുകൽ കഷ്ണങ്ങളും, കാൽക്കീഴിലും ബെഞ്ചിലും കിടപ്പുണ്ട്. അവിടവിടെ വെട്ടിയ നരച്ചതാടി അത്ര നീളമുള്ളതല്ല. കുഴിഞ്ഞമുഖം, വെട്ടിത്തിളങ്ങുന്ന കണ്ണുകൾ; കുഴിഞ്ഞമുഖമായതിനാലായിരിക്കാം കണ്ണുകൾക്ക് കൂടുതൽ വലുപ്പം തോന്നിപ്പിക്കുന്നത്; കൺപുരികങ്ങൾ അപ്പോഴും കറുത്തിട്ടാണ്, മഞ്ഞ നിറത്തിലുള്ള പഴകിയ കഴുത്തിറുകിയ ഷർട്ട് തൊണ്ടയുടെ ഭാഗത്ത് തുറന്നിട്ടിരിക്കുന്നു, ദുർബ്ബലമായ ശരീരം അതിലൂടെ കാണാം. അയാളുടെ കീറിദ്രവിച്ച വസ്ത്രവും, സോക്സും, സൂര്യപ്രകാശമേൽക്കാതെയുള്ള ഏകാന്തവാസവും എത്ര കാലപ്പഴക്കമായതാണെന്ന് പറയാൻ പ്രയാസമാണ്.

സൂര്യപ്രകാശത്തെ മറയ്ക്കാനായി അയാൾ ഒരു കൈ കണ്ണിനുനേരെ മറച്ചുപിടിച്ചു; ആ കൈയിലെ അസ്ഥികൾ സുതാര്യമാണെന്ന് തോന്നി. അങ്ങിനെ ശൂന്യമായൊരു നോട്ടവുമായി, തന്റെ പണി നിർത്തി ഇരിപ്പാണയാൾ. തന്റെ മുന്നിലെ ആളുകളെ അയാൾ ആദ്യം നോക്കിയില്ല, ആദ്യം ഇരുവശങ്ങളിലേക്കാണ് നോക്കിയത്. ശബ്ദവും സ്ഥലവും പരസ്പരം ബന്ധിപ്പിക്കുവാനുള്ള കഴിവ് നഷ്ടപ്പെട്ടതുപോലെ! ഇത്തരത്തിൽ ഗോഷ്ഠി കാണിച്ചശേഷമല്ലാതെ അയാൾ സംസാരിക്കാറില്ല, സംസാരിക്കാൻ മറക്കുകയും ചെയ്യുന്നു.....

“ആ ജോഡി ഷൂസ് ഇന്ന് നിങ്ങൾ ചെയ്തുതീർക്കാൻ പോകുകയാണോ?” മി.ലോറിയോട് കടന്നുവരാൻ ആംഗ്യം കാണിച്ചുകൊണ്ട് ഡിഫാർജ് ചോദിച്ചു.

“എന്താണ് പറഞ്ഞത്?”

“ആ ജോഡി ഷൂസ് ഇന്ന് ചെയ്ത് തീർക്കാൻ പോകുകയാണോ, എന്ന്.”

“എനിക്കറിയില്ല.”

ആ ചോദ്യം തന്റെ ജോലിയെക്കുറിച്ച് ഓർമ്മിപ്പിച്ചതിനാൽ അയാൾ ജോലി തുടരാനായി വീണ്ടും തല കുനിച്ചു.

മകളെ വാതിൽക്കൽ നിർത്തി, മി.ലോറി നിശ്ശബ്ദം മുന്നോട്ടു നീങ്ങി. ഒന്നുരണ്ട് മിനിറ്റുനേരം അയാൾ ഡിഫാർജിന്നടുത്ത് നിന്നപ്പോൾ, ഷൂസ് നിർമ്മാതാവ് തല ഉയർത്തിനോക്കി. മറ്റൊരു രൂപത്തെ കണ്ട്, അയാൾ അദ്ഭുതമൊന്നും പ്രകടിപ്പിച്ചില്ല; എന്നാൽ, അയാളുടെ ഒരു കൈയിലെ വിറയ്ക്കുന്ന വിരലുകൾ ചുണ്ടുകളിലേക്കുയർന്നു. അയാളുടെ ചുണ്ടുകളും കാരീയത്തിന്റെ നിറമായിരുന്നു; പിന്നെ, സ്വന്തം ജോലിയിലേക്ക് തിരിച്ചു വന്നു; ഒരിക്കൽ കൂടി ഷൂവിലേക്ക് തലകുനിച്ചു. അയാളുടെ നോട്ടവും ചലനവും ഒരു നിമിഷമേ നീണ്ടുനിന്നുള്ളു.

“നിങ്ങൾക്ക് ഒരു സന്ദർശകനുണ്ട്” മി.ഡിഫാർജ് പറഞ്ഞു.

ഷൂ നിർമ്മാതാവ് ജോലി നിർത്താതെ, പഴയതുപോലെ തല ഉയർത്തി നോക്കി. “വരൂ!” ഡിഫാർജ് പറഞ്ഞു “ഒരു നല്ല ഷൂ കാണുമ്പോൾ അതേതാണെന്ന് പറയാൻ കഴിവുള്ള ഒരു സാർ ഇതാ. നിങ്ങൾ ഉണ്ടാക്കുന്ന ഷൂ അദ്ദേഹത്തിന് കാണിച്ചുകൊടുക്കൂ. അതെടുക്കൂ സാർ.”

മി.ലോറി അത് കൈയിൽ എടുത്തു.

“അത് ഏത് തരം ഷൂ ആണെന്ന് പറയു,”

പതിവിലേറെ ദീർഘിച്ച നിശ്ശബ്ദത. പിന്നെ ഷൂ നിർമ്മാതാവ് മറുപടി നൽകി.

“നിങ്ങൾ ചോദിച്ചതെന്താണെന്നു ഞാൻ മറന്നുപോയി. നിങ്ങൾ എന്താണ് പറഞ്ഞത്?”

“ഞാൻ ചോദിച്ചത്, ഈ ഷൂ ഏത് തരത്തിലുള്ളതാണെന്ന് സാറിന് വിവരിച്ചു കൊടുക്കാമോ, എന്നാണ്.”

“അതൊരു ലേഡീസ് ഷൂ ആണ്. ഒരു യുവതി നടക്കാൻ പോകുമ്പോൾ ഇടുന്ന ഷൂ. ഇപ്പോഴത്തെ ഫാഷൻ ആണത്. ഞാൻ ഒരിക്കലും അത്തരം ഫാഷൻ കണ്ടിട്ടില്ല. എന്നാൽ എന്റെ കൈയിൽ ഒരു മാതൃകയുണ്ട്.”അന്തസ്സോടെ ആ ഷൂവിലേക്കയാൾ കണ്ണോടിച്ചു.

“പിന്നെ, നിർമ്മാതാവിന്റെ പേര്?” ഡിഫാർജ് ചോദിച്ചു.

ഇപ്പോൾ അയാൾ പണി നിർത്തിയതിനാൽ കൈ വിരലുകൾ അമർത്തി പിടിക്കുകയും, താടിമീശയിൽ വിരലോടിക്കുകയും ചെയ്തുകൊണ്ടിരുന്നു.

“നിങ്ങൾ എന്റെ പേര് ചോദിച്ചോ?”

“തീർച്ചയായും.”

“നൂറ്റി അഞ്ച്, നോർത്ത് ടവർ.”

“അത്രയേ ഉള്ളോ?”

“നൂറ്റി അഞ്ച്, നോർത്ത് ടവർ.”

എന്തോ ഒരു തളർന്ന ശബ്ദം പുറപ്പെടുവിച്ച്, (അത് ദീർഘശ്വാസമോ, ഞരക്കമോ അല്ല) അയാൾ കുനിഞ്ഞിരുന്ന് തന്റെ ജോലി തുടങ്ങി.

“നിങ്ങൾ തൊഴിലനുസരിച്ച് ഒരു ചെരുപ്പുകുത്തിയല്ല.” അയാളെ മിഴിച്ചുനോക്കി മി.ലോറി പറഞ്ഞു

അയാളുടെ ക്ഷീണിച്ച കണ്ണുകൾ ഡിഫാർജിനുനേരെ തിരിഞ്ഞു, ആ ചോദ്യം അയാളോടാണ് ചോദിക്കേണ്ടതെന്ന ഭാവത്തിൽ; എന്നാൽ, ആ ഭാഗത്തുനിന്ന് സഹായമൊന്നും വരാഞ്ഞതിനാൽ, ചോദ്യം ഉന്നയിച്ചവനു നേരെ തിരിഞ്ഞു.

“തൊഴിൽപരമായി ഞാൻ ചെരുപ്പുകുത്തിയല്ലേ? അല്ല, ഞാൻ ചെരുപ്പുകുത്തിയല്ല. ഞാൻ – ഞാൻ അതിവിടെ പഠിച്ചതാണ്. ഞാൻ സ്വയം പഠിച്ചത്.”

കുറെനേരത്തെ നിശ്ശബ്ദതക്കുശേഷം ഉറക്കത്തിൽ നിന്ന് ഞെട്ടി ഉണർന്നവനെപ്പോലെ, കഴിഞ്ഞ രാത്രിയിലെ വിഷയം വിവരിക്കുന്ന ലാഘവത്തോടെ: “എന്നെ, എന്റെ ഇഷ്ടത്തിന് സ്വയം പഠിക്കാൻ വിടണമെന്ന് ഞാൻ ആവശ്യപ്പെട്ടു; വളരെക്കാലത്തെ കഠിനാദ്ധ്വാനത്തിനുശേഷം ഞാൻ ഷൂസുണ്ടാക്കാൻ തുടങ്ങി.”

മി.ലോറി അയാളുടെ മുഖത്തേക്ക് തുറിച്ചുനോക്കി പറഞ്ഞു.

“മി.മാനെറ്റ്, എന്നെ നിങ്ങൾ ഒട്ടും ഓർക്കുന്നില്ലേ?”

ഷൂ താഴേക്ക് വീണു, അയാൾ ആ ചോദ്യം ചോദിച്ചവനെ മിഴിച്ചു നോക്കിക്കൊണ്ടിരുന്നു. “മി.മാനെറ്റ്” മി.ലോറി, ഡിഫാർജിന്റെ തോളിൽ കൈവെച്ചുകൊണ്ട് ചോദിച്ചു.“ ഈ മനുഷ്യനെ നിങ്ങൾ ഓർക്കുന്നില്ലേ? ഇയാളെ നോക്കൂ. എന്നെ നോക്കൂ. മി.മാനെറ്റ്, പഴയ ബാങ്കറെയോ, പഴയ ബിസിനസ്സിനെയോ,പഴയ ഭൃത്യനേയോ, പഴയ കാലത്തേയോ കുറിച്ചുള്ള ഓർമ്മ വരുന്നില്ലേ?”

അനേകം വർഷങ്ങൾ ഏകാന്ത ജീവിതം നയിച്ച ആ മനുഷ്യൻ മി. ലോറിയേയും ഡിഫാർജിനേയും മാറി മാറി മിഴിച്ചുനോക്കി; അയാളുടെ മുഖത്ത് ഓർമ്മയുടെ കരിനിഴൽ പതിക്കുന്നതുപോലെ തോന്നി. നേരിയ ആ നിഴൽ ഇരുളിൽ മാഞ്ഞുപോയെങ്കിലും ഇടയ്ക്ക് അവ പ്രത്യക്ഷപ്പെട്ടിരുന്നു. അയാളെ കാണാനായി മെല്ലെ ചുമരിന്നരികിലൂടെ അടുത്തുചെന്ന ആ സുന്ദരിയായ യുവതിയുടെ മുഖത്തും അതേ ഭാവം തന്നെ നിഴലിച്ചു. ആദ്യം അവൾ ഭീതിപൂണ്ട ഒരു സഹാനുഭൂതിയോടെ കൈകൾ ഉയർത്തി; അയാളെ തള്ളി മാറ്റാനോ ആ കാഴ്ച കാണാതിരിക്കാനോ ആണതെന്ന് തോന്നിയെങ്കിലും സത്യം അതായിരുന്നില്ല; ആ വിറയ്ക്കുന്ന കൈകൾ, പ്രേതം പോലുള്ള ആ മുഖത്തെ സ്വന്തം മാറോടണച്ച്, സ്നേഹവും

ആശയും നൽകി പുതുജീവിതത്തിലേക്ക് കൊണ്ടുവരുവാനുള്ള മോഹത്തോടെയായിരുന്നു, നീട്ടിയത്. ഒരേപോലുള്ള ഭാവമാണ് ആ സുന്ദരമായ മുഖത്ത് ആവർത്തിക്കപ്പെട്ടത്; അയാളിൽ നിന്ന് അവളിലേക്ക് കടന്നുചെന്ന ചലിക്കുന്ന വെളിച്ചംപോലെ!

അയാളുടെ മുഖത്ത് ഇരുട്ട് വ്യാപിച്ചു. വ്യാകുലമുഖത്തോടെ ആദ്യം നിലത്തേക്കും, പിന്നെ, ഇരുവശത്തേക്കും, പഴയതുപോലെ, നോക്കി. ഒടുവിൽ, ഒരു ദീർഘ നിശ്വാസത്തോടെ, ഷൂ എടുത്ത് തന്റെ ജോലി പുനരാരംഭിച്ചു.

അവൾ അറയുടെ ചുമരിന്നടുത്തുനിന്ന് അയാളുടെ ബെഞ്ചിന്നരികിലേക്ക് ചെന്നു. ഒരക്ഷരം മിണ്ടാതെ, ഒരു ശബ്ദവും ഉണ്ടാക്കാതെ, ഒരു പ്രേതം കണക്കെ, അയാളുടെ അടുത്തവൾ നിന്നു.

അയാൾ കുനിഞ്ഞിരുന്ന് സ്വന്തം ജോലിയിൽ മുഴുകി.

തന്റെ കയ്യിലെ പണിയായുധങ്ങൾ അയാൾക്ക് ഇടക്കിടെ മാറ്റണമായിരുന്നു. അയാൾ ഒരു കത്തി എടുത്ത് കുനിഞ്ഞ് ജോലി ചെയ്യാൻ തുടങ്ങിയപ്പോൾ, അവളുടെ പാവാട അയാളുടെ ദൃഷ്ടിയിൽപ്പെട്ടു. അയാൾ ശിരസ്സുയർത്തി നോക്കി, അവളുടെ മുഖം കണ്ടു. പ്രശ്നമാകുമോ എന്ന് ഭയന്ന് അപ്പോൾ രണ്ട് കാണികളും മുന്നോട്ട് കുതിച്ചു; അവൾ അവരെ കൈകൊണ്ട് ആംഗ്യം കാണിച്ച് തടഞ്ഞുനിർത്തി. അയാൾ അവളെ കത്തികൊണ്ട് കുത്തുമോ എന്ന് അവർ ഭയപ്പെട്ടിരുന്നു. അവൾക്ക് പേടിയൊന്നുമില്ലായിരുന്നു.

ഭീതിയോടെ അയാൾ അവളെ തുറിച്ചുനോക്കി; അതിനുശേഷം അയാളുടെ ചുണ്ടുകളിലൂടെ ചില വാക്കുകൾ പുറത്തുവന്നു; എന്നാൽ ശബ്ദം ശരിക്ക് പുറത്തുവന്നില്ല. കഷ്ടപ്പെട്ട് ശ്വാസം വിടുന്നതിന്നിടെ ഇത്രയും കേൾക്കാൻ കഴിഞ്ഞു:

"എന്താണിത്?"

അവളുടെ കവിളുകളിലൂടെ കണ്ണുനീർ പ്രവഹിച്ചു; അവൾ തന്റെ ഇരു കൈകളും ചുണ്ടിൽ വെച്ച്, അയാളെ നോക്കി ചുംബിച്ചു; പിന്നെ കൈകൾ നെഞ്ചിൽ വെച്ചമർത്തി, അയാളുടെ നരച്ച തലയാണ് നെഞ്ചിൽ വെച്ചതെന്ന ഭാവത്തിൽ.

"നീ ജയിലറുടെ മകളല്ലേ?"

"അല്ല." അവൾ നെടുവീർപ്പിട്ടു.

"നീ ആരാണ്?"

അവൾക്ക് സ്വന്തം സ്വരം പോലും വിശ്വസിക്കാനാകാത്തതുപോലെ! അവൾ അയാൾക്കരികിൽ ആ ബെഞ്ചിൽ ഇരുന്നു. അയാൾ ഭയന്ന് ചുരുണ്ടുകൂടിയിരുന്നു. അവൾ അയാളുടെ തോളിൽ കൈവെച്ചു. അസാധാരണമാം വിധം അയാൾക്കൊരു ഉൾപ്പുളകമുണ്ടായി; അതയാളുടെ ശരീരത്തിലേക്ക് പടർന്നതുപോലെ കാണപ്പെട്ടു; അയാൾ അവളെ മിഴിച്ചു നോക്കിക്കൊണ്ട് ആ കത്തി മെല്ലെ താഴെ വെച്ചു.

അവളുടെ ചുരുണ്ട സുവർണ്ണത്തലമുടി അവൾ പെട്ടെന്ന് ഒരു വശത്തേക്ക് മാറ്റി; അതവളുടെ കഴുത്തിലേക്ക് വീണു. അയാൾ മെല്ലെ മെല്ലെ കൈ നീട്ടി അത് പിടിച്ച്, അതിലേക്ക് ആകാംക്ഷയോടെ നോക്കി. അത് തെറ്റാണെന്ന് തോന്നി, മറ്റൊരു ദീർഘശ്വാസത്തോടെ തന്റെ ഷൂ തുന്നുന്ന തൊഴിലിലേക്ക് തിരിഞ്ഞു.

അധികനേരം അയാൾക്ക് ജോലി തുടരാൻ കഴിഞ്ഞില്ല. അയാളുടെ തോളിൽ അവൾ വീണ്ടും കൈവെച്ചു. കൈ ശരിക്കും അവിടെത്തന്നെ ഉണ്ടോ എന്ന് രണ്ടു മൂന്നു തവണ നോക്കിയശേഷം അയാൾ തന്റെ പണി നിർത്തി, കൈ കഴുത്തിലേക്ക് നീട്ടി, കറുത്ത ചരടിൽ കോർത്തിട്ട ഒരു മടക്കിയ പഴന്തുണിക്കഷ്ണം എടുത്തു. അതയാൾ മടിയിൽ വെച്ച് ശ്രദ്ധാപൂർവ്വം തുറന്നു;

അല്പം മുടിനാരുകൾ ആണതിൽ വെച്ചിട്ടുള്ളത് – ഒന്നോ രണ്ടോ നീണ്ട സുവർണ്ണത്തലമുടി ഇഴകൾ, പണ്ട് അയാൾ തന്റെ വിരലിൽ ചുറ്റി വെച്ചിരുന്നത്.

അയാൾ വീണ്ടും അവളുടെ മുടിപിടിച്ച്, വളരെ അടുപ്പിച്ച്, സൂക്ഷ്മ പരിശോധന നടത്തി. “അതുതന്നെയാണിത്. അതെങ്ങനെ ആകാൻ കഴിയും! അതെപ്പോഴായിരുന്നു! അത് എങ്ങനെയായിരുന്നു!”

അയാളുടെ മുഖത്ത് ഏകാഗ്രമായൊരു ഭാവം പകർന്നപ്പോൾ, അവളിലും അതുതന്നെ കാണപ്പെടുന്നതായി അയാൾക്ക് തോന്നി. അയാൾ അവളെ പൂർണ്ണമായും വെളിച്ചത്തിലേക്ക് തിരിച്ചുനിർത്തി, പിന്നെ അവളെ നന്നായി നോക്കിക്കണ്ടു.

“അവൾ എന്റെ ഈ തോളിലാണ് തല ചായ്ച്ചത്, എന്നോട് ഹാജരാകാൻ കല്പിച്ച ആ രാത്രി.– ഞാൻ പോകുന്നതിലവൾക്ക് ഭയമുണ്ടായിരുന്നു, എനിക്കൊട്ടും ഭയമില്ലാതിരുന്നെങ്കിലും.– എന്നെ നോർത്ത് ടവറിലേക്ക് കൊണ്ടുവന്നപ്പോൾ അവർ ഇതവർ ഷർട്ടിന്റെ കൈയിൽ കണ്ടെത്തി. ഞാനത് വളരെ നന്നായി ഓർക്കുന്നു.”

അത് പറയുന്നതിനു മുമ്പ് പലപ്രാവശ്യം അയാളത് ചുണ്ടുകളിൽ ഉരുവിട്ടു നോക്കി. വാക്കുകളായി അത് പുറത്ത് വന്നതോടെ, ഉചിതമായ രീതിയിൽ ഒഴുകി, മെല്ലെയാണെങ്കിലും.

“നീയോർക്കുന്നുണ്ടോ? – അത് നീ ആയിരുന്നോ?”

ഒരിക്കൽ കൂടി, രണ്ട് കാണികളും, അയാൾ അവൾക്കുനേരെ പെട്ടെന്ന് തിരിയുന്നത് കണ്ടപ്പോൾ, ഞെട്ടി! എന്നാൽ, അവൾ അയാളുടെ പിടിയിൽ തികഞ്ഞ ശാന്തതയിൽ ഇരുപ്പുറപ്പിച്ചു, പതിഞ്ഞ സ്വരത്തിലവൾ പറഞ്ഞു. “ഞാൻ നിങ്ങളോടപേക്ഷിക്കുന്നു, മാന്യരെ, ഞങ്ങൾക്കരികിൽ വരരുത്, സംസാരിക്കരുത്, അനങ്ങരുത്!”

അയാൾ ആശ്ചര്യപ്പെട്ടു. ആരുടെ ശബ്ദമാണത്?

ഇപ്രകാരം ഒച്ചവച്ചപ്പോൾ അയാൾ കൈകൾ അവളിൽ നിന്നും എടുത്തു; സ്വന്തം തലമുടി, ഭ്രാന്തനെപ്പോലെ പിടിച്ചുവലിച്ചു. അതിവേഗം

അയാൾ ശാന്തനായി. അയാൾ തന്റെ പഴന്തുണിക്കഷ്ണം വീണ്ടും മടക്കി, സ്വന്തം നെഞ്ചിൽ ഭദ്രമായി സൂക്ഷിച്ചു; അപ്പോഴും അയാൾ അവളെ നോക്കിക്കൊണ്ടിരുന്നു; വിഷാദപൂർവ്വം അയാൾ തലകുലുക്കി.

"അല്ല, അല്ല, അല്ല; നീ വളരെ ചെറുപ്പമാണ്. ഒരു പൂമൊട്ട്. അതാകാൻ കഴിയില്ല. ഈ തടവ് പുള്ളിയെ നോക്കൂ. അവൾക്കറിയാവുന്ന മുഖമല്ല ഇത് അവൾ കേട്ടിട്ടുള്ള സ്വരമല്ല ഇത്; അവൾക്കറിയാവുന്ന കൈകളല്ല ഇത്; അവൾക്കറിയാവുന്ന മുഖമല്ല ഇത്; അവൾ കേട്ടിട്ടുള്ള സ്വരമല്ല ഇത്, അല്ല, അല്ല. അവൾ കാലത്തിനപ്പുറത്തെവിടെയോ ആയിരുന്നു. നോർത്ത് ടവറിനു മുമ്പത്തെ കാലം – യുഗങ്ങൾക്കപ്പുറത്ത്! നിന്റെ പേരെന്താണ് എന്റെ മാലാഖേ?"

അയാളുടെ മൃദുവായ ശബ്ദത്തിലുള്ള അഭിവാദ്യം കേട്ട്, അയാളുടെ മകൾ അയാൾക്കു മുന്നിൽ മുട്ടുകുത്തിനിന്നു.

"ഓ, സാർ, മറ്റൊരവസരത്തിൽ, നിങ്ങൾ എന്റെ പേരും, എന്റെ അമ്മ ആരായിരുന്നെന്നും, എന്റെ അച്ഛൻ ആരായിരുന്നെന്നും, എന്തുകൊണ്ടാണ് ഞാനവരുടെ ദാരുണചരിത്രം ഒരിക്കലും അറിയാതെ പോയത് എന്നും മനസ്സിലാക്കും. ഇപ്പോൾ നിങ്ങളോടത് പറയാനെനിക്ക് കഴിയില്ല, അതും ഇവിടെവെച്ച്. എനിക്കിവിടെവെച്ച് ആകെ പറയാൻ കഴിയുന്നത്, എന്നെ തൊട്ട് അനുഗ്രഹിക്കൂ എന്നു മാത്രമാണ്. എന്നെ ചുംബിക്കൂ, എന്നെ ചുംബിക്കൂ! ഓ, എന്റെ ഡിയർ, എന്റെ ഡിയർ!"

അയാളുടെ നരച്ച മുടി അവളുടെ തിളങ്ങുന്ന മുടിയുമായി കൂടിചേർന്നു; അയാളുടെ മുടിയെ അത് ചൂടുപിടിപ്പിക്കുകയും പ്രകാശിപ്പിക്കുകയും ചെയ്തു.

"നിങ്ങളുടെ കാതുകൾക്ക് ഒരു കാലത്ത് മധുരമായി തോന്നിയ ഒരു ശബ്ദത്തോട് എന്റെ ശബ്ദത്തിന് സാമ്യമുണ്ടെന്ന് തോന്നുന്നുണ്ടെങ്കിൽ, അതിനുവേണ്ടി കരയുക!, അതിനുവേണ്ടി കരയുക! എന്റെ മുടിയിൽ സ്പർശിക്കുമ്പോൾ, കുട്ടിക്കാലത്ത് നിങ്ങളുടെ നെഞ്ചിൽ തലചായ്ച്ച പ്രിയങ്കരമായൊരു ശിരസ്സ് ഓർമ്മ വരുന്നുണ്ടെങ്കിൽ അതിനുവേണ്ടി കരയുക, അതിനുവേണ്ടി കരയുക!"

അവൾ അയാളുടെ കഴുത്തിൽ ചുറ്റിപ്പിടിച്ച് തന്നോടടുപ്പിച്ചു; ഒരു കുഞ്ഞിനോടെന്ന പോലെ മാറിൽ കിടത്തി ആട്ടി!

"നിങ്ങളുടെ കഷ്ടപ്പാടുകൾ തീർന്നെന്നും, നിങ്ങളെ മുക്തനാക്കാനാണ് ഞാനിവിടെ വന്നിട്ടുള്ളതെന്നും, സുഖവും സമാധാനവുമായി നമ്മൾ ഇംഗ്ലണ്ടിലേക്ക് പോകുന്നെന്നും, നിങ്ങളുടെ ജീവിതം ഇവിടെ പാഴാക്കിയെന്നും, നമ്മുടെ ജന്മനാടായ ഫ്രാൻസ് നിങ്ങളോട് ക്രൂരത കാട്ടിയെന്നും ഞാൻ പറയുന്നെങ്കിൽ, എന്റെ ഏറ്റവും പ്രിയപ്പെട്ടവനേ അതിനുവേണ്ടി കരയുക, അതിനുവേണ്ടി കരയുക! സ്വന്തം പേരും, ജീവിച്ചിരിക്കുന്ന എന്റെ അച്ഛന്റെ പേരും, മൃതിയടഞ്ഞ എന്റെ അമ്മയുടെ പേരും പറയുകയും, ബഹുമാന്യനായ അച്ഛന്റെ കാൽക്കൽ മുട്ടുക്കുത്തി ക്ഷമ യാചിക്കാൻ ഞാൻ ആഗ്രഹിക്കുകയും ചെയ്യുന്നുണ്ടെന്ന് പറഞ്ഞാൽ, അതിനുവേണ്ടി കരയുക,

അതിനുവേണ്ടി കരയുക! മരിച്ചുപോയി എന്ന് ഞാൻ കരുതിയ എന്റെ അച്ഛൻ.... അദ്ദേഹത്തിനുവേണ്ടി പകൽ മുഴുവൻ വിഷമിച്ചിരിക്കുകയോ, രാത്രി ഉറങ്ങാതെ കിടന്ന് കരയുകയോ ഞാൻ ചെയ്തിട്ടില്ല; എന്റെ അമ്മ യുടെ സ്നേഹം എന്റെ അച്ഛൻ അനുഭവിച്ച പീഡനം എന്നിൽ നിന്ന് മറച്ചുവെച്ചു. കരയുക, അമ്മയ്ക്കു വേണ്ടി കരയുക, എനിക്കുവേണ്ടി കര യുക! നല്ലവരായ മാന്യരെ, ദൈവത്തിനു നന്ദി. അദ്ദേഹത്തിന്റെ പവിത്ര മായ കണ്ണുനീർ ഞാനെന്റെ മുഖത്ത് തൊട്ടറിയുന്നു; അദ്ദേഹത്തിന്റെ തേങ്ങലുകൾ എന്റെ ഹൃദയത്തിൽ തുളച്ചുകയറുന്നു. ഓ, നോക്കൂ! ദൈവ ത്തിന് നന്ദി, ദൈവത്തിന് നന്ദി!"

അയാൾ അവളുടെമേൽ കുഴഞ്ഞുവീണു, മുഖം അവളുടെ മാറിൽ പതിച്ചു; ഹൃദയസ്പർശിയായൊരു രംഗം!

കുറെ നേരത്തേക്ക് ആ അറയിലെ പ്രശാന്തത ഭഞ്ജിക്കാതെ നില നിന്നു; അയാളുടെ ദീർഘശ്വാസം വലിക്കുന്ന നെഞ്ചും വിറയ്ക്കുന്ന ശരീ രവും ശാന്തമായി, എല്ലാ കൊടുങ്കാറ്റുകൾക്ക് ശേഷവും സംഭവിക്കുന്നതു പോലെ –

അവർ പിതാവിനേയും പുത്രിയേയും നിലത്തുനിന്ന് പൊക്കാനായി മുന്നോട്ടുചെന്നു. അയാൾ തളർന്ന് അവശനായി നിലത്ത് കിടന്നുപോ യതാണ്; അയാൾക്ക് തല വെക്കാനായി തന്റെ കൈനീട്ടി വെച്ചുകൊണ്ട് അവളും നിലത്ത് കിടന്നു; അവളുടെ തലമുടി കൊണ്ട് അയാളുടെ മുഖം വെളിച്ചത്തിൽ നിന്നും മറച്ചു!

പലതവണ മൂക്ക് ചീറ്റിക്കൊണ്ട് അവർക്കുനേരെ നിന്ന മി.ലോറിയോട് കൈയുയർത്തി അവൾ പറഞ്ഞു "അദ്ദേഹത്തെ ബുദ്ധിമുട്ടിക്കാതെ, നമ്മൾക്ക് ഉടനെ പാരീസ് വിടാനുള്ള ഒരുക്കങ്ങൾ ചെയ്യാൻ കഴിഞ്ഞാൽ, ഇവിടെ നിന്ന് അദ്ദേഹത്തെ എടുത്തുകൊണ്ടുപോകാമായിരുന്നു–"

"ചിന്തിക്കൂ. യാത്ര ചെയ്യാവുന്ന നിലയിലാണോ? അദ്ദേഹം?" മി.ലോറി ചോദിച്ചു.

"ഇനിയും ഈ നഗരത്തിൽ കഴിയുന്നത് അദ്ദേഹത്തിന് ഭീകരമായി രിക്കും."

"അത് വാസ്തവമാണ്" എല്ലാറ്റിനും സാക്ഷിയായി എല്ലാം കണ്ടു നിന്നിരുന്ന ഡിഫാർജ് അഭിപ്രായപ്പെട്ടു. "എല്ലാ രീതിയിലും, മി.മാനെററ് ഫ്രാൻസിൽനിന്ന് പുറത്തുകടക്കുന്നതാണ് നല്ലത്. ഞാൻ കുതിരവണ്ടി വാടകയ്ക്കെടുക്കട്ടെ?"

"അതാണ് ബിസിനസ്സ്" പെട്ടെന്ന് തന്റേതായ ശൈലിയിലേക്ക് മി. ലോറി തിരിച്ചെത്തി "അതെ, അതാണതിന്റെ ഒരു ശരി...."

"ഇപ്പോൾ ഞാനും അച്ഛനും കുറച്ചുസമയം ഒറ്റയ്ക്കിരിക്കട്ടെ. അദ്ദേഹം എത്ര ശാന്തനാണിപ്പോൾ..... അദ്ദേഹത്തെ എന്നോടൊപ്പം വിട്ടുപോകുന്ന തിൽ നിങ്ങൾ ഭയപ്പെടേണ്ടതില്ല. എന്തിന് ഭയപ്പെടണം? ഞങ്ങളുടെ സുര ക്ഷിതത്വത്തിനായി നിങ്ങൾ വാതിൽ പൂട്ടിയിടുക. നിങ്ങൾ തിരിച്ചു വരുമ്പോൾ ഇതുപോലെ അദ്ദേഹം ശാന്തനായി ഇരിക്കുന്നത് നിങ്ങൾക്ക്

കാണാൻ കഴിയും. എന്തായാലും, നിങ്ങൾ തിരിച്ചുവരുന്നതുവരെ ഞാൻ അദ്ദേഹത്തെ നോക്കാം; ഇപ്പോൾ തന്നെ അദ്ദേഹത്തെ നമ്മൾ ഇവിടെ നിന്ന് ഫ്രാൻസിലേക്ക് കൊണ്ടുപോകും."

മി.ലോറിക്കും ഡിഫാർജിനും ആരെങ്കിലും ഒരാൾ അവിടെ നിൽക്കണമെന്നായിരുന്നു അഭിപ്രായം. എന്നാൽ, കുതിരകളും വണ്ടിയും മാത്രമല്ല തയ്യാറാക്കേണ്ടിയിരുന്നത്, യാത്രാരേഖകളും ശരിപ്പെടുത്തണമായിരുന്നു. ദിവസം അവസാനിക്കാറായതിനാൽ വേണ്ടത്ര സമയം ഇല്ലായിരുന്നു. അതുകൊണ്ട്, നിർവ്വഹിക്കാനുള്ള ജോലികൾ അവർ വീതിച്ചെടുത്ത്, അവ ചെയ്യാനായി ധൃതിയിൽ പുറത്ത് പോയി.

അപ്പോഴേക്കും ഇരുട്ടായി, മകൾ അച്ഛന്റെ അടുത്ത് കടുപ്പമുള്ള തറയിൽ തലവെച്ചുകിടന്ന്, അദ്ദേഹത്തെ നിരീക്ഷിച്ചു. ഇരുട്ട് കൂടി വന്നു: അവർ ഇരുവരും അനങ്ങാതെ കിടന്നു; ഒടുവിൽ ചുമർപഴുതുകളിലൂടെ ഒരു വെളിച്ചം കണ്ടു.

മി.ലോറിയും ഡിഫാർജും യാത്രയ്ക്കുള്ള എല്ലാ തയ്യാറെടുപ്പുകളും ചെയ്തുകഴിഞ്ഞിരുന്നു; അതിനുപുറമെ യാത്രാവസ്ത്രങ്ങൾ, പുറംകുപ്പായം, ബ്രഡ്ഡും ഇറച്ചിയും, വീഞ്ഞ്, ചുടുകാപ്പി തുടങ്ങിയവയും. മി. ഡിഫാർജ് അയാൾ കൊണ്ടുവന്ന ഭക്ഷണസാധനങ്ങളും വിളക്കും ബെഞ്ചിൽ വെച്ചു.

ആ അറയിൽ ഒരു വൈക്കോൽ കിടക്കയല്ലാതെ മറ്റൊന്നും ഉണ്ടായിരുന്നില്ല. അയാളും മി.ലോറിയും കൂടി മി.മാനെറ്റിനെ പിടിച്ചുപൊക്കി, സ്വന്തം കാലിൽ നിൽക്കാൻ സഹായിച്ചു.

ഒരു മനുഷ്യജീവിയുടെ ബുദ്ധിക്കും അദ്ദേഹത്തിന്റെ മനസ്സിനുള്ളിലെ ദുരൂഹത വായിച്ചെടുക്കാൻ കഴിയില്ല. എന്താണ് സംഭവിച്ചതെന്ന് അദ്ദേഹത്തിന് അറിയാമോ, അവർ പറഞ്ഞതെല്ലാം അദ്ദേഹം ഓർക്കുന്നുണ്ടോ, താൻ സ്വതന്ത്രനായെന്ന് അദ്ദേഹം അറിയുന്നുണ്ടോ, എന്നീ ചോദ്യങ്ങൾ ഒരു സൂക്ഷ്മബുദ്ധിക്കും ഉത്തരം കണ്ടെത്താൻ കഴിയാത്തതായിരുന്നു. അവർ അയാളോട് സംസാരിക്കുവാൻ ശ്രമിച്ചു; വല്ലാത്ത ആശയക്കുഴപ്പത്തിലായിരുന്നതിനാൽ, വളരെ സാവധാനത്തിലായിരുന്നു അദ്ദേഹത്തിന്റെ മറുപടി; അദ്ദേഹത്തിന്റെ അമ്പരപ്പ് അവരെ പേടിപ്പിച്ചു, തൽക്കാലം കൂടുതലൊന്നും ചോദിക്കേണ്ടെന്ന് തീരുമാനിച്ചു. ഇടയ്ക്കിടെ ഇരുകൈകൾ കൊണ്ടും, എന്തോ നഷ്ടപ്പെട്ട മട്ടിൽ, അദ്ദേഹം തല മുറുക്കിപ്പിടിക്കുന്നത് കാണാം, മുമ്പില്ലാതിരുന്ന ഒരു ശീലമാണിത്. എന്നാലും, തന്റെ മകളുടെ ശബ്ദം കേൾക്കുമ്പോൾ അദ്ദേഹത്തിന്റെ മുഖത്ത് ആഹ്ലാദം തുളുമ്പുന്നത് കാണാം; അവൾ സംസാരിക്കുമ്പോൾ സ്ഥിരമായി അത് അവളിലേക്ക് തിരിയും. ആ മുഖത്ത് എന്തൊക്കെയോ പൂർവ്വകാലസ്മൃതികൾ തിരയടിക്കുന്നുണ്ടെന്ന് തോന്നും.

വളരെക്കാലമായി നിർബന്ധത്തിന് വഴങ്ങുന്ന രീതി പിൻതുടർന്നിരുന്ന അദ്ദേഹം, അനുസരണയോടെ അവർ കൊടുത്ത ആഹാര പദാർത്ഥങ്ങൾ തിന്നുകയും കുടിക്കുകയും ചെയ്തു; അതുപോലെ, അവർ കൊടുത്ത

കോട്ടും മേലങ്കിയും ധരിച്ചു; തന്റെ കൈ പിടിച്ച് മകൾ നടക്കാൻ തുടങ്ങിയപ്പോൾ അയാൾ ഉടനെ അതിന് വഴങ്ങിക്കൊടുത്തു.

അവർ താഴേക്ക് ഇറങ്ങാൻ തുടങ്ങി; മി.ഡിഫാർജ് ആദ്യം വിളക്ക് പിടിച്ച് മുന്നിൽ നടന്നു, ആ കൊച്ചുജാഥയുടെ ഏറ്റവും പിന്നിൽ മി. ലോറിയും. ഏതാനും കോണിപ്പടികൾ ഇറങ്ങിയ അവളുടെ അച്ഛൻ മേൽക്കൂരയിലേക്കും ചുമരുകളിലേക്കും മിഴിച്ചു നോക്കി.

"നിങ്ങൾ ഈ സ്ഥലം ഓർക്കുന്നുണ്ടോ, അച്ഛാ? ഇവിടെ വന്നത് ഓർക്കുന്നുണ്ടോ?"

"നീ എന്താണ് പറഞ്ഞത്?"

എന്നാൽ, അവളത് ആവർത്തിക്കുന്നതിനു മുമ്പ്, ആവർത്തിച്ചു എന്ന തോന്നലോടെ, അയാൾ മന്ത്രിച്ചു.

"ഓർക്കുന്നുണ്ടോ എന്നോ? ഇല്ല, ഞാൻ ഓർക്കുന്നില്ല. അത് വളരെ മുമ്പ് ആയിരുന്നല്ലോ."

ജയിലിൽ നിന്ന് ആ വസതിയിലേക്ക് അയാളെ കൂട്ടിക്കൊണ്ടുവന്നത് അയാൾക്ക് ഓർമ്മയില്ല. അയാൾ പിറുപിറുക്കുന്നതവർ കേട്ടു "105, നോർത്ത് ടവർ." അയാൾ ചുറ്റും നോക്കിയത് കനത്ത കോട്ടമതിലുകൾ പ്രതീക്ഷിച്ചുകൊണ്ടായിരുന്നു. പക്ഷേ അവിടെ ജയിലറയ്ക്കു മുന്നിലെ കോട്ടമതിലുകൾ കണ്ടില്ല. അയാൾ മുറ്റത്തെത്തിയപ്പോൾ ജിജ്ഞാസയോടെ പാലം എവിടെയാണെന്ന് നോക്കി; റോഡിൽ കുതിരവണ്ടി കാത്തു നിൽക്കുന്നതാണയാൾ കണ്ടത്! വലിയ ആശയക്കുഴപ്പത്തിൽ അയാൾ മകളുടെ കൈവിട്ട്, സ്വന്തം തല ഇരുകൈകൾ കൊണ്ടും പിടിച്ചമർത്തി. പരിസരങ്ങളെക്കുറിച്ച് അയാൾക്ക് ഒരു ധാരണയുമില്ല.

ഗേറ്റിൽ ജനങ്ങൾ ഒന്നും ഇല്ലായിരുന്നു. അടുത്ത ജന്നലകളിലൊന്നും ആരെയും കണ്ടില്ല. റോഡിൽ ഒറ്റ യാത്രക്കാർ പോലുമില്ല! അസാധാരണമായൊരു നിശ്ശബ്ദതയും വിജനതയും അവിടെ തളം കെട്ടിനിന്നു. ഒരു ജീവി മാത്രം ഉണ്ട്, അത് മാഡം ഡിഫാർജ് ആയിരുന്നു - വാതിൽച്ചട്ടയിൽ ചാരിയിരുന്ന് തുന്നുന്നു, ഒന്നും കാണാതെ!

തടവുപുള്ളി കുതിരവണ്ടിയിൽക്കയറി, അദ്ദേഹത്തിന്റെ മകൾ പിന്നാലെയും. തന്റെ ഷൂ നിർമ്മിക്കാനുള്ള ഉപകരണങ്ങളും അപൂർണ്ണമായ ഷൂസും അദ്ദേഹം ചോദിച്ചപ്പോൾ, മി.ലോറിയുടെ കാലുകൾ അറിയാതെ, കോണിപ്പടിയിൽ നിന്നുപോയി. ഉടനെ മാഡം ഡിഫാർജ് മുറ്റത്തിലൂടെ ഓടിച്ചെന്ന് പെട്ടെന്ന് മുകളിൽ പോയി അതെടുത്തു കൊണ്ടുവന്ന് കൊടുത്തു. വീണ്ടും വാതിൽച്ചട്ടയിൽ ചാരിയിരുന്ന് തുന്നൽ പണി തുടർന്നു, അവർ യാതൊന്നും കണ്ടില്ല! അവരെപ്പോഴും അങ്ങനെയാണ്. ഒന്നും തന്നെ കണ്ടില്ല എന്ന മുഖഭാവം.

ഡിഫാർജ് കുതിരവണ്ടിയിൽക്കയറി ഇരുന്നശേഷം പറഞ്ഞു "അതിർത്തിയിലേക്ക്!" വണ്ടിക്കാരൻ ചാട്ടവീശി, വണ്ടി നീങ്ങി.

പ്രകാശം ചൊരിയുന്ന ഷോപ്പുകളും, ആഹ്ലാദഭരിതരായ ജനങ്ങളേയും തിയേറ്ററുകളേയും, കടന്ന് നഗരവാതിലുകളിലൊന്നിലേക്ക് അവർ മുന്നേറി.

ഗാർഡ് ഹൗസിലെ വിളക്കുപിടിച്ച പടയാളികൾ ചോദിച്ചു "നിങ്ങളുടെ യാത്രാരേഖകൾ, യാത്രക്കാരെ!"

"ഇതാ നോക്കൂ, മി.ഓഫീസർ," ഡിഫാർജ് താഴെ ഇറങ്ങി പടയാളിയെ ഗൗരവത്തിൽ ഒരു വശത്തേക്ക് മാറ്റി നിർത്തിപറഞ്ഞു "ഉള്ളിലിരിക്കുന്ന തലനരച്ച സാറിന്റെ കടലാസുകൾ ഇതാണ്; ഇന്ന സ്ഥലത്തുവെച്ച് അവർ എന്നെ ഏല്പിച്ചുതന്നതാണ്–" അയാൾ ശബ്ദം താഴ്ത്തി. മിലിറ്ററി വിളക്കുകൾ മിന്നിത്തിളങ്ങി; ഒരാൾ ആ വിളക്കെടുത്ത് തലനരച്ച സാറിന്റെ മുഖത്തേക്ക് നോക്കി. "ശരി, മുന്നോട്ട് പോകാം!"

"സ്വസ്തി" ഡിഫാർജ് പറഞ്ഞു.

രാത്രിയുടെ നിഴലുകൾ കടുത്തതും പരന്നതുമായിരുന്നു. ശവക്കുഴിയിൽ നിന്നും തോണ്ടിയെടുത്ത മനുഷ്യനു മുന്നിൽ ഇരുന്ന മി.ലോറി ആ പഴയ ചോദ്യം ചോദിച്ചു: "നിങ്ങൾ ജീവിതത്തിലേക്ക് തിരിച്ച് വിളിക്കപ്പെട്ടു എന്ന് നിങ്ങൾക്കറിയാമെന്ന് ഞാൻ വിശ്വസിക്കട്ടെ?"

വൃദ്ധൻ മറുപടി നൽകി "എനിക്ക് പറയാൻ കഴിയില്ല."

ഭാഗം രണ്ട്

ഒന്ന്

ടെമ്പിൾബാറിനടുത്തുള്ള ടെൽസൺസ് ബാങ്ക് ഒരു പഴയ ഫാഷനിലുള്ളതായിരുന്നു, 1780ൽ പോലും അത് വളരെ ചെറുതും, വളരെ ഇരുണ്ടതും, വളരെ വൃത്തികെട്ടതും, വളരെ ഇടുങ്ങിയതുമായിരുന്നു. അത് പഴയ ശൈലിയിലുള്ളൊരു സ്ഥലമായിരുന്നു. അതിനുംപുറമെ ബാങ്ക് പാർട്ട്നർമാർ, ആ പഴയ പാരമ്പര്യത്തിലും, ഇരുളിലും, വൈരൂപ്യത്തിലും, അസൗകര്യത്തിലും അഭിമാനം കൊള്ളുന്നവരും ആയിരുന്നു. അതൊരു നിഷ്ക്രിയമായ വിശ്വാസമല്ല, ബിസിനസ്സിൽ സൗകര്യം പോലെ പ്രയോഗിച്ചിരുന്ന ശക്തമായ ആയുധമാണ്. ടെൽസൺസിന് (അവർ പറഞ്ഞു) വിശാലമായ സ്ഥലംവേണ്ട, ടെൽസൺസിന് വെളിച്ചം വേണ്ട, ടെൽസൺസിന് അലങ്കാരം വേണ്ട. നോക്സ് ആൻഡ് കമ്പനിക്ക് വേണമായിരിക്കും; സ്നൂക് ബ്രദേഴ്സിന് വേണമായിരിക്കും; എന്നാൽ ടെൽസൺസിന് വേണ്ട, ടെൽസൺസിന് പരമ്പരാഗതമായ ഒരു വ്യക്തിത്വമുണ്ട്. ദൈവത്തിന് നന്ദി.

അങ്ങനെ അസൗകര്യങ്ങളുടെ കാര്യത്തിൽ ശരിക്കും വൻ വിജയമായിരുന്നു ടെൽസൺസിന്റേത്!

അക്കാലത്ത്, എല്ലാ ക്രയവിക്രയങ്ങളിലും തൊഴിലിലും വധശിക്ഷ എന്നത് കാര്യനിർവ്വഹണത്തിന്റെ ഒരു ഭാഗമാണ്; ടെൽസൺസിലും അത് കുറവല്ലായിരുന്നു. അതനുസരിച്ച്, കള്ളൊപ്പ് ഇടുന്നവൻ വധിക്കപ്പെട്ടു, കള്ളനോട്ടുകാരൻ വധിക്കപ്പെട്ടു; നിയമാനുസൃതമല്ലാതെ കത്ത് പൊളിക്കുന്നവൻ വധിക്കപ്പെട്ടു; നാല്പത് ഷില്ലിംഗും ആറ് പെൻസും മോഷ്ടിക്കുന്നവൻ പോലും വധിക്കപ്പെട്ടു. ഒരു കള്ളഷില്ലിംഗ് വ്യാജമായി അടിക്കുന്നവൻ വധിക്കപ്പെട്ടു. എന്നിട്ടെന്താ ഉണ്ടായത്? അവ തടയുന്നതിൽ ആ വധശിക്ഷകളൊന്നും യാതൊരു ഗുണവും ചെയ്തില്ല - സത്യത്തിൽ അതിന്റെയൊക്കെ ഫലം നേരെ മറിച്ചായിരുന്നു!

എല്ലാതരം അലമാരകളും പെട്ടികളും നിറഞ്ഞ, നടക്കാൻപോലും ഇടമില്ലാത്ത ടെൽസൺസിൽ ഏറ്റവും പ്രായമായവരാണ് ഏറ്റവും ഗൗരവത്തോടെ പണി എടുത്തിരുന്നത്. ലണ്ടനിലെ ടെൽസൺസിൽ ഒരു യുവാവിനെ ജോലിക്കെടുത്താൽ, അയാൾ വൃദ്ധനാകുന്നതുവരെ അവർ അയാളെ എവിടെയോ ഒളിപ്പിച്ചുവെക്കും, ഒരു ചീസുപോലെ, ഏതെങ്കിലും ഇരുണ്ട സ്ഥലത്ത്, യഥാർത്ഥ ടെൽസൺ മണവും നിറവും വരുന്നതു

വരെ! അതിനുശേഷമേ അയാളെ പുറത്ത് വരാനനുവദിക്കൂ; സ്ഥാപന ത്തിന്റെ ഗാംഭീര്യം അപ്പോഴേ അയാളിൽ പ്രകടമാകൂ! ടെൽസണിന് പകരം വെയ്ക്കാൻ ടെൽസൺ മാത്രം.

ടെൽസൺസിന് പുറത്ത് ഒരു അസാധാരണ ജോലിക്കാരൻ ഉണ്ടായി രുന്നു. ചിലപ്പോൾ കാവൽക്കാരന്റേയോ, സന്ദേശവാഹകന്റേയോ ഒക്കെ ജോലി ചെയ്യുന്നവൻ - ആ സ്ഥാപനത്തിന്റെ ജീവനുള്ള ഒരു ചിഹ്നം! ബിസിനസ്സ് സമയത്ത് അയാൾ അവിടെ സദാസന്നദ്ധനായിരിക്കും, ഒരു ഹ്രസ്വയാത്രയിലല്ലെങ്കിൽ. ആ സമയത്ത് അയാളുടെ പന്ത്രണ്ട് വയസ്സായ മകൻ അവിടെ ഉണ്ടായിരിക്കും. അയാളുടെ കുടുംബപ്പേര് ക്രഞ്ചർ എന്നാണ്, ജെറി എന്നും വിളിക്കും. പ്രിയപ്പെട്ട വായനക്കാരാ, നമുക്കിനി ക്രഞ്ചറിന്റെ കഥയിലേക്ക് കടക്കാം.

മി.ക്രഞ്ചറിന്റെ വാസസ്ഥലം. സമയം ഏഴര, കാറ്റുള്ള ഒരു മാർച്ച് മാസം പ്രഭാതം, വർഷം 1780. രണ്ട് മുറിയുള്ളൊരു വീടാണയാളുടേത്. എന്നാൽ, നന്നായി അത് സജ്ജീകരിച്ചിട്ടുണ്ട്. വൃത്തിയായി വെച്ചിരിക്കുന്നു.

മി.ക്രഞ്ചർ സുഖമായി കിടന്നുറങ്ങുകയാണ്, കുറെശ്ശെ കുറശ്ശെയായി അയാൾ തിരിഞ്ഞും മറിഞ്ഞും കിടക്കാൻ തുടങ്ങി; പിന്നെ, എഴുന്നേറ്റ് അയാൾ കടുത്ത ഈർഷ്യയോടെ വിളിച്ചു പറഞ്ഞു: "ഇനിയും അങ്ങനെ ചെയ്താൽ ഞാൻ തകർക്കും!"

ഒരു മൂലയിൽ മുട്ടുകുത്തി നിന്നിരുന്ന അദ്ധ്വാനശീലയായൊരു സ്ത്രീ ധൃതിപിടിച്ച് എഴുന്നേററ് ചെന്നു; തന്നോടാണ് ആ അട്ടഹാസ മെന്നവൾക്ക് അറിയാമായിരുന്നു.

"എന്ത്!" മി.ക്രഞ്ചർ കട്ടിലിന്നപ്പുറത്തുള്ള ബൂട്സ് നോക്കിക്കൊണ്ട് പറഞ്ഞു. "നീ വീണ്ടും അങ്ങനെ ചെയ്യുന്നോ?" അയാൾ അരിശത്തോടെ ആ സ്ത്രീയെ ആ ബൂട്സ് എടുത്ത് എറിഞ്ഞു!

തന്റെ ഉന്നം പിഴച്ചപ്പോൾ, അയാൾ തന്റെ സംഭാഷണശൈലി ഒന്ന് മാറ്റി. "എന്താണ് നിന്റെ ഉദ്ദേശ്യം അഗ്ഗി റോയിട്ടർ?"

"ഞാൻ പ്രാർത്ഥനചൊല്ലുകയായിരുന്നു"

"പ്രാർത്ഥന ചൊല്ലുകയോ! നീ നല്ല പെണ്ണ് തന്നെ! ഒച്ചയിട്ട് നിലത്ത് വീണ് എനിക്കെതിരെ പ്രാർത്ഥിക്കുന്നോടീ...?"

"ഞാൻ നിങ്ങൾക്കെതിരായിട്ടല്ലാ, നിങ്ങൾക്കുവേണ്ടി പ്രാർത്ഥിക്കുന്നു."

അയാളപ്പോൾ മകനോട് പറഞ്ഞു:

"അല്ല. നോക്കു മോനെ, നിന്റെ അമ്മ ഒരു നല്ല പെണ്ണു തന്നെ, നിന്റെ അച്ഛന്റെ സൗഭാഗ്യത്തിനെതിരായി പ്രാർത്ഥിക്കുന്നു! നിനക്ക് നല്ലൊരു ചുമ തലാബോധമുള്ള ഭക്തയായ അമ്മയെയാണ് കിട്ടിയിട്ടുള്ളത്, എന്റെ കുട്ടി; ഒരേ ഒരു സ്വന്തം മകന്റെ വായിൽ നിന്ന് ആഹാരം തട്ടിത്തെറിപ്പിക്കാ നുള്ള ബഹളം വെച്ചുള്ള പ്രാർത്ഥന"

മകനത് വളരെ മോശമായി തോന്നി; തന്റെ മേശയ്ക്ക് മുന്നിൽ നിന്നുള്ള അമ്മയുടെ പ്രാർത്ഥനയെ അവൻ ശക്തമായി അപലപിച്ചു.

മി.ക്രഞ്ചറും ഭാര്യക്ക് നല്ല താക്കീത് കൊടുത്തു, ഇനി ഇത്തരം ബഹളം പിടിച്ച പ്രാർത്ഥന പാടില്ലെന്ന് നിർദ്ദേശം നൽകി. അമ്മയെ നിരീക്ഷിക്കാൻ മകനോടും നിർദ്ദേശിച്ചു; അമ്മ തന്റെ നിർദ്ദേശങ്ങൾ അവഗണിച്ചാൽ അയാളെ അറിയിക്കണമെന്നും.

മി.ക്രഞ്ചർ ബൂട്സ് തുടച്ച് വൃത്തിയാക്കുന്നതിലും, മറ്റ് ബിസിനസ്സ് സംബന്ധമായ തയ്യാറെടുപ്പുകളിലും മുഴുകി. ആ സമയത്ത് മകൻ അമ്മയെ നിരീക്ഷിച്ചുകൊണ്ടിരുന്നു. ഒമ്പതു മണി ആകുമ്പോഴേക്കും മി. ക്രഞ്ചർ പ്രാതൽ കഴിച്ച് ബിസിനസ്സുകാരന്റെ ഭാവത്തിൽ ജോലി സ്ഥലത്തേക്ക് തിരിച്ചു.

താൻ ഒരു "സത്യസന്ധനായ വ്യാപാരിയാണ്" എന്നയാൾ സ്വയം തന്നെ വിശേഷിപ്പിക്കാറുണ്ടെങ്കിലും അതൊരു വ്യാപാരമാണെന്ന് പറയാൻ കഴിയില്ല. അയാൾക്ക് ആകെ ഉള്ളത് ഒരു ഒടിഞ്ഞ കസേര കൊണ്ട് വെട്ടി ഉണ്ടാക്കിയ ഒരു സ്റ്റൂൾ ആണ്. കൊച്ചു ജെറി എന്നും രാവിലെ അതെടുത്ത് കൊണ്ടുവന്ന് ടെമ്പിൾ ബാറിനടുത്തുള്ള ബാങ്കിന്റെ ജനനലയ്ക്ക് കീഴെ കൊണ്ടിടും. അതിലൂടെ കടന്നുപോകുന്ന വണ്ടികളുടെ കാറ്റും ഈർപ്പവും കാലിൽ ഏല്ക്കാതിരിക്കാനായി കുറച്ച് വൈക്കോൽ കാലിൽ കയറ്റി ഇടും. ഇതാണ് മി.ക്രഞ്ചറുടെ പകൽത്താവളം. ആ തെരുവിലുള്ളവർക്ക് അയാൾ പ്രസിദ്ധനാണ്!

ഒമ്പതിന് പതിനഞ്ചു മിനിറ്റു മുമ്പ് അയാൾ മകനോടൊപ്പം, ആ കാറ്റടിക്കുന്ന മാർച്ച്മാസപ്രഭാതത്തിൽ ടെൽസൺ ബാങ്കിലേക്ക് പോകുന്ന മുതിർന്നവരെ തൊപ്പിപൊക്കി അഭിവാദ്യം ചെയ്ത് തന്റെ സ്ഥിരം സ്ഥലത്ത് ഇരിപ്പുറപ്പിച്ചു. കൊച്ചു ജെറി സമീപത്ത് നിൽക്കുന്നു. അച്ഛനും മകനും ഒരേ രീതിയിൽ ഫ്‌ളീറ്റ് സ്ട്രീറ്റിലൂടെ നീങ്ങുന്ന ഗതാഗതം നോക്കിക്കൊണ്ടിരിക്കുകയാണ്. അവരെ കണ്ടാൽ, ഒരു ജോഡി കുരങ്ങന്മാരായി ഉപമിക്കാൻ തോന്നും! വലിയ ജെറി വൈക്കോൽ കഷ്ണം വായിലിട്ട് ചവച്ച് തുപ്പിക്കൊണ്ടിരിക്കുന്നു; ചെറിയ ജെറിയാകട്ടെ, റോഡിലൂടെ നീങ്ങുന്നവരെയെല്ലാം തിളങ്ങുന്ന കണ്ണുകളോടെ, വെറിപിടിച്ചവനെപ്പോലെ നിരീക്ഷിക്കയും.

ടെൽസൺസിന്റെ ഒരു മെസഞ്ചർ വാതിലിലൂടെ തല പുറത്തേക്കിട്ട്, വിളിച്ചു പറഞ്ഞു;

"പോർട്ടറെ വേണം!"

"ഹുറെ, അച്ഛാ! ഇതാ, രാവിലെതന്നെ അച്ഛനൊരു കോള്!"

അച്ഛനെ പറഞ്ഞയച്ചശേഷം ചെറിയ ജെറി ആ സ്റ്റൂളിൽ ഇരിപ്പുറപ്പിച്ചു. പിന്നെ, തന്റെ അച്ഛനിൽ നിന്ന് പാരമ്പര്യമായി ലഭിച്ച വൈക്കോൽ കടിച്ചു ചവച്ച് ചിന്തയിലാണ്ടിരിക്കുന്ന ശീലം ഏറ്റെടുത്തു. "അദ്ദേഹത്തിന്റെ വിരലുകളിൽ സദാസമയം ലോഹക്കറ പുരണ്ടിരിക്കുന്നു!" ചെറിയ ജെറി പിറുപിറുത്തു. "എവിടെന്നാണ് അച്ഛന്റെ വിരലുകളിൽ ഇത്രയേറെ ഇരുമ്പ് കറ പുരളുന്നത്? ഇവിടെ തുരുമ്പ് പിടിച്ച ഇരുമ്പൊന്നും ഇല്ലല്ലൊ!"

രണ്ട്

"നിങ്ങൾക്ക് ആ പഴയ സ്ഥലം ബെയ്‌ലി നന്നായി അറിയാമല്ലോ, സംശയമില്ലല്ലോ?" ഏറ്റവും പ്രായമായ ക്ലാർക്കുമാരിലൊരാൾ ജെറിയോട് ചോദിച്ചു.

"യെസ്,സാർ" ദൃഢഭാവത്തിൽ ജെറി മറുപടി നൽകി.

"എനിക്ക് ബെയ്‌ലി അറിയാം."

"ശരി. പിന്നെ, നിങ്ങൾക്ക് മി.ലോറിയെയും അറിയാം."

"ബെയ്‌ലിയേക്കാൾ വളരെ നന്നായി എനിക്ക് മി.ലോറിയെ അറിയാം, സാർ."

"വളരെ നല്ലത്. സാക്ഷികൾ അകത്തേക്ക് പോകുന്ന വാതിൽ കണ്ടെത്തി, മി.ലോറിക്കുള്ള ഈ കുറിപ്പ് കാവൽക്കാരനെ കാണിക്കുക. അപ്പോൾ അയാൾ നിങ്ങളെ ഉള്ളിലേക്ക് കടത്തി വിടും."

"കോടതിയിലേക്കോ, സാർ?"

"അതെ. കോടതിയിലേക്ക്."

മി.ക്രഞ്ചറുടെ കണ്ണുകൾ പരസ്പരം അടുത്ത് വരുന്നതുപോലെ തോന്നി, എന്തോ ചോദ്യം പരസ്പരം കൈമാറുന്നതുപോലെയും–

"ഞാൻ കോടതിയിൽ കാത്തുനിൽക്കണോ, സാർ?"

"കാവൽക്കാരൻ ആ കുറിപ്പ് മി.ലോറിക്ക് കൈമാറും; നിങ്ങൾ മി. ലോറിയുടെ ശ്രദ്ധയാകർഷിക്കുംവിധം എന്തെങ്കിലും ആംഗ്യം കാണിക്കണം; അയാൾ അപ്പോൾ നിങ്ങൾ നിൽക്കുന്ന സ്ഥലം മനസ്സിലാക്കും. അയാൾക്ക് നിങ്ങളുടെ ആവശ്യം വരുന്നതുവരെ നിങ്ങൾ അവിടെത്തന്നെ നിൽക്കുക."

"അത്രയേ ഉള്ളു,സാർ?"

"അത്രമാത്രം. അയാൾക്കൊരു സന്ദേശവാഹകന്റെ ആവശ്യമുണ്ട്. നിങ്ങൾ അവിടെ ഉണ്ടെന്നറിയിക്കാൻ വേണ്ടിയാണിത്."

വയസ്സൻ ക്ലാർക്ക് ആ കുറിപ്പ് മടക്കി വിലാസം എഴുതുന്നത് നോക്കി, നിശ്ശബ്ദനായി മി.ക്രഞ്ചർ നിന്നു; പിന്നെ ചോദിച്ചു:

"അവരിന്ന് കള്ളൊപ്പ് കേസ് വിസ്താരം നടത്തുകയാണോ"

"രാജ്യദ്രോഹം!"

"അതായത് മനുഷ്യനെ ജീവനോടെ വെട്ടിനുറുക്കൽ; അത് കാടത്തമാണ്!" ജെറി പറഞ്ഞു.

"അതാണ് നിയമം" അദ്ഭുതത്തോടെ തലതിരിച്ച് വയസ്സൻ ക്ലാർക്ക് അഭിപ്രായപ്പെട്ടു. "അത് നിയമമാണ്."

"ഒരു മനുഷ്യനെ വെട്ടിനുറുക്കുന്ന നിയമം നിഷ്ഠുരമാണ്. വധശിക്ഷ തന്നെ ക്രൂരമാണ്, അതിനേക്കാൾ ക്രൂരമാണ് വെട്ടിനുറുക്കൽ, സാർ."

"ഒരിക്കലുമല്ല." വയസ്സൻ ക്ലാർക്ക് മറുപടി നൽകി. "നിയമത്തെ കുറിച്ച് നല്ലതേപറയാവൂ. നിന്റെവാക്കുകൾ സൂക്ഷിച്ചുവേണം. എന്റെ നല്ലവനായ സുഹൃത്തേ, നിയമത്തെ അതിന്റെ വഴിക്ക് വിടൂ." ജെറിക്കതിനോട് യോജിക്കാനാവില്ല; ഇപ്പോൾ തർക്കത്തിനുള്ള സമയമല്ല, അയാൾ അടങ്ങി.

"ശരി, ശരി, ഇതാ കത്ത്. പുറപ്പെട്ടോളൂ."

അയാൾ കത്ത് വാങ്ങി, സലാം പറഞ്ഞു. മകനോട് താൻ പോകുന്നതെങ്ങോട്ടാണെന്ന് പറഞ്ഞ്, സ്ഥലം വിട്ടു.

കുറ്റവാളികളായ ജനങ്ങൾക്കിടയിലൂടെ, വിദഗ്ധനായ ഒരു മനുഷ്യനെപ്പോലെ ശാന്തനായി ആ സന്ദേശവാഹകൻ കടന്നുചെന്ന്, തെരുവിലെ ഒരു വാതിൽ കണ്ടെത്തി, അതിന്റെ വിടവിലൂടെ താൻ കൊണ്ടുവന്ന കത്ത് കൈമാറി. ബെയ്‌ലിയുടെ വാതിലുകളെല്ലാം കാവൽക്കാരാൽ സംരക്ഷിക്കപ്പെട്ടിരുന്നു. കുറ്റവാളികളെ കൊണ്ടുവന്നിരുന്ന 'സാമൂഹിക വാതിലുകൾ' മാത്രം തുറക്കപ്പെട്ടിരുന്നു. ക്രഞ്ചറുടെ മുന്നിൽ വാതിൽ മനസ്സില്ലാമനസ്സോടെ 'കറകറ' ശബ്ദമുണ്ടാക്കി തുറക്കപ്പെട്ടു. മി.ജെറി ക്രഞ്ചറെ ഞെങ്ങിഞെരുങ്ങി കോടതിയിലേക്ക് കയറാൻ അനുവദിച്ചു.

അടുത്തുനിന്ന ഒരാളോട് അയാൾ മെല്ലെ മന്ത്രിച്ചു.

"കാര്യങ്ങൾ ഏത് വരെയായി?"

"ഇതുവരെ ഒന്നും നടന്നിട്ടില്ല."

"എന്താണ് സംഭവം?"

"രാജ്യദ്രോഹ കേസ്."

"മനുഷ്യനെ വെട്ടിനുറുക്കൽ.... ങ്‌ഹേ?"

"ആഹ്!" ഹൃദ്യമായി ആസ്വദിച്ചുകൊണ്ടയാൾ മറുപടി നൽകി "ഒരു ഹർഡിലിലൂടെ അയാളെ വലിച്ചിഴച്ച് കൊണ്ടുപോകും; പാതിചത്ത അവസ്ഥയിലായിരിക്കും അപ്പോൾ അയാൾ; പിന്നെ അയാളെ കൊണ്ടുപോയി, അയാളുടെ ഓരോ അവയവവും അരിഞ്ഞ് വീഴ്ത്തും; അയാളുടെ വയറ്റിനുള്ളിലുള്ളതെല്ലാം പുറത്തെടുത്ത് തീയിടും, അതിനുശേഷം തലവെട്ടിക്കളഞ്ഞ് വെട്ടിനുറുക്കും. അതാണ് വിധി."

"അയാൾ കുറ്റക്കാരനാണെന്ന് കണ്ടെത്തിയാലല്ലേ?" ജെറി നിയമം ഉദ്ധരിച്ചു കൊണ്ട് പറഞ്ഞു.

"ഓഹ്! അവർ അയാളെ കുറ്റക്കാരനാണെന്ന് കണ്ടെത്തും." മറ്റയാൾ പറഞ്ഞു. "നിങ്ങൾക്കതിൽ ഖേദമുണ്ടോ?"

മി. ക്രഞ്ചറുടെ ശ്രദ്ധ അപ്പോൾ കാവൽക്കാരനിലേക്ക് തിരിഞ്ഞു; അയാൾ ആ കുറിപ്പും പിടിച്ച് മി.ലോറിയുടെ അടുക്കലേക്ക് നടക്കുകയായിരുന്നു. കോടതി ജോലിയുടെ ഭാഗമായ വിഗ്ഗ് ധരിച്ച മാന്യന്മാർക്കിടയിൽ, മേശയ്ക്ക് മുന്നിൽ മി.ലോറി ഇരിക്കുന്നു. മുന്നിൽ വലിയൊരു കെട്ട് പേപ്പറുകളുമായി തടവ് പുള്ളിയുടെ അഡ്വക്കേറ്റ് വിഗ്ഗ് ധരിച്ച ഒരു മാന്യന്റെയരികെ ഇരിക്കുന്നു. അയാളുടെ എതിരായി വിഗ്ഗുധാരിയായ മറ്റൊരു മാന്യൻ പോക്കറ്റിൽ കൈയിട്ട് ഇരിക്കുന്നു, അയാളുടെ ശ്രദ്ധ മുഴുവൻ (മി.ക്രഞ്ചർ

അയാളെ നോക്കിയപ്പോഴും പിന്നീടും) കോടതിയുടെ മേൽക്കൂരയിലായിരുന്നു! കുറെശ്ശെ ചുമച്ച്, താടി ചൊറിഞ്ഞ്, കൈ കൊണ്ട് ആംഗ്യം കാണിച്ച് മി.ലോറിയുടെ ശ്രദ്ധ ആകർഷിക്കാൻ ജെറി ശ്രമിച്ചു.

"അദ്ദേഹത്തിന് ഈ കേസിൽ എന്താണ് കാര്യം?" ജെറിയുമായി സംസാരിച്ചിരുന്ന ആൾ ചോദിച്ചു.

"നന്മ നേരുവാൻ." ജെറി പറഞ്ഞു.

"നിങ്ങൾക്ക് എന്താണ് കാര്യം?"

"നന്മ നേരൽതന്നെ." ജെറി പറഞ്ഞു.

ജഡ്ജിയുടെ വരവും, കോടതിക്കുള്ളിലെ ചലനവും അവരുടെ സംഭാഷണം നിർത്താനിടയാക്കി. അപ്പോൾ ശ്രദ്ധാകേന്ദ്രം പ്രതിക്കൂട് ആയി മാറി. അവിടെ നിന്നിരുന്ന രണ്ട് ജയിലർമാർ പുറത്തേക്ക് പോയി, തടവുപുള്ളിയെ കൊണ്ടു വന്ന് കൂട്ടിനുള്ളിലാക്കി.

മേൽക്കൂരയിലേക്ക് നോക്കിയിരുന്ന വിഗ്ഗ് ധരിച്ച മാന്യൻ ഒഴിച്ച് ബാക്കി എല്ലാവരും അയാളെ മിഴിച്ചുനോക്കി. അപ്പോൾ ആ സ്ഥലത്തെ മനുഷ്യരിൽ നിന്നുയർന്ന നിശ്വാസശബ്ദങ്ങൾ, ഒരു കടൽ പോലെയോ, ഒരു കാറ്റ് പോലെയോ, അല്ലെങ്കിൽ ഒരു തീ പോലെയോ അയാൾക്കുനേരെ പ്രവഹിച്ചു! പിൻനിരകളിൽ നിന്നിരുന്നവർ എഴുന്നേറ്റ് നിന്ന് അയാളെ കാണാനായി സൂക്ഷിച്ചുനോക്കി. കോടതിയുടെ തറയിൽ നിന്നിരുന്നവർ മുന്നിലുള്ളവരുടെ തോളിൽ കൈവെച്ചമർത്തി തലനീട്ടി അയാളെ ഒരു നോക്ക് കാണാനായി പാടുപെട്ടു. ജെറിയും അക്കൂട്ടത്തിലുണ്ടായിരുന്നു.

ഈ തുറിച്ചു നോട്ടങ്ങൾക്കിരയായ വസ്തു, ഏകദേശം ഇരുപത്തഞ്ച് വയസ്സായ സുമുഖനും മാന്യനുമായൊരു യുവാവായിരുന്നു. വെയിലേറ്റ് കരുവാളിച്ച മുഖവും കറുത്തകണ്ണും. കറുത്തതോ കടുംചാരനിറമോ ആയ വസ്ത്രമാണ് ധരിച്ചിട്ടുള്ളത്. കറുത്ത് നീണ്ടതലമുടി ഒരു റിബ്ബൺകൊണ്ട് പിന്നിൽ കെട്ടി ഞാത്തിയിട്ടിരിക്കുന്നു. അയാൾ നിർഭയനായി, സമചിത്തതയോടെ, ജഡ്ജിയെ കുനിഞ്ഞ് വണങ്ങി, നിശ്ചലനായി നിന്നു.

അവിടെ നിൽക്കുന്ന ആ കുറ്റവാളി ചാൾസ് ഡാർനിയാണെന്നും, ജൂറിമാർ സത്യപ്രതിജ്ഞയെടുക്കുകയാണെന്നും, മി. അറ്റോർണി ജനറൽ സംസാരിക്കാൻ തയ്യാറായി നിൽക്കുകയാണെന്നും ജെറിക്ക് മനസ്സിലായി.

അവിടെ കൂടിയിരുന്നവരെല്ലാം മനസ്സിൽ ആ കുറ്റവാളിയെ തൂക്കിലേറ്റി, കഴുത്തറുത്തു, വെട്ടി മുറിച്ചു; ആരും നാടകീയതയൊന്നും പ്രതീക്ഷിച്ചതുമില്ല. കുറ്റവാളി ശാന്തനായി എല്ലാം ശ്രദ്ധിച്ച് നിൽക്കുന്നു; മുന്നിലെ മരപ്പലകയിൽ കൈകൾവെച്ച്, മനസ്സ് പതറാതെ.

തടവ് പുള്ളിയുടെ മുകൾവശത്തായി ഒരു കണ്ണാടി ഉറപ്പിച്ചിട്ടുണ്ട്; അയാൾക്കുമേൽ വെളിച്ചം പതിപ്പിക്കുകയാണ് ലക്ഷ്യം. വൃത്തികെട്ടവരും ദുഷ്ടരുമായ മനുഷ്യർ അതിൽ പ്രതിബിംബിക്കുന്നു.

അയാളുടെ മുഖം കോടതിയുടെ ഒരു വശത്തേക്ക് തിരിഞ്ഞു. അയാളുടെ കണ്ണിന്റെ നിരപ്പിൽ ജഡ്ജിയുടെ ബെഞ്ചിന്റെ മൂലയിലായി രണ്ട്

വ്യക്തികൾ ഇരിക്കുന്നു, അവരുടെ മേൽ അയാളുടെ ദൃഷ്ടി തറച്ചുനിന്നു. അതോടെ അയാളിൽ തറച്ചുനിന്ന കണ്ണുകളെല്ലാം അവരിലേക്കും തിരിഞ്ഞു.

കാണികളുടെ കണ്ണുകൾ രണ്ട് രൂപങ്ങൾ കണ്ടു, ഇരുപത് കഴിഞ്ഞ ഒരു യുവതിയും, അവളുടെ പിതാവായൊരു മാന്യനും. അവർണ്ണനീയമായ തീക്ഷ്ണ മുഖഭാവവുമുള്ളൊരു മനുഷ്യൻ. ഈ മുഖഭാവവും ചിന്താശീലവും അദ്ദേഹത്തിന് ഒരു മാന്യന്റെ പരിവേഷം നൽകി! എന്നാൽ അദ്ദേഹം തന്റെ മകളോട് സംസാരിക്കുമ്പോൾ – അദ്ദേഹം അത്ര പ്രായം തോന്നാത്ത ഒരു സുമുഖനായി മാറുന്നു.

മകളുടെ കൈകൾ അച്ഛന്റെ കൈയിൽ അമർത്തി പിടിച്ചിരിക്കുന്നു. ഭയാനകമായ ആ രംഗവും, തടവുപുള്ളിയോടുള്ള അവളുടെ ദയാവായ്പും അവളെ അച്ഛനോട് തൊട്ടുതൊട്ടിരിക്കാൻ പ്രേരിപ്പിച്ചു. കടുത്ത ഭയവും ജയിൽ പുള്ളിയോടുള്ള സഹാനുഭൂതിയും അവളുടെ മുഖത്ത് പ്രകടമാണ്. മകളുടെ ഈ ഭാവം, കുറ്റവാളിയോട് യാതൊരു ദയയുമില്ലാത്ത ആളുകൾ ശ്രദ്ധിച്ചു, അതവരെ സ്പർശിച്ചു; ചുറ്റുപാടും ഒരു കുശുകുശുക്കൽ വ്യാപിച്ചു. "അവർ ആരാണ്?"

സന്ദേശവാഹകനായ ജെറി, തന്റേതായ ശൈലിയിൽ, തന്റെ ഇരുമ്പു കറയുള്ള വിരലുകൾ ഈമ്പിക്കൊണ്ട്, കഴുത്ത് നീട്ടി അവർ ആരാണെന്ന് കേൾക്കാൻ ശ്രമിച്ചു. അയാളുടെ ചുറ്റുപാടുമുള്ള ജനക്കൂട്ടം, തിക്കിത്തിരക്കിക്കൊണ്ട് ഈ ചോദ്യം ചോദിച്ചുകൊണ്ട് അയാളെ കടന്നുപോയി; ഒടുവിൽ ജെറിക്ക് പിടികിട്ടി:

"സാക്ഷികൾ."

"ഏത് ഭാഗം?"

"എതിർ ഭാഗം."

"ഏത് ഭാഗത്തിന്നെതിര്?"

"തടവുപുള്ളിയുടെ ഭാഗത്തിന്."

ജനങ്ങളെ വീക്ഷിച്ചുകൊണ്ട്, ജഡ്ജി കടന്നുവന്ന്, സ്വന്തം ഇരിപ്പിടത്തിൽ ആസനസ്ഥനായി. അയാൾ ആ കുറ്റവാളിയെ മിഴിച്ചുനോക്കി; അയാളുടെ കൈയിലാണാ കുറ്റവാളിയുടെ ജീവൻ – അറ്റോർണി ജനറൽ, കൊലക്കയർ പിരിക്കാനും, കോടാലി മൂർച്ച കൂട്ടാനും, കഴുമരത്തിൽ ആണിയടിക്കാനുമായി എഴുന്നേറ്റു!

മൂന്ന്

അവരുടെ മുന്നിലുള്ള ജയിൽപ്പുള്ളി, പ്രായത്തിൽ ചെറുപ്പമാണെങ്കിലും, രാജദ്രോഹകുറ്റത്തിൽ പഴക്കം ചെന്നവനാണെന്നും, വധശിക്ഷയ്ക്കർഹനാണെന്നും, മി.അറ്റോർണി ജനറൽ ജൂറിയെ അറിയിച്ചു. കഴിഞ്ഞ കുറെ വർഷങ്ങളായി ഈ തടവുപുള്ളി പതിവായി ഇംഗ്ലണ്ടിനും ഫ്രാൻസിനും ഇടയ്ക്ക്

നിരന്തരമായി യാത്ര ചെയ്ത്, രാജ്യദ്രോഹപരമായ രഹസ്യപ്രവർത്തനങ്ങളിൽ ഏർപ്പെട്ടിരിക്കയായിരുന്നു. നെറികെട്ട പ്രവർത്തനങ്ങൾക്ക് കണക്കില്ല.

സാക്ഷിയായി ദൈവം നിർഭയനും സ്വരാജ്യസ്നേഹിയുമായൊരു വ്യക്തിയെ അവരുടെ മുന്നിലേക്കയച്ചിരിക്കുന്നു. അയാളുടെ നിലയും ലക്ഷ്യവും, മൊത്തത്തിൽ, ശ്രേഷ്ഠമാണ്. അയാൾ ഈ തടവുപുള്ളിയുടെ സുഹൃത്തായിരുന്നു; ഒരു ശുഭമുഹൂർത്തത്തിൽ അയാളുടെ അപകീർത്തി പരമായ ദുഷ്പ്രവൃത്തികൾ കണ്ടുപിടിക്കുകയും നാടിന്റെ പവിത്രമായ അൾത്താരയിൽ ആ രാജ്യദ്രോഹിയെ ആഹുതി കൊടുക്കാൻ തീരുമാനിക്കയും ചെയ്തു. പുരാതന ഗ്രീസിലേയും റോമിലേയും പോലെ ബ്രിട്ടനിൽ പൊതു ഉപകാരികൾക്കായി പ്രതിമകൾ സ്ഥാപിക്കാൻ ഉത്തരവിടുകയാണെങ്കിൽ, ഈ പ്രകാശം പരത്തുന്ന പൗരന് തീർച്ചയായും അതിൽ സ്ഥാനം ലഭിക്കുമായിരുന്നു. അപ്രകാരമൊരു ഉത്തരവില്ലാത്തതിനാൽ അദ്ദേഹത്തിന്നത് ലഭിക്കാതെ പോകും. തടവുപുള്ളിയുടെ വാസസ്ഥലത്തുനിന്ന്, അയാളുടെ ഭൃത്യന്റെ സഹായത്തോടെ അനേകം കടലാസ്സുകൾ പിടിച്ചെടുത്തിട്ടുണ്ട്, തടവുപുള്ളിയുടെ കൈയക്ഷരത്തിലുള്ളവ. ഈ രേഖകളിൽ നിന്ന് കുറ്റവാളി കഴിഞ്ഞ അഞ്ച് വർഷങ്ങളായി മാരകമായ ദൗത്യത്തിലേർപ്പെട്ടിരിക്കുകയായിരുന്നെന്ന് മനസ്സിലാക്കാം – ബ്രിട്ടീഷ് സൈന്യവും അമേരിക്കക്കാരുമായിനടന്ന ആദ്യ പോരാട്ടത്തിന് ഒരാഴ്ച മുമ്പ് മുതൽ.

ഈ കാരണങ്ങൾ കണക്കിലെടുത്ത് കൂറുള്ളവരും, ഉത്തരവാദിത്വമുള്ളവരുമായ ജൂറി, തീർച്ചയായും തടവുപുള്ളി കുറ്റക്കാരനാണെന്ന് മനസ്സിലാക്കുകയും, അവർക്ക് ഇഷ്ടപ്പെട്ടാലും ഇല്ലെങ്കിലും, അയാൾക്ക് വധശിക്ഷ നൽകുകയും വേണം.

അറ്റോർണി ജനറൽ പറഞ്ഞുനിർത്തിയപ്പോൾ, തേനീച്ചക്കൂട്ടം പറക്കുന്നതുപോലുള്ള ഒരു മൂളിച്ച അവിടെ വ്യാപിച്ചു, അയാൾക്ക് ഉടനെ എന്തു സംഭവിക്കുമെന്ന കുശുകുശുക്കൽ ശബ്ദം ഒന്ന് നിലച്ചപ്പോൾ, ആ ദേശാഭിമാനിയായ മനുഷ്യൻ സാക്ഷിക്കൂട്ടിൽ കയറി.

അപ്പോൾ, സോളിസ്റ്റർ ജനറൽ തന്റെ നേതാവിന്റെ ശൈലി പിൻതുടർന്ന്, ജോൺ ബർദാസ് എന്ന രാജ്യസ്നേഹിയായ മാന്യനെ വിസ്തരിച്ചു. അറ്റോർണി ജനറൽ പറഞ്ഞ കഥ തന്നെയായിരുന്നു അയാൾക്കും ഈ പാവത്തിനെക്കുറിച്ച് പറയാനുണ്ടായിരുന്നത് – ഒരു പക്ഷേ, കൂടുതൽ വ്യക്തതയോടെ. എന്തെങ്കിലും തെറ്റ് പറ്റിയിട്ടുണ്ടെങ്കിൽ, അയാൾ തന്റെ പ്രഭാഷണം അവസാനിപ്പിച്ച് ആദരവോടെ പിന്മാറിയേനെ; എന്നാൽ, മുന്നിൽ ഒരു പേപ്പർക്കെട്ടുമായി ഇരുന്ന വിഗ്ഗു വെച്ച മാന്യൻ ഏതാനും ചോദ്യങ്ങൾ ചോദിച്ചു. നേരെ എതിരെ ഇരുന്ന വിഗ്ഗു വെച്ച മാന്യൻ അപ്പോഴും കോടതിയുടെ മേൽക്കൂരയിലേക്കു തന്നെ തുറിച്ചുനോക്കി ഇരിപ്പാണ്!

അയാൾ സ്വയം എപ്പോഴെങ്കിലും ഒരു ചാരനായിരുന്നിട്ടുണ്ടോ? ഇല്ല, നിന്ദ്യമായ കപടതന്ത്രങ്ങളെ എതിരിട്ടവനായിരുന്നു. എങ്ങനെയാണയാൾ ജീവിക്കുന്നത്? സ്വന്തം ഭൂസ്വത്തുകൊണ്ട്. എവിടെയാണയാളുടെ

ഭൂസ്വത്ത്? എന്താണത്? അതയാൾക്ക് പൂർവ്വികമായി ലഭിച്ചതാണോ? അതെ. ആരിൽ നിന്ന്? അകന്നബന്ധുക്കളിൽ നിന്ന്. വളരെ അകന്നതാണോ? ഏറെക്കുറെ. എപ്പോഴെങ്കിലും ജയിലിലടയ്ക്കപ്പെട്ടിട്ടുണ്ടോ? തീർച്ചയായും ഇല്ല. കടക്കാരുടെ ജയിലിലും? അതും ഈ കേസ്സുമായി എന്താണ് ബന്ധമെന്ന് മനസ്സിലാകുന്നില്ല. ഒരിക്കലും കടക്കാരുടെ ജയിലിലടയ്ക്കപ്പെട്ടിട്ടില്ലേ? പറയൂ, ഒരിക്കൽക്കൂടി. ഒരിക്കലുമില്ലേ? ഉവ്വ്, എത്ര പ്രാവശ്യം? രണ്ടോ മൂന്നോ പ്രാവശ്യം. അഞ്ചോ ആറോ അല്ലേ? അല്ല, ഏത് തരം ആൾ? മാന്യൻ. എപ്പോഴെങ്കിലും ചവിട്ട് കിട്ടിയിട്ടുണ്ടോ? ഉണ്ടായിരിക്കാം. ഇടയ്ക്കിടയ്ക്ക്? ഇല്ല! കോണിപ്പടിയുടെ താഴേക്ക് ചവിട്ടി ത്തെറിപ്പിക്കപ്പെട്ടിട്ടുണ്ടോ? തീർച്ചയായും ഇല്ല; ഒരിക്കൽ കോണിപ്പടിയുടെ മുകളിൽ വെച്ച് തല ഇടിച്ച് സ്വയം താഴോട്ട് വീണിട്ടുണ്ട്. ചൂതുകളിയിൽ ചതി കാണിച്ചതിന്നല്ലേ? ആക്രമണം നടത്തിയ കുടിയൻ, നുണയൻ, അങ്ങനെയൊക്കെയാണ് പറഞ്ഞത്, എന്നാലത് സത്യമല്ല. അത് സത്യമല്ലായിരുന്നെന്ന് സത്യം ചെയ്യാമോ? തീർച്ചയായും. കള്ളക്കളികൊണ്ടല്ലേ അയാൾ ജീവിക്കുന്നത്? ഒരിക്കലുമല്ല. എപ്പോഴെങ്കിലും കളികൊണ്ട് ജീവിച്ചിട്ടുണ്ടോ? മറ്റ് മാന്യന്മാർ ചെയ്യുന്നതിനേക്കാളേറെയില്ല. ഈ തടവുപുള്ളിയിൽനിന്ന് എപ്പോഴെങ്കിലും പണം കടം വാങ്ങിച്ചിട്ടുണ്ടോ? ഉവ്വ്. അത് തിരിച്ചുനൽകിയോ? ഇല്ല. സത്യത്തിൽ, ഈ തടവുപുള്ളിയോടുള്ള അടുപ്പം സത്രങ്ങളിലും, ചീട്ടിലും, വണ്ടിയിലും കണ്ടിട്ടുള്ള പരിചയം മാത്രം? അല്ല. ഈ ലിസ്റ്റുമായി ജയിൽപുള്ളിയെ അയാൾ കണ്ടു എന്നത് ഉറപ്പോണോ? ഉറപ്പ്. ഈ ലിസ്റ്റിനെക്കുറിച്ച് കൂടുതലൊന്നും അറിയില്ലേ? ഇല്ല. ഈ സാക്ഷിപറച്ചിലിൽ നിന്ന് എന്തെങ്കിലും പ്രതിഫലം പ്രതീക്ഷിക്കുന്നുണ്ടോ? ഇല്ല. കെണി വെക്കുവാനുള്ള ഗവൺമെന്റ് ജോലിക്കാരനാണോ? ഓഹ്, ദൈവമേ, അല്ല. മറ്റെന്തെങ്കിലും ചെയ്യുവാൻ? ഓഹ്, ദൈവമേ, ഇല്ല. അത് സത്യം ചെയ്യാമോ? വീണ്ടും വീണ്ടും ചെയ്യാം. കലർപ്പില്ലാത്ത സ്വരാജ്യസ്നേഹമല്ലാതെ മറ്റൊരു ഉദ്ദേശ്യവുമില്ലേ? മറ്റൊന്നുമില്ല. സത്യം, സത്യം.

സദ്ഗുണ സമ്പന്നനായ ഭൃത്യൻ റോഗർ ക്ലൈ ആയിരുന്നു ഈ കേസ്സിലെ വലിയൊരു സാക്ഷി. ജയിൽപ്പുള്ളിയുടെ ഭൃത്യനായി, നാലു വർഷങ്ങൾക്ക് മുമ്പ് അയാൾ വിശ്വസ്തസേവനം നടത്തിയിട്ടുണ്ട്. അയാൾ ജോലിയിൽ ചേർന്നതുമുതൽ ജയിൽപ്പുള്ളിയെ സംശയാദൃഷ്ട്യാ വീക്ഷിക്കാൻ തുടങ്ങി. യാത്ര ചെയ്യവെ, വസ്ത്രങ്ങൾ ഒരുക്കി വെക്കുമ്പോൾ അതിന്റെ പോക്കറ്റുകളിൽ നിന്ന് പലപ്പോഴും അയാൾക്ക് ഇത്തരം ലിസ്റ്റുകൾ കിട്ടിയിട്ടുണ്ട്. തടവ്പുള്ളിയുടെ ഡെസ്കിന്റെ ഡ്രോയറിൽ നിന്നും അയാൾ ഈ ലിസ്റ്റുകൾ എടുത്തിട്ടുണ്ട്. ഇതുപോലുള്ള ലിസ്റ്റുകൾ തടവുപുള്ളി കാലിയാസിലും ബൊലോണിലും വെച്ച് ഫ്രഞ്ച് മാന്യന്മാർക്ക് കാണിച്ചുകാടുക്കുന്നതയാൾ കണ്ടിട്ടുണ്ട്. സ്വരാജ്യസ്നേഹിയായ അയാൾക്കത് സഹിക്കാനായില്ല; അതുകൊണ്ടാണ് വിവരങ്ങൾ അറിയിച്ചത്. ഒരു വെള്ളിചായപ്പാത്രം അയാൾ മോഷ്ടിച്ചതായി സംശയിക്കപ്പെട്ടിട്ടില്ല. വിസ്താരം കഴിഞ്ഞ ഈ സാക്ഷിയെ അയാൾ ഏഴോ എട്ടോ വർഷമായി അറിയും; അത് വെറും യാദൃച്ഛികത്വം മാത്രം; അതിനെ വിചിത്രമായ യാദൃച്ഛികത്വം എന്നൊന്നും അയാൾ പറഞ്ഞില്ല. അയാളുടെ

ലക്ഷ്യവും സത്യസന്ധമായ സ്വരാജ്യസ്നേഹം മാത്രമാണ്. അയാൾ യഥാർത്ഥ ബ്രിട്ടീഷുകാരനാണ്, ഇന്നാട്ടിൽ അയാളെപ്പോലെ നിരവധിപേർ ഉണ്ടെന്ന് കരുതാം. വീണ്ടും തേനീച്ചക്കൂട്ടത്തിന്റെ ആരവം! അറ്റോർണി ജനറൽ മി. ജാർവിസ് ലോറിയെ വിളിച്ചു.

“മി.ജാർവ്വിസ് ലോറി, നിങ്ങൾ ടെൽസൺസ് ബാങ്ക് ഉദ്യോഗസ്ഥ നാണോ?”

“ആണ്.”

“1775 നവംബർ മാസത്തിലെ ഒരു വെള്ളിയാഴ്ച രാത്രി നിങ്ങൾ ബിസിനസ്സ് കാര്യത്തിനായി ലണ്ടനിൽ നിന്നും ഡോവറിലേക്ക് മെയിലിൽ യാത്ര ചെയ്തില്ലേ?”

“ഉവ്വ്.”

“അതിൽ വേറെ യാത്രക്കാർ ഉണ്ടായിരുന്നോ?”

“രണ്ടുപേർ.”

“അവർ രാത്രി സമയത്ത്, യാത്രയ്ക്കിടെ താഴെ ഇറങ്ങി നിന്നിരുന്നോ?”

“ഉവ്വ്.”

“മി.ലോറി, ആ തടവുപുള്ളിയുടെ മുഖത്തേക്ക് നോക്കൂ, ഇയാളായിരുന്നോ ആ രണ്ടുപേരിൽ ഒരാൾ?”

“ഇരുവരും തുണികൊണ്ട് പൊതിഞ്ഞിരുന്നു, രാത്രി അത്ര ഇരുട്ടായിരുന്നു, ഞങ്ങൾ പരസ്പരം സംസാരിച്ചിരുന്നില്ല. അതുകൊണ്ട് എനിക്കത് പറയാൻ കഴിയില്ല.”

“മി.ലോറി, ആ തടവ് പുള്ളിയുടെ മുഖത്തേക്ക് വീണ്ടും നോക്കൂ. അവർ മൂടിപ്പൊതിഞ്ഞിരുന്നെങ്കിലും അയാളിൽ ആ യാത്രക്കാരിൽ ഒരുവനായി എന്തെങ്കിലും സാമ്യം തോന്നുന്നുണ്ടോ?”

“ഇല്ല.”

“അയാൾ അവരിൽ ഒരാളല്ലെന്ന് നിങ്ങൾ സത്യം ചെയ്യില്ലേ?”

“ഇല്ല.”

“അപ്പോൾ, ഇയാൾ അവരിലൊരാളായിരിക്കാം എന്നെങ്കിലും നിങ്ങൾക്ക് പറയാമല്ലൊ?”

“ഉവ്വ്. ഒരുകാര്യം മാത്രം പറയാം, എന്നെപ്പോലെ, അവർ ഇരുവരും പിടിച്ചു പറിക്കാരെ ഭയപ്പെടുന്നവരായിരുന്നു, ഈ തടവുപുള്ളിക്ക് ഭയപ്പെടുന്നവന്റെ ലക്ഷണമില്ല.”

“നിങ്ങൾ എപ്പോഴെങ്കിലും കപടഭീരുത്വം കണ്ടിട്ടുണ്ടോ, മി.ലോറി?”

“ഞാനത് തീർച്ചയായും കണ്ടിട്ടുണ്ട്.”

“മി.ലോറി, ഒന്നുകൂടി തടവ് പുള്ളിയെ നോക്കൂ. നിങ്ങൾ അയാളെ കണ്ടിട്ടുണ്ടോ, നിങ്ങളുടെ ഓർമ്മയിൽ, മുമ്പ്?”

“ഞാൻ കണ്ടിട്ടുണ്ട്.”

"എപ്പോൾ?"

"ഏതാനും ദിവസങ്ങൾക്കുശേഷം ഞാൻ ഫ്രാൻസിൽ നിന്ന് തിരിച്ചു വരുമ്പോൾ, കലായിസ്സിൽ വെച്ച്, എന്റെ കപ്പലിൽ ഈ തടവുപുള്ളി കയറി, എന്നോടൊപ്പം കടൽയാത്ര ചെയ്തു."

"എത്രമണിക്കാണയാൾ കപ്പലിൽ കയറിയത്?"

"അർദ്ധരാത്രി കഴിഞ്ഞ ഉടനെ."

"അയാൾ മാത്രമാണോ, ആ അസമയത്ത് കപ്പലിൽ കയറിയത്?"

"അയാൾ മാത്രമാണെന്നാണ് എനിക്ക് തോന്നുന്നത്"

"തോന്നുന്നത് വിടു, മി.ലോറി. അയാൾ മാത്രമാണോ ആ പാതി രാത്രിക്ക് കപ്പൽ കയറിയത്?"

"അതെ."

"നിങ്ങൾ ഒറ്റയ്ക്കായിരുന്നോ യാത്രചെയ്തിരുന്നത്, മി.ലോറി, അതോ ഏതെങ്കിലും കൂട്ടുകാരോടൊപ്പമായിരുന്നോ?"

"രണ്ട് കൂട്ടുകാരോടൊപ്പം. ഒരു മാന്യനും ഒരു മഹതിയും. അവർ ഇവി ടെയുണ്ട്."

"അവർ ഇവിടെയുണ്ട്. നിങ്ങൾ ആ തടവ്പുള്ളിയുമായി എന്തെങ്കിലും സംസാരിച്ചുവോ?"

"ഇല്ല. കൊടുങ്കാറ്റുള്ള കാലാവസ്ഥയായിരുന്നു, യാത്ര കഠിനവും. ഞാൻ ഒരു സോഫയിൽ കിടക്കുകയായിരുന്നു, മിക്കവാറും അക്കരയിൽ നിന്ന് ഇക്കരവരെ."

"മിസ്സ് മാനെറ്റ്!"

മുമ്പ് എല്ലാവരുടെ കണ്ണുകളേയും ആകർഷിച്ച ആ ലേഡി ഇപ്പോൾ തിരിഞ്ഞ്, എഴുന്നേറ്റുനിന്നു. അവളുടെ അച്ഛൻ മകളുടെ കൈപിടിച്ച് ഒപ്പം എഴുന്നേററു.

"മിസ്സ് മാനെറ്റ്, ആ തടവുപുള്ളിയെ ഒന്ന് നോക്കൂ."

പ്രതിക്കൂട്ടിൽ നിൽക്കുന്ന ആ തടവുപുള്ളി ഒരു നിമിഷം ചകിതനാ യെങ്കിലും, നിശ്ചലനായി നിലകൊണ്ടു. സമനില വീണ്ടെടുക്കാനുള്ള ശ്രമ ത്തിൽ, നിശ്വാസം അയാളുടെ ചുണ്ടുകളെ വിറപ്പിച്ചു, ഹൃദയം പിടച്ചു. തേനീച്ചക്കൂട്ടത്തിന്റെ മൂളൽ വീണ്ടും ശക്തമായി.

"മിസ്സ് മാനെറ്റ്, നിങ്ങൾ ഈ തടവുപുള്ളിയെ മുമ്പ് കണ്ടിട്ടുണ്ടോ?"

"ഉണ്ട്, സാർ."

"എവിടെവെച്ച്?"

"ഇപ്പോൾത്തന്നെ സൂചിപ്പിക്കപ്പെട്ട കപ്പലിൽ വെച്ച്, സാർ, അതേ സന്ദർഭത്തിൽത്തന്നെ."

"ഇപ്പോൾ പരാമർശിക്കപ്പെട്ട യുവതി നിങ്ങളാണോ?"

"ഓ! ആ നിർഭാഗ്യവതി ഞാനാണ്!"

ജഡ്ജി കടുത്തസ്വരത്തിൽ പറഞ്ഞു. "നിങ്ങളോട് ചോദിച്ച ചോദ്യങ്ങൾക്ക് മാത്രം നിങ്ങൾ മറുപടി നൽകുക, അതിന്മേൽ അഭിപ്രായ പ്രകടനമൊന്നും വേണ്ട."

"ചാനൽ കടക്കുമ്പോൾ ആ തടവുപുള്ളിയുമായി നിങ്ങൾ എന്തെങ്കിലും സംഭാഷണം നടത്തുകയുണ്ടായോ?"

"ഉവ്വ്, സാർ."

"അത് എന്തായിരുന്നെന്ന് ഓർത്തുനോക്കൂ."

അഗാധമായ നിശ്ശബ്ദതയിലവൾ നേർത്ത സ്വരത്തിൽ പറഞ്ഞു തുടങ്ങി:

"ആ മാന്യൻ കപ്പലിലേക്ക് വന്നപ്പോൾ–"

"നിങ്ങൾ ആ തടവുപുള്ളിയെയാണോ ഉദ്ദേശിക്കുന്നത്?" നെറ്റി ചുളിച്ച് ജഡ്ജി ചോദിച്ചു.

"അതെ, മി ലോഡ്."

"എന്നാൽ, തടവുപുള്ളി എന്ന് പറയൂ."

"ആ തടവുപുള്ളി കപ്പലിൽ കയറിയപ്പോൾ, എന്റെ അച്ഛൻ വല്ലാതെ തളർന്നവശനാണെന്ന് മനസ്സിലാക്കി" അടുത്ത് നിന്നിരുന്ന അച്ഛനെ സ്നേഹപൂർവ്വം തിരിഞ്ഞുനോക്കി, അവൾ തുടർന്നു. "ഞാനദ്ദേഹത്തിന് കേബിന്റെ പടിക്കടുത്തുതന്നെ, ഡക്കിൽ ഒരു കട്ടിൽ തയ്യാറാക്കി; പിന്നെ, അച്ഛനെ ശുശ്രൂഷിച്ചുകൊണ്ട് ഡെക്കിൽ അദ്ദേഹത്തിന്നരികെ ഇരുന്നു. ഞങ്ങൾ നാലുപേർ ഒഴിച്ച് മറ്റാരും യാത്രക്കാരായി അന്നു രാത്രി ഇല്ലായിരുന്നു. അച്ഛനെ കാറ്റിൽ നിന്നും, മോശം കാലാവസ്ഥയിൽ നിന്നും എങ്ങനെയാണ് സംരക്ഷിക്കേണ്ടതെന്ന് ആ തടവുപുള്ളി എന്നെ വിനയപൂർവ്വം ഉപദേശിച്ചു. എനിക്കതൊന്നും നന്നായി ചെയ്യാൻ അറിയില്ലായിരുന്നു. അയാൾ, എനിക്കുവേണ്ടി അതെല്ലാം ചെയ്തുതന്നു. എന്റെ അച്ഛന്റെ അവസ്ഥയിൽഅയാൾ വലിയ സഹാനുഭൂതിയും ദയയും പ്രകടിപ്പിച്ചു; അങ്ങനെയാണ് ഞങ്ങൾ സംസാരിച്ചു തുടങ്ങിയത്."

"ഒരു നിമിഷം നിങ്ങളുടെ സംസാരത്തിൽ എന്നെ ഇടപെടാനനുവദിക്കൂ. അയാൾ കപ്പലിലേക്ക് ഒറ്റയ്ക്കാണോ വന്നത്?"

"അല്ല."

"എത്രപേർ അയാളോടൊപ്പമുണ്ടായിരുന്നു?"

"രണ്ട് ഫ്രഞ്ച് മാന്യന്മാർ."

"അവർ ഒന്നിച്ചിരുന്ന് സംസാരിച്ചുവോ?"

"അവസാനനിമിഷം വരെ അവർ സംസാരിച്ചുകൊണ്ടിരുന്നു; പിന്നെ ഫ്രഞ്ച് മാന്യന്മാർ ബോട്ടിൽ കയറി കരയിലേക്ക് പോയി."

"ഈ ലിസ്റ്റുപോലുള്ള എന്തെങ്കിലും കടലാസ്സുകൾ അവർക്കിടയിൽ കൈമാറുകയുണ്ടായോ?"

"ചില പേപ്പറുകൾ കൈമാറിയിരുന്നു; എന്നാൽ, എന്ത് പേപ്പറുകളാണെന്ന് എനിക്കറിയില്ല."

"ആകൃതിയിലും വലിപ്പത്തിലും ഇതുപോലെ?"

"ആയിരിക്കാം; എന്നാൽ, തീർച്ചയായും എനിക്കറിയില്ല, അവർ എന്റെ വളരെ അടുത്തുനിന്നാണ് പിറുപിറുത്തിരുന്നതെങ്കിലും. കേബിൻ സ്റ്റെപ്പുകൾക്ക് മുകളിലാണവർ നിന്നിരുന്നത്, അവിടെ ഞാന്നുകിടക്കുന്ന വിളക്കിന്റെ പ്രകാശത്തിൽ. അതത്ര പ്രകാശമുള്ള വിളക്കായിരുന്നില്ല; അവർ വളരെ മെല്ലെയാണ് സംസാരിച്ചിരുന്നത്; സംസാരം ഞാൻ കേട്ടില്ല; അവർ പേപ്പറുകൾ നോക്കുകയാണെന്ന് മാത്രം കണ്ടു."

"ഇനി തടവുപുള്ളിയുടെ സംഭാഷണത്തിലേക്ക്, മിസ്സ് മാനെറ്റ്."

"ആ തടവുപുള്ളി തുറന്ന മനസ്സോടെയാണെന്നോട് സംസാരിച്ചത്, എന്റെ നിസ്സാഹയനിലയിൽ സഹതാപം പ്രകടിപ്പിച്ചുകൊണ്ട്. അയാൾ ദയാലുവും, നല്ലവനും, എന്റെ അച്ഛന് ഉപകാരമുള്ളവനുമായിരുന്നു എന്ന് ഞാൻ വിശ്വസിക്കുന്നു" പൊട്ടിക്കരഞ്ഞുകൊണ്ടവൾ തുടർന്നു. "ഈ വിചാരണയിൽ ഞാനയാൾക്ക് ദ്രോഹം ചെയ്തെങ്കിൽ എനിക്ക് മാപ്പില്ല."

തേനീച്ചക്കൂട്ടത്തിന്റെ മൂളൽ!

"മിസ്സ് മാനെറ്റ്, തെളിവ് തരുക എന്നത് നിങ്ങളുടെ കർത്തവ്യമാണ്-അത് നിങ്ങൾ തരണം – അതിൽ നിന്ന് നിങ്ങൾക്ക് രക്ഷപ്പെടാൻ കഴിയില്ല. അങ്ങേയറ്റം ഇഷ്ടമില്ലാതെയാണ് നിങ്ങൾ മൊഴി നൽകിയതെന്ന് ആ തടവുപുള്ളി ശരിക്കും മനസ്സിലാക്കിയിട്ടുണ്ട്, ദയവായി തുടരൂ."

"വളരെ ലോലവും, വിഷമം പിടിച്ചതുമായ ബിസിനസ്സിനുവേണ്ടിയാണ് താൻ യാത്രചെയ്യുന്നതെന്നയാൾ എന്നോട് പറഞ്ഞു; അത് ആളുകളെ കുഴപ്പത്തിൽ ചാടിച്ചേക്കാം; അതുകൊണ്ടയാൾ സാങ്കല്പികമായൊരു പേരാണ് സ്വയം സ്വീകരിച്ചിട്ടുള്ളത്. തന്റെ ബിസിനസ്സിനുവേണ്ടി, ഏതാനും ദിവസങ്ങൾക്കുള്ളിൽ അയാൾക്ക് ഫ്രാൻസിനും ഇംഗ്ലണ്ടിനുമിടയിൽ അനേകം തവണ യാത്ര ചെയ്യേണ്ടി വന്നിട്ടുണ്ട്, ഇനിയും കുറച്ചുകാലം അത് തുടരേണ്ടി വരും."

"പ്രത്യേകിച്ചും, അമേരിക്കയെക്കുറിച്ച് അയാൾ എന്തെങ്കിലും പറഞ്ഞോ, മിസ്സ് മാനെറ്റ്?"

"ആ പ്രശ്നം എങ്ങനെയാണ് ഉയർന്നുവന്നതെന്നയാൾ എനിക്ക് വിശദീകരിച്ചുതരാൻ ശ്രമിച്ചു; തനിക്ക് തീരുമാനമെടുക്കാൻ കഴിയുന്നിടത്തോളം, അത് ഇംഗ്ലണ്ടിന്റെ ഭാഗത്തുനിന്നുണ്ടായ തെറ്റായ നടപടിയും മണ്ടത്തരവും മൂലമാണ് എന്നയാൾ പറഞ്ഞു. അയാൾ തമാശ രൂപേണ അഭിപ്രായപ്പെട്ടു – ഒരു പക്ഷെ, ജോർജ്ജ് മൂന്നാമനെപ്പോലെ ജോർജ്ജ് വാഷിംഗ്ടൺ ലോകപ്രശസ്തി നേടും. എന്നാൽ, അയാൾ ആ രീതിയിൽ പറഞ്ഞതുകൊണ്ട് കുഴപ്പമൊന്നുമില്ല: ചിരിച്ചുകൊണ്ടാണത് പറഞ്ഞത് നേരം പോക്കിനുവേണ്ടി."

ഈ തെളിവ് കൊടുത്തപ്പോൾ അവളുടെ നെറ്റി ഉൽക്കണ്ഠാകുലമായി ചുളിഞ്ഞിരുന്നു; ജഡ്ജി എഴുതി എടുക്കാനായി അല്പം നിർത്തിയപ്പോൾ, വക്കീൽമാരുടെ അനുകൂലവും പ്രതികൂലവുമായ മുഖഭാവം ശ്രദ്ധിക്കയായിരുന്നു അവൾ. കാണികളുടെ എല്ലാവരുടെയും ഭാവം ഒരേ

രീതിയിലായിരുന്നു, കണ്ണാടിയിലത് പ്രതിബിംബിക്കുന്നത് സാക്ഷിക്ക് കാണാൻ കഴിയും.

ഒരു മുൻ കരുതൽ എന്ന നിലയ്ക്കും, ചടങ്ങ് എന്ന നിലയ്ക്കും, ആ യുവതിയുടെ അച്ഛൻ, ഡോ.മാനെറ്റിനെ വിളിക്കേണ്ടതിന്റെ ആവശ്യമുണ്ടെന്ന് അറ്റോർണി ജനറൽ ജഡ്ജിയോട് ആംഗ്യംകാട്ടി. അതുപ്രകാരം അയാൾ വിളിക്കപ്പെട്ടു.

"ഡോ.മാനെറ്റ്, ആ തടവുപുള്ളിയെ ഒന്ന് നോക്കൂ. അയാളെ ഇതിനു മുമ്പ് എപ്പോഴെങ്കിലും നിങ്ങൾ കണ്ടിട്ടുണ്ടോ?"

"ഒരിക്കൽ. മൂന്ന്, മൂന്നരക്കൊല്ലം മുമ്പ് അയാൾ എന്റെ ലണ്ടനിലെ വസതിയിൽ വന്നപ്പോൾ."

"കപ്പലിലെ സഹയാത്രികനായ അയാളെ നിങ്ങൾക്ക് തിരിച്ചറിയാൻ കഴിയുമോ, അയാളും നിങ്ങളുടെ മകളുമായി നടത്തിയ സംഭാഷണം പറയാൻ കഴിയുമോ?"

"സാർ, എനിക്ക് കഴിയില്ല."

"അതിനെന്തെങ്കിലും പ്രത്യേകകാരണമുണ്ടോ?"

"ഉണ്ട്" അയാൾ മെല്ലെ പറഞ്ഞു.

"കുറ്റവിചാരണയും, കുറ്റാരോപണംപോലും ഇല്ലാതെ, സ്വന്തം രാജ്യത്ത് ദീർഘമായ കാരാഗൃഹവാസം അനുഭവിക്കേണ്ടി വന്നത് നിങ്ങളുടെ ദൗർഭാഗ്യമാണ്; അല്ലേ, ഡോ.മാനെറ്റ്?"

എല്ലാ ഹൃദയങ്ങളിലേക്കും തുളച്ചുകയറിയ ഒരു ശബ്ദത്തിൽ അയാൾ മറുപടി നൽകി "ഒരു നീണ്ട ജയിൽവാസം."

"ആ കാലത്താണോ നിങ്ങൾ ജയിൽ വിമുക്തനായത്?"

"അവർ എന്നോട് അങ്ങനെ പറയുന്നു."

"ആ സന്ദർഭം നിങ്ങൾ ഓർക്കുന്നില്ലേ?"

"ഒന്നും ഓർക്കുന്നില്ല. കുറച്ചുകാലത്തേക്ക് എന്റെ മനസ്സ് ശൂന്യമായിരുന്നു - ഏത് കാലമെന്നുപോലും എനിക്ക് പറയാൻ കഴിയില്ല -ഞാൻ അന്ന് എന്റെ കഴിവുകൾ ഷൂസ് ഉണ്ടാക്കുന്നതിനാണ് ചെലവഴിച്ചിരുന്നത്; എന്റെ പ്രിയപ്പെട്ട മകളോടൊപ്പം ലണ്ടനിൽ താമസിക്കാൻ തുടങ്ങുന്നതുവരെ. അവൾ എന്നെ പരിചരിച്ചു; കരുണാമയനായ ദൈവം എന്റെ കഴിവും ബുദ്ധിശക്തിയും തിരിച്ചുകൊണ്ടുവന്നു. അവൾ എങ്ങനെ എന്നെ ആ നിലയിലെത്തിച്ചു എന്നെനിക്കറിയില്ല. എനിക്കൊന്നും ഓർമ്മയില്ല."

മി.അറ്റോർണി ജനറൽ ഇരുന്നു. അച്ഛനും മകളും ഒപ്പം ഇരുന്നു.

ഈ കേസിൽ വിചിത്രമായൊരു സാഹചര്യവും അപ്പോൾ സംജാതമായി.

അഞ്ച് വർഷങ്ങൾക്കുമുമ്പ്, ആ തടവുപുള്ളി മറ്റേതോ ഉപജാപകനോടൊപ്പം നവംബർ മാസത്തിലെ ഒരു രാത്രി ഡോവർ മെയിലിൽ നിന്ന് ഏതോ ഒരു സ്ഥലത്ത് ഇറങ്ങുകയും, അവിടെനിന്ന് കുറെ ദൂരെയുള്ള ഒരു കോട്ടയിലേക്കോ കപ്പൽ ശാലയിലേക്കോ വാർത്തകൾ ശേഖരിക്കാൻ

പോയെന്നും ഉള്ള രേഖ കൈയിൽ പിടിച്ച്, വക്കീൽ ഒരു സാക്ഷിയോട് ജയിൽപ്പുള്ളിയെ തിരിച്ചറിയുമോ എന്ന് ചോദിക്കുകയാണ്. ആ കോട്ട നഗരത്തിൽ മറ്റൊരു വ്യക്തിയെ കാത്ത് ഒരു ഹോട്ടലിലെ കാപ്പി മുറിയിലിരിക്കവെ അയാൾ ഈ തടവുപുള്ളിയെ കണ്ടിരുന്നത്രെ. തടവുപുള്ളിയുടെ വക്കീൽ ആ സാക്ഷിയെ ക്രോസ്സ് വിസ്താരം നടത്തിയെങ്കിലും യാതൊരു ഫലവുമുണ്ടായില്ല. ആ സമയത്തല്ലാതെ മറ്റൊരിക്കലും തടവുപുള്ളിയെ കണ്ടിട്ടില്ലെന്നയാൾ തറപ്പിച്ച് പ്രസ്താവിച്ചു. ആ സമയത്ത് കോടതിയിലെ മേൽക്കൂരയിൽ സദാസമയവും കണ്ണുംനട്ടിരുന്ന വിഗ്ഗുവെച്ച മാന്യൻ ഒന്നോ രണ്ടോ വാക്കുകൾ ചെറിയൊരു കടലാസ് കഷണത്തിൽക്കുറിച്ച്, ചുരുട്ടി, ആ വക്കീലിന് ഇട്ടുകൊടുത്തു. ഈ കടലാസുകഷണം തുറന്നുനോക്കിയശേഷം ഒരു നിമിഷം ആ തടവുപുള്ളിയെ വലിയ ശ്രദ്ധയോടും ജിജ്ഞാസയോടും കൂടി വക്കീൽ മിഴിച്ചുനോക്കി.

“അത് ഈ തടവുപുള്ളിതന്നെ ആയിരുന്നെന്ന് നിങ്ങൾക്കുറപ്പാണോ?”

സാക്ഷിക്ക് നല്ല ഉറപ്പായിരുന്നു.

“ ഈ തടവുപുള്ളിയോട് വളരെ സാദൃശ്യമുള്ള മറ്റാരെയെങ്കിലും നിങ്ങൾ കണ്ടിട്ടുണ്ടോ?”

“ഇയാളുമായി മാറിപ്പോകാവുന്നത്ര സാദൃശ്യമുള്ള ആരേയും ഞാൻ കണ്ടിട്ടില്ല.” സാക്ഷിപറഞ്ഞു.

“എന്നാൽ, എന്റെ അഭ്യസ്തവിദ്യനായ സുഹൃത്തിനെ, ആ ഇരിക്കുന്ന മാന്യനെ നന്നായി ഒന്ന് നോക്കൂ.” തനിക്ക് കടലാസ് കഷണം ചുരുട്ടി എറിഞ്ഞു തന്നവനെ ചൂണ്ടിക്കാട്ടി വക്കീൽ പറഞ്ഞു. “പിന്നെ, തടവുപുള്ളിയേയും ശരിക്കൊന്ന് നോക്കൂ. നിങ്ങൾ എന്ത് പറയുന്നു? അവർ തമ്മിൽ വളരെ സാമ്യമുണ്ടോ?”

അവർ തമ്മിൽ നല്ല സാമ്യമുണ്ടെന്ന് സാക്ഷി മാത്രമല്ല, അവിടെ കൂടിയവരെല്ലാം ആശ്ചര്യപൂർവ്വം ചിന്തിച്ചു! ജഡ്ജിയുടെ അനുവാദത്തോടെ എന്റെ അഭ്യസ്തവിദ്യനായ സുഹൃത്ത് വിഗ്ഗ് ശിരസ്സിൽ നിന്നും എടുത്തപ്പോൾ സാമ്യം പൂർണ്ണതയിലെത്തിയതുപോലെ തോന്നി. പ്രതിഭാഗം വക്കീലായ മി.സ്ട്രൈവറിനോട് പ്രതിയോട് സാമ്യമുള്ള മി.കാർട്ടനെ രാജ്യദ്രോഹ കുറ്റത്തിന് വിചാരണ ചെയ്യണമോ എന്ന് ജഡ്ജി ചോദിച്ചു. വേണ്ടെന്ന് അയാൾ ജഡ്ജിയോട് പറഞ്ഞു; പക്ഷേ സാക്ഷിയെ കൂടുതൽ വിശദമായി വിചാരണ ചെയ്യണമെന്ന് അയാൾ ആവശ്യപ്പെട്ടു. ആ വിചാരണയുടെ പര്യവസാനം സാക്ഷിയുടെ തകർച്ചയായിരുന്നു, തകർന്ന മൺപാത്രംപോലെ! കേസ്സ് ഉപയോഗശൂന്യമായ ഒരു ചപ്പുചവറായിത്തീർന്നു.

ആ തടവുപുള്ളിയുടെ കേസ് മി.സ്ട്രൈവർ ജൂറിക്ക് ഭംഗിയായി തുറന്നു കാണിച്ചു; - സ്വരാജ്യസ്നേഹി ബർസാദ് ഒരു വാടകച്ചാരനും രാജ്യദ്രോഹിയുമാണ്; നിർലജ്ജം കൊലപാതകവ്യാപാരം നടത്തുന്നവൻ, ശപിക്കപ്പെട്ട ജൂദാസ്സിനുശേഷം ലോകംകണ്ട ഏറ്റവും വലിയ നികൃഷ്ടടൻ. വിശ്വസ്ത ഭൃത്യൻ, ക്ലൈ, അയാളുടെ സ്നേഹിതനും പങ്കാളിയുമായിരുന്നു; ഒരേ മനസ്സുള്ളവർ. സ്വന്തം കുടുംബകാര്യങ്ങൾക്ക് വേണ്ടിയായിരുന്നു ആ തടവു

പുള്ളി ഇടയ്ക്കിടെ ഫ്രാൻസിലേക്കും ഇംഗ്ലണ്ടിലേക്കും യാത്ര നടത്തിക്കൊണ്ടിരുന്നത്. അത് നിരീക്ഷിച്ചുകൊണ്ടിരുന്ന, കള്ളൊപ്പ് ഇടുന്നവരും കള്ളസാക്ഷിപറയുന്നവരുമായ ബർസാദും ക്ലൈയും ആ തടവുപുള്ളിയെ ഇരയായി പിടിക്കൂടി. സ്വന്തം ജീവൻ പോയാലും കുടുംബരഹസ്യങ്ങൾ പുറത്ത് വിടരുതെന്ന് തടവുപുള്ളിയെ അടുത്ത ബന്ധുക്കൾ നിർബന്ധിച്ചിരുന്നു. ജോർജ്ജ് വാഷിംഗ്ടനെക്കുറിച്ചുള്ള ഉപമ വെറും തമാശ മാത്രമായിരുന്നു.

ആ സമയത്ത് ജഡ്ജി, ഗൗരവഭാവത്തോടെ എഴുന്നേറ്റ് പറഞ്ഞു, ഇത്തരം പരാമർശങ്ങൾ കേട്ടിരിക്കാൻ തനിക്ക് കഴിയില്ലെന്ന്.

വീണ്ടും അറ്റോർണി ജനറൽ സാക്ഷികൾക്ക് അനുകൂലമായും, തടവുപുള്ളിക്ക് പ്രതികൂലമായുമുള്ള വാദം നടത്തി. ഒടുവിൽ ജഡ്ജി കേസ്സു വിസ്താര രേഖകൾ സൂക്ഷ്മമമായി പരിശോധിച്ചു; അത് തടവുപുള്ളിക്ക് ശവക്കല്ലറയിലേക്കുള്ള ഉടുപ്പ് തയ്യാറാക്കാനാണെന്ന് തോന്നി!

അപ്പോൾ, ജൂറി കൂടിയാലോചിക്കാനായി ഒന്നിച്ചുകൂടി. വീണ്ടും തേനീച്ചക്കൂട്ടത്തിന്റെ ഇരമ്പം!

ഈ ആവേശകരമായ അന്തരീക്ഷത്തിലും, കോടതിയിലെ മേൽക്കൂരയിലേക്ക് കണ്ണുംനട്ടിരുന്ന മി.കാർട്ടൻ തന്റെ ഇരിപ്പിടത്തിൽ നിന്നിളകാതെ, യാതൊരു ഭാവമാറ്റവുമില്ലാതെ ഇരിക്കുകയായിരുന്നു. അയാളുടെ സുഹൃത്ത്, മി.സ്ട്രൈവർ, തന്റെ മുന്നിൽ പേപ്പറുകളെല്ലാം കൂട്ടിവെച്ച്, അടുത്തിരുന്നവരോട് മന്ത്രിച്ചുകൊണ്ടിരുന്നു, ഇടക്കിടെ ഉൽക്കണ്ഠയോടെ ജൂറിയെ നോക്കും; മിക്കവാറും കാണികൾ എല്ലാം ഇളകി. ജഡ്ജിപോലും എഴുന്നേറ്റ്, ഫ്ളാറ്റ്ഫോമിൽ മെല്ലെ അങ്ങോട്ടു മിങ്ങോട്ടും നടക്കാൻ തുടങ്ങി; കോടതിയുടെ മേൽക്കൂരയിലേക്ക് കണ്ണുംനട്ട് കീറിയഗൗണും വിഗ്ഗുംധരിച്ച ആ മനുഷ്യൻ, അതേപടി ചാരി ഇരിക്കുകയാണ്. കാണികൾ അയാളെ നോക്കി, തടവുപുള്ളിയുമായി എത്ര സാദൃശ്യമാണയാൾക്കെന്ന്, അഭിപ്രായപ്രകടനം നടത്തി.

എന്നാൽ, താൻ ഒന്നിലും താൽപര്യമെടുക്കുന്നില്ലെന്ന ഭാവത്തിലായിരുന്നു ഈ മി.കാർട്ടന്റെ ഇരിപ്പെങ്കിലും, അയാൾ ആ രംഗം വിശദമായി നിരീക്ഷിച്ചുകൊണ്ടിരുന്നു; മിസ്സ് മാനെറ്റിന്റെ ശിരസ്സ് അവളുടെ അച്ഛന്റെ നെഞ്ചിലേക്ക് പതിച്ചപ്പോൾ, അത് ആദ്യം കണ്ടത് അയാളായിരുന്നു; അയാൾ ഉടനെ അല്പം ശബ്ദമുയർത്തി പറഞ്ഞു: “ഓഫീസർ!, ആ യുവതിയെ നോക്കൂ. അവളെ പുറത്തേക്ക് കൊണ്ടുപോകാൻ ആ മാന്യനെ സഹായിക്കൂ. അവൾ വീണുപോകും, നിങ്ങൾ കാണുന്നില്ലേ!”

അവളെ പുറത്തേക്ക് കൊണ്ടുപോകുമ്പോൾ, അവളോടും അച്ഛനോടും ആളുകൾക്ക് വലിയ സഹാനുഭൂതിയുണ്ടായിരുന്നു. തന്റെ തടവുകാലം വീണ്ടും ഓർമ്മിപ്പിച്ചപ്പോൾ അദ്ദേഹം ആകെ തകർന്നിരുന്നു. അദ്ദേഹം ചോദ്യം ചെയ്യപ്പെട്ട സമയത്ത് വല്ലാത്ത മാനസികാസ്വാസ്ഥ്യം അദ്ദേഹത്തിന്നനുഭവപ്പെട്ടിരുന്നു; ആ ചിന്താധീനമായ മുഖത്തിന് പ്രായക്കൂടുതൽ വന്നതുപോലെ കാണപ്പെട്ടു, കനത്ത കാർമേഘം പോലെ ഇരുണ്ടു!

ദിവസം മുഴുവൻ വിചാരണ നീണ്ടുനിന്നു. കോടതിക്കകത്ത് വിളക്കുകൾ കത്തിച്ചുവെച്ചു. ജൂറി കുറച്ചുനേരത്തേക്ക് മാറി നിൽക്കുമെന്ന ഒരു വാർത്ത പരന്നു. കാണികൾ ലഘുഭക്ഷണത്തിന്നായി പുറത്ത് പോയി. തടവുപുള്ളി കൂടിന് പിന്നിൽ ഇരുന്നു.

ആ യുവതിയും പിതാവും പുറത്തുപോയപ്പോൾ കൂടെപ്പോയ മി. ലോറി അപ്പോൾ വീണ്ടും പ്രത്യക്ഷപ്പെട്ട്, ജെറിയെ മാടി വിളിച്ചു. അയാൾ പെട്ടെന്ന് അദ്ദേഹത്തിന്റെ അടുത്തെത്തി. “ജെറി, നിങ്ങൾക്ക് എന്തെങ്കിലും കഴിക്കാൻ പോകണമെന്നുണ്ടെങ്കിൽ പോകാം. എന്നാൽ, ശ്രദ്ധ വേണം. ജൂറി വരുമ്പോൾ നിങ്ങൾ ഇവിടെ ഉണ്ടായിരിക്കണം. ഒട്ടും വൈകരുത്; കാരണം, വിധി വന്നാൽ, ഉടനെ അത് നിങ്ങൾ ബാങ്കിൽ എത്തിക്കണം. എനിക്കറിയാവുന്നതിൽ വെച്ച് ഏറ്റവും വേഗതയുള്ള സന്ദേശവാഹകൻ നിങ്ങൾ ആണ്; എനിക്ക് അസാദ്ധ്യമായ വേഗത്തിൽ നിങ്ങൾ ടെമ്പിൾ ബാറിലെത്തും.”

അപ്പോൾ മി.കാർട്ടൻ അവിടെ എത്തി, മി.ലോറിയുടെ തോളിൽ സ്പർശിച്ചു.

“ആ യുവതിക്കെങ്ങനെയുണ്ട്?”

“അവൾ വല്ലാതെ അസ്വസ്ഥയാണ്. അവളുടെ അച്ഛൻ അവളെ ആശ്വസിപ്പിച്ചുകൊണ്ടിരിക്കുന്നു; കോടതിയിൽ നിന്ന് പുറത്തുവന്നപ്പോൾ അവൾക്ക് സുഖം തോന്നുന്നുണ്ട്.”

“ഞാനത് തടവുപുള്ളിയോട് പറയാം. നിങ്ങളെപ്പോലുള്ള മാന്യനായൊരു ബാങ്ക് ഉദ്യോഗസ്ഥൻ പരസ്യമായി ഒരു തടവുപുള്ളിയോട് സംസാരിക്കുന്നത് നല്ലതല്ല, നിങ്ങൾക്കറിയാമല്ലൊ.”

തന്റെ മനസ്സിൽ പറഞ്ഞകാര്യങ്ങൾ അയാൾ സൂചിപ്പിച്ചപ്പോൾ മി. ലോറിയുടെ മുഖം വിവർണ്ണമായി. മി.കാർട്ടൻ കോടതിക്ക് പുറത്തേക്ക് നടന്നു. ജെറി കണ്ണും ചെവിയും കൂർപ്പിച്ച് അയാളെ പിൻതുടർന്നു.

“മി.ഡാർണി!”

തടവുപുള്ളി നേരെ മുന്നോട്ടു ചെന്നു.

“നിങ്ങൾക്ക് സാക്ഷിയായ മിസ്സ് മാനെറ്റിനെക്കുറിച്ചറിയാൻ സ്വാഭാവികമായും ജിജ്ഞാസ ഉണ്ടാകും. അവൾ വളരെ നല്ല നിലയിലാണ്. മോശം അവസ്ഥയിലായിരുന്നു നിങ്ങൾ അവളെ കണ്ടത്.”

“ഞാനതിന് കാരണക്കാരനായതിൽ എനിക്ക് അഗാധമായ ദുഃഖമുണ്ട്. എനിക്കുവേണ്ടി നിങ്ങൾക്ക് അക്കാര്യം അവളോട് പറയുവാൻ കഴിയുമോ, എന്റെ ആത്മാർത്ഥമായ അംഗീകാരത്തോടെ?”

“ഉവ്വ്, എനിക്ക് കഴിയും; ഞാനത് മിസ്സിനോട് പറയാം.”

മി.കാർട്ടന്റെ പെരുമാറ്റം തീരെ അശ്രദ്ധമായ രീതിയിലായിരുന്നു, ശരിക്കും ഒരു ധിക്കാരിയുടേതുപോലെ! അയാൾ തടവുപുള്ളിക്കുനേരെ പാതിതിരിഞ്ഞു കൈവരിയിൽ മുട്ടുകുത്തി നിന്നു;

"ഞാൻ ഇതും ആവശ്യപ്പെടുന്നു. എന്റെ ഹൃദയംഗമമായ നന്ദി സ്വീകരിക്കണേ എന്ന്."

"എന്ത്," അയാൾക്കുനേരെ പാതി തിരിഞ്ഞുകൊണ്ടുതന്നെ കാർട്ടൻ ചോദിച്ചു. "എന്താണ് നിങ്ങൾ പ്രതീക്ഷിക്കുന്നത്, മി.ഡാർണി?"

"ഏറ്റവും മോശമായത്."

"അപ്രകാരം പ്രതീക്ഷിക്കുന്നതാണ് ഏറ്റവും ബുദ്ധിപൂർവ്വം; ഏറ്റവും സംഭാവ്യവും. എന്നാൽ, കൂടിയാലോചനയ്ക്കായുള്ള അവരുടെ പിൻവാങ്ങൽ നിങ്ങൾക്കനുകൂലമാണെന്ന് ഞാൻ കരുതുന്നു."

കോടതി വരാന്തയിൽ അലഞ്ഞുതിരിയുന്നത് അനുവദനീയമല്ലാത്തതിനാൽ ജെറിക്ക് കൂടുതലൊന്നും കേൾക്കാൻ കഴിഞ്ഞില്ല; അയാൾ അവരെവിട്ടുപോന്നു; രൂപത്തിൽ ഒരു പോലെ ഉള്ളവർ, പെരുമാറ്റത്തിൽ വിഭിന്ന രീതിയിലുള്ളവർ അടുത്തടുത്ത് നിൽക്കുന്നു, ഇരുവരുടെ രൂപങ്ങളും മുകളിലെ കണ്ണാടിയിൽ പ്രതിബിംബിക്കുന്നു.

ഒന്നരമണിക്കൂർ ബുദ്ധിമുട്ടി, ഞൊണ്ടി ഞൊണ്ടി കടന്നുപോയി. പെട്ടെന്ന് ഉറക്കെയുള്ള ആരവവും, ധൃതിപിടിച്ച് പടി കയറിവരുന്ന കാലടികളുടെ ശബ്ദവും കോടതിയിലേക്ക് നീങ്ങി. ഉറക്കം തൂങ്ങിക്കൊണ്ടിരുന്ന സന്ദേശവാഹകൻ പെട്ടെന്ന് ചാടി എഴുന്നേറ്റ്, അവരോടൊപ്പം നടന്നു.

"ജെറി! ജെറി!" മി.ലോറി വാതിൽക്കലെത്തിയപ്പോൾ വിളിച്ചു.

"ഇവിടെ ഉണ്ട്, സാർ! തിരിച്ചുവരാൻ ഒരു പോരാട്ടം തന്നെ നടത്തേണ്ടിവന്നു. ഞാൻ ഇവിടെ ഉണ്ട്, സാർ!"

തിക്കും തിരക്കിനുമിടയിലൂടെ ഒരു കടലാസ്സ് മി.ലോറി അയാൾക്ക് കൈമാറി.

"പെട്ടെന്ന്! നിങ്ങൾക്കത് കിട്ടിയോ?"

"യെസ്, സാർ!"

ധൃതിപിടിച്ച് പേപ്പറിൽ എഴുതിയ ആ വാക്ക് –

"അപരാധി അല്ലെന്ന് വിധിച്ചു" എന്നായിരുന്നു.

" 'ജീവിതത്തിലേക്ക് തിരിച്ചുവിളിച്ചു' എന്നായിരുന്നു വീണ്ടും നിങ്ങൾ സന്ദേശം അയച്ചിരുന്നതെങ്കിൽ" ജെറി തിരിച്ചുവരുമ്പോൾ പിറുപിറുത്തു "ഇപ്രാവശ്യം നിങ്ങൾ എന്താണ് ഉദ്ദേശിച്ചതെന്ന് എനിക്ക് മനസ്സിലാക്കാൻ കഴിഞ്ഞേനെ."

പുരാതനബെയ്‌ലി കഴിയുന്നതുവരെ മറ്റൊന്നും പറയാനോ, ചിന്തിക്കാനോ അയാൾക്ക് അവസരമുണ്ടായില്ല; കാരണം, അത്ര ഊക്കോടെയാണ് ജനങ്ങൾ പ്രവഹിച്ചുകൊണ്ടിരുന്നത്; അയാളുടെ കാലുകൾ ആ പ്രവാഹത്തിൽപ്പെട്ട് ഒഴുകിപ്പോകുമെന്നയാൾക്ക് തോന്നി; ഒരു വലിയ മുഴക്കം തെരുവിലേക്ക് വ്യാപിച്ചു; തേനീച്ചക്കൂട്ടം മറ്റൊരു താവളം അന്വേഷിച്ച് പായുന്നതുപോലെ.

നാല്

കോടതിയുടെ മങ്ങിയ വെളിച്ചമുള്ള ഇടനാഴികളിൽനിന്ന് അവസാന വ്യക്തിയും സ്ഥലം വിട്ടപ്പോൾ, പ്രതിക്കൂട്ടിൽ നിന്ന് ഇറങ്ങിവന്ന് മി.ചാൾസ് ഡാർണിക്ക് ചുററും, അയാൾ മരണത്തിൽനിന്നും രക്ഷപ്പെട്ടതിൽ അഭിനന്ദിച്ചുകൊണ്ട്, ഡോ.മാനെറ്റ്, ലൂസി മാനെറ്റ്, മി.ലോറി, പ്രതിഭാഗം വക്കീൽ, മി.സ്ട്രൈവർ എന്നിവർ നിൽക്കുകയായിരുന്നു. പാരീസിലെ അറയിലെ ചെരുപ്പുക്കുത്തി ആയിരുന്ന ഡോ.മാനെറ്റിനെ നല്ല വെളിച്ചത്തിൽ പോലും തിരിച്ചറിയുക പ്രയാസമായിരുന്നു. അദ്ദേഹത്തിന്റെ നീണ്ടുനിന്ന കഠിന യാതനയെക്കുറിച്ചുള്ള പ്രസ്താവം (കോടതിയിലെ വിചാരണ) അദ്ദേഹത്തിന്റെ ആത്മാവിന്റെ അഗാധതയിലേക്ക് തുളച്ചുകയറ്റുന്നതായിരുന്നു; അദ്ദേഹം അപ്പോൾ വല്ലാതെ വിഷാദവാനാകും.

അദ്ദേഹത്തിന്റെ മനസ്സിന് ഉന്മേഷം നൽകാൻ സ്വന്തം മകൾക്ക് മാത്രമേ കഴിയുകയുള്ളു.

അദ്ദേഹത്തിന്റെ കഴിഞ്ഞ കാലദുരിതങ്ങളേയും സമകാലിക ദുരിതങ്ങളേയും അകറ്റി കോർത്തിണക്കുന്ന സ്വർണ്ണനൂലാണ് അവൾ. അവളുടെ ശബ്ദമാധുരി, മുഖകാന്തി, കരസ്പർശം എല്ലാം അദ്ദേഹത്തിൽ ശക്തമായ സ്വാധീനം സദാ ചെലുത്തിയിരുന്നു.

മി.ഡാർണി അവളുടെ കൈയിൽ നന്ദിയോടും ഭക്തിയോടും കൂടി ചുംബിച്ചു; പിന്നെ, മി.സ്ട്രൈവറുടെ നേരെ തിരിഞ്ഞ് ഊഷ്മളമായ നന്ദി രേഖപ്പെടുത്തി. മുപ്പത് വയസ്സുകഴിഞ്ഞ കരുത്തനും, ചുകന്ന നിറമുള്ളവനും, സമർത്ഥനും വാചാലനും ആയിരുന്നു. മി.സ്ട്രൈവർ; ഇരുപത് വയസ്സ് കൂടുതൽ തോന്നിപ്പിക്കും.

അയാൾ അപ്പോഴും വിഗ്ഗും ഗൗണും ധരിച്ചിരിക്കുന്നു. നിഷ്കളങ്കനായ മി.ലോറിയെ അയാൾ ഇട്ടുകശക്കി.

"എനിക്ക് നിങ്ങളെ അന്തസ്സോടെ പുറത്ത് കൊണ്ടുവരാൻ കഴിഞ്ഞതിൽ സന്തോഷമുണ്ട്, മി.ഡാർണി. അത് അപകീർത്തിപരമായൊരു അന്യായമായിരുന്നു, തികച്ചും അപകീർത്തിപരം. എന്നാൽ, അതുകൊണ്ടുമാത്രം ജയിക്കാനാവില്ല."

"എന്റെ ജീവിതത്തിന് ഞാൻ നിങ്ങളോട് കടപ്പെട്ടിരിക്കുന്നു." മി. ഡാർണി അയാളുടെ കരം അമർത്തിപ്പിടിച്ചു.

"ഞാൻ എന്നെക്കൊണ്ട് കഴിയാവുന്നത് നിങ്ങൾക്കുവേണ്ടി ചെയ്തു, മി.ഡാർണി. അത്രതന്നെ."

"അപ്പോൾ ഈ സമ്മേളനം പിരിച്ചുവിടുവാൻ ഞാൻ ഡോ.മാനെറ്റിനോട് അപേക്ഷിക്കുകയാണ്. നമ്മൾക്കെല്ലാവർക്കും വീട്ടിലേക്ക് പോകാം. മിസ്സ് ലൂസിക്ക് സുഖമില്ല, മി.ഡാർണിക്ക് ഭീകരമായൊരു ദിവസമായിരുന്നു, നമ്മൾ എല്ലാം തളർന്നിരിക്കുന്നു." മി.ലോറി പറഞ്ഞു.

"നിങ്ങൾ സ്വന്തം കാര്യം മാത്രം പറയൂ, മി.ലോറി;" സ്ട്രൈവർ

അഭിപ്രായപ്പെട്ടു. “എനിക്കിനിയും ഒരു രാത്രിയുടെ പണി ചെയ്തുതീർക്കാനുണ്ട്. നിങ്ങൾ സ്വന്തം കാര്യം മാത്രം പറഞ്ഞാൽ മതി.”

മി.ലോറി മറുപടി നൽകി. “ഞാൻ എനിക്കും, മി.ഡാർണിക്കും, മിസ്സ് ലൂസിക്കും, നമ്മൾക്കെല്ലാവർക്കും വേണ്ടിയാണ് ഞാൻ സംസാരിക്കുന്നതെന്ന് നിങ്ങൾ കരുതുന്നില്ലേ?” അദ്ദേഹം ഈ ചോദ്യം അർത്ഥഗർഭമായി, അവളുടെ അച്ഛനുനേരെ ദൃഷ്ടി പായിച്ചുകൊണ്ടാണ് ചോദിച്ചത്.

അദ്ദേഹത്തിന്റെ മുഖം മരവിച്ചിരുന്നു; അദ്ദേഹം ഡാർണിയെ അസാധാകണമായൊരു നോട്ടം നോക്കി, വെറുപ്പും അവിശ്വാസവും നിറഞ്ഞ ഒരു തറച്ച നോട്ടം, ഭീതിയോട് കൂടിയത്. ഈ വിചിത്രഭാവത്തോടെ അയാളുടെ ചിന്തകൾ അലഞ്ഞുതിരിയാൻ തുടങ്ങി.

“എന്റെ അച്ഛാ” അദ്ദേഹത്തിന്റെ കൈയിൽ മൃദുവായി സ്പർശിച്ച് ലൂസി വിളിച്ചു.

അദ്ദേഹം ചിന്തയിൽനിന്ന് മുക്തനായി അവൾക്കുനേരെ തിരിഞ്ഞു.

“വീട്ടിലേക്ക് പോകാം, അച്ഛാ?”

ഒരു ദീർഘനിശ്വാസത്തോടെ അദ്ദേഹം മറുപടി നൽകി “ശരി.”

അയാളുടെ സ്നേഹിതന്മാരെല്ലാം പിരിഞ്ഞുപോയി.

ഇടനാഴികളിലെ വിളക്കുകൾ മിക്കവാറും കെട്ടു; ഇരുമ്പുഗേറ്റ് വല്ലാത്തൊരു ചിലമ്പലോടെ അടഞ്ഞുകൊണ്ടിരിക്കയാണ്; നാളെ രാവിലെ വരെ ഇനിയവിടെ വിജനമായിരിക്കും. അച്ഛന്റെയും മി.ഡാർണിയുടേയും നടുവിലൂടെ ലൂസിമാനെറ്റ് തുറസ്സായ അങ്കണത്തിലേക്ക് നടന്നു. ഒരു വാടകക്കുതിരവണ്ടി വിളിച്ച്, അച്ഛനും മകളും അതിൽ കയറി സ്ഥലം വിട്ടു.

മി.സ്ട്രൈവർ അവരെ ഇടനാഴിയിൽ വെച്ച് യാത്രയാക്കിയശേഷം വസ്ത്രം മാറ്റുന്ന മുറിയിലേക്ക് പോയി.

ആ ഗ്രൂപ്പുമായി ചേരുകയോ, ആരെങ്കിലുമായി ഒരു വാക്ക് ഉരിയാടുകയോ ചെയ്യാതിരുന്ന മറ്റൊരു മനുഷ്യൻ, മി. കാർട്ടൻ, ഏറ്റവും ഇരുളടഞ്ഞ ഭാഗത്ത് ചുമരും ചാരി നിന്നിരുന്നു. കുതിരവണ്ടി പോയപ്പോൾ അയാൾ മി.ലോറിയും മി.ഡാർണിയും നിന്നിടത്തേക്ക് നടന്നു ചെന്നു.

“അപ്പോൾ, മി.ലോറി! ബിസിനസ്സുകാർക്ക് ഇപ്പോൾ മി.ഡാർണിയോട് സംസാരിക്കാം, അല്ലേ?”

മി.ലോറിയുടെ മുഖം ചുകന്നു, അദ്ദേഹം ഊഷ്മളതയോടെ പറഞ്ഞു. “നിങ്ങളത് മുമ്പും സൂചിപ്പിച്ചിരുന്നു,സാർ. ഒരു ബിസിനസ്സ് ഹൗസിനെ സേവിക്കുന്ന ബിസിനസ്സുകാരായ ഞങ്ങൾക്ക് സ്വന്തം യജമാനന്മാരാകാൻ കഴിയില്ല. ഞങ്ങൾക്ക് സ്വന്തം കാര്യത്തേക്കാളേറെ ബിസിനസ്സ് ഹൗസിനെക്കുറിച്ച് ചിന്തിക്കേണ്ടതുണ്ട്.”

“എനിക്കറിയാം, എനിക്കറിയാം,” അശ്രദ്ധയോടെ മി.കാർട്ടൻ കൂട്ടിച്ചേർത്തു. “ദേഷ്യപ്പെടല്ലേ, മി.ലോറി. നിങ്ങൾ നല്ല മനുഷ്യനാണ്, എനിക്ക് യാതൊരു സംശയവുമില്ല; മറ്റുള്ളവരേക്കാൾ കൂടുതൽ നല്ലവനാണെന്ന് ഞാൻ കരുതുന്നു.”

"തീർച്ചയായും,സാർ" അയാളെ കാര്യമാക്കാതെ മി.ലോറി തുടർന്നു "ഇക്കാര്യത്തിൽ നിങ്ങൾക്ക് എന്ത് ബന്ധമാണുള്ളതെന്ന് എനിക്കറിയില്ല. എന്നെ ഒരു പ്രായമുള്ളവനായി കരുതി, ഞാൻ പറയുന്നത് ക്ഷമിക്കുക; നിങ്ങളുടെ ബിസിനസ്സ് എന്താണെന്ന് ശരിക്കും എനിക്കറിയില്ല."

"ബിസിനസ്സ്! നിങ്ങളെ അനുഗ്രഹിക്കട്ടെ, എനിക്കൊരു ബിസിനസ്സുമില്ല." മി.കാർട്ടൻ പറഞ്ഞു.

"അതില്ലാത്തത് കഷ്ടമായിപ്പോയി, സാർ."

"ഞാനും അങ്ങനെ കരുതുന്നു."

"ശരി, സാർ!" അയാളുടെ ഉദാസീനതയിൽ ശരിക്കും ചൂടായി മി.ലോറി ശബ്ദമുയർത്തി. "ബിസിനസ്സ് വളരെ നല്ലൊരു കാര്യമാണ്, വളരെ ആദരണീയമായൊരു കാര്യം. ഉദാരനായ, യുവ മാന്യൻ മി.ഡാർണിക്ക് അറിയാം അത്തരം ചുറ്റുപാടിൽ എന്താണ് അംഗീകരിക്കേണ്ടതെന്ന്. മി. ഡാർണി, ഗുഡ്നൈറ്റ്, നിങ്ങൾക്ക് ദൈവാനുഗ്രഹമുണ്ടാകട്ടെ, സാർ! അഭിവൃദ്ധിയും ആനന്ദവും നിറഞ്ഞ ഒരു ജീവിതത്തിന്റെ ഓർമ്മയ്ക്കായി ഈ ദിനം കാത്തുസൂക്ഷിക്കുക -അതാവണ്ടി!"

ഒരു പക്ഷേ, തന്നോടു തന്നെയും ബാരിസ്റ്ററോടും അല്പം കുപിതനായ മി.ലോറി തിരക്കുപിടിച്ച് വണ്ടിയിൽക്കയറി ടെൽസൺസിലേക്ക് പോയി. വീഞ്ഞിന്റെ ഗന്ധം വമിപ്പിച്ചുകൊണ്ട്, അപ്പോഴും സമനില പ്രാപിച്ചിട്ടില്ലാത്ത കാർട്ടൻ ചിരിച്ചുകൊണ്ട് ഡാർണിക്കു നേരെ തിരിഞ്ഞു:

"നിങ്ങളേയും എന്നേയും ഒന്നിച്ചു നിർത്തിയ ഒരു വിചിത്ര സന്ദർഭമാണിത്. ഈ പെരുവഴിയിലെ നടപ്പാതയിൽ നിങ്ങൾ സ്വന്തം പ്രതിരൂപത്തോടൊപ്പം തനിച്ച് നില്ക്കുന്നത് നിങ്ങൾക്ക് വിചിത്രമായൊരു രാത്രി തന്നെ ആയിരിക്കണം, അല്ലേ?"

"ഈ ലോകത്തിലെ ഒരാളാണ് ഞാനെന്ന് എനിക്കിനിയും തോന്നുന്നില്ല." ചാൾസ് ഡാർണി മറുപടി നൽകി.

"ഞാനതിൽ അദ്ഭുതപ്പെടുന്നില്ല. നിങ്ങൾ മറ്റൊരു ലോകത്തിലേക്ക് കുറെദൂരം മുന്നേറിയതായിരുന്നു. നിങ്ങൾ ദുർബ്ബല സ്വരത്തിലാണ് സംസാരിക്കുന്നത്."

"ഞാൻ, തലകറങ്ങി വീഴുമോ എന്ന് വിചാരിക്കുകയായിരുന്നു."

"നാശം, എന്നിട്ട് എന്താണ് നിങ്ങൾ ആഹാരം കഴിക്കാത്തത്? ഞാൻ ഭക്ഷണം കഴിച്ചു; നിങ്ങൾക്ക് സുഖമായി ഭക്ഷണം കഴിക്കാനുള്ളൊരു മദ്യശാല ഞാൻ കാണിച്ചുതരാം."

മി.കാർട്ടൻ അയാളുടെ കൈ കൂട്ടിപ്പിടിച്ച്, ലഡ് ഗേറ്റിൽ നിന്ന് ഫ്ളീറ്റ് സ്ട്രീറ്റിലേക്ക് കൊണ്ടുപോയി ഒരു മദ്യശാലയിൽ കയറ്റി. അവർ ഒരു കൊച്ചുമുറിയിലേക്ക് കയറി; ചാൾസ് ഡാർണി നല്ല ആഹാരവും, നല്ല വീഞ്ഞും കഴിച്ചു; അയാൾക്കെതിരെ, അതേ മേശയ്ക്കപ്പുറത്ത്, തന്റേതായ പോർട്ട് വൈൻ കുപ്പി മുന്നിൽ വെച്ച് കാർട്ടൻ ഇരുന്നു, പാതി ധിക്കാരഭാവത്തോടെ!

"നിങ്ങൾ ഭൂമിയിൽ ജീവിക്കുന്നവനായി, വീണ്ടും നിങ്ങൾക്കിപ്പോൾ തോന്നുന്നില്ലേ, മി.ഡാർണി?"

"സമയത്തെയും സ്ഥലത്തേയും കുറിച്ച് ഞാൻ ഭയങ്കര ആശയക്കുഴപ്പത്തിലാണ്; എന്നാലും, എനിക്കങ്ങനെ തോന്നാവുന്ന വിധത്തിൽ ഞാൻ സ്വയം തിരുത്തി."

"അത് വലിയ സംതൃപ്തി നൽകുന്നു!"

അയാൾ തന്റെ ഗ്ലാസ്സ് വീണ്ടും നിറച്ചു: അതൊരു വലിയ ഗ്ലാസ്സ് ആയിരുന്നു:

"എന്നെ സംബന്ധിച്ചിടത്തോളം, ഞാൻ ഈ ലോകത്തിലേതാണെന്ന വസ്തുത മറക്കുക എന്നതാണ് എന്റെ ഏറ്റവും വലിയ മോഹം. എനിക്കിവിടെ നിന്ന് യാതൊരു ഗുണവും ലഭിച്ചിട്ടില്ല – ഇതുപോലെ വീഞ്ഞ് അല്ലാതെ – എന്നെക്കൊണ്ട് ഈ ലോകത്തിനും ഗുണമുണ്ടായിട്ടില്ല. അക്കാര്യത്തിൽ നമ്മൾ ഒരു പോലെയല്ല. തീർച്ചയായും, ഒരു കാര്യത്തിലും നമ്മൾ ഒരു പോലെ അല്ലെന്ന് ഞാൻ ചിന്തിക്കാൻ തുടങ്ങുകയായിരുന്നു."

വികാരനിർഭരമായ ആ ദിവസം സൃഷ്ടിച്ച ആശയ കുഴപ്പത്തിലും, സ്വപ്നത്തിലേതെന്നതുപോലുള്ള ഈ ഇരട്ടയുടെ പെരുമാറ്റരീതിയിലും നിമഗ്നനായ ചാൾസ് ഡാർണി എന്താണ് മറുപടി പറയേണ്ടതെന്ന് അറിയാതെ തല കുനിച്ചിരുന്നു. അയാൾ മറുപടി ഒന്നും പറഞ്ഞില്ല.

"ഇപ്പോൾ നിങ്ങൾ ആഹാരം കഴിച്ചു കഴിഞ്ഞിരിക്കുന്നു." കാർട്ടൻ പറഞ്ഞു. "എന്തുകൊണ്ട് ആരോഗ്യത്തിനുവേണ്ടി നിങ്ങൾക്കൊരു 'ടോസ്റ്റ്' പറഞ്ഞുകൂടാ?"

"എന്ത് ആരോഗ്യം? എന്ത് ടോസ്റ്റ്?"

"എന്തുകൊണ്ട്, അത് നിങ്ങളുടെ നാവിൻതുമ്പത്ത് ഉണ്ട്. അതുണ്ടാകേണ്ടതാണ്, അതുണ്ടാകണം, അതുണ്ടെന്ന് ഞാൻ ശപഥം ചെയ്യാം."

"അപ്പോൾ, മിസ്സ് മാനെറ്റ്!"

"ശരി, മിസ്സ് മാനെറ്റ്!"

ടോസ്റ്റ് പറഞ്ഞ് കുടിക്കവെ തന്റെ കൂട്ടുകാരന്റെ മുഖത്തേക്കയാൾ നേരെ നോക്കി; കുടിച്ചുകഴിഞ്ഞശേഷം കാർട്ടൻ ഗ്ലാസ്സ് തോളിനു മുകളിലൂടെ ചുമരിലേക്കെറിഞ്ഞു, അത് പൊട്ടിച്ചിതറി; പിന്നെ, ബെല്ലടിച്ച്, മറ്റൊരു കുപ്പിക്ക് ഓർഡർ കൊടുത്തു.

"വണ്ടിയിൽക്കയറി ഇരുളിലേക്ക് മറഞ്ഞുപോയ ആ ലേഡി ഒരു സുന്ദരിയാണ്, അല്ലേ മി.ഡാർണി!" അയാൾ തന്റെ പുതിയ പാനപാത്രം നിറച്ച്, പറഞ്ഞു.

അല്പം നീരസത്തോടെ ഒറ്റവാക്കിൽ അയാൾ മറുപടി നൽകി "അതെ."

"നിങ്ങൾക്കുവേണ്ടി സഹതപിക്കയും, കരയുകയും ചെയ്ത സുന്ദരിയായ യുവതിയാണവൾ. നിങ്ങൾക്കെന്താണപ്പോൾ തോന്നിയത്? അത്തരം അനുകമ്പയും സഹാനുഭൂതിയും ലഭിക്കുമെങ്കിൽ മാരകമായ വിചാരണ അമൂല്യമായൊരു കാര്യം തന്നെയാണ്, അല്ലേ, മി.ഡാർണി?"

വീണ്ടും ഡാർണി ഒരക്ഷരം മറുപടി നൽകിയില്ല.

"ഞാൻ നിങ്ങളുടെ സന്ദേശം അവൾക്ക് കൈമാറിയപ്പോൾ അവൾ വല്ലാതെ സന്തോഷിച്ചിരിക്കണം. അവൾ അത് പ്രകടിപ്പിച്ചു എന്നല്ല, അവൾ അങ്ങനെ ആയിരുന്നു എന്ന് ഞാൻ ഊഹിക്കുകയാണ്."

മി. കാർട്ടൻ തുടർന്നു:

"ഞാൻ നന്ദിയോ, സുകൃതമോ ഒന്നും ആഗ്രഹിക്കുന്നില്ല." അശ്രദ്ധയോടെ അയാൾ കൂട്ടിച്ചേർത്തു. "ഒന്നാമതായി, അതിൽ കാര്യമൊന്നുമില്ല; രണ്ടാമതായി, ഞാൻ എന്തിനത് ചെയ്തു എന്ന് എനിക്കു തന്നെ അറിയില്ല. മി.ഡാർണി ഞാൻ നിങ്ങളോടൊരു കാര്യം ചോദിക്കട്ടെ?"

"സന്തോഷത്തോടെ, നിങ്ങളുടെ സൽപ്രവൃത്തിയുടെ ചെറിയൊരു പകരം വെക്കൽ."

"നിങ്ങളോടെനിക്ക് പ്രത്യേക സ്നേഹമുണ്ടെന്ന് നിങ്ങൾ കരുതുന്നോ?"

"സത്യത്തിൽ, മി.കാർട്ടൻ" വല്ലാത്തൊരു ജാള്യതയോടെ ഡാർണി മറുപടി നൽകി. "ആ ചോദ്യം ഞാൻ സ്വയം ചോദിച്ചിട്ടില്ല."

"എന്നാൽ.ഇപ്പോൾ സ്വയം ആ ചോദ്യം ഒന്ന് ചോദിക്കൂ."

"നിങ്ങൾ എന്നെ ഇഷ്ടപ്പെടുന്നുണ്ടെന്ന് നിങ്ങളുടെ പ്രവൃത്തിയിൽ നിന്നെനിക്ക് തോന്നി; എന്നാൽ, ഞാൻ അങ്ങനെ പൂർണ്ണമായും കരുതുന്നില്ല."

"എന്നിരുന്നാലും" ബില്ലടക്കാനായി എഴുന്നേറ്റുകൊണ്ട് ഡാർണി തുടർന്നു. "അതിൽ കാര്യമില്ല, മനസ്താപം കൂടാതെ നമ്മൾക്ക് വേർപിരിയാനായി ഞാൻ ബിൽ അടയ്ക്കുന്നത് നിങ്ങൾ തടയരുത്."

"നിങ്ങൾ മുഴുവൻ ബിൽ അടയ്ക്കാൻ പോകുകയാണോ?"

"എന്നാൽ, ഇതേ വീഞ്ഞ് ഒരു പൈന്റ് കൂടികൊണ്ടുവരൂ, വെയിറ്റർ; പിന്നെ, ഇവിടെ വന്ന് പത്തുമണിക്ക് എന്നെ ഉണർത്തുക."

ബിൽ അടച്ചശേഷം ചാൾസ് ഡാർണി എഴുന്നേററ്, അയാളോട് ഗുഡ്നൈറ്റ് ആശംസിച്ചു. ആ ആശംസക്ക് മറുപടി കൊടുക്കാതെ കാർട്ടനും എഴുന്നേററു; പിന്നെ ഭീഷണി സ്വരത്തിൽ ചോദിച്ചു:

"അവസാനമായി ഒരുവാക്ക്, മി.ഡാർണി: ഞാൻ കുടിച്ചു ഫിറ്റായെന്ന് നിങ്ങൾ കരുതുന്നുണ്ടോ?"

"നിങ്ങൾ കുടിക്കുകയായിരുന്നെന്ന് ഞാൻ കരുതുന്നു, മി.കാർട്ടൻ."

"കരുതുന്നോ? ഞാൻ കുടിക്കുകയായിരുന്നെന്ന് നിങ്ങൾക്കറിയാം."

"എനിക്കറിയാം."

"അപ്പോൾ, എന്തുകൊണ്ടാണതെന്നും നിങ്ങൾ അറിയണം. ഞാൻ നിരാശനായൊരു, അടിമയെപ്പോലെ ജോലി ചെയ്യുന്ന വ്യക്തിയാണ്. എനിക്ക് ഈ ഭൂമിയിലെ ആരോടും താൽപര്യമില്ല. ഈ ഭൂമിയിലെ ആർക്കും എന്നോടും താൽപര്യമില്ല."

"വളരെ ഖേദകരം. നിങ്ങൾ സ്വന്തം കഴിവുകൾ കൂടുതൽ നല്ല രീതിയിൽ ഉപയോഗിച്ചിരുന്നെങ്കിൽ!"

“അത് ശരി ആയിരിക്കാം, മി.ഡാർണി; അല്ലെങ്കിൽ അല്ലായിരിക്കാം. എന്തായാലും, നിങ്ങളുടെ ശാന്തമായ മുഖത്ത് ആനന്ദം വിടരട്ടെ. എന്താണ് വരാൻ പോകുന്നതെന്ന് നിങ്ങൾക്കറിയില്ല. ഗുഡ്നൈറ്റ്!”

അയാൾ ഒറ്റയ്ക്കായപ്പോൾ, ഒരു മെഴുകുതിരിയുമെടുത്ത്, ചുമരിൽ ഞാത്തിയിട്ട ഒരു കണ്ണാടിക്ക് മുന്നിൽ എത്തി, അതിൽ സ്വയം സൂക്ഷ്മ മായി തന്നെ നിരീക്ഷിച്ചു.

“നീ ശരിക്കും ആ മനുഷ്യനെ ഇഷ്ടപ്പെടുന്നുണ്ടോ?” സ്വന്തം പ്രതി ബിംബത്തോടയാൾ ചോദിച്ചു. “നിന്നോട് സാമ്യമുള്ള ആ മനുഷ്യനോട് നിനക്കെന്തിനാണൊരു പ്രത്യേക സ്നേഹം? ഇഷ്ടപ്പെടാനായി നിന്നിൽ യാതൊന്നുമില്ല;നിനക്കത് അറിയാം. ഓഹ്, നാശം! എന്തൊരു മാറ്റമാണ് നീ സ്വയം നിന്നിൽ വരുത്തിവെച്ചത്! ....പറയൂ, ലളിതമായ വാക്കുകളിൽ പറയൂ! നീ ആ മനുഷ്യനെ വെറുക്കുന്നു!”

ആശ്വാസത്തിനായി അയാൾ ആ ഒരു പൈന്റ് വീഞ്ഞെടുത്ത്, ഏതാനും മിനിറ്റിനകം കുടിച്ചുതീർത്തു,! പിന്നെ, മേശപ്പുറത്ത് കൈകൾ നീട്ടിവെച്ച്, തലമുടി ചിതറിയിട്ട്, അതിൽ തലചായ്ച്ച് കിടന്നുറങ്ങി.

അഞ്ച്

അത് മദ്യപാനത്തിന്റെ നാളുകൾ ആയിരുന്നു; ഭൂരിഭാഗം ആളുകളും നന്നായി മദ്യപിച്ചു. തികഞ്ഞ മാന്യനെന്ന നിലയ്ക്ക് കോട്ടം തട്ടുന്ന തായിരുന്നില്ല ആ മദ്യപാന ശീലം. ഈ മദ്യപാന പ്രവണതയിൽ മറ്റ് പാണ്ഡിത്യമേഖലയിൽ ഏർപ്പെട്ടിരുന്നവരിൽ ഒട്ടും പിറകിലായിരുന്നില്ല നിയമ പണ്ഡിതന്മാർ. സമർത്ഥനും സമ്പന്നനും പ്രഗല്ഭനുമായ വക്കീൽ മി. സ്ട്രൈവറും ആ കൂട്ടത്തിൽ പെടും.

പുരാതന ബെയ്‌ലിയിലെ പ്രീതിപാത്രമായ മി.സ്ട്രൈവർ വളരെ ശ്രദ്ധ യോടെയാണ് തന്റെ തൊഴിലിന്റെ ഓരോ പടവുകളും ചവിട്ടിക്കയറിയത്. തുടക്കത്തിൽ സെഷൻസിൽ തട്ടിമുട്ടി കഴിഞ്ഞുകൂടിയ അയാളുടെ വളർച്ച അഭൂതപൂർവ്വമായിരുന്നു. പുരാതന ബെയ്‌ലിയിലും, ഉന്നത കോടതികളിലും മി.സ്ട്രൈവറിന്റെ ഉജ്ജ്വലമുഖം എന്നും കാണപ്പെടുന്നു.

മി.സ്ട്രൈവർ ഒരു വാചാലനും, എന്തും ചെയ്യാൻ മടിയില്ലാത്തവനും, എന്തിനും സദാസന്നദ്ധനും ധീരനും ഒക്കെ ആയിരുന്നെങ്കിലും, ഒരു കെട്ട് കടലാസ്സുകളിൽ നിന്നും അതിന്റെ സാരാംശം ഊറ്റിയെടുക്കാനുള്ള കഴിവ് അയാൾക്ക് ഇല്ല എന്ന് ഒരു സമയത്ത് ബാർ മനസ്സിലാക്കിയിരുന്നു; ഈ നൈപുണ്യം വക്കീൽമാർക്ക് തീർച്ചയായും ഉണ്ടായിരിക്കേണ്ടതാണ്.

എന്നാൽ, ഇക്കാര്യത്തിൽ സ്തുത്യർഹമായ പുരോഗതി അയാൾക്കി പ്പോൾ ഉണ്ടായിട്ടുണ്ട്. ബിസിനസ്സ് എത്രമാത്രം വർദ്ധിച്ചാലും അതിന്റെ മജ്ജവരെ പോകാനുള്ള പ്രത്യേകകഴിവ് ഇപ്പോൾ അയാൾക്കുണ്ട്. രാത്രി യിൽ എത്ര വൈകുന്നതുവരെ സിഡ്നി കാർട്ടനോടൊപ്പം കുടിച്ചുമദിച്ചി രുന്നാലും, രാവിലെ, എപ്പോഴും എല്ലാ പോയിന്റുകളും അയാളുടെ വിരൽത്തുമ്പിലുണ്ടാകും.

ഏറ്റവും മടിയനും, ഭാവിയെക്കുറിച്ച് യാതൊരു ചിന്തയുമില്ലാത്തവനുമായ സിഡ്നി കാർട്ടൻ ആണ് അയാളുടെ ഏറ്റവും വലിയ സഹായി. ഒരു കപ്പലോടിക്കാനുള്ളത്രയ്ക്ക് മദ്യം അവർ ഇരുവരുംകൂടി കുടിച്ചിട്ടുണ്ട്. കാർട്ടൻ ഇല്ലാതെ സ്ട്രൈവർ ഒരിക്കലും, ഒരിടത്തും, ഒരുകേസ് വാദിച്ചിട്ടില്ല; എല്ലായിടത്തും, പോക്കറ്റിൽ കൈയിട്ടുകൊണ്ട്, കോടതിയുടെ മേൽക്കൂരയിൽ കണ്ണുംനട്ട് കാർട്ടൻ ഇരിക്കുന്നുണ്ടാകും. അതുപോലെ, അവരുടെ പതിവ് മദിരോത്സവം രാത്രി വളരെ വൈകുന്നതുവരെ തുടരും. നേരം പുലരുന്ന സമയത്ത് കാലിടറി, പതുങ്ങി, സ്വന്തം വീട്ടിലേക്ക് അയാൾ പോകുന്നത് കാണാറുണ്ടെന്ന ഒരു വാർത്ത പരന്നിട്ടുണ്ട്! സിഡ്നി കാർട്ടൻ ഒരിക്കലും ഒരു സിംഹം ആകില്ലെങ്കിലും, അയാൾ ആശ്ചര്യകരമാംവിധം നല്ല ഒരു കുറുക്കനാണ്; ആ എളിയ കഴിവോടെ അയാൾ സ്ട്രൈവറെ സേവിക്കുന്നു.

"പത്ത് മണി,സാർ" തന്നെ ഉണർത്താനായി കാർട്ടൻ ഏല്പിച്ചിരുന്ന മദ്യഷാപ്പുകാരൻ പറഞ്ഞു.

"എന്താണ് കാര്യം?"

"പത്ത് മണി,സാർ."

"നിങ്ങൾ എന്താണ് ഉദ്ദേശിക്കുന്നത്? രാത്രി പത്തുമണി?"

"യെസ്,സാർ. നിങ്ങളെ വിളിക്കണമെന്ന് എന്നോട് പറഞ്ഞിരുന്നു."

"ഓഹ്! ഞാൻ ഓർക്കുന്നു. വളരെ നല്ലത്, വളരെ നല്ലത്."

വീണ്ടും ഉറങ്ങാനയാൾ ശ്രമിച്ചെങ്കിലും, മദ്യഷാപ്പുകാരന്റെ നിർബന്ധത്തിനുവഴങ്ങി, അയാൾ എഴുന്നേറ്റ്, തൊപ്പി ധരിച്ച്, പുറത്തേക്ക് നടന്നു, സ്ട്രൈവറുടെ ഓഫീസിലെത്തി.

സ്ട്രൈവറുടെ ഗുമസ്തൻ വീട്ടിൽ പോയിക്കഴിഞ്ഞിരുന്നു. സ്ട്രൈവർ ആണ് വാതിൽ തുറന്നുകൊടുത്തത്.

"നിങ്ങൾ കുറെ വൈകിപ്പോയി" സ്ട്രൈവർ പറഞ്ഞു.

"പതിവ് സമയം തന്നെയാണ്; കാൽ മണിക്കൂർ വൈകിക്കാണും."

പുസ്തകങ്ങൾ നിരത്തി വെച്ചതും, ചവറ് കടലാസ്സുകൾ കൂട്ടിയിട്ടുള്ളതുമായ ഒരു ഇരുണ്ടമുറിയിലേക്കവർ പോയി;

അവിടെ ഒരു തീച്ചൂള കത്തുന്നുണ്ട്. അടുപ്പിന്മീതെ ഒരു കെറ്റിൽ നീരാവി ഉയർത്തിക്കൊണ്ടിരിക്കുന്നു. കടലാസുകൾ ചിതറിക്കിടക്കുന്ന ഒരു മേശമേൽ കുറെ വീഞ്ഞ് - ബ്രാണ്ടി - റം കുപ്പികളും, പഞ്ചസാര, ചെറുനാരങ്ങ എന്നിവയും നിറച്ച് വെച്ചിരിക്കുന്നു.

"നിങ്ങൾ നന്നായി കുടിച്ചിട്ടുണ്ടെന്ന് ഞാൻ മനസ്സിലാക്കുന്നു, സിഡ്നി."

"ഇന്നുരാത്രി രണ്ട് കുപ്പി, എന്ന് ഞാൻ കരുതുന്നു. ഇന്നത്തെ കക്ഷിയോടൊപ്പം ഞാൻ ആഹാരം കഴിച്ചു; അല്ലെങ്കിൽ അയാളെ ഭക്ഷണം കഴിപ്പിച്ചു - എല്ലാം ഒന്നുതന്നെ!"

"അതൊരു ഭയങ്കരമായ പോയന്റ് ആയിരുന്നു, സിഡ്നി, തിരിച്ചറിയാൻ പ്രശ്നം എടുത്തിട്ടത്! നിങ്ങൾക്കെങ്ങനെയാണാ ആശയം തോന്നിച്ചത്? എപ്പോഴാണത് മനസ്സിൽ തറച്ചത്?"

"അയാൾ ഏറെക്കുറെ ഒരു സുന്ദരനാണെന്ന് എനിക്ക് തോന്നി; എനിക്ക് ഭാഗ്യമുണ്ടെങ്കിൽ, ഞാനും അതുപോലെ സുന്ദരനായേനെ എന്നെനിക്ക് തോന്നി."

പ്രായത്തിൽ കവിഞ്ഞ തന്റെ കുടവയർ കുലുങ്ങുന്നതുവരെ മി.സ്ട്രൈവർ ചിരിച്ചു.

"നീയും നിന്റെ ഭാഗ്യവും, സിഡ്നി! ജോലി തുടങ്ങാം."

അപ്രസന്നമുഖത്തോടെ, ആ കുറുക്കൻ തന്റെ ഡ്രസ്സ് അയച്ചിട്ട്, അടുത്ത മുറിയിലേക്ക് പോയി. പിന്നെ, വലിയൊരു ജഗ്ഗ് നിറയെ തണുത്ത വെള്ളവും ഒരു ബേസിനും, ഒന്നുരണ്ട് ടവലുകളുമായി തിരിച്ചെത്തി. ടവൽ വെള്ളത്തിൽ മുക്കി നെറ്റിയിൽ ഇട്ട്, മേശയ്ക്കടുത്തിരുന്ന് പറഞ്ഞു "ഇപ്പോൾ ഞാൻ തയ്യാറാണ്!"

"ഇന്നുരാത്രി അത്ര പ്രധാനപ്പെട്ട കേസ്സുകളൊന്നും നോക്കാനില്ല." തന്റെ പേപ്പറുകളിലേക്ക് കണ്ണോടിച്ച്, ആഹ്ലാദപൂർവ്വം മി.സ്ട്രൈവർ പറഞ്ഞു.

"എത്ര എണ്ണം.?"

"ഏറ്റവും മോശമായത് ആദ്യം എനിക്ക് തരു."

"സിഡ്നി; തുടങ്ങിക്കോളൂ!"

ജോലി എല്ലാം കഴിഞ്ഞശേഷം അവർ വീണ്ടുംഗ്ലാസ്സുകൾ നിറച്ചു.

"ഇന്നത്തെ ആ സാക്ഷികളുടെ കാര്യത്തിൽ വളരെ ബുദ്ധിപൂർവ്വം നിങ്ങൾ പ്രവർത്തിച്ചു, സിഡ്നി ചോദിച്ച ഓരോ ചോദ്യവും."

"ഞാൻ എപ്പോഴും ബുദ്ധിപൂർവ്വമാണ് പ്രവർത്തിക്കാറുള്ളത്; അല്ലേ?"

"ഞാനത് നിഷേധിക്കുന്നില്ല എന്താണ് നിന്റെ മാനസിക നില ഇങ്ങനെ പരുക്കനായിരിക്കുന്നത്? കുറച്ച് പഞ്ച് ഒഴിക്കൂ, അത് നിന്നെ മൃദുലമാക്കട്ടെ." മുറുമുറുത്തുകൊണ്ട് കുറുക്കൻ അതനുസരിച്ചു.

"പഴയ ഷ്രൂസ്ബറിസ്കൂളിലെ പഴയ സിഡ്നി കാർട്ടൻ" പഴയതും പുതിയതുമായ കാലത്തെ പരാമർശിച്ച്, തലകുലുക്കി സ്ട്രൈവർ പറഞ്ഞു. "ഒരു മിനിറ്റ് ഊർജ്ജസ്വലനാണെങ്കിൽ അടുത്ത മിനിറ്റ് നിസ്സഹായൻ! ചിലപ്പോൾ ഉല്ലാസം, ചിലപ്പോൾ വിഷാദം!"

"ആഹ്!" മറ്റയാൾ ദീർഘശ്വാസത്തോടെ മറുപടി നൽകി "അതെ! അതേ സിഡ്നി, അതേ വിധി! അന്നും ഞാൻ മറ്റുള്ള കുട്ടികൾക്കുവേണ്ടി പാഠങ്ങൾ ചെയ്തുകൊടുത്തു, എന്റേത് ചെയ്യാതെ!"

"എന്തുകൊണ്ട്?"

"അത് ദൈവത്തിന്നറിയാം! അതായിരുന്നു എന്റെ രീതി"

അയാൾ പോക്കറ്റിൽ കൈയിട്ട്, കാലുകൾ നീട്ടി, തീച്ചൂളയിലേക്ക് നോക്കിയിരുന്നു.

"കാർട്ടൻ" സ്നേഹിതൻ പറഞ്ഞു "നിങ്ങളുടെ മാർഗ്ഗം എപ്പോഴും ഒരു മുടന്തൻ മാർഗ്ഗം ആയിരുന്നു. നിങ്ങൾ ഒരു ലക്ഷ്യം വെച്ച് പ്രവർത്തിക്കുന്നില്ല. എന്നെനോക്കൂ."

"ഓഹ്, എന്ത് ശല്യം!" സന്തോഷത്തോടെ ചിരിച്ചു കൊണ്ട് സിഡ്നി മറുപടി നൽകി "നിങ്ങൾ സദാചാരമൊന്നും പ്രസംഗിക്കേണ്ട!"

"ഞാൻ എങ്ങനെയാണത് ചെയ്തത്, ഞാൻ എന്താണ് ചെയ്തത്? ഞാൻ ചെയ്തത് ഞാൻ ചെയ്തു." സ്ട്രൈവർ പറഞ്ഞു.

"ഭാഗികമായി നിങ്ങളെ ഞാൻ സഹായിക്കാൻ നിന്നതുകൊണ്ടു തന്നെ, എന്ന് ഞാൻ കരുതുന്നു. എന്നാൽ, അത് പറഞ്ഞതുകൊണ്ടൊരു പ്രയോജനവുമില്ല; നിങ്ങൾക്ക് ചെയ്യാൻ ഇഷ്ടമുള്ളത് നിങ്ങൾ ചെയ്യുന്നു. നിങ്ങൾ എപ്പോഴും മുൻ നിരയിലാണ്, ഞാൻ എപ്പോഴും പിന്നിലും."

"എനിക്ക് മുൻനിരയിൽ നിൽക്കേണ്ടതുണ്ട്; ഞാൻ അവിടെ ജന്മനാ ജനിച്ചവനല്ല, ആണോ?"

"നിങ്ങൾ മുൻനിരയിൽ നിൽക്കാൻ യോഗ്യനായവൻ" കാർട്ടൻ പറഞ്ഞു. അയാൾ ചിരിച്ചു; പിന്നെ ഇരുവരും ചിരിച്ചു.

"ഷ്രൂസ്ബറിക്ക് മുമ്പും, ഷ്രൂസ്ബറിയിലും, ഷ്രൂസ് ബറിക്ക് ശേഷവും" കാർട്ടൻ തുടർന്നു. "നിങ്ങൾ ഉയർന്ന നിലയിലെത്തിയപ്പോൾ, ഞാൻ എന്റേതായ നിലയിലേക്ക് പതിച്ചു. നമ്മൾ പാരീസ്സിലെ വിദ്യാർത്ഥി ഹോസ്റ്റലിൽ ഒന്നിച്ചു കഴിഞ്ഞപ്പോൾ, ഫ്രഞ്ച് നിയമം പഠിക്കവെ, നിങ്ങൾ എപ്പോഴും എവിടെയൊക്കെയോ എത്തിയിരുന്നു, ഞാൻ എപ്പോഴും ഒരിടത്തും എത്തിയില്ല."

"അത് ആരുടെ തെറ്റായിരുന്നു?"

"തീർച്ചയായും. അത് നിന്റെ തെറ്റാണെന്ന് പറയാനെനിക്കാവില്ല. നിങ്ങൾ എപ്പോഴും ഉന്തിത്തള്ളി മുന്നേറിയപ്പോൾ, ഞാൻ ജീവിതത്തിലൊരവസരവും ലഭിക്കാതെ ഉദാസീനനായി കഴിയുകയായിരുന്നു. എന്തായാലും, ഒരാളുടെ കഴിഞ്ഞകാലജീവിതത്തെക്കുറിച്ച് ഈ പുലരാൻ നേരത്ത് സംസാരിക്കുന്നത് വിഷാദമുളവാക്കുന്ന ഒരു കാര്യമാണ്. ഞാൻ പോകുന്നതിനുമുമ്പ് മറ്റേതെങ്കിലും വിഷയത്തിലേക്ക് തിരിയാം."

"ശരി, അപ്പോൾ! ആ സുന്ദരിയായ സാക്ഷിയുടെ ആരോഗ്യത്തിനു വേണ്ടി കുടിക്കുക" തന്റെ ഗ്ലാസ്സ് പൊക്കി സ്ട്രൈവർ പറഞ്ഞു "സന്തോഷിക്കുക."

അയാൾ വീണ്ടും വിഷാദവാനായിരുന്നു.

"സുന്ദരിയായ സാക്ഷി" തന്റെ ഗ്ലാസ്സിലേക്ക് ശിരസ്സ് കുനിച്ച് നോക്കി, അയാൾ പിറുപിറുത്തു "ഞാൻ ഇന്ന് പകലും രാത്രിയുമായി ധാരാളം സാക്ഷികളെ കണ്ടു. നിങ്ങളുടെ സുന്ദരിയായ സാക്ഷി ആരാണ്?"

"ഡോക്ടറുടെ മനോഹരിയായ മകൾ മിസ്സ് മാനെറ്റ്."

"അവൾ സുന്ദരിയാണോ?"

"അല്ലേ?"

"അല്ല."

"എന്തുകൊണ്ട്, അവൾ കോടതിയുടെ മുഴുവൻ ആരാധനാ പാത്രമായിരുന്നു."

"കോടതിയുടെ മുഴുവൻ ആരാധനാപാത്രം പോയി തുലയട്ടെ! അവളെ സുന്ദരിയായി നിശ്ചയിക്കാൻ ആരാണ് പുരാതനബെയ്‌ലിയെ ചുമതല പ്പെടുത്തിയത്? സുവർണ്ണത്തലമുടിയുള്ളൊരു കളിപ്പാവയാണവൾ!"

"നിങ്ങൾക്കറിയാമോ, സിഡ്നി" മി.സ്ട്രൈവർ അയാള സൂക്ഷ്മമായി നിരീക്ഷിച്ച്, അയാളുടെ അരുണ വർണ്ണമുള്ള കവിളിൽ മെല്ലെ സ്പർശിച്ച്, പറഞ്ഞു.

"നിങ്ങൾക്കറിയാമോ, ആ സമയത്ത് ഞാൻ കരുതി നിങ്ങൾക്ക് ആ സുവർണ്ണത്തലമുടി കളിപ്പാവയോട് സഹാനുഭൂതിയുണ്ടെന്ന്; എന്താണ വൾക്ക് സംഭവിച്ചതെന്ന് നിങ്ങൾ പെട്ടെന്ന് കണ്ടുപിടിച്ചല്ലോ?"

" എന്താണ് സംഭവിച്ചതെന്ന് പെട്ടെന്ന് കണ്ടുപിടിച്ചെന്നോ! ഒരു പെൺകുട്ടി, കളിപ്പാവ ആണെങ്കിലും അല്ലെങ്കിലും, ഒരു മനുഷ്യന്റെ മൂക്കിനുതാഴെ, ഒന്നോ രണ്ടോ വാരയ്ക്കുള്ളിൽ ബോധംകെട്ട് വീഴുമ്പോൾ, ടെലസ്കോപ്പൊന്നും വേണ്ട അയാൾക്കത് കാണാൻ! ഞാൻ കണ്ടു. എന്നാൽ, സുന്ദരിയാണെന്നത് ഞാൻ നിഷേധിക്കുന്നു. ഇനി എനിക്ക് കൂടുതൽ കുടിക്കാനാവില്ല; ഞാൻ ഉറങ്ങാൻ പോകട്ടെ."

ആതിഥേയൻ തന്റെ സുഹൃത്തിനെ ഒരു മെഴുകുതിരിയും പിടിച്ച് കോണിപ്പടികളിലേക്ക് വെളിച്ചം പകരവെ, അതിന്റെ ഇരുണ്ട ജന്നലകളി ലൂടെ തണുത്ത പ്രഭാതം മെല്ലെ അകത്തേക്ക് നോക്കുന്നുണ്ടായിരുന്നു. അയാൾ വീടിന് പുറത്ത് കടന്നപ്പോൾ അന്തരീക്ഷം തണുപ്പും വിഷാദവും നിറഞ്ഞതായിരുന്നു. ഇരുണ്ട ആകാശം മേഘാവൃതമായിരുന്നു. പുഴ കറുത്തതും മങ്ങിയതും; ആ രംഗം മുഴുവൻ നിർജ്ജീവമായ മരുഭൂമി പോലെ കാണപ്പെട്ടു. പുലർകാലകാറ്റിൽ പൊടിപടലം പുകച്ചുരുളു കൾപോലെ മേലോട്ടുയരുന്നു; ദൂരെ മരുഭൂമിയിലെ മണൽ പറന്നുവരുക യാണെന്ന് തോന്നി! നഗരത്തെ അത് വന്ന് മൂടാൻ തുടങ്ങി.

മനസ്സിൽ നിഷ്പ്രയോജനമായ പ്രേരകശക്തിയും, ചുറ്റുപാടും ഒരു മരുഭൂമിയും – നിശ്ശബ്ദമായൊരു ടെറസ്സിൽ ഈ മനുഷ്യൻ നിൽക്കുന്നു; ഒരു നിമിഷം, തന്റെ മുന്നിൽ പരന്നുകിടക്കുന്ന വിജനപ്രദേശത്ത്, ശ്രേഷ്ഠ മായൊരു ഉൽക്കർഷേച്ഛയുടെയും ആത്മത്യാഗത്തിന്റേയും സ്ഥിരോത്സാ ഹത്തിന്റേയും മരീചിക അയാൾ ദർശിക്കുന്നു. ഈ ദർശനത്തിലെ സുന്ദര നഗരത്തിൽ തുറസ്സായ ഗാലറികൾ ഉണ്ട്; അതിൽനിന്ന് സ്നേഹവും അഴകമുള്ള കാമുകിമാർ അയാൾക്കുനേരെ നോക്കുന്നു; ജീവിതമാകുന്ന പഴുത്ത ഫലങ്ങൾ ഞാന്നുക്കിടക്കുന്ന തോട്ടങ്ങൾ. അവിടെ പ്രതീക്ഷയുടെ ജലധാരകൾ പതച്ച് പൊങ്ങുന്നു. ഒരു നിമിഷം, അത് അപ്രത്യക്ഷമായി. മുകളിലെ മുറിയിലേക്കയാൾ കയറിച്ചെന്ന്, അവഗണിക്കപ്പെട്ട ഒരു കിടക്ക യിൽ, അതേ വസ്ത്രത്തിൽ, കയറിക്കിടന്നു; തലയിണ കണ്ണുനീരിൽ കുതിർന്നു!

തികഞ്ഞ വിഷാദത്തോടെ സൂര്യൻ ഉദിച്ചുയർന്നു. നല്ല കഴിവും സന്മ നസ്സുള്ള, സ്വയം നശിക്കുന്ന ഒരു മനുഷ്യന്റെ ഇതിനേക്കാൾ ദുഃഖകരമാ യൊരു കാഴ്ച ഇതിനുമുമ്പ് ഉദിച്ചുയരുന്ന സൂര്യൻ കണ്ടുകാണില്ല!

ആറ്

സോഹൊ സ്ക്വയറിന് അധികം ദൂരെയല്ലാത്തൊരു തെരുവിന്റെ മൂലയിലാണ് ഡോ.മാനെറ്റിന്റെ ശാന്തമായ വാസസ്ഥലം. ആ രാജ്യദ്രോഹ കുറ്റ വിചാരണ കഴിഞ്ഞ് നാല് മാസങ്ങൾക്കുശേഷം, സുന്ദരമായൊരു ഞായറാഴ്ച, ഉച്ചതിരിഞ്ഞ നേരത്ത്, മി.ജാർവിസ് ലോറി, താൻ താമസിക്കുന്ന ക്ലെർക്കെൻ വെല്ലിൽനിന്ന് ഡോക്ടറുടെ വീട്ടിലേക്ക് ഉച്ചഭക്ഷണത്തിനായി വെയിലുള്ള റോഡിലൂടെ നടന്നുപോകുകയാണ്. മി.ലോറി ഇപ്പോൾ ഡോക്ടറുടെ അടുത്ത സുഹൃത്താണ്; ശാന്തമായ ആ തെരുവ് ജീവിതത്തിലെ പ്രകാശം ചൊരിയുന്നൊരു ഭാഗമാണ്.

അങ്ങനെ, സുന്ദരമായ ഈ ഞായറാഴ്ച മധ്യാഹ്നത്തിൽ മി.ലോറി സോഹൊയിലേക്ക് നടന്നത്; മൂന്ന് പതിവുകാരണങ്ങൾ കൊണ്ടാണ്. ഒന്ന്, നല്ല സുഖകരമായ ഞായറാഴ്ചകളിൽ ഡോക്ടറോടും ലൂസിയോടുമൊപ്പം ഉച്ചഭക്ഷണത്തിനു മുമ്പ്, കുറച്ചുനേരം അദ്ദേഹം നടക്കാറുണ്ട്. കാലാവസ്ഥ അനുകൂലമല്ലാത്ത ഞായറാഴ്ചകളിൽ ഒരു കുടുംബസുഹൃത്തെന്ന നിലയിൽ അവരോടൊപ്പം ഇരുന്ന് സംസാരിക്കയും, പതിവാണ്; അല്ലെങ്കിൽ, ജനാലയിലൂടെ പുറത്തേക്ക് നോക്കി ഇരിക്കും; അദ്ദേഹത്തിന് തന്റേതായ ചില ദുർഘടമായ സംശയങ്ങൾക്ക് പരിഹാരം കാണേണ്ടതുണ്ട്; ഡോക്ടറുടെ വീട്ടിലേക്ക് പോകുന്ന ആ സമയമാണതിന് അനുയോജ്യമായ അവസരം.

ഡോക്ടർ താമസിക്കുന്ന മൂലപോലെ ആകർഷകമാം വിധം അസാധാരണമായ ഒരു മൂല ലണ്ടനിൽ കാണില്ല. അതിലൂടെ വേറെ വഴിയില്ല; ഡോക്ടറുടെ വീടിന്റെ മുന്നിലെ ജന്നലുകൾ, മരങ്ങൾക്കിടയിലൂടെ തെരുവിന്റെ സുഖകരമായൊരു ദൃശ്യമാണ് നൽകുന്നത്. ഏകാന്തവാസത്തിന് പൊരുത്തപ്പെടുന്ന അന്തരീക്ഷം. ഓക്സ്ഫോർഡ് റോഡിന് വടക്കു വശത്തായി ഏതാനും കെട്ടിടങ്ങൾ ഉണ്ട്. അവിടെ കാട് പിടിച്ചുകിടക്കുന്നു, കാട്ടുപൂക്കൾ വളരുന്നു; വയലുകൾ അപ്രത്യക്ഷമായിരിക്കുന്നു; എല്ലാം കാടാണ്. തൽഫലമായി, സോഹൊയിൽ ഗ്രാമീണാന്തരീക്ഷം കുടികൊള്ളുന്നു.

പകലിന്റെ ആദ്യഭാഗം വേനലിലെ ഉജ്ജ്വലമായ സൂര്യപ്രകാശം ആ മൂലയിൽ പതിക്കുന്നു. എന്നാൽ തെരുവ് ചൂടുപിടിക്കുമ്പോൾ ആ മൂല നിഴലിലായിരിക്കും. അത്ര കടുത്ത, നീണ്ട നിഴലല്ല; അതിന്നപ്പുറം വെയിലിന്റെ പ്രഭ കാണാം. അതൊരു ശീതളമായ സ്ഥലമാണ്, ശാന്തമാണെങ്കിലും ആനന്ദകരം; അദ്ഭുതകരമായി ശബ്ദം മറ്റൊലിക്കൊള്ളുന്ന ഒരു ഇടമാണത്. രൗദ്രതയുള്ള തെരുവുകളിൽ നിന്നും വളരെ സുരക്ഷിതമായൊരു സ്ഥാനം.

വലിയൊരു വീടിന്റെ രണ്ട് നിലകളാണ് ഡോക്ടർ കൈവശം വെച്ചിരിക്കുന്നത്. രാത്രി അവിടെ നിശ്ശബ്ത തളം കെട്ടിനിൽക്കുന്നു.

ഡോ.മാനെറ്റിന്റെ പഴയ കീർത്തി പുനർജ്ജനിക്കപ്പെട്ടതിനാൽ ധാരാളം രോഗികൾ അദ്ദേഹത്തെ കാണാനിപ്പോൾ വരാറുണ്ട്. ആവശ്യമുള്ള പണം ഇതിലൂടെ സമ്പാദിക്കുന്നു.

സുഖകരമായ ആ ഞായറാഴ്ച ഉച്ചയ്ക്ക് ആ മൂലയിലെ പ്രശാന്തമായ വീടിന്റെ വാതിലിലെ മണി അടിക്കവെ, ഇക്കാര്യങ്ങളെല്ലാം മി. ജാർവിസ് ലോറി ഓർത്തു.

"ഡോ.മാനെറ്റ് വീട്ടിലുണ്ടോ?"

"ഉടനെ എത്തുമെന്ന് പ്രതീക്ഷിക്കുന്നു."

"മിസ്സ് ലൂസി വീട്ടിലുണ്ടോ?"

"ഉടനെ എത്തുമെന്ന് പ്രതീക്ഷിക്കുന്നു."

"മിസ്സ് പ്രോസ്സ് വീട്ടിലുണ്ടോ?"

ഉണ്ടായിരിക്കും. പക്ഷേ സത്യം സമ്മതിക്കണോ, നിഷേധിക്കണോ എന്ന കാര്യത്തിൽ ഭൃത്യക്ക് ഉറപ്പിച്ച് ഒരു മറുപടി പറയാൻ കഴിഞ്ഞില്ല.

"ഞാൻ വീട്ടിൽ എത്തിയ നിലയ്ക്ക്" മി.ലോറി പറഞ്ഞു."മുകളിലേക്ക് പോകുകയാണ്."

ഡോക്ടറുടെ മകൾക്ക് തന്റെ ജന്മനാടിനെക്കുറിച്ച് ഒന്നും അറിയില്ലെങ്കിലും, നൈസർഗ്ഗികവാസന എന്നോണം അതിന്റെ ഏറ്റവും ഹൃദ്യമായ സവിശേഷതകൾ അവൾ ഉൾക്കൊള്ളുന്നു. ആ മുറികളിലെ ഫർണീച്ചർ മുതൽ ചെറിയതും വലിയതുമായ എല്ലാ വസ്തുക്കളിലും ലൂസിയുടെ അഭിരുചിയുടെയും വിചിത്രഭാവനയുടേയും മികവ് പ്രകടമാണ്. നിസ്സാര വസ്തുക്കളുടെ വർണ്ണങ്ങൾ തിരഞ്ഞെടുത്തിട്ടുള്ളത് പോലും എത്ര രമണീയവും, ലളിതവുമായ രീതിയിലാണ്! ചുറ്റുപാടുമുള്ള ഫർണീച്ചറിൽ കണ്ണും നട്ട് മി.ലോറി നിന്നു. തനിക്ക് നന്നായി അറിയാവുന്ന ഒരു പ്രത്യേക ഭാവത്തോടെ കസേരകളും മേശകളും അദ്ദേഹത്തോട് ചോദിക്കുന്നത് പോലെ തോന്നി, താൻ അത് അംഗീകരിച്ചോ? എന്ന്.

ഒരു നിലയിൽ മൂന്ന് മുറികളുണ്ട്; സ്വതന്ത്രമായ വായു സഞ്ചാരത്തിന്നായി അവയെ ബന്ധിപ്പിക്കുന്ന വാതിലുകൾ എല്ലാം തുറന്നിട്ടിരിക്കുന്നു. എല്ലാ മുറികളും ഒരേ രീതിയിലാണ് അലങ്കരിച്ചിട്ടുള്ളത്; മി.ലോറി പുഞ്ചിരിയോടെ അവയുടെ സാദൃശ്യം നിരീക്ഷിച്ചുകൊണ്ട് ഒരു മുറിയിൽ നിന്ന് മാറ്റൊന്നിലേക്ക് നടന്നു. ആദ്യത്തേതാണ് ഏറ്റവും നല്ല മുറി; അതിൽ ലൂസിയുടെ പക്ഷികൾ, പൂക്കൾ, പുസ്തകങ്ങൾ, ഡെസ്ക്, ജോലി മേശ, വാട്ടർകളർ ബോക്സ് എന്നിവ കാണാം. രണ്ടാമത്തേത് ഡോക്ടറുടെ കൺസൽട്ടിംഗ് റൂമാണ്, ഡൈനിംഗ് റൂമായും അത് ഉപയോഗിക്കുന്നു. മൂന്നാമത്തേത് ഡോക്ടറുടെ കിടപ്പുമുറിയാണ്. അതിന്റെ ഒരു മൂലയിൽ, പാരീസിലെ സെന്റ് ആന്റോയിൻ നഗരപ്രാന്തത്തിൽ വീഞ്ഞ് ഷോപ്പിന്നടുത്തുള്ള ശോകമൂകമായ കെട്ടിടത്തിന്റെ അഞ്ചാം നിലയിൽ കിടന്നിരുന്ന, ചെരുപ്പുകുത്തിയുടെ ബെഞ്ചും പണിയായുധങ്ങളും കിടക്കുന്നു.

"എനിക്ക് അദ്ഭുതം തോന്നുന്നു." മി.ലോറി ചുറ്റുപാടിലേക്കുമുള്ള നോട്ടം നിർത്തി പറഞ്ഞു. "അദ്ദേഹം അത് തന്റെ കഷ്ടപ്പാടുകളുടെ ഓർമ്മയ്ക്കായി സൂക്ഷിച്ചുവെച്ചിരിക്കയായിരിക്കും!"

ഒരു ഞെട്ടലോടെ അദ്ദേഹം ആത്മഗതമായി പറഞ്ഞു "അതിലെന്തിന് അദ്ഭുതപ്പെടണം?"

ഡോവറിലെ റോയൽ ജോർജ്ജ് ഹോട്ടലിൽ വെച്ച് ആദ്യം പരിചയപ്പെട്ട ചുകന്ന മുഖവും കരുത്തുറ്റ കൈകളുമുള്ള മിസ്സ് പ്രോസ്സ് മുന്നോട്ട് വരുന്നത് അദ്ദേഹം കണ്ടു.

“ഞാൻ വിചാരിച്ചു – ” മി. ലോറി പറഞ്ഞുതുടങ്ങി.

“ഫൂ! നിങ്ങൾ വിചാരിച്ചു!” മിസ്സ് പ്രോസ്സ് പറഞ്ഞു. മി. ലോറി ആ വാചകം തുടർന്നില്ല.

“നിങ്ങൾക്കെങ്ങനെയുണ്ട്?” ആ ലേഡി ചോദിച്ചു – കർശനഭാവത്തിലാണെങ്കിലും, അദ്ദേഹത്തോട് യാതൊരുവിധ വിദ്വേഷവുമില്ലെന്ന് പ്രകടിപ്പിക്കുന്നതുപോലെ!

“എനിക്ക് വളരെ സുഖമാണ്, താങ്ക്യു” മി. ലോറി വിനീതനായി മറുപടി നൽകി. “നിങ്ങൾക്കെങ്ങനെയുണ്ട്?”

“പൊങ്ങച്ചം പറയാൻ മാത്രമൊന്നുമില്ല” മിസ്സ് പ്രോസ്സ് പറഞ്ഞു.

“ആഹ്!” മിസ്സ് പ്രോസ്സ് പറഞ്ഞു “എന്റെ കൊച്ചുലേഡിയെക്കുറിച്ചോർത്ത് എനിക്ക് വലിയ വിഷമമുണ്ട്.”

“തീർച്ചയായും?”

“ദൈവത്തെ ഓർത്ത്, ‘തീർച്ചയായും’ എന്ന വാക്കിനോടൊപ്പം മറ്റെന്തെങ്കിലും പറയൂ; അല്ലെങ്കിൽ നിങ്ങളെന്നെ വെറി പിടിപ്പിച്ച് കൊല്ലും.” മിസ്സ് പ്രോസ്സ് പറഞ്ഞു.

“ശരിക്കും?” ഒരു ഭേദഗതിയെന്നോണം മി.ലോറി പറഞ്ഞു.

“ശരിക്കും എന്നതും മോശം തന്നെ” മിസ്സ് പ്രോസ്സ് തിരിച്ചടിച്ചു “എന്നാൽ, ഭേദമാണ്. അതെ, ഞാൻ വളരെയേറെ വിഷമത്തിലാണ്.”

“അതിന്റെ കാരണം എന്താണെന്ന് ഞാൻ ചോദിച്ചോട്ടെ?”

“എന്റെ കൊച്ചു ലേഡിയെ നേടാൻ യാതൊരു വിധത്തിലും അർഹതയില്ലാത്ത ഡസൻ കണക്കിനാളുകൾ അവളെ കാണാൻ വരുന്നത് എനിക്കിഷ്ടമല്ല.”

“ഡസൻ കണക്കിന്നാളുകൾ അതിന്നായി വരുന്നോ?”

“നൂറുകണക്കിന്” മിസ്സ് പ്രോസ്സ് പറഞ്ഞു.

ഈ ലേഡിയുടെ സ്വഭാവസവിശേഷമാണിത്, എപ്പോഴെങ്കിലും തന്റെ ആദ്യ പ്രസ്താവത്തെ ചോദ്യം ചെയ്താൽ, അവളത് അതിശയോക്തി കലർത്തി പറയും.

“ദൈവമേ!” ഏറ്റവും സുരക്ഷിതമായ ഒരു അഭിപ്രായപ്രകടനം മി. ലോറി നടത്തി.

“ഞാൻ എന്റെ ഓമനയോടൊപ്പം ജീവിച്ചു – അല്ലെങ്കിൽ ഓമന എന്നോടൊപ്പം താമസിച്ചു, അതിന്നെനിക്ക് ശമ്പളം തന്നു. എനിക്ക് കഴിവുണ്ടായിരുന്നെങ്കിൽ ഞാൻ ഒന്നും വാങ്ങിക്കില്ലായിരുന്നു – അവൾക്ക് പത്ത് വയസ്സുള്ളപ്പോൾ മുതൽ ഞാൻ അവളെ വളർത്തി. അത് ശരിക്കും വളരെ കഠിനമായിരുന്നു” മിസ്സ് പ്രോസ്സ് പറഞ്ഞു.

എന്താണ് 'വളരെ കഠിനം' എന്ന് കൃത്യമായി മനസ്സിലാക്കാതെ മി. ലോറി അനുസരണയോടെ തലകുലുക്കി.

മിസ്സ്. പ്രോസ്സ് തുടർന്നു "ഡോ.മാനെറ്റിൽ ഞാൻ കുറ്റമൊന്നും കാണുന്നില്ല, മാലാഖയെപ്പോലെ ഒരു പുത്രി അയാൾ അർഹിക്കുന്നില്ല എന്നതൊഴിച്ച്, എന്നാൽ, അയാൾക്കുപിന്നാലെ അനേകം ആളുകൾ വന്ന് കൊച്ചുലേഡിയുടെ സ്നേഹം എന്നിൽനിന്ന് പിടിച്ചുപറിക്കുന്നത് വളരെ കഠിനമാണ്."

മിസ്സ് പ്രോസ്സ് അതീവ അസൂയാലുവാണെന്ന് മി.ലോറിക്കറിയാം, എന്നാൽ, ഈ വിചിത്രസ്വഭാവത്തിനു പിന്നിൽ നിസ്സ്വാർത്ഥ സ്നേഹവും, ഹൃദയം നിറഞ്ഞ വിശ്വസ്തസേവനവും കുടികൊള്ളുന്നുണ്ടെന്ന് അദ്ദേഹത്തിന്നറിയാം.

അവർ ഡ്രോയിങ്ങ് റൂമിൽ ചെന്നിരുന്ന്, സൗഹൃദസംഭാഷണം ആരംഭിച്ചു.

"ഞാൻ നിങ്ങളോടൊരു കാര്യം ചോദിച്ചോട്ടെ, - ഇപ്പോൾ ലൂസിയോട് സംസാരിച്ചുകൊണ്ടിരിക്കവെ ഡോക്ടർ ഷൂ ഉണ്ടാക്കിയിരുന്ന കാലത്തെക്കുറിച്ച് പരാമർശിക്കാറുണ്ടോ?"

"ഒരിക്കലുമില്ല".

"എന്നിട്ടും, ആ ബെഞ്ചും പണിയായുധങ്ങളും അദ്ദേഹം അടുത്ത് സൂക്ഷിക്കുന്നു?"

"ആഹ്!" തലകുലുക്കികൊണ്ട് മിസ്സ് പ്രോസ്സ് മറുപടി നൽകി "ചില കാര്യങ്ങൾ ദുരൂഹമായി അദ്ദേഹം മനസ്സിൽ സൂക്ഷിക്കുന്നു."

"നിങ്ങൾ കരുതുന്നുണ്ടോ?" പ്രകാശിക്കുന്ന കണ്ണുകളോടെ അവളെ നോക്കി ദയാപൂർവ്വം പുഞ്ചിരിച്ച്, മി.ലോറി തുടർന്നു "ഡോ.മാനെറ്റിന് സ്വന്തമായി എന്തെങ്കിലും സിദ്ധാന്തമുണ്ടോ, - അതായത് തന്നെ ഇത്രയും കാലം കഷ്ടപ്പെടുത്തിയതിന്റെ കാരണത്തെക്കുറിച്ചോ, തന്നെ, പീഡിപ്പിച്ചവന്റെ പേരോ, അദ്ദേഹത്തിന് ഓർമ്മയുണ്ടോ?"

"എനിക്കതിനെക്കുറിച്ചൊന്നും ഊഹിക്കാൻ കഴിഞ്ഞിട്ടില്ല;" എന്നാൽ, കൊച്ചു ലേഡി എന്നോട് പറഞ്ഞു."

"എന്താണത്?"

"അദ്ദേഹം അതോർക്കുന്നുണ്ടെന്ന്".

"ഇപ്പോൾ ഇത്തരം ചോദ്യങ്ങളെല്ലാം ചോദിക്കുന്നതിൽ എന്നോട് ദേഷ്യപ്പെടരുത്. കാരണം, ഞാൻ ബിസിനസ്സിൽ ഒരു മന്ദനായിപ്പോയി. നിങ്ങൾ നല്ലൊരു ബിസിനസ്സുകാരി സ്ത്രീയും".

"മന്ദനോ?" ശാന്തമായി മിസ്സ് പ്രോസ്സ് ചോദിച്ചു.

എളിമയോടെയുള്ള ആ വിശേഷണം തട്ടിമാറ്റി മി.ലോറി മറുപടി നൽകി. "നൊ,നൊ,നൊ. തീർച്ചയായും അല്ല. നമ്മൾക്ക് ബിസിനസ്സിലേക്ക് തിരിച്ചുവരാം - നമ്മൾക്ക് ഉറപ്പുള്ളതുപോലെ ഡോ.മാനെറ്റ് നിരപരാധിയും, സംശയാതീതമാംവിധം നിഷ്കളങ്കനുമാണ്. അദ്ദേഹം ഇക്കാര്യത്തെക്കുറിച്ച്

സ്പർശിക്കാത്തത്, ശ്രേഷ്ഠമായൊരു കാര്യമല്ലേ? ഞങ്ങൾ തമ്മിൽ വളരെ വർഷങ്ങളോളം നീണ്ടുനിന്ന ബിസിനസ്സ് ബന്ധങ്ങൾ ഉണ്ടെങ്കിലും, ഇപ്പോഴാണ് വളരെ അടുത്തത്. എന്നെ വിശ്വസിക്കൂ, മിസ്സ് പ്രോസ്സ്, ഞാൻ ഈ വിഷയത്തിൽ താൽപര്യമെടുക്കുന്നത് വെറും ജിജ്ഞാസ കൊണ്ടു മാത്രമല്ല, സഹായിക്കാനുള്ള ഔത്സുക്യം കൊണ്ടും കൂടിയാണ്."

"ശരി! എനിക്കറിയാവുന്നതനുസരിച്ച് ഞാൻ പറയട്ടെ" മിസ്സ് പ്രോസ്സ് ക്ഷമാപണ സ്വരത്തിൽ പറഞ്ഞു. "ആ വിഷയത്തെക്കുറിച്ചദ്ദേഹത്തിന് ഭയമാണ്."

"ഭയമോ?"

"അത് വ്യക്തമാണ്; എന്നാൽ, എന്തിന്? അതൊരു ഭീകരമായ ഓർമ്മ തന്നെ. താൻ തടവിലാക്കപ്പെട്ടതും പിന്നീട്, പുതുജീവൻ നൽകപ്പെട്ടതും അദ്ദേഹത്തിന് വ്യക്തമായി ഓർക്കാനാകുന്നില്ല. വീണ്ടും ബന്ദിയാക്കപ്പെട്ടെങ്കിലോ എന്ന തോന്നൽ അദ്ദേഹത്തിനുണ്ടായേക്കാം. അതുമതി മനസ്സ് അസ്വസ്ഥമാകാൻ എന്ന് ഞാൻ കരുതുന്നു".

അസാമാന്യ ഉൾക്കാഴ്ചയുള്ള ഒരു അഭിപ്രായമായിരുന്നു അത്.

"ശരിയാണ്" അദ്ദേഹം പറഞ്ഞു "ചിന്തിക്കുന്നതുതന്നെ ഭയാനകം. ഒരു സംശയം എന്റെ മനസ്സിൽ ഒളിഞ്ഞിരിക്കുന്നു, മിസ്സ് പ്രോസ്സ്; സദാസമയം ഇത്തരം ചിന്തകൾ ഉള്ളിൽ ഒതുക്കി വെച്ചിരിക്കുന്നത് ഡോ. മാനെറ്റിന് നല്ലതാണോ?"

"ഒരു നിവൃത്തിയുമില്ല ഇക്കാര്യം സ്പർശിച്ചാൽ പെട്ടെന്നദ്ദേഹത്തിന്റെ നില വഷളാകും. വെറുതെ വിടുന്നതാണ് ഭേദം, ഇഷ്ടപ്പെട്ടാലും, ഇല്ലെങ്കിലും. ചിലപ്പോൾ പാതിരാത്രി അദ്ദേഹം എഴുന്നേറ്റ് മുറിയിൽ ഉലാത്തുന്ന ശബ്ദം ഞങ്ങൾ കേൾക്കാറുണ്ട്, തന്റെ പഴയ ജയിലറയിൽ ഉലാത്തുന്നത് അപ്പോൾ അദ്ദേഹം ഓർക്കുന്നുണ്ടാകുമെന്ന് കൊച്ചുലേഡി കരുതും. അവൾ ധൃതിപിടിച്ച് ചെന്ന് ശാന്തനാകുന്നതുവരെ അദ്ദേഹത്തോടൊപ്പം നടക്കും. എന്നാൽ തന്റെ അസ്വസ്ഥതയുടെ യഥാർത്ഥ കാരണം അദ്ദേഹം അവളോട് മിണ്ടില്ല; അതദ്ദേഹം സൂചിപ്പിക്കാതിരിക്കയാണ് ഏറ്റവും നല്ലതെന്ന് കൊച്ചുലേഡി കരുതുന്നു."

വീട് സ്ഥിതിചെയ്യുന്ന ആ മൂല ഏത് ശബ്ദവും അദ്ഭുതകരമാംവിധം പ്രതിധ്വനിക്കുന്ന ഒരു സ്ഥലാണെന്ന് മുമ്പ് സൂചിപ്പിച്ചിട്ടുണ്ടല്ലോ. നടന്നുവരുന്ന കാലടി സ്വരം പോലും വ്യക്തമായി പ്രതിദ്ധ്വനിക്കും.

"ഇതാ, അവർ എത്തി?" സംഭാഷണം അവസാനിപ്പിച്ചുകൊണ്ട് മിസ്സ് പ്രോസ്സ് എഴുന്നേറ്റു. "ഇനി അതിവേഗം നൂറുകണക്കിന് ആളുകൾ എത്തിത്തുടങ്ങും!"

അച്ഛന്റേയും മകളുടേയും പാദനിസ്വനം കേട്ടപ്പോൾ മി.ലോറി എഴുന്നേറ്റ് തുറന്ന ജാലകത്തിന്നടുത്ത് ചെന്നുനിന്നു.

മിസ്സ് പ്രോസ്സ് പ്രസന്നതയോടെ ചെന്ന്, തന്റെ ഓമനലേഡി മുകളിലെത്തിയപ്പോൾ അവളുടെ തൊപ്പിയെടുത്ത് തന്റെ ഉറുമാലിന്റെ അറ്റം കൊണ്ട് അതിലെ പൊടി തട്ടിക്കളഞ്ഞ്, മേൽക്കുപ്പായം എടുത്ത് അവളെ

ധരിപ്പിക്കാൻ തയ്യാറായി നിന്നു; അവളുടെ സുന്ദരമായ മുടി അഭിമാനത്തോടെ ബ്രഷ് ചെയ്തുകൊടുത്തു. കൊച്ചു ലേഡി സസന്തോഷം അവളെ ആലിംഗനം ചെയ്ത് ചുംബിച്ചു, തനിക്കുവേണ്ടി ഇത്രയേറെ ബുദ്ധിമുട്ടുന്നതിൽ സ്നേഹപൂർവ്വം അവളോട് പ്രതിഷേധിച്ചു - ലൂസി മാത്രമേ തമാശയിൽ അതിന് ധൈര്യപ്പെടാറുള്ളു; അല്ലെങ്കിൽ, മിസ്സ് പ്രോസ്സിനെ അത് വല്ലാതെ വേദനിപ്പിക്കും, അവൾ സ്വന്തം മുറിയിൽ ചെന്നിരുന്ന് കരയും! ഡോക്ടറും ആ കാഴ്ച കണ്ട് ആനന്ദിച്ചു; മി.ലോറിയും ഇതെല്ലാം ആഹ്ലാദപൂർവ്വം വീക്ഷിച്ച് നിന്നു. എന്നാൽ, നൂറുകണക്കിന് ആളുകളെയൊന്നും അദ്ദേഹത്തിനവിടെ കാണാൻ കഴിഞ്ഞില്ല; മിസ്സ് പ്രോസ്സിന്റെ പ്രവചനം സഫലീകൃതമാക്കുന്നത് കാണാനായി മി, ലോറി വൃഥാ നോക്കിനിന്നു

ഉച്ചഭക്ഷണസമയമായിട്ടും നൂറുകണക്കിന് ആളുകൾ ഇല്ല! അടുക്കള ഭാഗത്തിന്റെ ചുമതല മിസ്സ് പ്രോസ്സ് ഏറ്റെടുത്തു; അതവൾ ഗംഭീരമായി തന്നെ നിർവഹിച്ചു. അവളുടെ ഭക്ഷണം വളരെ ലളിതമാണെങ്കിലും, സ്വാദിഷ്ഠമായി പാചകം ചെയ്തതും, ഭംഗിയായി വിളമ്പിത്തരുന്നതുമായിരുന്നു; പാതി ഇംഗ്ലീഷും പാതി ഫ്രഞ്ചും ചേർന്ന ഭക്ഷണരീതികൾ.

ഞായറാഴ്ചകളിൽ മിസ്സ് പ്രോസ്സ് ഡോക്ടറോടൊപ്പം ആണ് ഭക്ഷണം കഴിക്കാറുള്ളത്. മറ്റ് ദിവസങ്ങളിൽ അടുക്കളയിലോ, സ്വന്തം മുറിയിലോ വെച്ചായിരിക്കും - നീലനിറമുള്ള അവളുടെ മുറിയിൽ അവളുടെ കൊച്ചു ലേഡി മാത്രമേ കയറിയിട്ടുള്ളു.

ഭക്ഷണത്തിനുശേഷം, മരച്ചോട്ടിലിരുന്ന് വീഞ്ഞ് കഴിക്കാമെന്ന് ലൂസി നിർദ്ദേശിച്ചു. മിസ്സ് പ്രോസ്സ് അതിനുള്ള എല്ലാ ഒരുക്കങ്ങളും പൂർത്തിയാക്കി. മി.ലോറിയുടെ ഒഴിഞ്ഞ ഗ്ലാസ്സ് സംസാരത്തിനിടെ അവൾ നിറച്ചുകൊടുത്തുകൊണ്ടിരുന്നു.

എന്നിട്ടും, നൂറുകണക്കിനാളുകൾ പ്രത്യക്ഷപ്പെട്ടില്ല. അവർ മരച്ചോട്ടിൽ ഇരിക്കവെ, മി.ഡാർണി എത്തി; അയാൾ മാത്രമായിരുന്നു അപ്പോൾ വന്ന ഒരേ ഒരാൾ!

ഡോ.മാനെറ്റും ലൂസിയും അയാളെ ഉപചാരപൂർവ്വം സ്വീകരിച്ചു. മിസ്സ് പ്രോസ്സിന് പെട്ടെന്ന് ശിരസ്സിലും ശരീരത്തിലും വല്ലാത്തൊരു തരം പീഡനം അനുഭവപ്പെട്ടതിനാൽ, അവൾ വീട്ടിനുള്ളിലേക്ക് പിൻവാങ്ങി. ഈ അസുഖത്തിന് അവൾ ഇടയ്ക്കിടെ ഇരയാകാറുണ്ട്.

ഡോക്ടർ നല്ല ഉന്മേഷത്തിലായിരുന്നു, വളരെ പ്രായം കുറഞ്ഞതുപോലെ കാണപ്പെട്ടു. അത്തരം അവസരങ്ങളിൽ അവർ അടുത്തടുത്തായി ഇരിക്കുമ്പോൾ അച്ഛനും മകളും തമ്മിൽ നല്ല സാദൃശ്യം ഉള്ളതായി തോന്നും.

അദ്ദേഹം ദിവസം മുഴുവൻ സംസാരിച്ചുകൊണ്ടിരുന്നു; വിവിധ വിഷയങ്ങളെക്കുറിച്ച്, അസാധാരണമായ ഉത്സാഹത്തോടെ!

“ദയവായി, ഡോ.മാനെറ്റ്” അവർ മരച്ചോട്ടിൽ ഇരുന്ന്, ലണ്ടനിലെ പഴയ കെട്ടിടങ്ങളെക്കുറിച്ച് സംസാരിക്കവെ, മി.ഡാർണി ചോദിച്ചു. “നിങ്ങൾ ടവർ നടന്നുകണ്ടോ?”

“ഞാനും ലൂസിയും അവിടെ പോയിരുന്നു, എന്നാൽ യാദൃച്ഛികമായി മാത്രം. തികഞ്ഞ താൽപര്യത്തോടെ ഞങ്ങൾ അത് ധാരാളം കണ്ടിട്ടുണ്ട്”.

“ഞാൻ അവിടെ പോയിട്ടുണ്ട്” അല്പം കോപത്തോടെ മുഖം ചുകന്നിട്ടാണെങ്കിലും പുഞ്ചിരിയോടെ ഡാർണി പറഞ്ഞു. “മറ്റൊരു രീതിയിൽ, ഒരു സന്ദർശകനെന്ന നിലയ്ക്കല്ല. ഞാൻ അവിടെ ആയിരുന്നപ്പോൾ അവർ വിചിത്രമായൊരു കാര്യം പറഞ്ഞു”.

“എന്താണത്?” ലൂസി ചോദിച്ചു.

“ചില മാറ്റങ്ങൾ വരുത്താനായി, കുറച്ച് പണിക്കാർ ഒരു പഴയ ഇരുട്ടറയിലേക്ക് വന്നു; വളരെക്കാലം മുമ്പ് നിർമ്മിച്ചതായിരുന്നു അത്; പിന്നെ, എല്ലാവരും അക്കാര്യം മറന്നു! അതിനകത്തെ ചുമരിലെ ഓരോ കല്ലും അന്നത്തെ തടവുപുള്ളികൾ കൊത്തിവെച്ച വാക്കുകൾകൊണ്ട് നിറഞ്ഞിരിക്കുന്നു.- തിയതികൾ, പേരുകൾ, പരാതികൾ, പ്രാർത്ഥനകൾ, ചുമരിന്റെ മൂലക്കല്ലിൽ, തൂക്കിക്കൊല്ലപ്പെട്ടു എന്ന് കരുതപ്പെടുന്ന ഒരു തടവുപുള്ളി, തന്റെ അവസാന പണിയായുധം ഉപയോഗിച്ചാണ് കൊത്തിവെച്ചിരിക്കുന്നതെന്ന് കണ്ടാലറിയാം. വളരെ കഷ്ടപ്പെട്ടാണ്, അതിലെ ഒരു വാക്ക് ‘കുഴിക്കുക’ എന്നാണ് എഴുതിയിരുന്നതെന്ന് കണ്ടുപിടിച്ചത്! ആ കല്ലിനടിയിൽ കുഴിച്ചുനോക്കിയപ്പോൾ, ഒരു കരിഞ്ഞ കടലാസും, ചെറിയൊരു തുകൽ സഞ്ചിയുടെ ചാരവും കണ്ടെത്തി. അജ്ഞാതനായ ആ തടവുപുള്ളി എഴുതിയതെന്താണെന്ന് ഒരിക്കലും വായിക്കാനായില്ല; എന്നാൽ അയാൾ എന്തോ! എഴുതിയിട്ടുണ്ട്, ജയിലറിൽനിന്ന് ഒളിപ്പിച്ച് വെച്ചിട്ടുണ്ട്.

“എന്റെ അച്ഛാ!” ലൂസി വിളിച്ചുപറഞ്ഞു. “നിങ്ങൾക്ക് സുഖമില്ലേ!”

അദ്ദേഹം പെട്ടെന്ന് ഒരു ഞെട്ടലോടെ കൈ തലയിലമർത്തി ഇരുന്നു. അദ്ദേഹത്തിന്റെ പെരുമാറ്റവും നോട്ടവും എല്ലാവരേയും വല്ലാതെ ഭയപ്പെടുത്തി.

“ഇല്ല, എന്റെ ഡിയർ, അസുഖമൊന്നുമില്ല. വലിയ മഴത്തുള്ളികൾ എന്നെ ഞെട്ടിച്ചതാണ്. നമ്മൾ ഉള്ളിലേക്ക് പോകുന്നതാണ് നല്ലത്.”

പെട്ടെന്നദ്ദേഹം സമനില പ്രാപിച്ചു. മഴ ശരിക്കും വലിയ തുള്ളികളായി കോരിച്ചൊരിയാൻ തുടങ്ങി; കൈപ്പത്തിയുടെ പുറത്ത് പതിച്ച വലിയ മഴത്തുള്ളികൾ അദ്ദേഹം കാണിച്ചു; എന്നാൽ തടവറയിൽ കണ്ടെത്തിയ വസ്തുക്കളെ പരാമർശിച്ച് ഒരക്ഷരം അദ്ദേഹം മിണ്ടിയില്ല! പക്ഷേ വീട്ടിനുള്ളിലേക്ക് കയറവെ, മി.ലോറിയുടെ ബിസിനസ്സ് കണ്ണുകൾ ഒരു കാര്യം കണ്ടുപിടിക്കയോ, കണ്ടുപിടിച്ചെന്ന് സങ്കല്പ്പിക്കുകയോ ചെയ്തു - അന്ന് കോടതിയിലെ ഇടനാഴിയിൽ വെച്ച് ചാൾസ് ഡാർണിക്കുനേരെ തിരിച്ചുവിട്ട അതേ വിചിത്രനോട്ടം ഡോക്ടർ അയാൾക്കുനേരെ ഇപ്പോഴും അയച്ചിരിക്കുന്നു!

ചായസമയമായപ്പോൾ, മിസ്സ് പ്രോസ്സ് ചായ ഉണ്ടാക്കി; അവൾ വീണ്ടും പീഡനമനുഭവിക്കുന്നതുപോലെ കാണപ്പെട്ടു; എന്നാലും നൂറുകണക്കിന് ആളുകളൊന്നും എത്തിയില്ല; മി.കാർട്ടൻ അലസമായി കടന്നുവന്നു, അപ്പോഴും രണ്ട് പേരെ വന്നുള്ളു!

വാതിലുകളും ജന്നലുകളുമെല്ലാം തുറന്നിട്ടിരുന്നെങ്കിലും ആ രാത്രി നല്ല ഉഷ്ണമുള്ളതായിരുന്നു. ചായകുടിച്ചശേഷം എല്ലാവരും ജന്നലക്കരികിലേക്ക് നീങ്ങിയിരുന്നു. ലൂസി അച്ഛന്റെ അടുത്താണ് ഇരുന്നത്, ഡാർണി അവളുടെ അടുത്തും; കാർട്ടൻ ഒരു ജന്നലിലേക്ക് ചാരിഇരുന്നു. വെളുത്ത്, നീണ്ട കർട്ടനുകളാണ് ഇട്ടിരിക്കുന്നത്, ആ മൂലയിലടിച്ചിരുന്ന ശക്തമായ കാറ്റ് ആ കർട്ടനുകളെ മേൽക്കൂരവരെ പൊക്കി ചുരുട്ടി. അവ പ്രേതത്തിന്റെ ചിറകുകൾ പോലെ തോന്നിപ്പിച്ചു!

"കനത്ത മഴത്തുള്ളികൾ ഇപ്പോഴും വീണുകൊണ്ടിരിക്കുന്നു". ഡോ. മാനെറ്റ് പറഞ്ഞു "മെല്ലെമെല്ലെയാണവ വരുന്നത്".

"ഒരു നശിച്ച കാറ്റും." കാർട്ടൻ പറഞ്ഞു.

ഇരുണ്ട മുറിയിലിരുന്ന് ഇടിയും മഴയും കാത്തിരിക്കുന്നവരെപ്പോലെ മെല്ലെമെല്ലെയാണവർ സംസാരിച്ചത്.

കൊടുങ്കാറ്റ് ആഞ്ഞടിക്കാൻ പോകുന്നതിനുമുമ്പ് ഏതെങ്കിലും അഭയകേന്ദ്രത്തിലെത്താനായി റോഡിൽ ആളുകൾ ധൃതിപിടിച്ച് പായുകയാണ്; തെരുവിലെ മൂലയിൽ, വരുകയും പോകുകയും ചെയ്യുന്ന കാലടിസ്വരങ്ങൾ മുറിയിൽ മാറ്റൊലിക്കൊള്ളുന്നുണ്ട്.

"എന്തൊരാൾക്കൂട്ടം, എന്നിട്ടും എന്തൊരു ഏകാന്തത!" ഡാർണി ലൂസിയെ നോക്കി പറഞ്ഞു.

"അത് ഹൃദയഹാരിയല്ലേ, മി.ഡാർണി?" ലൂസി ചോദിച്ചു. "ചിലപ്പോൾ, ഞാനിവിടെ വൈകുന്നേരങ്ങളിൽ മനോരാജ്യത്തിൽ മുങ്ങി ഇരിക്കാറുണ്ട് - എന്നാൽ ഇന്ന് രാത്രി എന്റെ മണ്ടൻചിന്തയിലുയരുന്ന നിഴലുകൾ പോലും എന്നെ പേടിപ്പിച്ച് വിറപ്പിക്കുന്നു, എല്ലാം അത്രയ്ക്ക് കറുപ്പും, ഗാംഭീര്യവുമുള്ളതാകുമ്പോൾ - "

"ഞങ്ങളും ഒന്ന് പേടിച്ച് വിറച്ചോട്ടെ. എന്താണതെന്ന് ഞങ്ങളോട് പറയൂ."

"നിങ്ങൾക്കത് ഒന്നുമല്ലെന്ന് തോന്നും. നമ്മൾ അവയെ മനസ്സിൽ സൃഷ്ടിക്കുന്നതുകൊണ്ടാണ് ആ ഭ്രമം ഹൃദയത്തിൽ പതിഞ്ഞുക്കിടക്കുന്നത്. അവ പറഞ്ഞു മനസ്സിലാക്കാൻ പറ്റുന്നവയല്ല; ചിലപ്പോൾ ഞാൻ ഒറ്റയ്ക്ക് വൈകുന്നേരം ഇവിടെ ഇരിക്കുമ്പോൾ, അനേകമനേകം ആളുകൾ നമ്മുടെ ജീവിതത്തിലേക്ക് കടന്നുവരുന്ന കാലടി ശബ്ദത്തിന്റെ പ്രതിധ്വനികൾ കേൾക്കുന്നതായി തോന്നും."

"അങ്ങനെയാണെങ്കിൽ വലിയൊരു ജനക്കൂട്ടം നമ്മുടെ ജീവിതത്തിലേക്ക് വരും." ചിന്താധീനനായി സിഡ്നി കാർട്ടൻ അഭിപ്രായപ്പെട്ടു.

"ഈ കാലടികൾ എല്ലാം നമ്മൾ എല്ലാവരിലേക്കും വരാൻ വിധിക്കപ്പെട്ടിട്ടുള്ളതാണോ, മിസ്സ് മാനെറ്റ്; അതോ, അവ തമ്മിൽ ഭാഗിച്ചെടുക്കേണ്ടതാണോ?"

"എനിക്കറിയില്ല, മി.ഡാർണി; ഞാൻ പറഞ്ഞല്ലോ, അതൊരു മണ്ടൻ ഭാവനയാണ്; എന്നാൽ നിങ്ങൾ അതെന്താണെന്ന് ചോദിച്ചു. എന്റെ സങ്കല്പമായിരുന്നു അവ - എന്റെയും, എന്റെ അച്ഛന്റേയും ജീവിതത്തിലേക്ക് വരാനിരിക്കുന്ന ആളുകളുടെ കാലടികൾ."

“ഞാനവ സ്വീകരിക്കുന്നു!” കാർട്ടൻ പറഞ്ഞു. “ഞാൻ യാതൊരു ചോദ്യവും ചോദിക്കുന്നില്ല, ഞാൻ വാത് വെക്കുന്നുമില്ല. വലിയൊരു ജന ക്കൂട്ടത്തെ ഞാൻ കാണുന്നു മിസ്സ് മാനെറ്റ്. ഇടി മിന്നലിൽ. അവരുടെ ചവിട്ടടി ശബ്ദങ്ങൾ....” ജന്നലിലൂടെ ഉജ്ജ്വലമായൊരു മിന്നൽ കണ്ടശേഷ മാണയാൾ അവസാന വാക്കുകൾ പറഞ്ഞത്.

ഭയങ്കമായ കാറ്റും ഇടിമിന്നലും മഴയോടൊപ്പം പൊട്ടിപ്പുറപ്പെട്ടു. പാതി രാത്രി ചന്ദ്രൻ ഉദിക്കുന്നതുവരെ അത് തുടർന്നു.

തെളിഞ്ഞ അന്തരീക്ഷത്തിൽ സെന്റ് പോൾസിലെ വലിയ മണി ഒന്ന് അടിച്ചപ്പോൾ, മി.ലോറി, ജെറിയുടെ അകമ്പടിയോടെ കൈയിലൊരു വിളക്കും പിടിച്ച് ക്ലാക്കെൻ വെല്ലിലേക്ക് മടക്കയാത്രയ്ക്ക് തയ്യാറായി. സൊഹൊക്കും ക്ലാക്കൻ വെല്ലിനുമിടയ്ക്കുള്ള റോഡിൽ ഏകാന്തമായ പല ഭാഗങ്ങളുമുണ്ടായിരുന്നു. പിടിച്ചുപറിക്കാരെ കുറിച്ചറിയാമായിരുന്ന മി.ലോറി എപ്പോഴും സേവനത്തിന്നായി ജെറിയെ നിർത്തിയിരുന്നു.

“എന്തൊരു രാത്രിയായിരുന്നു അത്! ജെറി!” മി.ലോറി പറഞ്ഞു. “മരിച്ച വരെ ശവക്കുഴികളിൽനിന്നും പുറത്ത് കൊണ്ടുവരുന്ന രാത്രി.....”

“ഞാൻ ഒരിക്കലും ഇങ്ങനെ ഒരു രാത്രി കണ്ടിട്ടില്ല, മാസ്റ്റർ - ഇനി കാണുമെന്ന് പ്രതീക്ഷിക്കുന്നുമില്ല.” ജെറി മറുപടി നൽകി.

“ഗുഡ് നൈറ്റ്, മി. കാർട്ടൻ.”

“ഗുഡ് നൈറ്റ്, മി.ഡാർണി. നമ്മൾ ഇനി എപ്പോഴെങ്കിലും അത്തരം ഒരു രാത്രി വീണ്ടും ഒന്നിച്ച് കാണുമോ!”

ഒരുപക്ഷേ, ഒരു പക്ഷേ, കുതിച്ച് അലറിക്കൊണ്ട് മുന്നേറുന്ന വൻ ജനക്കൂട്ടത്തെ കാണും, അവരെ ചവിട്ടിത്താഴ്ത്തുന്നതും.

ഏഴ്

അരമനയിലെ മഹാന്മാരായ പ്രഭുക്കന്മാരിൽ ഒരാളായ, കത്തോലിക്കാ സഭയിലെ അത്യുന്നതനായ പുരോഹിതൻ (മോൺ സീന്യർ), പാരീസ്സിലെ തന്റെ ഗ്രാണ്ട് ഹോട്ടലിൽ രണ്ടാഴ്ചതോറും നടത്താറുള്ള സ്വീകരണ സമ്മേളനം നടത്തി, തന്റെ അകത്തെ മുറിയിൽ സ്വസ്ഥമായിരിക്കുക യാണ്. അദ്ദേഹത്തിന് പ്രഭാതത്തിലെ ചോക്കലേറ്റ് കഴിക്കേണ്ട സമയ മായി. എന്നാൽ, അത് കഴിക്കുവാൻ പാചകക്കാരന് പുറമെ നാല് കരു ത്തരായ സേവകരുടെ സാന്നിദ്ധ്യം അനിവാര്യമാണ്. അതെ നാലുപേർ - ഭംഗിയായി വസ്ത്രാധാരണം ചെയ്ത സ്വർണ്ണചങ്ങലയുള്ള രണ്ട് പോക്കറ്റ് വാച്ചുകൾ ഞാത്തിയിട്ടവനാണ് അവരുടെ മുഖ്യൻ. മോൺസീന്യെർ നിർദ്ദേ ശിക്കുന്ന തരത്തിലുള്ള ഉഗ്രൻ ഫാഷനിലായിരിക്കും അയാളുടെ വസ്ത്ര ധാരണം; സുഖകരമായ ചോക്കലേറ്റ് മോൺസീന്യെറുടെ ചുണ്ടുകളിൽ വെച്ചുകൊടുക്കുന്നത് അയാളായിരിക്കും. ഒരു പാദസേവകൻ ചോക്കലേറ്റ് പാത്രം ആ പുണ്യവാളന്റെ മുന്നിലെത്തിക്കും; രണ്ടാമത്തവൻ ഒരു സ്പൂൺ കൊണ്ടുവന്ന് ചോക്കലേറ്റ് നന്നായി ഇളക്കും. മൂന്നാമത്തവൻ

നാപ്കിൻ കെട്ടിക്കൊടുക്കും; നാലാമത്തവൻ (രണ്ട് സ്വർണ്ണ വാച്ച് ഞാത്തിയിട്ടുള്ളവൻ) ചോക്കലേറ്റ് ചുണ്ടത്ത് ഒഴിച്ചു കൊടുക്കും. ചോക്കലേറ്റ് കൊടുക്കുന്നതിൽ നിന്ന് ഒരാളെപ്പോലും ഒഴിവാക്കാൻ ആ പുണ്യവാളന് കഴിയില്ല.

തലേന്ന് രാത്രി മോൺ സീന്യെർ ചെറിയൊരു അത്താഴ വിരുന്നിന് പോയിരുന്നു; അവിടെ കോമഡിയും, നല്ലൊരു ഓപ്പറയും ഉണ്ടായിരുന്നു; മിക്കവാറും രാത്രികൾ അപ്രകാരം തന്നെയാണ്. ഫ്രാൻസിലെ ഭരണ രഹസ്യങ്ങളേക്കാൾ ഏറെ മോൺസീന്യെറെ സ്വാധീനിച്ചിരുന്നത് ആകർഷണീയമായി അവതരിപ്പിക്കപ്പെടുന്ന കോമഡിയും ഓപ്പറുമായാണ്.

അദ്ദേഹത്തിന്റെ വേദവാക്യം ഇതാണ്; "സമ്പൂർണ്ണമായ ഈ ഭൂമി എന്റേതാണ്."

ചോക്കലേറ്റ് കുടിച്ചശേഷം നാല് സേവകന്മാരേയും മോൺസീന്യെർ പറഞ്ഞയച്ചു; ഏറ്റവും വിശുദ്ധമായ മുറിയുടെ വാതിൽ മലർക്കെ തുറക്കപ്പെട്ടു. പിന്നെ അനുഗ്രഹത്തിനു വേണ്ടിയുള്ള ആളുകളുടെ കുനിയലും, മുട്ടുകുത്തലും, പ്രണമിക്കലും തന്നെ. എന്തൊരു ഹീനമായ അപമാനം!

സന്തോഷവാന്മാരായ ആ അടിമകളോട് എന്തെങ്കിലും ഒരു വാക്കോ, പുഞ്ചിരിയോ സമ്മാനിച്ച്, കൈവീശി, തന്റെ മുറിയിൽ നിന്ന് ആരാധനാലയത്തിലേക്ക് ഉന്മേഷത്തോടെ അയാൾ നടന്നുപോയി. പിന്നെ, മോൺസീന്യെർ തിരിഞ്ഞ്, മടങ്ങിവന്ന്, അകത്ത് കയറി വാതിലടച്ചു; അതിനുശേഷം പുറത്തുവന്നതേയില്ല.

പ്രഭുദർശനം കഴിഞ്ഞതോടെ അന്തരീക്ഷത്തിലെ ഒച്ചപ്പാട് ഒരു കൊച്ചു കൊടുങ്കാറ്റായി വളർന്നു; താഴെ മണികൾ മുഴങ്ങിക്കൊണ്ടിരുന്നു. അതിവേഗം ജനക്കൂട്ടം സ്ഥലം വിട്ടു. ഒരാൾ മാത്രം ബാക്കിയായി. അയാൾ തന്റെ തൊപ്പി കക്ഷത്തുവെച്ച്, പുകയിലപ്പൊടി ഡപ്പി കൈയിൽ പിടിച്ച്, മെല്ലെ ഇടനാഴിയിലൂടെ പുറത്ത് കടക്കാനായി നടന്നു.

ഈ മനുഷ്യൻ ഇടനാഴിയുടെ അവസാന വാതിൽക്കൽ നിന്ന്, ദേവാലയത്തിന്റെ ഭാഗത്തേക്ക് തിരിഞ്ഞ് പറഞ്ഞു. "ഞാൻ നിന്നെ സാത്താന് സമർപ്പിക്കുന്നു!" പിന്നെ, വിരലുകൾക്കുള്ളിൽ ഒരു നുള്ള് പൊടിയെടുത്ത് വലിച്ച്, ശാന്തനായി കോണിയിറങ്ങി.

അദ്ദേഹത്തിന് ഏകദേശം അറുപത് വയസ്സ് പ്രായം കാണും. ഭംഗിയായി വസ്ത്രധാരണം ചെയ്ത ഒരു ധിക്കാരിയായ മനുഷ്യൻ. നേരിയ മാസ്ക് ധരിച്ചതുപോലുള്ള മുഖം, സുതാര്യമായി വിളർത്തത്. അതിലെ ഓരോ ഭാഗവും വ്യക്തമായി നിർവ്വചിക്കപ്പെട്ടതുപോലെയുണ്ട്. മൊത്തത്തിൽ ഒരു സുന്ദരമായ മുഖമാണ് അദ്ദേഹത്തിന്റേത്.

അയാൾ താഴെ ഇറങ്ങി, മുറ്റത്തെത്തി, സ്വന്തം വണ്ടിയിൽക്കയറി; വണ്ടിക്കാരൻ അതിവേഗം വണ്ടിവിട്ടു. അയാളുടെ വണ്ടിക്കാരൻ, ശത്രുവിനെ ആക്രമിക്കാൻ പോകുകയാണെന്ന മട്ടിലായിരുന്നു വണ്ടി പറപ്പിച്ചുവിട്ടിരുന്നത്. വെറിപിടിച്ചുകൊണ്ടുള്ള ആ പാച്ചിലിനെതിരായി യജമാനന്റെ ചുണ്ടുകളോ, മുഖമോ, പ്രതികരിച്ചില്ല. ഫുട്ട്പാത്തുകളില്ലാത്ത ആ ഇടുങ്ങിയ റോഡുകളിൽ കാൽനടക്കാരുടെ കാര്യം കഷ്ടമാണ്;

അപകടങ്ങൾ പതിവായിരുന്നു. തെരുവിലൂടെയും റോഡിന്റെ വളവിലൂടെയും കുതിച്ചുപായുന്ന ആ വണ്ടിക്കുമുന്നിൽ വന്നുപെട്ട സ്ത്രീകൾ നിലവിളിച്ചു, പുരുഷന്മാർ പരസ്പരം പിടിക്കുകയും, കുട്ടികളെ പിടിച്ചുമാറ്റുകയും ചെയ്തു. ഒടുവിൽ, തെരുവിന്റെ മൂലയിലെ ഒരു ഫൗണ്ടന്നരികിൽ വെച്ച്, പെട്ടെന്ന് ഒരു ഇളക്കത്തോടെ വണ്ടിനിന്നു, പലരും ഉറക്കെ നിലവിളിച്ചു. കുതിരകൾ പിന്നോട്ടാഞ്ഞ് നിന്നു. കുതിരകൾ വിരണ്ടുനിന്നില്ലായിരുന്നെങ്കിൽ വണ്ടി പിന്നെയും മുന്നോട്ട് പോകുമായിരുന്നു! മുറിവേറ്റവരെ വഴിയിൽ വിട്ടുപോകുകയാണ് വണ്ടിക്കാർ ചെയ്യാറുള്ളത്. എന്നാലിപ്പോൾ ഇരുപത് കൈകളെങ്കിലും കുതിരയുടെ കടിഞ്ഞാണിൽ പിടികൂടിക്കഴിഞ്ഞിരുന്നു.

"എന്താണ് കുഴപ്പം?" യജമാനൻ ശാന്തനായി പുറത്തേക്ക് നോക്കി ചോദിച്ചു.

അപ്പോൾ കുതിരകളുടെ കാലുകൾക്കിടയിൽ നിന്ന് നീണ്ടുമെലിഞ്ഞ് തൊപ്പി ധരിച്ച ഒരു മനുഷ്യൻ ഒരു തുണികെട്ടുപോലൊരു വസ്തു പുറത്തെടുത്ത്, ഫൗണ്ടന്റെ തറയിൽ കിടത്തി, ആ നനഞ്ഞ ചെളിയിലിരുന്ന് അതിലേക്ക് കുനിഞ്ഞ് ഒരു കാട്ടുമൃഗത്തെപ്പോലെ നിലവിളിച്ചു.

"ക്ഷമിക്കണം, മാക്കിസ്സ് സാർ!" കീറിപ്പറിഞ്ഞ വസ്ത്രം ധരിച്ചൊരു പാവം മനുഷ്യൻ പറഞ്ഞു.

"മനുഷ്യക്കുട്ടിയാണ്."

"എന്താണയാൾ അറപ്പുതോന്നുന്ന വിധത്തിൽ നിലവിളിക്കുന്നത്? അതയാളുടെ കുട്ടിയാണോ?"

"എന്നോട് ക്ഷമിക്കണം മാർക്വിസ് സാർ - അതെ - അത് - കഷ്ടമാണ്."

ആ നീണ്ടുമെലിഞ്ഞ മനുഷ്യൻ പെട്ടെന്ന് നിലത്തുനിന്നെഴുന്നേറ്റ് വണ്ടിയുടെ അടുത്തേക്ക് ഓടിച്ചെന്നു; മി.മാർക്വിസ് ഒരു നിമിഷം തന്റെ വാളിന്റെ പിടിയിൽ കൈവെച്ചു.

"കൊന്നു!" ഭയങ്കര വേദനയോടെ ആ മനുഷ്യൻ നിലവിളിച്ചു, ഇരുകൈകളും തന്റെ തലമുകളിലേക്ക് പൊക്കിപ്പിടിച്ച് അയാൾക്കുനേരെ തുറിച്ചുനോക്കി പറഞ്ഞു. "മരിച്ചു."

ആളുകൾ ചുറ്റുംനിന്ന് മി.മാർക്വിസ്സിനെ നോക്കി; ആകാംക്ഷയോടെ അയാളെ നിരീക്ഷിച്ചുനിന്നതല്ലാതെ ആരും ഒന്നും പറയുകയുണ്ടായില്ല. പുറത്ത് കാണാവുന്ന രീതിയിലുള്ള ഭീഷണിപ്പെടുത്തലോ, കോപമോ, പ്രകടമല്ലായിരുന്നു. ഒറ്റ മനുഷ്യനും ഒന്നും മിണ്ടിയില്ല; ആദ്യനിലവിളിക്കുശേഷം അവർ നിശ്ശബ്ദത പാലിച്ചു. അവർ അതീവ വിധേയത്വത്തോടെ നിന്നു.

മി.മാർക്വിസ് അവരെ എല്ലാവരേയും, മാളത്തിൽ നിന്ന് പുറത്ത് വരുന്ന എലികളാണെന്ന മട്ടിൽ വീക്ഷിച്ചു.

അയാൾ തന്റെ പെഴ്സ് പുറത്തെടുത്തു. "നിങ്ങൾക്ക് നിങ്ങളേയും കുട്ടികളേയും സ്വയം രക്ഷിക്കാൻ കഴിയില്ല എന്നത് വിചിത്രമായി എനിക്ക്

തോന്നുന്നു. ആരെങ്കിലും ഒരാൾ എന്നും വഴിയിൽ വന്ന് വീഴും. എന്റെ കുതിരകൾക്ക് എന്തുമാത്രം മുറിവ് പറ്റിയെന്ന് നിങ്ങൾക്കറിയാമോ? നോക്കൂ! അയാൾക്ക് ഇത് കൊടുക്കൂ."

ഭൃത്യനോട് പിടിക്കാൻ പറഞ്ഞ്, അയാൾ ഒരു സ്വർണ്ണ നാണയം എറിഞ്ഞു കൊടുത്തു. എല്ലാ കണ്ണുകളും അത് പൊങ്ങുന്നതും താഴെ വീഴുന്നതും പിൻതുടർന്നു. ആ നീണ്ടുമെലിഞ്ഞ മനുഷ്യൻ വീണ്ടും അസാധാരണമായ ആ നിലവിളി ഉയർത്തി, "മരിച്ചു!"

പെട്ടെന്ന് ജനക്കൂട്ടത്തിന്നിടയിലൂടെ വഴിയുണ്ടാക്കി മറ്റൊരു മനുഷ്യൻ വന്നതോടെ അയാൾ നവാഗതന്റെ തോളിൽ തലചായ്ച്ച് വിതുമ്പുകയും, ഫൗണ്ടന്റെ ഭാഗത്തേക്ക് ചൂണ്ടിക്കാണിക്കുകയും ചെയ്തു. അവിടെ, ചില സ്ത്രീകൾ നിശ്ചലമായൊരു ഭാണ്ഡത്തിന് മീതെ കുനിഞ്ഞുനോക്കുകയും മെല്ലെ നടക്കുകയും ചെയ്യുന്നുണ്ട്. ആ പുരുഷന്മാരെപ്പോലെ അവരും നിശ്ശബ്ദരാണ്.

"എനിക്കെല്ലാം അറിയാം, എനിക്കെല്ലാം അറിയാം." ആ നവാഗതൻ പറഞ്ഞു. "ധീരനായി ഇരിക്കൂ, എന്റെ ഗാസ് പാർഡ്! ഈ പാവം കുട്ടി ഇപ്രകാരം മരിച്ചത് നന്നായി, ജീവിക്കുന്നതിനേക്കാൾ ഭേദമാണത്! ഒരു നിമിഷം കൊണ്ടത് വേദന അറിയാതെ മരിച്ചു; ഒരു മണിക്കൂറെങ്കിലും സന്തോഷത്തോടെ അത് ജീവിച്ചിട്ടുണ്ടോ?"

"നിങ്ങൾ ഒരു ഫിലോസഫർ ആണ്" മാർക്വിസ് പുഞ്ചിരിയോടെ പറഞ്ഞു "നിങ്ങളുടെ പേരെന്താണ്?"

"ഡിഫാർജ്"

"എന്താണ് തൊഴിൽ?"

"വീഞ്ഞ് കച്ചവടം, മി.മാർക്വിസ്."

അയാൾക്ക് മറ്റൊരു സ്വർണ്ണനാണയം എറിഞ്ഞുകൊടുത്തുകൊണ്ട് മാർക്വിസ് പറഞ്ഞു "അത് പിടിക്കൂ, വീഞ്ഞുകച്ചവടക്കാരൻ ഫിലോസഫർ, അത് നിന്റെ ഇഷ്ടംപോലെ ചെലവാക്കിക്കോളൂ. ആ കുതിരകൾക്ക് കുഴപ്പമൊന്നുമില്ലല്ലോ?"

രണ്ടാമതൊരിക്കൽക്കൂടി ജനക്കൂട്ടത്തെ നോക്കാനുള്ള സന്മനസ്സ് കാട്ടാതെ മി.മാർക്വിസ്സ് തന്റെ സീറ്റിൽ അന്തസ്സോടെ ചെരിഞ്ഞ് ഇരിക്കവെ, അയാളുടെ മനസ്സമാധാനം കെടുത്തിക്കൊണ്ട്, ഒരു സ്വർണ്ണനാണ്യം പറന്നു വന്ന്, ആ വണ്ടിയുടെ തറയിൽ മുഴക്കത്തോടെ പതിച്ചു.

"നിർത്തൂ!" മി.മാർക്വിസ് പറഞ്ഞു "കുതിരകളെ നിർത്തൂ! ആരാണത് എറിഞ്ഞത്?"

ഒരു നിമിഷം മുമ്പ് വീഞ്ഞുകച്ചവടക്കാരൻ ഡിഫാർജ് നിന്നിരുന്ന സ്ഥലത്തേക്കയാൾ നോക്കി; ആ സ്ഥലത്തിരുന്ന്, ദുഃഖിതനായ ആ പിതാവ് നിലവിളിച്ചുകൊണ്ടേയിരിക്കുന്നു. അയാളുടെ അടുത്ത് നിന്നിരുന്ന രൂപം ഇരുനിറമുള്ളൊരു സ്ത്രീയുടേതായിരുന്നു; ആരേയും കൂസാത്ത ദൃഢഭാവമുള്ള ഒരു സ്ത്രീ. അവൾ വഴിവക്കിലും തുന്നിക്കൊണ്ടിരുന്നു.

"നായ്ക്കളെ" മാർക്വിസ് പറഞ്ഞു "ഞാൻ നിങ്ങളുടെ ഓരോരുത്തരുടേയും മീതെക്കൂടെ സസന്തോഷം വണ്ടി ഓടിച്ച്, നിങ്ങളെ ഈ ഭൂമിയിൽ നിന്നും ഉന്മൂലനം ചെയ്യും. ഏത് തെണ്ടിയാണ് എന്റെ വണ്ടിയിലേക്ക് നാണ്യം എറിഞ്ഞതെന്ന് അറിഞ്ഞിരുന്നങ്കിൽ; ഈ ചക്രങ്ങൾക്കടിയിലിട്ടവനെ ചതച്ചേനെ!"

ഒരു ശബ്ദമോ, ഒരു കൈയോ, കണ്ണോ, അയാൾക്കുനേരെ ഉയർത്തപ്പെട്ടില്ല. ഒരുപുരുഷനും അനങ്ങിയില്ല. എന്നാൽ, അവിടെനിന്ന് തുന്നിക്കൊണ്ടിരുന്ന ആ സ്ത്രീമാത്രം മാർക്വിസ്സിന്റെ മുഖത്തേക്ക് നേരെനോക്കി. അവളെ ശ്രദ്ധിക്കുന്നത് അയാളുടെ അന്തസ്സിന് കുറവാണ്. അയാളുടെ പുച്ഛം നിറഞ്ഞ കണ്ണുകൾ അവളേയും, മറ്റ് എലികളേയും കടന്നുപോയി; വീണ്ടും അയാൾ തന്റെ സീറ്റിൽ ചാരിക്കിടന്ന്, ഉത്തരവിട്ടു, "വണ്ടി വിടൂ!"

അയാളുടെ വണ്ടി പാഞ്ഞു. മറ്റ് പല വണ്ടികളും പിന്നാലെ വന്നുകൊണ്ടിരുന്നു – മന്ത്രിയുടേതും, ഡോക്ടറുടേയും, വക്കീലിന്റേയും, പുരോഹിതന്റേയും ഓപ്പറയുടേയുമെല്ലാം. എലികൾ മാളങ്ങളിൽ നിന്ന് പുറത്തുവന്ന് അവരെ നോക്കി; മണിക്കൂറുകളോളം അങ്ങനെ നോക്കിനിന്നു. ആ അച്ഛൻ നേരത്തെത്തന്നെ മാറാപ്പുമെടുത്ത് അവിടം വിട്ടിരുന്നു. ആ മാറാപ്പിനെ ഫൗണ്ടന്നടുത്തിരുന്ന് ശുശ്രൂഷിച്ചിരുന്ന സ്ത്രീകൾ, ഇപ്പോൾ ഫൗണ്ടനിലെ വെള്ളം ഒഴുകുന്നതും നോക്കി ഇരിപ്പാണ്. തുന്നിക്കൊണ്ട് നിന്നിരുന്ന, ശ്രദ്ധേയമായ ആ സ്ത്രീ അനങ്ങാതിരുന്ന് തുന്നിക്കൊണ്ടിരുന്നു.

സമയവും കാലവും ഒരു മനുഷ്യനുവേണ്ടിയും കാത്തുനിന്നില്ല; വീണ്ടും, എലികൾ തങ്ങളുടെ ഇരുളടഞ്ഞ മാളങ്ങളിൽ അടുത്തടുത്ത് ഒന്നിച്ച് കിടന്നുറങ്ങി. എല്ലാം അവയുടേതായ ഗതിയിലൂടെ മുന്നോട്ട് നീങ്ങി.

എട്ട്

വിഷാദം നിറഞ്ഞ പ്രകൃതി ദൃശ്യം. ധാന്യവയലുകൾ.... റൈ, പയർ, ബീൻസ്, മറ്റ് പച്ചക്കറികൾ എല്ലാം അവിടിവിടെ ഉണങ്ങി പോയിരിക്കുന്നു; ആ നിശ്ശേഷ്ടമായ പ്രകൃതിയിൽ, അവിടെ കൃഷിചെയ്യുന്ന സ്ത്രീ പുരുഷന്മാരെപ്പോലെ, ചെടികൾക്കും വളരാൻ താൽപര്യമില്ലാത്ത ഒരു ഭാവമാണ് – എല്ലാം ഉപേക്ഷിച്ച് നശിച്ച് പോകാനുള്ള ഒരു വിഷാദഭാവം.

നാല് കുതിരകളും രണ്ട് വണ്ടിക്കാരും ഓടിക്കുന്ന ഒരു കുതിരവണ്ടിയിൽ മി.മാർക്വിസ് കഷ്ടപ്പെട്ട്, കുത്തനെയുള്ളൊരു കുന്ന് കയറുകയാണ്. അയാളുടെ മുഖം ചുകന്ന് തുടുത്തിരിക്കുന്നു.

സൂര്യൻ വളരെ താഴ്ന്നിരുന്നതിനാൽ, അപ്പോൾത്തന്നെ അസ്തമിച്ചു. വണ്ടി താഴ്‌വാരത്തിലേക്ക് നീങ്ങിക്കൊണ്ടിരുന്നു; അരുണിമ പെട്ടെന്ന് മാഞ്ഞുപോയി. സൂര്യനും മാർക്വിസും ഒന്നിച്ച് താഴോട്ട്.

ആ കുന്നിന് താഴെ ഒരു തകർന്ന ഗ്രാമമുണ്ട്. വ്യക്തമായി പരന്നുകിടക്കുന്ന ഒരു കൊച്ചു ഗ്രാമം. കുറച്ചപ്പുറത്തായി, ഒരു പള്ളിഗോപുരം, ഒരു

വിൻഡ്മിൽ, നായാട്ടിന്നായുള്ളൊരു കാട്, കടും തൂക്കായ പാറയോടുകൂടിയ കോട്ട എന്നിവ കാണാം. ഇരുളിൽ സ്ഥിതിചെയ്യുന്ന ഈ വസ്തുക്കളിലേക്ക്, സ്വവസതിയിലെത്തിയ ഒരുവന്റെ ഭാവത്തോടെ മാർക്വിസ് നോക്കി.

ദാരിദ്ര്യം നിറഞ്ഞൊരു തെരുവും, മദ്യം വാറ്റുന്ന സ്ഥലവും, തോൽ ഊറയ്ക്കിടുന്ന സ്ഥലവും, മദ്യശാലയും, കുതിരലായവും, ഫൗണ്ടനും ആ ഗ്രാമത്തിലുണ്ട്. എല്ലാം ദാരിദ്രത്തിന്റെ പ്രതീകങ്ങൾ! അവിടത്തെ ജന ങ്ങളും ദരിദ്രരാണ്. കുറെപേർ സ്വന്തം വാതിൽപ്പടികളിരുന്ന് അത്താഴത്തി നുള്ള സവാള മുറിക്കുന്നു; കുറെപ്പേർ ഫൗണ്ടന്നരികിൽ നിന്ന് ഇലകളും, പുല്ലുകളും മറ്റും കഴുകി വൃത്തിയാക്കുന്നു; അതവരുടെ ഒരു ആഹാര പദാർത്ഥമാണ്. സ്റ്റേറ്റിനുള്ള നികുതി, പള്ളിക്കുള്ള നികുതി, ജന്മിക്കുള്ള നികുതി, പ്രാദേശികവും ദേശീയവുമായ നികുതികൾ എന്നിവയാണവരെ കടുത്ത ദാരിദ്രത്തിലാഴ്ത്തിയത്.

കുറച്ച് കുട്ടികളെ അവിടെ കാണാനുണ്ട്, നായ്ക്കൾ ഇല്ല.

ചാട്ടവാറടിയുടെ ധ്വനി ആ സന്ധ്യാസമയത്ത് അവിടെ മാറ്റൊലിക്കൊണ്ടു. ഒരു സന്ദേശവാഹകനെ തന്റെ മുന്നോടിയായി അയച്ച്, മി.മാർക്വിസ് വണ്ടി പോസ്റ്റിംഗ് ഹൗസിന്റെ ഗേറ്റിന്നടുത്ത് നിർത്തിച്ചു. ഫൗണ്ടന്നടുത്ത് നിന്നി രുന്നവർ തങ്ങളുടെ പണി നിർത്തി, അയാളെ നോക്കി.

തന്റെ മുന്നിൽ വിനീതരായി നിൽക്കുന്ന ആ പേക്കോലങ്ങളെ മി. മാർക്വിസ് പുച്ഛത്തോടെ നിരീക്ഷിച്ചു; അപ്പോൾ ദുർമ്മുഖനായൊരു റോഡ് നന്നാക്കുന്നവൻ ആ ആൾക്കൂട്ടത്തിലേക്ക് വന്നു.

"അയാളെ എന്റെ അടുത്തേക്ക് കൊണ്ടുവരൂ!" മാർക്വിസ് തന്റെ സന്ദേശവാഹകനോട് ആജ്ഞാപിച്ചു.

തൊപ്പി കൈയിൽ പിടിച്ച അയാൾ അങ്ങോട്ട് ആനയിക്കപ്പെട്ടു. മറ്റു ള്ളവർ അവിടെ നടക്കുന്നത് കാണാനും കേൾക്കാനുമായി ചുറ്റുംകൂടി, പാരീസ് ഫൗണ്ടനിൽ ജനം കൂടുന്നതുപോലെ!

" ഞാൻ നിന്നെ റോഡിൽ കടന്നുപോന്നു, ഇല്ലേ?"

"അത് ശരിയാണ്, സാർ"

"കുന്ന് കയറുമ്പോഴും, കുന്നിൻ മുകളിലും വെച്ച്?"

"അത് ശരിയാണ്, സാർ"

"നീ എന്താണ് തുറിച്ചുനോക്കിയിരുന്നത്?"

"ആ മനുഷ്യനെയാണ് ഞാൻ തുറിച്ചുനോക്കിയത്, സാർ." അയാൾ അല്പം കുനിഞ്ഞ്, തന്റെ കീറിയതൊപ്പി വണ്ടിയുടെ താഴേക്ക് ചൂണ്ടി ക്കാട്ടി. അവിടെ കൂടിയിരുന്നവരെല്ലാം വണ്ടിക്കടിയിലേക്ക് കുനിഞ്ഞു നോക്കി.

"എന്താടാ, പന്നീ? എന്തിനങ്ങോട്ട് നോക്കുന്നു?"

"ക്ഷമിക്കണം, സാർ; ആ ബ്രേക്കിന്റെ ചങ്ങലയിലാണയാൾ ഞാന്നു കിടന്നിരുന്നത്."

"ആര്?"

"സാർ ആ മനുഷ്യൻ."

"ഈ ഇഡിയറ്റുകളെ ചെകുത്താൻ പിടിക്കട്ടെ! എന്താണയാളുടെ പേര്? ഈ പ്രദേശത്തെ എല്ലാ മനുഷ്യരേയും നിനക്കറിയാമല്ലൊ. ആരായിരുന്നു അവൻ?"

"എന്റെ പ്രഭോ! അയാൾ ഈ നാട്ടുക്കാരനല്ല. ഇത്രയും കാലത്തിന്നിടയ്ക്ക് ഞാനൊരിക്കലും അയാളെ കണ്ടിട്ടില്ല."

"ചങ്ങലയിൽ ഞാന്ന് കിടക്കുകയോ? ശ്വാസം മുട്ടില്ലേ?"

"അങ്ങയുടെ അനുവാദത്തോടെ പറയട്ടെ, അതാണതിശയം, പ്രഭോ. അയാളുടെ തല ഞാന്നുക്കിടക്കുകയായിരുന്നു – ഇതുപോലെ!"

അയാൾ വണ്ടിയുടെ അടുത്തുചെന്ന്, പിന്നാക്കം വളഞ്ഞ്, തല ആകാശത്തേക്ക് തിരിച്ച്, ഞാത്തി ഇട്ടു; പിന്നെ, എഴുന്നേററ്, തപ്പിത്തടഞ്ഞ് തൊപ്പിയെടുത്ത്, കുനിഞ്ഞുവണങ്ങി.

"അയാളെ കാണാൻ എങ്ങനെയുണ്ടായിരുന്നു?"

"മില്ലുകാരനേക്കാൾ വെളുത്തിട്ടാണ്, പ്രഭോ. ശരീരം നിറയെ പൊടി പുരണ്ടിരുന്നു, ഭൂതംപോലെ വെളുത്ത്, പ്രേതം പോലെ പൊക്കത്തിൽ!"

ആ രൂപം കൊച്ചു ജനക്കൂട്ടത്തിൽ ഭയങ്കര വികാരവിക്ഷോഭമുണർത്തി. എല്ലാ കണ്ണുകളും മി.മാർക്വിസ്സിൽത്തന്നെ തറച്ചുനിന്നു; അവർ പരസ്പരം നോക്കിയതുമില്ല, അയാളുടെ മനസ്സിൽ ഏതെങ്കിലും പ്രേതം ഉണ്ടോ എന്ന് നിരീക്ഷിക്കാനെന്നോണം!

"ശരിക്കും, നീ ചെയ്തത് നന്നായി." അത്തരം ഹീനജനങ്ങൾക്ക് തന്റെ മനസ്സമാധാനം കെടുത്താനാകില്ലെന്ന ആത്മസംതൃപ്തിയോടെ, വിവേകപൂർവ്വം മാർകിസ് പറഞ്ഞു "എന്റെ വണ്ടിയോടൊപ്പം ഒരു കള്ളൻ വരുന്നത് കണ്ടിട്ട് നിന്റെ ആ വലിയ വായ നീ തുറന്നില്ല. ബാഹ്! അവനെ മാറ്റി നിർത്തൂ, മി.ഗാബെൽ!"

പോസ്റ്റ് മാസ്റ്ററാണ് മി.ഗാബെൽ; നികുതി വകുപ്പിന്റെ അധികചുമതല കൂടി വഹിക്കുന്നുണ്ട്. ഈ സാക്ഷി വിസ്താരത്തിൽ സഹായിക്കാനായി ഇറങ്ങി വന്നതാണയാൾ; അയാൾ വിചാരണ നടത്തപ്പെട്ടവനെ ഔദ്യോഗിക ശൈലിയിൽ ഉടുപ്പിന്റെ കൈയിൽ പിടിച്ചു.

"ബാഹ്! ഒരു വശത്തേക്ക് മാറി നിൽക്കൂ!" മി.ഗാബെൽ പറഞ്ഞു.

"നിങ്ങളുടെ ഗ്രാമത്തിൽ ഇന്നുരാത്രി ഈ അപരിചിതൻ താമസിക്കാനെത്തിയാൽ അവനെ പിടികൂടുക. അവന്റെ ബിസിനസ്സ് സത്യസന്ധമാണോ എന്ന് ഉറപ്പ് വരുത്തുക, ഗാബെൽ."

"പ്രഭോ,അങ്ങയുടെ ഉത്തരവ് നിറവേറ്റുന്നതിൽ ഞാൻ സന്തോഷിക്കുന്നു."

"ഞങ്ങൾ ബ്രേക്ക് ഇടാൻ നിന്നപ്പോൾ ആ മനുഷ്യൻ ഓടിപ്പോയോ?"

"പ്രഭോ, അയാൾ കുന്നിൻചെരിവിലേക്ക് ചാടി, പുഴയിലേക്ക് ചാടുന്നതുപോലെ തലകീഴായി."

"അതിന്റെ ഉത്തരവാദിത്വമേറ്റെടുക്കുക, ഗാബെൽ"

ചങ്ങലയിലേക്ക് ഉറ്റുനോക്കിക്കൊണ്ടിരുന്ന ആളുകൾ അപ്പോഴും ചക്ര ങ്ങൾക്കിടയിലായിരുന്നു, ചെമ്മരിയാടുകളെപ്പോലെ.

ചക്രങ്ങൾ പെട്ടെന്ന് തിരിഞ്ഞു; ഭാഗ്യത്തിന്നാണവരുടെ എല്ലുകൾ ഒടി യാതിരുന്നത്!

ഗ്രാമത്തിൽ നിന്ന് കുതിച്ചുപാഞ്ഞ വണ്ടിയുടെ വേഗത കുന്നുകയറു മ്പോൾ നിലച്ചു. സാവധാനം, അത് നടക്കുന്ന വേഗതയിലായി. ആടിയാടി വലിഞ്ഞിഴഞ്ഞ് മുകളിലേക്ക് കയറി. ഭൃത്യൻ കുതിരകളോടൊപ്പം നടന്നു.

കുന്നിന്റെ ഏറ്റവും കടുംതൂക്കായ ഭാഗത്ത് ഒരു ചെറിയ ശ്മശാനമുണ്ട്; ഒരു കുരിശും, യേശുവിന്റെ വലിയൊരു രൂപവും അതിലുണ്ട്, പുത്തനാ ണത്. ഏതോ പരിശീലനം ലഭിച്ചിട്ടില്ലാത്ത ഒരു ഗ്രാമീണ ശില്പി മരത്തിൽ കൊത്തിയെടുത്ത വിഗ്രഹമാണത് - ഒരുപക്ഷേ, അയാളുടെ സ്വന്തം ജീവിതം കാരണം, അത് വല്ലാതെ പരിതാപകരവും, ശോഷിച്ചതുമായി രുന്നു!

ഈ തീവ്ര ദുഃഖം തുളുമ്പുന്ന ചിഹ്നത്തിന് മുന്നിൽ ഒരു സ്ത്രീ മുട്ടു കുത്തി നിൽക്കുന്നു. വണ്ടി അവളുടെ അരികിലെത്തിയപ്പോൾ, അവൾ തലതിരിച്ച്, പെട്ടെന്ന് ചാടി എഴുന്നേറ്റ്, വണ്ടിയുടെ വാതിൽക്കലെത്തി.

“അത് നിങ്ങളാണോ പ്രഭോ! ഒരു പരാതി......”

അക്ഷമയോടെ, മുഖഭാവം മാറ്റാതെ അയാൾ പുറത്തേക്ക് നോക്കി.

“എന്താണിത്? എപ്പോഴും പരാതികൾ!”

“പ്രഭോ. വലിയവനായ ദൈവത്തിന്റെ പേരിൽ! എന്റെ ഭർത്താവ്, വന പാലകൻ.....”

“നിന്റെ ഭർത്താവ്, വനപാലകനെന്ത് പറ്റി? എപ്പോഴും ഈ മനുഷ്യർക്ക് ഒരേകാര്യം തന്നെ. അയാൾക്ക് എന്തെങ്കിലും നികുതിതരാൻ പറ്റില്ലെ ന്നാണോ?”

“അയാൾ എല്ലാം തന്നു, പ്രഭോ. അയാൾ മരിച്ചു.”

“ശരി. അദ്ദേഹം മരിച്ചു. എനിക്കയാളെ നിങ്ങൾക്ക് തിരിച്ചുതരാൻ കഴി യുമോ?”

“കഷ്ടം, ഇല്ല പ്രഭോ! എന്നാൽ, അയാൾ അവിടെ, ആ പുല്ലുകൾക്കിട യിൽ കിടക്കുകയാണ്.”

“ശരി?”

അവൾ കാഴ്ചയ്ക്ക് പ്രായമുള്ളവളാണെന്ന് തോന്നിയെങ്കിലും, ചെറു പ്പമായിരുന്നു. തീവ്ര ദുഃഖമനുഭവിക്കുന്നവളെപ്പോലെ ആയിരുന്നു അവ ളുടെ പെരുമാറ്റം. അവൾ വണ്ടിയുടെ വാതിലിൽ പിടിച്ച്, മൃദുവായി തലോടി, അതൊരു മനുഷ്യന്റെ മാറിടമാണെന്നതുപോലെ!

“പ്രഭോ, ഞാൻ പറയുന്നത് കേൾക്കൂ! പ്രഭോ എന്റെ പരാതി കേൾക്കൂ! എന്റെ ഭർത്താവ് ദാരിദ്ര്യം കൊണ്ടാണ് മരിച്ചത്; ഒരുപാട് ആളുകൾ ദാരിദ്ര്യം മൂലം മരിക്കുന്നു; ഇനിയും ഒരുപാട് പേർ ദാരിദ്ര്യം മൂലം മരിക്കും.”

"കൊള്ളാം? എനിക്കവരെ തീറ്റിപ്പോറ്റാൻ കഴിയുമോ?"

"പ്രഭോ, അത് നല്ലവനായ ദൈവത്തിന്നറിയാം; എന്റെ നിവേദനം ഇതാണ്, എന്റെ ഭർത്താവിന്റെ പേരോടുകൂടിയ ഒരു കല്ലിന്റേയോ മരത്തിന്റേയോ കഷണം അദ്ദേഹം മറവു ചെയ്തിടത്ത് നാട്ടുക, അദ്ദേഹം ശയിക്കുന്ന സ്ഥലം കാണിക്കാനായി. അല്ലെങ്കിൽ ആ സ്ഥലം പെട്ടെന്ന് മറന്നുപോകും; ഞാൻ പട്ടിണികിടന്ന് മരിക്കുമ്പോൾ, എന്നെ അദ്ദേഹത്തിനരികിൽ കുഴിച്ചിടാനായി ആ സ്ഥലം ഒരിക്കലും കണ്ടെത്താൻ കഴിയില്ല; എന്നെ, ഏതെങ്കിലും പുല്ലിന്നടിയിൽ കുഴിച്ചിടും. പ്രഭോ, അവർ ഒരുപാട് പേരുണ്ട്, ചത്തുവീഴുന്നവരുടെ എണ്ണം അതിവേഗം വർദ്ധിച്ചുകൊണ്ടിരിക്കുന്നു; അത്രയ്ക്ക് ദാരിദ്ര്യമാണ്. പ്രഭോ! പ്രഭോ!"

ഭൃത്യൻ വന്ന്, വാതിലിൽ നിന്ന് അവളുടെ പിടിത്തം വേർപെടുത്തി; വണ്ടി അതിവേഗം കുതിച്ചുപാഞ്ഞു; ആ സ്ത്രീ വളരെ പിന്നിലായി.

അയാളുടെ കൊട്ടാരത്തിലേക്കുള്ള ദൂരം കുറഞ്ഞുവന്നു.

ഗ്രീഷ്മകാല രാത്രിയിലെ പരിമളം അയാൾക്ക് ചുറ്റും ഉയർന്നു വന്നു. വരണ്ട് പൊളിഞ്ഞ പ്രദേശത്ത് അവിടവിടെയായി മഴ പെയ്യുമ്പോഴുള്ള ഗന്ധം! ഫൗണ്ടന്നടുത്തുള്ള അദ്ധ്വാനിച്ച് തളർന്ന ജനങ്ങൾ അവിടെ അധികം ദൂരെയല്ല.

വലിയൊരു വീടിന്റേയും അനേകം ഞാന്നുക്കിടക്കുന്ന വൃക്ഷങ്ങളുടേയും നിഴലുകൾ അപ്പോഴേക്കും മി.മാർക്വിസിന്റെ മേൽ പതിച്ചു. ഒരു പന്തത്തിന്റെ വെളിച്ചത്തിൽ നിഴലുകൾ അപ്രത്യക്ഷമായി; അയാളുടെ വണ്ടി നിന്നു, അയാളുടെ കൊട്ടാരത്തിന്റെ വലിയ വാതിൽ അയാൾക്കുവേണ്ടി തുറക്കപ്പെട്ടു.

"ഞാൻ കാത്തിരിക്കുന്ന മി.ചാൾസ് ഇംഗ്ലണ്ടിൽനിന്നും വന്നുവോ?"

"ഇതുവരെ എത്തിയില്ല, പ്രഭോ."

ഒമ്പത്

മി. മാർക്വിസ്സിന്റെ കൊട്ടാര സദൃശ്യമായ വീട് ശക്തമായൊരു കെട്ടിടമാണ്. അതിന് മുന്നിൽ കല്ല് പതിച്ചൊരു മുറ്റമുണ്ട്. പ്രധാനകവാടത്തിന് മുമ്പ്, കല്ലു കൊണ്ടുള്ള കോണികൾ ഉയർന്നുചെന്ന് ടെറസ്സിൽ സന്ധിക്കുന്നു. കല്ലുകൊണ്ട് നിർമ്മിച്ച ടെറസ്സ് എല്ലാം കല്ല് മയം! – കനത്ത കല്ലുകൊണ്ടുള്ള കോണിയുടെ കൈവരികൾ, കല്ലുകൊണ്ടുള്ള ജലകുംഭങ്ങൾ, കല്ല് പൂക്കൾ, കല്ലുകൊണ്ടുള്ള മനുഷ്യമുഖങ്ങൾ, കല്ലുകൊണ്ടുള്ള സിംഹത്തലകൾ, എങ്ങോട്ട് നോക്കിയാലും കല്ല് തന്നെ!

വിശാലമായ കോണിപ്പടികളിലൂടെ, പിന്നിലെ പന്തത്തിന്റെ വെളിച്ചത്തിൽ മി.മാർക്വിസ് മുകളിലേക്ക് നടന്നു. വണ്ടിയിൽ നിന്ന് ഇറങ്ങിവരുമ്പോൾ, ദൂരെ വൃക്ഷങ്ങൾക്കിടയിലെ കെട്ടിടത്തിന് മുകളിലിരുന്ന് ഒരു മൂങ്ങ ഉറക്കെ മൂളിക്കൊണ്ട് പ്രതിഷേധം പ്രകടിപ്പിച്ചു. മറ്റെല്ലാം ശാന്തമായിരുന്നു. ഒരു പന്തത്തിന്റെ വെളിച്ചത്തിലയാൾ പടികയറി; മറ്റൊരു പന്തം വലിയ

വാതിൽക്കൽ വെളിച്ചം പകർന്നു. മൂങ്ങയുടെ ശബ്ദമല്ലാതെ മറ്റൊരു ശബ്ദവും കേൾക്കാനില്ലായിരുന്നു, ഫൌണ്ടനിലെ വെള്ളം തറയിൽ പതിക്കുന്ന ശബ്ദമൊഴിച്ച്.

അയാൾക്ക് പിന്നിൽ ആ വലിയ വാതിൽ അടയ്ക്കപ്പെട്ടു. മി.മാർകിസ്, ഒരു ഹാൾ കുറുകെ കടന്നു. ഭീകരതതോന്നുന്ന ഒരു ഹാൾ ആണത് - പഴയ കുന്തങ്ങൾ, വാളുകൾ, കഠാരികൾ എന്നിവ അതിൽ ഉറപ്പിച്ചിരിക്കുന്നു, ചാട്ടവാറുകളും വടികളും അവിടെ തൂക്കിയിട്ടിട്ടുണ്ട്. പല കർഷകരും, തങ്ങളുടെ പ്രഭു കുപിതനാകുന്ന സന്ദർഭങ്ങളിൽ അവയുടെ കാഠിന്യം അറിഞ്ഞിട്ടുണ്ട്.

ഇരുളടഞ്ഞ മുറികൾ ഒഴിവാക്കിക്കൊണ്ട് മി.മാർകിസ്, തന്റെ പന്തം പിടിച്ചവനെ മുന്നിൽ നടത്തി കോണിവാതിൽക്കൽ എത്തി. അത് തുറന്ന് കിടന്നിരുന്നു. അതിലൂടെ കടന്ന് അയാൾ തന്റെ പ്രൈവറ്റ് മുറികളിലേക്ക് ചെന്നു - കിടപ്പുമുറിയും മറ്റ് മുറികളും ഫ്രാൻസിലെ ഫാഷൻ അനുസരിച്ചുള്ള ഒന്നാംതരം ഫർണീച്ചറും സുഖഭോഗവസ്തുക്കളും അലങ്കരിച്ചതായിരുന്നു. മൂന്നാമത്തെ മുറിയിൽ മേശ രണ്ട് പേർക്കായി ഒരുക്കിയിരിക്കുന്നു. ഒരു ചെറിയ മനോഹരമായ മുറിയുടെ ജന്നൽ വലർക്കെ തുറന്നിട്ടിരിക്കുന്നു, അതിന്റെ ബ്ലൈൻഡ് അടച്ചിട്ടിരിക്കുന്നതിനാൽ സമാന്തരമായി വരുന്ന ഇരുട്ട് മാത്രമേ കാണാനാകൂ.

അത്താഴം നിരത്തിയിരിക്കുന്നതുകണ്ട് മാർകിസ് പറഞ്ഞു "എന്റെ നെവ്യൂ വന്നിട്ടില്ലെന്ന് അവർ പറഞ്ഞു."

"ആഹ്! ഇന്നുരാത്രി അവൻ വരാനുള്ള സാദ്ധ്യതയില്ല; എന്തായാലും ആ മേശ അങ്ങനെ കിടന്നോട്ടെ. കാൽ മണിക്കൂറിനുള്ളിൽ ഞാൻ തയ്യാറാകും." ഭൃത്യൻ ഭവ്യതയോടെ തലകുലുക്കി.

പ്രഭു തയ്യാറായി, വിഭവസമൃദ്ധമായ അത്താഴമേശയ്ക്കു മുന്നിൽ ഒറ്റയ്ക്ക് വന്നിരുന്നു. ജന്നാലക്ക് എതിരെ ആയിരുന്നു അയാളുടെ കസേര ഇട്ടിരുന്നത്. അയാൾ സൂപ്പെടുത്ത് ഗ്ലാസ്സ് ചുണ്ടിലേക്ക് ഉയർത്തിയ ഉടനെ അത് താഴെ വെച്ചു.

"എന്താണത്?" ബ്ലൈണ്ടിന്നിടയിലൂടെ കാണുന്ന ഇരുട്ടിലേക്ക് നോക്കി ശാന്തനായി അയാൾ ചോദിച്ചു.

"പ്രഭോ! എന്ത്?"

"ബ്ലൈണ്ടിന്നപ്പുറത്ത്. ബ്ലൈണ്ട് തുറക്കൂ".

അത് തുറന്നു.

"പ്രഭു, അവിടെ ഒന്നുമില്ല. മരങ്ങളും ഇരുട്ടു മല്ലാതെ മറ്റൊന്നും ഇവിടെ ഇല്ല."

ആ ഭൃത്യൻ ബ്ലൈണ്ട് തുറന്നുവെച്ച്, ഇരുളിലേക്ക് നോക്കി, നിർദ്ദേശത്തിന്നായി നോക്കിനിന്നു.

"നല്ലത്" അക്ഷോഭ്യനായി യജമാനൻ പറഞ്ഞു "അത് അടച്ചേക്കൂ."

അപ്രകാരം ബ്ലൈണ്ട് അടച്ചു; മാർകിസ് അത്താഴം കഴിക്കാൻ തുടങ്ങി; പാതി ആയപ്പോൾ, അയാൾ ഗ്ലാസ്സ് പിടിച്ചുകൊണ്ട്, വീണ്ടും നിർത്തി;

വണ്ടിച്ചക്രങ്ങളുടെ ശബ്ദം കേൾക്കുന്നു. വീടിന്റെ മുന്നിലേക്കത് പാഞ്ഞെത്തി.

"ആരാണ് എത്തിയതെന്ന് നോക്കൂ"

പ്രഭുവിന്റെ നെവ്യു ആയിരുന്നു അത്.

ഉച്ചതിരിഞ്ഞ് പ്രഭുവിന് ഏതാനും നാഴിക പിന്നിലായിരുന്നു അയാൾ. ആ ദൂരം അയാൾ പെട്ടെന്ന് കുറച്ചു; റോഡിൽ പ്രഭുവിനോടൊപ്പമെത്താനാ ഗ്രഹിച്ചില്ല. പ്രഭു മുന്നിലുള്ളതായി പോസ്റ്റിംഗ്ഹൗസിനടുത്തെത്തിയപ്പോൾ അയാൾ അറിഞ്ഞു.

അത്താഴം അയാൾക്കുവേണ്ടി കാത്തിരിക്കുകയാണെന്നും, അക ത്തേക്ക് വരണമെന്നും പ്രഭു പറഞ്ഞയച്ചു. അല്പസമയത്തിനകം അയാൾ എത്തി. ഇംഗ്ലണ്ടിൽ ചാൾസ് ഡാർണി എന്നാണയാൾ അറിയപ്പെട്ടിരുന്നത്.

പ്രഭു അയാളെ ഔപചാരികതയോടെ സ്വീകരിച്ചു; എന്നാൽ, കൈ പിടിച്ച് കുലുക്കിയില്ല.

"നിങ്ങൾ ഇന്നലെയാണോ, പാരീസ് വിട്ടത്, സാർ?" മേശയ്ക്ക് മുന്നിൽ ഇരുന്നുകൊണ്ടയാൾ പ്രഭുവിനോട് ചോദിച്ചു.

"ഇന്നലെ. നീയോ?"

"ഞാൻ നേരെ വരുകയാണ്."

"ലണ്ടനിൽ നിന്നോ?"

"അതെ. വരാൻ വളരെ വൈകി"

ഒരു പുഞ്ചിരിയോടെ മാർക്വിസ് പറഞ്ഞു.

"ഞാനും നേരെ വരുകയായിരുന്നു."

"ക്ഷമിക്കണം! ഞാൻ ഉദ്ദേശിച്ചത് യാത്ര വൈകിയെന്നല്ല. യാത്ര ചെയ്യാ നുള്ള പരിപാടി വൈകിപ്പിച്ചെന്നാണ്."

"ഞാൻ തടഞ്ഞുനിർത്തപ്പെട്ടു."

"എന്നിട്ട്?"

ഭൃത്യന്മാർ ഉള്ളിടത്തോളം നേരം അയാൾ പിന്നീടൊന്നും ഉരിയാടിയി ട്ടില്ല. കോഫി കുടിക്കവെ, അവർ മാത്രമായപ്പോൾ, നെവ്യു അങ്കിളിന്റെ സുതാര്യമായ 'മാസ്ക്' ധരിച്ച മുഖത്തേക്ക് നോക്കി അയാൾ വിഷാദിച്ചി രുന്നു.

നെവ്യു തുടർന്നു. "ഇപ്പോൾ, ഫ്രാൻസിലെ ഒരു തടവിൽ നിന്ന് ഞാൻ മോചിതനായത് നിങ്ങളുടെ നിർഭാഗ്യവും, എന്റെ ഭാഗ്യവുമാണെന്ന് ഞാൻ വിശ്വസിക്കുന്നു."

"എനിക്കത് ശരിക്കും പിടികിട്ടിയില്ല" കോഫി മൊത്തിക്കുടിച്ചുകൊണ്ട് അങ്കിൾ ചോദിച്ചു. "അതൊന്ന് വിശദീകരിക്കാമോ?"

"നിങ്ങൾ അരമനയിൽ അപമാനിക്കപ്പെട്ടവനല്ലായിരുന്നെങ്കിൽ, കഴിഞ്ഞ ഏതാനും വർഷങ്ങളായി അപകീർത്തിയുടെ കാർമേഘങ്ങൾക്കു ള്ളിലല്ലായിരുന്നെങ്കിൽ, ഏതെങ്കിലും ഒരു കോട്ടയ്ക്കകത്ത് അനിശ്ചിത

കാലത്തേക്ക് ബന്ദിയാക്കി ഇടുവാൻ രാജകീയ സീലുള്ള ഒരു കത്ത് മതിയായിരുന്നു, എന്ന് ഞാൻ വിശ്വസിക്കുന്നു."

"അത് സാദ്ധ്യമാണ്." വലിയ ശാന്തതയോടെ അങ്കിൾ പറഞ്ഞു. "കുടുംബത്തിന്റെ അന്തസ്സിനുവേണ്ടി നിന്നെ പീഡിപ്പിക്കുവാനായി ഞാൻ ആ അറ്റം വരെ പോയേനെ. എന്നോട് ക്ഷമിക്കുക!"

"മിനിഞ്ഞാന്നത്തെ സ്വീകരണം, പതിവുപോലെ തണുപ്പനാണെന്ന് ഞാൻ സസന്തോഷം മനസ്സിലാക്കുന്നു." നെവ്യു പറഞ്ഞു.

"സസന്തോഷം എന്ന് ഞാൻ പറയില്ല, എന്റെ സുഹൃത്തേ." എളിമയോടെ അങ്കിൾ മറുപടി നൽകി.

"എനിക്ക് അക്കാര്യം അത്ര ഉറപ്പില്ല. നിനക്ക് അന്തരീക്ഷം ഗുണം ചെയ്യുമായിരിക്കും. ആ പ്രശ്നം ചർച്ച ചെയ്യുന്നതുകൊണ്ട് യാതൊരു പ്രയോജനവുമില്ല. നീ പറഞ്ഞതുപോലെ, കാര്യങ്ങൾ എനിക്ക് പ്രതികൂലമാണ്. ഫ്രാൻസിലെ കാര്യങ്ങൾ വളരെ മോശം നിലയിലേക്ക് മാറിയിരിക്കുന്നു. നമ്മുടെ പൂർവ്വികർക്ക് കൊല്ലിനും കൊലയ്ക്കും അധികാരമുണ്ടായിരുന്നു. ഈ മുറിയിൽനിന്ന് നിരവധി നികൃഷ്ട നായ്ക്കളെ തൂക്കിലേറ്റാൻ കൊണ്ടുപോയിട്ടുണ്ട്. അടുത്തമുറിയിൽ (എന്റെ കിടപ്പുമുറി) വെച്ച്, തന്റെ മകളോട് മര്യാദ കാട്ടണമെന്ന് ധിക്കാരപൂർവ്വം പരസ്യമായി പ്രസ്താവിച്ച ഒരുവനെ കഠാരികൊണ്ട് കുത്തിക്കൊന്നിട്ടുണ്ട്. നമ്മൾക്ക് അത്തരം സർവ്വാധികാരത്തിന്റെ നിരവധി ആനുകൂല്യങ്ങൾ നഷ്ടപ്പെട്ടു; പുതിയൊരു ഫിലോസഫി നാട്ടുനടപ്പായിത്തീർന്നു. ഇക്കാലത്ത്, നമ്മുടെ എസ്റ്റേറ്റിന്മേലുള്ള അവകാശംപോലും ഭീഷണിയിലായിരിക്കുകയാണ്. എല്ലാം വളരെ മോശം, വളരെ മോശം!"

മാർക്വിസ് ഒരുനുള്ള് മൂക്കുപൊടിയെടുത്തുവലിച്ച് തലകുലുക്കി.

നെവ്യു വിഷാദവാനായി പറഞ്ഞു. "നമ്മുടെ പേരാണ് ഫ്രാൻസിൽ മറ്റാരേക്കാൾ വെറുക്കപ്പെടുന്ന പേര് എന്ന് ഞാൻ വിശ്വസിക്കുന്നു."

"നമ്മുടെ ചുറ്റുപാടുമുള്ള ഈ പ്രദേശത്ത് എന്നോട് ആദരവ് പ്രകടിപ്പിക്കുന്ന ഒറ്റ മുഖം പോലും എനിക്ക് കാണാൻ കഴിഞ്ഞിട്ടില്ല, അടിമത്വത്തിന്റേയും ഭീതിയുടെയും ഇരുണ്ട മുഖമല്ലാതെ."

"കുടുംബത്തിന്റെ അന്തസ്സിന് ചേർന്ന ഒരു അഭിനന്ദന വചനം. ഹാ!"മറ്റൊരു നുള്ള് പൊടികൂടി വലിച്ച്, കാലിന്മേൽ കാലേറ്റി മാർക്വിസ് ഇരുന്നു.

എന്നാൽ അയാളുടെ നെവ്യു ചിന്താധീനനും വിഷാദവാനുമായി കണ്ണുകൾ കൈകൾകൊണ്ട് മറച്ച്, കൈമുട്ടുകൾ മേശയിൽ ഊന്നി ഇരിക്കുകയായിരുന്നു. അങ്കിൾ അയാളെ അനിഷ്ടത്തോടെ ഒളിഞ്ഞുനോക്കി.

"അടിച്ചമർത്തൽ മാത്രമാണ് നിലനിൽക്കുന്ന ഫിലോസഫി. ഭീതിയോടെയും വിധേയത്വത്തോടെയുമുള്ള ആദരവ് എന്റെ സുഹൃത്തേ ആ നായ്ക്കളെ ചാട്ടവാറുകൊണ്ട് അനുസരണ പഠിപ്പിക്കും, ഈ വീടിന്റെ മേൽക്കൂര ആകാശത്തേക്ക് തലഉയർത്തിനിൽക്കുന്നിടത്തോളം കാലം." അയാൾ മുകളിലേക്ക് ദൃഷ്ടി പായിച്ച് പറഞ്ഞു. (വെടിവെച്ചാലും

പൊളിക്കാനാകാത്ത കൊട്ടാരം എന്നാണയാൾ ഉദ്ദേശിച്ചത്.) "ഞാൻ കുടുംബത്തിന്റെ അന്തസ്സും യശസ്സും കാത്തുരക്ഷിക്കും, നീ ചെയ്തില്ലെങ്കിലും. നമ്മൾക്ക് ഈ സംഭാഷണം നിർത്തിയാലോ?"

"ഒരു നിമിഷംകൂടി."

"നീ ആഗ്രഹിക്കുന്നെങ്കിൽ ഒരു മണിക്കൂർക്കൂടി ആകാം."

"സാർ," നെവ്യു പറഞ്ഞു. "നമ്മൾ തെറ്റ് ചെയ്തു. ആ തെറ്റിന്റെ ഫലമാണ് നമ്മൾ അനുഭവിക്കുന്നത്."

"നമ്മൾ തെറ്റ് ചെയ്തെന്നോ?" ചോദ്യരൂപേണയുള്ളൊരു മന്ദഹാസത്തോടെ മാർക്വിസ്.

"നമ്മുടെ കുടുംബം; നമ്മുടെ ആദരണീയമായ കുടുംബത്തിന് നമ്മൾ ഇരുവരും ഉത്തരവാദപ്പെട്ടവരാണ്, വ്യത്യസ്തരീതിയിൽ. എന്റെ അച്ഛന്റെ കാലത്ത്പോലും തെറ്റായ അനേകം കാര്യങ്ങൾ നമ്മൾ ചെയ്തു; നമ്മൾക്കും നമ്മുടെ സുഖത്തിനുമിടയിൽ വന്ന എല്ലാ മനുഷ്യ ജീവികളേയും പീഡിപ്പിച്ചു, നശിപ്പിച്ചു; പ്രശ്നം എന്തായിരുന്നാലും. എന്റെ അച്ഛന്റെ കാലമെന്ന് ഞാൻ എന്തിന് പയണം, നിങ്ങളും അതിന് തുല്യ പങ്കാളി ആയിരുന്നപ്പോൾ! എനിക്കെന്റെ അച്ഛന്റെ ഇരട്ടസഹോദരനെ, സഹഅവകാശിയെ, അടുത്ത പിൻഗാമിയെ എങ്ങനെ അദ്ദേഹത്തിൽ നിന്ന് വേർതിരിച്ച് കാണാനാകും?"

"മരണം ആണ് ഞങ്ങളെ വേർപിരിച്ചത്" മാർക്വിസ് പറഞ്ഞു.

"എനിക്ക് ഭയാനകമായി തോന്നുന്ന ഒരു സമ്പ്രദായത്തിലേക്ക് അതെന്നെ ബന്ധിക്കാനിടയാക്കി." നെവ്യു മറുപടി നൽകി "ആ ഉത്തരവാദിത്വത്തിലേക്കെന്നെ എത്തിച്ചു; ഞാനതിന് അശക്തനാണെങ്കിലും. എന്റെ പ്രിയപ്പെട്ട അമ്മയുടെ അധരങ്ങളിൽ നിന്നുയർന്ന അന്തിമ അഭ്യർത്ഥന നടപ്പാക്കാൻ ആഗ്രഹിക്കുന്നവനാണ് ഞാൻ, എന്റെ പ്രിയപ്പെട്ട അമ്മയുടെ കണ്ണുകളിലെ അവസാനത്തെ ആ അഭ്യർത്ഥന അനുസരിക്കുവാനാഗ്രഹിക്കുന്നവൻ - ദയകാണിക്കുക, തിരുത്തുക എന്നായിരുന്നു ആ അഭ്യർത്ഥന."

"എന്നിൽ നിന്നാണോ അത് ആഗ്രഹിക്കുന്നത്, എന്റെ നെവ്യു?" മാർക്വിസ് തന്റെ ചൂണ്ടുവിരൽ കൊണ്ട് അയാളുടെ നെഞ്ചിൽ തൊട്ട് പറഞ്ഞു. "നിനക്കത് എന്നിൽനിന്ന് ഒരിക്കലും പ്രതീക്ഷിക്കാനാവില്ല, ഉറപ്പിച്ചോളൂ."

പൊടി ഡബ്ബയും പിടിച്ച്, അയാൾ നെവ്യുവിന് മുന്നിൽ ശാന്തനായി നിൽക്കവെ, അയാളുടെ മുഖം ക്രൂരതയോടെ വക്രിച്ചിരുന്നു.

"എന്റെ സുഹൃത്തേ, ഞാൻ ജീവിച്ചിരിക്കുമ്പോൾ ചിരപ്രതിഷ്ഠ നേടിയ സമ്പ്രദായങ്ങൾ ഞാൻ മരണംവരെ പിൻതുടരും;"

ഇതുപറയുമ്പോൾ അയാൾ അവസാനത്തെ പൊടിയെടുത്ത് വലിച്ച്, പൊടിഡബ്ബ പോക്കറ്റിലിട്ടു.

"ഒരു യുക്തിക്ക് നിരക്കുന്ന ജീവിയാകുന്നതാണ് നല്ലത്" മേശയ്ക്കപ്പുറത്തെ ചെറിയൊരു ബെൽ അടിച്ചശേഷം അയാൾ പറഞ്ഞു. "നിന്റെ

സഹജമായ വിധി സ്വീകരിക്കുക. എന്നാൽ, നീ നശിച്ചു, മി.ചാൾസ്, ഞാൻ മനസ്സിലാക്കുന്നു."

"ഈ ഭൂസ്വത്തും ഫ്രാൻസും ഞാൻ പരിത്യജിക്കുന്നു" നെവ്യു വിഷാദത്തോടെ പറഞ്ഞു.

"ഉപേക്ഷിക്കാനായി അവ രണ്ടും നിന്റേതാണോ? ഫ്രാൻസ് നിനക്ക് സ്വന്തമായിരിക്കാം, എന്നാൽ ഭൂസ്വത്ത്? അത് നിന്റേതാണോ?"

"ഞാൻ അതിന്നവകാശം ഉന്നയിച്ച് പറഞ്ഞതല്ല. നാളെ നിങ്ങളിൽനിന്നത് എന്നിലേക്ക് വന്നാൽ – "

"അത് സാധ്യമാണെന്ന് ഞാൻ കരുതുന്നില്ല."

"അല്ലെങ്കിൽ ഇരുപത് കൊല്ലത്തിനുശേഷം – "

"നീ എന്നെ ഒരുപാട് ആദരിക്കുന്നു" മാർക്വിസ് പറഞ്ഞു "കൊള്ളാം, ഇരുപത് കൊല്ലങ്ങൾ ..... ഹാ, തീർച്ചയായും നിന്റെ ആ ജീവിതരീതി ഞാൻ കൂടുതൽ ഇഷ്ടപ്പെടുന്നു."

" ഞാനാ ജീവിതരീതി ഉപേക്ഷിക്കും; മറ്റെവിടെയെങ്കിലും വേറെ രീതിയിൽ ജോലി ചെയ്ത് ജീവിക്കും. അവകാശം ഉപേക്ഷിക്കുന്നത് നിസ്സാരകാര്യമാണ്. അത് നികൃഷ്ടവും ദുരിതപൂർണ്ണവുമായ ശൂന്യതയല്ലാതെ മറ്റെന്താണ്! ആ സമ്പത്ത് മുഴുവൻ എന്റേതാകുമ്പോൾ, ഞാൻ കൂടുതൽ യോഗ്യതയുള്ള ഒരാളെ, സാവധാനം, ആ കഷ്ടപ്പാടനുഭവിക്കുന്ന ജനതയെ അടിമ ജീവിതത്തിൽ നിന്നും മോചിപ്പിക്കുവാനുള്ള ചുമതല ഏല്പിക്കും. ഈ ദുഃഖാർത്തരായ മനുഷ്യരുടെ അടുത്ത തലമുറയ്ക്കെങ്കിലും അല്പം ആശ്വാസം ലഭിക്കട്ടെ; എന്നാൽ, അതെനിക്കുവേണ്ടിയല്ല. നമ്മുടെ തലയ്ക്കു മുകളിൽ ഒരു ശാപക്കെടുതിയുണ്ട്."

"അപ്പോൾ നീ?" അങ്കിൾ ചോദിച്ചു "എന്റെ ജിജ്ഞാസയോട് ക്ഷമിക്കുക; നിന്റെ പുതിയ ഫിലോസഫി അനുസരിച്ച് എങ്ങനെ നീ സുഖമായി ജീവിക്കും? ഒരു പ്രഭുവായ നിനക്ക് എങ്ങനെ സാധാരണക്കാരനായി ജീവിക്കാൻ കഴിയും?"

"ജോലി ചെയ്ത് ജീവിക്കും. എന്റെ നാട്ടുകാരായ മാന്യന്മാർക്ക്, പ്രഭുക്കന്മാർക്ക് പോലും, എന്തെങ്കിലും ദിവസം ജോലി ചെയ്യേണ്ടിവരും."

"ഇംഗ്ലണ്ടിലോ മറ്റോ ആണോ?"

"അതെ. കുടുംബപ്രതാപം, സാർ, അതെന്നെ ഈ രാജ്യത്ത് സുരക്ഷിതമാക്കുകയില്ല. ഞാൻ ഇംഗ്ലണ്ടിലേക്ക് പോകും."

ബെല്ല് അടിച്ചതിന്റെ ഫലമായി അടുത്ത കിടപ്പ്മുറിയിൽ വിളക്ക് തെളിഞ്ഞു; അതിന്റെ വാതിലിലിലൂടെ നല്ല പ്രകാശം അവിടേക്കെത്തി. ഭൃത്യൻ തിരിച്ചുപോകുന്ന കാലടിസ്വരം മാർക്വിസ് ശ്രദ്ധിച്ചു.

"ഇംഗ്ലണ്ട് പലരുടെയും അഭയകേന്ദ്രമാണ്. നിനക്ക് വളരെ ആകർഷണീയമായ സ്ഥലമാണെന്ന് തോന്നുന്നു; ഇവിടത്തെ കാര്യങ്ങളിൽ എത്ര താൽപര്യമില്ലാത്തവനായാണ് നീ അവിടെ തഴച്ചുവളർന്നത്!" അയാൾ തന്റെ നെവ്യുവിനുനേരെ ശാന്തമായി മുഖം തിരിച്ച് ഒരു പുഞ്ചിരിയോടെ പറഞ്ഞു.

"അവിടെ അഭയം തേടിയ ഒരു നാട്ടുകാരനെ നിനക്കറിയാമോ? ഒരു ഡോക്ടർ?"

"ഉവ്വ്."

"ഒരു മകളോടൊപ്പം?"

"അതെ."

"ശരി" മാർക്വിസ് പറഞ്ഞു. "നീ ക്ഷീണിച്ചിരിക്കുന്നു. ഗുഡ്നൈറ്റ്!"

ഔപചാരികരീതിയിൽ അയാൾ തലകുനിച്ചപ്പോൾ, ആ പുഞ്ചിരിക്കുന്ന മുഖത്ത് ഒരു രഹസ്യം ഒളിച്ചുകിടന്നിരുന്നു; അയാൾ ആ വാക്കുകൾ ഉച്ച രിച്ചത് ദുരൂഹമായൊരു നിലയിലായിരുന്നു; അത് അയാളുടെ നെവ്യുവിന്റെ കണ്ണുകളിലും കാതുകളിലും ശക്തിയായി പതിച്ചു.

"അതെ" മാർക്വിസ് ആവർത്തിച്ചു. "ഒരു മകളോടുകൂടിയ ഒരു ഡോക്ടർ. അതെ. അങ്ങനെ പുതിയൊരു ഫിലോസഫി ആരംഭിക്കുന്നു! നീ തളർന്നിരിക്കുന്നു. ഗുഡ്നൈറ്റ്!"

വാതിലിലേക്ക് പോകുന്ന അയാളെ നെവ്യു വെറുതെനോക്കി ഇരുന്നു.

അങ്കിൾ പറഞ്ഞു "വീണ്ടും രാവിലെ നിന്നെ കാണാനെനിക്ക് സന്തോ ഷമുണ്ട്. നന്നായി വിശ്രമിക്കുക!"

അയഞ്ഞ നിശാവസ്ത്രം ധരിച്ച് മി.മാർക്വിസ് മുറിയിൽ അല്പനേരം ഉലാത്തി; ചൂടുള്ള, നിശ്ശബ്ദരാത്രി. അന്നത്തെ യാത്രയിൽ നടന്ന സംഭവ ങ്ങളെക്കുറിച്ചോർത്തുകൊണ്ട് മുറിയുടെ ഒരറ്റം മുതൽ മറ്റെ അറ്റം വരെ അയാൾ നടന്നുകൊണ്ടിരുന്നു - സൂര്യാസ്തമയ സമയത്ത് സാവധാന ത്തിൽ കഷ്ടപ്പെട്ടുള്ള കുന്നിറക്കം, മില്ല്, ജയിൽ, ആ കൊച്ചുഗ്രാമം, ഫൗണ്ടനിലെ കർഷകർ, വണ്ടിക്ക് കീഴിലെ ചങ്ങല, നീലത്തൊപ്പിക്കാരൻ, റോഡ് നന്നാക്കുന്നവൻ, പാരീസ് ഫൗണ്ടൻ പോലുള്ള ആ ഫൗണ്ടൻ, അതിന്റെ പടിയിൽ കിടക്കുന്ന കൊച്ചുഭാണ്ഡം, അതിലേക്ക് കുനിഞ്ഞു നിൽക്കുന്ന സ്ത്രീ, കൈകൾ പൊക്കിനിൽക്കുന്ന നീണ്ടുമെലിഞ്ഞു മനു ഷ്യൻ, അയാളുടെ കരച്ചിൽ, "മരിച്ചു!"

"ഇപ്പോൾ ഞാൻ തണുത്തിരിക്കുന്നു" മി.മാർക്വിസ് പറഞ്ഞു. "ഇനി കിടക്കയിലേക്ക് പോകാം."

വലിയ തീച്ചൂളയിൽ ഒരു കൊള്ളിമാത്രം കത്താൻ വിട്ടുകൊണ്ട്, അയാൾ ചുറ്റുമുള്ള കർട്ടനുകൾ താഴ്ത്തി ഇട്ടു; അതിവേഗം ഒരു ദീർഘ ശ്വാസം നിശ്ശബ്ദമായ രാത്രിയിലൂടെ കടന്നുപോയി; അയാൾ ഉറക്കമായി.

കനത്ത മൂന്നു മണിക്കൂറുകൾ, പുറത്തെ മതിലിലെ കല്ല് മുഖങ്ങൾ രാത്രിയുടെ കൂരിരുട്ടിലേക്ക് തുറിച്ചുനോക്കി; നായകൾ കുരച്ചു, മൂങ്ങ വിചിത്രമായ രീതിയിൽ മുങ്ങി. ഗ്രാമത്തിൽ നികുതി പിരിവുകാരും, നികുതി ചുമത്തപ്പെട്ടവരും ഗാഢനിദ്രയിലാണ്ടു, ഒരുപക്ഷേ സദ്യ ഉണ്ണുന്നത് സ്വപ്നം കണ്ടു കൊണ്ട്, പട്ടിണികിടക്കുന്നവർ സാധാരണ കാണാറുള്ള തുപോലെ!

മൂന്ന് ഇരുണ്ട മണിക്കൂറുകൾ!

നേരം വെളുത്തുവന്നു; ഒടുവിൽ സൂര്യൻ മരങ്ങളുടെ ശിഖരങ്ങളിൽ സ്പർശിച്ചു. കുന്നിൻ മുകളിലേക്ക് പ്രകാശം പരത്തി. ആ പ്രകാശത്തിൽ കെട്ടിടത്തിലെ ഫൗണ്ടനിലെ വെള്ളം രക്തമായി മാറിയതുപോലെ കാണപ്പെട്ടു; കല്ല്മുഖങ്ങൾ കടും ചുകപ്പായി! പക്ഷികളുടെ സ്തുതിഗാനം ഉറക്കെ ആയി. മി.മാർക്വിസ്സിന്റെ കിടപ്പ് മുറിയുടെ വലിയ ജന്നൽപ്പടിയിലിരുന്ന് ഒരു കൊച്ചുകിളി ആഹ്ലാദപൂർവ്വം അതിന്റെ ഏറ്റവും മധുരമായി ഗാനം പാടി. അതുകേട്ട് ഏറ്റവും അടുത്തുള്ള കല്ല്മുഖം ആശ്ചര്യത്തോടെ തുറിച്ചുനോക്കുന്നതായി തോന്നി; തുറന്ന വായയും, താഴ്ന്ന കീഴ്ത്താടിയും ഭയാനകമായി കാണപ്പെട്ടു.

ഇപ്പോൾ സൂര്യൻ മുകളിലേക്കുയർന്നു. ഗ്രാമം ചലിച്ചുതുടങ്ങി. ജന്നലുകൾ തുറന്നു, ഞരങ്ങുന്ന വാതിലുകളുടെ ഓടാമ്പലുകൾ നീക്കി; ആളുകൾ വിറച്ചുകൊണ്ട് പുറത്തിറങ്ങി – തണുത്ത് വിറയ്ക്കുന്ന പ്രഭാതം. പിന്നെ ഗ്രാമീണ ജനതയുടെ കഠിനാദ്ധ്വാനം തുടങ്ങുകയായി. ചിലർ ഫൗണ്ടനരികിൽ, ചിലർ വയലുകളിൽ. സ്ത്രീകളും പുരുഷന്മാരും കിളയ്ക്കുകയും കുഴിക്കുകയും ചെയ്യുന്നു; എല്ലും തൊലിയും മാത്രമുള്ള പശുക്കളെ റോഡരികിലുള്ള മേച്ചിൽസ്ഥലത്തേക്ക് കൊണ്ടുപോകുന്നു. പള്ളിയിലും കുരിശ്ശിനുമുമ്പിലും ഒന്നുരണ്ടുപേർ മുട്ടുകുത്തി നിൽക്കുന്നു.

ബംഗ്ലാവ് ഉണർന്നത് പിന്നീടാണ്, അതാണവിടത്തെ പതിവ്, വൈകി എഴുന്നേൽക്കുന്നു, സാവധാനത്തിൽ. ആദ്യം, ഏകാന്തരായ കുന്തങ്ങളും, കത്തികളും പഴയതുപോലെ ചുകക്കുന്നു, പിന്നെ പ്രഭാതസൂര്യകിരണങ്ങളേറ്റ് അവ വെട്ടിത്തിളങ്ങുന്നു; അപ്പോൾ, വാതിലുകളും ജന്നലകളും തുറന്നിടുന്നു. വാതിലിലൂടെ കടന്നുവരുന്ന വെളിച്ചത്തിലേക്ക് നോക്കി, ലായത്തിലെ കുതിരകൾ തലകുലുക്കുന്നു; ഇരുമ്പഴി ജന്നലുകൾക്കപ്പുറത്ത് ഇലകൾ തിളങ്ങുകയും ജന്നലിലടിച്ച് മർമ്മര ശബ്ദമുയർത്തുകയും ചെയ്യുന്നു. നായ്ക്കൾ സ്വതന്ത്രരാകാനായി, ചങ്ങലവലിച്ചുകൊണ്ട് അക്ഷമരായി ഓടാൻ ശ്രമിക്കുന്നു.

പ്രഭാതത്തിലെ ഈ കൊച്ചു സംഭവങ്ങൾ ജീവിതത്തിലെ ദിനചര്യകളാണ്.

ബംഗ്ലാവിലെ വലിയ മണി തുടർച്ചയായി മുഴങ്ങുന്നത്, കാലടിയൊച്ചകൾ കോണിപ്പടികളിലൂടെ താഴോട്ടും മേലോട്ടും ഓടുന്നത്, ടെറസ്സിലെ വെപ്രാളം പിടിച്ച മുഖങ്ങൾ, അവിടവിടെയായി ഉയരുന്ന ബൂട്ട്സിട്ട് ചവിട്ടുന്ന ഒച്ച (പിന്നീടത് എല്ലായിടത്തും), പെട്ടെന്ന് കുതിരകളെ കോപ്പണിയിച്ച് പുറത്തേക്കുള്ള സവാരി – ഇപ്പോൾ പതിവില്ലാതെ എന്തോ ഒന്ന് സംഭവിച്ചിട്ടുണ്ട്.

ഗ്രാമത്തിലെ ആളുകളെല്ലാം ഫൗണ്ടന്നരികിൽ വിഷണ്ണരായി നിൽക്കുന്നു; കഠിനമായ ഉൽക്കണ്ഠയും ആശ്ചര്യവുമല്ലാതെ മറ്റൊരു വികാരവും അവരുടെ മുഖത്ത് പ്രകടമല്ല. ബംഗ്ലാവിലേയും, പോസ്ററ് ഹൗസിലേയും, കുറെപേരും, എല്ലാ ടാക്സ് ഉദ്യോഗസ്ഥരും ആയുധം ധരിച്ച്, യാതൊരു ഉദ്ദേശ്യവുമില്ലാതെ, റോഡിന്നപ്പുറത്ത് തടിച്ചുകൂടിയിട്ടുണ്ട്. റോഡ് നന്നാക്കുന്നവൻ കുന്നിൻമുകളിൽ നിന്നും ജോലി നിർത്തി

ഫൗണ്ടന്നരികിൽ പാഞ്ഞെത്തി, അവിടെ കൂടിയിരുന്ന അമ്പതോളം സുഹൃത്തുക്കൾക്കിടയിലേക്ക് കടന്നുചെന്നു; അയാൾ തന്റെ നീലത്തൊപ്പി കൊണ്ട് സ്വന്തം നെഞ്ചിൽ അടിച്ചു. ഇവയെല്ലാം എന്ത് സൂചനയാണ് നൽകിയത്? കുതിരപ്പുറത്ത് ഒരു ഭൃത്യന്റെ പിന്നിൽ പെട്ടെന്ന് കയറിയിരുന്ന് മി.ഗാബെൽ ഓടിച്ചുപോയത് എന്ത് സൂചനയാണ് നൽകിയത്?

പല കല്ല്മുഖങ്ങളിൽ ഒന്ന്, ബംഗ്ലാവിന്റെ മുകളിലെത്തിയിരിക്കുന്നു എന്നാണ് അത് നൽകിയ അനിഷ്ട സൂചന!

അത് മി.മാർക്വിസ്സിന്റെ തലയിണയിൽ കിടക്കുന്നു. അതൊരു നേർത്ത മാസ്ക് പോലുണ്ട്, പെട്ടെന്ന് പേടിച്ചുവിറച്ച്, കോപിച്ച്, സ്തംഭിച്ചുപോയത്! ആ മാസ്കിനോട് ചേർന്ന ശരീരത്തിന്റെ ഹൃദയഭാഗത്ത് ഒരു കഠാരികുത്തി ഇറക്കിയിരിക്കുന്നു. അതിന്റെ പിടിയിൽ ഒരു കടലാസ് ചുരുൾ ഉണ്ടായിരുന്നു; അതിൽ ഇപ്രകാരം കുത്തിക്കുറിച്ചിരിക്കുന്നു.

"ഇയാളെ വേഗം ശവക്കുഴിയിലേക്ക് കൊണ്ടുപോകൂ. എന്ന്, ജാക്സ്."

പത്ത്

ഒരു വർഷം കടന്നുപോയി. ഫ്രഞ്ച് സാഹിത്യത്തിൽ നല്ല പാണ്ഡിത്യമുള്ള മി.ചാൾസ് ഡാർണി ഇംഗ്ലണ്ടിൽ നല്ലൊരു ഫ്രഞ്ച് ഭാഷാ അദ്ധ്യാപകനായി പ്രശസ്തിയാർജ്ജിച്ചുകഴിഞ്ഞു. ഈ പ്രായത്തിൽ അയാളൊരു പ്രൊഫസർ ആകേണ്ടതാണ്. എന്നാൽ, ഇപ്പോൾ ഒരു ട്യൂട്ടർ ആണ്. ഫ്രഞ്ചിൽ മാത്രമല്ല, ഇംഗ്ലീഷിലും അയാൾ പ്രാവീണ്യം നേടി. ഫ്രഞ്ച് കൃതികൾ അയാൾ ഇംഗ്ലീഷിലേക്ക് വിവർത്തനം ചെയ്യുമായിരുന്നു. അത്തരം അദ്ധ്യാപകരെ അക്കാലത്ത് എളുപ്പം കണ്ടെത്താൻ കഴിയുമായിരുന്നില്ല. അതുകൊണ്ട്, യുവാവായ മി.ഡാർണി അതിവേഗം പ്രശസ്തിയിലേക്കുയർന്നു; എല്ലാവരും അയാളെ പ്രോത്സാഹിപ്പിച്ചു. അയാൾ തന്റെ സമയത്തിലെ വലിയൊരു ഭാഗം കേംബ്രിഡ്ജിൽ പഠനത്തിന്നായി മറ്റ് വിദ്യാർത്ഥികളോടൊപ്പം ചെലവഴിച്ചു. ബാക്കിസമയം അയാൾ ലണ്ടനിലായിരുന്നു.

തന്റെ അപകടകരമായ കോടതി വിചാരണസമയം മുതൽ അയാൾ ലൂസി മാനെറ്റിനെ സ്നേഹിച്ചിരുന്നു. അവളുടെ കരുണാർദ്രമായ ശബ്ദം പോലെ മധുരവും പ്രിയങ്കരവുമായൊരു ശബ്ദം അയാൾ ഒരിക്കലും കേട്ടിട്ടില്ല. തനിക്കുവേണ്ടി കുഴിക്കപ്പെട്ട ഒരു ശവക്കുഴിയുടെ ഓരത്ത് നിൽക്കവെ, താൻ കണ്ട അത്രയും സ്നേഹവാത്സല്യം നിറഞ്ഞ സുന്ദരമായ ഒരു മുഖം പോലെ മറ്റൊന്ന് അയാൾ കണ്ടിട്ടില്ല. എന്നാൽ ആ വിഷയത്തെക്കുറിച്ചയാൾ ഒരിക്കലും അവളോട് സംസാരിച്ചിട്ടില്ല. ആ വിജനമായ ബംഗ്ലാവിൽ കൊലപാതകം നടന്നിട്ട് ഒരു വർഷം കഴിഞ്ഞു. എന്നിട്ട്, തന്റെ മാനസികാവസ്ഥയെക്കുറിച്ചും അവളോട് ഒറ്റവാക്കും ഉരിയാടിയിട്ടില്ല!

ഒരു ഗ്രീഷ്മകാല ദിനത്തിൽ, കോളേജ് ജോലി കഴിഞ്ഞ്, വൈകിയിട്ട് അയാൾ സോഹൊയിലെ ശാന്തമായ മൂലയിലെത്തി. ഡോ.മാനെറ്റിന് തന്റെ ഹൃദയം തുറന്നുകാണിക്കാനുള്ള അവസരവും ലഭിക്കണമെന്ന

മോഹത്തിലായിരുന്നു ആ വരവ്. സന്ധ്യ ആയിരുന്നതിനാൽ മിസ്സ് പ്രോസ്സിനോടൊപ്പം ലൂസി പുറത്തുപോയിരിക്കുമെന്നയാൾക്കറിയാം.

ഡോക്ടർ തന്റെ ചാരുകസേരയിൽ ജന്നലക്ക് മുന്നിലിരുന്ന് വായിക്കുന്നതയാൾ കണ്ടു. പഴയ ഊർജ്ജസ്വലത അദ്ദേഹം സാവധാനം വീണ്ടെടുത്തിരിക്കുന്നു. തീർച്ചയായും നല്ല ആരോഗ്യവാനും ദൃഢചിത്തനുമാണ്. പ്രവൃത്തികളിൽ നല്ല ചടുലത കൈവന്നിരിക്കുന്നു.

അദ്ദേഹം ധാരാളം വായിക്കയും പഠിക്കയും ചെയ്തു; കുറച്ചു സമയം മാത്രം ഉറങ്ങി. വളരെ അനായാസം അദ്ധ്വാനിച്ചു; സമചിത്തതയോടെ ഉല്ലാസവാനായി പെരുമാറി. അദ്ദേഹത്തിന്റെ അടുത്തേക്ക് ചാൾസ് ഡാർണി കടന്നു ചെന്നു. അയാളെ കണ്ട് ഉടനെ ഡോക്ടർ പുസ്തകം മാറ്റിവെച്ച്, കൈ നീട്ടി.

“ചാൾസ് ഡാർണി! നിങ്ങളെ കണ്ടതിൽ എനിക്ക് വലിയ സന്തോഷമുണ്ട്. കഴിഞ്ഞ മൂന്നുനാല് ദിവസമായി ഞങ്ങൾ നിങ്ങളുടെ വരവും പ്രതീക്ഷിച്ച് ഇരിക്കയായിരുന്നു. മി.സ്ട്രൈവറും സിഡ്നി കാർട്ടനും ഇന്നലെ ഇവിടെ വന്നിരുന്നു. നിങ്ങളെ അവർ പ്രതീക്ഷിച്ചിരുന്നു”.

“ഞാനവരോട് കൃതജ്ഞനാണ്.” അവരെക്കുറിച്ച് തണുപ്പൻ മട്ടിലും, ഡോക്ടറോട് വളരെ ഊഷ്മളമായ രീതിയിലും പറഞ്ഞു. “മിസ്സ് മാനെറ്റ്–”

“സുഖമായിരിക്കുന്നു” ഡോക്ടർ ഇടയ്ക്കുകയറി പറഞ്ഞു.

“നിങ്ങളുടെ വരവ് എല്ലാവരേയും സന്തോഷിപ്പിക്കും. എന്തോ വീട്ടാവശ്യത്തിന്നായി അവൾ പുറത്ത് പോയിരിക്കുകയാണ്; ഉടനെ വീട്ടിൽ തിരിച്ചെത്തും.”

“ഡോ.മാനെറ്റ്, അവൾ പുറത്ത് പോയിരിക്കയാണെന്ന് എനിക്കറിയാം. അവൾ വീട്ടിലല്ലാത്ത അവസരം ഉപയോഗിച്ച് അങ്ങയോട് സംസാരിക്കാൻ വന്നതാണ് ഞാൻ.”

അല്പനേരത്തെ നിശ്ശബ്ദത.

“ശരി?” തികഞ്ഞ നിയന്ത്രണത്തോടെ ഡോക്ടർ പറഞ്ഞു “നിങ്ങളുടെ കസേര ഇങ്ങോട്ട് നീക്കിടൂ. ഇനി പറയൂ.”

കസേര അയാൾ, അനുസരണയോടെ വലിച്ചിട്ടു; പക്ഷേ, സംസാരിക്കാൻ പ്രയാസപ്പെട്ടു.

“ഇവിടെയുള്ളവരുമായി ഒന്നര വർഷത്തോളം ഇത്രയും അടുപ്പത്തിലാകാൻ കഴിഞ്ഞതിൽ എനിക്ക് സന്തോഷമുണ്ട്” അങ്ങനെ ഒടുവിലയാൾ പറഞ്ഞുതുടങ്ങി. “ഞാൻ പറയാൻ പോകുന്ന വിഷയം –”

ഡോക്ടർ അയാളോട് നിർത്താൻ കൈ കാണിച്ചതിനാൽ അയാൾ നിർത്തി. അല്പസമയം അദ്ദേഹം അപ്രകാരം നിർത്തിയശേഷം, കൈ പിൻവലിച്ച് പറഞ്ഞു:

“ലൂസിയാണോ വിഷയം?”

“അതെ.”

"ഏത് സമയത്തായാലും അവളെക്കുറിച്ച് എനിക്ക് സംസാരിക്കാൻ വിഷമമാണ്; അതും, നിങ്ങളുടെ ശബ്ദത്തിൽ അവളെക്കുറിച്ച് പറയുന്നതു കേൾക്കുമ്പോൾ അതികഠിനം, ചാൾസ് ഡാർണി."

"അത് വികാരതീവ്രമായ ആരാധനയുടേയും, അഗാധമായ സ്നേഹത്തിന്റേയും ശബ്ദമാണ്, ഡോ.മാനെറ്റ്!"

ഡോക്ടർ പറഞ്ഞു "ഞാനത് വിശ്വസിക്കുന്നു. ഞാൻ നിങ്ങളോട് നീതി കാണിക്കുന്നു; ഞാനത് വിശ്വസിക്കുന്നു."

അദ്ദേഹത്തിന്റെ നിയന്ത്രണം അത്രയ്ക്ക് പ്രകടമായിരുന്നതിനാൽ ആ വിഷയത്തിലേക്ക് കടക്കാനുള്ള അദ്ദേഹത്തിന്റെ അപ്രിയത്തെക്കുറിച്ച് ചാൾസ് ഡാർണി ഒന്ന് ശങ്കിച്ചു.

"ഞാൻ തുടരട്ടെ, സാർ?"

വീണ്ടും മൗനം.

"ശരി തുടരൂ."

"ഞാൻ പറയാൻപോകുന്നത് നിങ്ങൾ ഊഹിച്ചുകാണും, എത്ര ആത്മാർത്ഥതയോടെയാണ് ഞാനത് പറയുന്നത് എന്ന് നിങ്ങൾക്കറിയാൻ കഴിയില്ലെങ്കിലും, എന്റെ ഹൃദയരഹസ്യമെന്താണെന്നോ, എന്റെ ആശകളും ഭീതികളും ഉൽക്കണ്ഠകളും അറിയാതെ അത് കൃത്യമായി നിങ്ങൾക്ക് ഊഹിക്കാനാവില്ല. ഡോക്ടർ മാനെറ്റ്, ഞാൻ നിങ്ങളുടെ മകളെ വാത്സല്യത്തോടും, ആത്മാർത്ഥയോടും, ആരാധനയോടും കൂടി സ്നേഹിക്കുന്നു. സ്നേഹം എന്ന ഒന്ന് ഈ ലോകത്ത് ഉണ്ടെങ്കിൽ, ഞാൻ അവളെ സ്നേഹിക്കുന്നു. നിങ്ങൾ സ്നേഹിച്ചിട്ടുള്ളവനാണല്ലൊ, നിങ്ങളുടെ പഴയ പ്രേമം എനിക്കുവേണ്ടി സംസാരിക്കട്ടെ!"

ഡോക്ടർ തലതിരിച്ച്, താഴോട്ട് നോക്കി ഇരുന്നു. അവസാന വാക്കിൽ, അദ്ദേഹം വീണ്ടും കൈ പൊക്കി അരുതെന്ന് നിലവിളിച്ചു.

"അത് പറയല്ലെ, സാർ! അത് വിടൂ! ഞാൻ നിങ്ങളോട് ആണയിട്ട് പറയുന്നു, അത് ഓർമ്മിപ്പിക്കല്ലെ!"

യഥാർത്ഥവേദന വരുമ്പോൾ ഉള്ള നിലവിളിപോലെ ആയിരുന്നു അത്. അദ്ദേഹം പറഞ്ഞുനിർത്തിയ ശേഷവും കുറെനേരം ചാൾസ് ഡാർണിയുടെ കാതുകളിൽ അത് മുഴങ്ങിക്കൊണ്ടിരുന്നു. അദ്ദേഹത്തിന്റെ കൈനീട്ടൽ ഡാർണിയോട് നിർത്താനുള്ള ഒരു അപേക്ഷയായിരുന്നു എന്ന് തോന്നി. അയാൾ അതനുസരിച്ച്, മിണ്ടാതിരുന്നു.

"ഞാൻ ക്ഷമ ചോദിക്കുന്നു" ഏതാനും നിമിഷങ്ങൾക്കുശേഷം വിധേയത്വത്തോടെ ഡോക്ടർ പറഞ്ഞു "നിങ്ങൾക്ക് ലൂസിയോടുള്ള സ്നേഹത്തെ ഞാൻ സംശയിക്കുന്നില്ല; നിങ്ങളതിൽ സംതൃപ്തനാണല്ലൊ."

അദ്ദേഹം കസേരയിൽ അയാൾക്കുനേരെ തിരിഞ്ഞിരുന്നു; എന്നാൽ അയാൾക്കുനേരെ നോക്കിയില്ല, കണ്ണുകൾ ഉയർത്തിയില്ല, അദ്ദേഹത്തിന്റെ നരച്ചതലമുടി ആ മുഖത്തെപാടെ മറച്ചു.

"നിങ്ങൾ ലൂസിയോട് സംസാരിച്ചോ?"

"ഇല്ല."

"എഴുതിയിട്ടുമില്ല?"

"ഒരിക്കലുമില്ല."

"അപ്രകാരം നിങ്ങൾ ചെയ്തത്, അവളുടെ അച്ഛനോടുള്ള നിങ്ങളുടെ പരിഗണന മൂലമാണെന്ന വസ്തുത അറിയില്ലെന്നു നടിക്കുന്നത് നിർമ്മര്യാദയായിരിക്കും. അവളുടെ അച്ഛൻ നിങ്ങൾക്ക് നന്ദി പറയുന്നു."

അദ്ദേഹം കൈ കൊടുത്തു; എന്നാൽ അദ്ദേഹത്തിന്റെ കണ്ണുകൾ അതോടൊപ്പം പോയില്ല.

"എനിക്കറിയാം" ഡാർണി ആദരവോടെ പറഞ്ഞു, "എനിക്കതെങ്ങനെ മനസ്സിലാക്കാതിരിക്കാൻ കഴിയും, ഡോ.മാനെറ്റ്, ഞാൻ എന്നും കാണുന്നതല്ലേ നിങ്ങൾക്കിടയിലുള്ള സ്നേഹവാത്സല്യങ്ങൾ, അത്രയും ഹൃദയസ്പൃക്കായ ദൃശ്യങ്ങൾ, അവ വളർന്നുവന്ന പരിതഃസ്ഥിതികൾ; ഒരച്ഛനും കുഞ്ഞിനുമിടയിൽ നിലനിൽക്കുന്ന ഇത്തരം സ്നേഹ വാത്സല്യങ്ങൾ വിരളമായേ കാണാനാകൂ. ബാല്യത്തിലേ അനാഥയാക്കപ്പെട്ട അവൾ നിങ്ങളെ മാതാവായും പിതാവായും ആരാധനയോടെ സ്നേഹിക്കുന്നു. നഷ്ടപ്പെട്ടൊരു നിധി വർഷങ്ങൾക്കുശേഷം തിരിച്ചുകിട്ടിയതുപോലെയാണ്, അവളെ സംബന്ധിച്ചിടത്തോളം നിങ്ങൾ. എനിക്കത് നന്നായി അറിയാം."

ആ പിതാവ് തലതാഴ്ത്തി നിശ്ശബ്ദനായി ഇരുന്നു. അദ്ദേഹത്തിന്റെ ശ്വാസോച്ഛ്വാസത്തിന് അല്പം വേഗത കൂടി; എന്നാൽ, മാനസികവിക്ഷോഭത്തിന്റെ മറ്റ് ലക്ഷണങ്ങളെല്ലാം കടിച്ചമർത്തി.

"പ്രിയപ്പെട്ട ഡോ.മാനെറ്റ്, ഞാനവളെ സ്നേഹിക്കുന്നു. ദൈവം സാക്ഷി, ഞാനവളെ സ്നേഹിക്കുന്നു."

"ഞാനത് വിശ്വസിക്കുന്നു" വിഷാദത്തോടെ ആ പിതാവ് പറഞ്ഞു. "ഞാനത് മുമ്പ് വിചാരിച്ചിരുന്നു. ഞാനത് വിശ്വസിക്കുന്നു."

അദ്ദേഹത്തിന്റെ വാക്കുകൾ പരുഷമായി കരുതി ഡാർണി പറഞ്ഞു. "എന്റെ ഭാഗ്യം തെളിഞ്ഞ്, ഒരു ശുഭദിവസം അവൾ എന്റെ ഭാര്യയായിക്കഴിഞ്ഞാൽ, ഞാൻ അവളെ നിങ്ങളിൽനിന്ന് അകറ്റുമെന്നായിരുന്നെങ്കിൽ ഞാൻ ഇക്കാര്യം ഇപ്പോൾ പറഞ്ഞതുപോലെ ഒരിക്കലും നിങ്ങളോട് പറയില്ലായിരുന്നു. അത് മോശമാണെന്നും, നികൃഷ്ടമാണെന്നും എനിക്കറിയാം."

സംസാരിച്ചുകൊണ്ടിരിക്കവെ അയാൾ സ്വന്തം കൈ അദ്ദേഹത്തിന്റെ കൈയിൽ വെച്ചു. "ഇല്ല, പ്രിയപ്പെട്ട ഡോക്ടർ, അങ്ങയെപ്പോലെ ഫ്രാൻസിൽനിന്ന് സ്വയം നാടുകടത്തപ്പെട്ടവനാണ് ഞാൻ; അവിടത്തെ അസ്വസ്ഥതയിൽ നിന്നും, അടിച്ചമർത്തലിൽ നിന്നും കഷ്ടതകളിൽ നിന്നും ഓടിപ്പിക്കപ്പെട്ടവൻ. നിങ്ങളെപ്പോലെ അതിൽനിന്നും അകന്ന് ജീവിക്കാൻ ശ്രമിക്കുന്നവൻ, സ്വയം അധ്വാനിച്ച് ജീവിക്കുവാൻ, സുന്ദരമായൊരു ഭാവിയിൽ വിശ്വാസമർപ്പിക്കുന്നവൻ. നിങ്ങളുടെ വിധിയും, നിങ്ങളുടെ ജീവിതവും കുടുംബവും പങ്കുകൊണ്ട്, മരണം വരെ വിശ്വസ്തതയോടെ ജീവിക്കാനാണ് ഞാൻ നോക്കുന്നത്. നിങ്ങളുടെ കുട്ടിയും കൂട്ടുകാരിയും

സുഹൃത്തുമായ ലൂസിയുടെ വിശേഷഭാഗ്യം തട്ടിക്കളയാനല്ല. സഹായിക്കാൻ വേണ്ടിയാണ്, നിങ്ങളോടവളെ കൂടുതൽ ബന്ധിപ്പിക്കാൻ വേണ്ടിയാണ്,"

അയാൾ അപ്പോഴും അദ്ദേഹത്തിന്റെ കൈയിൽ സ്വന്തം കൈ വെച്ചിരിക്കുകയാണ്. അദ്ദേഹം കൈ പിൻവലിച്ച് (തണുപ്പൻ രീതിയിലല്ല) ചാരുകസേരയിൽ വെച്ചു; പിന്നെ, അയാളുടെ മുഖത്തേക്ക് നോക്കി; സംഭാഷണം തുടങ്ങിയശേഷം ഇതാദ്യമായാണ് മുഖത്തേക്ക് നോക്കുന്നത്. കഠിനപ്രയാസങ്ങളോട് മല്ലിടുന്ന ഒരു ഭാവം ആ മുഖത്ത് വ്യക്തമാണ്; സംശയവും ഭീതിയും നിഴലിച്ചു കാണാം.

"നിങ്ങൾ വികാരോജ്ജ്വലനായി പൗരുഷത്തോടെ സംസാരിക്കുന്നു, ചാൾസ് ഡാർണി, ഞാനതിന് ഹൃദയംഗമമായി നിങ്ങളോട് നന്ദി പറയുന്നു. ഞാനെന്റെ ഹൃദയം നിങ്ങൾക്കുമുന്നിൽ തുറന്നു വെക്കുന്നു. ലൂസി നിങ്ങളെ സ്നേഹിക്കുന്നുണ്ടെന്ന് വിശ്വസിക്കാൻ എന്തെങ്കിലും കാരണമുണ്ടോ?"

"ഇല്ല. ഇതുവരെ ഒന്നുമില്ല."

"എന്റെ അറിവോടെ അതുടനെ ഉറപ്പുവരുത്തുകയാണോ ഈ ആത്മവിശ്വാസത്തിന്റെ സത്വരമായ ഉദ്ദേശ്യം?"

"അല്ല. ആഴ്ചകളായി ആ ആത്മവിശ്വാസം എന്നിൽ ഉടലെടുത്തിട്ടുണ്ട്. (തെറ്റായാലും അല്ലെങ്കിലും) നാളെയും ആ ആത്മവിശ്വാസം എന്നിലുണ്ടാകും."

"എന്നിൽനിന്ന് എന്തെങ്കിലും വാഗ്ദാനം നിങ്ങൾ പ്രതീക്ഷിക്കുന്നുണ്ടോ?"

"ഇല്ല, സാർ. എന്നാൽ, നിങ്ങൾക്ക് അത് ശരിയാണെന്ന് കരുതുന്നുണ്ടെങ്കിൽ, നിങ്ങളാൽ കഴിയുന്ന ചില സഹായം ചെയ്തുതരുവാൻ സാദ്ധ്യതയുണ്ടെന്ന് ഞാൻ കരുതി."

"എന്നിൽ നിന്ന് എന്തെങ്കിലും വാഗ്ദാനം?"

"അതെ, സാർ."

"എന്താണത്?"

"നിങ്ങളെകൂടാതെ എനിക്ക് യാതൊരു ആശയ്ക്കും വകയില്ലെന്ന് എനിക്ക് നന്നായി അറിയാം. ഈ നിമിഷം മിസ്സ് മാനെറ്റിന്റെ നിഷ്കളങ്ക ഹൃദയത്തിൽ എനിക്ക് ഇടമുണ്ടെങ്കിൽ പോലും - അത്രയും ചിന്തിക്കാനെനിക്ക് പാടില്ല - വിവാഹാഭ്യർത്ഥന നടത്തുന്നവൻ ആരായാലും, അയാൾക്കനുകൂലമായ അച്ഛന്റെ ഒരു വാക്കായിരിക്കും അവൾക്ക് ഈ ലോകത്തിൽ ഏറ്റവും വലുത്, തന്നേക്കാളേറെ എന്നും ഞാൻ മനസ്സിലാക്കുന്നു. അക്കാരണത്താൽ, ഡോ.മാനെറ്റ്," ഡാർണി വിനീതമായി, എന്നാൽ ദൃഢമായി പറഞ്ഞു. "എനിക്കുവേണ്ടി അവളോട് അഭ്യർത്ഥിക്കണമെന്ന് ഞാൻ അങ്ങയോട് ആവശ്യപ്പെടില്ല."

"എനിക്കുറപ്പാണ്. ചാൾസ് ഡാർണി, എന്റെ മകൾ ലൂസി ഇക്കാര്യത്തിൽ ഒരു നിഗൂഢതയുള്ളവളാണ് എനിക്ക്! അവളുടെ ഹൃദയനില എനിക്ക് ഊഹിക്കാൻ കഴിയില്ല."

"ഞാനൊന്ന് ചോദിച്ചോട്ടെ, സാർ, അവൾ അങ്ങനെയാണെന്ന് നിങ്ങൾ കരുതുന്നുവെങ്കിൽ –" അയാൾ ശങ്കിച്ചുനിന്നപ്പോൾ അച്ഛൻ ബാക്കി പൂരിപ്പിച്ചു.

"മറ്റേതെങ്കിലും വിവാഹാർത്ഥിയെ ആഗ്രഹിക്കുന്നുണ്ടോ എന്നാണോ?"

"അതുതന്നെയാണ് ഞാൻ ചോദിക്കാനാഗ്രഹിച്ചത്."

മറുപടി പറയുന്നതിനുമുമ്പ് ആ പിതാവ് ഒന്ന് ചിന്തിച്ചു.

"നിങ്ങൾ സ്വയം മി.കാർട്ടനെ ഇവിടെ കണ്ടിട്ടുണ്ടല്ലോ. ഇടക്കിടെ മി. സ്ട്രൈവറും വരാറുണ്ട്. ആരെങ്കിലും മനസ്സിൽ ഉണ്ടെങ്കിൽത്തന്നെ ഇവരിൽ ഒരാളായിരിക്കും."

"അല്ലെങ്കിൽ ഇരുവരും" ഡാർണി പറഞ്ഞു.

"രണ്ടുപേരെക്കുറിച്ചും ഞാൻ ചിന്തിച്ചിട്ടില്ല; ചിന്തിക്കുകയുമില്ല. നിങ്ങൾ എന്നിൽ നിന്നൊരു വാഗ്ദാനം ആവശ്യപ്പെട്ടല്ലോ. അതെന്താണെന്ന് പറയു."

"ഏതെങ്കിലും കാലത്ത്, മിസ്സ് മാനെറ്റ് സ്വയം വന്ന്, ഞാൻ അങ്ങയെ വിശ്വാസത്തിലെടുത്തതുപോലെ ഹൃദയം തുറന്ന് സംസാരിച്ചാൽ, ഞാൻ പറഞ്ഞതിനെ അങ്ങ് സാക്ഷ്യം വഹിക്കണം, അങ്ങയുടെ വിശ്വാസപ്രമാണമനുസരിച്ച്. അങ്ങയ്ക്ക് എന്നെക്കുറിച്ച് നല്ല അഭിപ്രായമാണെന്ന് ഞാൻ വിശ്വസിക്കുന്നു, എനിക്കെതിരായി സ്വാധീനം ചെലുത്താതിരിക്കുംവിധം. ശരി, സർ എന്റെ ഈ പന്തയത്തെക്കുറിച്ച് ഞാൻ കൂടുതലൊന്നും പറയുന്നില്ല."

"ഞാൻ വാക്ക് തരുന്നു" ഡോക്ടർ പറഞ്ഞു "നിങ്ങളുടെ ഉദ്ദേശ്യം ഞാനും മകളുമായുള്ള സ്നേഹബന്ധം ശാശ്വതീകരിക്കലാണ്, ദുർബ്ബലപ്പെടുത്തലല്ല. അവളുടെ സമ്പൂർണ്ണ സുഖത്തിനായി നിങ്ങൾ ഒഴിച്ചുകൂടാത്തവനാണെന്ന് അവൾ എന്നെങ്കിലും പറഞ്ഞാൽ, ഞാനവളെ നിങ്ങൾക്ക് തരും. ചാൾസ് ഡാർണി, എന്നെങ്കിലും–" ആ യുവാവ് അദ്ദേഹത്തിന്റെ കൈ കൃതജ്ഞതയോടെ പിടിച്ചു; അവരുടെ കരങ്ങൾ കൂട്ടിയോജിപ്പിച്ചപ്പോൾ, ഡോക്ടർ തുടർന്നു –എന്തെങ്കിലും വിചിത്ര ഭാവനകളോ, കാരണങ്ങളോ, പുതിയതോ പഴയതോ ആയ മറ്റെന്തെങ്കിലും അവൾ ആത്മാർത്ഥമായി സ്നേഹിക്കുന്നവനെതിരായി ഉണ്ടെങ്കിൽ – അയാളുടെ തലയിൽ നേരിട്ട് അതിന് ഉത്തരവാദിത്വം ചുമത്താനാകില്ലെങ്കിൽ – അതെല്ലാം അവൾക്കുവേണ്ടി തുടച്ചുമാറ്റപ്പെടും. അവളാണെന്റെ സർവ്വസ്വവും. എന്റെ കഷ്ടപ്പാടുകളേക്കാൾ തെറ്റുകളേക്കാൾ, എല്ലാറ്റിനേക്കാൾ എനിക്ക് – ശരി! ഇത് വെറുതെ സമയം കളയാനുള്ള സംസാരമാണ്."

വിചിത്രമായൊരു രീതിയിലാണദ്ദേഹം നിശ്ശബ്ദത പാലിച്ചത്; അദ്ദേഹത്തിന്റെ മനസ്സിൽ ഗഹനമായ എന്തോ ഒരു രഹസ്യമുണ്ട്. അതുപോലെത്തന്നെയായിരുന്നു സംസാരം നിർത്തിയപ്പോഴുള്ള അദ്ദേഹത്തിന്റെ വിചിത്രമായ തറച്ചുനോട്ടവും! അദ്ദേഹത്തിന്റെ കൈയിൽ വെച്ചിരുന്ന തന്റെ കൈ തണുത്തതുപോലെ അയാൾക്ക് തോന്നി; അയാൾ തന്റെ കൈ പിൻവലിച്ചു.

“നിങ്ങൾ എന്തോ എന്നോട് പറഞ്ഞല്ലോ” ഒരു പുഞ്ചിരിയോടെ ഡോ. മാനെറ്റ് ചോദിച്ചു.

അയാൾ മറുപടി പറയാനൊന്ന് പരുങ്ങിയെങ്കിലും ഉടനെ മറുപടി നൽകി.

“നിങ്ങൾക്ക് എന്നിലുള്ള വിശ്വാസം എന്റെ ഭാഗത്ത് നിന്ന് പൂർണ്ണ വിശ്വാസത്തോടെ തിരിച്ചുതരേണ്ടതുണ്ട്. എന്റെ ഇപ്പോഴത്തെ പേര് (എന്റെ അമ്മയുടേതിൽനിന്ന് ചെറുതായി മാററിയിട്ടുണ്ടെങ്കിലും), നിങ്ങൾ കരുതുന്നത് പോലെ, എന്റെ സ്വന്തം പേരല്ല. അതെന്താണെന്നും, എന്തുകൊണ്ടാണ് ഞാൻ ഇംഗ്ലണ്ടിൽ കഴിയുന്നതെന്നും നിങ്ങളോട് പറയാൻ ഞാൻ ആഗ്രഹിക്കുന്നു.”

“നിർത്തു!” ഡോക്ടർ പറഞ്ഞു.

“ഞാനത് പറയാൻ ആഗ്രഹിക്കുന്നു; അങ്ങനെ നിങ്ങളുടെ വിശ്വാസത്തിന് അർഹനാകട്ടെ; നിങ്ങളിൽനിന്ന് എനിക്ക് യാതൊരു രഹസ്യവും നിലനിൽക്കാതിരിക്കട്ടെ.”

“നിർത്തു!”

ഒരു നിമിഷം ഡോക്ടർ തന്റെ രണ്ട് കൈകൾ കൊണ്ട് ഇരുചെവികൾ പൊത്തിപ്പിടിക്കുകപോലും ചെയ്തു; മറ്റൊരു നിമിഷം, രണ്ട്കൈകൾ ഡാർണിയുടെ ചുണ്ടുകളിൽ അമരുകയും ചെയ്തു!

“ഞാൻ നിങ്ങളോട് ചോദിക്കുമ്പോൾ എന്നോടത് പറയുക, ഇപ്പോൾ വേണ്ട. നിങ്ങളുടെ വിവാഹാഭ്യർത്ഥന സഫലമാകുമ്പോൾ, ലൂസി നിങ്ങളെ പ്രേമിച്ചാൽ, നിങ്ങളുടെ വിവാഹദിവസം രാവിലെ നിങ്ങൾ എന്നോടത് പറയുക. നിങ്ങൾ വാക്കുതരുമോ?”

“സസന്തോഷം”

“നിങ്ങൾ എനിക്ക് കൈതരു. അവൾ എപ്പോൾ വേണമെങ്കിലും വീട്ടിൽ എത്തിയേക്കാം. ഇന്ന് നമ്മളെ അവൾ ഒന്നിച്ച് കാണാതിരിക്കുന്നതാണ് നല്ലത്. പോകൂ! നിനക്ക് ദൈവാനുഗ്രഹമുണ്ടാകട്ടെ!”

ചാൾസ് ഡാർണി അദ്ദേഹത്തെ വിട്ടുപോയപ്പോൾ ഇരുട്ടായിരുന്നു. ഒരു മണിക്കൂർ കഴിഞ്ഞ് നല്ല ഇരുട്ടായപ്പോഴാണ് ലൂസി വീട്ടിലെത്തിയത്; അവൾ ഒറ്റയ്ക്ക് മുറിയിലേക്ക് ധൃതിപിടിച്ച് ഓടിച്ചെന്നു – അദ്ദേഹത്തിന്റെ ‘വായനാ കസേര’ ഒഴിഞ്ഞുകിടക്കുന്നതുകണ്ട് അവൾ ആശ്ചര്യപ്പെട്ടു.

“അച്ഛാ!” അവൾ അദ്ദേഹത്തെ വിളിച്ചു“അച്ഛാ, ഡിയർ!”

അതിന് മറുപടി ഒന്നും കേട്ടില്ല; എന്നാൽ, ബെഡ്റൂമിൽ നിന്ന് മെല്ലെ ചുറ്റിക കൊണ്ട് അടിക്കുന്ന ശബ്ദം കേട്ടു. മെല്ലെ തൊട്ടടുത്ത മുറിയിലേക്ക് നടന്ന് അവൾ അദ്ദേഹത്തിന്റെ വാതിൽക്കലേക്ക് നോക്കി; പിന്നെ പേടിച്ചു നിലവിളിച്ച് തിരിച്ച് ഓടി; അവളുടെ രക്തം തണുത്ത് മരവിച്ചു! “ഞാൻ എന്ത് ചെയ്യും! ഞാൻ എന്ത് ചെയ്യും!”

അവളുടെ അനിശ്ചിതത്വം ഒരു നിമിഷമേ നീണ്ടുനിന്നുള്ളു, അവൾ ധൃതിയിൽ ഓടിച്ചെന്ന് വാതിലിൽ മുട്ടി, മൃദുവായി അദ്ദേഹത്തെ വിളിച്ചു.

അവളുടെ ശബ്ദം കേട്ടതോടെ ചുറ്റികയുടെ ശബ്ദം നിലച്ചു; അദ്ദേഹം അവളുടെ അടുത്തേക്ക് ചെന്നു; പിന്നെ അവർ കുറെനേരം ഒന്നിച്ച് ഉലാത്തി.

രാത്രി അദ്ദേഹം ഉറങ്ങുമ്പോൾ അവൾ തന്റെ കിടക്കയിൽ നിന്നും എഴുന്നേറ്റ് ചെന്ന് അദ്ദേഹത്തെ നോക്കി. അദ്ദേഹം സുഖമായി ഉറങ്ങുകയായിരുന്നു; ഷൂസുണ്ടാക്കുന്നതിനുള്ള ആയുധങ്ങൾ വെച്ച ട്രേയും, അദ്ദേഹത്തിന്റെ പഴയ അപൂർണ്ണമായ ഷൂസും, എല്ലാം പതിവ് സ്ഥലത്തിരിപ്പുണ്ട്.

പതിനൊന്ന്

"സിഡ്നി" അതേരാത്രി, അല്ലെങ്കിൽ പ്രഭാതത്തിൽ മി.സ്ട്രൈവർ തന്റെ കുറുക്കനോട് പറഞ്ഞു. "ഒരു കോപ്പ പഞ്ച്കൂടി തയ്യാറാക്കൂ; എനിക്ക് നിന്നോട് ചില കാര്യങ്ങൾ പറയാനുണ്ട്."

അന്ന് രാത്രിയും, തലേന്ന് രാത്രിയും അതിന് മുമ്പത്തെ തുടർച്ചയായ പലരാത്രികളും കഠിനാദ്ധ്വാനം ചെയ്ത്, നീണ്ട വെക്കേഷനുമുമ്പുള്ള മി. സ്ട്രൈവറിന്റെ പേപ്പറുകൾ നോക്കി തീർക്കുകയായിരുന്നു അയാൾ. ഒടുവിൽ അത് തീർന്നു. സിഡ്നി വല്ലാതെ തളർന്നിരുന്നു, രാത്രി മുഴുവൻ വീഞ്ഞടിച്ച്, നെറ്റിയിൽ വെള്ളം നനച്ച ടവലുമിട്ട്, അയാൾ ജോലി ചെയ്യുന്നതിൽ മുഴികിയിരുന്നു.

"നീ ഒരു കപ്പ് പഞ്ച് കൂടി തയ്യാറാക്കുന്നില്ലേ?" സോഫയിൽ ചാരിക്കിടന്ന് ചുറ്റുപാടും വീക്ഷിച്ച്, സ്ട്രൈവർ ചോദിച്ചു.

"ഞാൻ തയ്യാറാക്കുകയാണ്."

"ഇപ്പോൾ, ഇങ്ങോട്ട് നോക്കൂ, നിന്നെ ആശ്ചര്യപ്പെടുത്തുന്ന ചില കാര്യങ്ങൾ ഞാൻ പറയാൻ പോകുകയാണ്. ഒരുപക്ഷേ, നീ എന്നെക്കുറിച്ച് വിചാരിക്കാറുള്ളതുപോലെ, ഞാനത്ര കൂർമ്മമായ ബുദ്ധിയുള്ളവനല്ല എന്ന്. അത് നിന്നെ ചിന്തിപ്പിക്കും. ഞാൻ വിവാഹം കഴിക്കാൻ ഉദ്ദേശിക്കുന്നു."

"നേരോ?"

"അതെ. പണത്തിനുവേണ്ടിയല്ല. ഇപ്പോ നീ എന്ത് പറയുന്നു?"

"എനിക്ക് കൂടുതലൊന്നും പറയാൻ തോന്നുന്നില്ല. അവൾ ആരാണ്?"

"ഊഹിക്കുക"

"ഞാനവളെ അറിയുമോ?"

"ഊഹിക്കുക."

"ഈ പുലർച്ചെ അഞ്ചുമണിക്ക്, എന്റെ തലച്ചോറ് കിടന്ന് പൊരിയുന്ന നേരത്ത് ഞാൻ ഊഹിക്കാൻ പോകുന്നില്ല."

"ശരി, അപ്പോൾ ഞാൻ പറയാം" സാവധാനം എഴുന്നേറ്റിരുന്ന് സ്ട്രൈവർ പറഞ്ഞു "സിഡ്നി, ഞാൻ പ്രേമത്തിന്റെ ആത്മാവാണെന്നൊന്നും അവകാശപ്പെടാൻ ആഗ്രഹിക്കുന്നില്ലെങ്കിലും, നിന്നേക്കാൾ സ്നേഹവാത്സല്യമുള്ള വ്യക്തിയാണ് ഞാൻ."

"നിങ്ങൾ കൂടുതൽ ഭാഗ്യവാനാണ്, അതാണ് നിങ്ങൾ ഉദ്ദേശിക്കുന്നതെങ്കിൽ"

"ഞാനതല്ല ഉദ്ദേശിക്കുന്നത്. ഞാൻ ഉദ്ദേശിച്ചത് ഞാൻ കൂടുതൽ - കൂടുതൽ -"

"സാഹസം എന്ന് പറയൂ" കാർട്ടൻ അഭിപ്രായപ്പെട്ടു.

"കൊള്ളാം, ഞാൻ സാഹസം എന്ന് പറയാം. അതിന്റെ അർത്ഥം ഞാൻ ഒരു പുരുഷനാണെന്നാണ്." പഞ്ച് ഉണ്ടാക്കുന്ന തന്റെ സുഹൃത്തിനു നേരെ ഗമ കാണിച്ച് സ്ട്രൈവർ പറഞ്ഞു. "ഒരു സ്ത്രീക്ക് അഭിമതനാകാൻവേണ്ടി കൂടുതൽ ശ്രദ്ധിക്കുന്നവൻ, അഭിമതനാകാൻവേണ്ടി കൂടുതൽ ക്ലേശിക്കുന്നവൻ; സ്ത്രീകളുടെ സൊസൈറ്റിയിൽ അഭിമതനാകുന്നത് എങ്ങനെയാണെന്ന് നിന്നേക്കാൾ കൂടുതൽ നന്നായി അറിയുന്നവൻ."

"തുടരൂ" സിഡ്നി കാർട്ടൻ പറഞ്ഞു.

"ഇല്ല; എന്നാൽ, ഞാൻ തുടരുന്നതിനുമുമ്പ്" തലകുലുക്കികൊണ്ട് സ്ട്രൈവർ പറഞ്ഞു. "എനിക്കിത് നിന്നോട് വെളിപ്പെടുത്തണം. നീ എന്റെ അത്രയോ, അതിനേക്കാളേറെയോ തവണ ഡോ.മാനെറ്റിന്റെ വീട്ടിൽ പോയിട്ടുണ്ട്. നിന്റെ ദുർമ്മുഖം അവിടെ കണ്ടതുകൊണ്ട് ഞാൻ ലജ്ജിച്ചിട്ടുണ്ട്, സിഡ്നി!"

"കോടതിയിലെ പ്രാക്ടീസിൽ നിനക്ക് വളരെ പ്രയോജനം ഉണ്ടാക്കിയവനാണ് ഞാൻ" സിഡ്നി മറുപടി നൽകി. "നീ എന്നോട് വളരെ അധികം കൃതജ്ഞത കാട്ടേണ്ടവനാണ്."

"ഇല്ല, സിഡ്നി, നിന്നോട് പറയേണ്ടത് എന്റെ ചുമതലയാണ് - നിന്റെ മുഖത്ത് നോക്കി അത് പറയുന്നത് നിന്റെ നന്മക്കുവേണ്ടിയാണ് - സമൂഹത്തിൽ നീയൊരു ദുർഭൂതം പിടിച്ചതുപോലെയാണ്. നീയൊരു അനഭിമതനായൊരു വ്യക്തിയാണ്."

സിഡ്നി, താൻ ഉണ്ടാക്കിയ പഞ്ച് ഒരു വായ കഴിച്ച് ഒന്ന് ചിരിച്ചു.

"എന്നെ നോക്കൂ!" സ്ട്രൈവർ പറഞ്ഞു "നിന്നേക്കാൾ കുറവേ അനഭിമതനാകേണ്ട ആവശ്യം എനിക്കുള്ളു."

"നീ മുന്നോട്ടു പോകുന്നത് വിവാഹം ലക്ഷ്യമിട്ടുകൊണ്ടല്ല." അലക്ഷ്യഭാവത്തിൽ കാർട്ടൻ മറുപടി നൽകി. "നീ ആ രീതി തന്നെ തുടരും എന്ന് ഞാൻ കരുതുന്നു എന്റെ കാര്യമാണെങ്കിൽ - ഞാൻ നന്നാക്കാൻ സാധിക്കാത്തവനാണെന്ന് നീ മനസ്സിലാക്കിയിട്ടില്ലേ?"

"നിനക്കങ്ങനെ നന്നാക്കാൻ സാധിക്കാത്തവനാകേണ്ട യാതൊരു കാര്യവുമില്ല." ഒട്ടും സമാശ്വസിക്കുന്ന രീതിയിലായിരുന്നില്ല സുഹൃത്തിന്റെ മറുപടി.

"എനിക്കതിന്റെ കാര്യമില്ലെന്നെനിക്കറിയാം. ശരി." സിഡ്നി കാർട്ടൻ ചോദിച്ചു. "ഏതാണ് ആ ലേഡി?"

"നിന്നെ അസ്വസ്ഥനാക്കാൻ വേണ്ടി ഇപ്പോൾ ഞാൻ ആ പേര് പ്രഖ്യാപിക്കുന്നില്ല; സിഡ്നി." പൊങ്ങച്ചം കാണിച്ച് സൗഹൃദത്തോടെ മി.സ്ട്രൈവർ

പറഞ്ഞു,” “എന്തുകൊണ്ടെന്നാൽ, നീ പറയുന്നതിന്റെ പാതിപോലും നീ ഉദ്ദേശിക്കുന്നില്ലെന്ന് എനിക്കറിയാം. നീ അത് ശരിക്കും ഉദ്ദേശിച്ചാൽ, അത് യാതൊരു പ്രാധാന്യവും ഇല്ലാത്തതായിരിക്കും. ഞാൻ ഈ ചെറിയ മുഖവുര അവതരിപ്പിച്ചത് എന്തിനാണെന്നോ, ഒരിക്കൽ നീ ആ ലേഡിയെക്കുറിച്ച് എന്നോട് സൂചിപ്പിച്ചത്, അവജ്ഞാപൂർവ്വമായിരുന്നു!”

“ഞാനങ്ങനെ ചെയ്തോ?”

“തീർച്ചയായും; ഈ മുറിയിൽ വെച്ച്.”

സിഡ്നി കാർട്ടൻ തന്റെ പഞ്ചിലേക്കും, സ്വയംസംതൃപ്തനായ സുഹൃത്തിനേയും നോക്കി. “ആ യുവതിയെ നിങ്ങൾ സുവർണ്ണ മുടിയുള്ള കളിപ്പാവ എന്നാണ് വിശേഷിപ്പിച്ചത്. ആ യുവ ലേഡിയാണ് മിസ്സ് മാനെറ്റ്. നിങ്ങൾ അൽപമെങ്കിലും മൃദുലവികാരങ്ങൾ ഉള്ളവനായിരുന്നെങ്കിൽ, അപ്രകാരം കുറ്റപ്പെടുത്തുന്നതിൽ എന്തെങ്കിലും എതിർപ്പ് എനിക്ക് ഉണ്ടായേനെ! എന്നാൽ, നിങ്ങൾ അങ്ങനെയല്ല. അതുകൊണ്ട് അത്തരം അഭിപ്രായം പറയുന്നതിൽ യാതൊരു വിഷമവുമില്ല. ഒരു ചിത്രം കണ്ടാസ്വദിക്കാൻ കണ്ണില്ലാത്തവന്റേയും, ഗാനശകലം കേട്ടാസ്വദിക്കാൻ കാതില്ലാത്തവന്റെയും അഭിപ്രായത്തിൽ ഞാനെന്തിന് അസഹ്യം പ്രകടിപ്പിക്കണം?”

സിഡ്നി കാർട്ടൻ പഞ്ച് വലിച്ചുകുടിച്ചു; സുഹൃത്തിനെ നോക്കി അതിവേഗം അത് അകത്താക്കി.

മി.സ്ട്രൈവർ പറഞ്ഞു. “ഞാൻ സമ്പത്തിനെ കുറിച്ചൊന്നും ചിന്തിക്കുന്നില്ല; അവൾ ആകർഷണീയയായൊരു സുന്ദരിയാണ്; ഞാൻ സ്വയം സന്തോഷവാനായിരിക്കാൻ തീരുമാനിച്ചു; എനിക്കതിന് കഴിയുമെന്ന് ഞാൻ കരുതുന്നു. അവൾ മനസ്സിലാക്കും, ഞാൻ സമ്പന്നനും, ഉയർച്ചയിലേക്ക് അതിശ്രീഘ്രം നീങ്ങുന്നവനും, ശ്രേഷ്ഠഗുണങ്ങൾ ഉള്ളവനുമാണെന്ന്. അതവളുടെ സൗഭാഗ്യമാണ്, ആ സൗഭാഗ്യത്തിനർഹയാണവൾ. നിനക്ക് ആശ്ചര്യം തോന്നുന്നോ?”

അപ്പോഴും പഞ്ച് കുടിച്ച്കൊണ്ടിരുന്ന കാർട്ടൻ പറഞ്ഞു. “ഞാനെന്തിന് ആശ്ചര്യപ്പെടണം?”

“കൊള്ളാം!” അയാളുടെ സുഹൃത്ത് സ്ട്രൈവർ പറഞ്ഞു.

“ഞാൻ സങ്കല്പിച്ചതിനേക്കാൾ കൂടുതൽ ലാഘവമായി നീ അത് എടുത്തു. നിന്റെ പഴയ കൂട്ടുകാരൻ ഈ ഞാൻ, ദൃഢമനസ്സുള്ളൊരു മനുഷ്യനാണെന്ന് ഇതിന്നകം നിനക്ക് നന്നായി മനസ്സിലായിക്കാണും. അതെ, സിഡ്നി, ഈ ശൈലിയിലുള്ള ജീവിതം മതിയായി അതിൽ നിന്നൊരു മാറ്റം ഞാനാഗ്രഹിക്കുന്നു. വീട്ടിലേക്ക് പോകാൻ ആഗ്രഹിക്കുന്ന ഒരുവന് ഒരു കുടുംബമുണ്ടാകുന്നത് ആനന്ദകരമായൊരനുഭവമാണെന്ന് ഞാൻ കരുതുന്നു. മിസ്സ് മാനെറ്റ് അതിനെക്കുറിച്ച് നല്ലതേ പറയു, എപ്പോഴും പ്രശംസിക്കുകയേ ഉള്ളു. അതുകൊണ്ട് ഞാനത് തീരുമാനിച്ചു. ഇനി, സിഡ്നി, സുഹൃത്തേ, നിന്റെ അഭ്യുദയത്തിന് വേണ്ടി ഞാനൊരു വാക്ക് നിന്നോട് പറയാം. നീയൊരു മോശം നിലയിലാണ്, നിനക്കറിയാമല്ലോ; ശരിക്കും മോശമായ നിലയിൽ. നിനക്ക് പണത്തിന്റെ വില അറിയില്ല; നീ

കഷ്ടപ്പെട്ട് ജീവിക്കുന്നു, അതിവേഗം നീ രോഗിയും ദരിദ്രനായും മാറും; നീ യഥാർത്ഥത്തിൽ, ശുശ്രൂഷിക്കാനുള്ള ഒരാളെ കണ്ടെത്തുന്നതിനെക്കുറിച്ച് ചിന്തിക്കണം."

രക്ഷിതാവിന്റെ ഗമയിലാണയാളത് പറഞ്ഞത്!

"ഇപ്പോൾ, ഞാൻ നിന്നോട് നിർദ്ദേശിക്കട്ടെ," സ്ട്രൈവർ തുടർന്നു. "നേരെ സ്വന്തം മുഖത്തേക്ക് നോക്കുക. ഞാൻ പല കോണിലൂടെ എന്റെ മുഖത്തേക്ക് നോക്കിയിട്ടുണ്ട്, നീയും അതുപോലെ പല കോണിലൂടെ മുഖത്തേക്ക് നോക്കുക. വിവാഹം കഴിക്കൂ. നിന്റെ കാര്യങ്ങൾ നോക്കാനായി ആരെയെങ്കിലും ചുമതലപ്പെടുത്തൂ. നിനക്ക് സ്ത്രീ സമൂഹത്തോട് താൽപര്യമില്ലെങ്കിലും, അത് മനസ്സിലാക്കാനാവില്ലെങ്കിലും, അതിനുള്ള ചാതുര്യമില്ലെങ്കിലും, അത് കാര്യമാക്കേണ്ട. ആരെയെങ്കിലും കണ്ടുപിടിക്കൂ; എന്നിട്ട്, മോശം കാലത്തെ കരുതി, അവളെ വിവാഹം കഴിക്കൂ. അതാണ് നീ ചെയ്യേണ്ടകാര്യം. ഇപ്പോൾ അത് ആലോചിച്ചു നോക്കൂ, സിഡ്നി."

"ഞാനത് ആലോചിക്കാം" സിഡ്നി പറഞ്ഞു.

പന്ത്രണ്ട്

ഡോക്ടറുടെ മകൾക്ക് ഔദാര്യപൂർവ്വം ആ സൗഭാഗ്യം നൽകാമെന്ന് മി.സ്ട്രൈവർ തീരുമാനിച്ചു; നീണ്ട ഒഴിവുകാലം ആഘോഷിക്കാൻ നഗരം വിട്ടു പോകുന്നതിനുമുമ്പ്, ആ സന്തോഷവാർത്ത അവളെ അറിയിക്കണമെന്നയാൾ മനസ്സിൽ ഉറപ്പിച്ചു. മനസ്സിൽ ഇക്കാര്യത്തെക്കുറിച്ച് സ്വയം തീരുമാനത്തിലെത്തി -എല്ലാ പ്രാഥമിക തയ്യാറെടുപ്പുകളും ചെയ്തുതീർക്കുക; പിന്നെ ഡോക്ടർക്ക് സാവകാശം, ക്രിസ്തുമസ്സ് വെക്കേഷനിലോ മറ്റൊ, അവളെ അയാൾക്ക് കൈ പിടിച്ചുകൊടുക്കാം.

തന്റെ കേസ് അത്രയ്ക്ക് ശക്തമായതിനാൽ, തന്റെ വിധിയെക്കുറിച്ചയാൾക്ക് സംശയവുമില്ലായിരുന്നു, വിജയപാത വ്യക്തമായി അയാൾ കണ്ടു. അതൊരു സ്പഷ്ടമായ കേസാണ്, ഒരു ദുർബ്ബലമായ കണ്ണിയും അതിലില്ല. ഏത് ജഡ്ജിയും അതിനോട് യോജിക്കും!

അങ്ങനെ, മിസ്സ് മാനെറ്റിനെ ഏതെങ്കിലും വിനോദസഞ്ചാര കേന്ദ്രത്തിലേക്ക് കൊണ്ടുപോയി ഒരു ഔപചാരിക വിവാഹാഭ്യർത്ഥന നടത്താൻ മി.സ്ട്രൈവർ തീരുമാനിച്ചു; ആ ശ്രമം പരാജയപ്പെട്ടെങ്കിലോ!

താൻ സ്വയം സോഹൊയിലേക്ക് പോയി തന്റെ കുലീനമനസ്സ് അവർക്ക് തുറന്നുകാണിക്കുന്നതായിരിക്കും കൂടുതൽ ഉചിതം എന്നയാൾ ഒടുവിൽ കരുതി. അപ്രകാരം സോഹൊയിലേക്ക് നടക്കവെ, ടെൽസൺ ബാങ്കിന്നടുത്തെത്തിയപ്പോൾ, മാനെറ്റുമാരുടെ അടുത്ത സുഹൃത്തായ മി. ലോറിയെക്കുറിച്ചയാൾ ഓർത്തു. ഉടനെ അയാളുടെ മനസ്സിൽ ഒരാശയം ഉയർന്നുവന്നു - എന്തുകൊണ്ട് സോഹൊ ചക്രവാളത്തിന്റെ പ്രകാശം മി. ലോറിക്ക് ഒന്ന് തുറന്നുകാണിച്ചു കൂടാ? അയാൾ ബാങ്കിന്റെ വാതിൽ തള്ളിത്തുറന്ന്, മി.ലോറിയുടെ മുന്നിലെത്തി. ആ തടിയനെ കണ്ട്, മറ്റ്

ഉദ്യോഗസ്ഥർ മിഴിച്ചുനോക്കി! “ഹല്ലോ!” മി.സ്ട്രൈവർ പറഞ്ഞു. “എങ്ങനെയുണ്ട്? സുഖംതന്നെയല്ലേ?”

മി.ലോറി ആ പരിതഃസ്ഥിതിക്കനുസൃതമായി മെല്ലെ പറഞ്ഞു. “സുഖം സാർ,” പിന്നെ, കൈപിടിച്ച് കുലുക്കി. ടെൽസൺസിലെ ഇടപാടുകാർക്ക് കൈകൊടുക്കുന്ന, ഒരു പ്രത്യേകതരത്തിലായിരുന്നു ആ കൈ കൊടുക്കൽ.

“നിങ്ങൾക്ക് ഞാൻ എന്താണ് ചെയ്യേണ്ടത്, മി.സ്ട്രൈവർ?” ബിസിനസ്സ് ശൈലിയിൽ മി.ലോറി ചോദിച്ചു.

“നൊ ,താങ്ക്സ്. ഇത് ഒരു പ്രൈവറ്റ് സന്ദർശനമാണ്, മി.ലോറി. സ്വകാര്യമായി ഒരുവാക്ക് പറയാൻ വന്നതാണ് ഞാൻ.”

“ഓഹ്! തീർച്ചയായും!” കാതിലേക്ക് കുനിഞ്ഞ് മി.ലോറി പറഞ്ഞു; അതേസമയം, ഓഫീസിലെ മററ് ഉദ്യോഗസ്ഥന്മാർക്കു നേരെ ഒന്ന് ദൃഷ്ടി പായിക്കുകയും ചെയ്തു.

“നിങ്ങളുടെ കൊച്ചു സ്നേഹിത മിസ്സ് മാനെറ്റിനോട് ഞാനൊരു വിവാഹാഭ്യർത്ഥന നടത്താൻ പോകുകയാണ്, മി. ലോറി.”

“ഓഹ്! ദൈവമേ!” താടി ചൊറിഞ്ഞ്, തന്റെ സന്ദർശകനെ സംശയത്തോടെ വീക്ഷിച്ച്, മി. ലോറി അദ്ഭുതം പ്രകടിപ്പിച്ചു.

“എന്റെ ദൈവമേ എന്നതിന് എന്തർത്ഥമാണ് നിങ്ങൾ ഉദ്ദേശിച്ചത്, മി. ലോറി?”

“ഞാൻ ഉദ്ദേശിച്ച അർത്ഥം” ആ ബിസിനസ്സുകാരൻ മറുപടി നൽകി. “തീർച്ചയായും സൗഹൃദപൂർവ്വവും വിലമതിക്കുന്നത് എന്നാണ്! നിങ്ങൾക്ക് ഏറ്റവും വലിയ കീർത്തി നൽകുന്നത് - ചുരുക്കത്തിൽ, നിങ്ങൾക്ക് ആശിക്കാൻ കഴിയുന്നതെല്ലാം. എന്നാൽ, സത്യത്തിൽ നിങ്ങൾക്കറിയാമോ, മി. സ്ട്രൈവർ -” മി. ലോറി അയാൾക്കു നേരെ തലകുലുക്കി, ആന്തരികമായി തന്റെ ഇഷ്ടത്തിനെതിരെ സംസാരിക്കാൻ നിർബന്ധിതനായതുപോലെ, പറഞ്ഞു “സത്യത്തിൽ, നിങ്ങൾക്കറിയാമോ, നിങ്ങളെ സംബന്ധിച്ചിടത്തോളം വലിയ കാര്യമാണത്!”

“കൊള്ളാം!” സ്ട്രൈവർ കൈകൊണ്ട് മേശയിലിട്ടടിച്ച്, കണ്ണുകൾ വിടർത്തി, ഒരു ദീർഘശ്വാസം വിട്ടു. ആ മേശ ഇരട്ടി വലുപ്പമുള്ളതാണെങ്കിലും ആ തടിയന് പോരാത്തതുപോലെ തോന്നി. “ഞാനതിന് അർഹനല്ലേ സർ?”

“ഓഹ് ഡിയർ, അതെ! അതെ, നിങ്ങൾ അർഹനാണ്!” മി. ലോറി പറഞ്ഞു. “നിങ്ങൾ അർഹനാണെന്ന് പറഞ്ഞാൽ, നിങ്ങൾ അർഹനാണ്.”

“ഞാൻ സമ്പന്നനല്ലേ?” സ്ട്രൈവർ ചോദിച്ചു.

“ഓഹ്! നിങ്ങൾ സമ്പന്നനാണെന്ന് പറഞ്ഞാൽ സമ്പന്നനാണ്.” മി. ലോറി പറഞ്ഞു.

“ഞാൻ ഉയരങ്ങളിലേക്ക് മുന്നേറുന്നില്ലേ?”

“നിങ്ങൾ മുന്നേറുന്നുവെന്ന് നിങ്ങൾക്കറിയാമല്ലൊ” പരിഹാസത്തിന്റെ ഒരു അടക്കച്ചിരിയോടെ മി. ലോറി കൂട്ടിച്ചേർത്തു, “ആർക്കും അത് സംശയിക്കാൻ കഴിയില്ല.”

"പിന്നെ, എന്താണ് നിങ്ങൾ ഉദ്ദേശിക്കുന്നത്, മി. ലോറി?" ശരിക്കും അപചയമടഞ്ഞ മട്ടിൽ സ്ട്രൈവർ ചോദിച്ചു.

"ശരി! ഞാൻ – നിങ്ങൾ ഇപ്പോൾ അങ്ങോട്ട് പോകുകയാണോ?" മി. ലോറി ചോദിച്ചു.

"നേരെ!" മേശയിൽ മുഷ്ടി ചുരുട്ടി ഇടിച്ച് സ്ട്രൈവർ പറഞ്ഞു.

"എന്നാൽ, നിങ്ങളുടെ സ്ഥാനത്ത് ഞാനായിരുന്നെങ്കിൽ, ഞാനങ്ങനെ ചെയ്യില്ല."

"എന്തുകൊണ്ട്?" സ്ട്രൈവർ ചോദിച്ചു, ചൂണ്ടാണിവിരൽ അദ്ദേഹത്തിനു നേരെ, കോടതിയിലേതു പോലെ, വിറപ്പിച്ച്, "നിങ്ങൾ ഒരു ബിസിനസ്സുകാരനാണ്, അതിനെന്തെങ്കിലും കാരണം നിങ്ങൾക്കുണ്ടാകും. ആ കാരണം പറയൂ. എന്തുകൊണ്ട് നിങ്ങൾ പോകില്ല?"

"എന്തുകൊണ്ടെന്നാൽ" മി. ലോറി പറഞ്ഞു. " അക്കാര്യത്തിൽ വിജയിക്കുമെന്ന് വിശ്വസനീയമായ എന്തെങ്കിലും കാരണം ഇല്ലെങ്കിൽ ഞാൻ പോകില്ല."

"നാശം!" സ്ട്രൈവർ നിലവിളിച്ചു. "എന്നാൽ, ഇത് എല്ലാം തകർക്കുന്നു. ഇതാ ഒരു ബിസിനസ്സുകാരൻ മനുഷ്യൻ, പ്രായമായവൻ, അനുഭവസമ്പന്നൻ, ബാങ്കുകാരൻ. പൂർണ്ണവിജയത്തിനായി മൂന്ന് കാരണങ്ങൾ ഒന്നിച്ച് ഉണ്ടായിട്ടും, ഒരു കാരണവുമില്ലെന്ന് അദ്ദേഹം പറയുന്നു! തല ഉയർത്തി പറയുന്നു!"

"ഞാൻ വിജയത്തിന്റെ കാര്യം പറയുമ്പോൾ, ആ യുവതിയെ വിജയിക്കേണ്ട കാര്യമാണ് പറയുന്നത്. വിജയിക്കേണ്ട കാരണങ്ങളെ കുറിച്ച് ഞാൻ പറയുമ്പോൾ, ആ ലേഡിയെ സംബന്ധിച്ച കാരണങ്ങളാണ് ഞാൻ പറയുന്നത്. ആ യുവതിയായ ലേഡി, എന്റെ നല്ലവനായ സർ," സ്ട്രൈവറുടെ കൈയിൽ മെല്ലെ തട്ടിക്കൊണ്ട് മി. ലോറി പറഞ്ഞു. " ആ യുവതിയായ ലേഡി. ആ ലേഡി എല്ലാറ്റിനും മുന്നിൽ പോകുന്നു."

"അപ്പോൾ നിങ്ങൾ എന്നോട് പറയാൻ ഉദ്ദേശിക്കുന്നത്, മി. ലോറി" സ്ട്രൈവർ തന്റെ കൈമുട്ടുകൾ മേശമേൽ ഊന്നിക്കൊണ്ട് പറഞ്ഞു. "ആ യുവതി ഒരു വിഡ്ഢിയാണെന്നാണോ നിങ്ങളുടെ അഭിപ്രായം?"

"അല്ല. ഞാൻ നിങ്ങളോട് പറയാൻ ഉദ്ദേശിക്കുന്നു, മി. സ്ട്രൈവർ" ചുകന്ന് തുടുത്ത മുഖത്തോടെ മി. ലോറി പറഞ്ഞു. "ഒരാളുടെ ചുണ്ടുകളിൽ നിന്നും ആ ലേഡിയെ കുറിച്ച് അപമര്യാദയായ വാക്കുകൾ ഞാൻ കേൾക്കില്ല. ഈ മേശയ്ക്കരികിൽ ഇരുന്ന് അത്തരം ബഹുമാനമില്ലാത്ത വാക്കുകൾ ഉച്ചരിക്കുന്നവന് ഞാൻ ശരിക്കും ശക്തമായി താക്കീത് കൊടുക്കും, ടെൽസണിന് പോലും എന്നെ തടയാനാകില്ല."

ഇരുവരുടെയും രക്തം തിളച്ചു!

"അതാണ് ഞാൻ നിങ്ങളോട് പറയാൻ ഉദ്ദേശിച്ചത്, സർ." മി. ലോറി പറഞ്ഞു. "ദയവായി അക്കാര്യത്തിൽ തെറ്റ് പറ്റിക്കാതിരിക്കുക."

വിലക്ഷണമായ ഒരു നിശ്ശബ്ദത അവിടെ പരന്നു. മി. സ്ട്രൈവർ ചോദിച്ചു.

“അതെന്തോ പുതിയ വിവരമാണെനിക്ക്, മി. ലോറി. ഞാൻ സോഹൊയിൽ പോയി എന്നെ സ്വയം സമർപ്പിക്കരുതെന്നാണോ, ഗാഢമായ പര്യാലോചനക്കുശേഷം എന്നോട് ഉപദേശിക്കുന്നത്?”

“നിങ്ങൾ എന്റെ ഉപദേശം ആരായുന്നോ, മി. സ്ട്രൈവർ?”

“ഉവ്വ്.”

“വളരെ നല്ലത്. അപ്പോൾ ഞാൻ അത് തരുന്നു, നിങ്ങൾ കൃത്യമായി അത് ആവർത്തിക്കുക.” മി. ലോറി തുടർന്നു. “ഒരു ബിസിനസ്സുകാരനെന്ന നിലയ്ക്ക് ഇക്കാര്യത്തെക്കുറിച്ച് എന്തെങ്കിലും പറയുന്നത് ന്യായീകരിക്കാനാവില്ല; കാരണം, ഒരു ബിസിനസ്സുകാരൻ എന്ന നിലയ്ക്ക് എനിക്കതിനെ കുറിച്ച് ഒന്നും അറിയില്ല. എന്നാൽ, ഒരു പ്രായമായ മനുഷ്യനെന്ന നിലയ്ക്ക്, മിസ്സ് മാനെറ്റിനെ കുഞ്ഞുനാളിൽ ഈ കൈകളിൽ എടുത്ത് നടന്നവനെന്ന നിലയ്ക്ക്, മിസ്സ് മാനെറ്റിന്റെയും അച്ഛന്റെയും വിശ്വസ്തസുഹൃത്തെന്ന നിലയ്ക്ക്, അവരോട് വലിയ സ്നേഹവാത്സല്യങ്ങൾ ഉള്ളവനെന്ന നിലയ്ക്ക്, ആണ് ഞാനത് പറഞ്ഞത്. ഞാൻ പറഞ്ഞത് തെറ്റാണെന്ന് നിങ്ങൾക്ക് തോന്നുണ്ടോ.”

“ഞാൻ കരുതുന്നില്ല” ചൂളമടിച്ചു കൊണ്ട് സ്ട്രൈവർ പറഞ്ഞു. “എനിക്ക് മൂന്നാം പാർട്ടികളെ കണക്കിലെടുക്കാൻ കഴിയില്ല. എനിക്ക് സ്വയം കണ്ടെത്തണം.”

“സമ്മതിച്ചിരിക്കുന്നു. താങ്ക്യൂ. ശരി മി. സ്ട്രൈവർ, ഞാൻ പറയാൻ പോകുകയായിരുന്നു. നിങ്ങൾക്ക് സ്വയം കണ്ടുപിടിക്കുക എന്നത് വേദനാജനകമായിരിക്കും. നിങ്ങളോട് എല്ലാം തുറന്നുപറയുന്നത് ഡോ. മാനെറ്റിനും, മിസ്സ് മാനെറ്റിനും വേദനാജനകമായിരിക്കും. ആ കുടുംബവുമായുള്ള എന്റെ അടുപ്പവും, അവർക്കെന്നോടുള്ള ആദരവും, നിങ്ങൾക്കറിയാമല്ലോ. നിങ്ങൾക്ക് ഇഷ്ടമാണെങ്കിൽ, നിങ്ങൾക്ക് യാതൊരു വിധ ബാദ്ധ്യതയുമില്ലാതെ, നിങ്ങളുടെ പ്രതിനിധിയാക്കാതെ തന്നെ, ഞാൻ അല്പം നിരീക്ഷണം നടത്തി, ഞാൻ എന്റെ ഉപദേശം തിരുത്താൻ നോക്കാം. നിങ്ങൾ അതിൽ തൃപ്തനല്ലെങ്കിൽ, അതിന്റെ സത്യാവസ്ഥ നിങ്ങൾക്ക് സ്വയം പരീക്ഷിക്കാം. നേരെ മറിച്ച് നിങ്ങൾ അതിൽ തൃപ്തനാണെങ്കിൽ, ഒഴിവാക്കേണ്ടതെല്ലാം ഒഴിവാക്കുക. നിങ്ങൾ എന്ത് പറയുന്നു?

“നിങ്ങൾ എത്രനേരം എന്നെ പട്ടണത്തിൽ പിടിച്ചു നിർത്തും?”

“ഓഹ്! അത് ഏതാനും മണിക്കൂറുകളുടെ കാര്യം മാത്രം! ഞാൻ വൈകുന്നേരം സോഹൊയിലേക്ക് പോകുന്നു, അതിനുശേഷം നിങ്ങളുടെ മുറിയിലേക്ക് വരുന്നു.”

“അപ്പോൾ ശരി.” സ്ട്രൈവർ പറഞ്ഞു. “ഞാൻ അവിടേക്ക് ഇപ്പോൾ പോകുന്നില്ല. നിങ്ങളെ ഇന്ന് രാത്രി കാണാമെന്ന് ഞാൻ പ്രതീക്ഷിക്കുന്നു. ഗുഡ്ബൈ.”

മി. സ്ട്രൈവർ ബാങ്കിൽനിന്ന് തിരിച്ചു നടന്നു. അയാൾ വലിയ ആശ്വാസത്തോടെ സ്വയം പറഞ്ഞു. “നിങ്ങൾ എന്നെ തെറ്റാണെന്ന് ചിത്രീകരിക്കരുത്, യുവലേഡി, എനിക്ക് എന്താണൊരു കുറവ്?”

മി. ലോറി രാത്രി പത്ത് മണിക്ക് മി. സ്ട്രൈവറിന്റെ മുറിയിലെത്തി. അയാൾ ഒന്നുമറിയാത്തതു പോലെ മി. ലോറിയെ കണ്ട് അദ്ഭുതം പ്രകടിപ്പിച്ചു! അയാൾ ഏതോ ചിന്തയിൽ വ്യാപൃതനായി, അശ്രദ്ധനായി കാണപ്പെട്ടു.

"ശരി!" അരമണിക്കൂർ നേരം അയാളെ വിഷയത്തിലേക്ക് കൊണ്ടുവരാൻ നിഷ്പ്രയോജനമായ ശ്രമത്തിനു ശേഷം ആ സാധു പ്രകൃതമുള്ള ഗൂഢദൂതൻ പറഞ്ഞു. " ഞാൻ സോഹൊവിൽ പോയിരുന്നു."

"സോഹൊയിൽ?" മി. സ്ട്രൈവർ ആ വാക്ക് തണുപ്പൻ മട്ടിൽ ആവർത്തിച്ചു. "ഓഹ്, ശരിയാണ്! എന്താണ് ഞാൻ ചിന്തിക്കുന്നത്!"

"എനിക്ക് യാതൊരു സംശയവുമില്ല" മി. ലോറി പറഞ്ഞു. "നമ്മൾ തമ്മിൽ നടന്ന സംഭാഷണത്തിൽ ഞാൻ സൂചിപ്പിച്ചത് ശരിയാണ്. എന്റെ അഭിപ്രായം സ്ഥിരീകരിക്കപ്പെട്ടിരിക്കുന്നു. ഞാനെന്റെ ഉപദേശം ആവർത്തിച്ച് ഊന്നിപ്പറയുന്നു."

"ഞാൻ നിങ്ങൾക്ക് ഉറപ്പ് തരുന്നു." ഏറ്റവും സ്നേഹപൂർവ്വം മി. സ്ട്രൈവർ മറുപടി നൽകി. "നിങ്ങളുടെ പേരിലും, പാവം പിതാവിന്റെ പേരിലും ഞാൻ ഖേദം പ്രകടിപ്പിക്കുന്നു. ഇത് ആ കുടുംബത്തെ വേദനിപ്പിക്കുന്ന വിഷയമാണെന്ന് എനിക്കറിയാം; നമ്മൾ അതിനെ കുറിച്ച് ഇനി ഒന്നും പറയാതിരിക്കുകയാണ് നല്ലത്."

"എനിക്ക് നിങ്ങളെ മനസ്സിലാകുന്നില്ല." മി. ലോറി പറഞ്ഞു.

" ഇല്ലെന്ന് ഞാൻ ഊഹിക്കുന്നു." സമാശ്വാസിപ്പിക്കും വിധത്തിൽ തലയാട്ടിക്കൊണ്ട് സ്ട്രൈവർ പറഞ്ഞു. "സാരമില്ല, സാരമില്ല."

"എന്നാൽ, കാര്യമായി എന്തോ ഉണ്ട്." മി. ലോറി നിർബന്ധിച്ചു.

"ഇല്ല, ഒന്നുമില്ല; ഞാൻ നിങ്ങൾക്ക് ഉറപ്പ് തരുന്നു. യാതൊരു വിവേകവുമില്ലാത്തിടത്ത് വിവേകമുണ്ടെന്ന് കരുതി; യാതൊരു മോഹത്തിനും സാധ്യതയില്ലാത്തിടത്ത് അതിമോഹം കാണിച്ചു; ഞാൻ എന്റെ തെറ്റിൽ നിന്ന് പുറത്ത് വന്നു, യാതൊരു ദോഷവും ചെയ്തില്ല. യുവസുന്ദരികൾ പെട്ടെന്ന് വഴങ്ങുന്നവരാണെന്ന് ഞാൻ കരുതിപ്പോയി. ക്ഷമിക്കണം..... ഞാനെന്റെ സമ്പത്തിൽ അഹങ്കരിച്ചുപോയി. ഞാൻ ഖേദിക്കുന്നു; കാരണം, വിശാലമായ കാഴ്ചപ്പാടിൽ അതെനിക്ക് ദോഷകരമായൊരു കാര്യമായേനെ - ഞാനതിൽ നിന്ന് ഒന്നും നേടുമായിരുന്നില്ല എന്നത് എടുത്ത് പറയേണ്ട ആവശ്യമില്ലല്ലോ. യാതൊരു ദോഷവും സംഭവിച്ചിട്ടില്ല. ഞാൻ ആ യുവതിയോട് വിവാഹാഭ്യർത്ഥന നടത്തിയില്ലല്ലോ. ഇപ്പോൾ, ദയവായി അതിനെക്കുറിച്ച് കൂടുതലൊന്നും പറയരുത് മി. ലോറി. എന്നെ സംബന്ധിച്ചിടത്തോളം ഞാൻ തൃപ്തനാണ്. എന്നെ സ്വന്തം അഭിപ്രായം പറയാനനുവദിച്ചതിലും, എനിക്ക് തക്കതായ ഉപദേശം തന്നതിലും ഞാൻ നിങ്ങളോട് ശരിക്കും വളരെയേറെ കടപ്പെട്ടവനും നന്ദിയുള്ളവനുമാണ്. നിങ്ങൾക്ക് ആ യുവലേഡിയെ എന്നേക്കാൾ നന്നായി അറിയാം, നിങ്ങൾ പറഞ്ഞത് ശരിയാണ്. അതൊരിക്കലും ചെയ്യാൻ പാടില്ലാത്തതാണ്."

മി. ലോറി ഞെട്ടിപ്പോയി! വളരെ ആദരവോടും, ആത്മനിയന്ത്രണ ത്തോടും, സന്മനസ്സോടും കൂടി, അദ്ദേഹത്തിന്റെ തോളിൽ കൈവച്ച് വാതി ല്ക്കലേക്ക് സ്ട്രൈവർ കൊണ്ടു പോകുമ്പോൾ, അദ്ദേഹം തികഞ്ഞ ഒരു വിഡ്ഢിയെപ്പോലെ കാണപ്പെട്ടു! "അത് ഏറ്റവും നന്നായി, എന്റെ പ്രിയ പ്പെട്ട സർ" സ്ട്രൈവർ പറഞ്ഞു. "ഇനി അതിനെക്കുറിച്ചൊന്നും പറയ രുത്; എന്നെ അക്കാര്യം സംസാരിക്കാനനുവദിച്ചതിൽ ഞാൻ അങ്ങയോട് വീണ്ടും നന്ദി പറയുന്നു. ഗുഡ്നൈറ്റ്!"

താൻ എവിടെയാണെന്ന് മനസ്സിലാകുന്നതിന് മുമ്പ് മി. ലോറി രാത്രി യുടെ ഇരുട്ടിലേക്ക് നടന്നു കഴിഞ്ഞിരുന്നു. മേൽക്കൂരയിലേക്ക് നോക്കി കണ്ണ് ചിമ്മിക്കൊണ്ട് മി. സ്ട്രൈവർ സോഫയിൽ മലർന്നുകിടന്നു.

പതിമൂന്ന്

സിഡ്നികാർട്ടൻ പുറത്തെവിടെയെല്ലാം ശോഭിച്ചിരുന്നുവെങ്കിലും, ഡോ. മാനെറ്റിന്റെ വീട്ടിൽ തീർച്ചയായും ശോഭിച്ചിരുന്നില്ല. ആ കൊല്ലം പല പ്പോഴും അയാൾ അവിടെ പോയിട്ടുണ്ട്. അപ്പോഴെല്ലാം അതേ ചിന്താ മൂകനും, ദുർമ്മുഖനുമായ ഒരു മനുഷ്യനായി അയാൾ കാണപ്പെട്ടു. അയാൾ സംസാരിക്കാനാഗ്രഹിച്ചാൽ നന്നായി സംസാരിക്കും. എന്നാൽ, വളരെ ചുരുക്കമായേ അയാളെ മൂടിയിരുന്ന കാർമേഘങ്ങൾ മാറി, പ്രകാശം ഉള്ളിലേക്ക് കടന്നു ചെല്ലാറുള്ളൂ.

എന്നാലും, ആ വീട് നിലകൊള്ളുന്ന തെരുവ് അയാളുടെ പ്രത്യേക ശ്രദ്ധയാകർഷിച്ചു; അതു പോലെ കല്ലു പതിച്ച ആ നടപ്പാതയും. പല രാത്രികളിലും അസന്തുഷ്ടനായ അയാൾ വെറുതെ അവിടെ അലഞ്ഞു നടന്നു, വീഞ്ഞടിച്ചിട്ടും ഒട്ടും സന്തോഷം നേടാനാകാത്ത രാത്രികൾ! ശോക മൂകമായ ഇരുണ്ട പ്രഭാതങ്ങളിൽ ഏകനായ ആ രൂപം ആദ്യസൂര്യകിര ണങ്ങൾ ഉയർന്നുവരുമ്പോൾ അവിടെ ചുറ്റിപ്പറ്റി നിൽക്കുന്നത് കാണാറുണ്ട്. കാലക്രമത്തിൽ, ഏതാനും മിനിറ്റുകൾ മാത്രമായി തീർന്നു അയാളുടെ ഉറക്കം; കിടക്കയിൽ നിന്നെഴുന്നേറ്റ്, ഒഴിയാബാധ പോലെ അയാൾ അയൽപക്കത്ത് അലഞ്ഞു തിരിയും.

ആഗസ്റ്റ് മാസത്തിലെ ഒരു ദിവസം, നടപ്പാതയിലൂടെ ഉലാത്തിക്കൊ ണ്ടിരിക്കവെ, സിഡ്നിയുടെ കാലുകൾ അറിയാതെ ഡോക്ടറുടെ വാതിൽ ക്കലേക്ക് നീങ്ങി.

അയാൾ മുകളിലെത്തിയപ്പോൾ, ലൂസി ഒറ്റയ്ക്കിരുന്ന് ജോലി ചെയ്യു ന്നത് കണ്ടു. അയാളോടൊപ്പം ഒരിക്കലും അവൾക്ക് സ്വൈരം തോന്നാ റില്ല. അതുകൊണ്ട് തന്റെ മേശയ്ക്കരികിൽ അയാൾ വന്ന് ഇരുന്നപ്പോൾ, അല്പം അമ്പരപ്പോടെയായിരുന്നു അവൾ അയാളെ സ്വീകരിച്ചത്. ആദ്യത്തെ ചില ഉപചാര വാക്കുകൾ പരസ്പരം കൈമാറിയ ശേഷം അയാളുടെ മുഖത്തേക്ക് നോക്കിയപ്പോൾ അതിൽ ഒരു മാറ്റം അവൾ കണ്ടു. "നിങ്ങൾക്ക് സുഖമില്ലെന്ന് തോന്നുന്നു മി. കാർട്ടൻ!"

"ഞാൻ നയിക്കുന്ന ജീവിതം അത്ര ആരോഗ്യപ്രദമല്ല, മിസ്സ് മാനെറ്റ്. എന്നെപ്പോലെയുള്ള ധാരാളികളിൽ നിന്ന് മറ്റെന്താണ് പ്രതീക്ഷിക്കാവുന്നത്?"

"അതല്ല - എന്നോട് ക്ഷമിക്കൂ. ഞാൻ ചോദിക്കാൻ തുടങ്ങുകയായിരുന്നു - കഷ്ടമല്ലേ ഭേദപ്പെട്ട ജീവിതം നയിക്കാത്തത്?"

"അത് ലജ്ജാകരമാണെന്ന് ദൈവത്തിനറിയാം!"

"എന്നാൽ എന്തുകൊണ്ടത് മാറ്റിക്കൂടാ?"

വീണ്ടും സൗമ്യമായി അവൾ അയാളുടെ മുഖത്തേക്ക് നോക്കിയപ്പോൾ, അയാളുടെ കണ്ണുകൾ നിറഞ്ഞിരിക്കുന്നത് കണ്ട് അവൾക്ക് ആശ്ചര്യവും ദുഃഖവും തോന്നി. അയാൾ മറുപടി നൽകിയപ്പോൾ ആ സ്വരത്തിലും കണ്ണുനീരുണ്ടായിരുന്നു!

"വളരെ വൈകിപ്പോയി. ഞാൻ ഇപ്പോഴുള്ളതിനേക്കാൾ ഒരിക്കലും ഭേദമാകില്ല. ഞാൻ കൂടുതൽ താഴേക്ക്, കൂടുതൽ മോശസ്ഥിതിയിലേക്ക് മുങ്ങിപ്പോകുകയേ ഉള്ളൂ."

അയാൾ ഒരു കൈമുട്ട് അവളുടെ മേശയിലൂന്നി, കണ്ണുകൾ കൈകൊണ്ട് മറച്ചു; അതിനു ശേഷമുള്ള നിശ്ശബ്ദതയിൽ ആ മേശ വിറച്ചു.

അയാളെ ഇത്രയും ശാന്തനായി അവൾ ഒരിക്കലും കണ്ടിട്ടില്ല; തീവ്രദുഃഖം അവൾക്കനുഭവപ്പെട്ടു.

"ദയവായി എന്നോട് ക്ഷമിക്കൂ, മിസ്സ് മാനെറ്റ്. ഞാൻ നിങ്ങളോട് പറയാനുദ്ദേശിച്ചത് പറയുന്നതിന് മുമ്പ് തന്നെ ഞാൻ തകർന്നു പോകുന്നു. ഞാൻ പറയുന്നത് നിങ്ങൾ കേൾക്കുമോ?"

"നിങ്ങൾക്കത് ഗുണം ചെയ്യുമെങ്കിൽ, മി. കാർട്ടൻ, അത് നിങ്ങളെ സന്തോഷവാനാക്കുമെങ്കിൽ അതെന്നെ വളരെയേറെ സന്തോഷിപ്പിക്കും!"

"നിങ്ങളുടെ കരുണാമയമായ സഹാനുഭൂതിക്ക് ദൈവം നിങ്ങളെ അനുഗ്രഹിക്കട്ടെ!"

അല്പസമയത്തിനുശേഷം മുഖഭാവം സമനിലയിലാക്കി ഇടറാതെ അയാൾ സംസാരിച്ചു.

"ഞാൻ പറയുന്നത് കേൾക്കാൻ പേടിക്കേണ്ട. ഞാൻ പറയുന്നതിൽ നിന്ന് ഒഴിഞ്ഞു മാറരുത്. ചെറുപ്പത്തിലേ മരിച്ചവനെപ്പോലെയാണ് ഞാൻ."

"അല്ല, മി. കാർട്ടൻ, അതിന്റെ ഏറ്റവും നല്ല ഭാഗം ഇനിയും വരാനിരിക്കുന്നതേയുള്ളൂ എന്നെനിക്കുറപ്പാണ്. നിങ്ങൾ കൂടുതൽ, കൂടുതൽ യോഗ്യനായി സ്വയം മാറും എന്നെനിക്കുറപ്പാണ്."

"മിസ്സ് മാനെറ്റ്, നിങ്ങളുടെ ദയാവായ്പിന് നന്ദി - എന്റെ നികൃഷ്ടമായ ഹൃദയത്തിലെ ദുരൂഹതയിൽ പോലും അത് എനിക്ക് നന്നായി അറിയാം."

അവൾ വിളറുകയും വിറയ്ക്കുകയും ചെയ്തു. സ്വയം ഹതാശനാണെങ്കിലും അയാൾ അവളുടെ സഹായത്തിനെത്തി. ആ കൂടിക്കാഴ്ചയെ മറ്റേതൊരു കൂടിക്കാഴ്ചയേക്കാൾ അത് വ്യത്യസ്തമാക്കിത്തീർത്തു.

“നിങ്ങളുടെ മുന്നിൽ നിൽക്കുന്ന ഈ മനുഷ്യന്റെ സ്നേഹം നിങ്ങൾക്ക് തിരിച്ചുകൊടുക്കാൻ കഴിഞ്ഞിരുന്നെങ്കിൽ (ധൂർത്തനും, മദ്യപാനിയും, പ്രയോജനമില്ലാത്തവനും ആയ ഒരുവന്), അവൻ എത്ര ആഹ്ലാദവാനായിരുന്നാലും നിങ്ങൾക്ക് ദുരിതവും ദുഃഖവും മനസ്താപവും മാത്രമാണ് കൊണ്ടുവരിക. നിങ്ങളെ നശിപ്പിക്കുകയും, അപകീർത്തിപ്പെടുത്തുകയും, അവനോടൊപ്പം ഇടിച്ചു താഴ്ത്തുകയും ചെയ്യും. എനിക്കറിയാം നിങ്ങൾക്കെന്നോട് സ്നേഹവാത്സല്യങ്ങൾ ഉണ്ടാകാൻ സാധ്യതയില്ലെന്ന്. ഞാൻ ഒന്നും ആവശ്യപ്പെടുന്നുമില്ല; ഞാൻ നന്ദിയുള്ളവനാണ്.”

“അല്ലാതെത്തന്നെ എനിക്ക് നിങ്ങളെ രക്ഷിക്കാൻ കഴിയില്ലേ? എനിക്ക് നിങ്ങളെ നല്ലവനാക്കാൻ കഴിയില്ലേ – എന്നോട് ക്ഷമിക്കൂ, നിങ്ങൾ എന്നിൽ അർപ്പിക്കുന്ന വിശ്വാസത്തിന് പ്രത്യുപകാരം ചെയ്യാൻ കഴിയില്ലേ? ഇതൊരു രഹസ്യമാണെന്ന് എനിക്കറിയാം.” ആത്മാർത്ഥമായ കണ്ണുനീരോടെ, അല്പം ശങ്കിച്ച്, അവൾ വിനയപൂർവ്വം പറഞ്ഞു. “എനിക്കറിയാം നിങ്ങൾ ഇത് ആരോടും പറയില്ലെന്ന്.”

അയാൾ തലകുലുക്കി.

“ആരോടുമില്ല. ഇല്ല, മിസ്സ് മാനെറ്റ് ആരോടുമില്ല. അല്പനേരം കൂടി ഞാൻ പറയുന്നത് നിങ്ങൾ കേൾക്കുമെങ്കിൽ, നിങ്ങൾക്കെന്നോട് ചെയ്യാൻ കഴിയുന്നതെല്ലാം നിങ്ങൾ ചെയ്തെന്ന് ഞാൻ കരുതും. എന്റെ മനസ്സിലെ അവസാന സ്വപ്നമായിരുന്നു നിങ്ങൾ എന്ന വസ്തുത നിങ്ങൾ അറിയണമെന്ന് ഞാൻ ആഗ്രഹിക്കുന്നു. നിങ്ങളെ അച്ഛനോടൊപ്പം കണ്ടപ്പോൾ, നിങ്ങൾ സൃഷ്ടിച്ച ഇത്തരമൊരു കുടുംബം കാണാനായപ്പോൾ, എന്നിൽ നിന്ന് മാഞ്ഞുപോയെന്നു തോന്നിയ ആ പഴയ നിഴലുകൾ ഇളകാൻ തുടങ്ങി. നിങ്ങളെ മനസ്സിലാക്കിയപ്പോൾ എന്നെ പല ശബ്ദങ്ങൾ ശാസിക്കാനും ഉയർത്തെഴുന്നേല്പിക്കാനും തുടങ്ങി. പുതുതായി ഉദ്യമിക്കാനും, പുതിയൊരു ജീവിതത്തിന് തുടക്കം കുറിക്കാനും, അലസതയും സുഖലോലുപത്വവും കുടഞ്ഞുകളയുവാനും, ഉപേക്ഷിക്കപ്പെട്ട പോരാട്ടം പുനരാരംഭിക്കുവാനും ഉള്ള അവ്യക്തമായ ആശയങ്ങൾ എന്നിൽ രൂപം കൊണ്ടു. ഒരു സ്വപ്നം, എല്ലാം വെറും സ്വപ്നം, അത് ഒന്നിലും ചെന്നെത്തിയില്ല, നിദ്രയിലാണ്ട് കിടക്കുന്നവനെ, കിടക്കുന്നിടത്തു തന്നെ അത് വിട്ടുപോയി. എന്നാൽ നിങ്ങളാണതിനെ പ്രചോദിപ്പിച്ചതെന്ന് നിങ്ങൾ അറിയണമെന്ന് ഞാൻ ആഗ്രഹിക്കുന്നു.”

“അതിൽ ഒന്നും ബാക്കിയില്ലേ? ഓ, മി. കാർട്ടൻ, വീണ്ടും ചിന്തിക്കൂ! വീണ്ടും ശ്രമിക്കൂ!”

“ഇല്ല, മിസ്സ് മാനെറ്റ്; എല്ലാം കടന്നുപോയി. ഞാൻ തികച്ചും അതിനർഹനല്ലെന്ന് മനസ്സിലാക്കി. എന്നാലും, വെറും ചാരമായ എന്നെ എപ്രകാരമാണ് നിങ്ങൾ വ്യതിചലിപ്പിച്ചതെന്ന് നിങ്ങളെ അറിയിക്കുവാൻ ഞാൻ ആഗ്രഹിച്ചു; കാരണം, ഇപ്പോഴും എനിക്കാ ദൗർബല്യമുണ്ട്. പക്ഷേ നിങ്ങൾ ജ്വലിപ്പിച്ച ആ തീ ഒന്നും ത്വരിതപ്പെടുത്തിയില്ല, ഒന്നും ശോഭിപ്പിച്ചില്ല, യാതൊരു സേവനവും ചെയ്തില്ല, വ്യർത്ഥമായി കത്തിനശിച്ചു.”

“മുമ്പത്തെ അവസ്ഥയേക്കാൾ നിങ്ങളെ ഞാൻ ദുഃഖിതനാക്കിയത് എന്റെ ദൗർഭാഗ്യമായതിനാൽ –”

“അങ്ങനെ പറയരുത്, മിസ്സ്, മാനെറ്റ്, ആർക്കെങ്കിലും എന്നെ വീണ്ടെടുക്കാൻ കഴിയുമായിരുന്നെങ്കിൽ, നിങ്ങൾക്കതിന് കഴിയുമായിരുന്നു. ഞാൻ കൂടുതൽ മോശമായതിന് കാരണം നിങ്ങളല്ല. എന്റെ ജീവിതത്തിലെ അവസാന രഹസ്യം ഞാൻ നിങ്ങളോട് പറഞ്ഞത്, നിങ്ങളുടെ നിഷ്കളങ്കമായ ഹൃദയത്തിൽ കിടക്കണം; ആരോടും അത് പങ്കുവെക്കരുത്.”

“നിങ്ങൾക്കത് ആശ്വാസം പകരുമെങ്കിൽ, തീർച്ചയായും.”

“നിങ്ങളുടെ ഏറ്റവും പ്രിയപ്പെട്ടവൻ ആരായാലും, അവനോട് പോലും.”

“മി. കാർട്ടൻ” അസ്വസ്ഥതയോടെ നിർത്തിക്കൊണ്ട് പറഞ്ഞു “രഹസ്യം നിങ്ങളുടേതാണ്, എന്റേതല്ല. അത് പാലിക്കുമെന്ന് ഞാൻ വാഗ്ദാനം ചെയ്യുന്നു.”

അയാൾ അവളുടെ കൈ തന്റെ ചുണ്ടുകളിൽ പിടിച്ചുവെച്ചു; “ഞാനീ കാര്യം ഇനി ഒരിക്കലും പരാമർശിക്കില്ല; സംശയം വേണ്ട, മിസ്സ് മാനെറ്റ്. ആ ഓർമ്മ മരണസമയത്ത് പോലും ഞാൻ പവിത്രമായി മുറുകെ പിടിക്കും – അതിനുവേണ്ടി നിങ്ങൾക്ക് നന്ദി പറയുകയും, നിങ്ങളെ അനുഗ്രഹിക്കുകയും ചെയ്യും.” അയാൾ വാതില്ക്കലേക്ക് നടന്നു.

അയാൾ തികച്ചും വ്യത്യസ്തനായൊരു മനുഷ്യനായിക്കഴിഞ്ഞിരുന്നു, എന്തുമാത്രം അയാൾ മാറിക്കഴിഞ്ഞെന്ന് ചിന്തിക്കുന്നതുതന്നെ വേദനാജനകമായിരുന്നു; അയാൾ തിരിഞ്ഞുനോക്കിയപ്പോൾ അയാൾക്ക് വേണ്ടി സങ്കടത്തോടെ ലൂസി മാനെറ്റ് കരഞ്ഞു.

“സമാധാനിക്കൂ!” അയാൾ പറഞ്ഞു. “അത്തരം വികാരങ്ങൾക്ക് ഞാൻ അർഹനല്ല, മിസ്സ് മാനെറ്റ്, ഗുഡ്ബൈ. നിങ്ങൾക്ക് ദൈവാനുഗ്രഹമുണ്ടാകട്ടെ!” അയാൾ വിട പറഞ്ഞു.

പതിനാല്

ഫ്ളീറ്റ് സ്ട്രീറ്റിലെ സ്റ്റൂളിൽ, ആ വികൃതിച്ചെറുക്കന് സമീപം, ഇരിക്കുന്ന മി. ജെറി ക്രഞ്ചറുടെ കണ്ണുകൾക്ക് മുന്നിലൂടെ എന്നും വിവിധതരം കാഴ്ചകൾ കടന്നുപോകാറുണ്ട്. തിരക്കുപിടിച്ച ഒരു ദിവസം അസ്തമയ സൂര്യന്റെ ഭാഗത്തേക്ക് (പടിഞ്ഞാട്ട്) ഒരു ജാഥയും, സൂര്യന്റെ മുഖാമുഖത്തേക്ക് (കിഴക്കോട്ട്) മറ്റൊരു ജാഥയും പോകുന്നതയാൾ കണ്ടു. രണ്ടും തുറസ്സായ സ്ഥലങ്ങളിലേക്ക് നീങ്ങുകയാണ്.

വൈക്കോൽകഷ്ണം കടിച്ചു ചവച്ചുകൊണ്ട് മി. ക്രഞ്ചർ രണ്ട് ജാഥകളും നോക്കി ഇരിക്കുകയാണ്. അയാൾ ചിന്താധീനനായി ആ പൊതുസ്ഥലത്ത് തന്റെ സ്റ്റൂളിലിരുന്ന് ചുറ്റുപാടും നോക്കി. ജോലിത്തിരക്കില്ലാത്ത ആ സമയത്ത്, ഫ്ളീറ്റ് സ്ട്രീറ്റിൽ നിന്ന് പടിഞ്ഞാട്ട് ഒഴുകുന്ന ആ ജനാവലി അയാളുടെ ശ്രദ്ധയാകർഷിച്ചു. അങ്ങോട്ട് ദൃഷ്ടിപായിച്ചപ്പോൾ, ഏതോ ഒരു ശവസംസ്കാരയാത്ര വരുകയാണെന്ന് മി. ക്രഞ്ചർ മനസ്സിലാക്കി,

അതിന് പൊതുജന വിരോധം ഉണ്ടെന്നും; അതുകൊണ്ടാണ് ബഹളവും ഒച്ചപ്പാടും ഉയരുന്നതെന്നും മനസ്സിലാക്കി.

"കൊച്ചു ജെറി" തന്റെ മകന് നേരെ തിരിഞ്ഞ് മി. ക്രഞ്ചർ പറഞ്ഞു. "അതൊരു ശവസംസ്കാരമാണ്."

ആ ബാലൻ മതിമറന്നാഹ്ലാദിക്കുന്നത് പോലെ ദുരൂഹാർത്ഥത്തിലൊരു സൂചനാശബ്ദം പുറപ്പെടുവിച്ചു. ആ ഒച്ചയിടൽ അച്ഛന് ഇഷ്ടമായില്ല, അവന്റെ ചെകിട്ടത്ത് ഒരടി വെച്ചുകൊടുത്തു.

"നീ എന്താണ് ഉദ്ദേശിക്കുന്നത്? എന്തിനാണ് നീ തൊള്ള പൊളിക്കുന്നത്? നീ സ്വന്തം അച്ഛനെ എന്താണ് ധരിപ്പിക്കാനുദ്ദേശിക്കുന്നത്? കുരുത്തം കെട്ടവനെ! ഈ ചെറുക്കൻ എനിക്ക് വലിയ ശല്യമായി!" മി. ക്രഞ്ചർ അവനെ നിരീക്ഷിച്ചുകൊണ്ട് പറഞ്ഞു. "അവനും അവന്റെ അലർച്ചയും! ഇനി ആ ശബ്ദം നീ എന്നെ കേൾപ്പിച്ചുപോകരുത്. അല്ലെങ്കിൽ, ഇനിയും നിനക്കെന്റെ കൈയിൽ നിന്ന് കിട്ടും. നീ കേട്ടോ?"

"ഞാനൊരു ഉപദ്രവും ചെയ്തില്ലല്ലോ." കവിൾ തിരുമ്മിക്കൊണ്ട് കൊച്ചു ജെറി പ്രതിഷേധിച്ചു.

"അപ്പോൾ അത് വിടൂ." മി. ക്രഞ്ചർ പറഞ്ഞു "എനിക്ക് നിന്റെ പ്രതിഷേധമൊന്നും കേൾക്കേണ്ട. അതാ, അവിടെ കയറിനിന്ന് ആ ജനക്കൂട്ടത്തെ ഒന്ന് നോക്കൂ."

മകൻ അതനുസരിച്ചു; ജനാവലി അടുത്തു വന്നു. ഒരു അഴുക്ക് പുരണ്ട ശവവണ്ടിക്ക് ചുറ്റും ആളുകൾ ആക്രോശിക്കുകയും ബഹളം വെക്കുകയും ചെയ്യുന്നു; വിലാപവണ്ടിയിൽ കറുത്ത വസ്ത്രം ധരിച്ച ഒരാൾ മാത്രമേ ഉണ്ടായിരുന്നുള്ളൂ. വണ്ടിക്കു ചുറ്റുംനിന്ന് ആളുകൾ നിർത്താതെ നിലവിളിച്ചുകൊണ്ടിരിക്കുന്നു. "യാഹ്! ചാരന്മാർ! ശ്ശ്! യാഹാ! ചാരന്മാർ!" മറ്റെന്തൊക്കെയോ അവർ ഉരുവിട്ടുക്കൊണ്ടിരുന്നു.

ശവസംസ്കാരങ്ങൾ എന്നും മി. ക്രഞ്ചറിനെ വല്ലാതെ ആകർഷിച്ചിരുന്നൊരു കാര്യമാണ്. ടെൽസൺസിലൂടെ ഒരു ശവസംസ്കാര ജാഥ കടന്നുപോകുമ്പോൾ അയാൾ ആവേശഭരിതനാകും. സ്വാഭാവികമായും, ഇത്തരം അസാധാരണമായ ശവസംസ്കാരജാഥ അയാളെ വല്ലാതെ ആവേശം കൊള്ളിച്ചു. അയാൾക്കുനേരെ ഓടിവന്ന ആദ്യത്തെ ആളോട് അയാൾ ചോദിച്ചു.

"അതെന്താണ്, സഹോദരാ? എന്തിനാണാ ബഹളം?"

"എനിക്കറിയില്ല." ആ മനുഷ്യൻ പറഞ്ഞു "ചാരന്മാർ! യാഹാ! ശ്ശ്! ചാരന്മാർ!"

അയാൾ മറ്റൊരാളോട് ചോദിച്ചു "അതാരാണ്?"

"എനിക്കറിയില്ല" തന്റെ കൈകൾ കൊണ്ട് വായിൽത്തട്ടി, വികാരതീക്ഷ്ണതയോടെ അയാൾ അട്ടഹസിച്ചു. "ചാരന്മാർ! യാഹാ! ശ്ശ്! ശ്ശ്! ചാരന്മാർ!"

ഒടുവിൽ, ഈ കാര്യത്തെക്കുറിച്ച് കൂടുതൽ വിവരമുള്ള ഒരാൾ

അയാളുടെ അടുത്തേക്ക് ഓടിവന്നു; അയാളിൽനിന്നും മി. ക്രഞ്ചർ മനസ്സിലാക്കി, അത് ഒരു റോഗർ ക്ലൈയുടെ ശവസംസ്കാരമാണെന്ന്.

"അയാളൊരു ചാരനായിരുന്നോ?" മി. ക്രഞ്ചർ ചോദിച്ചു.

"പുരാതന ബെയ്‌ലി ചാരൻ" അയാൾ മറുപടി നൽകി. "യാഹാ! ശ്ശ്! പുരാതന ബെയ്‌ലി ചാരന്മാർ!"

"ഉറപ്പാണ്!" താൻ സഹായിച്ചിട്ടുള്ള കുറ്റവിചാരണയെ ഓർത്തുകൊണ്ട് ജെറി ആർത്തുവിളിച്ചു.

"ഞാനയാളെ കണ്ടിട്ടുണ്ട്. അയാൾ മരിച്ചുവോ?"

"ആട്ടിറച്ചി പോലെ ചത്തുകിടക്കുന്നു." മറ്റവൻ മറുപടി നൽകി. "പിന്നെ അങ്ങനെ ചത്തുകിടക്കേണ്ട അവനെ പിടിച്ച് പുറത്തിടൂ! വലിച്ച് പുറത്തിടൂ! ചാരന്മാർ! യാഹ് ശ്ശ്....."

മറ്റൊരു ആശയവും മുന്നോട്ടു വെക്കാത്തതുകൊണ്ട് ഈ ആശയം സ്വീകാര്യമായി. ആ ജനക്കൂട്ടം ആവേശത്തോടെ വിളിച്ചു പറഞ്ഞു, "അവനെ വലിച്ച് പുറത്തിടൂ". ശവവണ്ടിയും ദുഃഖാചരണക്കാരന്റെ വണ്ടിയും അവർ തടഞ്ഞു. ദുഃഖാചരണക്കാരനുമായി പിടിവലിയായി; അയാൾ തന്റെ മേലങ്കിയും തൊപ്പിയും മഫ്ളറുമെല്ലാം ഉപേക്ഷിച്ച് റോഡിലിറങ്ങി ഒരു ഇടവഴിയിലൂടെ ഓടി. ജനങ്ങൾ അത് പിച്ചിച്ചീന്തി, ഭയങ്കര ആഹ്ലാദത്തോടെ ആർത്തുവിളിച്ചു; വ്യാപാരികൾ ധൃതിപിടിച്ച്, തങ്ങളുടെ കടകളുടെ ഷട്ടറുകൾ ഇട്ടു; കാരണം, ഈ അവസ്ഥയിലുള്ള ജനക്കൂട്ടം ഭീകരനായൊരു മോൺസ്റ്റർ പോലെയാണ്, ആർക്കും അവരെ തടയാനാവില്ല. അവർ ശവവണ്ടിയിൽ കയറി ശവപ്പെട്ടി എടുക്കാൻ ശ്രമിച്ചു, അതിന്നിടയ്ക്ക് ഒരു വിവേകശാലി നിർദ്ദേശിച്ചു, ആഹ്ലാദപൂർവ്വം നമുക്കിത് ശ്മശാനത്തിലേക്ക് കൊണ്ടു പോകാമെന്ന്. പ്രായോഗിക നിർദ്ദേശം ആ സന്ദർഭത്തിൽ ആവശ്യമായിരുന്നു, ആ നിർദ്ദേശം ഉടനെ സ്വീകരിക്കപ്പെട്ടു. ആ വണ്ടിയിൽ എട്ടുപേർ കയറി, ഒരു ഡസൻ ആളുകൾ പുറത്തും, കഴിയാവുന്നത്ര പേർ ശവവണ്ടിയുടെ മേൽക്കൂരയിലും കയറിക്കൂടി. ഈ വളണ്ടിയർമാരിൽ ഒന്നാമനായിരുന്നു ജെറി ക്രഞ്ചർ; ടെൽസൺസിന്റെ നിരീക്ഷണത്തിൽ പെടാതെ അയാൾ തന്റെ തല വിനയപൂർവ്വം ദുഃഖാചരണ വണ്ടിയുടെ ഒരു മൂലയിൽ ഒളിപ്പിച്ചു.

ശവസംസ്കാരച്ചടങ്ങിൽ വന്ന ഈ മാറ്റത്തെ, ഔദ്യോഗികമായി സംസ്കാരം നടത്തുന്നവർ പ്രതിഷേധിച്ചു. എന്നാൽ, ആ പ്രതിഷേധം നിസ്സാരമായി തള്ളപ്പെട്ടു. അങ്ങനെ നവീകരിക്കപ്പെട്ട ഈ ജാഥ ആഹ്ലാദപൂർവ്വം തിന്നും കുടിച്ചും മുന്നേറി. സെന്റ് പംക്രാസ്സിലെ പഴയ പള്ളിയായിരുന്നു അവരുടെ ലക്ഷ്യം. ഒടുവിൽ ശ്മശാനത്തിൽ തന്നെ അവർ റോഗർ ക്ലൈയുടെ ശവം സംസ്കരിച്ചു. അതിനുശേഷം ജനാവലിക്ക് മറ്റെന്തെങ്കിലും നേരമ്പോക്ക് ആവശ്യമായിരുന്നു. മറ്റൊരു വിവേകശാലി (ഒരു പക്ഷേ അതേ ആൾ തന്നെ ആയിരിക്കാം) അതിലേ നടന്നു പോകുന്നവരെ, ചുമ്മാ ഒരു രസത്തിനു വേണ്ടി കുറ്റവിചാരണ ചെയ്യാമെന്ന് അഭിപ്രായപ്പെട്ടു; പുരാതന ബെയ്‌ലി ചാരന്മാരെന്ന നിലയ്ക്ക്; അങ്ങനെ,

അവരുടെ മേൽ പ്രതികാരം ചെയ്യുക. നിരുപദ്രവികളായ ഏതാനും ആളുകളെ അവർ പിന്നാലെ ചെന്ന് ഓടിച്ചു, ഉപദ്രവിച്ചു. വീടുകളുടെ ജന്നൽ പാളികൾ തല്ലിതകർക്കലും, പബ്ലിക് സ്ഥാപനങ്ങൾ കൊള്ളയടിക്കലും സ്വാഭാവികമായും, അനായാസമായും അരങ്ങേറി. അവസാനം ഏതാനും വേനൽക്കാല വസതികൾ തകർക്കുകയും, ചില സ്ഥലങ്ങളിലെ കൈവരികൾ പൊളിച്ചുമാറ്റുകയും ചെയ്തപ്പോൾ, പാറാവുകാർ വരുന്നെന്ന ഒരു കിംവദന്തി പരന്നു. അതോടെ ജനക്കൂട്ടം സാവധാനം അപ്രത്യക്ഷമായി; ഒരു പക്ഷേ പാറാവുകാർ വന്നിരിക്കാം, വന്നിട്ടില്ലായിരിക്കാം; എന്നാൽ ഇതായിരുന്നു ജനക്കൂട്ടത്തിന്റെ പതിവുപരിപാടി.

അവസാന വിനോദത്തിൽ മി. ക്രഞ്ചർ പങ്കുകൊണ്ടില്ല; എന്നാൽ, പള്ളിപ്പറമ്പിൽ ശവസംസ്കാരം നടത്തുന്നവരോടൊപ്പം സംസാരിച്ചും, അനുശോചനം രേഖപ്പെടുത്തിയും നിന്നു. ആ സ്ഥലം അയാൾക്ക് ആശ്വാസം നൽകി; പുകവലിച്ചു കൊണ്ട്, കൈവരിയിലേക്ക് നോക്കി, ആ സ്ഥലത്തെക്കുറിച്ച് ചിന്തിച്ച് നിന്നു. പിന്നെ ടെൽസൺസ് ബാങ്ക് അടയ്ക്കുന്നതിന് മുമ്പ് അവിടെ എത്താനായി അയാൾ തിരിച്ചുനടന്നു.

അച്ഛന്റെ ജോലിച്ചുമതല ഏറ്റിരുന്ന കൊച്ചുജെറി, അയാളുടെ അസാന്നിദ്ധ്യത്തിൽ ജോലി ഒന്നും ഏല്പിക്കപ്പെട്ടില്ലെന്നും അറിയിച്ചു. ബാങ്ക് അടച്ചു; ജോലിക്കാർ പുറത്ത് കടന്നു. മി. ക്രഞ്ചറും അയാളുടെ മകനും വീട്ടിലേക്ക് പോയി.

കയറി ചെല്ലവെ ക്രഞ്ചർ ഭാര്യയോട് പറഞ്ഞു "ഒരു സത്യസന്ധനായ തൊഴിലാളി എന്ന നിലയ്ക്ക് ഇന്നുരാത്രി എന്റെ സാഹസ സംരംഭം പരാജയപ്പെട്ടാൽ, നീ എനിക്കെതിരെ പ്രാർത്ഥിക്കുകയായിരുന്നെന്ന് ഞാൻ ഉറപ്പിക്കും. നീ അതിന്റെ ഫലം അനുഭവിക്കുകയും ചെയ്യും."

"ഇന്ന് രാത്രി നിങ്ങൾ പുറത്ത് പോകുന്നോ?" ഭർത്താവ് ബ്രെഡ്ഡും ബട്ടറും കഴിക്കവെ അയാളുടെ നല്ലവളായ ഭാര്യ ചോദിച്ചു.

"അതെ, ഞാൻ പോകുന്നു."

"ഞാനും നിങ്ങളുടെ കൂടെ വരട്ടെ, അച്ഛാ?" പെട്ടെന്നയാളുടെ മകൻ ചോദിച്ചു.

"വേണ്ട. നീ വരേണ്ട. ഞാൻ മീൻ പിടിക്കാൻ പോകുകയാണ് - നിന്റെ അമ്മയ്ക്കറിയാവുന്നത് പോലെ - മീൻ പിടിക്കാൻ പോകുന്നു."

"നിങ്ങളുടെ ചൂണ്ട തുരുമ്പു പിടിച്ചിരിക്കുകയാണല്ലോ. അല്ലേ അച്ഛാ?"

"അത് സാരമില്ല."

രാത്രി കൊച്ചു ജെറിയെയും ഉറങ്ങാൻ വിട്ടശേഷം, ഒരു മണി നേരത്ത്, പ്രേതങ്ങൾ വിഹരിക്കുന്ന സമയത്ത്, അയാൾ കസേരയിൽ നിന്നും എഴുന്നേറ്റ്, പോക്കറ്റിൽ നിന്ന് ഒരു താക്കോൽ പുറത്തെടുത്ത്, അലമാര തുറന്ന്, ഒരു ചാക്ക്, കമ്പിപ്പാര, ഒരു കയർ, ചങ്ങല, മറ്റ് ചില പണി ആയുധങ്ങൾ എന്നിവ എടുത്ത്, വിളക്ക് കെടുത്തി, പുറത്ത് കടന്നു.

കൊച്ചുജെറി വസ്ത്രം മാറ്റാതെയാണ് ഉറങ്ങാൻ കിടന്നിരുന്നത്; അവൻ മെല്ലെ എഴുന്നേറ്റ് അച്ഛനെ പിൻതുടർന്ന് വീടിന് പുറത്തുവന്നു. അതേ

രീതിയിൽ നിഴൽപറ്റിക്കൊണ്ട് റോഡിലൂടെയും പിൻതുടർന്നു. അച്ഛൻ കുറച്ച് ദൂരം ചെന്നപ്പോൾ മറ്റൊരാൾ അയാളോടൊപ്പം ചേർന്നു. ഇരുവരും ഒന്നിച്ച് ഇഴഞ്ഞുവലിഞ്ഞു നടന്നു.

അരമണിക്കൂറിനുള്ളിൽ അവർ ഒരു വിജനമായ റോഡിൽ എത്തി. മറ്റൊരാൾ കൂടി അവിടെവെച്ച് അവരോടൊപ്പം നിശ്ശബ്ദം ചേർന്നു. കൊച്ചു ജെറി അന്ധവിശ്വാസി ആയിരുന്നെങ്കിൽ, രണ്ടാമത്തെ മനുഷ്യൻ സ്വയം പിളർന്ന് രണ്ടായതാണെന്ന് കരുതിയേനെ!

അങ്ങനെ മൂന്നുപേർ ഒന്നിച്ച് നടന്നു, കൊച്ചുജെറി അവരെ പിൻതുടർന്നു. റോഡിന്നടുത്തുള്ള ഒരു തിണ്ടിൽ എത്തിയപ്പോൾ ആ മൂവരും നിന്നു. ആ തിണ്ടിന് മുകളിൽ ഒരു പൊക്കം കുറഞ്ഞ ഇഷ്ടിക മതിൽ ഉണ്ട്. അതിന് മീതെ ഇരുമ്പ് കൈവരികൾ പിടിപ്പിച്ചിരിക്കുന്നു. നേരിയ നിലാവിൽ, അതിന്റെ ഇരുമ്പ് ഗേറ്റിന് മുകളിലൂടെ തന്റെ ബഹുമാന്യനായ അച്ഛൻ ചാടികടക്കുന്നത് അവൻ കണ്ടു. അതിന് പിന്നാലെ രണ്ടാമത്തവനും മൂന്നാമത്തവനും. അവരെല്ലാവരും മെല്ലെ നിലത്തേക്ക് ചാടിയശേഷം അല്പനേരം പതിഞ്ഞു കിടന്നു - ഒരു പക്ഷേ, പരിസരം ശ്രദ്ധിക്കുകയാകാം. പിന്നെ അവർ മുട്ടുകുത്തി ഇഴഞ്ഞു മുന്നേറി.

കൊച്ചുജെറിയും അവരെപ്പോലെ മെല്ലെ ഇരുമ്പുഗേറ്റ് ചാടിക്കടന്ന്, അവരെ നോക്കിനിന്നു. മൂന്നുപേരും പുല്ലുകളിലൂടെയും പള്ളിപ്പറമ്പിലെ ശവക്കല്ലറകൾക്കിടയിലൂടെയും ഇഴഞ്ഞുപോകുന്നതവൻ കണ്ടു. അതൊരു വലിയ പള്ളിപ്പറമ്പാണ്. അവർ അധികദൂരം അപ്രകാരം ഇഴഞ്ഞില്ല. അവർ പിന്നെ, എഴുന്നേറ്റ് നിന്നു. അവർ പണി തുടങ്ങി.

അവരുടെ 'മീൻ പിടിത്തം' ആദ്യം കൈക്കോട്ടു കൊണ്ടായിരുന്നു. അവന്റെ ബഹുമാന്യനായ അച്ഛൻ അതാ വലിയൊരു കോക്ക് സ്ക്രൂ പോലൊരു ആയുധം അടിയിലേക്കിറക്കുന്നു. അവരുടെ കൈയിലുണ്ടായിരുന്ന എല്ലാ പണി ആയുധങ്ങളും ഉപയോഗിച്ചവർ കഠിനാദ്ധ്വാനം ചെയ്തു. പള്ളിമണിയുടെ മുഴക്കം കേട്ട് കൊച്ചുജെറി പേടിച്ചുപോയി! ഓടിപ്പോകണമെന്ന് തോന്നി.

എന്നാൽ, അക്കാര്യം കണ്ടെത്താനുള്ള അവന്റെ ദീർഘകാലമായി മനസ്സിൽ തങ്ങിനിന്ന മോഹം അവനെ അവിടെത്തന്നെ പിടിച്ചു നിർത്തി. അവർ അപ്പോഴും കുഴിച്ചുകൊണ്ടിരുന്നു; അവർ എന്തിലോ മുട്ടി; അവർ കഷ്ടപ്പെട്ടത് പൊക്കിയെടുത്തു, നല്ല ഭാരമുള്ള വസ്തുവാണ്! പുറത്തെടുത്ത് വെച്ചപ്പോൾ, അതെന്താണെന്ന് കൊച്ചുജെറിക്ക് നന്നായി മനസ്സിലായി. ശവപ്പെട്ടിയാണ്; എന്നാൽ തന്റെ ബഹുമാന്യനായ അച്ഛൻ അത് തുറക്കാൻ ശ്രമിക്കുന്നത് കണ്ട് അവൻ വല്ലാതെ ഭയപ്പെട്ടുപോയി! അവൻ പിൻതിരിഞ്ഞോടി, ഒരു മൈലോ, അതിന്നപ്പുറമോ എത്തിയശേഷമേ അവൻ നിന്നുള്ളൂ! ഒരു പിശാചിനെപ്പോലുള്ള പാച്ചലായിരുന്നു അത്, ശ്വാസം വിടാൻ പോലും നിൽക്കാതെ: താൻ കണ്ട ശവപ്പെട്ടിയിലെ പ്രേതം പിന്നാലെ ഓടിവരുന്നുണ്ടെന്നവൻ ദൃഢമായി വിശ്വസിച്ചു! ഒരു പക്ഷേ അതവന്റെ കൈപിടിച്ചേക്കാം, തന്റെ മുന്നിൽ കേറിയേക്കാം. വീടിന്റെ വാതിൽപ്പടിയിലവൻ എത്തിയപ്പോഴേക്കും പാതി ചത്തതുപോലെ ആയി.

അവൻ കട്ടിലിൽ കിടന്ന് ഉറങ്ങിയപ്പോഴും ആ പ്രേതം തന്നോടൊപ്പമുണ്ടെന്നവൻ ഭയപ്പെട്ടു.

തന്റെ ക്ലേശകരമായ മയക്കത്തിൽ നിന്ന് രാവിലെ എഴുന്നേറ്റപ്പോൾ, അച്ഛന്റെ സാന്നിദ്ധ്യം അവൻ അറിഞ്ഞു. അച്ഛന് എന്തോ കുഴപ്പമുണ്ടെന്ന്, അമ്മയോടുള്ള അയാളുടെ പെരുമാറ്റത്തിൽ നിന്നവൻ അനുമാനിച്ചു.

"ഞാൻ നിന്നോട് പറഞ്ഞില്ലേ, അത് ചെയ്യുമെന്ന്" മി. ക്രഞ്ചർ പറഞ്ഞു "ഞാനത് ചെയ്തു."

"ജെറി, ജെറി, ജെറി!"അയാളുടെ ഭാര്യ അപേക്ഷിച്ചു.

" നീ ബിസിനസ്സിന്റെ ഗുണത്തെ എതിർക്കുന്നു." ജെറി പറഞ്ഞു. "ഞാനും എന്റെ സുഹൃത്തുക്കളും അതിന്റെ ഫലം അനുഭവിക്കുന്നു. നീ അത് അംഗീകരിക്കുകയും അനുസരിക്കുകയുമാണ് വേണ്ടത്. എന്താണ് നീയത് ചെയ്യാത്തത്, പിശാചേ?"

"ഞാൻ ഒരു നല്ല ഭാര്യയാകാൻ ശ്രമിക്കുകയാണ്, ജെറി." ആ പാവം പെണ്ണ് കണ്ണുനീരോടെ പ്രതിഷേധിച്ചു.

"നല്ല ഭാര്യയുടെ ചുമതലയാണോ സ്വന്തം ഭർത്താവിനെ ബിസിനസ്സിനെ എതിർക്കൽ? അയാളുടെ ബിസിനസ്സിനെ അപകീർത്തിപ്പെടുത്തൽ?"

"ഭീകരമായൊരു ബിസിനസ്സ് ആണ് നിങ്ങൾ ചെയ്യുന്നത്, ജെറി."

"മതി, അത് ധാരാളം" മി. ക്രഞ്ചർ തിരിച്ചടിച്ചു. "സത്യസന്ധനായൊരു ബിസിനസ്സുകാരന്റെ ഭാര്യ ആയിരിക്കെ, പെൺബുദ്ധി അതിൽ പ്രയോഗിക്കേണ്ടതില്ല, എപ്പോൾ അവൻ വ്യാപാരം നടത്തുമെന്നോ, എപ്പോൾ നടത്തില്ലെന്നോ. മനസ്സിലായോ? നീ സ്വയം ഒരു ഭക്തയാണെന്ന് അവകാശപ്പെടുന്നു; എന്നിട്ട്, മതത്തിനെതിരായ കാര്യങ്ങളാണ് എന്നോട് ചെയ്യുന്നത്. നീ ഒരു ചവറാണ്."

നേരിയ ശബ്ദത്തിലായിരുന്നു ഈ വഴക്ക്, അച്ഛനെ പേടിയോടെ ഒന്നെത്തി നോക്കിയശേഷം ആ മകൻ വീണ്ടും കിടന്നുറങ്ങി.

രാവിലെ പതിവുപോലെ മി. ക്രഞ്ചർ എഴുന്നേറ്റ്, കുളിച്ച് തയ്യാറായി, മകനോടൊപ്പം തന്റെ പതിവ് തൊഴിലിനായി പതിവ് സ്ഥലത്തേക്ക് പുറപ്പെട്ടു. സൂര്യപ്രകാശമുള്ള, തിരക്ക് പിടിച്ച ഫ്ളീറ്റ് തെരുവിലൂടെ സ്റ്റൂള് തോളിൽ ഞാത്തിയിട്ട്, അച്ഛനോടൊപ്പം നടന്ന കൊച്ചുജെറി, തലേന്ന് രാത്രിയിലേതിൽ നിന്ന് തികച്ചും വ്യത്യസ്തനായൊരു വ്യക്തിയായിരുന്നു. തന്നെ പിൻതുടരുന്ന പ്രേതത്തിൽ നിന്നും രക്ഷപ്പെടാനായി ഇരുട്ടിലൂടെ വീട്ടിലേക്ക് കുതിച്ചു പാഞ്ഞ ആ ബാലനല്ല ഇപ്പോൾ. പ്രഭാതത്തിന്റെ പുതുമയോടൊപ്പം അവന്റെ വിവേകവും ശോഭനമായി; രാത്രിയോടൊപ്പം അവന്റെ മനംപിരട്ടലും മാഞ്ഞുപോയി.

"അച്ഛാ," അവർ ഒന്നിച്ചു നടക്കവെ കൊച്ചുജെറി ചോദിച്ചു. "എന്താണ് ഒരു ഉയിർത്തെഴുന്നേൽക്കുന്ന മനുഷ്യൻ?"

അതിന് മറുപടി പറയുന്നതിനു മുമ്പ് മി.ക്രഞ്ചർ നടപ്പാതയിലൊന്ന് നിന്നു. "എനിക്കെങ്ങനെ അറിയാം?"

“അച്ഛനറിയാമെന്ന് ഞാൻ വിചാരിച്ചു.”

“ഹും! കൊള്ളാം” തന്റെ തൊപ്പി എടുത്ത് പൊക്കി. വീണ്ടും നടത്തം തുടർന്നുകൊണ്ട് മി. ക്രഞ്ചർ മറുപടി പറഞ്ഞു.

“അവനൊരു ബിസിനസ്സുകാരനാണ്.”

“എന്ത് സാധനങ്ങളാണവൻ ബിസിനസ്സ് ചെയ്യുന്നത്?” ചുറുചുറുക്കോടെ കൊച്ചുജെറി ചോദിച്ചു.

“അയാളുടെ സാധനങ്ങൾ” മനസ്സിൽ ഇട്ട് തിരിച്ചും മറിച്ചും ചിന്തിച്ച ശേഷം മി.ക്രഞ്ചർ പറഞ്ഞു.

“ശാസ്ത്രീയ സാധനങ്ങളുടെ ഒരു ശാഖയാണ്.”

“ആളുകളുടെ ശരീരങ്ങൾ, അല്ലേ, അച്ഛാ?” ഊർജ്ജസ്വലനായ ആ ബാലൻ ചോദിച്ചു.

“അത്തരത്തിലുള്ളതെന്തോ ആണെന്ന് ഞാൻ കരുതുന്നു.” മി. ക്രഞ്ചർ പറഞ്ഞു.

“ഓഹ്, അച്ഛാ, ഞാൻ വലുതാകുമ്പോൾ ഒരു ഉയിർത്തെഴുന്നേൽക്കുന്ന മനുഷ്യനാകാൻ ആഗ്രഹിക്കുന്നു!”

മി. ക്രഞ്ചർ ആശ്വസിച്ചു. എന്നാൽ, സംശയാസ്പദമായ രീതിയിൽ തലകുലുക്കി. “നിന്റെ കഴിവുകൾ എങ്ങനെ നീ വളർത്തി എടുക്കുന്നു എന്നതിനെ ആശ്രയിച്ചിരിക്കും അത്.” ധർമ്മനിഷ്ഠയോടെ അയാൾ തുടർന്നു. “നിന്റെ കഴിവുകൾ വളർത്തി എടുക്കുന്നതിൽ ശ്രദ്ധ ചെലുത്തുക. നിനക്കനുയോജ്യമല്ലാത്തത് എന്താണെന്ന് ഇപ്പോൾ പറയാനാവില്ല.”

അപ്രകാരം പ്രോത്സാഹിപ്പിക്കപ്പെട്ട കൊച്ചുജെറി ഏതാനും വാര അപ്പുറത്തേക്ക് നടന്നു. ബാറിന്റെ നിഴലിൽ സ്റ്റൂൾ ഉറപ്പിച്ചു വെയ്ക്കവെ മി. ക്രഞ്ചർ സ്വയം പറഞ്ഞു.

“ജെറി, സത്യസന്ധനായ ബിസിനസ്സുകാരാ, നിനക്ക് പ്രതീക്ഷയർപ്പിക്കാം, ആ ബാലൻ നിനക്കൊരനുഗ്രഹമാണ്, അവന്റെ അമ്മയ്ക്കുവേണ്ടി നിനക്കൊരു പ്രായശ്ചിത്തം.”

മി. ഡിഫാർജിന്റെ വീഞ്ഞുകടയിൽ പതിവിലേറെ നേരത്തെ കുടി തുടങ്ങി; രാവിലെ ആറ് മണിക്ക് വിളർത്ത മുഖങ്ങൾ അഴികളുള്ള ജനാലകളിലൂടെ എത്തിനോക്കിയപ്പോൾ, ഉള്ളിൽ മറ്റ് മുഖങ്ങൾ ബീർ ഗ്ലാസ്സിലേക്ക് കുനിഞ്ഞിരിക്കുന്നത് കണ്ടു. ഏറ്റവും നല്ല സമയങ്ങളിൽ മി. ഡിഫാർജ് വളരെ കട്ടി കുറഞ്ഞ വീഞ്ഞാണ് വിറ്റിരുന്നത്. എന്നാൽ, അന്ന് പതിവിലേറെ കട്ടികുറഞ്ഞ വീഞ്ഞാണയാൾ വിറ്റത്. ഒരു പുളിപ്പുള്ള വീഞ്ഞ്; അത് കുടിച്ചവർ വിഷാദികളായി മാറി; പെട്ടെന്ന് ആളിക്കത്തുന്നതല്ല മി. ഡിഫാർജിന്റെ വീഞ്ഞ്; ഉള്ളിൽ നീറിപ്പുകയുന്ന കനൽ ആണത്.

തുടർച്ചയായി നേരത്തെ കുടി തുടങ്ങുന്ന മൂന്നാമത്തെ പ്രഭാതമാണ് ഇത്. തിങ്കളാഴ്ച തുടങ്ങി, ഇന്ന് ബുധനാഴ്ചയാണ്. മദ്യപാനത്തേക്കാളേറെ പ്രത്യേകത അതിരാവിലെ ആ ജനങ്ങളുടെ കൂട്ടം കൂടുന്നതിലായിരുന്നു.

വാതിൽ തുറന്ന ഉടനെ ആളുകൾ ഒത്തുചേർന്ന് മന്ത്രിക്കുകയും, ഗാഢ ഭാവത്തിൽ ഒന്നിച്ചിരിക്കുന്നതും കാണാം; അവർക്ക് ആത്മാവിന് ശാന്തി കിട്ടുവാനായി ഒരു തുള്ളി കുടിക്കുവാനുള്ള തുട്ട് കൈയിലില്ല. ആർത്തി പിടിച്ച നോട്ടത്തോടെ അവർ ഒരു ഇരിപ്പിടത്തിൽ നിന്ന് മറ്റൊന്നിലേക്കും, ഒരു മൂലയിൽനിന്ന് മറ്റൊരു മൂലയിലേക്കും നീങ്ങി, മദ്യത്തിനുപകരം സംഭാഷണം വിഴുങ്ങിക്കൊണ്ട്....

ഇത്രയും തിരക്കുണ്ടായിട്ടും, ഷാപ്പുടമയെ അവിടെ കാണാനില്ലായിരുന്നു. അയാളുടെ അസാന്നിധ്യം ആരും ശ്രദ്ധിച്ചില്ല. ഉമ്മറത്തിലൂടെ കടന്നു വന്നആരും അയാളെ അന്വേഷിച്ചില്ല. മാഡം ഡിഫാർജ് മാത്രം അവിടെ ഇരുന്ന് വീഞ്ഞ് വിതരണം ചെയ്യുന്നതിൽ ആരും ആശ്ചര്യപ്പെട്ടില്ല.

വീഞ്ഞുഷാപ്പ് നിരീക്ഷിക്കുന്ന ചാരന്മാർക്ക് ഒരു താത്പര്യമില്ലായ്മയും, മനസ്സില്ലായ്മയും അവിടെ നിലനിൽക്കുന്നതായി കാണാനാകും. ചീട്ടുകളിയില്ല, ഡോമിനോ കളിക്കുന്നവർ ചിന്താധീനരായി അതുകൊണ്ട് ഗോപുരങ്ങൾ ഉണ്ടാക്കി കൊണ്ടിരിക്കുന്നു; കുടിയന്മാർ മേശപ്പുറത്ത് വീണ വീഞ്ഞുതുള്ളികൾ കൊണ്ട് ഓരോരോ രൂപങ്ങൾ വരയ്ക്കുന്നു! ദൂരെ നടക്കുന്നതെന്തോ കണ്ടതായും കേട്ടതായും മാഡം ഡിഫാർജ് സങ്കല്പിക്കുന്നു.

ഉച്ചവരെ സെന്റ്. ആന്റോയിന്റെ വീഞ്ഞിൽ മുങ്ങിയ രൂപം ഇപ്രകാരമായിരുന്നു. അതിന്റെ തെരുവിലൂടെ പൊടിപിടിച്ച രണ്ടുപേർ നടന്നുവന്നു, അതിലൊരാൾ ഡിഫാർജ് ആയിരുന്നു, മറ്റവൻ നീലത്തൊപ്പി ധരിച്ച റോഡ് നന്നാക്കുന്നവനും. ദാഹിച്ചുവരണ്ട അവർ ഇരുവരും വീഞ്ഞുകടയിൽ കയറിച്ചെന്നു. അവരുടെ വരവ് സെന്റ്. ആന്റോയിന്റെ നെഞ്ചിൽ ഒരു തരം തീക്കൊളുത്തി; അവർ വന്നടുക്കുംതോറും ആ തീ അതിവേഗം പടർന്നു പിടിച്ചു. അത് മിക്കവാറും എല്ലാ വാതിലുകളിലും ജന്നലകളിലുമുള്ള മുഖങ്ങളെ ഇളക്കുകയും ജ്വലിപ്പിക്കുകയും ചെയ്തു. എന്നിട്ടും, ആരും അവരെ പിൻതുടർന്നില്ല; അവർ വീഞ്ഞുകടയിൽ പ്രവേശിച്ചപ്പോൾ ആരും ഒന്നും മിണ്ടിയില്ല, എല്ലാവരുടെ കണ്ണുകളും അവരിലേക്ക് തിരിഞ്ഞെങ്കിലും.

“ഗുഡ് ഡെ, മാന്യരേ!” മി. ഡിഫാർജ് പറഞ്ഞു. ജനങ്ങൾക്ക് വായ തുറക്കാനുള്ളൊരു സൂചനയായിരിക്കാം അത്. പിന്നെ, എല്ലാവരും ഒന്നിച്ച് പ്രത്യഭിവാദ്യം ചെയ്തു “ഗുഡ് ഡെ!”

“മോശം കാലാവസ്ഥയാണ്, മാന്യരെ”തലകുലുക്കി ഡിഫാർജ് പറഞ്ഞു.

അതു കേട്ട്, എല്ലാവരും തങ്ങളുടെ സമീപത്തുള്ളവനെ നോക്കി, ദൃഷ്ടി താഴേക്കാക്കി മിണ്ടാതിരുന്നു. ഒരാൾ മാത്രം എഴുന്നേറ്റ് പുറത്തേക്ക് പോയി.

“എന്റെ ഭാര്യേ” മാഡം ഡിഫാർജിനെ നോക്കി ഡിഫാർജ് ഉറക്കെ വിളിച്ചു പറഞ്ഞു “ഞാൻ ഈ റോഡ് പണിക്കാരൻ ജാക്സിനോടൊപ്പം കുറെ ദൂരം സഞ്ചരിച്ചു. സന്ദർഭവശാൽ ഞാനയാളെ കണ്ടതാണ്– പാരീസ്സിൽ നിന്ന് ഒന്നര ദിവസത്തെ യാത്ര. ഈ റോഡ് പണിക്കാരൻ ജാക്സ് ഒരു നല്ല കുട്ടിയാണ്. അവന് കുറച്ച് വീഞ്ഞു കൊടുക്കു, എന്റെ ഭാര്യേ!”

രണ്ടാമതൊരുത്തൻ എഴുന്നേറ്റ് പോയി. മാഡം ഡിഫാർജ് റോഡ് പണിക്കാരൻ ജാക്സിനു മുന്നിൽ വീഞ്ഞു കൊണ്ടു വെച്ചു. അയാൾ തൊപ്പി ഊരി വെച്ച് വീഞ്ഞുകുടിച്ചു. നെഞ്ചിൽ വസ്ത്രത്തിനുള്ളിൽ കുറച്ച് കറുത്ത ബ്രെഡ് അയാൾ കരുതി വച്ചിരുന്നു; മാഡം ഡിഫാർജിന്റെ കൗണ്ടറിനടുത്തിരുന്നു അയാൾ അത് കടിച്ചു ചവച്ച് വീഞ്ഞിനോടൊപ്പം കഴിച്ചു. മൂന്നാമതൊരാൾ എഴുന്നേറ്റ് പുറത്തു പോയി.

ഡിഫാർജും കുറച്ച് വീഞ്ഞടിച്ച് ക്ഷീണം തീർത്തു- എന്നാൽ, ആ അപരിചിതന് കൊടുത്തതിനേക്കാൾ കുറച്ചേ അയാൾ കഴിച്ചുള്ളു- അയാൾക്കതിന്നൊരുക്ഷാമമില്ലെങ്കിലും- ആ ഗ്രാമീണൻ പ്രാതൽ കഴിച്ചുതീരുന്നതുവരെ അയാൾ കാത്തിരുന്നു. അവിടെ സന്നിഹിതരായിരുന്നവരുടെ ആരുടേയും മുഖത്തയാൾ നോക്കിയില്ല; മാഡം ഡിഫാർജ് പോലും അയാൾക്കു നേരെ നോക്കാതെ തുന്നൽ വേലയിലേർപ്പെട്ടിരിക്കുകയായിരുന്നു.

“നിങ്ങൾ ആഹാരം കഴിച്ചുകഴിഞ്ഞോ, സുഹൃത്തേ?”

കുറച്ചു കഴിഞ്ഞപ്പോൾ ഡിഫാർജ് ചോദിച്ചു.

“ഉവ്വ്, താങ്ക്യൂ.”

“എന്നാൽ, വരൂ! നിങ്ങൾക്ക് താമസിക്കാമെന്ന് ഞാൻ പറഞ്ഞ മുറി കാണിച്ചു തരാം. അത് നിങ്ങൾക്ക് യോജിച്ച മുറിയാണ്.”

വീഞ്ഞുകടയുടെ പുറത്തെ വഴിയിലേക്കവർ കടന്നു, ആ വഴിയിൽ നിന്ന് ഒരു മുറ്റത്തേക്ക്, ആ മുറ്റത്തുനിന്ന് കുത്തനെയുള്ളൊരു കോണിയിലേക്ക്, കോണിയിൽ നിന്നൊരു അറയിലേക്ക്- ആ തലനരച്ച മനുഷ്യൻ ഒരു താഴ്ന്ന ബെഞ്ചിൽ കുനിഞ്ഞിരുന്ന് ഷൂ നിർമ്മാണത്തിൽ മുഴുകിയിരുന്ന അറ.

നരച്ച തലമുടിക്കാരൻ മനുഷ്യൻ ഇപ്പോൾ അവിടെ ഇല്ല; എന്നാൽ വീഞ്ഞുഷാപ്പിൽ നിന്ന് ഓരോരുത്തരായി ഇറങ്ങിപ്പോയ ആ മൂന്നു മനുഷ്യർ അപ്പോൾ അവിടെ ഉണ്ട്. അവർക്കും ആ തലനരച്ചവനുമിടയ്ക്ക് എന്തോ ഒരു ചെറിയ കണ്ണിയുണ്ട്; അതായിരിക്കണം അന്നൊരിക്കൽ അവർ ചുമരിന്റെ വിടവിലൂടെ അദ്ദേഹത്തിനുനേരെ നോക്കാനുള്ള കാരണം.

ഡിഫാർജ് വാതിൽ ശ്രദ്ധയോടെ അടച്ചു, പിന്നെ പതിഞ്ഞ സ്വരത്തിൽ സംസാരിച്ചു.

“ജാക്സ് ഒന്നാമൻ, ജാക്സ് രണ്ടാമൻ, ജാക്സ് മൂന്നാമൻ! ഞാൻ നിയോഗിച്ച സാക്ഷിയാണിത്, ജാക്സ് നാലാമൻ. അവൻ നിങ്ങളോട് എല്ലാം പറയും.”

റോഡ് പണിക്കാരനായ അയാൾ, തന്റെ നീലത്തൊപ്പി എടുത്ത്, തന്റെ ഇരുണ്ട നിറമുള്ള നെറ്റി തുടച്ച്, പറഞ്ഞു. “ എവിടെനിന്നാണ് ഞാൻ തുടങ്ങേണ്ടത്,സാർ?”

“തുടങ്ങൂ” മി.ഡിഫാർജിന്റെ യുക്തി പൂർവ്വമായ മറുപടി “തുടക്കം മുതൽ തന്നെ.”

“ഞാൻ അയാളെ കണ്ടത്,സാർ” റോഡ് പണിക്കാരൻ തുടങ്ങി, “ഒരു കൊല്ലം മുമ്പ് വേനൽക്കാലത്ത്, മാർക്വിസിന്റെ വണ്ടിക്ക് കീഴെയുള്ള ചങ്ങലയിൽ ഞാന്നുകിടക്കുന്നതാണ്. സൂര്യനസ്തമിക്കാറായപ്പോൾ ഞാൻ ജോലി നിർത്തിയ നേരത്ത് മാർക്വിസ് മെല്ലെ കുന്ന് കയറുകയായിരുന്നു, അയാൾ ചങ്ങലയിൽ ഞാന്നു കിടക്കുന്നുണ്ട്- ഇതുപോലെ.”

റോഡു പണിക്കാരൻ അതെല്ലാം അതേപടി ചെയ്തുകാണിച്ചു; ആ കലാപരിപാടി ഒരു വർഷം മുഴുവൻ തന്റെ ഗ്രാമീണർക്ക് ഒഴിച്ചുകൂടാനാവത്തൊരു വിനോദമായിരുന്നെന്നവൻ ഓർത്തു. ചങ്ങലയിൽ ഞാന്നു കിടക്കുന്നത് അഭിനയിക്കൽ .....

ജാക്സ് ഒന്നാമൻ അവനോട് ചോദിച്ചു,“അയാളെ ഇതിനു മുമ്പ് എപ്പോഴെങ്കിലും കണ്ടിട്ടുണ്ടോ?”

“ഒരിക്കലുമില്ല” റോഡു പണിക്കാരൻ നേരെനിന്ന് പറഞ്ഞു.

“എങ്ങനെയാണയാളെ തിരിച്ചറിഞ്ഞത്” ജാക്സ് മൂന്നാമൻ ചോദിച്ചു.

“അയാളുടെ പൊക്കമുള്ള രൂപത്തിൽ നിന്ന്” റോഡ് പണിക്കാരൻ മൂക്കിൽ വിരൽ വെച്ച് മെല്ലെ പറഞ്ഞു.

“മി.മാർക്വിസ്, അയാൾ എപ്രകാരമുള്ളവനായിരുന്നെന്ന് അന്ന് വൈകുന്നേരം ചോദിച്ചപ്പോൾ, ‘പിശാച് പോലെ പൊക്കമുള്ളവൻ’എന്ന് ഞാൻ പറഞ്ഞു.”

“ഒരു കള്ളനെപ്പോലെ പൊക്കം കുറഞ്ഞവൻ എന്ന് നീ പറയേണ്ടതായിരുന്നു.” ജാക്സ് രണ്ടാമൻ മറുപടി കൊടുത്തു.

“എന്നാൽ, എനിക്കെന്തറിയാനാണ്? ആ പ്രവൃത്തി അപ്പോൾ നടത്തപ്പെട്ടിട്ടില്ലായിരുന്നു. അയാൾ എന്നോട് മനോഗതം വെളിപ്പെടുത്തിയിരുന്നുമില്ല. ആ പരിതഃസ്ഥിതിയിൽ, ഞാൻ യാതൊരു തെളിവും കൊടുത്തില്ല. ആ കൊച്ചു ഫൗണ്ടനരികിൽ നിന്ന് മി.മാർക്വിസ് എനിക്ക് നേരെ വിരൽ ചൂണ്ടി പറഞ്ഞു.‘ആ നികൃഷ്ടനെ എന്റെ അടുത്തേക്ക് കൊണ്ടുവരു!’ എന്നെ വിശ്വസിക്കൂ, സാറന്മാരെ, ഞാൻ ഒന്നും പറഞ്ഞിട്ടില്ല.”

“അത് ശരിയാണ്,ജാക്സ്” ഡിഫാർജ് മന്ത്രിച്ചു,

“തുടരൂ.”

“കൊള്ളാം!” ദുരൂഹഭാവത്തോടെ റോഡ് പണിക്കാരൻ പറഞ്ഞു “ആ പൊക്കമുള്ള മനുഷ്യൻ അപ്രത്യക്ഷനായി, അയാളെ തിരയാൻ തുടങ്ങി- എത്ര മാസങ്ങൾ? ഒമ്പത്, പത്ത്, പതിനൊന്ന്?”

“എണ്ണം എത്ര ആയാലും കുഴപ്പമില്ല.” ഡിഫാർജ് പറഞ്ഞു.“അയാൾ ഭംഗിയായി ഒളിവിൽ പോയി; എന്നാൽ, ഒടുവിൽ, നിർഭാഗ്യവശാൽ അയാൾ കണ്ടുപിടിക്കപ്പെട്ടു. തുടരൂ.”

“ഞാൻ വീണ്ടും കുന്നിൻ ചെരിവിൽ പണിയെടുക്കുകയായിരുന്നു; സൂര്യൻ അസ്തമിക്കാറായി. ഞാൻ പണിയായുധങ്ങളെല്ലാം ശേഖരിച്ച് താഴെയുള്ള ഗ്രാമത്തിലേക്ക് പോകുവാൻ തയ്യാറെടുക്കുകയായിരുന്നു. ഇരുട്ട് വ്യാപിച്ചു തുടങ്ങി. ഞാൻ തലയുയർത്തി നോക്കിയപ്പോൾ ആറ്

പട്ടാളക്കാർ കുന്ന് കയറി വരുന്നത് കണ്ടു. അവർക്ക് നടുവിൽ, കൈകൾ പിന്നിലേക്ക് ബന്ധിക്കപ്പെട്ട- ഇതുപോലെ- ഒരു പൊക്കമുള്ള മനുഷ്യനെ ഞാൻ കണ്ടു." അവൻ ആ മനുഷ്യനെ ബന്ധിച്ചിരുന്ന രീതി അഭിനയിച്ചു കാണിച്ചു.

"ഞാൻ മാറി നിന്നു, സാറന്മാരെ; കല്ലുകൾ കൂട്ടിയിട്ടിരുന്നതിന്നടുത്ത് നിന്ന് പട്ടാളക്കാരും തടവുപുള്ളികളും കടന്നു പോകുന്നത് നോക്കി നിന്നു. അവരുടെ ശരീരമെല്ലാം പൊടി പിടിച്ചിരിക്കുന്നു, അവർ നടക്കുമ്പോൾ പൊടി അവരോടൊപ്പം നീങ്ങുന്നു! അവർ എന്റെ അടുത്തെത്തിയപ്പോൾ, ഞാൻ ആ പൊക്കമുള്ള മനുഷ്യനെ തിരിച്ചറിഞ്ഞു, അയാളും എന്നെ തിരിച്ച റിഞ്ഞു."

അവന്റെ വിവരണം വളരെ വസ്തുനിഷ്ഠമായിരുന്നു, എല്ലാം വ്യക്ത മായി നേരിൽ കണ്ടു എന്നത് ഉറപ്പാണ്.

"ആ പൊക്കമുള്ള മനുഷ്യനെ ഞാൻ തിരിച്ചറിഞ്ഞതായി പട്ടാള ക്കാർക്ക് മുന്നിൽ പ്രകടിപ്പിച്ചില്ല. ഞങ്ങൾക്കറിയാമെന്ന് ഞങ്ങളുടെ കണ്ണു കൾക്കറിയാം. 'വരൂ!' ആ സംഘത്തിന്റെ തലവൻ ഗ്രാമം ചൂണ്ടിക്കാണിച്ചു പറഞ്ഞു. 'അവനെ വേഗം അവന്റെ ശവക്കുഴിയിലേക്ക് കൊണ്ടു പോകാം.,' അവർ അവനെ വേഗത്തിൽ നടത്തി. ഞാൻ പിന്തുടർന്നു. വല്ലാതെ മുറുക്കി കെട്ടിയതിനാൽ അയാളുടെ കൈകളിൽ നീരുവന്ന് വീർത്തിരുന്നു. അയാ ളുടെ മരച്ചെരുപ്പുകൾ പൊട്ടി വികൃതമായിരുന്നു; അയാൾ ഞൊണ്ടിക്കൊ ണ്ടാണ് നടന്നിരുന്നത്. മുടന്തു കാരണം സാവധാനമായിരുന്നു അയാളുടെ നടത്തം. അവർ അയാളെ തോക്കിൻപാത്തി കൊണ്ടു തള്ളി വേഗം നടത്തി- ഇതുപോലെ!"

തോക്കിൻ പാത്തികൊണ്ട് തള്ളുന്ന ഭാഗം അവൻ അഭിനയിച്ചു കാണിച്ചു.

"അവർ കുന്നിറങ്ങുമ്പോൾ, ഭ്രാന്തന്മാർ ഓടുന്നതുപോലെയാണവർ ഓടിയത്. അയാൾ വീണു. അവർ ചിരിച്ച് അയാളെ വീണ്ടും പൊക്കി നിർത്തുന്നു. അയാളുടെ മുഖത്തുനിന്നു ചോര ഒലിക്കുന്നു, മുഖം പൊടി കൊണ്ട് നിറയുന്നു; എന്നാൽ, അയാൾക്ക് തൊടാൻ കഴിയുന്നില്ല; അതു കണ്ടവർ വീണ്ടും ചിരിക്കുന്നു. അവർ അയാളെ ഗ്രാമത്തിലേക്ക് കൊണ്ടു വരുന്നു; ഗ്രാമീണരെല്ലാം അത് കാണാൻ ഓടിയെത്തുന്നു. അവർ അയാളെ മില്ലും കടന്ന് ജയിലിലേക്ക് കൊണ്ടുപോകുന്നു; ജയിലിന്റെ ഗേറ്റ് തുറന്നു കിടക്കുന്നത്, രാത്രിയുടെ ഇരുട്ടിലൂടെ ഗ്രാമവാസികൾ എല്ലാം കാണുന്നു. -അയാളെ അത് ഗ്രസിക്കുന്നു- ഇതുപോലെ!"

അവൻ കഴിയാവുന്നത്ര വായ തുറന്ന്, പല്ലുകളിൽ നിന്നൊരു ശബ്ദ മുയർത്തിക്കൊണ്ട് ഒറ്റ അടയ്ക്കൽ!

ഡിഫാർജ് പറഞ്ഞു "തുടരൂ, ജാക്സ്."

"ഗ്രാമം മുഴുവൻ" റോഡു പണിക്കാരൻ ശബ്ദം താഴ്ത്തി തുടർന്നു. "പിൻവാങ്ങുന്നു; ഗ്രാമം മുഴുവൻ ഫൗണ്ടനരികിൽ നിന്ന് മന്ത്രിക്കുന്നു; ആ ഹതഭാഗ്യവാനെ ഗ്രാമം മുഴുവൻ ദുഃസ്വപ്നം കാണുന്നു; കടും തൂക്കാം പാറയ്ക്കടുത്തുള്ള ജയിലിൽ, അഴികൾക്കുള്ളിൽ ബന്ധനസ്ഥനായി,

ഒരിക്കലും പുറത്തുവരാൻ കഴിയാതെ, മരണം കാത്തയാൾ കിടക്കുന്നു. രാവിലെ പണിയായുധങ്ങളുമായി, കറുത്ത ബ്രഡ് തിന്നുകൊണ്ട് ജോലിക്കു പോകവെ, ഞാൻ ജയിലിന്റെ പരിസരത്തിലൂടെ ചുറ്റിക്കറങ്ങി. വലിയൊരു കൂടിന്റെ അഴികൾക്കുള്ളിൽ ഞാൻ അയാളെ കാണുന്നു; തലേന്ന് രാത്രിയിലേതുപോലെ ചോരയും പൊടിയും നിറഞ്ഞ മുഖത്തോടെ! പുറത്തേക്കയാൾ നോക്കി. എന്നാൽ, കൈകൾ ബന്ധിക്കപ്പെട്ടിരുന്നതിനാൽ എന്റെ നേരെ കൈവീശാൻ അയാൾക്ക് കഴിഞ്ഞില്ല; അയാളെ വിളിക്കാൻ ഞാൻ ധൈര്യപ്പെട്ടില്ല; ഒരു മൃതദേഹത്തെപ്പോലെയാണയാൾ എന്നെ കരുതിയത്!"

ഡിഫാർജും മറ്റ് മൂന്നുപേരും ഇരുണ്ട മുഖത്തോടെ പരസ്പരം നോക്കി. അവരുടെ എല്ലാം മുഖം കറുത്തിരുണ്ടിരുന്നു; ആ ഗ്രാമീണന്റെ കഥ അവർ ശ്രദ്ധിക്കവെ, അവരിൽ അടക്കാനാവാത്ത പ്രതികാരവാഞ്ഛ തിളച്ചു മറിഞ്ഞു. അതൊരു രഹസ്യമാണെന്നിരിക്കെ, അവരുടെ പെരുമാറ്റം ആധികാരികം കൂടി ആയിരുന്നു. കർശനമായൊരു ട്രിബ്യൂണലിന്റെ സ്വഭാവമുണ്ടായിരുന്നു അവർക്ക്. ഒന്നും രണ്ടും ജാക്സ്മാർ പഴയ കട്ടിലിൽ ഇരുന്ന്, താടിക്ക് കൈകൊടുത്ത്, റോഡ് പണിക്കാരനിൽ ദൃഷ്ടിപതിപ്പിച്ച് സംഭാഷണം ശ്രദ്ധിച്ചു; ജാക്സ് മൂന്നാമൻ, മറ്റുള്ളവരെപ്പോലെ അതീവ ശ്രദ്ധാലുവായി തൊട്ടുപിന്നിൽ കാൽമുട്ടിലൂന്നി നിന്നിരുനിന്നു. ക്ഷോഭത്തോടെ അയാളുടെ കൈകൾ ചലിച്ചുകൊണ്ടിരുന്നു. അയാൾക്കും മറ്റു രണ്ടു പേർക്കും ഇടയിൽ നിലയുറപ്പിച്ച ഡിഫാർജ്, ജന്നലിലൂടെ കടന്നുവന്ന വെളിച്ചത്തിൽ അവരെ ഓരോരുത്തരേയും മാറി മാറി വീക്ഷിച്ചു.

" തുടരു, ജാക്സ്."ഡിഫാർജ് പറഞ്ഞു.

"അയാൾ കുറച്ചുദിവസം ആ ഇരുമ്പുകൂട്ടിൽ കിടന്നു. ഗ്രാമീണർ അയാളെ ഒളിച്ചുനിന്നാണ് നോക്കിയിരുന്നത്. കാരണം, അവർക്ക് പേടിയായിരുന്നു. എന്നാൽ, എപ്പോഴും അവർ കടുംതൂക്കായ പാറയിലുള്ള ജയിലിലേക്ക് ദൂരെ നിന്ന് നോക്കുമായിരുന്നു. പിന്നെ, ഒരു ദിവസം സന്ധ്യക്ക്, എല്ലാവരുടേയും പണിയെല്ലാം കഴിഞ്ഞ നേരത്ത്, അവരെല്ലാം ഫൗണ്ടനിൽ സമ്മേളിച്ച് നാട്ടുവർത്തമാനം പറഞ്ഞുകൊണ്ടിരിക്കവെ അവരുടെ മുഖങ്ങൾ ജയിലിലേക്കാണ് തിരിഞ്ഞിരുന്നത്. നേരത്തെ അത് പോസ്റ്റിംഗ്-ഹൗസ്സിലേക്കാണ് തിരിയാറുള്ളത്. അയാളെ വധശിക്ഷയ്ക്ക് വിധിച്ചിട്ടുണ്ടെങ്കിലും കൊല്ലില്ലെന്നവർ പിറുപിറുത്തു. പാരീസ്സിലേക്ക് അപേക്ഷകൾ അയച്ചിട്ടുണ്ട്- തന്റെ കുഞ്ഞിന്റെ മരണം മൂലം അയാൾക്ക് ഭ്രാന്തുപിടിച്ചതാണ്. രാജാവിനുതന്നെ ഒരു അപേക്ഷ സമർപ്പിച്ചിട്ടുണ്ടെന്നവർ പറയുന്നു. എനിക്കെന്തറിയാനാണ്? അത് സാധ്യമാണ്. ഒരു പക്ഷേ സാധ്യമാണ്, ഒരു പക്ഷേ സാധിച്ചേക്കില്ല."

"അപ്പോൾ, കേൾക്കുക, ജാക്സ്" ആ പേരിലുള്ള ഒന്നാമൻ ശക്തമായി ഇടപ്പെട്ടു "നിങ്ങൾക്കറിയാം രാജാവിനും രാജ്ഞിക്കും ഒരു അപേക്ഷ നൽകിയിരുന്നു എന്ന്. നീ ഒഴിച്ച് ഇവിടെയുള്ള മറ്റെല്ലാവരും കണ്ടതാണ്, രാജ്ഞിയോടൊപ്പം വണ്ടിയിലിരുന്ന് പോകവെ, ഈ ഡിഫാർജ് ആണ്, ജീവൻ പണയം വച്ച്, ആ കുതിരകൾക്ക് മുന്നിൽ കൈയിൽ അപേക്ഷയുമായി ചാടിവീണത്, രാജാവിന് അപേക്ഷ കൈമാറിയത്...."

“ഒരിക്കൽ കൂടി കേൾക്കുക, ജാക്സ്!” കാൽമുട്ടിലൂന്നി നിന്നിരുന്ന മൂന്നാമൻ പറഞ്ഞു: വികാര വിക്ഷോഭത്താൽ അയാൾ ആകാശത്തേക്ക് മുഷ്ടി ചുരുട്ടി കാണിച്ചുകൊണ്ടിരുന്നു.

“കാവൽക്കാർ, കുതിരപ്പടയാളികളും, കാലാൾ പടയാളികളും, പെറ്റിഷൻ കൊടുത്തവനെ വളഞ്ഞ് അടിച്ച് ഓടിച്ചു. നിങ്ങൾ കേൾക്കുന്നോ?”

“ഞാൻ കേൾക്കുന്നു, സാറന്മാരെ.”

“അപ്പോൾ, തുടരൂ.” ഡിഫാർജ് .

ഒരു ഗ്രാമീണൻ പറഞ്ഞത്, “തൂക്കിലേറ്റാനായി അയാളെ നമ്മുടെ ഗ്രാമത്തിലേക്ക് കൊണ്ടുവന്നിരിക്കുന്നു; അയാൾ തീർച്ചയായും തൂക്കിലേറ്റപ്പെടും. അവർ ഇപ്രകാരം കൂടി പിറുപിറുത്തിരുന്നു. അവരുടെ പിതൃസ്ഥാനത്തുള്ള (കുടിയാന്മാരുടേയും, ഭൃത്യജനങ്ങളുടേയും) പ്രഭുവിനെ അയാൾ വധിച്ചത് പിതൃഹത്യക്ക് തുല്യമാണ്. അതുകൊണ്ട് പിതൃഘാതകനുള്ള വധശിക്ഷ അയാൾക്ക് ലഭിക്കും. ഒരു വൃദ്ധൻ പറഞ്ഞത് കഠാരി പിടിച്ചിരുന്ന അയാളുടെ വലതുകൈ അയാൾ നോക്കി നിൽക്കെ കത്തിക്കുമെന്നാണ്. അയാളുടെ കൈകളിലും, മാറിലും, കാലുകളിലും, തിളയ്ക്കുന്ന എണ്ണയും, ഉരുകിയ ഈയവും, അരക്കും മെഴുകും, ഗന്ധകവും ഒഴിക്കും; ഒടുവിൽ ശക്തരായ നാലു കുതിരകളെക്കൊണ്ട് അയാളുടെ ഓരോ അവയവവും നാലുവശത്തേക്കും വലിച്ചുകീറും. പരേതനായ രാജാവ് ലൂയി പതിന്നാലാമനെ വധിക്കാൻ ശ്രമിച്ച ഒരു തടവുപുള്ളിയെ ഇത്തരത്തിലാണ് കൊന്നുകളഞ്ഞത്, എന്ന് ആ വൃദ്ധൻ പറഞ്ഞു. അയാൾ നുണ പറയുന്നതാണോ എന്ന് എനിക്ക് എങ്ങനെ അറിയാനാണ്? ഞാനൊരു പണ്ഡിതനല്ല.”

“എന്നാൽ, ഒരിക്കൽ കൂടി കേൾക്കുക, ജാക്സ്!”

ക്രുദ്ധനായ ആ മനുഷ്യൻ പറഞ്ഞു “ലൂയി പതിന്നാലാമനെ കൊന്ന ആ തടവുപുള്ളിയുടെ പേര് ഡാമീൻസ് എന്നായിരുന്നു; അതെല്ലാം നടന്നത് ഈ പാരീസ് നഗരത്തിലെ തുറന്ന തെരുവിൽവെച്ച് പകൽ സമയത്തായിരുന്നു. ഏറ്റവും ശ്രദ്ധേയമായ കാര്യം ഉന്നതരും പരിഷ്കൃതരുമായ മഹതികൾ അവസാനംവരെ, ജിജ്ഞാസയോടെ, അത് നോക്കിക്കൊണ്ടിരിക്കുകയായിരുന്നു എന്നതാണ്! –അവസാനം വരെ, ജാക്സ്, രാത്രി വരെ അത് നീണ്ടു നിന്നു, അപ്പോഴേക്കും അയാൾക്ക് രണ്ടു കാലുകളും ഒരു കൈയും നഷ്ടപ്പെട്ടു കഴിഞ്ഞിരുന്നു, അപ്പോഴും അയാൾ രക്തത്തിൽ കുളിച്ച് ശ്വാസം വലിക്കുന്നുണ്ടായിരുന്നു! അങ്ങനെ അത് നടത്തപ്പെട്ടു– നിനക്കെത്ര വയസ്സായി?”

“മുപ്പത്തഞ്ച്” അറുപതുവയസ്സ് തോന്നിക്കുന്ന റോഡു പണിക്കാരൻ പറഞ്ഞു.

“അത് നടന്നത് നിങ്ങൾക്ക് പത്ത് വയസ്സുള്ളപ്പോഴാണ്, നിങ്ങൾക്കത് കാണാൻ കഴിയുമായിരുന്നേനെ!”

“മതി!” കടുത്ത അക്ഷമയോടെ ഡിഫാർജ് പറഞ്ഞു.“സാത്താൻ നീണാൾ വാഴട്ടെ! തുടരൂ.”

"എന്നും ഫൗണ്ടനിൽ വെച്ച് ഓരോ കിംവദന്തികൾ കേൾക്കാം. ഒടുവിൽ ഞായറാഴ്ച രാത്രി ഗ്രാമം മുഴുവൻ ഉറങ്ങിക്കിടക്കുമ്പോൾ, ജയിലിൽ നിന്ന് പട്ടാളക്കാർ ഇറങ്ങിവന്നു. ആ കൊച്ചുതെരുവിലെ കല്ലുകളിൽ മുട്ടി അവരുടെ തോക്കുകൾ ശബ്ദമുണ്ടാക്കി. തൊഴിലാളികൾ കുഴിക്കുന്നു, തൊഴിലാളികൾ ചുറ്റിക അടിക്കുന്നു, പട്ടാളക്കാർ ചിരിക്കുകയും പാട്ടു പാടുകയും ചെയ്യുന്നു. രാവിലെ, ഫൗണ്ടനരികെ, നാല്പതടി പൊക്കമുള്ള ഒരു കഴുമരം ഉയർന്നു, ജലധാരയെ മലിനമാക്കിക്കൊണ്ട്..."

റോഡ് പണിക്കാരൻ ആകാശത്ത് ആ കഴുമരം കണ്ടതുപോലെ ചൂണ്ടിക്കാട്ടി പറഞ്ഞു:

"എല്ലാ ജോലികളും നിലച്ചു, എല്ലാവരും അവിടെ ഒത്തുകൂടി, ആരും പശുക്കളെ മേക്കാൻ പോയില്ല, മറ്റുള്ളവരോടൊപ്പം പശുക്കളും അവിടെ നില്പായി. ഉച്ചക്ക് ചെണ്ടകൊട്ട് ഉയർന്നു. പട്ടാളക്കാർ രാത്രി ജയിലിലേക്ക് മാർച്ചു ചെയ്തു, അയാൾ പട്ടാളക്കാർക്കിടയിൽ നില്ക്കുന്നു. പഴയതുപോലെ അയാൾ ബന്ധനസ്ഥനാണ്. വായ മൂടിക്കെട്ടിയിരിക്കുന്നു. കഴുമരത്തിനു മുകളിൽ ഒരു കത്തി, മൂർച്ചയുള്ള ഭാഗം മുകളിലേക്കായി ഉറപ്പിച്ചിട്ടുണ്ട്. നാല്പതടി മുകളിൽ അയാൾ തൂക്കിലേറ്റപ്പെട്ടു- അവിടെത്തന്നെ ഞാന്നുകിടന്നു."

അയാൾ തന്റെ നീലത്തൊപ്പികൊണ്ട് മുഖം തുടച്ചു. ആ ദൃശ്യം വിവരിക്കുമ്പോൾ അയാൾ വീണ്ടും വിയർക്കാൻ തുടങ്ങി.

"അത് ഭീകരമാണ്, സാറന്മാരെ. എങ്ങനെയാണ് സ്ത്രീകളും കുട്ടികളും ഫൗണ്ടനിൽ നിന്ന് വെള്ളം കോരുക! വൈകുന്നേരം ആർക്കാണ് ആ കഴുമരത്തിന്റെ നിഴലിലിരുന്ന് നാട്ടുവർത്തമാനം പറയാൻ കഴിയുക! അസ്തമയ നേരത്ത് ഞാൻ ഗ്രാമത്തിൽ നിന്നും നടന്ന് കുന്നിലെത്തി പിൻതിരിഞ്ഞ് നോക്കിയപ്പോൾ, അതിന്റെ നിഴൽ പള്ളിയെ സ്പർശിച്ചിരുന്നു, മില്ലിനെയും, ജയിലിനെയും സ്പർശിച്ചിരുന്നു; ചക്രവാളം വരെ അത് നീണ്ടുകിടക്കുന്നതായി തോന്നി!"

മറ്റ് മൂന്നുപേരെയും നോക്കിക്കൊണ്ട് വികാരഭരിതനായി അയാൾ സ്വന്തം വിരലുകൾ കുപിതനായി കരണ്ടുകൊണ്ടിരുന്നു.

"അത്രയേ ഉള്ളു, സാറന്മാരെ. ഞാൻ സന്ധ്യക്ക് സ്ഥലം വിട്ടു. ആ രാത്രിയും. പിറ്റേന്ന് പാതി ദിവസവും ഞാൻ നടന്നു, ഈ സഖാവിനെ കണ്ടു മുട്ടുന്നതുവരെ നടന്നു. അയാളോടൊപ്പം ഇന്നലെ പകലും രാത്രിയും നടന്നും വണ്ടിയിൽ യാത്ര ചെയ്തും ഇവിടെ എത്തി!"

വ്യാകുലമായൊരു മൗനത്തോടെ ഒന്നാമത്തെ ജാക്സ് പറഞ്ഞു "കൊള്ളാം! നീ നല്ല പ്രവൃത്തിയാണ് ചെയ്തത്. എല്ലാം ഭംഗിയായി പറഞ്ഞു. നന്ദി. വാതിലിന് പുറത്ത് നീ അല്പനേരം ഞങ്ങൾക്കുവേണ്ടി കാത്തു നിൽക്കുമോ?"

"സസന്തോഷം" റോഡു പണിക്കാരൻ പറഞ്ഞു; അയാളെ ഡിഫാർജ് കോണിയുടെ മുകളിലേക്ക് കൂട്ടിക്കൊണ്ടുപോയി, ഒരിടത്ത് ഇരുത്തി തിരിച്ചു പോന്നു. അയാൾ അറയിൽ എത്തിയപ്പോൾ മൂന്നുപേരും എഴുന്നേറ്റ് ശിരസ്സുകൾ കൂട്ടിയടുപ്പിച്ച് നില്ക്കുകയായിരുന്നു.

"നിങ്ങൾ എന്തുപറയുന്നു, ജാക്സ്?" ഒന്നാം നമ്പർ ചോദിച്ചു "രജി സ്റ്റർ ചെയ്യുകയല്ലേ?"

"നശിപ്പിക്കുമെന്ന് രജിസ്റ്റർ ചെയ്യുക." ഡിഫാർജ് മറുപടി നൽകി.

"ഉജ്ജ്വലം!"

"ബംഗ്ലാവും ആ വംശവുമെല്ലാം?"

"അതെ, ബംഗ്ലാവും വംശവുമെല്ലാം" ഡിഫാർജ് തിരിച്ചടിച്ചു "പൂർണ്ണ മായി നശിപ്പിക്കുക."

ജാക്സ് മൂന്നാമൻ ഹാർഷോന്മാദത്തോടെ, ആവർത്തിച്ചു "ഉജ്ജ്വലം!", പിന്നെ, മറ്റൊരു വിരൽ കാരാൻ തുടങ്ങി.

"നിങ്ങൾക്ക് ഉറപ്പാണോ" ജാക്സ് രണ്ടാമൻ ഡിഫാർജിനോട് ചോദിച്ചു "നമ്മുടേതായ രീതിയിൽ രജിസ്റ്റർ സൂക്ഷിക്കുന്നതിൽ അമ്പരപ്പൊന്നും ഉണ്ടാകില്ലല്ലോ; നമുക്കല്ലാതെ മറ്റാർക്കും അത് വായിക്കാൻ കഴിയരുത്."

"ജാക്സ്" ഡിഫാർജ് തല ഉയർത്തിപറഞ്ഞു "എന്റെ ഭാര്യാ മാഡം, ആ രജിസ്റ്റർ സ്വന്തം ഓർമ്മയിൽ സൂക്ഷിക്കുവാൻ തയ്യാറായാൽ, അവൾ അതിലെ ഒറ്റവാക്കുപോലും വിട്ടുകളയില്ല- ഒറ്റ സിലബിൾ പോലും. തുന്നൽപ്പണിയിലൂടെ സ്വന്തം സംജ്ഞയിലവൾ അത് കോർത്തിണക്കും! അതവൾക്ക് പകൽവെട്ടം പോലെ സ്പഷ്ടമായിരിക്കും. മാഡം ഡിഫാർ ജിന്റെ തുന്നിപ്പിടിപ്പിച്ച രജിസ്റ്ററിൽ നിന്ന് ഒരു പേരോ കുറ്റകൃത്യമോ മാച്ചു കളയുക അസാദ്ധ്യമാണ്."

അത് അവർ വിശ്വാസപൂർവ്വം അംഗീകരിച്ചതിന്റെയൊരു മർമ്മരം കേട്ടു, പിന്നെ, ആ ആർത്തിപിടിച്ച മനുഷ്യൻ ചോദിച്ചു "ആ ഗ്രാമീണനെ, വേഗം തിരിച്ചയയ്ക്കുകയല്ലേ? ഞാനങ്ങിനെയാണ് കരുതുന്നത്. വളരെ സാധു ആയ ഒരു മനുഷ്യനാണയാൾ. അയാൾ അല്പം അപകടകാരി യല്ലേ?"

"അയാൾക്ക് ഒന്നും അറിയില്ല." ഡിഫാർജ് പറഞ്ഞു. "ഞാൻ അയാ ളുടെ ഉത്തരവാദിത്വം ഏറ്റെടുക്കുന്നു; അയാൾ എന്നോടൊപ്പം നിൽക്കട്ടെ; ഞാനയാളുടെ കാര്യം നോക്കിക്കൊളളാം; അയാളുടേതായ മാർഗ്ഗത്തി ലേക്ക് വിടാം. അയാൾ മനോഹരമായ ലോകം കാണാനാഗ്രഹിക്കുന്നു- രാജാവ്, രാജ്ഞി, അരമന; അവരെയെല്ലാം അയാൾ ഞായറാഴ്ച കാണട്ടെ."

"എന്ത്? അതൊരു നല്ല ലക്ഷണമാണോ, അവൻ രാജത്വവും പ്രഭു ത്വവും കാണാനാഗ്രഹിക്കുന്നത്?"

"ജാക്സ്" ഡിഫാർജ് പറഞ്ഞു "ഒരു പൂച്ചയ്ക്ക് പാലിനോട് ആർത്തി ഉണർത്താൻ നിങ്ങൾ ആഗ്രഹിക്കുന്നുണ്ടെങ്കിൽ, അതിന് വിവേകപൂർവ്വം പാൽ കാണിച്ചുകൊടുക്കുക. ഒരു നായയെ കൂടെ നിർത്തണമെന്ന് നിങ്ങൾ ആഗ്രഹിക്കുന്നുണ്ടെങ്കിൽ അതിന് വിവേകപൂർവ്വം അതിന്റെ പ്രകൃത്യാ വിധിക്കപ്പെട്ട ഇരയെ കാണിച്ചുകൊടുക്കുക."

കൂടുതലൊന്നും പറഞ്ഞില്ല. കോണിക്കുമുകളിൽ ഉറക്കം തൂങ്ങി ക്കൊണ്ടിരുന്ന റോഡ് പണിക്കാരനോട് കട്ടിലിൽ കിടന്ന് വിശ്രമിച്ചോളാൻ

ഉപദേശിച്ചു. യാതൊരു നിർബ്ബന്ധവും അയാൾക്ക് വേണ്ടിവന്നില്ല, വേഗം തന്നെ കിടന്ന് ഉറക്കമായി.

ഞായറാഴ്ച സാറിനോടും തന്നോടുമൊപ്പം മാഡം വെഴ്സെൽസ്സിലേക്ക് പോയപ്പോൾ റോഡ് പണിക്കാരൻ ആശ്ചര്യപ്പെട്ടില്ല, അയാൾ അങ്ങനെ പറഞ്ഞെങ്കിലും. പബ്ലിക് വഴിയിലുടനീളം മാഡം തുന്നിക്കൊണ്ടിരിക്കുന്നത് അവന് അസ്വസ്ഥത ഉളവാക്കിയിരുന്നു; അതിലേറെ അസുഖകരമായി തോന്നിയത്, ഉച്ചതിരിഞ്ഞ്, രാജാവിന്റേയും രാജ്ഞിയുടേയും വണ്ടി കടന്നുപോകുന്നത് കാണാനായി തടിച്ചു കൂടിയ ജനക്കൂട്ടത്തിനിടയിൽ നിന്നുകൊണ്ടുള്ള മാഡത്തിന്റെ തുന്നൽ വേലയായിരുന്നു!

"നിങ്ങൾ വല്ലാതെ കഠിനാദ്ധ്വാനം ചെയ്യുന്നു, മാഡം" അവളുടെ അടുത്തു നിന്ന ഒരാൾ പറഞ്ഞു.

"അതെ." മാഡം ഡിഫാർജ് മറുപടി നൽകി "എനിക്ക് ഒരുപാട് ജോലികൾ ചെയ്യാനുണ്ട്."

"എന്താണ് നിങ്ങൾ ഉണ്ടാക്കുന്നത്, മാഡം?"

"ഒരുപാട് കാര്യങ്ങൾ."

"ഉദാഹരണത്തിന് –"

"ഉദാഹരണത്തിന്" മാഡം ഡിഫാർജ് ശാന്തയായി മറുപടി നൽകി "ശവവസ്ത്രങ്ങൾ"

അയാൾ കഴിയാവുന്നത്ര വേഗം കുറച്ചകലേക്ക് മാറി നിന്നു; റോഡ് പണിക്കാരൻ തന്റെ നീലത്തൊപ്പികൊണ്ട് സ്വയം വീശി. വലിയ മുഖമുള്ള രാജാവും, സുന്ദരിയായ രാജ്ഞിയും അവരുടെ സുവർണ്ണ വണ്ടിയിൽ കടന്നുവന്നു; ആഡംബര വസ്ത്രങ്ങളണിഞ്ഞ് പൊട്ടിച്ചിരിക്കുന്ന മഹതികളും പ്രഭുക്കന്മാരും അവരെ പിന്തുടർന്നു. രത്നങ്ങളും, സിൽക്കുവസ്ത്രങ്ങളും അവരിൽ വെട്ടിത്തിളങ്ങി. റോഡു പണിക്കാരൻ മത്തുപിടിച്ചവനെപ്പോലെ കാണപ്പെട്ടു; അയാൾ നിലവിളിച്ചു, 'രാജാവ് നീണാൾ വാഴട്ടെ, രാജ്ഞി നീണാൾ വാഴട്ടെ, എല്ലാവരും നീണാൾ വാഴട്ടെ!' മനോഹരമായ മറ്റനേകം ദൃശ്യങ്ങളും അവൻ കണ്ടു, വികാരധീനനായി കണ്ണുനീർ പൊഴിക്കുന്നതുവരെ! മൂന്നു മണിക്കൂർ നേരത്തോളം ഈ വൈകാരികാവസ്ഥ നിലനിന്നു. തന്റെ ആരാധനാപാത്രങ്ങളിലേക്കയാൾ പറന്നുപോകാതിരിക്കാനായി ഡിഫാർജ് റോഡ് പണിക്കാരന്റെ കോളറിൽ നിന്ന് പിടിവിട്ടില്ല.

"ബ്രേവോ!" എല്ലാം കഴിഞ്ഞപ്പോൾ അവന്റെ പുറത്ത് തട്ടിക്കൊണ്ട്, ഒരു രക്ഷിതാവിനെപ്പോലെ ഡിഫാർജ് പറഞ്ഞു "നീ ഒരു നല്ല കുട്ടിയാണ്!" അയാൾ റോഡ് പണിക്കാരന്റെ ചെവിയിൽ പറഞ്ഞു "നിന്നെപ്പോലുള്ളവരെയാണ് ഞങ്ങൾക്കാവശ്യം. ഈ രാജാക്കന്മാരും രാജ്ഞിയും പ്രഭുക്കന്മാരും ഏറെനാൾ ഉണ്ടാവില്ല."

"ഐയ്!" റോഡ് പണിക്കാരൻ ചിന്താധീനനായി ഉറക്കെ പറഞ്ഞു "അത് സത്യമാണ്."

"ഈ വിഡ്ഢികൾക്ക് ഒന്നുമറിയില്ല. നിങ്ങളുടെ ശ്വാസം അവർ എന്നന്നേക്കുമായി നിർത്തുമ്പോൾ മാത്രമേ അവർ അതിന്റെ പ്രത്യാഘാതം മനസ്സിലാക്കുകയുള്ളു. കുറച്ചുനാൾ കൂടി അതവരെ വഴിതെറ്റിക്കട്ടെ; അധികം നാൾ അവർക്കത് നീട്ടിക്കൊണ്ടുപോകാനാവില്ല."

മാഡം ഡിഫാർജ് ഗർവ്വോടെ അയാൾക്കു നേരെ നോക്കി, അതംഗീകരിച്ചു കൊണ്ട് തലകുലുക്കി.

"നിന്നെ സംബന്ധിച്ചിടത്തോളം" അവൾ പറഞ്ഞു "എന്തിനു വേണ്ടിയും നീ തൊള്ള പൊളിക്കയും, കണ്ണീർ വാർക്കുകയും ചെയ്യും. പറയൂ! നീ അങ്ങനെ ചെയ്യില്ലേ?"

"സത്യമാണ്, മാഡം, ഞാൻ അങ്ങനെ കരുതുന്നു."

"നിങ്ങളെ ഒരു കുന്ന് കളിപ്പാവകളെ കാണിച്ച്, അതിൽ നിന്ന് നിങ്ങൾക്കിഷ്ടമുള്ളത് എടുത്തുകൊള്ളുവാൻ പറഞ്ഞാൽ, ഏറ്റവും വിലപിടിച്ചതും, ഏറ്റവും ആഡംബരമുള്ളതുമല്ലേ നിങ്ങൾ തിരഞ്ഞെടുക്കൂ. പറയൂ! നീ അങ്ങനെ ചെയ്യില്ലേ?"

"സത്യമായും, അതെ, മാഡം."

"ശരി. നിന്നെ ഒരു കൂട്ടം പറക്കാൻ കഴിയാത്ത പക്ഷികളെ കാണിച്ച്, അതിൽ ഇഷ്ടമുള്ളതിന്റെ തുവലുകൾ പറിച്ചെടുക്കാമെന്ന് പറഞ്ഞാൽ, നിങ്ങൾ ഏറ്റവും മനോഹരമായ തുവലുള്ള പക്ഷിയെ അല്ലെ തിരഞ്ഞെടുക്കുക: അങ്ങനെയല്ലേ?"

"അത് സത്യമാണ് മാഡം."

"ഇന്ന് നീ കളിപ്പാവകളേയും, പക്ഷികളേയും കണ്ടു."

അവർ അവസാനമായി നിന്നു കണ്ട സ്ഥലത്തേക്ക് തന്റെ കൈവീശിക്കൊണ്ട് മാഡം ഡിഫാർജ് പറഞ്ഞു;

"ഇനി നമ്മൾക്ക് വീട്ടിലേക്ക് പോകാം!"

പതിനാറ്

മാഡം ഡിഫാർജും അവളുടെ ഭർത്താവും സസന്തോഷം സെന്റ്. ആന്റോയിനിലേക്ക് തിരിച്ചുപോന്നു. ആ നീലത്തൊപ്പിക്കാരൻ ഗ്രാമീണൻ ഇരുളടഞ്ഞ പാതയിലൂടെ മെല്ലെ സ്വന്തം ഗ്രാമത്തിലേക്കും തിരിച്ചു.

ഡിഫാർജുമാർ, ഭാര്യയും ഭർത്താവും, നക്ഷത്ര ശോഭയുള്ള ആ രാത്രിയിൽ ഒരു പബ്ലിക് വാഹനത്തിൽ പാരീസ് ഗേറ്റുവരെ യാത്ര ചെയ്തു. കാവൽക്കാരുടെ ഗേറ്റിൽ അവരെ തടഞ്ഞുനിർത്തി, പതിവ് രീതിയിലുള്ള പരിശോധന നടത്തി; മി. ഡിഫാർജ് താഴെ ഇറങ്ങി. അവിടെ ഒന്ന് രണ്ട് പട്ടാളക്കാരേയും ഒരു പൊലീസുകാരനെയും അറിയാം. പൊലീസുകാരൻ, വാസ്തവത്തിൽ, അടുത്ത സുഹൃത്താണ്, സ്നേഹപൂർവ്വം അയാൾ ആലിംഗനം ചെയ്തു.

വണ്ടി ഇറങ്ങി, തങ്ങളുടെ ചെളിപിടിച്ച വഴിയിലൂടെ ഡിഫാർജുമാർ നടന്നുപോകവെ, മാഡം ഡിഫാർജ് ഭർത്താവിനോട് ചോദിച്ചു:

"അപ്പോൾ പറയൂ, സ്നേഹിതാ? പൊലീസിലെ ജാക്സ് എന്താണ് നിങ്ങളോട് പറഞ്ഞത്?"

"ഇന്നു രാത്രി കാര്യമായിട്ടൊന്നുമില്ല; എന്നാൽ, അയാൾക്കെല്ലാം അറിയാം. നമ്മുടെ പ്രദേശത്തേക്ക് മറ്റൊരു ചാരനെ നിയോഗിച്ചിട്ടുണ്ട്. കൂടുതൽ പേർ ഉണ്ടാകാം; അത്രയേ അയാൾക്ക് പറയാൻ കഴിഞ്ഞുള്ളു; പക്ഷേ, ഒരാളെ കുറിച്ചയാൾക്കറിയാം."

"ശരി!" ഗൗരവത്തോടെ കൺപുരികങ്ങൾ ഉയർത്തി മാഡം ഡിഫാർജ് പറഞ്ഞു "അയാളേയും റജിസ്റ്റർ ചെയ്യേണ്ട ആവശ്യമുണ്ട്. അയാളുടെ പേരെന്താണ്?"

"അയാൾ ഇംഗ്ലീഷ്കാരനാണ്."

"അത്രയും നല്ലത്. അയാളുടെ പേര്."

"ബർസാദ്." ഫ്രഞ്ച് ചുവയോടെ ഡിഫാർജ് മറുപടി നൽകി.

"ബർസാദ്" മാഡം ആവർത്തിച്ചു."നല്ലത്. ക്രിസ്ത്യൻ പേര്?"

"ജോൺ."

"ജോൺ ബർസാദ്." സ്വയം ഒരു പ്രാവശ്യം മന്ത്രിച്ചശേഷം അവൾ ആവർത്തിച്ചു."കൊള്ളാം അയാളെങ്ങനെ? അറിയപ്പെടുന്നവനാണോ?"

"പ്രായം, ഏകദേശം നാല്പത്; ഉയരം ഏകദേശം അഞ്ചടി ഒമ്പത് ഇഞ്ച്; കറുത്തമുടി; ഇരുണ്ട നിറം; കാണാൻ സുമുഖനാണ്; കറുത്ത കണ്ണുകൾ; മെലിഞ്ഞു നീണ്ട മുഖം, കഴുകനെപ്പോലെ വളഞ്ഞ മൂക്ക്, ഇടതു വശത്തേക്ക് അല്പം ചെരിഞ്ഞിരിക്കുന്നു; അതുകൊണ്ട്, ഒരു കുടില ഭാവമാണ്."

"ആഹ്, എന്റെ വിശ്വാസം. അതൊരു രാജ്യസ്നേഹിയാണ്!" മാഡം ചിരിച്ചുകൊണ്ട് പറഞ്ഞു.

"നാളെ അയാളെ രജിസ്റ്റർ ചെയ്യണം."

അവർ വീഞ്ഞുഷാപ്പിലേക്ക് തിരിഞ്ഞു; പാതിരാത്രി ആയതിനാൽ അത് അടച്ചിരുന്നു. മാഡം ഡിഫാർജ് ഉടനെ തന്റെ സീറ്റിൽ ചെന്നിരുന്ന്, പണം എണ്ണി തിട്ടപ്പെടുത്തുകയും, സ്റ്റോക്ക് പരിശോധിക്കുകയും ചെയ്തശേഷം, ജോലിക്കാരനെയും പരിശോധിച്ച് അയാളെ ഉറങ്ങാനായി പറഞ്ഞയച്ചു. ബൗളിൽ ഉണ്ടായിരുന്ന നാണ്യങ്ങളെല്ലാം എടുത്ത്, രണ്ടാമത് ഒരിക്കൽ കൂടി എണ്ണിയശേഷം ഉറുമാലിൽ കെട്ടി, ഭദ്രമായി സൂക്ഷിച്ചുവെച്ചു. ആ സമയത്ത്, ആത്മസംതൃപ്തിയോടെ പൈപ്പ് വായിൽ വെച്ച് മുറിയിൽ ഉലാത്തുകയായിരുന്നു ഡിഫാർജ്.

രാത്രി നല്ല ചൂടുണ്ടായിരുന്നു; വാതിൽ അടച്ചിരിക്കയാണ്, സമീപ പ്രദേശത്തെ ദുർഗ്ഗന്ധം അവിടെ തങ്ങിനിൽക്കുന്നു. അതോടൊപ്പം ആ മുറിയിൽ വീഞ്ഞിന്റേയും റമ്മിന്റേയും ബ്രാണ്ടിയുടെയും ഗന്ധം കൂടുതൽ രൂക്ഷമായി തോന്നി.

"നിങ്ങൾ ക്ഷീണിച്ചിരിക്കുന്നു." പണം കെട്ടിവെക്കവെ മാഡം തലയുയർത്തി പറഞ്ഞു.

"ഞാൻ അല്പം ക്ഷീണിച്ചിട്ടുണ്ട്." ഭർത്താവ് സമ്മതിച്ചു.

"നിങ്ങൾ അല്പം വ്യാകുലനുമാണ്." പണത്തിൽ മാത്രമായിരുന്നില്ല അവളുടെ ശ്രദ്ധ, അയാളേയും വീക്ഷിക്കുന്നുണ്ടായിരുന്നു. " ഓഹ്! ആ മനുഷ്യർ, ആ മനുഷ്യർ!"

"എന്നാൽ, എന്റെ ഡിയർ!" ഡിഫാർജ് പറഞ്ഞു തുടങ്ങി. "എന്റെ ഡിയർ!" തലകുലുക്കി മാഡം ആവർത്തിച്ചു; "ഇന്ന് രാത്രി നിങ്ങളുടെ ഹൃദയം തളർന്നിരിക്കുന്നു, എന്റെ ഡിയർ!"

"ശരി, എന്നാൽ, അത് കുറെ നാളായി."

"കുറെ നാളായി" ഭാര്യ ആവർത്തിച്ചു "അത് കുറെ നാളായിട്ടില്ലെങ്കിൽ, പ്രതികാരവും അന്തിമ ന്യായവിധിയും നീണ്ടുപോകും; അതാണ് നിയമം."

" ഒരു മനുഷ്യന് മിന്നലേല്ക്കാൻ അത്ര സമയമൊന്നും എടുക്കുന്നില്ല." ഡിഫാർജ് പറഞ്ഞു.

"എത്ര കാലം" മാഡം ശാന്തയായി ചോദിച്ചു "അത് സൃഷ്ടിക്കാനും സംഘടിപ്പിക്കാനും എടുക്കും? എന്നോട് പറയൂ."

ഡിഫാർജ് ചിന്താധീനനായി തല ഉയർത്തി, അതിൽ എന്തോ കാര്യം ഉണ്ടെന്നതുപോലെ!

"അത് അധികകാലം എടുക്കില്ല," മാഡം പറഞ്ഞു. "ഒരു പട്ടണത്തെ ഭൂമികുലുക്കം വിഴുങ്ങുവാൻ. ആഹ് ശരി! എന്നോട് പറയൂ, ഒരു ഭൂകമ്പം തയ്യാറാക്കാൻ എത്രകാലം എടുക്കും?"

"ദീർഘകാലം, ഞാൻ കരുതുന്നു." ഡിഫാർജ് പറഞ്ഞു. "എന്നാൽ, അത് റെഡിയാകുമ്പോൾ അത് നടക്കുന്നു, അതിന് മുന്നിൽ ഉള്ളതിനെയെല്ലാം അത് തവിട് പൊടിയാക്കുന്നു. അതിന്നിടയിൽ അതെപ്പോഴും തയ്യാറെടുപ്പുകൾ നടത്തിക്കൊണ്ടേയിരിക്കുന്നു. ആശ്വസിക്കൂ."

അവൾ ജ്വലിക്കുന്ന കണ്ണുകളോടെ തൂവാലയിൽ ഒരു കെട്ട് ഇട്ടു, ഒരു ശത്രുവിനെ കഴുത്ത് ഞെരിച്ച് കൊന്ന ഭാവത്തിൽ!

"ഞാൻ നിങ്ങളോട് പറയുന്നു." മാഡം ദൃഢമായി വലതുകൈനീട്ടി പറഞ്ഞു "നീണ്ട ഒരു കാലം അത് മാർഗ്ഗത്തിലൂടെ നീങ്ങിക്കൊണ്ടിരിക്കുകയാണെങ്കിലും, അത് വരുന്നുണ്ട്. ഞാൻ നിങ്ങളോട് പറയുന്നു, അതൊരിക്കലും പിൻതിരിയുകയോ, നിലയ്ക്കുകയോ ഇല്ല; ഞാൻ പറയുന്നു, അതെപ്പോഴും മുന്നേറിക്കൊണ്ടിരിക്കയാണ്. ചുറ്റുപാടും നോക്കൂ, നിങ്ങൾക്കറിയാവുന്ന ഈ ലോകത്തിലെ മനുഷ്യജീവികളെ കുറിച്ചൊന്ന് ചിന്തിച്ച് നോക്കൂ, അവരുടെ മുഖങ്ങൾ ഒന്ന് ഓർത്ത് നോക്കു. അത് അപ്രകാരം നിലനിൽക്കുമോ?"

"എന്റെ ധീരയായ ഭാര്യേ," കൈകൾ പിന്നിൽ വെച്ച്, തല അല്പം ചെരിച്ച്, ഉപദേശിയുടെ മുന്നിൽ വിനീതനായി ശ്രദ്ധിച്ചിരിക്കുന്ന ശിഷ്യനെപ്പോലെ ഡിഫാർജ് മറുപടി നൽകി."ഞാനിതൊന്നും ചോദ്യം ചെയ്യുന്നില്ല. അത് വരുന്നുണ്ട്. അത് സാദ്ധ്യമാണ്, നിനക്ക് നന്നായി അറിയാമല്ലോ എന്റെ ഭാര്യേ അത് സാദ്ധ്യമാണ്, നമ്മുടെ ജീവിതകാലത്ത് അത് പക്ഷേ വന്നേക്കില്ല."

"ഏഹ്! എന്ത്?" മറ്റൊരു ശത്രുവിന്റെ കഴുത്തിൽ കുടുക്കിട്ടതുപോലെ ഒരുകെട്ട് കൂടി മുറുക്കിക്കെട്ടിക്കൊണ്ട് മാഡം ചോദിച്ചു.

"ശരി!" പാതി പരാതിയും, പാതി ക്ഷമാപണവും നിറഞ്ഞ ഭാവത്തിൽ തോളുകൾ കുലുക്കി ഡിഫാർജ് പറഞ്ഞു."നമ്മൾക്ക് വിജയം കാണാനാകില്ല."

"നമ്മൾക്കതിനെ സഹായിക്കാനാകും." ശക്തിയായി കൈപൊക്കിക്കൊണ്ട് മാഡം തിരിച്ചടിച്ചു "നമ്മൾ ചെയ്യുന്നതൊന്നും വൃഥാവിലാകില്ല. ഞാൻ ആത്മാർത്ഥമായി വിശ്വസിക്കുന്നു, നമ്മൾക്ക് വിജയം കാണാനാകുമെന്ന്. എന്നാൽ, കഴിഞ്ഞില്ലെങ്കിൽത്തന്നെ, തീർച്ചയായും വിജയിക്കില്ലെന്നറിഞ്ഞാൽ പോലും, ഒരു പ്രഭുവിന്റേയോ സ്വേച്ഛാധിപതിയുടേയോ കഴുത്തെനിക്ക് കാണിച്ച് തരു, ഞാൻ–"

മാഡം പല്ലുകൾ കടിച്ച്, ഭയങ്കരമായൊരു കുടുക്കുണ്ടാക്കി വലിച്ചു മുറുക്കി. പിന്നെ പണക്കിഴിയുമായി അവൾ കിടപ്പു മുറിയിലേക്ക് നടന്നു.

പിറ്റേന്ന് ഉച്ചയ്ക്ക് ആ ആരാധ്യയായ സ്ത്രീ വീഞ്ഞുഷാപ്പിൽ തന്റെ പതിവുസ്ഥലത്തിരുന്ന് ശ്രദ്ധയോടെ തുന്നൽപ്പണിയിൽ ഏർപ്പെട്ടിരിക്കയാണ്. അവളുടെ അടുത്ത് ഒരു റോസാപ്പൂ കിടക്കുന്നുണ്ട്. അവൾ ഇടക്കിടെ ആ പൂവിലേക്ക് ദൃഷ്ടി പായിക്കുന്നുണ്ടെങ്കിലും, അതവളുടെ പ്രവൃത്തിയെ ബാധിക്കുന്നില്ല. ഏതാനും പതിവുകാർ അവിടെ കിടക്കുകയോ, കുടിക്കാനിരിക്കുകയോ ചെയ്യുന്നു; ചിലർ ഇരിക്കുന്നു, ചിലർ നില്ക്കുന്നു, മറ്റു ചിലർ നടക്കുന്നു. വളരെ ചൂടുള്ള ദിവസം, ധാരാളം ഈച്ചകൾ പറന്നുനടക്കുന്നു; കുറെ ഈച്ചകൾ നിലത്ത് ചത്ത് കിടക്കുന്നുമുണ്ട്.

അപ്പോൾ വാതിൽ കടന്നുവന്ന ഒരു രൂപത്തിന്റെ നിഴൽ മാഡം ഡിഫർജിനുമേൽ പതിഞ്ഞു; അതൊരു പുതിയ ആളുടേതായിരുന്നു. അവൾ തുന്നൽപ്പണി നിർത്തി, റോസാപ്പൂ ശിരോവസ്ത്രത്തിൽ കുത്തിവെച്ച്, ആ രൂപത്തിനു നേരെ നോക്കി.

അത് വിചിത്രമായിരുന്നു. മാഡം ഡിഫർജ് റോസാപ്പൂ എടുത്ത ഉടനെ, പതിവുകാർ സംസാരം നിർത്തി, മെല്ലെ വീഞ്ഞുഷാപ്പിൽനിന്നും പുറത്ത് കടക്കാൻ തുടങ്ങി.

"ഗുഡ് ഡെ, സാർ."

അവൾ അത് ഉറക്കെയാണ് പറഞ്ഞത്; പിന്നെ തുന്നൽ വേല തുടർന്നു കൊണ്ട് സ്വയം മെല്ലെ മന്ത്രിച്ചു "ആഹ്! ഗുഡ് ഡെ, വയസ്സ് ഏകദേശം നാല്പത്, ഉയരം അഞ്ചടി ഒമ്പത് ഇഞ്ച്, കറുത്ത മുടി, പൊതുവെ സുന്ദരമായ മുഖം, നീണ്ട മൂക്ക്, എന്നാൽ നേരെയല്ല, ഇടതു കവിളിലേക്ക് നേരിയ വളവുണ്ട്; അത് ക്രൂരഭാവം നൽകുന്നു! ഗുഡ് ഡെ, ഓരോരുത്തർക്കും!"

"ഒരു ഗ്ലാസ്സ് പഴയ കോന്യാക്കും, കുറച്ച് തണുത്തവെള്ളവും തരാനുള്ള സന്മനസ്സ് കാണിക്കാമോ, മാഡം?"

മാഡം വളരെ എളിമയോടെ അതനുസരിച്ചു. "ഉഗ്രൻ കോന്യാക് ആണിത്, മാഡം!"

ആദ്യമായിട്ടാണ് ഇപ്രകാരം ഒരു അഭിനന്ദനവചനം കേൾക്കുന്നത്; അതൊരു മുഖസ്തുതി തന്നെ എന്നും പറഞ്ഞ് അവൾ വീണ്ടും തന്റെ തുന്നൽ വേല തുടർന്നു. ആ സന്ദർശകൻ ഏതാനും നിമിഷം അവളുടെ കൈവിരലുകൾ നോക്കിയശേഷം പരിസരമെല്ലാം ഒന്ന് വീക്ഷിച്ചു.

“വലിയ വൈദഗ്ധ്യത്തോടെയാണല്ലോ നിങ്ങൾ തുന്നുന്നത്, മാഡം”

“എനിക്കത് ശീലമായി.”

“നല്ല ഡിസൈൻ!”

“നിങ്ങൾക്കങ്ങനെ തോന്നുന്നോ?” അയാളെ നോക്കി പുഞ്ചിരിയോടെ മാഡം ചോദിച്ചു.

“തീർച്ചയായും, ഇതെന്തിനുവേണ്ടിയാണ്?”

“നേരം പോക്ക്.” അപ്പോഴും പുഞ്ചിരിയോടെ അയാളെ നോക്കി മാഡം പറഞ്ഞു; അവളുടെ വിരലുകൾ ചുറുചുറുക്കോടെ നീങ്ങിക്കൊണ്ടിരുന്നു.

“ഉപയോഗിക്കാൻ വേണ്ടിയല്ലേ?”

“അത് പലതിനെയും ആശ്രയിച്ചിരിക്കും. ഒരു ദിവസം അതിന്റെ ഉപയോഗം എനിക്ക് കണ്ടെത്താൻ കഴിഞ്ഞേക്കും. എനിക്ക് കണ്ടെത്താൻ കഴിഞ്ഞാൽ, നല്ലത്.” ശ്വാസം വലിച്ച്, ശൃംഗാരചേഷ്ടകളോടെ തല ആട്ടി, മാഡം പറഞ്ഞു “ ഞാനത് ഉപയോഗിക്കും.!”

അത് ശ്രദ്ധേയമായിരുന്നു; എന്നാൽ, മാഡം ഡിഫാർജിന്റെ ശിരോവസ്ത്രത്തിലെ റോസാപ്പൂ സെന്റ് ആന്റോയിനിലെ താത്പര്യങ്ങൾക്ക് തീർച്ചയായും എതിരായിരുന്നു. രണ്ടു മനുഷ്യർ, ഒറ്റയ്ക്കൊറ്റയ്ക്കായി വീഞ്ഞുകടയിലേക്ക് കടന്നുചെന്ന് വീഞ്ഞ് ഓർഡർ ചെയ്യാൻ പോയതാണ്. അവരുടനെ ഏതോ ഒരു സ്നേഹിതനെ അന്വേഷിക്കുകയാണെന്ന മട്ടിൽ ചുറ്റും നോക്കി, പുറത്തേക്ക് പോയി. കടയിൽ ഉണ്ടായിരുന്ന ഇടപാടുകാരെല്ലാം സ്ഥലം വിട്ട് കഴിഞ്ഞിരുന്നു. ആ ചാരൻ കണ്ണുതുറന്നാണ് നിന്നിരുന്നതെങ്കിലും, അയാൾക്ക് അതൊന്നും കണ്ടുപിടിക്കാനായില്ല.

“ജോൺ ബർസാദ്...” തന്റെ തുന്നൽപ്പണി വിരലുകൾകൊണ്ട് പരിശോധിച്ച്, അപരിചിതനിൽ ദൃഷ്ടി പതിപ്പിച്ച്, മാഡം ചിന്തിച്ചു “വേണ്ടത്ര നേരം നിന്നോളൂ, നീ പോകുന്നതിന് മുമ്പ് നിന്നെ ഞാൻ തുന്നിച്ചേർക്കും.”

“നിങ്ങൾക്ക് ഭർത്താവില്ലേ, മാഡം?”

“ഉണ്ട്.”

“കുട്ടികൾ?”

“കുട്ടികൾ ഇല്ല.”

“ബിസിനസ്സ് മോശമാണെന്ന് തോന്നുന്നു?”

“ബിസിനസ്സ് വളരെ മോശമാണ്; ആളുകൾ അത്രയ്ക്ക് ദരിദ്രരാണ്.”

“ആഹ്, നിർഭാഗ്യവാന്മാരായ, ദുരിതം പിടിച്ച മനുഷ്യർ! അത്രയ്ക്ക് അടിച്ചമർത്തപ്പെട്ടവരുമാണ്, നിങ്ങൾ പറയുന്നതുപോലെ.”

"നിങ്ങൾ പറയുന്നതുപോലെ" അയാളെ തിരുത്തിക്കൊണ്ട് മാഡം തിരിച്ചടിച്ചു; പിന്നെ, വിദഗ്ധമായി കൂടുതലായി എന്തോ തുന്നിച്ചേർത്തു; അതയാൾക്കുള്ള ഒരു ദുസ്സൂചന ആയിരുന്നു.

"എന്നോട് ക്ഷമിക്കൂ; തീർച്ചയായും അത് പറഞ്ഞത് ഞാനാണ്; നിങ്ങളും സ്വാഭാവികമായി അങ്ങനെ കരുതുന്നു. തീർച്ചയായും."

"ഞാൻ കരുതുന്നോ?" ശബ്ദമുയർത്തി മാഡം ചോദിച്ചു. "എനിക്കും ഭർത്താവിനും ഈ വീഞ്ഞുഷാപ്പ് തുറന്ന് പ്രവർത്തിക്കാൻ വേണ്ടി ഒരുപാട് ചെയ്യേണ്ടതുണ്ട്. മറ്റൊന്നും ചിന്തിക്കാൻ നേരമില്ല."

"ഞങ്ങൾ ആകെ ചിന്തിക്കുന്നത് എങ്ങനെയാണ് ജീവിക്കുക എന്നതാണ്. അതാണ് ഞങ്ങൾ ചിന്തിക്കുന്ന വിഷയം; രാവിലെ മുതൽ രാത്രി വരെ ധാരാളം ചിന്തിക്കാനുണ്ട്; മറ്റുള്ളവരെക്കുറിച്ച് ചിന്തിച്ച് ഞങ്ങളുടെ തല പുണ്ണാക്കാറില്ല. ഞാൻ മറ്റുള്ളവരെക്കുറിച്ച് ചിന്തിക്കുകയോ? ഇല്ല, ഇല്ല."

എന്തെങ്കിലും അപ്പക്കഷ്ണം അവിടെ കിട്ടുമെന്ന പ്രതീക്ഷയിൽ എത്തിയ ആ ചാരൻ തന്റെ സംഭ്രമം ആ കുടിലമായ മുഖത്ത് പ്രകടിപ്പിക്കാൻ ഇടവരുത്താതെ പിടിച്ചുനിന്നു. അയാൾ മാഡത്തിന്റെ കൊച്ചുകൗണ്ടറിൽ കൈമുട്ട് കുത്തി കോന്യാക് മൊത്തിക്കൊണ്ട് നർമ്മസല്ലാപത്തിൽ മുഴുകിനിന്നു.

"ഗാസ്പാർഡിന്റെ വധം വളരെ മോശം തന്നെ, മാഡം. ആഹ്! പാവം ഗാസ്പാർഡ്!" വലിയ സഹാനുഭൂതിയോടെ അയാൾ ദീർഘശ്വാസം വിട്ടു.

"എന്റെ വിശ്വാസം" വളരെ തണുപ്പൻ മട്ടിൽ ശാന്തയായി മാഡം മറുപടി നൽകി. "അത്തരം കാര്യങ്ങൾക്ക് ആളുകൾ കത്തി ഉപയോഗിച്ചാൽ, അവർക്കതിന്റെ ഫലം കിട്ടുമെന്നാണ്. അവന്റെ പ്രവൃത്തിയുടെ വില അവന് നേരത്തെ അറിയാമായിരുന്നു; അവനാവില തിരിച്ചുകിട്ടി."

"ഞാൻ വിശ്വസിക്കുന്നു" മൃദുശബ്ദം ഉപേക്ഷിച്ച്, ഒരു വിപ്ലവകാരിയുടെ ഭാവം ആ ക്രൂരമുഖത്ത് വരുത്തി, ദൃഢസ്വരത്തിൽ ആ ചാരൻ പറഞ്ഞു.

"ആ പാവത്തെ ഓർത്ത് ചുറ്റുപാടുമുള്ളവർ വലിയ കോപത്തിലാണെന്ന് ഞാൻ വിശ്വസിക്കുന്നു. നമ്മൾ തമ്മിൽ പറയുകയാണ്."

"അങ്ങനെയാണോ?" അശ്രദ്ധയായി അവൾ ചോദിച്ചു.

"അങ്ങനെയല്ലേ?"

"ഇതാ എന്റെ ഭർത്താവ്!" മാഡം ഡിഫാർജ് പറഞ്ഞു. വീഞ്ഞുഷാപ്പുടമ വാതിൽ കടന്നുവന്നപ്പോൾ ആ ചാരൻ തന്റെ തൊപ്പി സ്പർശിച്ച് സല്യൂട്ട് ചെയ്ത് ആകർഷകമായൊരു പുഞ്ചിരിയോടെ പറഞ്ഞു "ഗുഡ് ഡെ, ജാക്സ്!" ഡിഫാർജ് പെട്ടെന്ന് നിന്ന്, അയാളെ തുറിച്ചുനോക്കി.

"ഗുഡ് ഡെ ജാക്സ്!" ചാരൻ ആവർത്തിച്ചു.

"നിങ്ങൾക്ക് തെറ്റു പറ്റി സാർ" ഷാപ്പുടമ മറുപടി കൊടുത്തു. "മറ്റാരോ ആണ് ഞാനെന്ന് നിങ്ങൾ തെറ്റിദ്ധരിച്ചിരിക്കുന്നു. അതെന്റെ പേരല്ല. ഞാൻ ഏണെസ്റ്റ് ഡിഫാർജ് ആണ്."

"എല്ലാം ഒന്നുതന്നെ." ചാരൻ ലാഘവത്തോടെ, എന്നാൽ പരുങ്ങലോടെ പറഞ്ഞു "ഗുഡ് ഡെ."

"ഗുഡ് ഡെ!" ഡിഫാർജ് വിരസനായി മറുപടി നൽകി.

"നിങ്ങൾ ഇങ്ങോട്ട് കടന്നുവന്നപ്പോൾ ഞാൻ മാഡത്തിനോട് പറയുകയായിരുന്നു, ആ പാവം ഗാസ്പാർഡിനെ ഓർത്ത് സെന്റ് ആന്റോയിലുള്ളവർ വലിയ കോപത്തിൽ ആണെന്ന്."

"എന്നോടാരും അങ്ങനെ പറഞ്ഞില്ല" തല കുലുക്കി, ഡിഫാർജ് പറഞ്ഞു "എനിക്കതിനെക്കുറിച്ച് യാതൊന്നും അറിയില്ല."

ഇത്രയും പറഞ്ഞ്, അയാൾ ആ കൊച്ചു കൗണ്ടറിന് പിന്നിൽ ചെന്ന്, ഭാര്യയുടെ കസേരയ്ക്ക് പിന്നിൽ പിടിച്ച്, ആ മനുഷ്യനെ നോക്കിനിന്നു. അവർ ഇരുവരും അവസരം ലഭിച്ചാൽ അയാളെ അങ്ങേയറ്റം സന്തോഷത്തോടെ വെടിവെച്ച് കൊന്നേനെ!

തന്റെ തൊഴിലിൽ സമർത്ഥനായ ആ ചാരൻ അതേ ഭാവത്തിൽ കോന്യാക് വലിച്ചുകുടിച്ച്, അല്പം വെള്ളം കുടിച്ചു. പിന്നെ, ഒരു ഗ്ലാസ്സ് കോന്യാക്കിന് കൂടി ഓർഡർ കൊടുത്തു. മാഡം ഡിഫാർജ് അയാൾക്കു വേണ്ടി അത് ഒഴിച്ചുകൊടുത്തു; വീണ്ടും തുന്നൽ വേലയിലേർപ്പെട്ടു, നേരിയൊരു മൂളിപ്പാട്ടോടെ.

"നിങ്ങൾക്ക് ഈ പ്രദേശം എന്നേക്കാളേറെ അറിയാമെന്ന് തോന്നുന്നു." ഡിഫാർജ് അഭിപ്രായപ്പെട്ടു.

"ഒരിക്കലുമില്ല; എന്നാൽ, കൂടുതൽ അറിയാൻ ഞാൻ ആഗ്രഹിക്കുന്നു. ഇവിടത്തെ അന്തേവാസികളുടെ ദയനീയാവസ്ഥയിൽ ഞാൻ വല്ലാതെ അസ്വസ്ഥനാണ്."

"ഹാഹ്!" ഡിഫാർജ് പിറുപിറുത്തു.

"നിങ്ങളുമായി സംസാരിക്കുമ്പോൾ, നിങ്ങളുമായി ബന്ധപ്പെട്ട ചില രസകരമായ ഓർമ്മകൾ എന്നിൽ ഉദിക്കുന്നു, മി. ഡിഫാർജ്." ചാരൻ പറഞ്ഞു.

"തീർച്ചയായും!" ഉദാസീനനായി ഡിഫാർജ് മറുപടി നൽകി.

"അതെ തീർച്ചയായും. ഡോ. മാനെറ്റ് മോചിതനായപ്പോൾ, അദ്ദേഹത്തിന്റെ പഴയ ജോലിക്കാരനായ നിങ്ങൾ ആണ് അയാളുടെ ചുമതല ഏറ്റെടുത്തത്, എനിക്കറിയാം. അദ്ദേഹത്തെ നിങ്ങളെയാണ് ഏല്പിച്ചത്. ആ ചുറ്റുപാടുകൾ എനിക്ക് നന്നായറിയുന്നതാണ്."

"അത് വാസ്തവമാണ്." ഡിഫാർജ് പറഞ്ഞു. അപ്പോൾ, സന്ദർഭവശാൽ പറ്റിയതുപോലെ പാട്ടുപാടി തുന്നിക്കൊണ്ടിരുന്ന മിസിസ്സ് ഡിഫാർജിന്റെ കൈമുട്ട് ഭർത്താവിനുമേൽ തട്ടി; മറുപടി പറയാം, പക്ഷേ സംക്ഷിപ്തമായിരിക്കണം എന്നായിരുന്നു അതിന്റെ സൂചന.

"നിങ്ങളുടെ അടുത്തേക്കാണ് അദ്ദേഹത്തിന്റെ മകൾ വന്നത്" ചാരൻ തുടർന്നു "നിങ്ങളുടെ പക്കൽ നിന്നാണ് മകൾ അദ്ദേഹത്തെ കൊണ്ടുപോയത്, തവിട്ടുനിറമുള്ള മാന്യനായൊരു സാറിനോടൊപ്പം. അയാളുടെ

പേരെന്താണ്? ഒരു ചെറിയ വിഗ്ഗ് ധരിച്ചവൻ, ലോറി, ടെൽസൺ ആൻഡ് കമ്പനി ബാങ്ക് ഉദ്യോഗസ്ഥൻ. ഇംഗ്ലണ്ടിലേക്ക് കൊണ്ടുപോയി."

"അത് ശരിയാണ്." ഡിഫാർജ് ആവർത്തിച്ചു.

ഡോ. മാനെറ്റിനേയും, അയാളുടെ മകളേയും എനിക്ക് ഇംഗ്ലണ്ടിൽ വെച്ച് അറിയാം."

"അതെയോ?" ഡിഫാർജ് ചോദിച്ചു.

"നിങ്ങൾ അവരെ കുറിച്ചൊന്നും ഇപ്പോൾ അറിയാറില്ലേ?" ചാരൻ ചോദിച്ചു.

"ഇല്ല."

"സത്യത്തിൽ" മാഡം തന്റെ പണിയും ഗാനവും നിർത്തി, തല ഉയർത്തി നോക്കി. " ഞങ്ങൾക്ക് അവരെ കുറിച്ചൊന്നും ഇപ്പോൾ അറിയില്ല. അവർ സുരക്ഷിതരായി അവിടെ എത്തി എന്ന വിവരം ഞങ്ങൾക്ക് കിട്ടി; ഒന്നോ രണ്ടോ കത്തുകൾ വന്നുകാണും; അതിനുശേഷം അവർ അവരുടെ ജീവിതമാർഗ്ഗവും ഞങ്ങൾ ഞങ്ങളുടേതും തുടർന്നു. ഞങ്ങൾ തമ്മിൽ യാതൊരു കത്തിടപാടുകളും ഇല്ല."

"വളരെ ശരിയാണ്, മാഡം" ചാരൻ മറുപടി നൽകി. "അവൾ വിവാഹിതയാവാൻ പോകുകയാണ്."

"ഓഹോ?" മാഡം ഒരു പ്രതിധ്വനി പോലെ ചോദിച്ചു. "അവൾ വളരെ മുമ്പുതന്നെ വിവാഹിതയാകേണ്ടവളായിരുന്നു. നിങ്ങൾ ഇംഗ്ലീഷുകാർ തണുപ്പന്മാരാണെന്ന് എനിക്ക് തോന്നുന്നു."

"ഓഹ്! നിങ്ങൾക്കറിയാമോ, ഞാനൊരു ഇംഗ്ലീഷുകാരനാണെന്ന്."

"നിങ്ങളുടെ ഭാഷയിൽ നിന്ന് ഞാനത് മനസ്സിലാക്കുന്നു."

എന്നാൽ, ആ തിരിച്ചറിയൽ ഒരു അഭിനന്ദനമായി അയാൾ എടുത്തില്ല; ഒരു പൊട്ടിച്ചിരിയോടെ അത് തള്ളിക്കളഞ്ഞു. കോന്യാക് കുടിച്ചവസാനിപ്പിച്ച് അയാൾ തുടർന്നു.

"അതെ, മിസ്സ് മാനെറ്റ് വിവാഹിതയാകാൻ പോകുകയാണ്; എന്നാൽ, ഒരു ഇംഗ്ലീഷുകാരനെയല്ല വിവാഹം കഴിക്കുന്നത്; അവളെപ്പോലെ, ജന്മം കൊണ്ട് ഫ്രഞ്ചുകാരനായവൻ. അതൊരു വിചിത്രമായ കാര്യമാണ്; ഗാസ്പാഡിനെ കഴുമരത്തിലേറ്റുന്നതിന് കാരണദൂതനായ മി. മാർക്വിസ്സിന്റെ നെവ്യൂ ആണ് അവളെ വിവാഹം കഴിക്കാൻ പോകുന്നത്. മറ്റൊരു വിധത്തിൽ പറഞ്ഞാൽ, ഇപ്പോഴത്തെ മാർക്വിസ്. അയാൾ ഇംഗ്ലണ്ടിൽ അജ്ഞാതനായി കഴിയുന്നു, അവിടെ മാർക്വിസ് അല്ല, മി. ചാൾസ് ഡാർണിയാണ്."

മാഡം ഡിഫാർജ് ശാന്തയായി തുന്നിക്കൊണ്ടിരുന്നു. എന്നാൽ, ആ വാർത്ത അവളുടെ ഭർത്താവിൽ പ്രത്യക്ഷമായ ചലനം സൃഷ്ടിച്ചു. അയാൾക്ക് വല്ലാത്ത അസ്വസ്ഥത അനുഭവപ്പെട്ടു.

ഇത്രയും പറഞ്ഞ ശേഷം താൻ കുടിച്ചതിന്റെ പണം നൽകി മി. ബർസാദ് സ്ഥലം വിട്ടു. അയാൾ തെരുവിലേക്കിറങ്ങി ഏതാനും മിനിറ്റുകൾ

കഴിഞ്ഞശേഷം, ഭാര്യയുടെ കസേരയ്ക്ക് പിന്നിൽ പിടിച്ചുനിന്ന് പുകവലിച്ചിരുന്ന ഡിഫാർജ് മെല്ലെ പറഞ്ഞു "അത് സത്യമായിരിക്കുമോ? മിസ്സ് മാനെറ്റിനെ കുറിച്ച് അയാൾ പറഞ്ഞത് സത്യമായിരിക്കുമോ?"

തന്റെ പുരികങ്ങൾ അല്പം പൊക്കി മാഡം മറുപടി നൽകി. "അത് തെറ്റായിരിക്കാനാണ് സാധ്യത. എന്നാലത് സത്യവും ആയേക്കാം."

"അങ്ങനെയാണെങ്കിൽ – " ഡിഫാർജ് തുടങ്ങി.

"അങ്ങനെയാണെങ്കിൽ?" ഭാര്യ ആവർത്തിച്ചു.

"വിപ്ലവം വന്നാൽ, നമ്മൾ വിജയം കാണാൻ ജീവിച്ചിരുന്നാൽത്തന്നെ വിധി അവളുടെ ഭർത്താവിനെ ഫ്രാൻസിൽ നിന്നും പുറത്ത് നിർത്തും.

"അവളുടെ ഭർത്താവിന്റെ വിധി" തന്റെ പതിവുള്ള ശാന്തമായ ശൈലിയിൽ മാഡം ഡിഫാർജ് പറഞ്ഞു "അയാളെ എവിടേക്ക് വേണമെങ്കിലും എടുത്തോട്ടെ. എവിടെയെങ്കിലും പോയി തുലയട്ടെ. എനിക്കത്രയേ പറയാനുള്ളു."

"എന്നാൽ, അത് വളരെ വിചിത്രമാണ്." ഭാര്യയെ സമ്മതിപ്പിക്കുന്നതിന് അപേക്ഷിക്കുന്ന ഭാവത്തിൽ ഡിഫാർജ് പറഞ്ഞു "ഇപ്പോൾ പോയ ആ നശിച്ച നായയുടെ അരികിൽ, നമ്മൾക്ക് സഹതാപമുള്ള അവളുടെ അച്ഛന്റേയും, അവളുടേയും, അവളുടെ ഭർത്താവിന്റേയും പേരുകൾ ഈ നിമിഷം നിന്റെ കൈകൾക്കൊണ്ട് വിലക്ക് കല്പിക്കേണ്ടി വന്നല്ലോ."

"വിപ്ലവം ശരിക്കും വരുമ്പോൾ, ഇതിനേക്കാളേറെ വിചിത്ര സംഭവങ്ങൾ നടക്കും. ആ നശിച്ച നായയുടെ അരികിൽ അവരുടെ പേരുകൾ രജിസ്റ്റർ ചെയ്യപ്പെട്ടു."

ഈ വാക്കുകൾ പറഞ്ഞു കൊണ്ടവൾ തന്റെ തുന്നൽപണി നിർത്തി, അത് ചുരുട്ടി വെച്ചു; ശിരോവസ്ത്രത്തിൽ നിന്ന് റോസാപ്പൂ എടുത്ത് മാറ്റി.

അവളുടെ ഭർത്താവ് വാതിൽക്കൽ നിന്ന് അവളെ ആരാധനയോടെ നോക്കി നിന്ന് പുക വലിച്ചു. "ഒരു മഹത്തായ സ്ത്രീ" അയാൾ പറഞ്ഞു. "ഒരു ശക്തയായ സ്ത്രീ, ഭയാനകമാംവിധം പ്രൗഢയായ സ്ത്രീ!"

പതിനേഴ്

ഡോക്ടറും, അദ്ദേഹത്തിന്റെ മകളും അരുണാഭമായ സൂര്യൻ അസ്തമിക്കുന്ന സമയത്ത്, സോഹൊയിലെ ശാന്തമായ മൂലയിൽ, പ്ലെയിൻ വൃക്ഷത്തിന്നടിയിൽ ഇരിക്കുകയാണ്. അവളുടെ ജീവിതത്തിലെ അവിസ്മരണീയമായൊരു സായാഹ്നം! രാത്രിയിൽ പൂനിലാവ് പൊഴിയുന്ന നേരത്തും അവർ ആ വൃക്ഷച്ചുവട്ടിൽ തന്നെ ഇരിപ്പാണ്. ഇത്രയും മനോഹരമായ നിലാവ് പരത്തിക്കൊണ്ട് മഹത്തായ ലണ്ടനു മീതെ മുമ്പൊരിക്കലും ചന്ദ്രൻ ഉദിച്ചുയർന്നിട്ടില്ല! ആ വൃക്ഷത്തിന്റെ ഇലകൾക്കിടയിലൂടെ നിലാവ് അവരുടെ മുഖങ്ങളിൽ വന്ന് പതിച്ചു.

നാളെ ലൂസിയുടെ വിവാഹമാണ്. ഈ അവസാനസന്ധ്യ അവൾ

അച്ഛനുവേണ്ടി നീക്കി വെച്ചിരിക്കയാണ്; അവർ ഏകാന്തരായി ആ വൃക്ഷ ചുവട്ടിൽ ഇരുന്നു.

"നിങ്ങൾ സന്തോഷവാനല്ലേ, എന്റെ പ്രിയപ്പെട്ട അച്ഛാ?"

"തീർച്ചയായും, എന്റെ കുട്ടി."

കുറെ നേരമായി അവർ അവിടെ ഇരിപ്പ് തുടങ്ങിയിട്ടെങ്കിലും, വളരെ കുറച്ചേ സംസാരിച്ചിരുന്നുള്ളു. അവിടെ നല്ല പ്രകാശം ഉണ്ടായിരുന്നെങ്കിലും, അവൾ തന്റെ പതിവുജോലിയിലോ അദ്ദേഹത്തിനുവേണ്ടിയുള്ള വായനയിലോ വ്യാപൃതയായില്ല. എന്നാൽ, ഇന്ന് മറ്റ് ദിവസങ്ങളുടേതു പോലെയല്ല!

"ഇന്നു രാത്രി ഞാൻ വളരെ സന്തുഷ്ടയാണ്, പ്രിയപ്പെട്ട അച്ഛാ. ദൈവം എനിക്കനുഗ്രഹിച്ചരുളിയ സ്നേഹത്തിൽ ഞാൻ അങ്ങേ അറ്റം സന്തോഷവതിയാണ്– എന്റെ ഈ വിവാഹം നമ്മളെ ഏതാനും തെരുവുകൾക്കപ്പുറത്തേക്ക് പോലും വേർപ്പെടുത്തിയെങ്കിൽ ഞാൻ കൂടുതൽ ദുഃഖിതയായേനെ, ഞാൻ എന്നെ സ്വയം ആക്ഷേപിച്ചേനെ–" അവൾക്ക് സങ്കടം കൊണ്ടവളുടെ സ്വരം നിയന്ത്രിക്കാനായില്ല.

വിഷാദം മുറ്റി നിൽക്കുന്ന ആ നിലാവിൽ അവൾ അദ്ദേഹത്തിന്റെ കഴുത്തിൽ ചുറ്റിപ്പിടിച്ച് നെഞ്ചിൽ തലചായ്ച്ചു.

"ഏറ്റവും പ്രിയപ്പെട്ടവനെ, എന്റെ പുതിയ സ്നേഹബന്ധമോ, പുതിയ ചുമതലകളോ, ഒന്നും ഒരിക്കലും നമ്മൾക്കിടയിൽ ഒരു പ്രതിബന്ധമാകില്ലെന്ന് നിങ്ങൾക്ക് ഉറപ്പല്ലേ? എനിയ്ക്കത് നല്ല ഉറപ്പാണ്. നിങ്ങളുടെ ഉള്ളിന്റെ ഉള്ളിൽ നിങ്ങൾക്കത് ഉറപ്പല്ലേ?"

തനിക്കതിൽ യാതൊരു സംശയവുമില്ലെന്ന് ഡോക്ടർ ഉറപ്പിച്ചു പറഞ്ഞു.

"ലൂസി, ഞാൻ സന്തുഷ്ടനാണ്. എന്റെ ഭാവി കൂടുതൽ ശോഭനമാണ്; നിന്റെ വിവാഹവും അതിനൊരു കാരണമാണ്. എന്റെ സുഖത്തിനുവേണ്ടി നീ സ്വന്തം സുഖവും കുടുംബജീവിതവും വേണ്ടെന്നു വെച്ചാൽ അതായിരിക്കും എനിക്ക് ഏറ്റവും വേദനാജനകം. അതെന്നെ എന്നും ദുഃഖിപ്പിക്കുമായിരുന്നു."

"ഞാൻ ചാൾസിനെ ഒരിക്കലും കണ്ടില്ലായിരുന്നെങ്കിൽ, എന്റെ അച്ഛാ, ഞാൻ നിങ്ങളോടൊപ്പം വളരെ സന്തോഷത്തോടെ കഴിഞ്ഞേനെ."

ചാൾസ് ഇല്ലാത്ത ജീവിതം സന്തോഷകരമായിരിക്കില്ലെന്ന്, അറിയാതെയുള്ള അവളുടെ സൂചനയിൽ, പുഞ്ചിരിയോടെ അദ്ദേഹം മറുപടി നൽകി.

"എന്റെ കുട്ടി കണ്ട ആൾ ചാൾസ് ആണ്. ചാൾസ് അല്ലായിരുന്നെങ്കിൽ, മറ്റൊരാൾ ആകുമായിരുന്നു അത്."

ആദ്യമായാണ് അദ്ദേഹം തന്റെ കഷ്ടതകൾ നിറഞ്ഞ കാലഘട്ടത്തെക്കുറിച്ച് പറയുന്നതവൾ കേൾക്കുന്നത്. അദ്ദേഹത്തിന്റെ വാക്കുകൾ അവളുടെ കാതുകളിൽ മുഴങ്ങിയപ്പോൾ, അസാധാരണവും നൂതനവുമായൊരു

വികാരവിക്ഷോഭം അവൾക്കനുഭവപ്പെട്ടു; പിന്നീട്, വളരെക്കാലം അത വളുടെ മനസ്സിൽ തങ്ങിനിന്നു.

"നോക്കൂ!" ഡോക്ടർ തന്റെ കൈ ചന്ദ്രനുനേരെ ഉയർത്തി പറഞ്ഞു "ഞാൻ എന്റെ തടവറയുടെ ജനലിലൂടെ അവളെ നോക്കി, എനിക്ക് നഷ്ട പ്പെട്ടതിനെ ഓർത്ത് വേദന സഹിക്കാനാകാതെ, ജയിൽ ചുമരുകളിൽ ഞാൻ തല ഇട്ടടിച്ചിട്ടുണ്ട്."

എന്നാൽ, അദ്ദേഹത്തിന്റെ പരമാർശം അവൾക്ക് ഞെട്ടലോ, ആഘാ തമോ ഉണ്ടാക്കുന്ന വിധത്തിലായിരുന്നില്ല. അദ്ദേഹം തന്റെ ഇപ്പോഴത്തെ ആനന്ദവും സൗഖ്യവും പഴയ കഷ്ടപ്പാടുകളുമായി താരതമ്യപ്പെടുത്തു കയായിരുന്നു.

"ഞാൻ ചന്ദ്രനുനേരെ നോക്കി ഒരായിരം തവണ ജനിക്കാൻ പോകുന്ന എന്റെ കുഞ്ഞിനെക്കുറിച്ച് ധ്യാനിച്ചിട്ടുണ്ട്. അത് ജിവിച്ചിരിപ്പുണ്ടോ? ജീവ നോടെ പിറന്നോ, അതോ പാവം അമ്മക്കേറ്റ ആഘാതത്താലത് മരിച്ചു പോയോ? അത് സ്വന്തം പിതാവിനോട് ഒരു ദിവസം പ്രതികാരം ചെയ്തേ ക്കാവുന്ന ഒരു പുത്രനായിരിക്കുമോ? അല്ലെങ്കിൽ, തന്റെ അച്ഛന്റെ കഥ ഒരിക്കലും അറിയാനിടയില്ലാത്തൊരു പുത്രൻ. ഒരു സ്ത്രീയായി വളർന്നു വന്നേക്കാവുന്ന ഒരു പുത്രി ആയിരിക്കുമോ, അത്?"

അവൾ അദ്ദേഹത്തോടടുത്തിരുന്ന്, അദ്ദേഹത്തിന്റെ കവിളിലും കൈയിലും ചുംബിച്ചു.

"ഞാനെന്നെത്തന്നെ മറന്ന നിലയിൽ ഞാൻ എന്റെ മകളെ മനസ്സിൽ ചിത്രീകരിച്ചിട്ടുണ്ട്, ഓരോ കൊല്ലവും അവളുടെ പ്രായം കണക്കാക്കും. എന്റെ വിധിയെ കുറിച്ചൊന്നും അറിയാത്ത ഒരാൾ അവളെ വിവാഹം കഴി ച്ചതായി ഞാൻ കണ്ടു! അഥവാ, സങ്കല്പിച്ചു!"

"എന്റെ അച്ഛാ! ഒരിക്കലും നിലവിലില്ലാത്ത ഒരു പുത്രിയെ കുറിച്ചുള്ള നിങ്ങളുടെ ചിന്തകൾ കേൾക്കുന്നതുപോലും എന്റെ ഹൃദയത്തെ സ്പർശി ക്കുന്നു, ഞാനായിരുന്നു ആ കുട്ടി എന്നതുപോലെ!"

"അങ്ങനെ! മറ്റ് നിലാവുള്ള രാത്രികളിൽ നിശ്ശബ്ദതയും വിഷാദവും എന്നെ മറ്റൊരു രീതിയിൽ സ്പർശിക്കുമ്പോൾ, അവൾ എന്റെ തടവറയി ലേക്ക് വരുന്നതായി ഞാൻ സങ്കല്പിച്ചിട്ടുണ്ട്, എന്നെ കോട്ടയ്ക്ക് പുറ ത്തേക്ക് സ്വതന്ത്രനാക്കികൊണ്ടു പോകുന്നതും! അവളുടെ രൂപം ഞാൻ നിലാവിൽ ഇടക്കിടെ കാണാറുണ്ട്, നിന്നെ ഞാനിപ്പോൾ കാണുന്നതു പോലെ; എന്നാൽ, ഞാൻ ഒരിക്കലും അവളുടെ കരം ഗ്രഹിച്ചിട്ടില്ല. അത് അഴികളിട്ട ജനാലയ്ക്കും ഗേറ്റിനുമിടയ്ക്ക് നിന്നു. എന്നാൽ നിനക്കറിയാ മല്ലോ, ഞാൻ പറഞ്ഞ ആ കുട്ടി ആയിരുന്നില്ല അത്; അവളുടെ അമ്മയെ പോലുണ്ടായിരുന്നു. നിന്നെപ്പോലെയും. നിനക്ക് മനസ്സിലാകുന്നുണ്ടോ, ലൂസി? ഇല്ല! നിനക്കത് മനസ്സിലാകുന്നില്ല. ഈ ചിന്താക്കുഴപ്പം സൃഷ്ടി ക്കുന്ന അന്തരങ്ങൾ മനസ്സിലാക്കുവാൻ നിനക്കൊരു ഏകാന്ത തടവുകാരി യാകേണ്ടിവരും." അദ്ദേഹം തുടർന്നു "ആ പ്രശാന്തമായ അവസ്ഥയിൽ, നിലാവിലൂടെ അവൾ നടക്കുന്നത് ഞാൻ ഭാവനയിൽ ദർശിച്ചു; അവൾ എന്നെ വിവാഹശേഷമുള്ള അവളുടെ വീട്ടിലേക്ക് കൊണ്ടു പോയി; അവിടം

മുഴുവൻ അവളുടെ നഷ്ടപ്പെട്ട അച്ഛന്റെ ഓർമ്മകൾ തങ്ങിനിൽക്കുന്നു. എന്റെ ചിത്രം അവളുടെ മുറിയിലുണ്ട്, അവളുടെ പ്രാർത്ഥനയിൽ ഞാനുണ്ട്. അവളുടെ ജീവിതം ഊർജ്ജസ്വലമാണ്, ആഹ്ലാദകരമാണ്, പ്രയോജനകരമാണ്. എന്നാൽ, എന്റെ മോശം ചരിത്രം അതിലെല്ലാം വ്യാപിച്ചിരിക്കുന്നു!"

"ഞാനായിരുന്നു ആ കുട്ടി, എന്റെ അച്ഛാ. ഞാനതിന്റെ പാതിപോലും നല്ലവളല്ല; എന്നാൽ, സ്നേഹം കൊണ്ട് ഞാനാണത്."

"പിന്നെ, തന്റെ കുഞ്ഞുങ്ങളെ അവളെനിക്ക് കാണിച്ച് തന്നു." ഡോക്ടർ പറഞ്ഞു "അവർ എന്നെക്കുറിച്ച് കേട്ടിട്ടുണ്ട്; എന്നോട് അനുകമ്പ കാണിക്കാൻ പഠിപ്പിക്കപ്പെട്ടിട്ടുണ്ട്. അവർ ഒരു ഗവൺമെന്റ് ജെയിൽ കടന്നുപോയപ്പോൾ, അതിലെ വൻമതിലുകളിൽ നിന്നും ദൂരെയാണ് നടന്നത്, അതിലെ അഴികളിലേക്ക് നോക്കി, പിന്നെ മെല്ലെ സംസാരിച്ചു. അവൾക്കെന്നെ ഒരിക്കലും മോചിപ്പിക്കാൻ കഴിഞ്ഞില്ല. ഞാൻ നിറഞ്ഞ കണ്ണുകളോടെ മുട്ടുകുത്തി നിന്ന് അവളെ അനുഗ്രഹിച്ചു."

"ഞാനാണാ കുട്ടി എന്ന് ഞാൻ വിശ്വസിക്കുന്നു, അച്ഛാ. ഓഹ് എന്റെ പ്രിയപ്പെട്ട അച്ഛാ, ഇതേ വികാരതീവ്രതയോടെ നാളെ നിങ്ങളെന്നെ അനുഗ്രഹിക്കുമോ?"

"ലൂസി, ഞാൻ പഴയ കഷ്ടപ്പാടുകളെല്ലാം ഓർത്തത്, എന്റെ ഇപ്പോഴത്തെ സന്തോഷകരമായ ജീവിതത്തിന് ഈശ്വരനോട് നന്ദി പറയാൻ വേണ്ടിയാണ്."

അദ്ദേഹം അവളെ ആശ്ലേഷിച്ചു, ഭക്തിയോടെ അവളെ അനുഗ്രഹിക്കേണമേ എന്ന് ദൈവത്തോടപേക്ഷിച്ചു; തനിക്കവളെ നല്കിയതിൽ ദൈവത്തോട് വിനയപൂർവ്വം നന്ദി പറഞ്ഞു. പിന്നീടവർ വീട്ടിനുള്ളിലേക്ക് പോയി.

മി.ലോറിയല്ലാതെ മറ്റാരും വിവാഹത്തിനു ക്ഷണിക്കപ്പെട്ടിരുന്നില്ല; മിസ്സ് പ്രോസ്സ് അല്ലാതെ വധുവിന് മറ്റൊരു തോഴിയുമുണ്ടായിരുന്നില്ല. വിവാഹത്തിനുവേണ്ടി അവരുടെ വീട്ടിൽ യാതൊരു മാറ്റവും വരുത്തപ്പെട്ടില്ല; മുകളിലെ ഒഴിഞ്ഞുകിടന്ന മുറികൾ കൂടി എടുത്തെന്നു മാത്രം; മറ്റൊന്നും അവർ ആഗ്രഹിച്ചില്ല.

ആ കൊച്ചു അത്താഴത്തിൽ ഡോ.മാനെറ്റ് വളരെ ആഹ്ലാദവാനായിരുന്നു. അവർ മൂന്നുപേരേ അത്താഴ മേശയിലുണ്ടായിരുന്നുള്ളു. മിസ്സ് പ്രോസ്സ് ആയിരുന്നു മൂന്നാമത്തവൾ. ചാൾസ് അവിടെ ഇല്ലാതിരുന്നതിലദ്ദേഹം ഖേദിച്ചു; അവനുവേണ്ടി വാത്സല്യപൂർവ്വം കുടിച്ചു.

അങ്ങനെ ലൂസിക്ക് ഗുഡ്നൈറ്റ് പറയേണ്ട സമയമായി. അവർ പിരിഞ്ഞു. എന്നാൽ, പുലർച്ചെ മൂന്നുമണിയുടെ നിശ്ശബ്ദതയിൽ ലൂസി വീണ്ടും താഴേക്കിറങ്ങിവന്നു; മെല്ലെ അദ്ദേഹത്തിന്റെ മുറിയിലേക്ക് കടന്നുചെന്നു; നേരത്തെത്തന്നെ അവ്യക്തമായ എന്തോ ഭയം അവളിലുണ്ടായിരുന്നു.

എന്തായാലും, എല്ലാം അതാത് സ്ഥാനത്തുണ്ട്; എല്ലാം ശാന്തം; അദ്ദേഹം സുഖനിദ്രയിലാണ്. അവൾ മെഴുകുതിരി എടുത്ത് അല്പം

ദൂരെയുള്ള നിഴലിൽ വെച്ചു; മെല്ലെ കിടക്കയ്ക്കടുത്ത് ചെന്ന് അദ്ദേഹത്തെ ചുംബിച്ചു.

അവൾ പേടിയോടെ അദ്ദേഹത്തിന്റെ നെഞ്ചിൽ കൈവെച്ച് ആത്മാർത്ഥമായി പ്രാർത്ഥിച്ചു. പിന്നെ, അവൾ കൈ പിൻവലിച്ചു, ഒരിക്കൽ കൂടി ചുംബിച്ചു, പുറത്തേക്ക് പോയി.

പതിനെട്ട്

പ്രകാശം പരത്തുന്ന ഒരു ദിവസമായിരുന്നു വിവാഹദിനം. ഡോക്ടറുടെ മുറിക്കുപുറത്ത് എല്ലാവരും തയ്യാറെടുത്ത് നിൽക്കുന്നു. ഡോക്ടർ മുറിക്കകത്ത് ചാൾസ് ഡാർണിയോട് സംസാരിച്ചിരിക്കയാണ്. അവർ പള്ളിയിലേക്ക് പോകാനായി റെഡി ആയിക്കഴിഞ്ഞു– സുന്ദരിയായ വധു, മി. ലോറി, മിസ്സ് പ്രോസ്സ്.

ഡോക്ടറുടെ മുറിയുടെ വാതിൽ തുറക്കപ്പെട്ടു. അദ്ദേഹം ചാൾസ് ഡാർണിയോടൊപ്പം പുറത്ത് വന്നു. അദ്ദേഹം വല്ലാതെ വിളറിവെളുത്തിരുന്നു, അകത്തേക്കവർ ഒന്നിച്ച് പോകുമ്പോൾ അപ്രകാരമായിരുന്നില്ല.

അദ്ദേഹം മകളുടെ കൈപിടിച്ച്, പടികൾ ഇറങ്ങി, അന്നേക്കായി മി. ലോറി വാടകയ്ക്കെടുത്ത തേരിൽ കയറ്റി. ബാക്കിയുള്ളവർ മറ്റൊരു വണ്ടിയിൽ അവരെ പിൻതുടർന്നു. അവർ അടുത്തുള്ള ഒരു പള്ളിയിൽ എത്തി; അവിടെ അപരിചിതരായവരൊന്നും ഇല്ലായിരുന്നു. ചാൾസ് ഡാർണിയും ലൂസി മാനെറ്റും സസന്തോഷം വിവാഹിതരായി. ആ കൊച്ചുസംഘത്തിന്റെ പുഞ്ചിരിക്കുന്ന കണ്ണുകളിലെ വെട്ടിത്തിളങ്ങുന്ന കണ്ണുനീർ തുള്ളികൾക്ക് പുറമെ, മി.ലോറിയുടെ പോക്കറ്റിൽ നിന്നും എടുത്ത് വധുവിന്റെ വിരലിൽ അണിയിച്ച തിളക്കമാർന്ന ഡൈമണ്ടും ശോഭിക്കുന്നുണ്ടായിരുന്നു. അവർ പ്രാതലിന്നായി വീട്ടിലേക്ക് മടങ്ങി; എല്ലാം ഭംഗിയായി നടന്നു. വേർപിരിയുന്ന സമയത്ത്, വാതിൽക്കൽ വെച്ച്, പ്രഭാതസൂര്യകിരണങ്ങളിൽ ആ സുവർണ്ണത്തലമുടിയും നരച്ച തലമുടിയും ഒന്നായി ചേർന്നു!

അതൊരു ദുസ്സഹമായ വേർപാടായിരുന്നു, അധിക നാളേക്കുള്ളതല്ലായിരുന്നെങ്കിലും. അച്ഛൻ മകളെ ആശ്വസിപ്പിച്ചു. ഒടുവിൽ മെല്ലെ അവളുടെ പിടിത്തം വിടുവിച്ച്, പറഞ്ഞു "അവളെ കൊണ്ടുപോകുക, ചാൾസ്! അവൾ നിങ്ങളുടേതാണ്!"

അവളുടെ അസ്വസ്ഥമായ കൈ വണ്ടിയുടെ ജനാലയ്ക്കിടയിലൂടെ പുറത്തേക്കിട്ട് വീശി. അവൾ പോയി.

ഡോക്ടറും, മി.ലോറിയും, മിസ്സ് പ്രോസ്സും മാത്രമായി. നിശ്ശബ്ദത. പഴയ ശീതളമായ ഹാളിലെത്തിയപ്പോഴാണ്, ഡോക്ടറിൽ വന്നിട്ടുള്ള വലിയ മാറ്റം മി.ലോറി ശ്രദ്ധിച്ചത്.

സ്വാഭാവികമായും അദ്ദേഹം പീഡിതനായിരുന്നു; പീഡിപ്പിക്കപ്പെട്ട ആ അന്തരീക്ഷം മാറുമ്പോൾ കുറച്ച് പരിവർത്തനം ഉണ്ടാകുമെന്ന് പ്രതീക്ഷിക്കപ്പെട്ടിരുന്നു. ആ പഴയ സംഭ്രമിപ്പിക്കുന്ന അന്തംവിട്ട നില്പാണ്

മി.ലോറിയെ ഭയപ്പെടുത്തിയത്. തലയിൽ കൈവെച്ച്, പേടിയോടെ ധൃതിയിൽ നടന്ന് സ്വന്തം മുറിയിലേക്ക് പോകുന്നത് കണ്ടപ്പോൾ മി.ലോറി വീഞ്ഞുകടക്കാരൻ ഡിഫാർജിനെയും, നക്ഷത്ര പ്രകാശത്തിലുള്ള ആ കുതിരവണ്ടി യാത്രയും ഓർത്തുപോയി!

"എനിക്ക് തോന്നുന്നു" ഉൽക്കണ്ഠാകുലനായി അദ്ദേഹം മിസ്സ് പ്രോസ്സിനോട് മന്ത്രിച്ചു "അദ്ദേഹത്തോട് ഇപ്പോൾ നമ്മൾ ഒന്നും സംസാരിക്കാതിരിക്കണം. അതാണ് നല്ലത്; അല്ലെങ്കിൽ, അദ്ദേഹത്തിന്നത് ശല്യമായിരിക്കും. എനിക്ക് ടെൽസൺസിൽ ഒന്നു പോകണം; ഞാൻ അവിടെ പോയി വേഗം തിരിച്ചുവരാം. പിന്നെ നമ്മൾക്ക് അദ്ദേഹത്തെ കൂട്ടി നാട്ടിൻപുറത്തേക്ക് ഒരു സവാരി നടത്താം; അവിടന്ന് ആഹാരം കഴിക്കാം, അപ്പോൾ എല്ലാം നേരെ ആകും."

ടെൽസൺസിലദ്ദേഹം പെട്ടെന്ന് എത്തിയെങ്കിലും അത്ര പെട്ടെന്ന വിടന്ന് പോരാൻ മി.ലോറിക്ക് കഴിഞ്ഞില്ല. രണ്ട് മണിക്കൂർ നേരം അവിടെ ചെലവഴിക്കേണ്ടിവന്നു. അയാൾ തിരിച്ചെത്തി, വേലക്കാരോട് ഒന്നും ചോദിക്കാതെ, നേരെ ഒറ്റയ്ക്ക് പഴയകോണി കയറി; ഡോക്ടറുടെ മുറിക്ക് മുന്നിലെത്തി. ചെറിയ തട്ടലും മുട്ടലും കേട്ട് അയാൾ നിന്നു.

"നല്ലവനായ ദൈവമേ!" അയാൾ ഒരു ഞെട്ടലോടെ പറഞ്ഞു "എന്താണത്?"

മിസ്സ് പ്രോസ്സ് പേടിച്ച് വിരണ്ട മുഖത്തോടെ അയാളുടെ ചെവിയിൽ പറഞ്ഞു "ഓ ദൈവമേ, എന്റെ ദൈവമേ! എല്ലാം നശിച്ചു!" കൈകൾ കൂട്ടി പ്പിടിച്ച് ഞെരിച്ചുകൊണ്ടവൾ കരഞ്ഞു. " ആ കൊച്ചു ലേഡിയോട് എന്തു പറയും? അദ്ദേഹം എന്നെ തിരിച്ചറിയുന്നില്ല, ഷൂസ് ഉണ്ടാക്കുകയാണ്!"

മി.ലോറി തന്നാൽ കഴിയുംവിധം അവളെ ആശ്വസിപ്പിച്ചു, സ്വയം ഡോക്ടറുടെ മുറിയിലേക്ക് ചെന്നു. മുമ്പ് ഷൂസ് ഉണ്ടാക്കുമ്പോൾ ചെയ്തിരുന്നതുപോലെ അദ്ദേഹം ബെഞ്ച് വെളിച്ചത്തിലേക്ക് മാറ്റിയിട്ട്, തലകുനിച്ചിരുന്ന്, വളരെ തിരക്കിട്ട് ജോലി ചെയ്യുന്നു.

"ഡോ.മാനെറ്റ്, എന്റെ സ്നേഹിതാ, ഡോ.മാനെറ്റ്!"

ഡോക്ടർ ഒരു നിമിഷം അയാളെ നോക്കി. പാതി ചോദ്യരൂപേണയും, പാതി ദ്വേഷ്യത്തിലുമായിരുന്നു ആ നോട്ടം; വീണ്ടും കുനിഞ്ഞിരുന്ന് പണി തുടർന്നു.

അദ്ദേഹം കോട്ടും വെയിസ്റ്റ് കോട്ടും ഊരി മാറ്റി വെച്ചിട്ടുണ്ട്. ഷർട്ട് കഴുത്തുവരെ തുറന്നിട്ടിരിക്കുന്നു; അങ്ങനെയാണ് ആ ജോലിയിലേർപ്പെടുമ്പോൾ അദ്ദേഹം ചെയ്യാറുള്ളത്; പഴയ എല്ലും തോലുമായ ഇരുണ്ട മുഖം പോലും അദ്ദേഹത്തിൽ തിരിച്ചെത്തിയിരിക്കുന്നു! അദ്ദേഹം കഠിനാദ്ധ്വാനത്തിലാണ്.

അദ്ദേഹം പിടിച്ചിട്ടുള്ള വസ്തുവിലേക്ക് മി.ലോറി നോക്കി; പഴയ വലുപ്പവും ആകൃതിയും ഉള്ള ഒരു ഷൂ ആണത്. അദ്ദേഹത്തിന്റെ അടുത്ത് കിടന്നിരുന്ന മറ്റൊന്ന് എടുത്ത് അയാൾ ചോദിച്ചു, "എന്താണിത്?"

“ഒരു യുവതിയുടെ ഷൂ” തല ഉയർത്താതെ അയാൾ മന്ത്രിച്ചു “അത് വളരെ നേരത്തെ തീർക്കേണ്ടതായിരുന്നു. ആകട്ടെ.”

“എന്നാൽ, ഡോക്ടർ മാനെറ്റ്, എന്റെ നേരെ നോക്കൂ!”ജോലി നിർത്താതെ തന്നെ യാന്ത്രികമായ വിധേയത്വത്തോടെ അദ്ദേഹം അനുസരിച്ചു.

“നിങ്ങൾക്കെന്നെ അറിയാമോ, എന്റെ പ്രിയ സുഹൃത്തേ? വീണ്ടും ചിന്തിച്ചു നോക്കുക. ഇതല്ല നിങ്ങളുടെ യഥാർത്ഥ ജോലി; ചിന്തിച്ചു നോക്കു, പ്രിയ സുഹൃത്തേ!”

അദ്ദേഹത്തെക്കൊണ്ട് കൂടുതൽ സംസാരിപ്പിക്കാൻ ഒന്നിനും കഴിഞ്ഞില്ല. താൻ ആവശ്യപ്പെട്ടതുപോലെ ഒരു നിമിഷം അദ്ദേഹം തല ഉയർത്തി നോക്കി; എന്നാൽ, എത്ര നിർബന്ധിച്ചിട്ടും അദ്ദേഹത്തെക്കൊണ്ടൊരു വാക്ക് ഉച്ചരിപ്പിക്കാൻ കഴിഞ്ഞില്ല. അദ്ദേഹം നിശ്ശബ്ദനായി ഇരുന്ന് തന്റെ കഠിനാദ്ധ്വാനം തുടർന്നു. ജോലി, ജോലി, ജോലി! മി.ലോറിക്കുണ്ടായ ആശയുടെ ഒരു നേരിയ കിരണം, ഇടക്കിടെ ആവശ്യപ്പെടാതെ തന്നെ അദ്ദേഹം ഒളിഞ്ഞുനോക്കിയിരുന്നു എന്നതായിരുന്നു. അതിൽ ജിജ്ഞാസയുടേയോ ആശയകുഴപ്പത്തിന്റേയോ ചെറിയൊരു ഭാവം ദൃശ്യമായിരുന്നു, തന്റെ മനസ്സിനുള്ളിൽ ചില സംശയങ്ങൾ തീർക്കുവാൻ ശ്രമിക്കുന്നതുപോലെ!

രണ്ട് പ്രധാന കാര്യങ്ങളാണ് മറ്റെല്ലാറ്റിനേക്കാളേറെ അപ്പോൾ മി.ലോറിയുടെ മനസ്സിൽ ഉദിച്ചത്: ഒന്ന്, ഇത് ലൂസിയിൽ നിന്ന് ഒളിപ്പിച്ചുവെക്കണം; രണ്ട്, അദ്ദേഹത്തെ അറിയാവുന്നവരിൽ നിന്നെല്ലാം ഇത് രഹസ്യമാക്കിവെക്കണം. മിസ്സ് പ്രോസ്സിനെക്കുറിച്ച് തൽക്ഷണം അയാൾ മുൻകരുതൽ എടുത്തു; ഡോക്ടർക്ക് സുഖമില്ലെന്നും, ഏതാനും ദിവസങ്ങൾ പൂർണ്ണ വിശ്രമം എടുക്കണമെന്നും അയാൾ പറഞ്ഞു. തൊഴിൽ സംബന്ധമായ ചില കാര്യങ്ങൾക്കായി ഡോക്ടർ പുറത്ത് പോയിരിക്കുകയാണെന്നയാൾ മിസ്സ് പ്രോസ്സിനെ കൊണ്ട് രണ്ട് മൂന്ന് വാചകത്തിലുള്ള ഒരു കത്ത് ലൂസിക്ക് എഴുതിച്ചു. ജീവിതത്തിലാദ്യമായി അയാൾ ടെൽസൺസിൽ നിന്ന് ലീവ് എടുത്ത്, ഡോക്ടറുടെ മുറിയിൽ ജന്നലയ്ക്കരികിൽ ഇരിപ്പുറപ്പിച്ചു. അവിടെ ഇരുന്ന് എഴുതുകയും വായിക്കുകയും ചെയ്തു.

ഡോക്ടർ മാനെറ്റ്, അവർ തിന്നാനും കുടിക്കാനും കൊടുത്തതെല്ലാം, കഴിച്ച്, ഇരുട്ടാകുന്നതുവരെ ആദ്യദിവസം പണിയെടുത്തു. രാവിലെ മി. ലോറി അദ്ദേഹത്തോട് ചോദിച്ചു.

“നിങ്ങൾ പുറത്തേക്ക് വരുന്നോ?”

അദ്ദേഹം പഴയതുപോലെ, ഇരുവശത്തേക്കും തലതാഴ്ത്തി നോക്കി; പിന്നെ പഴയ ശൈലിയിൽ മെല്ലെ ആവർത്തിച്ചു.

“പുറത്തേക്ക്?”

“അതെ, എന്നോടൊപ്പം നടക്കാൻ.”

അദ്ദേഹം ഒരക്ഷരം മിണ്ടിയില്ല.

മിസ്സ് പ്രോസ്സും അദ്ദേഹവും അടുത്ത മുറിയിലിരുന്ന് രാത്രി ഊഴമായി അദ്ദേഹത്തെ ശുശ്രൂഷിച്ചു. കിടക്കുന്നതിനു മുമ്പായി അദ്ദേഹം കുറെ നേരം

മുറിയിൽ ഉലാത്തി; ഒടുവിൽ, കിടന്ന ഉടനെ സുഖമായി ഉറങ്ങിപ്പോയി. രാവിലെ നേരത്തെ എഴുന്നേറ്റു; ഉടനെത്തന്നെ ബെഞ്ചിൽ ചെന്നിരുന്ന് ജോലി തുടങ്ങി.

രണ്ടാം ദിവസം മി. ലോറി അദ്ദേഹത്തെ പേര് വിളിച്ച് സന്തോഷപൂർവ്വം സല്യൂട്ട് ചെയ്ത് അദ്ദേഹത്തിന് താൽപര്യമുള്ള വിഷയങ്ങളെക്കുറിച്ച് സംസാരിച്ചു. അദ്ദേഹം മറുപടി ഒന്നും പറഞ്ഞില്ല. എന്നാൽ, അയാൾ പറഞ്ഞതെല്ലാം അദ്ദേഹം കേട്ടെന്ന് ഉറപ്പാണ്; അവയെക്കുറിച്ച് ചിന്തിക്കുകയും ചെയ്തു, ചിന്താക്കുഴപ്പത്തോടെ ആണെങ്കിലും ഇത് മി.ലോറിയെ പ്രോത്സാഹിപ്പിച്ചു.

ഇരുട്ടായപ്പോൾ പഴയതുപോലെ മി. ലോറി അദ്ദേഹത്തോട് ചോദിച്ചു.

“പ്രിയപ്പെട്ട ഡോക്ടർ, നിങ്ങൾ പുറത്തേക്ക് വരുന്നോ?”

പഴയതുപോലെ, അദ്ദേഹം ആവർത്തിച്ചു “പുറത്തേക്ക്?”

“അതെ, എന്നോടൊപ്പം നടക്കാൻ. എന്തുകൊണ്ട് പൊയ്ക്കൂടാ?”

യാതൊരു മറുപടിയുമില്ല!

ഇപ്രാവശ്യം താൻ നടക്കാൻ പോയതുപോലെ നടിച്ച്, ഒരു മണിക്കൂറിനു ശേഷം മി. ലോറി തിരിച്ചെത്തി. അതിന്നിടയിൽ. ഡോക്ടർ തന്റെ സീറ്റ് ജന്നലയ്ക്കരികിൽ കൊണ്ടിട്ട്, പുറത്തെ പ്ലെയിൻ വൃക്ഷത്തിലേക്ക് നോക്കിയിരിക്കുകയായിരുന്നു; എന്നാൽ, മി. ലോറി തിരിച്ചെത്തിയപ്പോൾ തന്റെ ബെഞ്ചിലേക്ക് അദ്ദേഹം മടങ്ങി.

മി. ലോറിയുടെ പ്രതീക്ഷകൾ ഇരുളടഞ്ഞുകൊണ്ടിരുന്നു; ദിവസം തോറും ഹൃദയത്തിന്റെ ഭാരം കൂടിവന്നു. അതേരീതിയിൽ ഒമ്പത് ദിവസങ്ങൾ കടന്നുപോയി.

ദിവസം ചെല്ലുംതോറും മി. ലോറിയുടെ ഹൃദയഭാരം വർദ്ധിക്കുകയും, വല്ലാതെ ഉൽക്കണ്ഠാകുലനാകുകയും ചെയ്തു. രഹസ്യം അതേപോലെ സൂക്ഷിക്കപ്പെട്ടു. ലൂസി അതിനെ കുറിച്ചൊന്നും അറിയാതെ, ആഹ്ലാദവതിയായി കഴിഞ്ഞു. എന്നാൽ, ആ ചെരുപ്പുകുത്തി ഷൂ നിർമ്മാണത്തിൽ തികഞ്ഞ വിദഗ്ധനായി മാറുന്നത് മി. ലോറിക്ക് നിരീക്ഷിക്കാതിരിക്കാൻ കഴിഞ്ഞില്ല.

പത്തൊമ്പത്

ഉൽക്കണ്ഠയോടെ നിരീക്ഷിച്ചു കൊണ്ടിരുന്ന മി. ലോറി തന്റെ ഇരിപ്പിടത്തിലിരുന്ന് ഉറങ്ങിപ്പോയി. പത്താമത്തെ ദിവസം രാവിലെ സൂര്യപ്രകാശം മുറിയിലേക്കടിച്ചപ്പോൾ അയാൾ ഉറക്കത്തിൽ നിന്നും ഞെട്ടിയുണർന്നു.

അയാൾ കണ്ണുകൾ തിരുമ്മി, എഴുന്നേറ്റു; എന്നാൽ, അയാൾക്കൊരു സംശയം, താൻ ഇപ്പോഴും ഉറക്കത്തിൽ തന്നെയാണോ? ഡോക്ടറുടെ മുറിയുടെ വാതിൽക്കലേക്ക് അയാൾ ചെന്നു ഉള്ളിലേക്ക് നോക്കിയപ്പോൾ, ചെരുപ്പ്കുത്തിയുടെ ബെഞ്ചും പണി ആയുധങ്ങളും മാറ്റിയിട്ടിരിക്കുന്നതയാൾ കണ്ടു; ഡോക്ടർ സ്വയം ജനാലയ്ക്കൽ ഇരുന്ന് വായിക്കുന്നു.

അദ്ദേഹം തന്റെ പതിവ് പ്രഭാതവസ്ത്രത്തിലാണ്; അദ്ദേഹത്തിന്റെ മുഖം വല്ലാതെ വിളർത്തിട്ടുണ്ടെങ്കിലും, വായനയിൽ ശ്രദ്ധയോടെ മുഴുകിയിരിക്കുന്നതായി മി. ലോറിക്ക് വ്യക്തമായി കാണാൻ കഴിഞ്ഞു. ഇതൊരു യാഥാർത്ഥ്യം തന്നെയോ? അയാൾ ഏതാനും നിമിഷങ്ങൾ അദ്ദേഹത്തെ വീക്ഷിച്ചു നിന്നു.

അല്പനേരത്തിനുശേഷം മിസ്സ് പ്രോസ്സ് അദ്ദേഹത്തോട് എന്തോ ചോദിച്ചു കൊണ്ട് നിന്നു. പതിവ് പ്രാതൽ സമയം വരെ ഡോക്ടറോട് ഒന്നും പറയേണ്ടെന്നും, പിന്നെ അസാധാരണമായി ഒന്നും സംഭവിച്ചിട്ടില്ലെന്ന മട്ടിൽ ഡോക്ടറുമായി സംസാരിക്കാമെന്നും അയാൾ ഉപദേശിച്ചു. ഡോക്ടർ സാധാരണ മാനസികാവസ്ഥയിലാണെങ്കിൽ, മി. ലോറി അദ്ദേഹത്തിന്റെ നിർദ്ദേശങ്ങൾ കരുതലോടെ ആരായും. അയാളുടെ തീരുമാനം അംഗീകരിച്ച മിസ്സ് പ്രോസ്സ് ശ്രദ്ധയോടെ ഒരു പദ്ധതി തയ്യാറാക്കി. മി. ലോറി, തന്റെ പതിവ് വെള്ള വസ്ത്രത്തിൽ, പ്രാതൽ മേശയിലെത്തി. ഡോക്ടറെ പതിവ് രീതിയിൽ പ്രാതലിനായി വിളിച്ചു; അദ്ദേഹം വന്നു.

ഏറ്റവും സുരക്ഷിതമായ മാർഗ്ഗം, അദ്ദേഹത്തിന്റെ പുത്രിയുടെ വിവാഹം നടന്നത് ഇന്നലെയാണെന്ന് സങ്കല്പിക്കുന്നതായിരിക്കും, എന്ന് മി. ലോറി കരുതി. എന്നാൽ, സന്ദർഭവശാൽ വിവാഹം നടന്ന ദിവസവും, ആഴ്ചയും, മാസവുമെല്ലാം പ്രസ്താവിക്കപ്പെട്ടപ്പോൾ, അദ്ദേഹം ആ സംഭവത്തെക്കുറിച്ച് ചിന്തിക്കുകയും കണക്ക്കൂട്ടി നോക്കുകയും ചെയ്തു; ശരിക്കും അസ്വസ്ഥനായി കാണപ്പെട്ടു. എന്തായാലും, മറ്റെല്ലാ വിധത്തിലും അദ്ദേഹം ശാന്തനായിരുന്നു.

പ്രാതൽ കഴിഞ്ഞ് അദ്ദേഹവും മി. ലോറിയും മാത്രമായപ്പോൾ, മി. ലോറി ഹൃദയസ്പൃക്കായ രീതിയിൽ പറഞ്ഞുതുടങ്ങി.

"എന്റെ പ്രിയപ്പെട്ട മാനെറ്റ്, വളരെ വിചിത്രമായൊരു കേസിൽ നിങ്ങളുടെ അഭിപ്രായം അറിയാൻ എനിക്ക് വലിയ ആകാംക്ഷയുണ്ട്. എന്നെ സംബന്ധിച്ചിടത്തോളം വളരെ അസാധാരണമായൊരു കേസ് ആണത്; സത്യത്തിൽ അപ്രകാരമാകണമെന്നില്ല."

ഈയിടെ ചെയ്ത ഷൂ നിർമ്മാണംമൂലം കറപിടിച്ച തന്റെ കൈകളിലേക്ക് അസ്വസ്ഥതയോടെ ഡോക്ടർ ശ്രദ്ധിച്ചുനോക്കി. പല പ്രാവശ്യം അദ്ദേഹം കൈകളിലേക്ക് നോക്കിക്കൊണ്ടിരുന്നു.

"ഡോ. മാനെറ്റ്" അദ്ദേഹത്തിന്റെ കൈയിൽ സ്നേഹപൂർവ്വം സ്പർശിച്ച് മി. ലോറി പറഞ്ഞു " എന്റെ വളരെ അടുത്ത ഒരു സുഹൃത്തിന്റെ കേസാണിത്. ദയവായി നിങ്ങൾ സ്വന്തം ബുദ്ധിശക്തി ഉപയോഗിച്ച്, അയാൾക്കുവേണ്ടി നല്ലൊരു ഉപദേശം എനിക്ക് തരിക, എല്ലാറ്റിനുമുപരി അയാളുടെ മകൾക്കു വേണ്ടി, എന്റെ പ്രിയപ്പെട്ട മാനെറ്റ്."

"എന്റെ ധാരണ ശരിയാണെങ്കിൽ" ഡോക്ടർ താഴ്ന്ന സ്വരത്തിൽ പറഞ്ഞു "എന്തോ മാനസികാഘാതം -?"

"അതെ."

"തുറന്നു പറയൂ" ഡോക്ടർ പറഞ്ഞു "ഒന്നും മറച്ചുവെക്കരുത്."

അവർ പരസ്പരം മനസ്സിലാക്കി.

"പ്രിയപ്പെട്ട മാനെറ്റ്, അത് പഴയതും വളരെക്കാലം നീണ്ടുനിന്നതു മായൊരു ആഘാതത്തിന്റെ കാര്യമാണ്. അതീവതീവ്രവും കഠിനവുമായ സ്നേഹവികാരങ്ങൾക്ക് ഏറ്റ ആഘാതം. എത്രകാലം ആ ആഘാതം അയാൾ സഹിച്ചെന്ന് പറയാൻ കഴിയില്ല; കാരണം, അയാൾക്കുതന്നെ അത് കണക്ക് കൂട്ടാനാവില്ല. പിന്നീട് അയാൾ ആ ആഘാതത്തിൽ നിന്നും പൂർണ്ണമായി സുഖം പ്രാപിച്ചു. അതിബുദ്ധിമാനാണയാൾ, വിജ്ഞാനം വർദ്ധിച്ചുകൊണ്ടിരിക്കുന്നവൻ, ഇപ്പോൾത്തന്നെ വളരെ വിപുലമാണത്. എന്നാൽ, നിർഭാഗ്യവശാൽ" അയാൾ ഒന്ന് നിർത്തി ദീർഘശ്വാസം വിട്ടു "നേരിയ രീതിയിൽ മാറിയ രോഗം വീണ്ടും വന്നു."

ഡോക്ടർ മെല്ലെ ചോദിച്ചു "എത്രനാൾ?"

"ഒമ്പത് ദിവസം."

"അതെങ്ങനെയാണത് കാണപ്പെട്ടത്?" തന്റെ കൈകളിലേക്ക് വീണ്ടും കണ്ണോടിച്ച്. "പഴയതിന്റെ തുടർച്ചയായ ആഘാതം മൂലമായിരിക്കാമത്...."

"അതാണ് വാസ്തവം."

"രോഗം വീണ്ടും വന്നത് അയാളുടെ മകൾക്ക് അറിയാമോ?"

"ഇല്ല, അവളിൽ നിന്നത് മറച്ചുവെച്ചു. എന്നും അത് മറച്ചുവെക്കണ മെന്നാണ് ഞാൻ കരുതുന്നത്. എനിക്ക് മാത്രമേ അത് അറിയൂ, പിന്നെ വിശ്വാസത്തിലെടുക്കാവുന്ന മറ്റൊരാൾക്കും."

ഡോക്ടർ അയാളുടെ കരം ഗ്രഹിച്ച് മന്ത്രിച്ചു "വളരെ ഉപകാരം. അത് വളരെ വിവേകപൂർവ്വമായി!" മി. ലോറിയും അദ്ദേഹത്തിന്റെ കൈ പിടിച്ച മർത്തി. ഇരുവരും കുറച്ചുനേരത്തേക്ക് മൗനം പാലിച്ചു.

"എന്റെ പ്രിയപ്പെട്ട മാനെറ്റ്" ഒടുവിൽ, ഏറ്റവും ദാക്ഷിണ്യത്തോടെയും, ഏറ്റവും സ്നേഹത്തോടെയും മി. ലോറി പറഞ്ഞു. "ഞാൻ വെറുമൊരു ബിസിനസ്സുകാരനാണ്, ഇത്തരം സങ്കീർണ്ണവും വിഷമം പിടിച്ചതുമായ വിഷയങ്ങൾ കൈകാര്യം ചെയ്യുവാൻ അനുയോജ്യനല്ല. എനിക്കതിനുള്ള വിവരമില്ല; എനിക്കതിനുള്ള ബുദ്ധിയില്ല. എനിക്ക് അതിനുള്ള മാർഗ്ഗ നിർദ്ദേശം ആവശ്യമാണ്. നിങ്ങളെപ്പോലെ ശരിയായ മാർഗ്ഗനിർദ്ദേശം നൽകുന്ന വിശ്വസ്തനായ ഒരാളെ ഈ ലോകത്ത് എനിക്ക് കിട്ടില്ല. എന്നോട് പറയൂ, എങ്ങനെയാണ് ഈ രോഗം വീണ്ടുംവരുന്നത്? ഇതിന്റെ ആവർത്തനം തടയാൻ കഴിയുമോ? അതിന് ചികിത്സയുണ്ടോ? എന്റെ സുഹൃത്തിനുവേണ്ടി ഞാനെന്താണ് ചെയ്യേണ്ടത്? നിങ്ങളുടെ കൂർമ്മ തയുള്ള ബുദ്ധി, വിജ്ഞാനം, അനുഭവജ്ഞാനം എന്നിവ എന്നെ നേർമാർഗ്ഗ ത്തിലൂടെ നയിച്ചാൽ, എനിക്ക് ഒരുപാട് കാര്യങ്ങൾ ചെയ്യാൻ കഴി ഞ്ഞേക്കും; മാർഗ്ഗനിർദ്ദേശമില്ലെങ്കിൽ എനിക്കൊന്നും ചെയ്യാൻ കഴിഞ്ഞേ ക്കില്ല. ദയവായി അക്കാര്യം എന്നോട് ചർച്ച ചെയ്യൂ. ദയവായി അക്കാര്യം എനിക്ക് കുറെക്കൂടി വ്യക്തമായി കാണിച്ചുതരൂ, കൂടുതൽ ഉപകാരപ്രദ മാകാൻ എന്നെ പഠിപ്പിച്ചു തരൂ."

ഈ ആത്മാർഥമായ വാക്കുകൾ കേട്ട് ഡോക്ടർ കുറച്ചുനേരം ചിന്താ ധീനനായി ഇരുന്നു. മി. ലോറി അദ്ദേഹത്തെ നിർബന്ധിച്ചില്ല.

"അത് സംഭാവ്യമാണെന്ന് ഞാൻ കരുതുന്നു." വളരെ കഷ്ടപ്പെട്ട് മൗനം ഭഞ്ജിച്ച് ഡോക്ടർ പറഞ്ഞു "നിങ്ങൾ വിവരിച്ച രോഗത്തിന്റെ തിരിച്ചുവരവ്, എന്റെ സുഹൃത്തെ തികച്ചും അപ്രതീക്ഷിതമല്ല."

"അദ്ദേഹം അത് ഭയപ്പെട്ടിരുന്നോ?" മി. ലോറി അത് ചോദിക്കാനുള്ള സാഹസമെടുത്തു.

"വളരെയേറെ." അറിയാതെ, ഒരു വിറയലോടെ അദ്ദേഹം പറഞ്ഞു. "അയാളുടെ മനസ്സിനെ എത്രത്തോളം ആ ആശങ്ക തകർത്തിരുന്നെന്ന് നിങ്ങൾക്ക് സങ്കല്പിക്കാനാവില്ല. അതിനെ കുറിച്ചയാൾക്ക് ഒരക്ഷരം പുറത്ത് പറയാനും കഴിയില്ല."

"ആ മൂടിവെച്ചിരിക്കുന്ന രഹസ്യം ആരെങ്കിലുമായി പങ്കിട്ടിരുന്നെങ്കിൽ ഈ വിഷമം ഒഴിവാക്കാമായിരുന്നില്ലേ?"

"ശരിയാണ്. എന്നാൽ ഞാൻ പറഞ്ഞതുപോലെ അത് തികച്ചും അസാദ്ധ്യമാണ്."

ഇരുവരും അല്പനേരം നിശ്ശബ്ദനായിരുന്നശേഷം മി. ലോറി തന്റെ കൈ ഡോക്ടറുടെ തോളിൽ മെല്ലെ വച്ച്, "അപ്പോൾ ഈ ദുരന്തത്തെ നിങ്ങൾ എങ്ങനെ വിശദീകരിക്കും?"

"എന്റെ വിശ്വാസം" ഡോക്ടർ മാനെറ്റ് മറുപടി നൽകി. "ഓർമ്മകളുടെയും ചിന്തകളുടെയും ഒരു ശക്തവും വിചിത്രവുമായ നിരയാണീ ദുരന്തത്തിന്റെ ആദ്യകാരണം എന്നാണ്. ഏറ്റവും വേദനാജനകമായ കടുത്ത കൂട്ടുകെട്ട് വ്യക്തമായി ഓർമ്മിപ്പിക്കപ്പെട്ടെന്ന് ഞാൻ കരുതുന്നു; ഒരുപക്ഷേ ഈ കൂട്ടുകെട്ട് ഏത് നിമിഷവും ഓർമ്മിക്കപ്പെടാമെന്ന ഭയം അയാളുടെ മനസ്സിൽ വളരെക്കാലമായി ഒളിഞ്ഞുകിടന്നിരിക്കാം, ഏതെങ്കിലും സാഹചര്യത്തിലോ, പ്രത്യേക സന്ദർഭത്തിലോ. അയാൾ വൃഥാ അതിനുള്ള തയ്യാറെടുപ്പുകൾ നടത്തിക്കാണും. ഈ തയ്യാറെടുപ്പുകൾക്കുള്ള യത്നം അയാളെ കൂടുതൽ കെല്പില്ലാത്തവനാക്കിയിരിക്കും....."

"മാറിയ രോഗം വീണ്ടും വന്ന സമയത്ത് എന്തെല്ലാം സംഭവിച്ചെന്ന് അയാൾ ഓർക്കുന്നുണ്ടോ?" മി. ലോറി സ്വാഭാവികമായ ശങ്കയോടെ ചോദിച്ചു.

ഡോക്ടർ വിഷാദഭാവത്തോടെ മുറിയിലാകമാനം ഒന്ന് കണ്ണോടിച്ചു; പിന്നെ, മെല്ലെ മറുപടി നൽകി "ഒട്ടുമില്ല."

"ഇനി, ഭാവിയെക്കുറിച്ച്" മി. ലോറി സൂചിപ്പിച്ചു.

"ഭാവിയെക്കുറിച്ച്" നിശ്ചയദാർഢ്യത്തോടെ ഡോക്ടർ പറഞ്ഞു "എനിക്ക് വലിയ പ്രതീക്ഷയാണുള്ളത്."

"അയാളെ ഇത്രപെട്ടെന്ന് സുഖപ്പെടുത്തുന്നതിൽ ദൈവം കരുണ കാണിച്ചതിനാൽ ഞാൻ വലിയ പ്രതീക്ഷ വെച്ച് പുലർത്തുന്നു. ദീർഘകാലമായി ഭയങ്കരഭീതിയോടെ അവ്യക്തമായി കടം മുൻകൂട്ടികണ്ട്, സങ്കീർണ്ണമായ എന്തോ ചിലതിന്റെ സമ്മർദ്ദത്താൽ കഴിഞ്ഞിരുന്ന അയാളിൽനിന്ന് കാർമേഘങ്ങൾ ഒഴിഞ്ഞുപോയത്, ഏറ്റവും മോശമായ അവസ്ഥയുടെ തിരോധാനമായി ഞാൻ കരുതുന്നു. ദൈവാനുഗ്രഹത്താൽ നമ്മൾ രക്ഷപ്പെട്ടു..."

"കൊള്ളാം, കൊള്ളാം! അത് വലിയ ആശ്വാസമാണ്. ഞാൻ നന്ദിയുള്ളവനാണ്!" മി. ലോറി പറഞ്ഞു.

"ഞാൻ നന്ദിയുള്ളവനാണ്!" ഡോക്ടർ അതാവർത്തിച്ചു, ആദരവോടെ തലകുനിച്ചു.

"രണ്ട് കാര്യങ്ങൾ കൂടിയുണ്ട്" മി. ലോറി പറഞ്ഞു "അതിനുള്ള ഉപദേശങ്ങൾ കൂടി ഞാൻ ഉൽക്കണ്ഠയോടെ നോക്കിയിരിക്കയാണ്. ഞാൻ ചോദിച്ചോട്ടെ?"

"സസന്തോഷം ചോദിക്കാം."

"ആദ്യത്തേത്, അയാൾ വലിയ പഠനശീലമുള്ള വ്യക്തിയാണ്, അസാധാരണമാം വിധം ഊർജ്ജസ്വലൻ. തൊഴിൽപരമായ വിജ്ഞാനം സമ്പാദിക്കുന്നതിനും, പരീക്ഷണങ്ങൾ നടത്തുന്നതിനും, മറ്റ് പല കാര്യങ്ങൾക്കുമായി അത്യുത്സാഹത്തോടെ അയാൾ അദ്ധ്വാനിക്കുന്നു. അത് അമിതമാണോ?"

"ഞാൻ കരുതുന്നില്ല. അതയാളുടെ മനസ്സിന്റെ സ്വാഭാവരീതി ആയിരിക്കാം, എന്തെങ്കിലും പ്രവൃത്തിയിൽ മുഴുകുക എന്നത്. ഭാഗികമായി അത് സ്വാഭാവികവും, ഭാഗികമായി പീഡനാനുഭവത്തിന്റെ ഫലവുമായിരിക്കാം. ആരോഗ്യകരമായ കാര്യങ്ങൾക്കായി പ്രവർത്തിക്കുന്നത് അപകടം ഒഴിവാക്കാൻ സഹായിക്കും; അയാൾ സ്വയം അത് നിരീക്ഷിച്ചിരിക്കണം."

"അയാൾ അത്യായാസത്തിലല്ലെന്ന് നിങ്ങൾക്ക് ഉറപ്പല്ലേ?"

"എനിക്ക് നല്ല ഉറപ്പാണ്."

"വാശി പിടിക്കുന്നൊരു ബിസിനസ്സുകാരനായ എന്നോട് ക്ഷമിക്കുക. അയാൾ അമിതജോലി ചെയ്യുന്നവനാണെന്ന് ഒരു നിമിഷം ചിന്തിക്കുക; എങ്കിൽ ആ അസുഖം വീണ്ടും വരാൻ സാദ്ധ്യതയുണ്ടോ?"

"ഞാനങ്ങനെ കരുതുന്നില്ല. ഞാനങ്ങനെ കരുതുന്നില്ല." ഡോ. മാനെറ്റ് ദൃഢവിശ്വാസത്തോടെ പറഞ്ഞു. "അസുഖം വീണ്ടും മാറിയ നിലയ്ക്ക്, അത് വീണ്ടും വരാനുള്ള പരിതഃസ്ഥിതി ഒഴിവാക്കപ്പെട്ടു എന്ന് ഞാൻ വിശ്വസിക്കുന്നു."

"എങ്കിൽ, അയാൾ പീഡനമനുഭവിച്ചിരുന്ന കാലത്ത് ഉപയോഗിച്ചിരുന്ന 'കരുവാന്റെ ആല' അവിടന്ന് മാറ്റുന്നതല്ലേ നല്ലത്?"

ഡോക്ടർ കൈകൊണ്ട് നെറ്റി മറച്ച്, അസ്വസ്ഥതയോടെ നിലത്ത് കാലിട്ട് ചവിട്ടി.

"എന്നെ ഉപദേശിക്കാൻ പ്രയാസമുണ്ടെന്ന് നിങ്ങൾ കരുതുന്നുവോ?" മി. ലോറി ചോദിച്ചു.

"അതൊരു നല്ല ചോദ്യമാണെന്ന് ഞാൻ ശരിക്കും മനസ്സിലാക്കുന്നു. എന്നാലും " അദ്ദേഹം തലകുലുക്കി കൊണ്ട് നിർത്തി.

പിന്നെ ചെറിയൊരു അസ്വസ്ഥതയോടെ അയാൾക്കു നേരെ തിരിഞ്ഞ് ഡോ. മാനെറ്റ് പറഞ്ഞു "ആ പാവം മനുഷ്യന്റെ മനസ്സിൽ നിരന്തരമായി

നടന്നുകൊണ്ടിരിക്കുന്ന പ്രവർത്തനം വിവരിക്കാൻ വളരെ വിഷമമാണ്. ആ ജോലി, തട്ടിയും മുട്ടിയും എന്തെങ്കിലും ചെയ്തുകൊണ്ടിരിക്കും എന്നത്, തന്റെ വേദനകളിൽ നിന്നയാൾക്ക് വലിയ ആശ്വാസമായിരുന്നു. അതിന്റെ ആവശ്യം ഇനിയും വന്നെങ്കിലോ എന്ന ചിന്ത പെട്ടെന്നയാളെ ഭയപ്പെടുത്തുന്നുണ്ടായിരിക്കാം!"

"എന്റെ പ്രിയപ്പെട്ട മാനെറ്റ്, ആ സാധനം അവിടന്ന് പോയാൽ, ആ ഭയാശങ്കയും പോകില്ലേ?"

വീണ്ടും നിശ്ശബ്ദത!

" നിങ്ങളും അത് മനസ്സിലാക്കുന്നു," ഡോക്ടർ ഒരു വിറയലോടെ പറഞ്ഞു "അതെന്റെ അത്രയ്ക്ക് പഴയൊരു സുഹൃത്താണ്."

"ഞാനത് സൂക്ഷിച്ചു വെക്കില്ല" മി. ലോറി തലകുലുക്കി പറഞ്ഞു; ഡോക്ടർ അസ്വസ്ഥനായപ്പോൾ അയാൾ കൂടുതൽ അചഞ്ചലനായി. "അത് ത്യജിക്കുവാൻ ഞാൻ നിർദ്ദേശിക്കും. നിങ്ങളുടെ ആജ്ഞയേ എനിക്ക് ആവശ്യമുള്ളൂ. വേഗമാകട്ടെ! നല്ല മനുഷ്യനെപ്പോലെ എനിക്ക് ആജ്ഞ തരൂ. അയാളുടെ മകൾക്കു വേണ്ടി, എന്റെ പ്രിയപ്പെട്ട മാനെറ്റ്!"

അദ്ദേഹത്തിന്റെ മനസ്സിനുള്ളിലെ സംഘട്ടനം കാണുക എന്നത് അസാധാരണമായൊരു അനുഭവമായിരുന്നു!

"അവൾക്കുവേണ്ടി, അതെ, അവൾക്കുവേണ്ടി.... അത് നടത്തപ്പെടട്ടെ; ഞാനതിന് അനുമതി നൽകുന്നു. അയാളുടെ സാന്നിദ്ധ്യത്തിൽ അതെടുത്തു മാറ്ററുത്. അയാൾ ഇല്ലാത്തപ്പോൾ അതെടുത്ത് മാറ്റുക."

മി. ലോറി ഉടനെ അതിന് സമ്മതം മൂളി; സംഭാഷണം അവിടെ അവസാനിച്ചു. ആ ദിവസങ്ങൾ അവർ നാട്ടിൻപുറത്തുതന്നെ തങ്ങി. ഡോക്ടർ പൂർണ്ണമായി സുഖം പ്രാപിച്ചു. അതിനുശേഷമുള്ള മൂന്നുദിവസങ്ങൾ സന്തോഷപൂർവ്വമാണദ്ദേഹം കഴിഞ്ഞത്. നാലാം ദിവസം അദ്ദേഹം ലൂസിയുടെയും ഭർത്താവിന്റെയും അടുത്തേക്ക് പോയി.

അന്നുരാത്രി മി. ലോറി, ഉളിയും ചുറ്റികയും അറക്കവാളുമെല്ലാം എടുത്ത് അദ്ദേഹത്തിന്റെ മുറിയിലെത്തി; മിസ്സ് പ്രോസ്സ് ഒരു വിളക്ക് പിടിച്ച് അയാളോടൊപ്പം ചെന്നു. വാതിലുകൾ അടച്ച്, ദുരൂഹമായ കുറ്റബോധത്തോടെ മി. ലോറി ചെരുപ്പുകുത്തിയുടെ ബെഞ്ച് വെട്ടിപ്പൊളിച്ച് കഷ്ണങ്ങളാക്കി; ഒരു കൊലപാതകത്തിന് സഹായിക്കുന്നവളെപ്പോലെ മിസ്സ് പ്രോസ്സ് മെഴുകുതിരി പിടിച്ച് അടുത്ത് നിന്നു, അവളുടെ പൈശാചികഭാവത്തിലുള്ള ആ രൂപം അതിന് അനുയോജ്യം തന്നെയായിരുന്നു! കാലതാമസം കൂടാതെ, ആ ശരീരം ദഹിപ്പിക്കുന്ന കർമ്മവും അടുക്കളയിലെ അടുപ്പിൽ ആരംഭിച്ചു; അതിന് പറ്റിയ രീതിയിൽ ആ ബെഞ്ച് വെട്ടിക്കീറി കഷ്ണങ്ങളാക്കിയിരുന്നു. പണിയായുധങ്ങൾ, ഷൂസ്, തുകൽ തുടങ്ങിയവ തോട്ടത്തിൽ കുഴിച്ചിട്ടു. വളരെ വിദഗ്ധമായ രീതിയിൽ, ഭീകരമായൊരു കുറ്റകൃത്യത്തിലെന്നതുപോലെ, മിടിക്കുന്ന ഹൃദയങ്ങളോടെ മി. ലോറിയും മിസ്സ് പ്രോസ്സും, യാതൊരു ബാഹ്യരേഖയും ബാക്കി വെച്ചില്ല!

ഇരുപത്

നവവധൂവരന്മാർ വീട്ടിലെത്തിയപ്പോൾ അഭിനന്ദിക്കാനായി ആദ്യം എത്തിയ വ്യക്തി സിഡ്നി കാർട്ടൻ ആയിരുന്നു. അവർ വീട്ടിൽ വന്നിട്ട് ഏതാനും മണിക്കൂറുകളേ ആയിട്ടുള്ളൂ, അപ്പോഴേക്കും അയാൾ എത്തി. സ്വഭാവത്തിലോ, പെരുമാറ്റത്തിലോ, രൂപത്തിലോ അയാൾക്ക് യാതൊരു മാറ്റവും സംഭവിച്ചിട്ടില്ല; സദാചാരനിഷ്ഠയുടെ ദൃഢമായൊരു ഭാവം പ്രകടമായിരുന്നു. ചാൾസ് ഡാർണിയുടെ അവലോകനത്തിൽ അതൊരു പുതുമയായി തോന്നി!

ഡാർണി തനിച്ചായപ്പോൾ കാർട്ടൻ അയാളെ ജന്നലിന്നരികിലേക്ക് കൊണ്ടുപോയി സംഭാഷണത്തിലേർപ്പെട്ടു.

"മി. ഡാർണി" കാർട്ടൻ പറഞ്ഞു. "നമ്മൾ സുഹൃത്തുക്കളായിരുന്നെങ്കിൽ എന്ന് ഞാനാഗ്രഹിക്കുന്നു."

"നമ്മൾ ഇപ്പോഴും സുഹൃത്തുക്കളാണെന്ന് കരുതുന്നു."

"അതൊരു ഭംഗിവാക്കായി പറയുന്നതല്ലേ; ഞാനതല്ല ഉദ്ദേശിക്കുന്നത്. തീർച്ചയായും, അത്തരം ഔപചാരിക സുഹൃദ്ബന്ധമല്ല."

നല്ല സൗഹൃദത്തോടെ, പിന്നെ എന്താണ് ഉദ്ദേശിക്കുന്നതെന്ന് ചാൾസ് ഡാർണി ചോദിച്ചു.

"എങ്ങനെ ഞാനത് പറയും." കാർട്ടൻ പുഞ്ചിരിയോടെ പറഞ്ഞു. "എന്റെ മനസ്സിലെ സങ്കല്പം നിങ്ങളിലേക്ക് പകരുക അത്ര എളുപ്പമല്ല. ഏതോ ഒരു സുപ്രധാന സന്ദർഭത്തിൽ ഞാൻ പതിവിലേറെ മദ്യപിച്ചിരുന്നത് നിങ്ങൾ ഓർക്കുന്നുണ്ടല്ലോ?"

"നിങ്ങൾ കുടിയനാണെന്ന് എന്നെക്കൊണ്ട് പറയിപ്പിച്ച സന്ദർഭം ഓർക്കുന്നുണ്ട്."

"ആ സന്ദർഭങ്ങളിലെ ശകാരം ഒരു ദിവസം കണക്കിലെടുക്കപ്പെടും, എന്റെ അന്ത്യമെത്തുമ്പോൾ! പേടിക്കേണ്ട; ഞാൻ അധികപ്രസംഗം നടത്തുന്നില്ല...."

"ഞാൻ പേടിക്കുന്നൊന്നുമില്ല. പറയാനുള്ളതെന്തും നിങ്ങൾ തുറന്നു പറയും, എനിക്കറിയാം..."

"ആഹ്!" കൈ അശ്രദ്ധമായി വീശിക്കൊണ്ട് കാർട്ടൻ പറഞ്ഞു "ഞാനന്ന് അമിതമായി മദ്യപിച്ചു. നിങ്ങളെ ഞാൻ ഇഷ്ടപ്പെടുന്നുവോ, ഇല്ലയോ എന്ന ദുസ്സഹമായ ചിന്തയിൽപ്പെട്ട് എനിക്ക് സമനില തെറ്റിയിരുന്നു. നിങ്ങളത് മറക്കണമെന്ന് ഞാൻ ആഗ്രഹിക്കുന്നു."

"ഞാനത് എന്നേ മറന്നു കഴിഞ്ഞു."

"വീണ്ടും ഭംഗിവാക്ക്! അത്ര എളുപ്പമല്ല എനിക്ക് മറവി. ഞാനത് മറന്നിട്ടില്ല; ലാഘവത്തോടെയുള്ള ഒരു മറുപടി അത് മറക്കാനെന്നെ സഹായിക്കുകയുമില്ല."

“അത് ലാഘവത്തോടെയുള്ളൊരു മറുപടി ആയിരുന്നെങ്കിൽ, ഞാൻ നിങ്ങളോട് മാപ്പ് ചോദിക്കുന്നു. ആ ചെറിയ സംഗതി നിങ്ങളെ ഇത്രമാത്രം വിഷമിപ്പിക്കും എന്ന് ഞാൻ കരുതിയില്ല. അത് എന്നോ ഞാൻ മനസ്സിൽ നിന്ന് എടുത്തുകളഞ്ഞു. ഒന്നോർക്കുമ്പോൾ ദൈവമേ, എന്താണ് എടുത്തുകളയാനുള്ളത്! എനിക്ക് ഓർക്കാൻ ഒന്നുമില്ല. നിങ്ങൾ എനിക്കുവേണ്ടി ചെയ്തത് മറക്കാനാവാത്ത സേവനമാണ്.”

“ആ സേവനത്തെ കുറിച്ചാണെങ്കിൽ” കാർട്ടൻ പറഞ്ഞു “ഞാൻ നിങ്ങളോട് ശപഥം ചെയ്യട്ടെ, അതെന്റെ തൊഴിൽപരമായ ചെപ്പടിവിദ്യയായിരുന്നു. നിങ്ങൾക്കെന്ത് സംഭവിക്കുമെന്ന് അന്നത് ചെയ്തപ്പോൾ ഞാൻ ശ്രദ്ധിച്ചുവോ എന്നെനിക്കറിയില്ല.”

“എന്റെ കടപ്പാടിനെ നിങ്ങൾ ലാഘവത്തോടെ കാണുന്നു.” ഡാർണി മറുപടി നൽകി “സാരമില്ല.”

“പരിശുദ്ധമായ സത്യം, മി. ഡാർണി, എന്നെ വിശ്വസിക്കൂ! ഞാൻ എന്റെ ലക്ഷ്യത്തിൽനിന്നും വഴിമാറിപ്പോകുന്നു. നമ്മൾ സുഹൃത്തുക്കളാകേണ്ടതിനെക്കുറിച്ചാണ് ഞാൻ സംസാരിച്ചിരുന്നത്. ഇപ്പോൾ, നിങ്ങൾക്കെന്നെ അറിയാം, മറ്റ് മനുഷ്യർക്കുള്ള ഉന്നതമായ കഴിവുകളൊന്നും എനിക്കില്ലെന്ന് നിങ്ങൾക്കറിയാം. നിങ്ങൾക്കെന്തെങ്കിലും സംശയമുണ്ടെങ്കിൽ സ്ട്രൈവറോട് ചോദിക്കൂ, അയാൾ പറയും അപ്രകാരമാണെന്ന്.”

“അയാളുടെ സഹായമില്ലാതെ, സ്വന്തം അഭിപ്രായം രൂപീകരിക്കാനാണ് എനിക്കിഷ്ടം.”

“എന്തായാലും ഞാനത്ര നല്ലവനൊന്നുമല്ല, യാതൊരു നന്മയും ചെയ്തിട്ടില്ലാത്തവനും, ഒരിക്കലും ചെയ്യുമെന്ന് പ്രതീക്ഷിക്കപ്പെടാത്തവനും.”

“എന്നെനിക്കറിയില്ല.”

“ശരി! അത്തരം വിലയില്ലാത്തൊരു മനുഷ്യൻ, ചീത്തപ്പേര് നേടിയൊരു മനുഷ്യൻ, അസമയത്ത് വരുന്നതും പോകുന്നതും നിങ്ങൾക്ക് സഹിക്കാൻ കഴിയുമെങ്കിൽ, എന്നെ പ്രത്യേകാനുകൂല്യമുള്ളൊരു വ്യക്തിയായി ഇഷ്ടാനുസരണം ഇവിടെ വന്നുപോകാനനുവദിക്കുമോ? എനിക്ക് അനുവാദം കിട്ടിയാലും, ഞാൻ വർഷത്തിൽ നാല് പ്രാവശ്യത്തിലേറെ തവണ വരില്ല. എന്നെ അതുകൊണ്ട് തൃപ്തനാക്കുമെന്ന് ഞാനൂഹിക്കുന്നു.”

“നിങ്ങൾ ശ്രമിച്ചുനോക്കൂ. എന്നല്ലാതെ എനിയ്ക്കൊന്നും പറയാനില്ല.”

“താങ്ക്യൂ, ഡാർണി. നിങ്ങളുടെ പേരിൽ ഞാനാ സ്വാതന്ത്ര്യം ഉപയോഗിക്കട്ടെ?”

“ശരി, കാർട്ടൻ.”

അവർ കൈപിടിച്ചു കുലുക്കി, കാർട്ടൻ പിൻതിരിഞ്ഞു.

അയാൾ പോയശേഷം വൈകുന്നേരം മിസ്സ് പ്രോസ്സ്, ഡോക്ടർ, മി. ലോറി എന്നിവരോടൊപ്പം സംസാരിച്ചിരിക്കവെ, ചാൾസ് ഡാർണി സിഡ്നി കാർട്ടനുമായയുണ്ടായ സംഭാഷണത്തെ കുറിച്ച് പൊതുവായൊന്നു സൂചിപ്പിച്ചു. അശ്രദ്ധനും സാഹസികനുമായൊരു വ്യക്തിയാണ് സിഡ്നി കാർട്ടൻ

എന്നയാൾ പരാമർശിച്ചു. കടുപ്പത്തിലോ, കുറ്റം പറയുന്ന വിധത്തിലോ അല്ല ഡാർണി അതവതരിപ്പിച്ചത്, അതും ഏതാനും വാക്കുകളിൽ മാത്രം. അയാളെ അറിയുന്നവർക്കെല്ലാം അത് ബോദ്ധ്യമായി. തന്റെ നല്ലവളായ ഭാര്യയെ അത് ചിന്താകുലയാക്കുമെന്ന് ഡാർണിക്ക് അറിയില്ലായിരുന്നു.

അയാൾ, പിന്നീട്, കിടപ്പുമുറിയിൽ ചെന്നപ്പോൾ അവൾ വിഷാദിനിയായി നെറ്റിചുളിച്ച് അയാൾക്കുവേണ്ടി കാത്തിരിക്കുകയായിരുന്നു.

"ഇന്ന് നീ വളരെ ചിന്താമഗ്നയായിരിക്കുന്നല്ലോ?"അവൾക്കു നേരെ കൈനീട്ടിക്കൊണ്ട് ഡാർണി പറഞ്ഞു.

"അതെ, ഏറ്റവും പ്രിയപ്പെട്ട ചാൾസ്" അവൾ നെഞ്ചിൽ കൈവച്ച്, ചോദ്യരൂപേണ അയാൾക്കു നേരെ നോക്കിക്കൊണ്ട് പറഞ്ഞു. "ഇന്നു രാത്രി നമ്മൾ ചിന്താധീനരായിരിക്കും; കാരണം, നമ്മുടെ മനസ്സിൽ ഇന്ന് എന്തൊക്കെയോ പുകയുന്നുണ്ട്."

"അതെന്താണ് ലൂസി?"

"എന്നോട് ഒരു ചോദ്യം മാത്രം ചോദിക്കരുതെന്ന് ഞാൻ അപേക്ഷിച്ചാൽ, നിങ്ങൾ നിർബന്ധിക്കില്ലെന്ന് എന്നോട് ശപഥം ചെയ്യാമോ?"

"ഞാൻ ശപഥം ചെയ്യാമോ എന്നോ? എന്റെ പ്രിയപ്പെട്ടവൾക്കുവേണ്ടി ഞാനത് ചെയ്യാതിരിക്കുമോ?"

ഒരു കൈ അവളുടെ മുഖത്ത് വീണുകിടക്കുന്ന സ്വർണ്ണത്തലമുടി മാറ്റുകയും, മറ്റേ കൈ നെഞ്ചിൽ വെക്കുകയും ചെയ്തുകൊണ്ടയാൾ ശപഥം ചെയ്തു.

"ഇന്നുരാത്രി നിങ്ങൾ പ്രകടിപ്പിച്ചതിനേക്കാൾ പാവം മി. കാർട്ടൻ കൂടുതൽ പരിഗണനയും ആദരവും അർഹിക്കുന്നുണ്ടെന്ന് ഞാൻ കരുതുന്നു, ചാൾസ്."

" പ്രിയപ്പെട്ടവളേ, എന്തുകൊണ്ട്?"

'അതാണ് നിങ്ങൾ എന്നോട് ചോദിക്കരുതെന്ന് ഞാൻ പറഞ്ഞത്! അയാൾ അതർഹിക്കുന്നു."

"ഞാൻ എന്ത് ചെയ്യണമെന്നാണ് നീ പറയുന്നത്, എന്റെ ഡിയർ?

"എന്റെ ഏറ്റവും പ്രിയപ്പെട്ടവനെ, അയാളോട് എപ്പോഴും മഹാമനസ്കതയുള്ളവനായിരിക്കുക, അയാളുടെ അസാന്നിധ്യത്തിൽ അയാളുടെ കുറ്റങ്ങളോട് വളരെ ദാക്ഷിണ്യം കാണിക്കൂ. വളരെ വിരളമായി തുറന്ന് കാണിക്കുന്ന ഒരു ഹൃദയമാണ് അയാളുടേത്, അതിൽ ആഴത്തിലുള്ള മുറിവുകൾ ഉണ്ട്. എന്റെ ഡിയർ, അത് രക്തമൊലിപ്പിക്കുന്നത് ഞാൻ കണ്ടിട്ടുണ്ട്."

"എന്റെ മേലുള്ള വേദനാജനകമായൊരു നിന്ദയാണത്" ചാൾസ് ഡാർണി ആശ്ചര്യപൂർവ്വം പറഞ്ഞു. "ഞാനയാളോട് എന്തെങ്കിലും തെറ്റ് ചെയ്തിട്ടുണ്ടെന്നത്! ഞാനയാളെക്കുറിച്ച് അങ്ങനെ ഒരിക്കലും ചിന്തിച്ചിട്ടില്ല."

"എന്റെ ഡിയർ, അയാൾ വേറിട്ട ഒരു സൃഷ്ടിയാണ്. അയാളെ സന്മാർഗ്ഗത്തിലേക്ക് നയിക്കാനാവില്ലെന്ന് പറയാനെനിക്ക് ഖേദമുണ്ട്;

അയാളുടെ സ്വഭാവമോ, ഭാവിയോ മാറ്റിയെടുക്കാനിനി കഴിയുമെന്നും ഞാൻ പ്രതീക്ഷിക്കുന്നില്ല. എന്നാലും, അയാൾ നല്ലകാര്യങ്ങൾ ചെയ്യുവാൻ പ്രാപ്തനാണ്. മാന്യമായ കാര്യങ്ങൾ, മഹാമനസ്കതയുള്ള കാര്യങ്ങൾ."

ഈ പാഴായ മനുഷ്യനിലുള്ള വിശ്വാസത്തിന്റെ പരിശുദ്ധിയിൽ അവൾ അതീവസുന്ദരിയായി കാണപ്പെട്ടു! ഈ നിലയിൽ ഭർത്താവ് അവളെ മണിക്കൂറുകളോളം നോക്കി ഇരുന്നേനെ!

"ഓ, എന്റെ ഏറ്റവും പ്രിയപ്പെട്ടവനെ!" അയാളുടെ അടുത്ത് പറ്റിപ്പിടിച്ചിരുന്ന്, അയാളുടെ നെഞ്ചിൽ തലചായ്ച്, അയാളുടെ മുഖത്തേക്ക് കണ്ണുകൾ ഉയർത്തി അവൾ തിടുക്കത്തിൽ പറഞ്ഞു, "നമ്മൾ എത്ര സന്തോഷവാന്മാരാണെന്നും, അയാൾ എത്ര ദുരിതമനുഭവിക്കുന്നവനാണെന്നും ഓർക്കുക!"

ആ വിനീതാഭ്യർത്ഥന അയാളെ സ്പർശിച്ചു. "ഞാൻ എപ്പോഴും അതോർക്കും പ്രിയപ്പെട്ടവളെ. ഞാൻ ജീവിച്ചിരിക്കുന്നിടത്തോളം കാലം അതോർക്കും."

അയാൾ ആ സുവർണ്ണശിരസ്സിലേക്ക് കുനിഞ്ഞ്, ആ ചുകന്ന ചുണ്ടുകളിൽ ചുംബിച്ചു. അവളെ ആലിംഗനം ചെയ്തു. അപ്പോൾ ഇരുളടഞ്ഞ തെരുവിലൂടെ ഏകാകിയായി അലഞ്ഞുനടക്കുന്ന ഒരു സഞ്ചാരിക്ക് അവളുടെ നിഷ്കളങ്കമായ വെളിപ്പെടുത്തൽ കേൾക്കാൻ കഴിയുകയും, മൃദുലമായ നീലക്കണ്ണുകളിലെ അനുകമ്പ നിറഞ്ഞ കണ്ണുനീർത്തുള്ളികൾ കാണാൻ കഴിയുകയും ചെയ്തിരുന്നെങ്കിൽ, അയാൾ ഇരുട്ടിനോട് വിളിച്ചു പറഞ്ഞേനെ – "അവളുടെ മനോഹരമായ സഹാനുഭൂതിക്ക് ദൈവം അവളെ അനുഗ്രഹിക്കട്ടെ!"

ഇരുപത്തിയൊന്ന്

കാലം കടന്നുപോയി.

ഡോക്ടർ താമസിച്ചിരുന്ന ആ സ്ഥലം പ്രതിധ്വനികൾക്ക് പ്രശസ്തി നേടിയ മൂലയാണ്. തന്റെ ഭർത്താവിന്റെയും, അച്ഛന്റെയും, പഴയ കൂട്ടുകാരിയുടെയും പദനിസ്വനങ്ങൾ കേട്ടുകൊണ്ട്, ശാന്തവും, ആനന്ദകരവുമായ ജീവിതത്തിൽ മുങ്ങി, സുവർണ്ണമുടിയുടെ തിളക്കത്തിൽ ലൂസി കൊച്ചു ലൂസിയെ മാറത്തടക്കിപ്പിടിച്ച് ഇരിക്കുന്നു.

കുഞ്ഞിക്കാലുകളുടേയും കൊഞ്ചുന്ന വാക്കുകളുടേയും പ്രതിധ്വനി പ്രശാന്തമായ ആ മൂലയിൽ നിറഞ്ഞു. വർഷങ്ങളോളം സൗഹൃദത്തിന്റെയും ആശ്വാസത്തിന്റെയും ശബ്ദങ്ങളുടെ പ്രതിധ്വനിയല്ലാതെ മറ്റൊന്നും ലൂസി അവിടെ കേട്ടിട്ടില്ല. അവളുടെ ഭർത്താവിന്റെ കാൽവെപ്പായിരുന്നു അവയിൽ ഏറ്റവും ശക്തവും, ശ്രേയസ്കരവും; അച്ഛന്റേത് ദൃഢതയുള്ളത്; മിസ്സ് പ്രോസ്സിന്റേത് മെരുക്കമില്ലാത്ത പടക്കുതിരയെപ്പോലെ, തോട്ടത്തിലെ പ്ലെയിൻ വൃക്ഷത്തിന്നടിയിലെ മണ്ണ് മാന്തിപ്പൊളിക്കും വിധം!

ദുഃഖസ്വരങ്ങൾ ഉണ്ടായാൽപ്പോലും, അവ കഠിനമോ, ക്രൂരമോ ആയിരുന്നില്ല. കൊച്ചു ലൂസി രാവിലെ അമ്മയുടെ സ്റ്റൂളിലിരുന്ന്, കളിപ്പാവയെ വസ്ത്രം ധരിപ്പിച്ചുകൊണ്ട്, രണ്ട് നഗരങ്ങളുടെയും ഭാഷ ഇടകലർത്തി സംസാരിക്കുന്ന ശബ്ദത്തിന്റെ പ്രതിധ്വനിയും ലൂസിക്ക് കേൾക്കാമായിരുന്നു.

സിഡ്നി കാർട്ടന്റെ കാലടിസ്വരത്തിന്റെ മാറ്റൊലി വിരളമായേ കേട്ടിരുന്നുള്ളൂ. വർഷത്തിൽ ആറ് പ്രാവശ്യം ക്ഷണിക്കാതെത്തന്നെ അവിടെ വന്നു പോകാനുള്ള പ്രത്യേകാനുകൂല്യം അയാൾക്ക് അനുവദിച്ച് നൽകിയിട്ടുണ്ട്; പണ്ടത്തേതു പോലെ സന്ധ്യാസമയം അവരോടൊപ്പം അയാൾ ചെലവഴിക്കുമായിരുന്നു. അയാൾ ഒരിക്കലും വീഞ്ഞടിച്ച് അവിടെ ചെല്ലാറില്ല.

തനിക്ക് നഷ്ടപ്പെട്ടുപോയൊരു സ്ത്രീയെ ഇത്രയും ആത്മാർത്ഥതയോടെ, പരിശുദ്ധ ഹൃദയത്തോടെ, ഒരു ഭാര്യയും, അമ്മയുമായിരുന്നിട്ടുപോലും സ്നേഹിച്ച ഒരു മനുഷ്യൻ യഥാർത്ഥത്തിൽ ഉണ്ടാകില്ല! അവളുടെ കുട്ടിക്ക് വിചിത്രമായൊരു സഹാനുഭൂതിയായിരുന്നു അയാളോട്, ജന്മസിദ്ധമായ കാരുണ്യം! അത്തരം അജ്ഞാതമായ സംവേദന ശക്തിയുടെ വികാരം ഒരു പ്രതിധ്വനിക്കും പറയാൻ കഴിയില്ല. ഇവിടെ അതാണ് സംഭവിച്ചത്. കൊച്ചു ലൂസി തന്റെ തുടുത്ത കൈകൾ നീട്ടിക്കൊടുത്ത ആദ്യത്തെ അപരിചിതൻ കാർട്ടൻ ആയിരുന്നു.

മി. സ്ട്രൈവർ നിയമപാതയിൽ കരുത്തോടെ മുന്നേറി. സിഡ്നി പഴയതുപോലെ സിംഹത്തിന്റെ കുറുക്കൻ പദവിയിൽത്തന്നെ തുടർന്നു; ആ നിലയിൽ നിന്നും ഉയർന്നുവരുവാനയാൾ ചിന്തിച്ചില്ല. സ്ട്രൈവർ സമ്പന്നനാണ്; വർണ്ണപ്പകിട്ടും മോടിയുമുള്ള, മൂന്ന് ബാലന്മാരുടെ അമ്മയായൊരു വിധവയെ അയാൾ വിവാഹം കഴിച്ചു, വലിയ പണക്കാരി.

ലൂസി തന്റെ ഭർത്താവിനെയും അച്ഛനെയും സ്നേഹാദരപൂർവ്വം ശുശ്രൂഷിച്ചുപോന്നു. പലപ്പോഴും അച്ഛൻ അവളോട് പറയുമായിരുന്നു, വിവാഹത്തിന് മുമ്പത്തേക്കാൾ കൂടുതൽ തന്നോട് അർപ്പിതയാണവൾ വിവാഹത്തിനുശേഷം എന്ന്. അവളുടെ ഭർത്താവും ഇപ്രകാരം നിരവധി തവണ പറഞ്ഞിട്ടുണ്ട് “എന്റെ പ്രിയപ്പെട്ടവളെ, നീ ഇങ്ങനെ ഞങ്ങളെയെല്ലാം ശുശ്രൂഷിക്കുകയും, ഞങ്ങൾക്ക് വേണ്ടതെല്ലാം നിർവഹിച്ച് തരുകയും ചെയ്യുന്നു. എന്നിട്ടും ഒരിക്കലും നിനക്കൊരു പ്രയാസമോ, ക്ഷീണമോ കാണപ്പെടുന്നില്ല. എന്താണതിന്റെ രഹസ്യം?”

ഈ സമയത്ത് ദൂരെനിന്നുവന്ന ചില ഭീഷണിപ്പെടുത്തുന്ന ഗർജ്ജനങ്ങളുടെ പ്രതിധ്വനികൾ ആ മൂലയിൽ മുഴങ്ങി. കൊച്ചു ലൂസിയുടെ ആറാം പിറന്നാൾ വരുകയാണ്. ഫ്രാൻസിൽ വലിയ കൊടുങ്കാറ്റടിച്ച് കടൽ ക്ഷോഭം ഉണ്ടാക്കിയതുപോലെ ആയിരുന്നു ഭീകരമായ ആ ആരവം.

1789, ജൂലായ് മദ്ധ്യത്തിലെ ഒരു രാത്രി മി. ലോറി ടെൽസണിൽ നിന്നും വന്ന്, ഇരുണ്ട ജന്നലയ്ക്ക് മുന്നിൽ, ലൂസിയുടേയും അവളുടെ ഭർത്താവിന്റെയും അടുത്ത് ഇരുന്നു. അതൊരു ചൂടുള്ള ഭീകര രാത്രി ആയിരുന്നു; അതേ സ്ഥലത്തിരുന്ന് മുമ്പ് ഒരു ഞായറാഴ്ച രാത്രി ഇടിമിന്നൽ നോക്കിയിരുന്ന കാര്യം മൂവരും ഓർത്തു.

“രാത്രിയും ടെൽസൺസിൽ തങ്ങേണ്ടി വരുമോ എന്ന് ഞാൻ ചിന്തിക്കാൻ തുടങ്ങി.” തന്റെ തവിട്ടു നിറമുള്ള വിഗ്ഗ് പിന്നാക്കം തള്ളിക്കൊണ്ട് മി.ലോറി പറഞ്ഞു.“ദിവസം മുഴുവൻ ഞങ്ങൾക്ക് ഭയങ്കര ജോലിയാണ്. എന്താണ് ആദ്യം ചെയ്യേണ്ടതെന്ന് ഞങ്ങൾക്ക് അറിഞ്ഞു കൂടാ, അല്ലെങ്കിൽ ഏത് മാർഗ്ഗത്തിലേക്ക് തിരിയണമെന്ന്. അത്രയ്ക്ക് കുഴപ്പമാണ് പാരീസിൽ. ഞങ്ങളുടെ മേലുള്ള വിശ്വാസത്തിന്റെ പ്രശ്നം! അവിടെയുള്ള ഇടപാടുക്കാർക്ക് അവരുടെ സ്വത്ത് വേഗത്തിൽ ഞങ്ങളെ വിശ്വസിച്ചേല്പിക്കാൻ കഴിയുന്നില്ല. അവരിൽ പലർക്കും അത് ഇംഗ്ലണ്ടിലേക്ക് അയയ്ക്കാനുള്ള ഭ്രമമാണ്.”

“അതൊരു ചീത്ത പ്രവണതയാണ്.” ഡാർണി പറഞ്ഞു.

“അതൊരു ചീത്ത പ്രവണതയാണെന്നല്ലേ, നിങ്ങൾ പറഞ്ഞത്, എന്റെ പ്രിയപ്പെട്ട ഡാർണി? അതെ, അതിന്റെ കാരണമെന്താണെന്ന് നമ്മൾക്കറിയില്ല. ജനങ്ങൾ അത്രയ്ക്ക് യുക്തിരഹിതരാണ്! ടെൽസൺസിലെ ഞങ്ങളെപ്പോലുള്ള ചിലർ വൃദ്ധരാകുകയാണ്, സാധാരണ ശൈലിയിൽ നിന്നും മാറി ഞങ്ങൾക്ക് ശരിക്കും പ്രവർത്തിക്കാൻ പ്രയാസമുണ്ട്.”

“എന്നാലും” ഡാർണി പറഞ്ഞു“അന്തരീക്ഷം എത്ര ഇരുണ്ടതും ഭീഷണിപ്പെടുത്തുന്നതുമാണെന്ന് നിങ്ങൾക്കറിയാമല്ലോ.”

“എനിക്കറിയാം, തീർച്ചയായും” തന്റെ പെരുമാറ്റം മോശമായതിൽ ഖേദിച്ച്, മി.ലോറി സമ്മതിച്ചു, “എന്നാൽ, ദീർഘകാലത്തെ ക്ലേശത്തിനു ശേഷം ഞാൻ വഴക്കടിക്കാൻ തീരുമാനിച്ചിരിക്കയാണ്. മാനെറ്റെവിടെ?”

“ഞാനിവിടെയുണ്ട്” ഡോക്ടർ ഇരുളടഞ്ഞ ആ മുറിയിലേക്ക് പ്രവേശിച്ചുകൊണ്ട് പറഞ്ഞു.

“ഇപ്പോൾ നിങ്ങളെ കണ്ടതിൽ ഞാൻ വളരെയേറെ സന്തോഷിക്കുന്നു. എനിക്ക് ചുറ്റും ദിവസം മുഴുവൻ തങ്ങിനിൽക്കുന്ന ഈ അനിഷ്ടസൂചനയും ബഹളവും, യാതൊരു കാരണവും കൂടാതെ എന്നെ വികാരവിവശനാക്കുന്നു. നിങ്ങൾ പുറത്ത് പോകുന്നില്ലെന്ന് ഞാൻ കരുതുന്നു.”

“ഇല്ല; ഞാൻ നിങ്ങളോടൊപ്പം ‘ബാക് ഗാമെൺ’ കളിക്കാൻ പോകുകയാണ്, നിങ്ങൾക്ക് ഇഷ്ടമാണെങ്കിൽ .”

“എനിക്കിപ്പോൾ താൽപര്യം തോന്നുന്നില്ല, മനസ്സിലുള്ളത് തുറന്ന് പറയാമല്ലോ. ഇന്ന് രാത്രി നിങ്ങളോടൊപ്പം കൂടാൻ എനിക്ക് കഴിയില്ല. ചായപ്പാത്രം ഇപ്പോഴും അവിടെ ഉണ്ടോ, ലൂസി? നോക്കിയിട്ട് കാണുന്നില്ല.”

“അതവിടെ തന്നെയുണ്ട്.”

“താങ്ക്യു, മൈഡിയർ; പൊന്നുമോൾ ഉറങ്ങിയോ?”

“സുഖമായി ഉറങ്ങുന്നു.”

“അപ്പോൾ ഈ വീട്ടിൽ പ്രശ്നമൊന്നുമില്ല. എല്ലാം ശാന്തം. സുഖമായും സുരക്ഷിതമായും ഇരിക്കുന്നു, ദൈവത്തിന് നന്ദി. ദിവസം മുഴുവൻ ഞാൻ ആശയക്കുഴപ്പത്തിലായിരുന്നു; ഞാൻ പഴയതുപോലെ ചെറുപ്പമല്ല! എന്റെ ചായ, മൈ ഡിയർ ! താങ്ക്യു. ഇനി വന്ന് വട്ടത്തിനുള്ളിൽ

ഇരിക്കൂ; നമ്മൾക്ക് ശാന്തരായി ഇരുന്ന്, ആ പ്രതിദ്ധ്വനികൾ കേൾക്കാം, അതിനെക്കുറിച്ചുള്ള നിങ്ങളുടെ സിദ്ധാന്തവും."

"അതൊരു സിദ്ധാന്തമല്ല, ഒരു സങ്കല്പമാണ്."

"ശരി, ഒരു സങ്കല്പം, എന്റെ ബുദ്ധിശാലിയായ കുഞ്ഞേ." അവളുടെ കൈയിൽ വാത്സല്യപൂർവ്വം തട്ടിക്കൊണ്ട് മി.ലോറി പറഞ്ഞു."അനേകം ശബ്ദങ്ങൾ, വളരെ ഉച്ചത്തിലുള്ളവ; അവയല്ലേ? അവയൊന്ന് കേൾക്കുക!"

ആ ഇരുണ്ട ലണ്ടൻ ജനാലയ്ക്കൽ അവർ വട്ടമിട്ട് ഇരിക്കുന്ന സമയത്ത്, ദൂരെ സെന്റ് ആന്റോയിനിൽ, മുൻപിൻ നോക്കാത്ത, ഭ്രാന്തമായ, കാൽവെപ്പുകൾ, ആരുടെയൊക്കെയോ മേൽ ചവിട്ടിത്തിമിർക്കുകയായിരുന്നു. ചോരയിൽ കുതിർന്ന ആ കാലുകൾ വീണ്ടും വൃത്തിയാക്കുക എളുപ്പമായിരുന്നില്ല.

അന്ന് രാവിലെ സെന്റ് ആന്റോയിൻ ഇരുണ്ട നിറമുള്ള പേക്കോലങ്ങളെക്കൊണ്ട് നിറഞ്ഞു; അവർ അങ്ങോട്ടും ഇങ്ങോട്ടും പാഞ്ഞു; തിരമാലപോലെ ആഞ്ഞടിക്കുന്ന അവരുടെ തലയ്ക്കുമീതെ സ്റ്റീൽ കത്തികളും ബയനറ്റുകളും വെയിലിൽ വെട്ടിത്തിളങ്ങി. ഭയങ്കരമായ അലർച്ച അവരുടെ തൊണ്ടയിൽ നിന്നും ഉയർന്നു. കൈയിൽ കിട്ടിയ ആയുധങ്ങളെല്ലാം അവർ എടുത്ത് പിടിച്ചു; അവ എവിടെ നിന്നോ എറിഞ്ഞു കൊടുക്കപ്പെട്ടിരുന്നു.

ആരാണിതവർക്ക് കൊടുത്തത്, എവിടന്നത് വന്നു, എപ്പോൾ അത് തുടങ്ങി, ഏത് പ്രവർത്തന സംഘമാണ് അവരെ തന്ത്രപരമായി ഇളക്കി വിട്ടത്. പൊടുന്നനെ വന്നുവീണ ഒരു ഇടിമിന്നൽപോലെയായിരുന്നു അത്. എങ്ങനെ അത് സംഭവിച്ചു എന്ന് ജനക്കൂട്ടത്തിൽ ആർക്കും പറയാൻ കഴിഞ്ഞില്ല. എന്നാൽ, തോക്കുകൾ വിതരണം ചെയ്യപ്പെട്ടു, അതുപോലെ വെടിയുണ്ടകൾ, കരിമരുന്ന്, ഇരുമ്പ് കമ്പികൾ, പാരകൾ, വടികൾ, കത്തികൾ, കോടാലികൾ, കുന്തങ്ങൾ, കൈയിൽ കിട്ടിയ എല്ലാ തരം ആയുധങ്ങളും. ആയുധങ്ങളൊന്നും കിട്ടാത്തവർ സ്വന്തം മതിലുകളിൽ നിന്ന് കല്ലുകളും ഇഷ്ടികകളും പൊളിച്ചെടുത്ത് രക്തം പുരണ്ട കൈകളോടെ പോരാടാൻ സന്നദ്ധരായി. സെന്റ് ആന്റോയിനിലെ ഹൃദയങ്ങളെല്ലാം ഭയങ്കര ചൂടിലായിരുന്നു. ഓരോ മനുഷ്യജീവിയും ജീവത്യാഗത്തിന് രക്തസാക്ഷിത്വത്തിന് ഭ്രാന്തമായ ആവേശത്തിമിർപ്പിലാണ്. സ്വന്തം ജീവന് അവർക്ക് ഒരു വിലയുമില്ല.

തിളച്ചുമറിയുന്ന വെള്ളത്തിന്റെ ചുഴി പോലെ, ഈ രോഷം മുഴുവൻ തിളച്ചു മറിയുന്നത് ഡിഫാർജിന്റെ വീഞ്ഞുഷാപ്പിനെ കേന്ദ്രീകരിച്ചാണ്. കരിമരുന്നിലും വിയർപ്പിലും മുങ്ങി ഉത്തരവുകളും ആയുധങ്ങളും നൽകി, ചിലരെ പിന്നാക്കം തള്ളിയും, ചിലരെ മുന്നോട്ട് വലിച്ചും, ആയുധമില്ലാത്തവന് ആയുധം നല്കിയും അയാൾ അട്ടഹാസങ്ങൾക്കിടയിൽ നേതൃസ്ഥാനത്ത് ഉന്മാദം പിടിച്ചവനെപ്പോലെ ഓടി നടക്കുന്നു.

"എന്നോടൊപ്പം നിൽക്കു, ജാക്സ് മൂന്നാമൻ" ഡിഫാർജ് വിളിച്ചു പറഞ്ഞു. ജനക്കൂട്ടത്തെ മുൻനിരയിൽ നിന്ന് നയിക്കാൻ ജാക്സ്

മൂന്നാമനും ഒന്നാമനും ഒരുങ്ങി നിന്നു. ഡിഫാർജ് കല്പിച്ചു. "കഴിയുന്നത്ര രാജ്യ സ്നേഹികളെ ഒരുക്കി മുന്നോട്ട്, മുന്നോട്ട്..."

മാഡം ഡിഫാർജും ഒരു പടക്കുതിരയുടെ കരുത്തോടെ ഒരുങ്ങി നില്ക്കുന്നു. സ്ത്രീകളുടെ നേതൃസ്ഥാനത്തേക്ക് കുതിക്കുന്നതിനുമുമ്പ് തത്ക്കാലം ഡിഫാർജിന്റെ ഒപ്പം നിന്നു. മാഡമിന്റെ കരുത്തുറ്റ വലതു കൈയിൽ ഒരു കോടാലി പിടിച്ചിട്ടുണ്ട്, അരപ്പട്ടയിലൊരു കൈത്തോക്കും, ഒരു ക്രൂരമായ കഠാരിയും.

മുഴങ്ങുന്ന ശബ്ദത്തിൽ ഡിഫാർജ് അലറി "രാജ്യസ്നേഹികളെ, സുഹൃത്തുക്കളെ, നമ്മൾ തയ്യാറായി! ബാസിൽകോട്ടയിലേക്ക്!"

ഫ്രഞ്ച് ജനതയുടെ മുഴുവൻ ശ്വാസവും ബാസിൽ കോട്ട എന്ന ആ വെറുക്കപ്പെട്ട വാക്കിൽ കേന്ദ്രീകരിച്ചതുപോലെ, അതിഘോരമായൊരു അലർച്ച ഉയർന്നു. മനുഷ്യ സമുദ്രം ഇളകി മറിഞ്ഞു, തിരമാലകൾക്കു മീതെ തിരമാലകൾ, ഊക്കൻ തിരമാലകൾ, നഗരത്തിൽ നിന്ന് കവിഞ്ഞൊഴുകി; ആ മർമ്മ സ്ഥാനത്തേക്ക് പ്രവഹിച്ചു. അപായമണികൾ മുഴങ്ങി, ഡ്രമ്മുകൾ അടിച്ചു, പ്രക്ഷുബ്ധമായ കടൽ കടലോരത്തേക്ക് ഗർജ്ജനത്തോടെ ആഞ്ഞടിച്ചു, ആക്രമണം ആരംഭിച്ചു.

അഗാധമായ കിടങ്ങുകൾ, ചങ്ങലപ്പാലങ്ങൾ, കനത്ത കരിങ്കൽ മതിലുകൾ, എട്ട് ഗംഭീര ടവറുകൾ, എല്ലാം പീരങ്കിയും, തോക്കുകളും തീയും കൊണ്ട് തകർക്കാനായി; ഭീകരമായ പോരാട്ടം നടന്നു. വീഞ്ഞു കടക്കാരൻ ഡിഫാർജ് ഒരു പൗരുഷമുള്ള പടയാളിയെപ്പോലെ പോരാട്ടത്തിന് നേതൃത്വം നല്കി. തീയിലും പുകയിലും അയാൾ പാഞ്ഞുനടന്നു, ഒരു നിമിഷനേരം കൊണ്ടൊരു സമർത്ഥനായ പീരങ്കിപ്പടയാളിയായി!

ഒരു ചങ്ങലപ്പാലം താഴ്ത്തപ്പെട്ടു!

"പരിശ്രമിക്കുക, സഖാക്കളെ, പരിശ്രമിക്കുക! പരിശ്രമിക്കുക. നിങ്ങൾ ഇഷ്ടപ്പെടുന്ന എല്ലാ മാലാഖമാരുടേയും ചെകുത്താന്മാരുടേയും പേരിൽ ശ്രമിക്കുക!" ചൂടുപിടിച്ചിരുന്ന പീരങ്കിയിൽ ഇരുന്നുകൊണ്ട് വീഞ്ഞ്ഷാപ്പുകാരൻ ഡിഫാർജ് ഉദ്ഘോഷിച്ചു. ഒന്നല്ല, രണ്ടല്ല, രണ്ടായിരം ഇരുപത്തയ്യായിരം ജാക്സുമാർ ഇളകിക്കുതിച്ചു.

"ഇങ്ങോട്ട് നോക്കൂ, സ്ത്രീകളെ!" അയാളുടെ ഭാര്യ വിളിച്ചു പറഞ്ഞു "നമ്മൾക്കും പുരുഷന്മാരോടൊപ്പം അവരെ കൊന്നൊടുക്കാൻ കഴിയും!"

"കൊല്ലണം, കൊല്ലണം" അവളോടൊപ്പം വിവിധതരം ആയുധങ്ങളേന്തിയ സ്ത്രീകളുടെ പട ഉച്ചത്തിൽ ഗർജ്ജിച്ചു; അവർ എല്ലാം ഒരുപോലെ വിശപ്പും പ്രതികാരവാഞ്ഛയുംകൊണ്ട് ജ്വലിച്ചിരുന്നു!

പീരങ്കി, തോക്കുകൾ, തീ, പുക! ഇനിയും, അഗാധമായ കിടങ്ങ്, ചങ്ങലപ്പാലം, കനത്ത കരിങ്കൽ മതിലുകൾ, എട്ട് ഗംഭീര ടവറുകൾ ഇവ കീഴടക്കാനിരിക്കുന്നു. നാല് ഭീകരമായ മണിക്കൂറുകൾ ചൂടുപിടിച്ച പീരങ്കിയിലിരുന്ന് ഡിഫാർജ് പോരാടി. നോക്കുന്നിടത്തെല്ലാം പുകയും തീയും കൊണ്ട് നിറഞ്ഞു.

കോട്ടയ്ക്കകത്തുനിന്ന് ഒരു വെളുത്ത പതാക ഉയർന്നു, സന്ധി സംഭാഷണത്തിന്റെ ഭാഷയിൽ. പെട്ടെന്ന് ആർത്തുവിളിക്കുന്ന ജനം വീഞ്ഞുകടക്കാരൻ ഡിഫാർജിനോടൊപ്പം താഴ്ത്തിയ ഉരുക്കുപ്പാലത്തിലൂടെ കോട്ടയിലേക്ക് പാഞ്ഞുകയറി, കനത്ത കരിങ്കൽമതിലുകൾ കടന്നു; എട്ട് ഗംഭീര ടവറുകൾ അവർക്ക് കീഴടങ്ങി! വളരെ ബുദ്ധിമുട്ടി ജനാവലിക്കിടയിലൂടെ കടന്ന് ബാസിൽ കോട്ടയുടെ പുറത്തെ മുറ്റത്ത് ഡിഫാർജ് എത്തി. അയാൾ ചുറ്റുപാടും വീക്ഷിച്ചു. ജാക്സ് മൂന്നാമൻ അയാളോടൊപ്പമുണ്ട്. കുറച്ച് ദൂരെ ഉള്ളിലായി സ്ത്രീസേനയെ നയിച്ചുകൊണ്ട് നിൽക്കുന്ന മാഡം ഡിഫാർജിനെ കാണാം. അവൾ കഠാരി കൈയിൽ പിടിച്ചിട്ടുണ്ട്. എല്ലായിടത്തും ചെവി തുളയ്ക്കുന്ന മുദ്രാവാക്യം വിളിയും, അലർച്ചയും, ആർത്തനാദവും മുഴങ്ങുന്നു.

“തടവുപുള്ളികൾ!”

“രേഖകൾ!”

“രഹസ്യഅറകൾ!”

“പീഡനോപകരണങ്ങൾ!”

“തടവു പുള്ളികൾ!”

മുഴങ്ങുന്ന ശബ്ദകോലാഹലങ്ങൾ, പരസ്പര ബന്ധമില്ലാത്ത പതിനായിരക്കണക്കിന് നിലവിളികളിൽ, കടൽപോലെ പ്രവഹിക്കുന്ന ജനം ഏറ്റവും കൂടുതൽ വിളിച്ചുപറഞ്ഞത് “തടവ്പുള്ളികൾ!” എന്നായിരുന്നു. ഏറ്റവും മുന്നിലെ വലിയ തിരമാല ഉരുണ്ടുചെന്ന ഉടനെ ജയിൽ ഓഫീസർമാരെ പിടിക്കൂടി, രഹസ്യഅറകൾ കാണിച്ചുതന്നില്ലെങ്കിൽ തൽക്ഷണം കൊന്നുകളയുമെന്ന് ഭീഷണിപ്പെടുത്തി. അവരിലൊരാളുടെ നെഞ്ചത്ത് ഡിഫാർജിന്റെ കരുത്തുറ്റ കൈ പതിഞ്ഞു. കൈയിൽ പന്തവുമേന്തി നിൽക്കുന്ന ആ നരച്ച തലയുള്ള ഓഫീസറെ അയാൾ മറ്റുള്ളവരിൽ നിന്നും വേർപിരിച്ച്, തനിക്കും മതിലിന്നും ഇടയ്ക്ക് നിർത്തി.

“എനിക്ക് നോർത്ത് ടവർ കാണിച്ചു തരിക!” ഡിഫാർജ് പറഞ്ഞു. “പെട്ടെന്ന്!”

“ഞാൻ കാണിച്ചുതരാം” വിനീതനായി അയാൾ മറുപടി നൽകി “നിങ്ങൾ എന്നോടൊപ്പം വന്നാൽ. എന്നാൽ, അതിൽ ആരും ഇല്ല.”

“105, നോർത്ത് ടവർ, എന്നതിന്റെ അർത്ഥമെന്താണ്?”ഡിഫാർജ് ചോദിച്ചു “പെട്ടെന്ന്!”

“അതിന്റെ അർത്ഥം, സാർ?”

“അതിന്റെ അർത്ഥം ഒരു തടവു പുള്ളിയെന്നാണോ, അല്ലെങ്കിൽ തടവറ എന്നാണോ? അതോ നിന്നെ ഞാൻ കൊല്ലണമെന്നാണോ അതിന്റെ അർത്ഥം?”

“അയാളെ കൊല്ലുക!” അടുത്തെത്തിയ ജാക്സ് മൂന്നാമൻ അലറി.

“സാർ, അതൊരു സെൽ ആണ്.”

“അതെനിക്ക് കാണിച്ചുതരു!”

പതിവുള്ള ആർത്തിയോടെ ജാക്സ് മൂന്നാമൻ, മുന്നോട്ട് വന്നപ്പോൾ ആ സംഭാഷണം രക്തച്ചൊരിച്ചലിലേക്കല്ല നീങ്ങുതെന്നു കണ്ട്, ഡിഫാർജിന്റെ കരം ഗ്രഹിച്ച് എന്തോ പറഞ്ഞു. ജനാവലി അപ്പോൾ ആർത്തു വിളിച്ച് ഇരമ്പിക്കയറുകയായിരുന്നു.

ഒരിക്കലും സൂര്യപ്രകാശം കയറാത്ത, പൊടിയും ചളിയും പിടിച്ച വാതിലുകളും കരിങ്കൽ പടികളും, ഇരുളടഞ്ഞ ഇടാനാഴികളും കടന്ന്, കൈകൾ കൂട്ടിപ്പിടിച്ച് മൂവരും കഴിയാവുന്നത്ര വേഗത്തിൽ നടന്ന്, ഉയരം കുറഞ്ഞ ഒരു വാതിലിന് മുന്നിൽ നിന്നു.

ജയിലർ ആ വാതിൽ താക്കോലിട്ട് വാതിൽ മെല്ലെ തുറന്നു; അവരെല്ലാവരും തലകുനിച്ച് ഉള്ളിലേക്ക് കടക്കവെ ജയിലർ പറഞ്ഞു–

“105, നോർത്ത് ടവർ!”

അതിന്റെ ചുമരിന്റെ മുകൾഭാഗത്തായി കനത്ത ഇരുമ്പഴികൾ അടുത്തടുത്തായി പിടിപ്പിച്ച ഒരു ജനാലയുണ്ട്, അതിന് മുന്നിൽ കനത്ത കല്ലുകൾ കൊണ്ടുള്ള ഒരു സ്ക്രീനും; വളരെ കുനിഞ്ഞുനിന്ന് മുകളിലേക്ക് നോക്കിയാൽമാത്രമേ ആകാശം കാണാൻ കഴിയു. ചെറിയൊരു പുകകുഴലുണ്ട്, നേരിയ ചാരം നിറഞ്ഞ ഒരു അടുപ്പും. പിന്നെ ഒരു സ്റ്റൂൾ, മേശ, ഒരു വൈക്കോൽ കിടക്ക. കടുത്ത നാലു ചുമരുകളിലൊന്നിൽ തുരുമ്പു പിടിച്ച ഒരു ഇരുമ്പുവളയം പിടിപ്പിച്ചിട്ടുണ്ട്.

“ആ പന്തം മെല്ലെ ചുമരിനു മുന്നിലൂടെ ചലിപ്പിക്കൂ; ഞാനവ ഒന്ന് കാണട്ടെ.” ജയിലറോട് ഡിഫാർജ് പറഞ്ഞു.

“നിർത്തു! ഇങ്ങോട്ട് നോക്കു, ജാക്സ്!”

“എ. എം!” ആർത്തിയോടെ ജാക്സ് മൂന്നാമൻ വായിച്ചു.

“അലക്സാണ്ടർ മാനെറ്റ്!” വെടിമരുന്ന് പുരണ്ട കറുത്ത ചൂണ്ടാണി വിരൽക്കൊണ്ട് അക്ഷരങ്ങൾ പിൻതുടർന്ന് ഡിഫാർജ് അയാളുടെ ചെവിയിൽ മന്ത്രിച്ചു.

“ഒരു പാവം ഡോക്ടർ” എന്നാണദ്ദേഹം എഴുതി വെച്ചിരിക്കുന്നത്. ചുമരിന്മേൽ.... അദ്ദേഹമാണ് ഈ കല്ലിൽ ഒരു കലണ്ടർ കോറി ഇട്ടിട്ടുള്ളത്, സംശയമില്ല. നിങ്ങളുടെ കൈയിൽ എന്താണ് ഉള്ളത്? ഒരു ഇരുമ്പ് പാരയോ? അതെനിക്ക് തരു!”

അത് വാങ്ങി, ചിതൽ തിന്ന സ്റ്റൂളും മേശയും തല്ലിപ്പൊളിച്ച് കഷ്ണങ്ങളാക്കി.

“പന്തം പൊക്കിപ്പിടിക്കു!” ജയിലറോട് കോപത്തോടെ അയാൾ പറഞ്ഞു “ആ കഷ്ണങ്ങൾക്കിടയിലേക്ക് സൂക്ഷിച്ച് നോക്കൂ, ജാക്സ്. ഇതാ എന്റെ കത്തി,” കത്തി അയാൾക്ക് എറിഞ്ഞുകൊടുത്തുകൊണ്ട് പറഞ്ഞു “ആ കിടക്ക കുത്തിപ്പൊളിച്ച് വൈക്കോൽ പരിശോധിക്കൂ. പന്തം കുറച്ചുകൂടി പൊക്കിപ്പിടിക്കൂ, നീ!”

ഭീഷണിപ്പെടുത്തുന്ന തരത്തിലുള്ളൊരു നോട്ടം ജയിലർക്ക് നേരെ അയച്ച് അയാൾ അടുപ്പിന്നരികിലേക്ക് ചെന്നു, ചിമ്മിനിയിലേക്ക് തുറിച്ചു

നോക്കി, കമ്പിപ്പാരകൊണ്ടത് അടിച്ചുചതച്ചു. കുറെ കുമ്മായക്കട്ടകളും ചാരവും താഴേക്ക് വീണു; അത് മുഖത്ത് പതിക്കാതിരിക്കാനായി അയാൾ തലതിരിച്ചു. ചിമ്മിനിക്കകത്ത് അയാൾ തന്റെ ആയുധം കടത്തി പരിശോധന നടത്തി.

"ആ മരക്കഷ്ണങ്ങൾക്കിടയിലോ, വൈക്കോലിലോ ഒന്നുമില്ലേ, ജാക്സ്?"

"ഒന്നുമില്ല."

"അവയെല്ലാം മുറിയുടെ നടുവിൽ കൂട്ടിയിട്ട് തീക്കൊളുത്തുക, നീ!"

ജയിലർ അപ്രകാരം ചെയ്തു. തീ ആളിക്കത്തി. വീണ്ടും പൊക്കം കുറഞ്ഞ വാതിലിലൂടെ കുനിഞ്ഞ് പുറത്ത് കിടന്ന്, അവർ മുറ്റത്തേക്ക് നടന്നു. തീ അപ്പോഴും അവിടെ ആളിക്കത്തിക്കൊണ്ടിരുന്നു. ക്രൂദ്ധരായ ജനം അപ്പോഴും ആർത്തുവിളിക്കുകയാണ്.

അവർ ഡിഫാർജിനെ നോക്കി ബഹളം വെക്കുകയായിരുന്നു. ബാസിൽ കോട്ടയിൽ നിന്ന് ജനങ്ങളെ വെടിവെച്ച, കോട്ടയെ സംരക്ഷിച്ച ഗവർണ്ണർക്കെതിരെ സംഘത്തെ ഡിഫാർജ് നയിക്കണമെന്നവർ മുറവിളി കൂട്ടി. അയാളെ ഉടനെ അവർ വിചാരണ ചെയ്തില്ലെങ്കിൽ ഗവർണ്ണർ രക്ഷപ്പെടും, അയാളെ വിചാരണ ചെയ്ത് കൊല്ലാനുള്ള അവസരം നഷ്ടമാകും. ഹോട്ടൽ ഡി വില്ലായിലേക്ക് ഗവർണ്ണറെ വിചാരണ ചെയ്യാൻ നടത്തി കൊണ്ടുപോകാൻ പറ്റാതാകും.

ചാരനിറത്തിലുള്ള കോട്ടും, ചുകന്ന ബഹുമതി ചിഹ്നങ്ങളും ധരിച്ച ഗൗരവക്കാരനായ ഈ പ്രായമായ ഓഫീസറുടെ ചുറ്റും ജനം മുഴുവൻ വികാരഭരിതരായി അട്ടഹസിച്ചുകൊണ്ടിരിക്കുമ്പോൾ, ഒരു രൂപം മാത്രം തികഞ്ഞ ശാന്തതയോടെ അനങ്ങാതെ നിന്നിരുന്നു, അതൊരു സ്ത്രീയുടെ രൂപമായിരുന്നു.

അവൾ ആ ഗൗരവക്കാരാനായ വൃദ്ധൻ ഓഫീസറുടെ തൊട്ടടുത്ത് അനങ്ങാതെ നിന്നു. ഡിഫാർജും ബാക്കിയുള്ളവരും അയാളെ തെരുവുകളിലൂടെ വലിച്ചിഴച്ച് കൊണ്ടുപോകുമ്പോൾ അവൾ ഒപ്പം അടുത്തുതന്നെ ഉണ്ടായിരുന്നു. അയാൾ ലക്ഷ്യസ്ഥാനത്തെത്തിയപ്പോൾ, അയാളുടെ പിന്നിൽ നിന്ന് ആളുകൾ മർദ്ദിക്കാൻ തുടങ്ങി; കത്തികൊണ്ടുള്ള കുത്തുകളും ഇടിയും തുരുതുരെ വർഷിച്ചുകൊണ്ടിരുക്കുമ്പോഴും അവൾ ഇളകാതെ അയാളുടെ അടുത്തുതന്നെ നിലകൊണ്ടു; ഒടുവിൽ അയാൾ മരിച്ചു വീണപ്പോൾ, പെട്ടെന്ന് ചടുലതയോടെ ചാടിച്ചെന്ന്, അവൾ അയാളുടെ കഴുത്തിൽ കാൽവെച്ച്, തന്റെ ക്രൂരമായ കഠാരി കൊണ്ട് അയാളുടെ തല അറുത്തു. സെന്റ് ആന്റോയിനിൽ സ്വേച്ഛാധിപത്യത്തിന്റെ ചോരപ്പുഴ ഒഴുകി. ഹോട്ടൽ ഡിവില്ലായുടെ പടവുകളിൽ ഗവർണ്ണറുടെ ശവശരീരം കിടന്നു.

പ്രക്ഷുബ്ധമായ കടൽ ഇരമ്പിക്കൊണ്ട് മുന്നേറി, അതിന്റെ തിരമാലകൾ നാശം വിതച്ചു; അതിന്റെ ആഴം അളക്കാനാവാത്തതായിരുന്നു, അതിന്റെ ശക്തി ഇനിയും അജ്ഞാതമായിരുന്നു. പ്രതികാരത്തിന്റെ ശബ്ദം എങ്ങും അലയടിച്ചു.

ആ ജനസമുദ്രത്തിൽ ഭീകരവും കോപിഷഠവുമായ ജീവിതത്തിലെ എല്ലാതരം മുഖങ്ങളും ഉണ്ടായിരുന്നെങ്കിലും, അവരിൽനിന്നും തികച്ചും വ്യത്യസ്തമായ രണ്ട് ഗ്രൂപ്പ് മുഖങ്ങൾ അവിടെ കാണാമായിരുന്നു; ഓരോന്നിലും ഏഴെണ്ണം വീതമുണ്ട്- ആ കൊടുങ്കാറ്റിൽ തകർക്കപ്പെട്ട തങ്ങളുടെ ശവകുടീരങ്ങളിൽ നിന്ന് പെട്ടെന്ന് മോചിതരായ തടവുപുള്ളികളുടെ ഏഴ് മുഖങ്ങൾ. അവരെ ജനം തലയ്ക്ക് മുകളിൽ പൊക്കിപ്പിടിച്ച് മുന്നേറുന്നു. അവർ എല്ലാവരും പരിഭ്രമിച്ച്, പേടിച്ച്, ആശ്ചര്യത്തോടെ ചുറ്റുപാടും നോക്കുന്നു, അന്തിമ വിധിദിനം വന്നതുപോലെ! മറ്റ് ഏഴുമുഖങ്ങളെ കുറെക്കൂടി മുകളിലൂടെയാണ് ചുമന്നു കൊണ്ടുപോകുന്നത്! ഏഴ് മരിച്ച മുഖങ്ങൾ! അവയുടെ തൂങ്ങുന്ന കൺപോളകളും, പാതിയടഞ്ഞ കണ്ണുകളും അന്തിമ വിധിദിനം പ്രതീക്ഷിച്ചുകൊണ്ടിരിക്കയാണ്! വികാരം കൊള്ളാൻ കഴിവില്ലാത്ത മുഖങ്ങളാണെങ്കിലും, എന്തോ ചില ഭാവങ്ങൾ അവയിൽ പ്രകടമാണ്. പേടിച്ചുള്ളൊരു നിൽപ്, കൺപോളകൾ ഉയർത്തി, രക്തമില്ലാത്ത ചുണ്ടുകൾ കൊണ്ട് എന്തോ പുലമ്പാനുള്ള ഭാവം.

മോചിതരായ ഏഴ് തടവുപുള്ളികൾ. പിന്നെ കുന്തത്തിൽ നാട്ടിയ ഏഴ് രക്തം കട്ടപിടിച്ച ശിരസ്സുകൾ, എട്ട് കരുത്തുറ്റ ടവറുകളുള്ള ശപിക്കപ്പെട്ട കോട്ടയുടെ താക്കോലുകൾ, കണ്ടെടുത്ത ചില കത്തുകളും പഴയ കാലത്തെ ഹൃദയം തകർന്ന മരിച്ച തടവുപുള്ളികളുടെ ചില സ്മാരകചിഹ്നങ്ങൾ, എന്നിവയുമായി ഉറക്കെ മുദ്രവാക്യങ്ങൾ വിളിച്ചുകൊണ്ട് സെന്റ് ആന്റോയിൻ ജനത, 1789, ജൂലായ് മദ്ധ്യത്തിൽ പാരീസ് തെരുവിലൂടെ ഘോഷയാത്ര നടത്തി.

ഇരുപത്തിരണ്ട്

സെന്റ് ആന്റോയിൻ മതി മറന്നാഹ്ലാദിച്ച ദിനത്തിനുശേഷം ഒരാഴ്ച കഴിഞ്ഞു. മാഡം ഡിഫാർജ് തന്റെ കൗണ്ടറിൽ ഇടപാടുകാരുടെ അദ്ധ്യക്ഷത വഹിച്ചുകൊണ്ട് പതിവുസ്ഥാനത്ത് ഇരിക്കുന്നു; അവർ ശിരസ്സിൽ റോസാപ്പൂ കുത്തി വെച്ചിട്ടില്ല; കാരണം, പെട്ടെന്നുള്ള ഒരു മുന്നറിയിപ്പിന്റെ ആവശ്യം ഇനിയില്ല. ചാരസംഘം, ഒരാഴ്ചയുടെ ഹ്രസ്വമായ കാലയളവിനുള്ളിൽ, അങ്ങേ അറ്റം ജാഗ്രതയുള്ളവരായിമാറിയിരുന്നു.

പ്രഭാതസൂര്യന്റെ വെളിച്ചവും ചൂടും അനുഭവിച്ച് വീഞ്ഞുകടയേയും തെരുവിനെയും നോക്കി മാഡം ഡിഫാർജ് എന്തോ ഓർത്തുകൊണ്ടിരിക്കുന്നു. കടയിലും തെരുവിലും വെറുതെ ചുറ്റി നടന്ന് സമയം കളയുന്നവർ ഉണ്ട്, പരമദരിദ്രരും ദയനീയാവസ്ഥയിലുള്ളവരും. എന്നാൽ അവർ പണ്ടത്തെ ആളുകളല്ല. വലിയ അധികാരഭാവത്തിലാണ് ചുറ്റിക്കറങ്ങിനടക്കുന്നത്.

തുന്നിക്കൊണ്ടിരിക്കുന്ന സ്ത്രീകളുടെ വിരലുകൾ ദുഷ്ടതയുള്ളതായി, കീറി മുറിക്കാനുള്ള പരിചയം നേടി. സെന്റ് ആന്റോയിന്റെ രൂപത്തിനു തന്നെ മാറ്റം സംഭവിച്ചു; നൂറുകണക്കിന് വർഷങ്ങളായി രൂപമാറ്റം വരുത്താനായുള്ള ചുറ്റികഅടിയുടെ അവസാനത്തെ ഊക്കൻ അടിയായിരുന്നു നടന്നത്!

സെന്റ് ആന്റോയിൻ സ്ത്രീകളുടെ നേതാവിൽനിന്ന് പ്രതീക്ഷിക്കും വിധം തനിക്ക് നേട്ടങ്ങൾ കൊയ്യാൻ കഴിഞ്ഞതിലുള്ള സംതൃപ്തി അടക്കിപ്പിടിച്ച്, എല്ലാം നിരീക്ഷിച്ചുകൊണ്ട് മാഡം ഡിഫാർജ്. അവളുടെ ഒരു കൂട്ടുകാരി അടുത്തിരുന്ന് തുന്നുന്നുണ്ട്, ഉയരം കുറഞ്ഞ്, തടിച്ച ഒരു സ്ത്രീ. ദരിദ്രനായൊരു പലചരക്കു കച്ചവടക്കാരന്റെ ഭാര്യ, രണ്ട് കുട്ടികളുടെ അമ്മ. ഈ സഹായി ഇതിനകം 'പ്രതികാരം' എന്ന ബഹുമാനപ്പേര് നേടിക്കഴിഞ്ഞു.

"കേൾക്കൂ!" പ്രതികാരം പറഞ്ഞു "നോക്കൂ, ആരാണ് വരുന്നതെന്ന്?"

വീഞ്ഞുകടയുടെ വാതില്ക്കൽ കരിമരുന്ന് കത്തിപ്പടർന്നതുപോലെ, ഒരു കിംവദന്തി പടർന്ന് വ്യാപിച്ചു.

"അത് ഡിഫാർജ് ആണ്" മാഡം പറഞ്ഞു"നിശ്ശബ്ദം രാജ്യ സ്നേഹികളെ!"

അവിടെയുള്ളവരെല്ലാം പെട്ടെന്ന് ഒത്തുകൂടി.

ശ്വാസം വിടാനാകാത്ത വിധത്തിൽ ഓടിക്കിതച്ച് എത്തിയ ഡിഫാർജ് ശിരസ്സിൽ നിന്ന് ചുകന്ന തൊപ്പി ഊരി, ചുറ്റുപാടും വീക്ഷിച്ചു."ശ്രദ്ധിക്കൂ, എല്ലാവരും!" മാഡം വീണ്ടും വിളിച്ചുപറഞ്ഞു "അദ്ദേഹം പറയുന്നത് ശ്രദ്ധിക്കൂ!" ജിജ്ഞാസ നിറഞ്ഞ കണ്ണുകളും തുറന്ന വായയുമായി വാതില്ക്കൽ ഒത്തുകൂടിയ ആളുകളുടെ മുന്നിൽ ഡിഫാർജ് നിന്ന് കിതയ്ക്കുകയാണ്; വീഞ്ഞുകടയ്ക്കുള്ളിലുള്ളവരെല്ലാം ചാടി എഴുന്നേറ്റു.

"ഇനി പറയൂ, എന്റെ ഭർത്താവേ. എന്താണത്?"

"മറ്റെ ലോകത്തിൽ നിന്നുള്ള വാർത്ത!"

"എന്താണത്?" മാഡം അവജ്ഞയോടെ വിളിച്ചുചോദിച്ചു "മറ്റെ ലോകം?"

"ഇവിടെയുള്ളവരെല്ലാം വൃദ്ധൻ ഫൗളനെ ഓർക്കുന്നുണ്ടായിരിക്കുമല്ലോ, പട്ടിണി കിടക്കുന്നവരോട് പുല്ല് തിന്നുകൊള്ളുവാൻ പറഞ്ഞവൻ; മരിച്ച് നരകത്തിൽ പോയവൻ?"

"അയാളെ കുറിച്ചാണ് വാർത്ത. അയാൾ നമ്മൾക്കിടയിലുണ്ട്."

"നമ്മൾക്കിടയിലോ!" എല്ലാ കണ്ഠങ്ങളും അലറി.

"മരിച്ചിട്ടില്ല! അയാൾ നമ്മളെ വല്ലാതെ ഭയപ്പെട്ടിരുന്നു; അതുകൊണ്ടയാൾ മരിച്ചെന്ന് പ്രഖ്യാപിച്ച്, ഗംഭീരമായൊരു വ്യാജശവസംസ്കാരം നടത്തി. നാട്ടിൻപുറത്ത് ഒളിച്ചിരുന്ന അയാളെ അവർ കണ്ടുപിടിച്ചു; ഇങ്ങോട്ടുകൊണ്ടു വരുന്നുണ്ട്. ഹോട്ടൽ ഡി വില്ലെയിലേക്ക് തടവുകാരനായി കൊണ്ടുപോകവെ, ഇപ്പോൾത്തന്നെയാണ് ഞാനയാളെ കണ്ടത്. അയാളെ സ്വീകരിക്കാൻ നമ്മൾ ഒരുങ്ങുകയല്ലേ!" ഡിഫാർജിന്റെ കണ്ണുകൾ പ്രതികാരാഗ്നിയിൽ ജ്വലിച്ചു. എല്ലാവരുടേയും കണ്ഠങ്ങളിൽ നിന്ന് ഒരേപോലെ ഭീകരമായ ഒരു ഗർജ്ജനം ഉയർന്നു.

അനേകം വർഷങ്ങൾ പാപകർമ്മങ്ങളിലേർപ്പെട്ട ഈ വൃദ്ധൻ ഫൗളൻ, അത് ഇത്രകാലമായി സ്വയം മനസ്സിലാക്കിയിട്ടില്ലെങ്കിൽ, ഇവരുടെ ഗർജ്ജനരൂപത്തിലുള്ള മറുപടി കേട്ടാൽ അത് സ്പഷ്ടമായി മനസ്സിലാക്കിയേനെ.

ഒരു നിമിഷത്തെ പൂർണ്ണ നിശ്ശബ്ദത! ഡിഫാർജും ഭാര്യയും ദൃഢ ചിത്തതയോടെ പരസ്പരം നോക്കി: ഒരു ഡ്രമ്മിന്റെ കർക്കശ ധ്വനി മുഴ ങ്ങുന്നത് കേട്ടു.

"രാജ്യ സ്നേഹികളെ!" ദൃഢ സ്വരത്തിൽ ഡിഫാർജ് ചോദിച്ചു"നമ്മൾ തയ്യാറല്ലേ?"

തൽക്ഷണം മാഡം ഡിഫാർജ് തന്റെ ബെൽറ്റിൽ കഠാരി തിരുകിക്ക യറ്റി. തെരുവുകളിൽ ഡ്രം അടിക്കുന്ന ശബ്ദം മാറ്റൊലിക്കൊണ്ടു. പ്രതി കാരം എന്ന ബഹുമതിപ്പേരുള്ള പെണ്ണ് തലയ്ക്ക് മുകളിൽ കൈ വീശി, ഭീകരമായി അലറി വിളിച്ച്, ഓരോ വീടുകളിലേക്കും പാഞ്ഞുചെന്ന് സ്ത്രീകളെ വിളിച്ചു കൂട്ടി.

രക്തദാഹികളായ പുരുഷന്മാർ ക്രുദ്ധരായിരുന്നു; അവർ ജനാലകളി ലൂടെ തലങ്ങും വിലങ്ങും നോക്കി, കൈയിൽ കിട്ടിയ ആയുധങ്ങൾ എടുത്ത് തെരുവിലേക്ക് പ്രവഹിച്ചു. അമ്പരപ്പിക്കുന്നതായിരുന്നു സ്ത്രീ കളുടെ നില! എല്ലും തോലുമായി ക്ഷീണിതരായ ആ സ്ത്രീകൾ സ്വന്തം വീട്ടുജോലി വിട്ട്, തങ്ങളുടെ കുഞ്ഞുങ്ങളിൽനിന്നും, സുഖമില്ലാതെ കിട ക്കുന്ന വൃദ്ധരിൽനിന്നും, പാറിപ്പറക്കുന്ന തലയുമായി ഭീകരമായി അലറി വിളിച്ച്, ഭ്രാന്തമായ ആവേശത്തോടെ തെരുവിലേക്കിറങ്ങി. 'ദുഷ്ടൻ ഫൗളൻ പിടിക്കപ്പെട്ടു, എന്റെ സഹോദരി! വൃദ്ധൻ ഫൗളൻ ബന്ധനസ്ഥ നായി എന്റെ അമ്മെ! നീചൻ ഫൗളൻ പിടിക്കപ്പെട്ടു, എന്റെ മോളെ!' പിന്നെ അനേകം പേർ, മുടിപിടിച്ച് വലിച്ചും, നെഞ്ചത്തടിച്ചും, ചീറിയും, ആ കൂട്ടത്തിലേക്ക് ഓടിക്കിതച്ചെത്തി. ഫൗളൻ ജീവിച്ചിരിക്കുന്നു! പട്ടിണി പ്പാവങ്ങളോട് പുല്ല് തിന്നുകൊള്ളുവാൻ പറഞ്ഞ ഫൗളൻ! എനിക്ക് ബ്രെഡ്ഡ് കൊടുക്കാൻ കഴിയാതായപ്പോൾ എന്റെ വൃദ്ധനായ അച്ഛനോട് പുല്ല് തിന്നു കൊള്ളുവാൻ പറഞ്ഞ ഫൗളൻ! ഈ മാറിടം പട്ടിണി കിടന്ന് വറ്റിയപ്പോൾ, എന്റെ കുഞ്ഞിനോട് പുല്ല് ചപ്പി കുടിച്ചുകൊള്ളുവാൻ പറഞ്ഞ ഫൗളൻ! ഓ ദൈവമാതാവേ, ഈ ഫൗളൻ! ഓ ദൈവമേ, ഞങ്ങളുടെ കഷ്ടപ്പാട്! ഞാനെങ്ങനെ മറക്കും, എന്റെ മരിച്ചുപോയ കുഞ്ഞും അച്ഛനും: ഞാൻ മുട്ടുകുത്തി നിന്ന് ശപഥം ചെയ്യുന്നു, ഫൗളനോട് പ്രതികാരം ചെയ്യും! ഭർത്താക്കന്മാരെ, സഹോദരന്മാരെ, യുവാക്കളെ, ഞങ്ങൾക്ക് ഫൗളന്റെ രക്തം തരൂ, ഞങ്ങൾക്ക് ഫൗളന്റെ ശിരസ്സ് തരൂ, ഞങ്ങൾക്ക് ഫൗളന്റെ പച്ചക്കരള് പറിച്ചു തരൂ, ഫൗളനെ വെട്ടി നുറുക്കൂ, അവനെ മണ്ണിന്നടി യിൽ കുഴിച്ചിടൂ, അവനിൽ നിന്ന് പുല്ല് വളരട്ടെ! ഭ്രാന്തമായ ആവേശ ത്തോടെ സ്ത്രീകൾ അലറി വിളിച്ച് പരക്കം പാഞ്ഞു, വികാര മൂർച്ഛയിൽ ബോധംകെട്ട് വീഴുന്നതുവരെ! അവരുടെ ആണുങ്ങൾ വന്ന് എടുത്തുമാറ്റി യില്ലെങ്കിൽ ജനങ്ങളുടെ ചവിട്ടേറ്റ് അവർ ചതഞ്ഞു പോയേനെ!

എന്തൊക്കെ ആയാലും ഒരു നിമിഷം പോലും നഷ്ടപ്പെടുത്തിയില്ല! ഒറ്റ നിമിഷം പോലും! ഈ ഫൗളൻ ഹോട്ടൽ ഡി വില്ലെയിൽ ആയിരുന്നു, ആയുധ ധാരികളായ സ്ത്രീ പുരുഷന്മാർ വീടുകളിൽ നിന്നും പുറത്തി റങ്ങി അതിവേഗംപാഞ്ഞു, കാൽമണിക്കൂർ കഴിഞ്ഞപ്പോൾ സെന്റ് ആന്റോ യിനിൽ ഏതാനും പടുകിഴവികളും, കരയുന്ന കുഞ്ഞുങ്ങളും മാത്രമേ ഉണ്ടായിരുന്നുള്ളു.

മറ്റെല്ലാവരും ആ വൃത്തികെട്ടവനും ക്രൂരനുമായ വൃദ്ധനെ വിചാരണ ചെയ്യുന്ന ഹാളിൽ തടിച്ചുകൂടി; അവിടെ നില്ക്കാനിടമില്ലാതെ, ജനക്കൂട്ടം സ്ഥലത്തും തെരുവുകളിലും കാത്തുനിന്നു. ഡിഫാർജും ഭാര്യയും, പ്രതികാരവും, മൂന്ന് ജാക്സ്മാരും ഹാളിൽ അയാളിൽനിന്നും അധികം ദൂരെയല്ല നിന്നിരുന്നത്.

"നോക്കു!"മാഡം തന്റെ കഠാരി ചൂണ്ടികൊണ്ട് പറഞ്ഞു "ആ ദുഷ്ടൻ വൃദ്ധനെ കയറുകൊണ്ട് ബന്ധിച്ചിട്ടുള്ളത് നോക്കു. അയാളുടെ പിന്നിൽ ഒരു കെട്ട് പുല്ല് കെട്ടിവെച്ചത് വളരെ നന്നായി. ഹാ,ഹാ! നന്നായി ചെയ്തിരിക്കുന്നു! അയാളത് ഇപ്പോൾ തിന്നട്ടെ!" മാഡം ആവേശത്തോടെ കൈകൾ കൊട്ടി ആഹ്ലാദിച്ചു.

മാഡം തന്റെ സന്തോഷത്തിനുള്ള കാരണം തൊട്ടുപിന്നിൽ നിന്നവരോട് വിശദീകരിച്ചുകൊടുത്തു, അവർ തങ്ങൾക്ക് പിന്നിലുള്ളവരോടും.... അങ്ങനെ ആ വിവരണം തെരുവിലുള്ളവരിലേക്ക് വ്യാപിച്ചു; ആ പരിസരം മുഴുവൻ കരഘോഷത്താൽ മുഖരിതമായി. എന്തോ തീരുമാനിച്ചുറപ്പിച്ച അവളുടെ ഇടക്കിടെയുള്ള ക്ഷമ നശിച്ച പ്രകടനങ്ങൾ ആശ്ചര്യകരമായ വേഗതയോടെയാണ് ദൂരെ നിന്നവരിലേക്ക് വ്യാപിച്ചത്! ചിലർ കെട്ടിടത്തിന്റെ മുകളിലേക്ക് ചാടിക്കയറി ജനലയിലൂടെ മാഡം ഡിഫാർജുമായി ആംഗ്യ ഭാഷയിൽ സംസാരിച്ചു അവളും കെട്ടിടത്തിന് പുറത്തുള്ള ജനങ്ങളുമായി സമ്പർക്കം പുലർത്താൻ ശ്രമിച്ചു.

ഒടുവിൽ, സൂര്യൻ ഉദിച്ചുയർന്നു, അത് നേരെ തടവുകാരന്റെ തലയ്ക്ക് മുകളിൽ ആശയോ, സംരക്ഷണമോ നൽകുന്നതുപോലെ പ്രകാശരശ്മികൾ അയച്ചു. ആ ആനുകൂല്യം അവർക്ക് സഹിക്കാവുന്നതിന്നപ്പുറമായിരുന്നു. ഡിഫാർജ് ഒരു കൈവരിയും മേശയും ചാടിക്കടന്ന് ആ വൃത്തികെട്ടവനെ പിടികൂടി, മാരകമായ രീതിയിൽ പിടിച്ചമർത്തി. അയാളെ ചുറ്റിക്കെട്ടിയിരുന്ന ഒരു കയർ മാഡം ഡിഫാർജ് പിടിച്ചുവലിച്ചു. പ്രതികാരവും, ജാക്സ് മൂന്നാമനും അവരോടൊപ്പം എത്തിക്കഴിഞ്ഞിട്ടില്ല. നഗരം മുഴുവൻ ഭീകരമായി അലറി വിളിച്ചു "അയാളെ പുറത്തേക്ക് കൊണ്ടുവരൂ! അയാളെ വെളിച്ചത്തിലേക്ക് കൊണ്ടുവരൂ!"

അയാളെ തള്ളിയും ഇടിച്ചും ഞെക്കിയും പുറത്തേക്ക് കൊണ്ടുവരുമ്പോൾ, നൂറുകണക്കിന് കൈകൾ പുല്ലും വൈക്കോലും അയാളുടെ വായിലേക്ക് തള്ളിക്കയറ്റുന്നുണ്ടായിരുന്നു. കീറിമുറിക്കപ്പെട്ട ശരീരവുമായി അയാൾ കിതച്ചുകൊണ്ട് മുന്നോട്ട് നീങ്ങിക്കൊണ്ടിരിക്കവെ, സദാസമയം കാരുണ്യത്തിനായി ദയനീയമായി യാചിച്ചുകൊണ്ടിരുന്നു. ഏറ്റവും അടുത്ത തെരുവിന്റെ മൂലയിലേക്ക് ഒടിഞ്ഞുതൂങ്ങുന്ന ഒരു വിളക്കിൻ കാലിന്റെ അരികിലേക്ക് അയാളെ വലിച്ചു കൊണ്ടുപോയി. അയാളെ കയറഴിച്ചു വിട്ട്, മാഡം ഡിഫാർജ് നിശ്ശബ്ദം, അയാളെ നോക്കി നിന്നു; അയാൾ അവളോട് മാപ്പിന്നായി കെഞ്ചിക്കൊണ്ടിരിക്കുമ്പോൾ, അവർ തയ്യാറെടുപ്പിലായിരുന്നു; സ്ത്രീകൾ ഉച്ചത്തിൽ ചീറിക്കൊണ്ടിരുന്നു. പുല്ല് വായിൽ തള്ളിക്കയറ്റി അയാളെ കൊല്ലാമെന്ന് പുരുഷന്മാർ വിളിച്ചുപറഞ്ഞു. ആദ്യത്തെ പ്രാവശ്യം അയാളെ മുകളിലേക്ക് വലിച്ചുയർത്തിയപ്പോൾ

തൂക്കിലിട്ട കൊലക്കയർ പൊട്ടിപ്പോയി; ആളുകൾ ആർത്തുവിളിച്ച് അയാളെ പിടിക്കൂടി; രണ്ട് പ്രാവശ്യവും ഇതാവർത്തിക്കപ്പെട്ടു. മൂന്നാം പ്രാവശ്യം കയർ പൊട്ടിയില്ല. പിന്നീട് അയാളുടെ ശിരസ്സറുത്ത്, കുന്തത്തിലേറ്റി വായ നിറയെ പുല്ല് തള്ളിക്കയറ്റി. സെന്റ് ആന്റോയിൻ നിവാസികൾ ഒന്നടങ്കം കുന്തത്തിനു ചുറ്റും നൃത്തം വെച്ചു.

ഉന്മാദരായി ആർത്ത് വിളിച്ചും നൃത്തം ചവിട്ടിയും മുന്നേറിയ ഈ ജനാവലി, സന്ധ്യയാകാറായപ്പോൾ, കൊല്ലപ്പെട്ട വൃദ്ധന്റെ ജാമാതാവ്, അഞ്ഞൂറ് കുതിരപ്പടയാളികളുടെ അകമ്പടിയോടെ പാരീസിലേക്ക് വരികയാണെന്ന വാർത്ത കേട്ടു. ഇയാൾ മറ്റൊരു ജനദ്രോഹിയായ അവരുടെ ശത്രുവാണ്.

തിളങ്ങുന്ന കടലാസ്സുകളിൽ സെന്റ് അന്റോനിയൻ നിവാസികൾ അയാളുടെ കുറ്റകൃത്യങ്ങൾ അക്കമിട്ട് എഴുതി; അയാളെ എങ്ങനെയൊക്കെയോ പിടികൂടി, തലയും ഹൃദയവും വെട്ടിയെടുത്ത് കുന്തത്തിലേറ്റി, തെരുവ് മുഴുവൻ ഘോഷയാത്ര നടത്തി.

ഇരുട്ടായപ്പോൾ പുരുഷന്മാരും സ്ത്രീകളും, ആഹാരമില്ലാതെ കരയുന്ന കുഞ്ഞുങ്ങളുടെ അരികിൽ തിരിച്ചെത്തി. പിന്നെ പഴയ ബ്രെഡ് വാങ്ങാനായി ബേക്കറിക്കുമുന്നിൽ ക്ഷമയോടെ കാത്തുനിന്നു. ഒഴിഞ്ഞ വയറുമായി തളർന്നുനിൽക്കവെ, വിജയാഹ്ലാദങ്ങൾ പ്രകടിപ്പിച്ചുകൊണ്ടവർ പരസ്പരം ആലിംഗനം ചെയ്തും സംസാരിച്ചും സമയം കളഞ്ഞു. വിശപ്പകറ്റാനുള്ള ആഹാരമില്ലായിരുന്നെങ്കിലും പിന്നീടവർ തെരുവിൽ പൊതു അടുപ്പ് കൂട്ടി, ഒന്നിച്ച് പാചകം ചെയ്ത് ഒന്നിച്ച് ഭക്ഷണം കഴിച്ചു. അവരിൽ ആഹ്ലാദത്തിന്റെ സ്ഫുരണങ്ങൾ ദൃശ്യമായിരുന്നു. ദിവസം മുഴുവൻ ക്രൂരപ്രവൃത്തികളിൽ മുഴുകിയിരുന്ന മാതാപിതാക്കൾ പട്ടിണിക്കോലങ്ങളായ തങ്ങളുടെ കുഞ്ഞുങ്ങളോടൊപ്പം സൗമ്യതയോടെ കളിച്ചു.

ഡിഫാർജിന്റെ വീഞ്ഞുകടയിൽ നിന്ന് അവസാന ഇടപാടുകാരൻ പോയപ്പോഴേക്കും നേരം പുലരാറായി. വാതിൽ അടയ്ക്കാനായി വന്ന മി. ഡിഫാർജ് തന്റെ ഭാര്യയോട് പറഞ്ഞു,

"അവസാനം അത് വന്നു, എന്റെ ഡിയർ!"

"അത് വന്നു" മാഡം മറുപടി നല്കി.

"വിപ്ളവം ജയിക്കട്ടെ."

ഇരുപത്തിമൂന്ന്

ഫൗണ്ടൻ സ്ഥിതിചെയ്യുന്ന ഗ്രാമത്തിലും വലിയ മാറ്റങ്ങളാണ് സംഭവിച്ചുകൊണ്ടിരിക്കുന്നത്. റോഡ് നന്നാക്കുന്നവൻ, തന്റെ ജീവൻ നിലനിർത്താനായി കറുത്ത ബ്രെഡ് കഴിച്ച് സ്വന്തം ചുമതല നിർവ്വഹിച്ചുപോന്നു. ചെങ്കുത്തായ പാറയിലെ ജയിൽ പണ്ടത്തെപ്പോലെ പ്രബലമല്ല. അതിന് കാവൽ നിൽക്കാനായി പട്ടാളക്കാർ ഉണ്ട്; പട്ടാളക്കാരെ ശ്രദ്ധിക്കാനായി ഓഫീസർമാരുണ്ട്; തന്റെ പട്ടാളക്കാർ എന്താണ് ചെയ്യുന്നതെന്ന് അവരിലൊരാൾക്കും അറിയില്ല. ഉത്തരവ് കൊടുക്കപ്പെട്ട പണി ആയിരിക്കില്ല അയാൾ ചെയ്യുന്നത്.

വളരെ ദൂരത്തോളം നശിപ്പിക്കപ്പെട്ട നാട്ടിൻപ്രദേശം പരന്നുകിടക്കുന്നു, ആൾത്താമസമില്ലാതെ വിജനം. അവിടത്തെ ഓരോ പച്ചിലയും, പുൽനാമ്പും ദുരിതമനുഭവിക്കുന്ന മനുഷ്യരെപ്പോലെ ചുക്കിച്ചുളിഞ്ഞിരിക്കുന്നു; എല്ലാം വിഷാദിച്ച്, അടിച്ചമർത്തപ്പെട്ട് തകർന്ന നിലയിലാണ്! വസതികൾ, വേലികൾ, വീട്ടുമൃഗങ്ങൾ, പുരുഷന്മാർ, സ്ത്രീകൾ, കുട്ടികൾ, അവർ വസിക്കുന്ന ഭൂമി, എല്ലാം വിഷാദിച്ചിരിക്കുന്നു. ജീർണ്ണിച്ചിരിക്കുന്നു.

ജന്മിയുടെ ജീവിതം ഉജ്ജ്വലവും, സുഖസമൃദ്ധവും, ആഡംബരപൂർണ്ണവുമായിരുന്നു. ജന്മിയാണ് കാര്യങ്ങൾ ഈ നിലയിലേക്കെത്തിച്ചത്. എന്തായാലും, അവസാനതുള്ളി രക്തം വരെ പിഴിഞ്ഞെടുത്തപ്പോൾ, മറ്റൊന്നും ചൂഷണം ചെയ്യാനില്ലെന്നു കണ്ട ജന്മി ആ പ്രതിഭാസത്തിൽ നിന്നും ഓടിപ്പോകാൻ തുടങ്ങി.

അനേകം വർഷങ്ങൾ അപ്രകാരം ജന്മിയുടെ ചൂഷണം തുടർന്നു. മൃഗങ്ങളെ വേട്ടയാടാനും, മനുഷ്യരെ വേട്ടയാടാനുമല്ലാതെ മറ്റൊന്നിനും ജന്മി പ്രത്യക്ഷപ്പെട്ടിരുന്നില്ല.

ഇക്കാലമത്രയും റോഡ് നന്നാക്കുന്നവൻ ഏകനായി അർദ്ധപട്ടിണിയിൽ തന്റെ ജോലി എന്നും മുടങ്ങാതെ ചെയ്തുപോന്നു. അപ്പോൾ, പതിവില്ലാത്ത രീതിയിൽ ഒരു പരുക്കൻ രൂപം കാൽനടയായി അവിടെ വരാറുള്ളത് അവൻ കാണാറുണ്ട്. റോഡ് നന്നാക്കുന്നവൻ അയാളെ ആശ്ചര്യത്തോടെ മിഴിച്ചുനോക്കും. ജടപിടിച്ച തലമുടി; പ്രാകൃതവേഷവും മരച്ചെരുപ്പും ആണ അയാൾ ധരിച്ചിട്ടുള്ളത്. പൊതുവഴിയിലെ ചളിയും പൊടിയും അതിൽ പറ്റിപ്പിടിച്ചിരിക്കുന്നു; താഴ്ന്ന നിലത്തിലെ ചളി വെള്ളവും, കാട്ടു പാതയിലെ ഇലകളും, പൂപ്പലും, മുള്ളുകളും വസ്ത്രത്തിൽ ഒട്ടിപ്പിടിച്ചിട്ടുണ്ട്. റോഡു പണിക്കാരന്റെ കണ്ണിൽപ്പോലും ഒരു പ്രാകൃതൻ! ജൂലായിലെ ഒരു ഉച്ച നേരത്ത് ആലിപ്പഴ മഴയിൽ നിന്നും രക്ഷപ്പെടാനായി കല്ല് കൂമ്പാരത്തിനു മുകളിൽ റോഡ് പണിക്കാരൻ ഇരിക്കവെ, ഒരു പ്രേതം പോലെ, ഒരു മനുഷ്യൻ അവന്റെ അടുത്തേക്ക് ചെന്നു.

അയാൾ അവനെ നോക്കി, ഗ്രാമത്തെ നോക്കി, മില്ലിനെ നോക്കി, ചെങ്കുത്തായ പാറയ്ക്കടുത്തുള്ള ജയിലിനെ നോക്കി. തന്റെ ഇരുട്ടിലകപ്പെട്ട മനസ്സിൽ ഈ വസ്തുക്കൾ എല്ലാം തിരിച്ചറിഞ്ഞപ്പോൾ, അയാൾ ചോദിച്ചു.

"എങ്ങനെ പോകുന്നു, ജാക്സ്?"

"നല്ലതു തന്നെ, ജാക്സ്."

"എന്നാൽ, കൈ തരു."

അവർ പരസ്പരം കൈകൊടുത്തു; അയാളും കല്ല് കുമ്പാരത്തിൽ ഇരുന്നു.

"ഉച്ച ഭക്ഷണം കഴിക്കുന്നില്ലേ?"

"അത്താഴം മാത്രമേ ഉള്ളു." വിശക്കുന്ന മുഖത്തോടെ റോഡു പണിക്കാരൻ പറഞ്ഞു.

"അതൊരു ശീലമായിരിക്കുന്നു." അയാൾ മുരണ്ടു. "ഒരാളും ഉച്ചഭക്ഷണം കഴിക്കുന്നത് ഞാൻ ഒരിടത്തും കണ്ടില്ല."

അയാൾ ഒരു കറുത്ത പൈപ്പ് എടുത്ത്, നിറച്ച്, കത്തിച്ച് വലിച്ചു; പിന്നെ അത് നീട്ടിപ്പിടിച്ച്, വിരലുകൾക്കിടയിൽ വെച്ചിരുന്ന എന്തോ വസ്തു അതിലേക്കിട്ടു; അത് കത്തി, പുകയായി പുറത്ത് പോയി.

"എന്നാൽ കൈ തരു." ഈ പ്രക്രിയ എല്ലാം നിരീക്ഷിച്ചശേഷം അത് പറഞ്ഞത് റോഡ് പണിക്കാരനായിരുന്നു. വീണ്ടും കൈ കൊടുത്തു.

"ഇന്നു രാത്രി?" റോഡു പണിക്കാരൻ.

"ഇന്നു രാത്രി." പൈപ്പ് വായിൽ വെച്ചുകൊണ്ട് ആ മനുഷ്യൻ.

"എവിടെ?"

"ഇവിടെ"

അയാളും റോഡുപണിക്കാരനും പരസ്പരം നോക്കി കല്ലിൻകൂമ്പാരത്തിൽ നിശ്ശബ്ദരായി ഇരുന്നു, ഗ്രാമത്തിൽ ആകാശം തെളിയുന്നതുവരെ. കല്ലെറിയുന്നതുപോലെ ആയിരുന്നു ആലിപ്പഴം വർഷിച്ചുകൊണ്ടിരുന്നത്!

"എനിക്ക് കാണിച്ചു തരു!"യാത്രക്കാരൻ പറഞ്ഞു.

"നോക്കു!" റോഡ് പണിക്കാരൻ വിരൽ നീട്ടിക്കൊണ്ട് മറുപടി നല്കി. "നിങ്ങൾ താഴേക്ക് പോകുക, നേരെ തെരുവിലൂടെ, പിന്നെ ഫൗണ്ടൻ കടക്കുക–"

"നാശം!" പ്രകൃതി ദൃശ്യത്തിലേക്ക് കണ്ണ് തിരിച്ച്, അയാൾ ഇടക്കു കയറി പറഞ്ഞു "ഞാൻ തെരുവിലൂടെ പോകുകയോ, ഫൗണ്ടൻ കടക്കുകയോ ചെയ്യില്ല. മനസ്സിലായോ?"

"ശരി, ഏകദേശം രണ്ട് നാഴികദൂരെ, ഗ്രാമത്തിൽ നിന്ന് മുകളിലെ ആ കുന്നിന്നപ്പുറത്ത്."

"നല്ലത്. നീ എപ്പോഴാണ് പണി നിർത്തുക?"

"സൂര്യൻ അസ്തമിക്കുമ്പോൾ."

"തിരിച്ചുപോകുന്നതിനു മുമ്പ് നീ എന്നെ വിളിച്ചുണർത്തുമോ? യാതൊരു വിശ്രമവുമില്ലാതെ രണ്ട് രാത്രി തുടർച്ചയായി ഞാൻ നടക്കുകയായിരുന്നു. ഈ പൈപ്പ് വലിച്ചുകഴിഞ്ഞശേഷം ഞാൻ സുഖമായി കിടന്നുറങ്ങും. നിങ്ങൾ എന്നെ വിളിച്ചുണർത്തുമോ?"

"തീർച്ചയായും."

വഴിപോക്കൻ പൈപ്പ് വലിച്ചുതീർത്തു; അത് പോക്കറ്റിലിട്ടു; തന്റെ മരച്ചെരുപ്പ് ഊരി വെച്ചു, കല്ല് കൂമ്പാരത്തിൽ മലർന്നുകിടന്നു. അയാൾ പെട്ടെന്ന് ഗാഢ നിദ്രയിലാണ്ടു.

റോഡ് പണിക്കാരൻ ഉത്സാഹപൂർവ്വം ജോലിചെയ്യവെ, ആലിപ്പഴച്ചൊരിച്ചൽ തീരുകയും, ആകാശം തെളിയുകയും ചെയ്തു; പ്രകൃതി സൂര്യപ്രകാശത്തിൽ വെട്ടിത്തിളങ്ങി. റോഡുപണിക്കാരന് കല്ല് കൂമ്പാരത്തിൽ കിടക്കുന്ന രൂപത്തോട് എന്തോ ഒരു ആകർഷണം തോന്നി. അവന്റെ കണ്ണുകൾ ഇടയ്ക്കിടെ അയാളിലേക്ക് തിരിഞ്ഞുകൊണ്ടിരുന്നു; അവന്റെ പണിയായുധങ്ങൾ യാന്ത്രിമായി പ്രവർത്തിച്ചുകൊണ്ടിരുന്നു. വെങ്കലം പോലുള്ള അയാളുടെ മുഖം, ജടപിടിച്ച തലമുടിയും താടിയും,

പരുക്കൻ കമ്പിളികൊണ്ടുള്ള ചുകന്ന തൊപ്പി, പരുക്കൻ തുണികൊണ്ടുള്ള ഉടുപ്പ്, രോമാവൃതമായ മാറിടം, കരുത്തുറ്റ ശരീരം, ഉറക്കത്തിൽ കടിച്ചു പിടിച്ച ചുണ്ടുകൾ, എന്നിവ ഭയഭക്തി ബഹുമാനത്തോടെ റോഡുപണിക്കാരൻ വീക്ഷിച്ചു. വഴിയാത്രക്കാരൻ ഒരുപാട് ദൂരം യാത്ര ചെയ്തിട്ടുണ്ട് എന്ന് വ്യക്തമാണ്. പാദങ്ങളിൽ മുറിവുണ്ട്, ചോര ഒലിക്കുന്നു. ചളിയും പുല്ലും കട്ടപിടിച്ച മരച്ചെരിപ്പ് ധരിച്ച് കഷ്ടപ്പെട്ടാണ് ഇത്രയും ദൂരം നടന്നിട്ടുള്ളത്. വസ്ത്രങ്ങൾ ഉരഞ്ഞ് കീറിയിരിക്കുന്നു. അവന്റെ മുഖത്ത് വേദന നിറഞ്ഞുനിൽക്കുന്നു. റോഡു പണിക്കാരൻ കുനിഞ്ഞുനിന്ന് അയാളുടെ നെഞ്ചിൽ ഒളിപ്പിച്ചുവെച്ച രഹസ്യ ആയുധം കണ്ടെത്തുവാനൊരു ശ്രമം നടത്തി. എന്നാൽ, ആ ശ്രമം നിഷ്ഫലമായി; കാരണം, നെഞ്ചത്ത് കൈകൾ മടക്കി വെച്ചുകൊണ്ടാണയാളുടെ ഉറക്കം, അയാളുടെ ചുണ്ടുകൾ പോലെത്തന്നെ മുറുക്കി അടച്ചിരിക്കുന്നു. റോഡുപണിക്കാരൻ അയാളിൽനിന്നും ശിരസ്സുയർത്തി ചക്രവാളത്തിലേക്ക് നോക്കിയപ്പോൾ, തന്റെ കൊച്ചുസങ്കല്പത്തിൽ അത്തരം രൂപങ്ങൾ ഫ്രാൻസിലെ മുഴുവൻ കേന്ദ്രങ്ങളിലേക്കും യാതൊരു തടസ്സവുമില്ലാതെ, നിർബ്ബാധം നീങ്ങുന്നതവൻ കണ്ടു. ആലിപ്പഴ മഴയും, സൂര്യ പ്രകാശവും, നിഴലും മാറി മാറി മുഖത്ത് പതിച്ചിട്ടും സൂര്യൻ അസ്തമിക്കുന്നതുവരെ അയാൾ കിടന്നുറങ്ങി. പിന്നെ, റോഡു പണിക്കാരൻ തന്റെ പണിയായുധങ്ങളെല്ലാം ശേഖരിച്ച് ഗ്രാമത്തിലേക്ക് പോകാൻ തയ്യാറായപ്പോൾ, ആ യാത്രക്കാരനെ വിളിച്ചുണർത്തി.

"നല്ലത്!" ഉറക്കത്തിൽ നിന്നയാൾ എഴുന്നേറ്റ്, ചോദിച്ചു "കുന്നിൻ ശിഖരത്തിൽ നിന്ന് രണ്ട് നാഴിക?"

"ഏകദേശം."

"ഏകദേശം? നല്ലത്!"

റോഡുപണിക്കാരൻ വീട്ടിലേക്ക് തിരിച്ചു. അതിവേഗം ഫൗണ്ടനിലെത്തി, താൻ കണ്ട കാര്യങ്ങൾ ഗ്രാമീണരോട് മന്ത്രിച്ചു. അവർ അത്താഴശേഷം ഉറങ്ങാൻ കിടന്നില്ല. പതിവിന് വിപരീതമായി തങ്ങളുടെ വാതില്ക്കൽ വന്ന് ഇരിപ്പായി. കിംവദന്തികൾ പരന്നപ്പോൾ, അവർ ഫൗണ്ടനിൽ കൂട്ടം കൂടി നിന്നു; ആ ഇരുട്ടിൽ എന്തോ പ്രതീക്ഷിച്ചുകൊണ്ട് ആകാശത്തേക്ക് നോക്കികൊണ്ടിരുന്നു; അതും ഒരേ ദിശയിലേക്ക്.

ആ സ്ഥലത്തിന്റെ മുഖ്യ ഭാരവാഹിയായ മി.ഗാബെൽ വല്ലാതെ അസ്വസ്ഥനായിരുന്നു. അയാൾ ഒറ്റയ്ക്ക് സ്വന്തം വീടിന്റെ മുകളിൽ ചെന്നുനിന്ന് അതേ ദിശയിലേക്ക് നോക്കി. ചിമ്മിനിയുടെ പിറകിൽ നിന്ന് താഴേക്ക് നോക്കിയപ്പോൾ ഫൗണ്ടന്നടുത്ത് നില്ക്കുന്ന ഇരുണ്ട മുഖങ്ങൾ കണ്ട്, പള്ളിയുടെ താക്കോൽ കൈവശം വെക്കുന്ന കപ്യാരോട് ആപൽസൂചകമണി മുഴക്കേണ്ടി വരുമെന്ന് വിവരം കൊടുത്തു.

രാത്രിയുടെ ആഴം വർദ്ധിച്ചു വന്നു. ഏകാന്തമായ പഴയ ബംഗ്ലാവിന്റെ പരിസരത്തുള്ള വൃക്ഷങ്ങൾ കാറ്റിൽ ചാഞ്ചാടി. ശക്തമായ കാറ്റ് ഹാളിലൂടെ കടന്ന്, പഴയ കുന്തങ്ങളേയും കഠാരികളേയും വിറപ്പിച്ച്, വിലാപത്തോടെ മുകളിലേക്ക് കയറി, പരേതനായ മാർക്വിസ് കിടന്നുറങ്ങിയിരുന്ന മുറിയുടെ കർട്ടനുകൾ ഇളക്കി.

കിഴക്കും പടിഞ്ഞാറും, വടക്കും തെക്കും ഭാഗങ്ങളിൽ നിന്ന്, മരങ്ങൾക്കിടയിലൂടെ, മരക്കൊമ്പുകൾ ഒടിച്ച്, നാല് വൃത്തികെട്ട ഭീകര രൂപങ്ങൾ കരുതലോടെ ബംഗ്ലാവിന്റെ മുറ്റത്തേക്ക് പ്രവേശിച്ചു. അവിടത്തെ നാല് വിളക്കുകൾ തകർത്തുകളഞ്ഞു; അവർ നാനാദിശകളിലേക്ക് നിരങ്ങിനീങ്ങി; വീണ്ടും ഇരുട്ട് വ്യാപിച്ചു.

എന്നാൽ, അധികനേരം അത് നീണ്ടുനിന്നില്ല. ആ ബംഗ്ലാവ് സ്വയം പ്രകാശിക്കുന്നതുപോലെ കാണപ്പെട്ടു! പിന്നെ, ജ്വലിക്കുന്ന തീജ്ജ്വാലകൾ കാറ്റത്ത് ചാഞ്ചാടുന്നു; അതിവേഗം മാളികയിലാകമാനം അത് വ്യാപിച്ചു; കൈവരികൾ, ആർച്ചുകൾ, ജന്നലകൾ എല്ലാം വ്യക്തമായി കാണാനായി. പിന്നെ, വളരെ മുകളിലേക്ക് തീജ്ജ്വാലകൾ ഉയർന്നു, വലിയ ജന്നലുകളിലൂടെ അത് ആളിപ്പടർന്നു, ഭിത്തികളിലെ കല്ല് മുഖങ്ങൾ ഉണർന്ന് മുഖങ്ങൾ തീയിലേക്ക് തുറിച്ചുനോക്കി!

വീട്ടിലുണ്ടായിരുന്ന ഏതാനും ആളുകളിൽ നിന്ന് നേരിയൊരു മർമ്മരമുയർന്നു. ആരോ കുതിരയ്ക്ക് ജീനികെട്ടി ഓടിച്ചുപോകുന്ന ശബ്ദം കേട്ടു. കുതിരയെ ഷൂസുകൊണ്ട് ചവിട്ടുന്നതും, ഇരുട്ടിലൂടെ പായുന്നതും കേട്ടു. അത് ഗ്രാമത്തിലെ ഫൗണ്ടനിലെത്തി. വായിൽ നിന്ന് നുരപൊന്തുന്ന അവസ്ഥയിൽ ആ കുതിര മി.ഗാബെലിന്റെ വാതിൽക്കൽ ചെന്ന് നിന്നു. "രക്ഷിക്കൂ, ഗാബെൽ! രക്ഷിക്കൂ നാട്ടുകാരേ!"

പള്ളിയിലെ അപായമണി അക്ഷമയോടെ നിർത്താതെ അടിച്ചുകൊണ്ടിരുന്നു. എന്നാൽ, ആരും സഹായത്തിന്നായി എത്തിയില്ല. റോഡ് പണിക്കാരനും, ഇരുനൂറ്റമ്പത് സുഹൃത്തുക്കളും കൈകൾ മടക്കി, ഫൗണ്ടനടുത്ത്, ആകാശത്തേക്കുയരുന്ന ഭീകരമായ തീജ്ജ്വാലകൾ നോക്കി നിന്നു. അവർ അനങ്ങിയതേയില്ല.

ബംഗ്ലാവിൽനിന്ന് വന്ന സവാരിക്കാരനും, വായിൽ നുരയുള്ള കുതിരയും ഗ്രാമം വിട്ട് ചെങ്കുത്തായ കുന്നിലേക്ക് ചാടിക്കയറി ജയിലിലെത്തി. പടിയിൽ നിന്ന് ഒരു കൂട്ടം ഓഫീസർമാർ തീയും നോക്കി നിന്നിരുന്നു; തൊട്ടപ്പുറത്ത് ഒരു സംഘം പട്ടാളക്കാരും.

"സഹായിക്കൂ, മാന്യരായ ഓഫീസർമാരേ! ബംഗ്ലാവിന് തീ പിടിച്ചിരിക്കുന്നു; സമയത്തിന് സഹായിച്ചാൽ വിലപിടിപ്പുള്ള വസ്തുക്കൾ തീയിൽ നിന്ന് രക്ഷിക്കാനായേക്കും! സഹായിക്കു, സഹായിക്കു!" തീജ്ജ്വാലയിൽ കണ്ണും നട്ട് നിൽക്കുന്ന പട്ടാളക്കാർക്കുനേരെ ഓഫീസർമാർ നോക്കി; ഓർഡറുകൾ ഒന്നും കൊടുത്തില്ല; പിന്നെ തോളുകൾ കുലുക്കി ചുണ്ടുകൾ കടിച്ച്, മറുപടി നല്കി "അത് കത്തണം."

കുതിരക്കാരൻ വീണ്ടും കുന്നിറങ്ങി തെരുവിലൂടെ പോയപ്പോൾ, ഗ്രാമം മുഴുവൻ വെളിച്ചത്തിൽ മുങ്ങി നിൽക്കുന്നത് കണ്ടു. റോഡ് പണിക്കാരനും, അയാളുടെ ഇരുനൂറ്റി അമ്പത് സുഹൃത്തുക്കളും. എല്ലാ ജന്നൽ ചില്ലുകളിലും അവർ മെഴുകുതിരി കത്തിച്ചുവെച്ചു.

ബംഗ്ലാവ് കത്തിനശിക്കാനവർ അനുവദിച്ചു. അത് പൂർണ്ണമായും അഗ്നിക്കിരയായി നിലംപതിച്ചു. അടുത്ത് നിന്നിരുന്ന വൃക്ഷങ്ങളെല്ലാം കത്തി

ക്കരിഞ്ഞു. ഫൗണ്ടന്റെ മാർബിൾത്തറയിൽ ഉരുകിയ കാരീയവും ഇരുമ്പും കിടന്ന് തിളച്ചു; വെള്ളം വറ്റി വരണ്ടു. മയക്കം തട്ടിയ പക്ഷികൾ ദിക്കറിയാതെ ചുറ്റിക്കറങ്ങി, അഗ്നികുണ്ഡത്തിലേക്ക് പതിച്ചു. നാല് ഭീകരരൂപങ്ങൾ കിഴക്ക്, പടിഞ്ഞാറ്, വടക്ക്, തെക്ക് ഭാഗങ്ങളിലേക്ക് ഇരുട്ട് പിടിച്ച റോഡുകളിലൂടെ തീജ്ജ്വാലകളുടെ വെളിച്ചത്തിൽ അടുത്ത ലക്ഷ്യസ്ഥാനത്തേക്ക് നീങ്ങി. ഗ്രാമത്തിലെ നിവാസികൾ തീയാളലിൽ ആപൽ സൂചക മണി പിടിച്ചുവാങ്ങി, ആഹ്ലാദ മണി മുഴക്കിക്കൊണ്ടിരുന്നു!

അത് മാത്രമല്ല, അവർ മി.ഗാബെലിന്റെ അടുത്ത് പോയി, ഉടനെ താഴേക്ക് വരുവാൻ ആവശ്യപ്പെട്ടു. ഗാബെലിന്റെ വീട് വളഞ്ഞു. പില്ക്കാലത്ത് ചെറിയൊരു നികുതിയാണ് ഗാബെൽ ഈടാക്കിക്കൊണ്ടിരുന്നത്; പാട്ടം വാങ്ങിച്ചിരുന്നതേയില്ല! ഗാബെൽ ഇരുമ്പ് ബാറുകൾ ഉറപ്പിച്ച് വാതിൽ കൂടുതൽ കരുത്തുള്ളതാക്കി. തന്നോടുതന്നെ ചർച്ച നടത്താനായി പിൻവാങ്ങി. ആ ചർച്ചയുടെ ഫലമായി ഗാബെൽ വീണ്ടും വീടിന് മുകളിൽ കയറി പുകക്കുഴലിന്പിന്നിൽ നിൽപായി. പിന്നെ, ഒരു തീരുമാനത്തിലെത്തി, വാതിൽ പൊളിച്ച് അവർ അകത്ത് കടന്നാൽ, കെട്ടിടത്തിനു മുകളിൽ നിന്ന് താഴേക്ക് ചാടി ചാകും!

രാത്രി വളരെ നേരം മി.ഗാബെൽ കത്തി എരിയുന്ന ബംഗ്ലാവ് നോക്കി അവിടെ നിന്നിരിക്കണം. അപ്പോൾ വാതിലിലെ ഇടിയും, തുടർന്നുകൊണ്ടിരുന്നു. എന്നാൽ, സൗഹൃദം നിറഞ്ഞ പ്രഭാതം പൊട്ടിവിരിഞ്ഞപ്പോൾ, ജനങ്ങൾ സസന്തോഷം പിരിഞ്ഞുപോയി; മി.ഗാബെൽ ജീവനോടെ താഴെ ഇറങ്ങി വന്നു.

നൂറ് മൈലുകൾക്കുള്ളിൽ, മറ്റ് തീവെപ്പുകളിൽ, ഉത്തരവാദിത്വപ്പെട്ട അധികാരികൾ അത്ര ഭാഗ്യവാന്മാരായിരുന്നില്ല. അവരിൽ പലരും മൃഗീയമായി കൊല്ലപ്പെട്ടു. അന്ന് രാത്രിക്ക് ശേഷവും, മറ്റ് രാത്രികൾക്ക് ശേഷവും, ഉദിച്ചുയരുന്ന സൂര്യൻ കണ്ടത്, ഒരു കാലത്ത് ശാന്തമായ തെരുവുകളിൽ അവിടെ ജനിച്ചുവളർന്നവരുടെ തൂക്കിലേറ്റപ്പെട്ട ശരീരങ്ങളാണ്. അതുപോലെ മറ്റ് ഗ്രാമീണരും പട്ടണവാസികളും റോഡ് പണിക്കാരനേക്കാളും കൂട്ടുകാരേക്കാളും വളരെ ഭാഗ്യവാന്മാരായിരുന്നു; അവർക്കുമേൽ അധികാരി വർഗ്ഗവും സൈന്യവും വിജയം നേടി; അവരെയെല്ലാം തൂക്കിലേറ്റി. അങ്ങനെ വളരെയധികം വിപ്ലവകാരികളും കൊല്ലപ്പെട്ടു. എന്നാൽ, ആ ഭീകരരൂപങ്ങൾ ഇതിൽ നിന്നെല്ലാം രക്ഷപ്പെട്ട് കിഴക്കും പടിഞ്ഞാട്ടും വടക്കും തെക്കും ഭാഗത്തേക്കുള്ള പ്രയാണം തുടർന്നു. കൊള്ളി വെപ്പും, തൂക്കിലിടലും എമ്പാടും തുടർന്നു. ഒരു അധികാരിക്കും അതിന്റെ കണക്ക് കൃത്യമായി എടുക്കാൻ കഴിഞ്ഞില്ല.

ഇരുപത്തിനാല്

മൂന്നു വർഷങ്ങൾ ആ കൊടുങ്കാറ്റ് ആഞ്ഞടിച്ചു. കൊച്ചു ലൂസിക്ക് മൂന്ന് പിറന്നാൾ കൂടി കടന്നുപോയി. ശാന്തമായ ആ കുടുംബത്തിലെ അംഗങ്ങൾ പല രാവും പകലും ആ മൂലയിലെ തെരുവോരങ്ങളിൽ പ്രതിദ്ധ്വനികൾ

ശ്രദ്ധിച്ചു; ജനക്കൂട്ടത്തിന്റെ കാലടി സ്വരം കേൾക്കുമ്പോൾ അവരുടെ ഹൃദയം പിടിക്കും; കാരണം, ആ കാലടി സ്വരം അവരുടെ മനസ്സിൽ ഉയർത്തുന്നത്, ചെങ്കൊടിക്ക് കീഴിലുള്ള പ്രക്ഷുബ്ധരായ ജനങ്ങളുടെ കാലടി സ്വരമാണ്. അവരുടെ രാജ്യം അപകടത്തിലാണെന്ന് പ്രഖ്യാപിച്ചിരിക്കയാണെന്നും; ജനങ്ങൾ കാട്ടുമൃഗങ്ങളായി മാറിയിരിക്കുകയാണെന്നും ഉള്ള വസ്തുത അവരെ വിഹ്വലരാക്കി.

പ്രഭു ഒരു വർഗ്ഗമെന്ന നിലയ്ക്ക് തൽക്ഷണം ഓടി രക്ഷപ്പെട്ടു. അങ്ങനെ അനേകം വർഷങ്ങളായി ദൈവകീർത്തനങ്ങൾ പാടുകയും, സാത്താനെ ഓടിക്കാനായി പല കരുത്തുറ്റ മന്ത്രശക്തികൾ പ്രയോഗിക്കുകയും ചെയ്തിരുന്ന തിരുമേനി ഭയചകിതനായി സ്ഥലം വിട്ടോടി.

അരമനയിലെ തിളങ്ങുന്ന കാളക്കണ്ണ് അപ്രത്യക്ഷമായി; ഒരു പക്ഷേ വെടിയുണ്ടകൾ ഏറ്റിട്ടായിരിക്കാം.

അഴിമതിയുടേയും ചരടുവലിയുടേയും കേന്ദ്രമായ ഉള്ളിലെ അധികാര മണ്ഡലം എല്ലാം ഒന്നിച്ച് ഒഴുകിപ്പോയി. രാജാധികാരം പോയി, രാജാവ് കൊട്ടാരത്തിലെ തടവറയിൽ ബന്ദിയാക്കപ്പെട്ടു.

1792 ആഗസ്റ്റ് മാസമായപ്പോഴേക്കും പ്രഭുക്കന്മാർ നാനാഭാഗത്തേക്കും പാലായനം ചെയ്തുകഴിഞ്ഞിരുന്നു.

സ്വാഭാവികമായും ലണ്ടനിലെ ടെൽസൺസ് ബാങ്ക് ആയിരുന്നു പ്രഭുക്കന്മാരുടെ സമ്മേളന കേന്ദ്രം. ഫ്രഞ്ചുകാർക്ക് വിശ്വാസമർപ്പിക്കാവുന്നൊരു സ്ഥാപനമായിരുന്നു അത്. അതിനുംപുറമെ ടെൽസൺസ് ഔദാര്യശീലമുള്ളൊരു സ്ഥാപനമാണ്. മാനം മുട്ടുന്ന ഉയരങ്ങളിൽ നിന്ന് താഴേക്ക് മൂക്കു കുത്തി വീണ തങ്ങളുടെ ഇടപാടുകാർക്ക് വലിയ വിശാലമനസ്കതയോടെ അവർ സഹായഹസ്തം നീട്ടി. വരാൻപോകുന്ന കൊടുങ്കാറ്റിനെക്കുറിച്ച് ബോധാവാന്മാരായിരുന്ന കുറെ പ്രഭുക്കന്മാർ, കൊള്ളയും കണ്ടുകെട്ടലും ഭയന്ന്, മുൻകരുതലോടെ പണം ടെൽസൺസിൽ നിക്ഷേപിച്ചിരുന്നു. അങ്ങനെ ഫ്രഞ്ചുകാരുടെ വിശ്വസ്ത സഹോദര സ്ഥാപനമായ ടെൽസൺസിലേക്ക് നിരവധി അന്വേഷണങ്ങളാണ് എന്നും വന്നുകൊണ്ടിരുന്നത്. ചിലപ്പോൾ, അവർ ഏറ്റവും പുതിയ വാർത്തകൾ ഒന്നോ രണ്ടോ വാചകത്തിൽ എഴുതി ബാങ്കിന്റെ ജനലകളിൽ, ജനങ്ങൾക്കുവേണ്ടി, ഒട്ടിക്കുമായിരുന്നു.

ഒരു മൂടൽമഞ്ഞുള്ള സായാഹ്നം മി.ലോറി തന്റെ ഡെസ്കിന് മുന്നിലിരുന്ന് ജോലി ചെയ്യുകയാണ്; ചാൾസ് ഡാർണി അരികെയുണ്ട്. ഡസ്കിന്മേൽ ചാരി നിന്ന് അയാളോട് പതിഞ്ഞ സ്വരത്തിൽ സംസാരിക്കുന്നു. അരമണിക്കൂർ കഴിഞ്ഞാൽ ഓഫീസ് അടയ്ക്കും. വാർത്തകൾ അറിയാനായി ജനങ്ങൾ അങ്ങോട്ട് ഒഴുകിക്കൊണ്ടിരിക്കുന്നു.

"നിങ്ങൾ സൂക്ഷിക്കണം" ചാൾസ് ഡാർണി ശങ്കയോടെ തുടർന്നു "നിങ്ങളിപ്പോൾ പണ്ടത്തെ ചുറുചുറുക്കുള്ള ചെറുപ്പക്കാരനല്ല..."

"ഞാൻ മനസ്സിലാക്കുന്നു. എനിക്ക് വളരെ പ്രായമായെന്നല്ലേ!" മി. ലോറി ചോദിച്ചു. ചാൾസ് ഡാർണി ഓർമ്മപ്പെടുത്തി.

"പ്രക്ഷുബ്ധമായ കാലാവസ്ഥ, ഒരു നീണ്ട യാത്ര, യാത്രയ്ക്കനുയോജ്യമായ വാഹനങ്ങളുടെ അസ്ഥിരത, ഒരു അസംഘടിതമായ രാജ്യം, നിങ്ങൾക്ക് പോലും സുരക്ഷിതത്വമില്ലാത്തൊരു നഗരം."

"എന്റെ പ്രിയപ്പെട്ട ചാൾസ്," ദൃഢമായ സ്വരത്തിൽ മി.ലോറി പറഞ്ഞു. "നിങ്ങൾ എന്റെ യാത്രയെ സ്പർശിച്ച് ചില കാര്യങ്ങൾ പറഞ്ഞു. എന്റെ സുരക്ഷിതത്വത്തിന് യാതൊരു പ്രശ്നവുമില്ല. ആരും ഈ വൃദ്ധന്റെ കാര്യത്തിൽ ഇടപെടാൻ ശ്രമിക്കില്ല, അവർക്ക് ഇടപെടാനായി അർഹതപ്പെട്ട ശ്രേഷ്ഠവ്യക്തികൾ ധാരാളമുണ്ടല്ലോ. ഇന്നത്തെ താറുമാറായി കിടക്കുന്ന അവസ്ഥയിൽ, ഞങ്ങളുടെ ഇവിടത്തെ സ്ഥാപനത്തിൽ നിന്ന് ഞങ്ങളുടെ അവിടത്തെ സ്ഥാപനത്തിലേക്ക്, നഗരവും ബിസിനസ്സും അറിയാവുന്ന പഴയൊരു വിശ്വസ്തൻ പോകോണ്ടതിന്റെ ആവശ്യകതയുണ്ട്. എല്ലാം സാധാരണ രീതീയിലാണെങ്കിൽ അതിന്റെ ആവശ്യമേ വരില്ല. പിന്നെ, ഒരു നീണ്ടയാത്ര, യാത്രയ്ക്കുള്ള വാഹനങ്ങളുടെ അസ്ഥിരത, ചീത്ത കാലാവസ്ഥ തുടങ്ങിയ ഏതാനും അസൗകര്യങ്ങൾ ടെൽസൺസിനു വേണ്ടി എനിക്ക് സഹിക്കാൻ കഴിയില്ലെങ്കിൽ, ഇത്രയും കാലം സേവന മനുഷ്ഠിച്ച എന്നെക്കൊണ്ടെന്ത് പ്രയോജനം!"

"ഞാനും വന്നാലോ എന്നാലോചിക്കുകയാണ്." അസ്വസ്ഥനായി, ഉറക്കെ ചിന്തിക്കുന്നതുപോലെ ചാൾസ് ഡാർണി പറഞ്ഞു.

"നിങ്ങളെനിക്ക് പറ്റിയ കൂട്ട് തന്നെ-"

മി.ലോറി കുറച്ചുറക്കെ പറഞ്ഞു "നിങ്ങളെന്ത് ഭ്രാന്താണ് പറയുന്നത്? ഇന്നത്തെ അവസ്ഥയിൽ ഫ്രാൻസിൽ നിങ്ങൾ സുരക്ഷിതനായിരിക്കില്ല ചങ്ങാതീ...'

"എന്റെ പ്രിയപ്പെട്ട മി.ലോറി, ഞാൻ ഫ്രഞ്ചുകാരനായി പിറന്നതു കൊണ്ടു തന്നെയാണ് ആ ചിന്ത പലപ്പോഴും എന്റെ മനസ്സിലൂടെ കടന്നു പോകുന്നത്. ആ കഷ്ടപ്പെടുന്ന ദരിദ്രർക്കുവണ്ടി പലതും ത്യജിച്ചവനാണ് ഞാൻ. അവർക്ക് എന്നെ മറക്കാൻ കഴിയില്ല. അവർ എന്റ വാക്കുകൾ കേൾക്കും, എന്നെ തള്ളിപ്പറയുകയില്ല." ചിന്താധീനനായി അയാൾ പറഞ്ഞു. "ലൂസിയെ ഓർക്കുമ്പോൾ എനിക്ക്..."

"ലൂസിയുടെ പേര് സൂചിപ്പിക്കുവാൻ നിങ്ങൾക്ക് ലജ്ജയില്ലല്ലൊ! ഈ അവസ്ഥയിൽ നിങ്ങൾ ഫ്രാൻസിലേക്ക് പോകാനാഗ്രഹിക്കുന്നെന്ന്!"

"ശരിശരി, ഞാൻ പോകുന്നില്ല." ഒരു മന്ദഹാസത്തോടെ ചാൾസ് ഡാർണി പറഞ്ഞു

"എനിക്ക് പോകാതിരിക്കാനാവില്ല." ദൂരെയുള്ള ടെൽസൺസ് ഹൗസിലേക്ക് നോക്കി, ശബ്ദം താഴ്ത്തി മി.ലോറി തുടർന്നു "ഞങ്ങളുടെ ബിസിനസ്സ് ഇടപാടുകളിലെ പ്രശ്നങ്ങൾ നിങ്ങൾക്ക് വിഭാവനം ചെയ്യാൻ കഴിയില്ല. അവിടത്തെ ഞങ്ങളുടെ പുസ്തകങ്ങളും കടലാസ്സുകളും മറ്റും വല്ലാത്തൊരവസ്ഥയിലാണ് കുടുങ്ങിക്കിടക്കുന്നത്. ദൈവത്തിനു മാത്രമറിയാം, ഞങ്ങളുടെ ചില പ്രമാണങ്ങൾ പിടിച്ചെടുക്കുകയോ, നശിപ്പിക്കുകയോ ചെയ്താൽ, ഇടപാടുകാർക്ക് സംഭവിക്കാൻ പോകുന്ന

പ്രത്യാഘാതങ്ങൾ! നിങ്ങൾക്കറിയാമോ, പാരീസ് ഇന്ന് ചുട്ടുകരിക്കപ്പെടുകയോ, നാളെ കൊള്ളയടിക്കപ്പെടുകയോ ചെയ്തേക്കാം! അതുകൊണ്ട്, കഴിയാവുന്നത്ര വേഗം ആ രേഖകൾ കുഴിച്ചിടുകയോ, കടത്തിക്കൊണ്ടുവരികയോ വേണം. എനിക്ക് മാത്രമേ അത് ചെയ്യാനാകു. ടെൽസൺസിന്നത് നന്നായി അറിയാം; ഞാനീ ഉദ്യമത്തിൽ നിന്ന് പിന്മാറണമോ? ഈ അറുപത് വർഷം ടെൽസൺസിന്റെ ആഹാരമാണ് ഞാൻ കഴിച്ചിട്ടുള്ളത്. എന്റെ കൈകാൽ സന്ധികൾ വേദനിക്കുന്നെന്ന് പറഞ്ഞ് ഞാൻ ഒഴിഞ്ഞുമാറണമോ? എന്തിന്! ഇവിടത്തെ അരഡസൻ പടുകിഴവന്മാരുമായി താരതമ്യപ്പെടുത്തുമ്പോൾ ഞാനൊരു പയ്യനാണ്!"

"എന്റെ അനുമോദനങ്ങൾ. എന്തൊരു സാഹസികനാണ് നിങ്ങൾ..."

"എന്റെ പ്രിയപ്പെട്ട ചാൾസ്" ടെൽസൺസ് ഹൗസ്സിലേക്ക് ദൃഷ്ടി പായിച്ച് മി.ലോറി തുടർന്നു" ഈ അവസരത്തിൽ, പാരീസിൽ നിന്ന് കാര്യങ്ങൾ കടത്തുക എന്നത് അസാദ്ധ്യമാണ്. അതിർത്തി കടക്കുമ്പോൾ ഞങ്ങളുടെ കടലാസുകളും അമൂല്യവസ്തുക്കളും പിടിക്കപ്പെട്ടാൽ അത് കൊണ്ടുവന്നവനെ തൂക്കിലിട്ടതുതന്നെ! അത്രയും റിസ്ക് എടുത്തിട്ടാണ് അവ ഇവിടേക്ക് കൊണ്ടുവന്നിട്ടുള്ളത്. മുമ്പ് ഞങ്ങളുടെ കടലാസുകൾ നിഷ്പ്രയാസം വന്നും പോയും കൊണ്ടിരുന്നതാണ്; എന്നാൽ, ഇപ്പോൾ കാര്യങ്ങളെല്ലാം തലകുത്തനെയായി." അയാൾ വളരെ രഹസ്യമായാണ് സംസാരിച്ചത്.

"നിങ്ങൾ ശരിക്കും ഇന്നുരാത്രി പോകുന്നോ?"

"ഉവ്വ്. ഒട്ടും താമസിപ്പിക്കാനാവാത്ത നിലയിലാണ് കാര്യങ്ങളുടെ കിടപ്പ്."

"നിങ്ങൾ ആരേയും കൂടെ കൊണ്ടുപോകുന്നില്ലേ?"

"ഞാൻ ജെറിയെ കൊണ്ടുപോകാനാണ് ഉദ്ദേശിക്കുന്നത്."

"വളരെക്കാലമായി ഞായറാഴ്ച രാത്രികളിൽ എന്റെ അംഗരക്ഷകനാണ് ജെറി; അതൊരു പതിവായി. ആരും ജെറിയെ സംശയിക്കില്ല, ഒരു ഇംഗ്ലീഷ് ബുൾഡോഗ് ആണെന്നേ കരുതു! തന്റെ യജമാനനെ സ്പർശിക്കുന്നവനു നേരെ ചാടാനല്ലാതെ അയാളുടെ തലച്ചോറിൽ മറ്റൊന്നും ഉദിക്കില്ല."

"എന്റെ ചെറുപ്പക്കാരനായ വൃദ്ധമാന്യനേ, നൂറ് നൂറ് അഭിനന്ദനങ്ങൾ"

"നോൺസെൻസ്! ഈ ചെറിയ ചുമതല നിറവേറ്റിക്കഴിഞ്ഞാൽ, ഞാൻ, ഒരു പക്ഷേ, വിരമിക്കാനുള്ള ടെൽസൺസിന്റെ നിർദ്ദേശം സ്വീകരിച്ച് സ്വസ്ഥമായ ജീവിതം നയിക്കും."

മി.ലോറിയുടെ ഡെസ്കിൽ വെച്ച് ഈ സംഭാഷണം നടക്കുമ്പോൾ ഒന്ന് രണ്ട് വാര ദൂരത്തിനുള്ളിൽ നിന്നുകൊണ്ട് ഒരു ഫ്രഞ്ച്പ്രഭു അപ്പോൾ പൊങ്ങച്ചം പറയുന്നുണ്ട്, അതിവേഗം അയാൾ ആ തെണ്ടിപ്പരിഷകളോട് പ്രതികാരം ചെയ്യുമെന്ന്.

സത്യാവസ്ഥ അറിയാവുന്ന ഏത് സ്വബോധമുള്ള മനുഷ്യനും ഇത്തരം പൊങ്ങച്ചവർത്തമാനം സഹിക്കാൻ പ്രയാസമാണ്; ശക്തമായ പ്രതിഷേധത്തോടെ എന്തെങ്കിലും പറഞ്ഞുപോകും. ചാൾസ് ഡാർണിക്കും വല്ലാത്ത അസ്വസ്ഥത അനുഭവപ്പെട്ടു.

അവിടെ സംസാരിച്ചിരുന്നവരിൽ സ്‌ട്രൈവറും ഉണ്ടായിരുന്നു; നല്ല ഉച്ചത്തിലാണ് അയാളുടെ സംസാരം. അയാളുടെ സംസാരം വെറുപ്പോടുകൂടിയാണ് ഡാർണി കേട്ടത്. അയാൾ അവിടന്ന് എത്രയും വേഗം പോയെങ്കിൽ എന്ന് വിചാരിച്ച് നിൽക്കുകയാണ്, ഇത്തരം സംഭാഷണം കേൾക്കാതെ കഴിക്കാമല്ലോ.

ബാങ്ക് മേധാവി മി.ലോറിയെ സമീപിച്ച്, ഒരു പൊടിപിടിച്ച, തുറക്കാത്ത കത്ത് ഡെസ്കിൽ വെച്ച്, അതിലെ വിലാസക്കാരനെ കണ്ടെത്താൻ കഴിഞ്ഞോ എന്ന് ചോദിച്ചു. ഡാർണിയുടെ അടുത്തായിരുന്നു ആ കത്ത് വെച്ചത്; അയാൾ ആ വിലാസം കണ്ടു, പെട്ടെന്നത് മനസ്സിലായി; കാരണം, അതയാളുടെ യാഥാർത്ഥ പേരായിരുന്നു. ഇംഗ്ലീഷിൽ എഴുതിയ വിലാസം ഇപ്രകാരമായിരുന്നു.

"വളരെ അടിയന്തരം. ഫ്രാൻസിലെ മാർക്വിസ് സെന്റ് എവ്രെമോണ്ട്, കെയർ ഓഫ് മെസ്സേഴ്സ് ടെൽസൺസ് ആൻഡ് കമ്പനി, ബാങ്കേഴ്സ്, ലണ്ടൻ, ഇംഗ്ലണ്ട്."

വിവാഹദിവസം രാവിലെ ഡോ.മാനെറ്റ് തന്റെ ഒരു അടിയന്തര അഭ്യർത്ഥനയായി ചാൾസ് ഡാർണിയോടൊരു കാര്യം പറഞ്ഞിരുന്നു, ചാൾസ് ഡാർണി സ്വന്തം പേരിന്റെ രഹസ്യം പുറത്ത് വിടരുതെന്ന്; അവർ തമ്മിലുള്ള അലംഘനീയമായൊരു കരാറായിരുന്നു അത്. ഒരാൾക്കും അയാളുടെ യഥാർത്ഥ പേര് അറിയില്ല; അയാളുടെ ഭാര്യക്കും യാതൊരു സംശയവുമില്ലായിരുന്നു. മി.ലോറിക്ക് ഒട്ടുമില്ല.

"ഇല്ല" ബാങ്ക് മേധാവിയോട് മി.ലോറി മറുപടി നല്കി. ഇവിടെയുള്ള എല്ലാവരോടും ഞാൻ ഇക്കാര്യം തിരക്കി; "എവിടെയാണീ മാന്യനെ കണ്ടെത്താനാകുക എന്ന് ഒരാൾക്കും പറയാൻ കഴിഞ്ഞില്ല."

ബാങ്ക് സമയം കഴിഞ്ഞു. മി.ലോറിയുടെ ഡെസ്കിനു മുന്നിലൂടെ സംഭാഷണത്തിലേർപ്പെട്ടിരുന്ന ഒരു കൂട്ടം ആളുകൾ കടന്നുപോയി. മി. ലോറി അവരോട്, ആ കത്ത് കാണിച്ച് , കണ്ടുപിടിക്കാൻ കഴിയാത്ത മാർക്വിസ്സിനെക്കുറിച്ച് അന്വേഷിച്ചു.

"ഹീനനായ പിൻഗാമി; കൊലചെയ്യപ്പെട്ട മഹാപ്രഭു മാർക്വിസ്സിന്റെ അനന്തിരവൻ." ഒരാൾ പറഞ്ഞു "അയാളെ അറിയില്ലെന്നു പറയുന്നതിൽ സന്തോഷമുണ്ട്."

"സ്വന്തം പദവി ഉപേക്ഷിച്ച ഒരു ഭീരു" മറ്റൊരാൾ പറഞ്ഞു. "ഈ പ്രഭു പാരീസ്സിൽ നിന്നും രക്ഷപ്പെട്ടത്, ഒരു വൈക്കോൽ വണ്ടിയിൽ തല കീഴായി കിടന്ന്, ശ്വാസം മുട്ടിചാവാറായ നിലയിലായിരുന്നു. ഏതാനും വർഷങ്ങൾക്കുമുമ്പ് ആണ് ആ ഭീരു ഇംഗ്ലണ്ടിൽ എത്തിയത്."

"പുതിയ സിദ്ധാന്തങ്ങൾ സ്വീകരിച്ചവൻ" കടന്നുപോകവെ കണ്ണട ചില്ലിലൂടെ കത്ത് വീക്ഷിച്ചുകൊണ്ട് മൂന്നാമൻ പറഞ്ഞു."പഴയ മാർക്വിസ്സിനെതിരെ ആ പുതിയ സിദ്ധാന്തങ്ങൾ നിരത്തിയവൻ. തനിക്ക് കിട്ടിയ എസ്റ്റേറ്റുകളെല്ലാം അയാൾ കാടന്മാരായ ഗ്രാമീണർക്ക് കൊടുത്തു. അതുകൊണ്ടെന്താ അവർ ഇപ്പോൾ തക്കതായ രീതിയിൽ അർഹിക്കുന്ന രീതിയിൽ അയാളോട് പകരം വീട്ടും."

"ഹേ?" തൊള്ളപൊളിയനായ സ്ട്രൈവർ ഒച്ചവെച്ചു "അയാൾ അത്തരക്കാരനാണോ? നമ്മൾക്കയാളുടെ നിന്ദ്യമായ പേരൊന്ന് നോക്കാം!"

സഹനശക്തി നഷ്ടപ്പെട്ട ഡാർണി മി.സ്ട്രൈവറിന്റെ തോളിൽ കൈവെച്ച് പറഞ്ഞു:

"എനിക്കയാളെ അറിയാം."

"നിങ്ങൾക്കറിയാമെന്നോ?" സ്ട്രൈവർ പറഞ്ഞു "അയാൾക്ക് വധശിക്ഷയല്ലാതെ എന്താണ് പ്രതീക്ഷിക്കാൻ ഇനി? ഞാൻ ഖേദിക്കുന്നു."

"വധശിക്ഷയോ?"

"മി.ഡാർണി? അയാൾ ചെയ്ത കാര്യങ്ങൾ കേട്ടില്ലേ? ഇത്തരം കാര്യങ്ങളിൽ എന്താണ് ഒന്നുമറിയാത്തപോലെ സംസാരിക്കുന്നത്."

"അയാൾ എന്തു ചെയ്തെന്നാണ്...മി.ഡാർണി, ഖേദമുണ്ട്. വിചിത്രമായ ചോദ്യങ്ങൾ നിങ്ങൾ ചോദിക്കുന്നതിൽ ഖേദമുണ്ട്. ഏറ്റവും പൈശാചികവും ദൈവനിന്ദാപരവും, ഒരിക്കലും കേൾക്കാത്ത തരത്തിലുള്ളതുമായ പാതകങ്ങൾക്ക് സാക്ഷിയായ ഒരുവൻ. ഏറ്റവും നീചരായവർക്കു കൊലപാതകങ്ങൾ രാജ്യവ്യാപകമായി നടത്തുന്നവർക്ക്, സ്വന്തം സ്വത്തെല്ലാംവിട്ടു കൊടുത്തവൻ. നിങ്ങൾ അറിയുമെന്ന് കേട്ടപ്പോൾ .... കൊള്ളാം, ഞാൻ നിങ്ങൾക്ക് മറുപടി തരാം. അത്തരം നികൃഷ്ടരിൽ കളങ്കമുണ്ടെന്ന് ഞാൻ വിശ്വസിക്കുന്നു; അതുകൊണ്ടാണ് ഞാൻ ഖേദിക്കുന്നു എന്ന് പറഞ്ഞത്."

രഹസ്യം കാത്ത് സൂക്ഷിക്കണമെന്നോർത്ത്, വളരെ ബുദ്ധിമുട്ടി ഡാർണി സ്വയം നിയന്ത്രിച്ചു. "ആ മാന്യനെ നിങ്ങൾ മനസ്സിലാക്കിക്കാണില്ല."

"നിങ്ങളെ എങ്ങനെ പൂട്ടണമെന്നെനിക്കറിയാം, മി.ഡാർണി" തൊള്ളപൊളിയൻ സ്ട്രൈവർ തുറന്നടിച്ചു. "എന്റെ അഭിനന്ദനങ്ങൾ അയാളെ അറിയിക്കുക. ഇതുംകൂടി എന്റെ വകയായി അറിയിക്കുക, ഈ ഘാതകാരായ ജനങ്ങൾക്ക് എല്ലാ സ്വത്തുക്കളും പദവിയും നല്കിയാലും, അയാൾക്ക് രക്ഷപ്പെടാനാകില്ല." സ്ട്രൈവർ ചുറ്റുപാടും നോക്കി, കൈവിരലുകൾ കടിച്ച് പറഞ്ഞു "മനുഷ്യവർഗ്ഗത്തിന്റെ സ്വഭാവം എനിക്ക് കുറെ ഒക്കെ അറിയാം. ആശ്രിതവർഗ്ഗത്തിന്റെ കാരുണ്യത്തിൽ വിശ്വാസമർപ്പിക്കുന്ന ഒരു പ്രഭുവിനെ നിങ്ങൾക്കൊരിക്കലും എവിടേയും കാണാനാകില്ല. അയാൾ ഓടി രക്ഷപ്പെടും, പിന്നെ കപട വേഷത്തിൽ കഴിയും."

ഇത്രയും പറഞ്ഞ് ശ്രോതാക്കളുടെ അംഗീകാരത്തോടെ, അവസാനമായി വിരലുകൾ ഒന്നുകൂടി കടിച്ച്, കാണികൾക്കിടയിലൂടെ നടന്ന്

മി.സ്ട്രൈവർ ഫ്ളീറ്റ് സ്ട്രീറ്റിലേക്ക് ഇറങ്ങി. മി.ലോറിയും ചാൾസ് ഡാർണിയും മാത്രം ആ ഡെസ്കിന് മുന്നിൽ ബാക്കിയായി.

"ഈ കത്തിന്റെ ചുമതല നിങ്ങൾ ഏറ്റെടുക്കുമോ?" മി.ലോറി ചോദിച്ചു. "എവിടെയാണത് എത്തിച്ചുകൊടുക്കേണ്ടതെന്ന് നിങ്ങൾക്കറിയാമോ?"

"എനിക്കറിയാം."

"അത് എന്തുകൊണ്ടാണ് കൊടുക്കാൻ വൈകിയതെന്ന് നിങ്ങൾ വിശദീകരിച്ചുകൊടുക്കുമോ?"

"ഞാനപ്രകാരം ചെയ്യാം. ഇവിടന്ന് നേരെ പാരീസിലേക്ക് പോകുകയാണോ, നിങ്ങൾ?"

"ഇവിടെ നിന്ന് എട്ടുമണിക്ക്."

"നിങ്ങളെ യാത്ര ആക്കാനായി ഞാൻ തിരിച്ചുവരാം."

അസ്വസ്ഥനായ ഡാർണി റോഡിലേക്കിറങ്ങി, വിജനമായൊരിടത്തെത്തി, ആ കത്ത് തുറന്ന് വായിച്ചു. അതിപ്രകാരമായിരുന്നു.

അബ്ബാജെയിൽ, പാരീസ്
ജൂൺ21,1792.

മി.ഹെറെടോഫോർ മാർക്വിസ്,

ദീർഘകാലമായി ഗ്രാമീണരുടെ കൈയിൽ മരണ ഭയത്തോടെ കഴിയുകയായിരുന്ന എന്നെ അവർ പിടികൂടി മർദ്ദിച്ചവശനാക്കി, പാരീസിലേക്ക് നടത്തിക്കൊണ്ടുവന്നു. സുദീർഘമായ ആ പാതയിൽ വെച്ച് എനിക്ക് വല്ലാത്ത കഷ്ടതകൾ അനുഭവിക്കേണ്ടി വന്നു. അതുമാത്രമല്ല, എന്റെ വീട് ഇടിച്ചു തകർത്ത് നിരപ്പാക്കി.

മി.ഹെറെടോഫോർ മാർക്വിസ്, ഞാൻ ജയിലിലടയ്ക്കപ്പെട്ട കുറ്റത്തിന്റെ വിചാരണയ്ക്കായി എന്നെ ട്രിബ്യൂണലിന് മുന്നിൽ ഹാജരാക്കും. അവർ പറയുന്നത്, എനിക്ക് ജീവൻ നഷ്ടപ്പെടുമെന്നാണ്; കാരണം, ജനാധിപത്യത്തിനെതിരെ രാജ്യദ്രോഹക്കുറ്റം ചെയ്തവനാണ് ഞാൻ, ജനത്തിന്നെതിരെ, അന്യരാജ്യത്ത് ഒളിച്ചോടിയവനുവേണ്ടി പ്രവർത്തിച്ചവനാണ് ഞാൻ. നിങ്ങളുടെ സ്വത്ത് കണ്ടുകെട്ടുന്നതിനുമുമ്പ് നിങ്ങളുടെ ഉത്തരവനുസരിച്ച്, ജനങ്ങൾക്കുവേണ്ടിയാണ്, അവർക്കെതിരായിട്ടല്ല ഞാൻ പ്രവർത്തിച്ചതെന്ന് വൃഥാ വിശദീകരിച്ചു! അവരിൽ ചുമത്തപ്പെട്ട നികുതികൾ എല്ലാം എടുത്തു കളഞ്ഞു. പാട്ടം പിരിച്ചിരുന്നില്ല. പഴയ നടപടിക്രമങ്ങളിലേക്ക് ഞാൻ തിരിച്ചുപോയിട്ടില്ല. ഇപ്പോൾ അവരുടെ ഒരേ പ്രതികരണം ഇതുമാത്രമാണ്, ഞാൻ ഒരു കുടിയേറ്റക്കാരനുവേണ്ടി പ്രവർത്തിച്ചു, നിങ്ങളെ കുടിയേറ്റക്കാർ എന്നാണ് അവർ വിളിക്കുന്നത്.

അദ്ദേഹം എവിടെയാണെന്നു ഞാൻ ഉറക്കത്തിലും നിലവിളിക്കുന്നു. ഞാൻ ദൈവത്തോട് ചോദിക്കുന്നു, അദ്ദേഹം വന്ന് എന്നെ മോചിപ്പിക്കില്ലേ? ഹാ, മി.ഹെറെടോഫോർ മാർക്വിസ്, ഞാനെന്റെ ഏകാന്തമായ നിലവിളി കടലിന്നപ്പുറത്തേയ്ക്കയക്കുന്നു, ഒരു പക്ഷേ അത് നിങ്ങളുടെ കാതുകളിലെത്തിയെങ്കിലോ എന്ന പ്രതീക്ഷയോടെ!

ദൈവത്തോടും, നീതിയോടും, മഹാമനസ്കതയോടും, അങ്ങയുടെ ശ്രേഷ്ഠമായ നാമത്തോടും ഉള്ള സ്നേഹത്തിന്റെ പേരിൽ എന്നെ സഹായിക്കാനും മോചിപ്പിക്കുവാനും, ഞാൻ അങ്ങയോട് കേണപേക്ഷിക്കുന്നു, മി.ഹെറെടോഫോർ മാർക്വിസ്. എന്റെ കുറ്റം ഞാൻ അങ്ങയോട് ആത്മാർത്ഥതയുള്ളവനായിരുന്നു എന്നതാണ്. ഓഹ് മി.ഹെറെടോഫോർ മാർക്വിസ്, അങ്ങയും എന്നോട് ആത്മാർത്ഥത കാണിക്കണമെന്ന് ഞാൻ അഭ്യർത്ഥിക്കുന്നു!

നിങ്ങളുടെ പീഡിതനായ,
ഗാബേൽ

മനസ്സിനുള്ളിൽ ഒളിഞ്ഞുകിടന്ന, ഡാർണിയുടെ അസ്വസ്ഥത ഈ കത്ത് വായിച്ചതോടെ കൂടുതൽ തിളച്ചുമറിയാൻ തുടങ്ങി. നല്ലവനായ ആ പഴയ ജോലിക്കാരന്റെ ആപൽസന്ധി അയാളുടെ മുഖത്തേക്ക് കുറ്റപ്പെടുത്തും വിധം തുറിച്ചുനോക്കി; ആ ജോലിക്കാരന്റെ ഒരേ ഒരു കുറ്റം അയാളോടും അയാളുടെ കുടുംബത്തോടും ആത്മാർത്ഥത പുലർത്തി എന്നതുമാത്രമാണ്. റോഡിലൂടെ കടന്നുപോകുന്നവരിൽ നിന്നും മുഖം മറച്ചുകൊണ്ട് അയാൾ എന്തുചെയ്യണമെന്നാലോചിച്ച് അങ്ങോട്ടുമിങ്ങോട്ടും നടന്നു.

പഴയ കുടുംബത്തിന്റെ ദുഷ്പ്രവൃത്തികളും ചീത്തപ്പേരുമാണ് എല്ലാ തകർച്ചക്കും കാരണമെന്നയാൾക്ക് നന്നായി അറിയാം. അങ്കിളിനോടും ജന്മിത്വത്തോടുമുള്ള വെറുപ്പിന്റെ പേരിലാണ് എല്ലാം ഇട്ടെറിഞ്ഞുകൊണ്ട് താൻ ഇംഗ്ലണ്ടിലേക്ക് ചേക്കേറിയത്. ലൂസിയോടുള്ള പ്രേമവും കാരണമായിത്തീർന്നു. എല്ലാകാര്യങ്ങളും ഒരു ചിട്ടയോടെ ചെയ്തു തീർക്കേണ്ടതായിരുന്നു. അത് ചെയ്യണമെന്നും ഉദ്ദേശിച്ചിരുന്നു; എന്നാൽ തന്റെ കാര്യത്തിൽ മാത്രം ഒന്നും നേരാംവണ്ണം നിർവ്വഹിക്കപ്പെട്ടില്ല.

അയാൾ തിരഞ്ഞെടുത്ത ഇംഗ്ലണ്ടിലെ സുഖകരമായ കുടുംബജീവിതവും എപ്പോഴും ഊർജ്ജസ്വലതയോടെ ചെയ്തുതീർക്കേണ്ട ജോലികളും പെട്ടെന്ന് സംഭവിച്ചുകൊണ്ടിരുന്ന മാറ്റങ്ങളും പ്രശ്നങ്ങളും, അയാളെ ഫ്രാൻസിലെ പ്രവൃത്തികൾ പൂർത്തീകരിക്കുന്നതിൽ കാലവിളംബം വരുത്തി. അങ്ങനെ എല്ലാം അറിയാമായിരുന്നിട്ടും കാലം വൃഥാ കടന്നുപോയി. പ്രഭുത്വം നശിപ്പിക്കപ്പെട്ടു; അവർ ഫ്രാൻസിൽ നിന്നും മറ്റ് രാജ്യങ്ങളിലേക്ക് പലായനം ചെയ്തു; അവരുടെ സ്വത്തുക്കൾ നശിപ്പിക്കപ്പെടുകയോ, കണ്ടുകെട്ടപ്പെടുകയോ ചെയ്തു. അവരുടെ പേരുകൾ തേച്ചുമാക്കപ്പെട്ടു.

എന്നാൽ അയാൾ പ്രഭുവാണ് എന്ന ഒരൊറ്റ കാര്യമേ അയാളുടെമേൽ ആരോപിക്കാനായി ഉണ്ടായിരുന്നുള്ളൂ. അയാൾ ഒറ്റ മനുഷ്യനേയും അടിച്ചമർത്തിയിട്ടില്ല, ഒറ്റ മനുഷ്യനേയും തടവിലിട്ടിട്ടില്ല. ആരുടെ പക്കൽനിന്നും നികുതി പിഴിഞ്ഞെടുത്തിട്ടില്ല; സ്വന്തം ഇഷ്ടപ്രകാരം എല്ലാം നാട്ടുകാർക്ക് വിട്ടുകൊടുത്തു. അയാൾ യാതൊരാനുകൂല്യവുമില്ലാത്ത രാജ്യത്ത്, സ്വന്തം അദ്ധ്വാനം കൊണ്ട് ജീവിക്കുകയായിരുന്നു. അയാൾ എഴുതിക്കൊടുക്കുന്ന നിർദ്ദേശ പ്രകാരമാണ് ആദായം ഇല്ലാത്ത എസ്റ്റേറ്റുകൾ ഗാബേൽ കാത്തു

സൂക്ഷിച്ചിരുന്നത്. പാവങ്ങളെ ഗാബേൽ നല്ലവണ്ണം സഹായിച്ചു പോന്നിരുന്നു.

പാരീസിലേക്ക് പോകാൻ നിർവ്വാഹമില്ലാത്ത ഈ പരിതഃസ്ഥിതിയിലും അയാളെ കാര്യനിർവ്വഹണത്തിനായി പാരീസ് മാടിവിളിച്ചു.

അതെ. പുരാണ കഥയിലെ നാവികനെപ്പോലെ, കാറ്റും ഒഴുക്കും വശീകരിച്ച പാറക്കൂട്ടത്തിലേക്ക് കൊണ്ടുപോകുന്ന കപ്പൽ പോലെ, അയാൾ അങ്ങോട്ട് ആകർഷിക്കപ്പെട്ടു; അയാൾക്ക് പോകാതെ പറ്റില്ല! അയാളുടെ മനസ്സിൽ ഉദിച്ചുവന്നതെല്ലാം, ഒഴുക്കിനോടൊപ്പം കൂടുതൽ വേഗത്തിൽ, കൂടുതൽ ഏകാഗ്രതയോടെ ഭീകരമായ ആ ആകർഷണ കേന്ദ്രത്തിലേക്ക് തള്ളിവിടപ്പെട്ടു.

അയാളുടെ മനസ്സിൽ ഒളിഞ്ഞുകിടന്ന അസ്വസ്ഥതയ്ക്ക് കാരണം ഇതായിരുന്നു- തന്റെ ഭാഗ്യഹീനമായനാട്ടിൽ ചീത്ത ഉദ്ദേശ്യത്തോടെ ദുർമ്മാർഗ്ഗികൾ പ്രവർത്തനനിരതരായി; രക്തച്ചൊരിച്ചിൽ ഒഴിവാക്കാൻ എന്തെങ്കിലും ഒരു ശ്രമം നടത്താനായി താൻ അവിടെ ഇല്ലാതെപോയി; കാരുണ്യത്തിന്റേയും മനുഷ്യത്വത്തിന്റേയും അവകാശവാദം ദൃഢമായി പ്രഖ്യാപിക്കുവാൻ കഴിയാതെ പോയി.

ഇത്തരം അസ്വസ്ഥചിന്തകളോടെ ശ്വാസം മുട്ടിയും സ്വയം ശാസിച്ചും അയാൾ, ധീരനും ചുമതലാബോധമുള്ളവനുമായ മാന്യവൃദ്ധൻ മി. ലോറിയെ തന്നോട് താരതമ്യപ്പെടുത്തി നോക്കി; അതോടൊപ്പംതന്നെ കഠിനമായി കുത്തിനോവിപ്പിച്ച പ്രഭുക്കന്മാരുടെ നിന്ദാപൂർവ്വമുള്ള പരിഹാസവും, അയാൾ ഓർത്തു. അതിൽവെച്ച് ഏറ്റവും മർമ്മഭേദകമായിരുന്നു സ്ട്രൈവറിന്റെ പരിഹാസം. ഗാബേലിന്റെ കത്ത്: മരണവും കാത്ത് കിടക്കുന്ന നിരപരാധിയായ ഒരു തടവുപുള്ളിയുടെ അപേക്ഷ.

അയാൾ ഒരു ദൃഢനിശ്ചയത്തിലെത്തി. പാരീസിലേക്ക് പോകണം.

അതെ. കാറ്റിലേക്കും കോളിലേക്കും അയാൾ ആകർഷിക്കപ്പെട്ടു, പാറക്കൂട്ടത്തിലിടിച്ച് തകരുന്നതുവരെ അയാൾക്ക് ഇനി യാത്ര ചെയ്തേ പറ്റൂ. അയാൾക്ക് പാറക്കൂട്ടത്തെക്കുറിച്ച് ഒന്നുമറിയില്ല; യാതൊരു അപകടവും അയാൾ കണ്ടില്ല. താൻ തുടങ്ങിവെച്ച പ്രവർത്തനങ്ങൾ അപൂർണ്ണമായി വിടേണ്ടിവന്നെങ്കിലും, അതിന്റെ ലക്ഷ്യം താൻ വേണ്ട രീതിയിൽ അവതരിപ്പിച്ചാൽ ഫ്രാൻസ് അത് കൃതജ്ഞതാപൂർവ്വം അംഗീകരിക്കുമെന്നയാൾ വിശ്വസിച്ചു. നല്ല മനസ്സുകളുടെ പ്രതീക്ഷാനിർഭരമായ ആ മരീചിക, നന്മ ചെയ്യാനുള്ള സ്വർഗ്ഗീയ വീക്ഷണം, അയാളുടെ മുന്നിൽ ഉയർന്നുവന്നു. ഭീകരാവസ്ഥയിലേക്ക് നീങ്ങിക്കൊണ്ടിരിക്കുന്ന ഈ വിപ്ലവം നല്ല രീതിയിൽ തനിക്ക് നയിക്കാനാകുമെന്നൊരു വ്യാമോഹം പോലും അയാൾക്കുണ്ടായി!

ഈ ദൃഢനിശ്ചയത്തിലെത്തിയ ശേഷം അയാൾ അങ്ങോട്ടുമിങ്ങോട്ടും നടക്കവെ, താൻ സ്ഥലം വിടുന്നതുവരെ ലൂസിയോ, അവളുടെ അച്ഛനോ ഇക്കാര്യം അറിയരുതെന്നയാൾ തീരുമാനിച്ചു. വിരഹവേദന ലൂസിക്കനുഭവപ്പെടാനിടവരരുത്. പഴയ അപകടകരമായ ചെരിപ്പുമുറിയിലേക്ക് മനസ്സ് തിരിക്കാനവളുടെ അച്ഛൻ ഏതു സമയത്തും....

ഒടുവിൽ, മി.ലോറിയെ യാത്ര അയയ്ക്കേണ്ട സമയമായപ്പോൾ, അയാൾ ടെൽസൺസിലേക്ക് തിരിച്ചു. ചില തീരുമാനങ്ങൾ മനസ്സിലുറപ്പിച്ചു. പാരീസിൽ എത്തിയ ഉടനെ തന്റെ പഴയ സുഹൃത്തിനെ ചെന്ന് കാണും; ഇപ്പോൾ തന്റെ ഉദ്ദേശ്യത്തെ കുറിച്ചൊന്നും ലോറിയോട് പറയേണ്ടതില്ല...

ബാങ്കിന്റെ പടിക്കൽ കുതിരവണ്ടി തയ്യാറായി നിൽക്കുന്നുണ്ടായിരുന്നു; ജെറിയും തയ്യാറായി നിൽപുണ്ട്.

"ഞാൻ ആ കത്ത് കൊടുത്തു." മി.ലോറിയോട് ചാൾസ് ഡാർണി പറഞ്ഞു ഒറ്റ വാക്കാലുള്ള സന്ദേശം കൊണ്ടു പോകാമോ!"

മി.ലോറി പറഞ്ഞു "അത് അപകടകരമല്ലെങ്കിൽ."

"ഒട്ടുമല്ല. അബ്ബായിലെ ഒരു തടവ് പുള്ളിക്ക് ഉള്ളതാണെങ്കിലും."

"എന്താണയാളുടെ പേര്?"പോക്കറ്റ് ബുക്ക് തുറന്നുപിടിച്ച് മി.ലോറി ചോദിച്ചു.

"ഗാബേൽ."

"ഗാബേൽ. ആ നിർഭാഗ്യവാനായ ജയിൽപ്പുള്ളിക്കുള്ള സന്ദേശം എന്താണ്?"

"ഇത്രമാത്രം, 'അയാൾക്ക് ആ കത്ത് കിട്ടി, വരും."

"എന്തെങ്കിലും സമയം സൂചിപ്പിക്കണോ?"

"അയാൾ നാളെ രാത്രി യാത്ര ആരംഭിക്കും."

"ഏതെങ്കിലും പേര് സൂചിപ്പിക്കണോ?"

"വേണ്ട."

കോട്ടുകളും മേലങ്കിയും ധരിക്കാനായി അയാൾ മി.ലോറിയെ സഹായിച്ചു; പിന്നെ, പഴയ ബാങ്കിന്റെ ചൂടുള്ള അന്തരീക്ഷത്തിൽ നിന്ന് അദ്ദേഹത്തോടൊപ്പം മൂടൽ മഞ്ഞ് നിറഞ്ഞ ഫ്ളീറ്റ് സ്ട്രീറ്റിലേക്കിറങ്ങി.

"എന്റെ സ്നേഹം ലൂസിക്കും കൊച്ചു ലൂസിക്കും" വിട പറയുമ്പോൾ മി.ലോറി പറഞ്ഞു"ഞാൻ തിരിച്ചുവരുന്നതുവരെ അവരെ നന്നായി ശ്രദ്ധിക്കുക." ചാൾസ് ഡാർണി സന്ദേഹത്തോടെ മന്ദഹസിക്കുകയും, തല കുലുക്കുകയും ചെയ്തു; വണ്ടി മുന്നോട്ട് നീങ്ങി.

അന്ന് രാത്രി, ആഗസ്റ്റ് 14നു, അയാൾ വളരെ വൈകുന്നതുവരെ ഇരുന്ന്, രണ്ട് വികാരതീവ്രമായ കത്തുകൾ എഴുതി. ഒന്ന് ലൂസിക്ക്; പാരീസ്സിലേക്ക് പോകേണ്ടതിന്റെ ധാർമ്മിക ബാദ്ധ്യതയെ കുറിച്ചതിൽ വിശദീകരിച്ചു; വ്യക്തിപരമായി യാതൊരപകടത്തിലും താൻ കുടുങ്ങുകയില്ലെന്ന് ഉറപ്പ് പറയുന്നതിന്റെ കാരണങ്ങൾ അതിൽ വിശദമായി പ്രതിപാദിച്ചിരുന്നു. മറ്റൊന്ന് ഡോക്ടർക്ക്; ലൂസിയേയും കുഞ്ഞിനേയും അദ്ദേഹത്തിന്റെ കരങ്ങളിൽ വിശ്വസിച്ചേല്പിച്ചതായിരുന്നു അത്. താൻ അവിടെ എത്തിയ ഉടനെ, തന്റെ സുരക്ഷിതത്വത്തിന്റെ തെളിവുകൾ കത്തുകളിലൂടെ അയയ്ക്കാമെന്ന് ഇരുവർക്കും അദ്ദേഹം എഴുതി.

അതൊരു കഠിനമായ ദിവസമായിരുന്നു അവരുടെ കുടുംബജീവിതത്തിൽ, അവരുടെ ഒട്ടും സന്ദേഹമില്ലാത്ത ജീവിതത്തിൽ ഒരു കാപട്യം കാത്തു സൂക്ഷിക്കുക എന്നത് അതികഠിനമായൊരു കാര്യം തന്നെയാണ്. സ്നേഹ സമ്പന്നയായ ഭാര്യ സന്തോഷവതിയായി ജോലിയിൽ മുഴുകിയിരിക്കുന്നത് കണ്ടപ്പോൾ അയാൾ രഹസ്യം തുറന്നുപറയാൻ പോയതാണ്!

പകൽ വേഗം കടന്നുപോയി. സന്ധ്യയായപ്പോൾ, അയാൾ അവളെ പേരിനുവേണ്ടി ആലിംഗനം ചെയ്ത്, വേഗം തിരിച്ചുവരുമെന്ന ഭാവത്തിൽ, റോഡിലെ കനത്ത മൂടൽമഞ്ഞിലേക്ക്, അതിനേക്കാൾ കനത്ത ഹൃദയവുമായി, ഇറങ്ങി.

അജ്ഞാതമായ ഏതോ ശക്തി അതിവേഗം അയാളെ വലിച്ച് കൊണ്ടുപോകുകയായിരുന്നു, എല്ലാ തിരമാലകളും കാറ്റും അതേ ദിശയിലേക്ക് വീശി: അയാൾ തന്റെ രണ്ട് കത്തുകളും വിശ്വസ്തനായൊരു കാവൽക്കാരനെ ഏല്പിച്ചു, പാതി രാത്രിക്ക് അരമണിക്കൂർ മുമ്പത് അവർക്ക് കൊടുക്കാൻ ചട്ടം കെട്ടി. പിന്നെ, ഒരു കുതിരപ്പുറത്ത് ഡോവറിലേക്ക് യാത്ര പുറപ്പെട്ടു.

“ദൈവത്തോടുള്ള സ്നേഹത്തിനുവേണ്ടി, നീതിക്കുവേണ്ടി, സഹാനുഭൂതിക്കുവേണ്ടി, അങ്ങയുടെ കുലീനമായ പേരിന്റെ അന്തസ്സിനുവേണ്ടി!” എന്ന് ആയിരുന്നു ആ പാവം തടവുപുള്ളിയുടെ നിലവിളി. തനിക്ക് ഈ ലോകത്തിൽ ഉള്ള പ്രിയപ്പെട്ടവയെല്ലാം ഉപേക്ഷിച്ച് പോകുമ്പോൾ തകർന്നു പോയ അയാളുടെ ഹൃദയത്തിന് അത് കരുത്തേകി. പാറക്കൂട്ടത്തിനു നേരെ അത് ഒഴുകി നീങ്ങി.

ഭാഗം മൂന്ന്

ഒന്ന്

1792ലെ ശരത്ക്കാലത്ത് ഇംഗ്ലണ്ടിൽനിന്നും പാരീസിലേക്കുള്ള ആ യാത്രക്കാരൻ മെല്ലെ നീങ്ങുകയാണ്. നിഷ്കാസനം ചെയ്യപ്പെട്ട നിർഭാഗ്യവാനായ ഫ്രാൻസ് രാജാവിന്റെ പ്രതാപകാലത്തും, റോഡുകളും വണ്ടികളും കുതിരകളും ശോചനീയമായ നിലയിലായിരുന്നു; ഇപ്പോൾ മാറിയ പരിതഃസ്ഥിതിയിൽ നിരവധി പ്രതിസന്ധികളും സംജാതമായിരിക്കുന്നു. എല്ലാ പട്ടണ ഗേറ്റുകളിലും, ഗ്രാമീണ നികുതിഓഫീസുകളിലും രാജ്യസ്നേഹി പൗരന്മാർ ആയുധമേന്തി ക്രുദ്ധ ഭാവത്തിൽ നിലയുറപ്പിച്ചിരുന്നു. ഏത് നിമിഷവും പൊട്ടിത്തെറിക്കാവുന്ന ഒരു മാനസികനിലയായിരുന്നു അവരുടേത്. വരുന്നവരേയും പോകുന്നവരേയുമെല്ലാം അവർ തടഞ്ഞു നിർത്തി, ചോദ്യം ചെയ്ത്, അവരുടെ കടലാസ്സുകൾ പരിശോധിച്ച്, സ്വന്തം ലിസ്റ്റിൽ അവരുടെ പേരുകൾ ഒത്തുനോക്കി, അവരെ കടത്തി വിടുകയോ, തിരിച്ചുവിടുകയോ, തടഞ്ഞുവെക്കുകയോ ചെയ്തു.

പാരീസിൽ താനൊരു നല്ല പൗരനാണെന്ന് പ്രഖ്യാപിക്കപ്പെടുംവരെ തനിക്ക് തിരിച്ചുപോകാനാകുമെന്ന യാതൊരാശയ്ക്കും വകയില്ലെന്ന് ഏതാനും മൈലുകൾ പിന്നിട്ടപ്പോൾ ചാൾസ് ഡാർണിക്ക് ബോദ്ധ്യമായി. റോഡിൽ വരുന്ന ഓരോ ഗ്രാമവും, ഓരോ വേലിയും അയാളെ കടത്തി വിട്ടാലും, മറ്റൊരു ഇരുമ്പുഗേറ്റ് തനിക്കും ഇംഗ്ലണ്ടിനും ഇടയിൽ വന്നു പെടുമെന്നയാൾ മനസ്സിലാക്കി. സാർവത്രികമായൊരു നിരീക്ഷണവലയം അയാളെ നിരീക്ഷിച്ചുകൊണ്ടിരുന്നു. ഒരു വലയിലകപ്പെടുത്തിയോ, കൂട്ടിലിട്ടോ അയാളെ അവർ ലക്ഷ്യസ്ഥാനത്തെത്തിച്ചേക്കും. അസഹനീയമായ ഒരു പീഡനയാത്രയായിരുന്നു അത്.

ഇത്തരം നിരീക്ഷണങ്ങൾ, ഒരു ദിവസം അയാളെ ഇരുപത് പ്രാവശ്യമെങ്കിലും തടഞ്ഞുനിർത്താനും ചോദ്യം ചെയ്യാനും ഇടവരുത്തി. അയാളുടെ പിന്നിൽ സവാരി ചെയ്തും, മുന്നിൽ സവാരി ചെയ്തും, ഒപ്പം സവാരി ചെയ്തും, തടഞ്ഞു നിർത്തിയും ആയിരുന്നു ഇത്തരം ചോദ്യം ചെയ്യലുകൾ. അനേകം ദിവസങ്ങൾ എടുത്തിട്ടും പാരീസിൽ എത്താനയാൾക്ക് കഴിഞ്ഞില്ല. അങ്ങനെ ക്ഷീണിച്ചവശനായ അയാൾ ഒരു രാത്രി ഹൈവേക്ക് സമീപമുള്ള ഒരു കൊച്ചു പട്ടണത്തിൽ കിടന്നുറങ്ങുകയായിരുന്നു. അവിടന്ന് പാരീസിലെത്താൻ ഏതാനും ദിവസങ്ങൾ കൂടി യാത്ര ചെയ്യണം. തന്റെ യാത്ര ഒരു ആപൽസന്ധിയിലെത്തിക്കഴിഞ്ഞെന്നയാൾക്ക് ബോദ്ധ്യമായി. അതുകൊണ്ട്, താൻ താമസിച്ചിരുന്ന ഒരു ചെറിയ സത്രത്തിൽ ആരോ

പാതിരാത്രി വന്ന് വിളിച്ചുണർത്തിയപ്പോൾ അയാൾക്ക് യാതൊരദ്ഭുതവും തോന്നിയില്ല!

ഒരു ഭീരുവായ പ്രാദേശിക ഉദ്യോഗസ്ഥൻ മൂന്ന് ആയുധധാരികളായ രാജ്യസ്നേഹികളോടൊപ്പം അകത്ത് കയറി വന്ന്, അയാളുടെ കട്ടിലിലിരുന്നു. ചുകന്ന പരുക്കൻ തുണികൊണ്ടുള്ള തൊപ്പിയാണ് രാജ്യസ്നേഹികൾ ധരിച്ചിരുന്നത്; മൂവരുടേയും വായിൽ പൈപ്പുണ്ട്.

“അന്യദേശത്ത് കുടിയേറി പാർക്കുന്നവൻ” പ്രദേശിക ഉദ്യോഗസ്ഥൻ പറഞ്ഞു “ഒരു അകമ്പടിയോടെ നിങ്ങളെ പാരീസിലേക്കയയ്ക്കാൻ പോകുകയാണ് ഞാൻ.”

“പാരീസിൽ എത്തണമെന്നുതന്നെയാണെന്റെ ആഗ്രഹം; എന്നാൽ, അകമ്പടി ഒഴിവാക്കണം.”

“നിശ്ശബ്ദം!” തോക്കിൻ പാത്തികൊണ്ട് കട്ടിലിൽ ഇടിച്ചുകൊണ്ട് ഒരു ചുകന്ന തൊപ്പിക്കാരൻ മുറുമുറുത്തു.

“ഞങ്ങളോട് കല്പിക്കേണ്ട.” ആ ഭീരുവായപ്രദേശിക ഉദ്യോഗസ്ഥൻ പറഞ്ഞു. “നിങ്ങൾ ഒരു പ്രഭുവാണ്, ഒരു അകമ്പടിക്കാരൻ ആവശ്യമാണ്, അതിനുള്ള ചെലവും നിങ്ങൾ വഹിക്കണം.”

“ഈ കോമാളിത്തം എന്തിനാണ്?.” ചാൾസ് ഡാർണി ചോദിച്ചു.

“അയാൾ പറയുന്നത് കേൾക്കു!” ചുകന്ന തൊപ്പിക്കാരൻ അലറി.

“ആ നല്ലവനായ രാജ്യസ്നേഹി പറയുന്നതുപോലെ ചെയ്യൂ” ആ ഉദ്യോഗസ്ഥൻ പ്രസ്താവിച്ചു “എഴുന്നേറ്റ് വസ്ത്രം മാറ്റൂ, അന്യദേശത്ത് കുടിയേറി പാർക്കുന്നവനെ.”

ഡാർണി അതനുസരിച്ചു; അയാളെ അവർ പാറാവ് മുറിയിലേക്ക് കൊണ്ടുപോയി; അവിടെ ചുകന്ന പരുക്കൻതൊപ്പി ധരിച്ച മറ്റ് ചില രാജ്യസ്നേഹികൾ തീച്ചൂളയ്ക്കടുത്ത് ഇരുന്ന് പുകവലിക്കുകയും, മദ്യപിക്കുകയും, ഉറങ്ങുകയും ചെയ്യുന്നു. ഇവിടെ വലിയൊരു തുക തന്റെ അകമ്പടിക്കായി അയാൾ നൽകി. അങ്ങനെ പുലർച്ചെ മൂന്നുമണിക്ക് നനഞ്ഞ റോഡുകളിലൂടെ അയാൾ യാത്ര പുറപ്പെട്ടു.

ത്രിവർണ്ണ ബാഡ്ജും, ചുകന്ന തൊപ്പിയും നാടൻ തോക്കുകളും വാളുകളും ധരിച്ച രണ്ട് അശ്വാരൂഢരായ രാജ്യസ്നേഹികളായിരുന്നു അകമ്പടിക്കാർ. അവർ ചാൾസ് ഡാർണിയുടെ ഓരോ വശത്തുമായി കുതിരയെ ഓടിച്ചു. അയാളുടെ കുതിരയുടെ ജീനിയിൽ നിന്നൊരു ചരട് കെട്ടി ഞാത്തിയിട്ട്, ഒരു രാജ്യസ്നേഹിയുടെ കൈയിൽ ചുറ്റിക്കെട്ടി വെച്ചിരുന്നു. ഈ അവസ്ഥയിലാണവർ കോരിച്ചൊരിയുന്ന മഴയത്ത് കുണ്ടും കുഴിയുമുള്ള, ചളി നിറഞ്ഞ പാതയിലൂടെ തലസ്ഥാന നഗരിയിലേക്ക് സവാരി ചെയ്തത്.

അവർ രാത്രിയിൽ യാത്രചെയ്തു. പകൽ സമയത്ത് ഒന്ന് രണ്ട് മണിക്കൂർ നേരം വിശ്രമിച്ചു. മഹാ വൃത്തികെട്ട വസ്ത്രങ്ങളാണ് അകമ്പടിക്കാർ ധരിച്ചിരുന്നത്. അവർ തങ്ങളുടെ നഗ്നപാദങ്ങളിൽ വൈക്കോൽ ചുറ്റിക്കെട്ടി വെച്ചിരുന്നു. ഒരു അകമ്പടിക്കാരൻ സദാസമയം മദ്യപിച്ച്, തോക്ക് അശ്രദ്ധമായി തിരുപ്പിടിച്ചുകൊണ്ടിരുന്നെങ്കിലും, മനസ്സിൽ യാതൊരു

ഭീതിക്കും ഇടകൊടുക്കാതെ ഡാർണി സംയമനം പാലിച്ചു. കാരണം, അയാളുടെ മനസ്സിൽ അബ്ബായിലെ തടവുപുള്ളിയുടെ കാര്യം മാത്രമായിരുന്നു.

അവർ ബ്യൂവായിസ് പട്ടണത്തിലെത്തിയപ്പോൾ, അവിടത്തെ തെരുവുകളിൽ കൂട്ടംകൂടിനിൽക്കുന്ന ജനങ്ങളെകണ്ട്, അന്തരീക്ഷം വളരെ ആപൽക്കരമാണെന്ന വസ്തുത അയാൾ സ്വയം തിരിച്ചറിഞ്ഞു. കുതിരപ്പുറത്തു നിന്ന് പോസ്റ്റിംഗ്യാർഡിൽ അയാൾ ഇറങ്ങുന്നതുകണ്ട്, അശുഭസൂചകമായൊരു ജനക്കൂട്ടം അയാളെ വളഞ്ഞ് ഉറക്കെ അട്ടഹസിച്ചു "കുടിയേറ്റക്കാരൻ തുലയട്ടെ!"

അയാൾ സുരക്ഷിതനായി നിന്നുകൊണ്ട് അവരോട് പറഞ്ഞു "കുടിയേറ്റക്കാരനോ, എന്റെ സുഹൃത്തുക്കളേ! നിങ്ങൾ കാണുന്നില്ലേ, ഞാൻ സ്വന്തം ഇഷ്ടപ്രകാരമാണ് ഫ്രാൻസിൽ എത്തിയതെന്ന്?"

"നിങ്ങൾ ഒരു നശിച്ച കുടിയേറ്റക്കാരനാണ്."ഒരു കൊല്ലൻ കൈയിലൊരു ചുറ്റികയും പിടിച്ച് അട്ടഹസിച്ചു"നിങ്ങളൊരു നശിച്ച പ്രഭുവാണ്!"

പോസ്റ്റ് മാസ്റ്റർ അവരുടെ ഇടയ്ക്കുകയറി നിന്നുകൊണ്ട് ശാന്തനായി പറഞ്ഞു "അയാൾ അങ്ങനെ ആയിക്കോട്ടെ! അയാൾ പാരീസ്സിൽ വിചാരണ ചെയ്യപ്പെടും."

"വിചാരണ ചെയ്യപ്പെടും!" ചുറ്റിക വീശിക്കൊണ്ട് കൊല്ലൻ ആവർത്തിച്ചു "ആയ്! ഒരു രാജ്യദ്രോഹിയായി വിധിക്കപ്പെടും." അതംഗീകരിച്ച് ജനം ആർപ്പുവിളിച്ചു.

കോലാഹലം ഒന്നടങ്ങിയപ്പോൾ, എല്ലാവരും കേൾക്കത്തക്കരീതിയിൽ ഡാർണി പറഞ്ഞു.

"സുഹൃത്തുക്കളേ, നിങ്ങൾ സ്വയം വഞ്ചിക്കുകയാണ്; അല്ലെങ്കിൽ നിങ്ങൾ വഞ്ചിക്കപ്പെടുകയാണ്. ഞാനൊരു രാജ്യദ്രോഹിയല്ല."

"അയാൾ നുണ പറയുകയാണ്!"കൊല്ലൻ അലറി. "കോടതിവിധി'മുതൽ അയാൾ ഒരു രാജ്യദ്രോഹിയാണ്. അയാളുടെ ജീവന്റെ അവകാശം അയാൾക്ക് നഷ്ടപ്പെട്ടു, അത് ജനങ്ങൾക്ക് അവകാശപ്പെട്ടതാണ്. അയാളുടെ ശപിക്കപ്പെട്ട ജീവിതം അയാളുടേതല്ല!"

ഉടനെ, ജനങ്ങളുടെ കണ്ണുകളിൽ രോഷാഗ്നി ആളിക്കത്തുന്നത് ഡാർണി കണ്ടു; അവർ അയാൾക്കുനേരെ അടുത്ത നിമിഷം പറന്നെത്തിയേനെ! അപ്പോഴേക്കും പോസ്റ്റ് മാസ്റ്റർ തന്റെ കുതിരയെ യാർഡിലേക്ക് തിരിച്ചു, അകമ്പടിക്കാരൻ ഒപ്പം നീങ്ങി; പോസ്റ്റുമാസ്റ്റർ ഗേറ്റ് അടച്ച് ഭദ്രമാക്കി. കൊല്ലൻ കോപത്തോടെ ചുറ്റിക കൊണ്ട് ഗേറ്റിൽ ഒരടി വെച്ചുകൊടുത്തു, ജനങ്ങൾ ആർത്തുവിളിച്ചു; എന്നാൽ, കൂടുതലൊന്നും ചെയ്തില്ല.

"ആ കൊല്ലൻ പറഞ്ഞ കോടതിവിധി എന്താണ്?"ഡാർണി പോസ്റ്റ് മാസ്റ്ററോട് നന്ദിപറഞ്ഞ് അടുത്തുനിന്നപ്പോൾ, ചോദിച്ചു.

"ശരിയാണ്, കുടിയേറ്റക്കാരുടെ സ്വത്ത് വില്ക്കുന്നതിന്നുള്ള കോടതിവിധി."

"എപ്പോഴാണ് പാസ്സാക്കിയത്?"

"പതിന്നാലാം തിയ്യതി."

"ഞാൻ ഇംഗ്ലണ്ടിലേക്ക് പോയ ദിവസം."

"എല്ലാ കുടിയേറ്റക്കാരേയും നാടുകടത്താനും, തിരിച്ചുവരുന്നവരെയെല്ലാം വധിക്കാനും നിയമം ഉണ്ടാക്കിയിട്ടുണ്ട്. അതാണ് നിങ്ങളുടെ ജീവൻ നിങ്ങളുടേതല്ലെന്നയാൾ പറഞ്ഞതിന്റെ ഉദ്ദേശ്യം."

"എന്നാൽ, അത്തരം കോടതി വിധിയൊന്നും ഇതുവരെ ഉണ്ടായിട്ടില്ലല്ലോ."

"ഇത് ജനകീയ കോടതിയാണ്."തോളുകൾ കുലുക്കിക്കൊണ്ട് പോസ്റ്റ്മാസ്റ്റർ പറഞ്ഞു; "എല്ലാം ഒന്നുതന്നെ."

അർധരാത്രി വരെ അവർ ഒരു അറയിൽ കുറച്ച് വൈക്കോലിൽ കിടന്ന് വിശ്രമിച്ചു. പിന്നെ, പട്ടണം മുഴുവൻ ഉറക്കത്തിലായപ്പോൾ അവർ യാത്ര തുടർന്നു. ഈ യാത്രയ്ക്കിടയിൽ നിരീക്ഷിച്ച പല വിചിത്ര സംഭവങ്ങളിൽ ഒന്ന്, മനുഷ്യർ ഉറങ്ങുന്നില്ല എന്നതാണ്! കുടിലുകളൊന്നും ഇരുട്ടിലല്ല, എല്ലാറ്റിലും വിളക്കുകൾ കത്തിക്കൊണ്ടിരിക്കുന്നു; പാതി രാത്രിപോലും സ്വാതന്ത്ര്യഗാനങ്ങൾ ആലപിച്ച് കൈകോർത്ത് പിടിച്ച് ചുറ്റിക്കറങ്ങുന്നു.

അവർ ഒരിക്കൽ കൂടി ഏകാന്തതയിലൂടെ കടന്നുപോയി. കത്തിച്ചമ്പലായ വീടുകളും, നശിച്ച വയലുകളും, വിജനമായ തണുത്തുനനഞ്ഞ പ്രദേശങ്ങളും അവർ പിന്നിട്ടു.

എല്ലാ റോഡുകളിലും രാജ്യസ്നേഹികൾ പാറാവ് നടക്കുന്നുണ്ട്.

നേരം പുലർന്നതോടെ അവർ പാരീസ് നഗരവാതില്ക്കലെത്തി. ഗേറ്റ് അടച്ചുപൂട്ടി, ശക്തമായ കാവൽ.

"ഈ തടവുപുള്ളിയുടെ കടലാസ്സുകൾ എവിടെ?"അധികാരത്തിലുള്ള ഒരുവന്റെ ദൃഢമായ ചോദ്യം. കാവൽക്കാർ വിളിച്ചുകൊണ്ടുവന്നതാണ് ആ അധികാരിയെ.

തടവുപുള്ളി എന്ന അസുഖകരമായ വാക്കുകേട്ട്, സ്വാഭാവികമായും ആഘാതം ഏറ്റ ചാൾസ് ഡാർണി, താൻ സ്വതന്ത്രനായൊരു യാത്രക്കാരനും ഫ്രഞ്ച് പൗരനുമാണെന്നും, പ്രക്ഷുബ്ധമായ ഈ രാജ്യം എനിക്ക് നിർബന്ധപൂർവ്വം ഒരു അകമ്പടിക്കാരനെ എന്റെ മേൽ അടിച്ചേല്പിച്ചതാണെന്നും, അതിന് താൻ പണം നൽകിയിട്ടുണ്ടെന്നും, അയാൾക്ക് വിവരിച്ചുകൊടുത്തു.

അയാൾ പറഞ്ഞത് ഒട്ടും ശ്രദ്ധിക്കാതെ ആ മനുഷ്യൻ ആവർത്തിച്ചു "ഈ തടവ് പുള്ളിയുടെ പേപ്പറുകൾ എവിടെ?"

ആ കുടിയൻ രാജ്യസ്നേഹി അതയാളുടെ തൊപ്പിക്കുള്ളിൽ വെച്ചിരുന്നു; അതെടുത്തയാൾക്ക് കൊടുത്തു. ഗാബേലിന്റെ കത്തിലേക്ക് കണ്ണോടിച്ച ശേഷം അതിശയത്തോടെ ആ ഉദ്യോഗസ്ഥൻ ഡാർണിയെ സൂക്ഷിച്ചുനോക്കി.

ഒരക്ഷരം മിണ്ടാതെ അയാൾ പാറാവ് മുറിയിലേക്ക് പോയി; ആ സമയം അവർ ഗേറ്റിന് പുറത്ത് കുതിരപ്പുറത്ത് തന്നെ ഇരിപ്പായിരുന്നു.

ചാൾസ് ഡാർണി ഗേറ്റിലെ പാറാവുകാരെ ഒന്ന് നിരീക്ഷിച്ചു. പട്ടാളക്കാരും രാജ്യസ്നേഹികളും അതിലുണ്ട്; എന്നാൽ രാജ്യസ്നേഹികൾക്കാണ് ബഹുഭൂരിപക്ഷം. അനേകം സ്ത്രീപുരുഷന്മാരും, മൃഗങ്ങളും വണ്ടികളും, അകത്തുകടക്കാനുള്ള അനുമതിക്കായി അവിടെ കാത്തുകിടക്കുന്നു. തങ്ങളുടെ പരിശോധനയ്ക്കുള്ള ഊഴം വരാൻ വളരെ നേരം എടുക്കുമെന്നു കണ്ട കുറെ പേർ നിലത്ത് കിടന്ന് ഉറങ്ങുകയോ, പുക വലിക്കുകയോ ചെയ്തുകൊണ്ടിരിക്കുന്നു, ചിലർ കൂട്ടം കൂടി നിന്ന് സംസാരിക്കുകയും, ഉലാത്തുകയും ചെയ്യുന്നു. പൊതുവെ എല്ലാ സ്ത്രീപുരുഷന്മാരും ചുകന്ന തൊപ്പിയും ത്രിവർണ്ണ ബാഡ്ജും ധരിച്ചവരാണ്.

ഇതെല്ലാം ശ്രദ്ധിച്ചുകൊണ്ട് അരമണിക്കൂർ നേരം ഡാർണി കുതിരപ്പുറത്ത് തന്നെ ഇരുന്നു. അപ്പോൾ, ആ ഉദ്യോഗസ്ഥർ പുറത്ത് വന്ന് ഗേറ്റ് തുറക്കാനായി പാറാവുകാരനോട് പറയുന്നത് അയാൾ കണ്ടു. പിന്നെ, കുടിയനും കുടിക്കാത്തവനുമായ തന്റെ രണ്ട് അകമ്പടിക്കാർക്ക്, അകമ്പടി സേവിച്ചതിന്നുള്ള ഒരു രശീതി നൽകി. അയാളോട് കുതിരപ്പുറത്ത് നിന്ന് താഴെ ഇറങ്ങാനാവശ്യപ്പെട്ടു. അയാൾ അപ്രകാരം ചെയ്തു; രണ്ട് രാജ്യസ്നേഹികളും തങ്ങളുടെ കുതിരകളെ തിരിച്ച്, വന്ന വഴിയേ മടങ്ങിപ്പോയി. മേൽനോട്ടക്കാരനോടൊപ്പം അയാൾ നേരെ പാറാവ് മുറിയിലേക്ക് ആനയിക്കപ്പെട്ടു. അവിടെ പുകയിലയുടേയും മദ്യത്തിന്റേയും ഗന്ധം തങ്ങിനിന്നിരുന്നു; ചില പട്ടാളക്കാർ അവിടെ ഉറങ്ങുന്നുണ്ട്; ചിലർ ഉറങ്ങാതിരിക്കുന്നു; ചിലർ മദ്യപിക്കുന്നു; മദ്യപിക്കാത്തവരുമുണ്ട്. നേരിയതായി കത്തുന്ന വിളക്കിന്റെ വെളിച്ചവും ഉദിച്ചുയരുന്ന സൂര്യപ്രകാശവും ആ മുറിയിൽ നേരിയ വെളിച്ചം വീശുന്നു. ഡെസ്കിൽ ചില രജിസ്റ്ററുകൾ തുറന്നുകിടപ്പുണ്ട്, അതിന്റെ ചുമതലയുള്ള ഒരു ഓഫീസ് റൂം അവിടെ ഉണ്ട്.

"പൗരൻ ഡിഫാർജ്" എന്തോ എഴുതാനായി ഒരു കഷണം കടലാസെടുത്ത്, ഡാർണിയെ കൊണ്ടുവന്നവനോടയാൾ പറഞ്ഞു, "ഇതാണോ കുടിയേറ്റക്കാരൻ എവ്രെമോണ്ട്?"

"ഇതാണാ മനുഷ്യൻ."

"നിങ്ങളുടെ വയസ്സ്, എവ്രെമോണ്ട്?"

"മുപ്പത്തേഴ്."

"വിവാഹിതനാണോ, എവ്രെമോണ്ട്?"

"അതെ."

"എവിടെയാണ് വിവാഹം കഴിച്ചത്."

"ഇംഗ്ലണ്ടിൽ."

"എവിടെയാണ് നിങ്ങളുടെ ഭാര്യ, എവ്രെമോണ്ട്?"

"ഇംഗ്ലണ്ടിൽ."

"സംശയമില്ല. നിങ്ങൾ ലാഫോഴ്സ് ജയിലിലേക്ക് പോകേണ്ടവൻ തന്നെ."

“ദൈവമേ!”ഡാർണി ഉറക്കെപ്പറഞ്ഞു “എന്ത് നിയമപ്രകാരം, എന്ത് കുറ്റത്തിന്റെ പേരിൽ?”

ഓഫീസർ ഒരു നിമിഷം ആ കടലാസ് കഷണത്തിൽ നിന്നും തല ഉയർത്തി നോക്കി.

“ഈ രാജ്യത്ത് പുതിയ നിയമങ്ങളാണിപ്പോൾ, എവ്രെമോണ്ട്, പുതിയ കുറ്റങ്ങളും.”കടുപ്പത്തിലുള്ളൊരു പുഞ്ചിരിയോടെ അയാൾ പറഞ്ഞു; പിന്നെ, എഴുത്ത് തുടർന്നു.

“ഞാനിവിടെ സ്വമനസ്സാലെ വന്നതാണ്, നാട്ടുകാരനായൊരാളുടെ എഴുത്തിലൂടെയുള്ള അപേക്ഷ പ്രകാരം. അങ്ങയുടെ മുന്നിൽ കിടക്കുന്ന ആ കത്തൊന്ന് നോക്കുവാൻ ഞാൻ അപേക്ഷിക്കുന്നു. അതുടനെ നിർവ്വഹിക്കാനവസരം നൽകണമെന്നു മാത്രമേ ഞാനാവശ്യപ്പെടുന്നുള്ളു. അതെന്റെ അവകാശമല്ലേ?”

“കുടിയേറ്റക്കാർക്ക് യാതൊരവകാശവുമില്ല, എവ്രെമോണ്ട്” എന്ന് അയാളുടെ ചുണകെട്ട മറുപടി. ആ ഓഫീസർ അത് എഴുതിത്തീർത്ത്, ഡിഫാർജിന് നല്കിക്കൊണ്ട് പറഞ്ഞു “കോൺഫിഡൻഷ്യൽ.”

തടവുപുള്ളിയോട് തന്നെ പിൻതുടരാൻ ഡിഫാർജ് ആംഗ്യം കാണിച്ചു. തടവുപുള്ളി അതനുസരിച്ചു. രണ്ട് ആയുധധാരികളായ രാജ്യസ്നേഹികൾ അവർക്ക് അകമ്പടി സേവിച്ചു.

പാറാവ് കെട്ടിടത്തിന്റെ പടവുകൾ ഇറങ്ങി പാരീസിലേക്ക് തിരിയവെ, ഡിഫാർജ് മെല്ലെ ചോദിച്ചു.

“തകർക്കപ്പെട്ട ബാസിൽ കോട്ടയിൽ ഒരുകാലത്ത് തടവുകാരനായിരുന്ന ഡോ. മാനെറ്റിന്റെ പുത്രിയെ വിവാഹം കഴിച്ച ആളാണോ നിങ്ങൾ?”

“അതെ.” അയാളെ ആശ്ചര്യത്തോടെ നോക്കി ഡാർണി.

“എന്റെ പേര് ഡിഫാർജ് എന്നാണ്. സെന്റ് ആന്റോയിനിൽ ഞാനൊരു വീഞ്ഞ്ഷോപ്പ് നടത്തുന്നു. നിങ്ങൾ എന്നെ കുറിച്ച് കേട്ടുകാണും.”

“എന്റെ ഭാര്യ അവളുടെ അച്ഛനെ തിരിച്ചെടുക്കാനായി നിങ്ങളുടെ വീട്ടിൽ വന്നിട്ടുണ്ട്, ഇല്ലേ? അതെ!”

“ഭാര്യ”എന്നവാക്ക് ഡിഫാർജിന്റെ മനസ്സിൽ വിഷാദം നിറഞ്ഞൊരു ഓർമ്മ ഉണർത്തി. പെട്ടെന്ന് അക്ഷമനായി അയാൾ ചോദിച്ചു പുതുതായി പിറന്ന ഗില്ലറ്റിനാണെ ചോദിക്കട്ടെ, നിങ്ങൾ എന്തിന് ഫ്രാൻസിൽ വന്നു?”

“എന്തുകൊണ്ടാണെന്ന് ഞാൻ ഒരു മിനിറ്റു മുമ്പ് പറഞ്ഞത് നിങ്ങൾ കേട്ടല്ലോ. അത് സത്യമാണെന്ന് നിങ്ങൾ വിശ്വസിക്കുന്നില്ലേ?”

“നിങ്ങൾക്കതൊരു ചീത്തയായ സത്യമാണ്” നെറ്റി ചുളിച്ച്, നേരെ മുന്നിലേക്ക് നോക്കിക്കൊണ്ട് ഡിഫാർജ് പറഞ്ഞു.

“തീർച്ചയായും ഞാൻ നശിച്ചു. ഇവിടെ ഉള്ളതെല്ലാം അത്രയ്ക്ക് അദ്ഭുതപൂർവ്വമായിരിക്കുന്നു, അത്രയ്ക്ക് മാറിയിരിക്കുന്നു, അത്രയ്ക്ക് പെട്ടെന്ന്, നീതി രഹിതം; ഞാൻ പൂർണ്ണമായും തകർന്നു. നിങ്ങൾ എനിക്ക് ചെറിയൊരു സഹായം ചെയ്തുതരുമോ?”

"ഇല്ല."എപ്പോഴും നേരെ മുന്നിലേക്ക് നോക്കിക്കൊണ്ടായിരുന്നു ഡിഫാർജിന്റെ സംസാരം.

"നിങ്ങൾ എന്റെ ഒരേ ഒരു ചോദ്യത്തിന് മറുപടി തരാമോ?"

"ഒരുപക്ഷേ. അതിന്റെ സ്വഭാവത്തെ ആശ്രയിച്ചിരിക്കും. ചോദിക്കു."

"എന്നെ അന്യായമായി അടച്ചിടുന്ന ഈ ജയിലിൽ പുറം ലോകവുമായി എനിക്ക് ഏതെങ്കിലും വിധത്തിൽ സ്വതന്ത്രവാർത്താവിനിമയം നടത്താനാകുമോ?"

"നിങ്ങൾക്ക് കാണാം."

"എന്റെ കേസ് അവതരിപ്പിക്കാൻ മാർഗ്ഗമില്ലാതെ, എന്നെ മുൻവിധിയോടെ കുഴിച്ചിടുകയൊന്നുമില്ലല്ലോ?"

"നിങ്ങൾക്ക് കാണാം. അതുകൊണ്ട് എന്താണ്? മുമ്പ് ഇതിനേക്കാൾ മോശം ജയിലുകളിൽ; ഇതുപോലെ മറ്റാളുകൾ കുഴിച്ചുമൂടപ്പെട്ടിട്ടുണ്ട്."

"എന്നാൽ, ഞാൻ ഒരിക്കലും ചെയ്തിട്ടില്ല, പൗരൻ ഡിഫാർജ്."

ഡിഫാർജ് നിശ്ശബ്ദനായി മുന്നോട്ട് നടന്നു. അയാൾ കൂടുതൽ നിശ്ശബ്ദതയിലേക്ക് ആണ്ടുപോകുംതോറും ആശ കൂടുതൽ ദുർബ്ബലമായിക്കൊണ്ടിരുന്നു! അല്ലെങ്കിൽ, ഡാർണി അപ്രകാരം കരുതി. അതുകൊണ്ടയാൾ ധൃതിയിൽ പറഞ്ഞു:

"എനിക്ക് ഏറ്റവും പ്രധാനപ്പെട്ടൊരു കാര്യമാണത്; അതായത്, ഞാൻ ലാഫേഴ്സ് ജയിലിൽ അടയ്ക്കപ്പെട്ടു എന്ന വസ്തുത ഇപ്പോൾ പാരീസ്സിലുള്ള ടെൽസൺസ് ബാങ്കിലെ മി.ലോറിയെ അറിയിക്കാമോ? എനിക്കുവേണ്ടി അത്രയെങ്കിലും ചെയ്യാമോ?"

ദൃഢ മനസ്സോടെ ഡിഫാർജ് മറുപടി നല്കി "ഞാൻ നിങ്ങൾക്കുവേണ്ടി യാതൊന്നും ചെയ്യില്ല. എന്റെ ഉത്തരവാദിത്വം എന്റെ നാടിനോടും ജനതയോടുമാണ്. നിങ്ങൾക്കെതിരെ ഞാനവരോട് പ്രതിജ്ഞാബദ്ധനാണ്. എനിക്ക് നിങ്ങൾക്കുവേണ്ടി ഒന്നും ചെയ്യാൻ കഴിയില്ല."

അയാളോട് കൂടുതൽ അപേക്ഷിക്കുന്നതുകൊണ്ട് യാതൊരു പ്രയോജനവുമില്ലെന്ന് ഡാർണി കരുതി; അതിനുംപുറമെ അതയാളുടെ അഭിമാനത്തെ സ്പർശിക്കുന്ന പ്രശ്നം കൂടിയായിരുന്നു. അവർ നിശ്ശബ്ദം നടക്കവെ, ജനങ്ങൾ അതെത്ര പരിചയപ്പെട്ടുകഴിഞ്ഞിരിക്കുന്നു എന്ന് അയാൾക്ക് മനസ്സിലാക്കാൻ കഴിഞ്ഞു. തെരുവിലൂടെ തടവുപുള്ളികൾ കടന്നുപോകുന്നതൊരു പുതുമയുള്ള കാഴ്ച അല്ലാതായിത്തീർന്നിരിക്കുന്നു. കുട്ടികൾ പോലും അയാളെ ശ്രദ്ധിച്ചില്ല. ചില കാൽനടക്കാർ അയാളെ തിരിഞ്ഞുനോക്കി, ചിലർ വിരൽ ചൂണ്ടി അയാളെ പ്രഭുവെന്ന് പറഞ്ഞ് ശകാരിച്ചു. നല്ല വസ്ത്രം ധരിച്ച ഒരാൾ ജയിലിലേക്ക് പോകുന്നത്, തൊഴിൽവസ്ത്രം ധരിച്ച് ഒരു തൊഴിലാളി ജോലിക്ക് പോകുന്നതുപോലെ ഒരു സാധാരണ കാഴ്ചയായിത്തീർന്നു! അവർ കടന്നുപോയ ഇരുണ്ട, ഇടുങ്ങിയ, വൃത്തികെട്ട, ഒരു തെരുവിൽ ആവേശഭരിതനായൊരു പ്രാസംഗികൻ, ഒരു സ്റ്റൂളിൽ കയറി നിന്ന്, വികാരവിവശരായ പ്രേക്ഷകരോട് പ്രഭുക്കന്മാരുടേയും, രാജാവിന്റേയും, രാജകുടുംബത്തിന്റേയും കുറ്റ

കൃത്യങ്ങൾക്കെതിരെ പ്രസംഗിക്കുന്നതയാൾ കേട്ടു. അയാളുടെ ചുണ്ടുകളിൽ നിന്നും ഉതിർന്നുവീണ ഏതാനും വാക്കുകളിൽനിന്ന് രാജാവ് ജയിലിലാണെന്നും, വിദേശ അംബാസ്സിഡർമാരെല്ലാം പാരീസ് വിട്ടു എന്നും ചാൾസ് ഡാർണി മനസ്സിലാക്കി.

താൻ ഇംഗ്ലണ്ട് വിടുമ്പോൾ വിചാരിച്ചതിനേക്കാൾ എത്രയോ വലിയ അപകടങ്ങൾക്കിടയിലാണ് താനിപ്പോൾ വന്നു ചാടിയിരിക്കുന്നതെന്ന് ചാൾസ് ഡാർണി ശരിക്കും മനസ്സിലാക്കി. ഈ ഏതാനും ദിവസങ്ങളിലെ ദുരാനുഭവങ്ങൾ മുൻകൂട്ടി സങ്കല്പിക്കാൻ കഴിഞ്ഞിരുന്നെങ്കിൽ താൻ ഈ യാത്ര ചെയ്യില്ലായിരുന്നു. ഭാവി കലുഷിതമാണെന്നതുപോലെ, ആശയും അജ്ഞാതമാണ്. രാവും പകലും നിരന്തരമായി തുടർന്ന ഭീകരമായ കൂട്ടക്കൊലയെകുറിച്ച് മുമ്പ് വിഭാവനം ചെയ്യാൻ കഴിയില്ലായിരുന്നു! "കഴുത്ത് ഛേദിച്ചുമാറ്റുന്ന ഗില്ലറ്റിനെ കുറിച്ചും അയാൾക്കൊന്നുമറിയില്ലായിരുന്നു. ഭീകരപ്രവൃത്തികൾ അവ ചെയ്യുന്നവരുടെ തലച്ചോറിൽപ്പോലും തത്സമയത്തെ പ്രവൃത്തികളാണ്. പിന്നെയാണോ ആ മാന്യന്റെ മനസ്സിൽ?

അന്യായമായ തടവ് ജീവിതവും കഷ്ടപ്പാടും, ഭാര്യയിൽ നിന്നും കുട്ടിയിൽ നിന്നുമുള്ള വേദനാനിർഭരമായ വേർപാടും അനുഭവിക്കണമെന്ന കാര്യം ഇപ്പോൾ ഉറപ്പായിരിക്കുന്നു. ഇതിന്നപ്പുറം യാതൊന്നും അയാൾ ഓർത്തില്ല. ഇത്തരം ചിന്തകളോടെ അയാൾ ലാഫോഴ്സ് ജയിലിലെത്തി.

ചീർത്തമുഖമുള്ളൊരു മനുഷ്യൻ ശക്തമായ വിക്കറ്റ് ഗേറ്റ് തുറന്നു കൊടുത്തു. അയാളോട് ഡിഫാർജ് പറഞ്ഞു "കുടിയേറ്റക്കാരൻ എവ്രെമോണ്ട്."

"എന്ത് നാശം! ഇനിയും എത്രപേർ ഉണ്ട്!" ചീർത്ത മുഖമുള്ളവൻ ഉറക്കെ പറഞ്ഞു.

ഡിഫാർജ് രശീതി വാങ്ങി അയാളുടെ വാക്കുകൾ ശ്രദ്ധിക്കാതെ രണ്ട് രാജ്യസ്നേഹികളോടൊപ്പം തിരിച്ചുപോയി.

"എന്തൊരു നാശം," ആ ജയിലർ ഭാര്യയോടൊപ്പം പിൻതിരിഞ്ഞ് പറഞ്ഞു "ഇനി എത്ര പേർ!"

ജയിലറുടെ ഭാര്യ ഇത്രമാത്രം മറുപടി നല്കി "ക്ഷമ വേണം, എന്റെ ഡിയർ!"അവൾ മണി അടിച്ചപ്പോൾ എത്തിയിരുന്ന മൂന്ന് ജയിൽ ജീവനക്കാരും ഇതേ വികാരം തന്നെ പ്രകടിപ്പിച്ചു. അവരിലൊരാൾ പറഞ്ഞു, "സ്വാതന്ത്ര്യം സമത്വം സാഹോദര്യം... അല്ലെങ്കിൽ മരണം.."

ലാഫോഴ്സ് ജയിൽ ഒരു ഇരുളടഞ്ഞ ജയിൽ ആണ്; വൃത്തികെട്ടതും ദുർഗ്ഗന്ധം വമിക്കുന്നതുമായ സ്ഥലം.

കുറിപ്പെഴുതിയ കടലാസ് നോക്കി ജയിലർ മുറുമുറുത്തു.

" 'കോൺഫിഡൻഷ്യൽ' ഇത്തരം കോൺഫിഡൻഷ്യതകൾ നിറഞ്ഞ് പൊട്ടാറായി!"

അയാൾ അസുഖകരമായ മുഖഭാവത്തോടെ ആ കടലാസ് ഒരു ഫയലിൽ വെച്ചു; അയാളുടെ ഇഷ്ടമറിയാനായി അരമണിക്കൂറോളം ചാൾസ് ഡാർണി കാത്തു നിന്നു, കുറച്ചുനേരം ആ മുറിയിൽ അങ്ങോട്ടുമിങ്ങോട്ടും നടന്നു.

ഒടുവിൽ, താക്കോൽ കൂട്ടമെടുത്ത്, ചീഫ് പറഞ്ഞു

"എന്നോടൊപ്പം വരു, കുടിയേറ്റക്കാരാ."

ഇരുണ്ട വെളിച്ചത്തിൽ അവർ ഇടനാഴിയും കോണിയും കടന്ന്, പല പൂട്ടിയിട്ട വാതിലുകളും പിന്നിട്ട്, വലിയൊരു, തട്ടിട്ട താഴ്ന്ന മുറിയിലെത്തി; അത് നിറയെ ആണും പെണ്ണുമായ തടവ് പുള്ളികളാണ്. സ്ത്രീകൾ നീണ്ട ഒരു മേശയ്ക്ക് മുന്നിലിരുന്ന് വായിക്കുകയും, എഴുതുകയും, തുന്നുകയും ചെയ്യുന്നു. ആണുങ്ങൾ അവരുടെ കസേരകൾക്ക് പിന്നിൽ നിൽക്കുകയോ, മുറിയിൽ ഉലാത്തുകയോ ചെയ്യുന്നു.

കുറ്റവാളികളായ ഈ തടവുപുള്ളികളുടെ മുമ്പിൽ അയാൾ അറിയാതെ ഒന്ന് ശങ്കിച്ചു നിന്നുപോയി! എന്നാൽ, അവരെല്ലാവരും ഉടനെ എഴുന്നേറ്റ്, ഏറ്റവും ആദരവോടെ ഭംഗിയായ രീതിയിൽ അയാളെ സ്വീകരിച്ചു.

അവരുടെ ഭംഗിയായ ഈ പെരുമാറ്റം തടവറയിലെ ക്രൂരമായ പെരുമാറ്റത്തിന് കടകവിരുദ്ധമായിരുന്നു, അതിവിചിത്രവും! താൻ മരിച്ചവരുടെ കൂട്ടത്തിലാണോ നിൽക്കുന്നതെന്ന് ചാൾസ് ഡാർണിക്ക് തോന്നി! എല്ലാം പ്രേതങ്ങൾ! സൗന്ദര്യത്തിന്റെ പ്രേതം, പ്രതാപത്തിന്റെ പ്രേതം, ചാരുതയുടെ പ്രേതം, അന്തസ്സിന്റെ പ്രേതം, ചാപല്യത്തിന്റെ പ്രേതം, വിവേകത്തിന്റെ പ്രേതം, യൗവനത്തിന്റെ പ്രേതം, വാർദ്ധക്യത്തിന്റെ പ്രേതം, എല്ലാവരും വിജനമായ തീരത്ത് തങ്ങളുടെ നിഷ്കാസനവും കാത്ത് നില്പാണ്. അവിടെ വന്ന ശേഷം മൃതിയടഞ്ഞ കണ്ണുകളുമായി അവർ അയാളെ നോക്കുകയാണ്!

അതയാളെ സ്തബ്ധനാക്കി. തന്റെ അടുത്ത് നിൽക്കുന്ന ജയിലറും, ജോലിയിൽ മുഴുകി നടക്കുന്ന മറ്റ് ജയിലർമാരും അവിടെയുള്ള ദുഃഖിതരായ അമ്മമാരേയും പുത്രിമാരേയും അതിരുകവിഞ്ഞ ക്രൂരഭാവത്തോടെ നോക്കി. തീർച്ചയായും എല്ലാം പ്രേതങ്ങൾ ആണ്.

"ഇവിടെ കൂടിയിട്ടുള്ള നിർഭാഗ്യവാന്മാരായ കൂട്ടുകാരുടെ പേരിൽ" രാജകീയപ്രൗഢി തോന്നിപ്പിക്കുന്ന ഒരു മാന്യൻ മുന്നോട്ട് വന്ന് പറഞ്ഞു "നിങ്ങളെ ലാഫോഴ്സിൽ സ്വാഗതം ചെയ്യുന്നതിലെനിക്ക് അഭിമാനമുണ്ട്! നിങ്ങളെ ഞങ്ങളുടെ ഇടയിലേക്ക് കൊണ്ടുവരാനിടയാക്കിയ കൊടുംദുരിതത്തിൽ ഞങ്ങളും നിങ്ങളോടൊപ്പം ഖേദിക്കുന്നു. പെട്ടെന്നത് എല്ലാം സന്തോഷപൂർവ്വം അവസാനിക്കട്ടെ! നിങ്ങളുടെ പേരും നിലയും ചോദിക്കുന്നത് മറ്റു സ്ഥലത്തത് ധിക്കാരമായിരിക്കാം, എന്നാൽ, ഇവിടെ അതങ്ങനെയല്ല."

ചാൾസ് ഡാർണി എഴുന്നേറ്റ്, ആവശ്യപ്പെട്ട വിവരങ്ങൾ, തനിക്ക് ഉചിതമായി തോന്നിയ വാക്കുകളിൽ പറഞ്ഞു.

മുറിയിൽ നിന്ന് പുറത്തേക്ക് പോകുന്ന മുഖ്യ ജയിലർക്കു പിന്നാലെ ദൃഷ്ടിപായിച്ചുകൊണ്ട് ആ മാന്യൻ ചോദിച്ചു:

"എന്നാൽ, നിങ്ങൾ 'കോൺഫിഡൻഷ്യലിൽ'പ്പെട്ടവനല്ലെന്ന് ഞാൻ കരുതുന്നു."

"ആ പ്രയോഗത്തിന്റെ അർത്ഥം എനിക്കറിയില്ല; എന്നാൽ, അങ്ങനെ അവർ പറയുന്നത് ഞാൻ കേട്ടു."

“ഹാ! എന്തൊരു കഷ്ടം! ഞങ്ങൾക്ക് വളരെ ഖേദമുണ്ട്! ഞങ്ങളുടെ സമൂഹത്തിൽ പലരും ആദ്യം ‘കോൺഫിഡൻഷ്യലി’ലായിരുന്നു; എന്നാൽ, കുറച്ച് നാൾ മാത്രമേ അത് നീണ്ടുനിന്നുള്ളു.” പിന്നെ ശബ്ദമുയർത്തിക്കൊണ്ടയാൾ വിളിച്ചുപറഞ്ഞു “എനിക്ക് നിങ്ങളെ അറിയിക്കാൻ വിഷമമുണ്ട്, കൂട്ടുകാരെ,‘കോൺഫിഡൻഷ്യലി’ൽ ആണ്.”

ചാൾസ് ഡാർണി ആ മുറി കടന്ന്, ജയിലർ കാത്തുനില്ക്കുന്ന അഴിയിട്ട വാതില്ക്കലേക്ക് നടക്കവെ, ഒരു സഹതാപ തരംഗമുയർന്നു. നിരവധി ശബ്ദങ്ങൾ അയാൾക്ക് നന്മയും പ്രോത്സാഹനവും നല്കി; സഹാതാപം നിറഞ്ഞ സ്ത്രീകളുടെ മൃദുസ്വരങ്ങൾ പ്രത്യേകം ശ്രദ്ധേയമായിരുന്നു. തന്റെ ഹൃദയംഗമമായ നന്ദി രേഖപ്പെടുത്തുന്നതിനായി അഴിയിട്ട വാതില്ക്കലെത്തിയപ്പോൾ അയാൾ മുഖം തിരിച്ചു; ജയിലർ ആ വാതിൽ അടച്ചു. ആ മായാരൂപങ്ങൾ അയാളുടെ ദൃഷ്ടിയിൽനിന്ന് എന്നെന്നേക്കുമായി അപ്രത്യക്ഷമായി.

കല്ല്കോണിയിലേക്കുള്ള വാതിൽ തുറന്ന് അവർ കോണി കയറി. നാല്പത് ചവിട്ടുപടികൾ പിന്നിട്ടപ്പോൾ, പൊക്കം കുറഞ്ഞ ഒരു കറുത്ത വാതിൽ ജയിലർ തുറന്നു; അവർ ഒരു ഏകാന്ത തടവറയിലേക്ക് കയറി. അത് ഭയങ്കര തണുപ്പും, നനവുള്ളതുമായിരുന്നു; എന്നാൽ, ഇരുളടഞ്ഞതായിരുന്നില്ല.

“നിങ്ങളുടേത്.” ജയിലർ പറഞ്ഞു.

“എന്നെ ഒറ്റയ്ക്കാണോ തടവിലിടുന്നത്?”

“എനിക്ക് എങ്ങനെ അറിയാം!”

“എനിക്ക് പേനയും മഷിയും കടലാസും വാങ്ങിക്കാൻ കഴിയുമോ?”

“അതെന്റെ അധികാര പരിധിയിലുള്ളവയല്ല. നിങ്ങളെ കാണാൻ ആരെങ്കിലും വരും, അപ്പോൾ ചോദിക്കാം. തൽക്കാലം നിങ്ങൾക്ക് ഭക്ഷണം വാങ്ങിക്കാം, മറ്റൊന്നുമില്ല.”

ആ അറയിൽ ഒരു കസേര, ഒരു മേശ, ഒരു വൈക്കോൽ കിടക്ക എന്നിവയുണ്ടായിരുന്നു. ജെയിലർ സ്ഥലം വിടുന്നതിനു മുമ്പ് ഈ വസ്തുക്കളിലേക്ക് ഒന്ന് കണ്ണോടിച്ചു: പിന്നെ, നാല് ചുമരുകളിലേക്കും ദൃഷ്ടി പായിച്ചു. ചുമരിൽ ചാരിനിന്നിരുന്ന അയാൾ ഒരു ചിത്തഭ്രമക്കാരനെപ്പോലെ ചിന്തിച്ചു, എത്ര അരോചകമായ വിധത്തിലാണ് ഈ ജയിലറുടെ മുഖവും ശരീരവും ചീർത്തിരിക്കുന്നത്! വെള്ളത്തിൽ മുങ്ങി, ശരീരത്തിൽ വെള്ളം നിറഞ്ഞ് വീർത്തതുപോലുണ്ട്! ജയിലർ പോയപ്പോൾ, അതേ തരം ഭ്രാന്തൻ ചിന്ത അയാളുടെ മനസ്സിൽ വീണ്ടും അലഞ്ഞു തിരിയാൻ തുടങ്ങി. “ഇപ്പോൾ ഞാൻ ഇവിടെ ഉപേക്ഷിക്കപ്പെട്ടിരിക്കുന്നു, ഞാൻ മരിച്ചവനാണെന്നതുപോലെ!”പിന്നെ കിടക്കയിലേക്ക് കുനിഞ്ഞുനോക്കിയ ശേഷം തലതിരിച്ച്, അസുഖകരമായൊരു ഭാവത്തോടെ ചിന്തിച്ചു “മരണശേഷമുള്ള ശരീരത്തിന്റെ ആദ്യഅവസ്ഥ ഈ ഇഴജീവികളിലാണ്. ഉറുമ്പുകൾ, പുഴുക്കൾ...”

ആ അറയിൽ കാൽചുവടുകൾ എണ്ണിവെച്ചുകൊണ്ട് ആ തടവുപുള്ളി നടന്നു; “അഞ്ച് ചുവട് നാലരചുവട്, അഞ്ച് ചുവട് നാലരചുവട്, അഞ്ച് ചുവട് നാലരചുവട്.” അയാൾ വീണ്ടും വീണ്ടും മുറിയുടെ വിസ്താരം

അളന്നു. തമ്പോറടി പോലെ നഗരത്തിന്റെ ഗർജ്ജനം ഉയരുന്നു, അതോടൊപ്പം ഭീകരമായൊരു വാക്യവും. "അയാൾ ഷൂസുണ്ടാക്കി, അയാൾ ഷൂസുണ്ടാക്കി, അയാൾ ഷൂസുണ്ടാക്കി." ഏതോ മായക്കാഴ്ചകളിൽ മുഴുകി ശ്രദ്ധ തിരിക്കാനായി. തടവുപുള്ളി ആ മുറിയുടെ അളവ് വീണ്ടും വീണ്ടും ധൃതിയിൽ നടന്നുകൊണ്ട് എടുത്തുകൊണ്ടിരുന്നു.

രണ്ട്

പാരീസിലെ സെന്റ് ജെർമെയിൻ ക്വാർട്ടിലുള്ള ടെൽസൺസ് ബാങ്ക് സ്ഥിതി ചെയ്യുന്നത് വലിയൊരു കെട്ടിടത്തിന്റെ ഒരു പാർശ്വത്തിലാണ്; അതിന് മുന്നിൽ വലിയൊരു മുറ്റമുണ്ട്; തെരുവിൽനിന്ന് അതിനെ വേർപെടുത്തുന്നതിന്നായി ഒരു വൻ മതിലും, ശക്തമായൊരു ഗേറ്റും.

വിപ്ലവം പൊട്ടിപ്പുറപ്പെടുന്നതുവരെ അതിന്റെ ഉടമ, മഹാനായൊരു തിരുമേനി, ആ കെട്ടിടത്തിലാണ് താമസിച്ചിരുന്നത്. വിപ്ലവകാലത്ത് സ്വന്തം പാചകക്കാരന്റെ വസ്ത്രമണിഞ്ഞ് രാജ്യതിർത്തി കടക്കാൻ ശ്രമിച്ചു. വേട്ടക്കാരിൽനിന്നും ഓടി രക്ഷപ്പെടാൻ ശ്രമിച്ച ഇയാളുടെ ചുണ്ടിലാണ് മൂന്നു കരുത്തരായ സേവകന്മാരും പാചകക്കാരനും കൂടി ചോക്കലേറ്റ് തയ്യാറാക്കി വെച്ചുകൊടുത്തിരുന്നത്! അതേ തിരുമേനി തന്നെയാണ് രൂപാന്തരം പ്രാപിച്ച ഈ വ്യക്തി! അയാളിൽ നിന്നും ഉന്നത ശമ്പളം കൈപ്പറ്റിയ പാപത്തിൽനിന്നും സ്വയം കുറ്റവിമുക്തരായ ആ സേവകർ, 'സ്വാതന്ത്ര്യം, സാഹോദര്യം, സമത്വ'ത്തിന്റെ അൾത്താരയിൽ അയാളുടെ കഴുത്തറക്കാൻ സന്നദ്ധരായി. തിരുമേനിയുടെ ഈ കൊട്ടാരം ആദ്യം ജപ്തി ചെയ്യുകയും, പിന്നീട് കണ്ടുകെട്ടുകയും ചെയ്തു. നിയമങ്ങൾ ചടപടാ എന്ന് മാറിക്കൊണ്ടിരുന്നു; ഒടുവിൽ ഈ കെട്ടിടം രാജ്യസ്നേഹികളുടെ നിയമവിഭാഗത്തിന്റെ കൈയിലായി. ത്രിവർണ്ണം അതിന്റെ ചിഹ്നമായി മാറി. രാജ്യസ്നേഹികളായ രഹസ്യ ദൂതന്മാർ അവിടെ ഇരുന്ന് ബ്രാണ്ടി കുടിക്കുന്നു.

ഇത്തരം ഒരു പരിതഃസ്ഥിതിയിലും ടെൽസൺസ് ഫ്രാൻസിൽ പ്രശ്നമില്ലാതെ നിലനിൽക്കുന്നു. ആരും പേടിച്ച് ആ ബാങ്കിൽ നിന്നും പണം പിൻവലിച്ചില്ല. എത്രപണം പിൻവലിച്ചെന്നോ, എത്ര സമ്പത്ത് അവിടെ കിടക്കുന്നുണ്ടെന്നോ, എത്ര മറന്നുപോയിട്ടുണ്ടെന്നോ, എത്ര സ്വർണ്ണങ്ങളും രത്നങ്ങളും ടെൽസൺസിന്റെ രഹസ്യഅറയിൽ ക്ലാവ് പിടിച്ച് കിടക്കുന്നുണ്ടെന്നോ ആർക്കുമറിയില്ല; അവയുടെ നിക്ഷേപകർ ജയിലിൽ കിടന്ന് നശിക്കുകയോ, കലാപത്തിൽ കൊല്ലപ്പെടുകയോ ചെയ്തിരിക്കാം. ഇത്തരം പ്രശ്നങ്ങളെക്കുറിച്ച് ചിന്തിച്ച് തല പുകച്ചിരിക്കയാണ് മി.ഡാർവിസ് ലോറി. പുതുതായി കത്തിച്ച ഒരു ചൂളക്ക് മുന്നിൽ ഇരിക്കയാണയാൾ; അയാളുടെ സത്യസന്ധവും, ധീരവുമായ മുഖത്ത് ഈ ഭീതിയുടേതായൊരു നിഴൽ വീണിരിക്കുന്നു!

ബാങ്കിലെ ഒരു മുറിയിലാണയാൾ താമസിക്കുന്നത്. പ്രധാന കെട്ടിടം രാജ്യസ്നേഹികളുടെ താവളമായതിനാൽ കൂടുതൽ സുരക്ഷിതത്വമുണ്ടെങ്കിലും അതൊന്നുമല്ല അദ്ദേഹത്തെ താമസമാക്കാനിടവരുത്തിയത്. സത്യസന്ധനായ ആ വൃദ്ധൻ ഇതൊന്നും കണക്കിലെടുത്തിരുന്നില്ല; തന്റെ

ഡ്യൂട്ടി എന്ന നിലയിൽ ബാങ്കിൽ താമസമാക്കി എന്നുമാത്രം. മുറ്റത്തിന്റെ എതിർവശത്ത്, നിരയായി സ്ഥിതി ചെയ്യുന്ന തൂണുകൾക്കുകീഴെ വണ്ടികൾക്ക് നില്ക്കാനായുള്ള സ്ഥലമുണ്ട്; അപ്പോഴും ചില പ്രഭുക്കന്മാരുടെ വണ്ടികൾ അവിടെ നില്ക്കുന്നത് കാണാം. അവയിൽ രണ്ട് തൂണുകളിൽ വലിയ തീപ്പന്തങ്ങൾ കെട്ടിവെച്ചിട്ടുണ്ട്. അവയിലെ പ്രകാശത്തിൽ തുറസ്സായ സ്ഥലത്ത് സ്ഥാപിച്ചിട്ടുള്ള ഭീമാകാരമായൊരു ചാണയ്ക്ക് വെക്കുന്ന അരകല്ല് കാണാം. ഏതോ അടുത്തുള്ള കരുവാന്റെ ആലയിൽ നിന്നോ വർക്ക്ഷോപ്പിൽ നിന്നോ ധൃതിപിടിച്ച് കൊണ്ടുവന്ന് സ്ഥാപിച്ചതുപോലുണ്ട്. എഴുന്നേറ്റ്, ജനാലയിലൂടെ ഈ വസ്തുക്കളിലേക്ക് നോക്കിയപ്പോൾ മി. ലോറി ഒന്ന് വിറച്ചു; പിന്നെ, തീച്ചൂളയ്ക്കടുത്ത ഇരിപ്പിടത്തിൽ വന്നിരുന്നു; അയാൾ ഗ്ലാസ് പാനൽ മാത്രമല്ല, അതിന്നപ്പുറത്തുള്ള കർട്ടനും മാറ്റി ഇട്ടിരുന്നു. അയാൾ അവ രണ്ടും വീണ്ടും അടച്ചിട്ടു; ശരീരമാസകലം ഒരു വിറയൽ അയാൾക്കനുഭവപ്പെട്ടു.

ആ വൻമതിലിനും ഗേറ്റിനുമപ്പുറത്ത് നിന്ന് നഗരത്തിലെ പതിവ് ആരവം ഉയരുന്നുണ്ട്, ചിലപ്പോൾ ഭീകരമായ അലർച്ചയും അട്ടഹാസങ്ങളും കേൾക്കാം, അത് ആകാശത്തോളം ഉയരുന്നു! ഒപ്പം വിവരിക്കാനാവാത്ത ഒരു തരം മണിനാദവും! “ദൈവത്തിന് നന്ദി” കൈകൾ കൂട്ടിപ്പിടിച്ച് അയാൾ പറഞ്ഞു “ഇന്നുരാത്രി എന്റെ പ്രിയപ്പെട്ടവരും സ്വന്തക്കാരുമൊന്നും ഈ ഭീകരനഗരത്തിലില്ലല്ലൊ! അപകടത്തിൽപ്പെട്ടവരോടെല്ലാം ദൈവം കരുണ കാണിക്കേണമേ!”

ആ സമയത്ത് ആ വലിയ ഗേറ്റിലെ മണി അടിച്ചു. അയാൾ വിചാരിച്ചു “ദൈവമേ, അവർ വന്നു.”പിന്നെ, അവിടെ ഇരുന്ന് കാതോർത്തു. എന്നാൽ, അയാൾ പ്രതീക്ഷിച്ചതുപോലെ, മുറ്റത്തേക്ക് ആരവത്തോടെയുള്ള പ്രവാഹമൊന്നുമുണ്ടായില്ല. ഗേറ്റ് വീണ്ടും അടയുന്ന ശബ്ദം കേട്ടു. എല്ലാം ശാന്തം.

ബാങ്കിനെ കുറിച്ചുള്ള ചിന്തകൾ അയാളെ അസ്വസ്ഥനാക്കിയിരുന്നു. അതിന് നല്ല പാറാവുണ്ട്; അവരവിടെ ഉണ്ടോ എന്നറിയാനായി അയാൾ എഴുന്നേറ്റു. അപ്പോൾ, അയാളുടെ വാതിൽ പെട്ടെന്ന് തുറന്ന് രണ്ട് രൂപങ്ങൾ അകത്തേക്ക് പാഞ്ഞുകയറി! അവരെ കണ്ട് അയാൾ ആശ്ചര്യപൂർവ്വം ഒന്ന് പിൻവാങ്ങി.

ലൂസിയും അവളുടെ അച്ഛനും! ലൂസി അയാൾക്കുനേരെ കൈകൾ നീട്ടിക്കൊണ്ട് അടുത്തു. അവളുടെ പഴയ ആത്മാർത്ഥത ഈ വേളയിലും അവളുടെ മുഖത്ത് പ്രകടമായിരുന്നു.

“എന്താണിത്?”ശ്വാസം വിടാനാകാതെ, പരിഭ്രമിച്ച് മി.ലോറി നിലവിളിച്ചു.“എന്താണ് കാര്യം? ലൂസി! മാനെറ്റ്! എന്താണ് സംഭവിച്ചത്? എന്താണ് നിങ്ങൾ ഇവിടെ വരാൻ കാരണം? എന്താണത്?”

പരിഭ്രമിച്ച്, വിളറിയ മുഖത്തോടെ അയാളെ മിഴിച്ചു നോക്കിക്കൊണ്ടവൾ കൈകൾ നീട്ടി കേണു, “ഓ എന്റെ പ്രിയ സുഹൃത്തേ! എന്റെ ഭർത്താവ്!”

“നിന്റെ ഭർത്താവ്, ലൂസി?”

“ചാൾസ്.”

"ചാൾസിനെന്ത് പറ്റി?"

"ഇവിടെ."

"ഇവിടെ, പാരീസിൽ?"

"മൂന്നുനാല് ദിവസമായി ഇവിടെയാണ്. കൃത്യമായി എനിക്കറിയില്ല. എനിക്കൊന്നും ഓർക്കാൻ കഴിയുന്നില്ല. ഞങ്ങളറിയാതെ, മഹാമനസ്കതയുടെ പേരിൽ അദ്ദേഹം ഇവിടെ എത്തിയതാണ്; അദ്ദേഹത്തെ അതിർത്തിയിൽ തടഞ്ഞുനിർത്തി, തടവറയിലേക്കയച്ചിരിക്കയാണ്."

അവർണ്ണനീയമായ രീതിയിൽ ഒരു പൊട്ടിക്കരച്ചിൽ ആ വൃദ്ധനിൽ നിന്നും ഉയർന്നു. അതേ സമയം ആ വലിയ ഗേറ്റിന്റെ മണി വീണ്ടും മുഴങ്ങി; ഭീകരമായ അട്ടഹാസത്തോടെ ജനങ്ങൾ മുറ്റത്തേക്ക് ഒഴുകി.

"എന്താണാശബ്ദം?" ജന്നലയിലേക്ക് തിരിഞ്ഞ് ഡോക്ടർ ചോദിച്ചു.

"നോക്കല്ലെ!"മി.ലോറി ഒച്ചവെച്ചു."പുറത്തേക്ക് നോക്കല്ലെ! മാനെറ്റ്, ദൈവത്തെ ഓർത്ത്, ആ കർട്ടൻ തൊടല്ലെ!"

ഡോക്ടർ തലതിരിച്ച്, ധീരമായൊരു പുഞ്ചിരിയോടെ, ശാന്തനായി പറഞ്ഞു:

"എന്റെ പ്രിയ സുഹൃത്തേ, ഞാനീ നഗരത്തിൽ സുഖമായി ജീവിച്ചിട്ടുള്ളവനാണ്. ഞാനൊരു ബാസിൽ തടവുകാരനുമായിരുന്നു. ഞാൻ ബാസിൽ കോട്ടയിലെ തടവ് പുള്ളി ആയിരുന്നെന്നറിയാത്ത ഒറ്റ രാജ്യസ്നേഹി പോലും പാരീസിലോ, ഫ്രാൻസിലോ കാണില്ല. എന്നെ ആഹ്ലാദത്തോടെ ആലിംഗനം ചെയ്യാനോ, വിജയ ലഹരിയിൽ പൊക്കിക്കൊണ്ടു നടക്കാനോ അല്ലാതെ ആരും എന്നെ സ്പർശിക്കില്ല."

"എന്റെ പഴയ വേദന, അതിർത്തി കടക്കുമ്പോൾ എനിക്ക് ശക്തി നല്കി; അവിടെവെച്ച് ചാൾസിനെക്കുറിച്ചുള്ള വിവരം എനിക്ക് ലഭിച്ചു; അങ്ങനെയാണ് ഞങ്ങൾക്കവിടെ എത്താനിടയായത്. ചാൾസിനെ എല്ലാ അപകടങ്ങളിൽ നിന്നും രക്ഷിക്കാനാകുമെന്ന് കരുതുന്നു; ഞാൻ ലൂസിയോടങ്ങനെ പറഞ്ഞിട്ടുണ്ട്. എന്താണാ ബഹളം?"അദ്ദേഹത്തിന്റെ കൈ വീണ്ടും ജന്നലയിൽ പിടിച്ചു.

"നോക്കല്ലെ!"ഹതാശനായ മി.ലോറി നിലവിളിച്ചു. "വേണ്ട, ലൂസി, എന്റെ ഡിയർ, വേണ്ട!" അയാളവളെ ചുറ്റിപ്പിടിച്ചു. "അങ്ങനെ പേടിക്കേണ്ട, എന്റെ കുട്ടി. ഞാൻ ദൈവനാമത്താൽ ശപഥം ചെയ്യുന്നു, ചാൾസിന് യാതൊരപകടവും സംഭവിച്ചിട്ടില്ലെന്ന്. അയാളെ ഏത് തടവിലാണ് ഇട്ടിരിക്കുന്നത്?"

"ലാഫോഴ്സ്!"

" ലാഫോഴ്സ്! ലൂസി, എന്റെ കുട്ടി, നിങ്ങൾ ധീരരാണെങ്കിൽ, നിങ്ങൾ ഇപ്പോൾ ശാന്തരായിരിക്കണം, ഞാൻ പറഞ്ഞത്പോലെത്തന്നെ ചെയ്യണം. ഇന്ന് രാത്രി ഒരു സഹായവും പ്രതീക്ഷിക്കേണ്ട. നിങ്ങൾക്ക് ഇവിടെ നിന്ന് അനങ്ങാൻ പറ്റില്ല. ചാൾസിനുവേണ്ടി ചെയ്യാനുള്ളത് ഏറ്റവും കഠിനമായൊരു ജോലിയാണ്. നിങ്ങൾ അനുസരണയോടെ പ്രവർത്തിക്കണം, ഞാൻ നിന്നെ പിന്നിലെ ഒരു മുറിയിലാക്കാം എന്നേയും അച്ഛനേയും രണ്ടു മിനിറ്റുനേരത്തേക്ക് നീ ഒറ്റയ്ക്ക് വിടണം. താമസിപ്പിക്കരുത്."

“ഞാൻ നിങ്ങൾ പറയുന്നത് അനുസരിക്കാം. ഇതല്ലാതെ മറ്റൊന്നും ചെയ്യാനില്ലെന്ന് നിങ്ങളുടെ മുഖഭാവത്തിൽ നിന്ന് ഞാൻ മനസ്സിലാക്കുന്നു. നിങ്ങൾ സത്യസന്ധനാണെന്നെനിക്കറിയാം.” ലൂസിയുടെ മുഖം കനത്തു.

ആ വൃദ്ധൻ അവളെ ചുംബിച്ച്, പിൻവശത്തെ മുറിയിലേക്ക് ധൃതിയിൽ കൊണ്ടുപോയാക്കി, വാതിൽ പൂട്ടി, പെട്ടെന്ന് ഡോക്ടറുടെ അടുത്ത് തിരിച്ചെത്തി; അയാൾ ഡോക്ടറുടെ തോളിൽ കൈയിട്ട്, മെല്ലെ ജന്നലയും കർട്ടനും പാതി തുറന്നുവെച്ച്, മുറ്റത്തേക്ക് നോക്കി.

സ്ത്രീപുരുഷന്മാരുടെ ഒരു കൂട്ടം അവിടെ നില്ക്കുന്നുണ്ട്. മുറ്റം നിറയാൻ മാത്രം ആളുകൾ ഇല്ല. നാല്പതോ, അമ്പതോ പേർ കാണും. അവർ അരക്കല്ലിന്നരികിൽ നിലയുറപ്പിച്ചിരിക്കുന്നു; അത് അവിടെ സ്ഥാപിച്ചിട്ടുള്ളത് ഉദ്ദേശ്യലക്ഷ്യത്തോടെയാണെന്ന് വ്യക്തം; സൗകര്യമുള്ള ഒരു ഒഴിഞ്ഞ സ്ഥലം.

ഭീകരമായ പ്രവർത്തകർ, ഭീകരമായ പ്രവൃത്തി!

ആ അരകല്ലിന് ഇരട്ടപ്പിടിയാണുള്ളത്; രണ്ട് പേർ അത് ഭ്രാന്തമായ രീതിയിൽ ചുറ്റിക്കറക്കുന്നു, ഭീകര ജന്തുക്കളേക്കാൾ ഭയാനകമാണവരുടെ മുഖങ്ങൾ. വ്യാജ കൺപുരികങ്ങളും വ്യാജ മീശകളുമാണവരുടേത്. ആ വൃത്തികെട്ട മുഖങ്ങളിൽ രക്തവും വിയർപ്പും നിറഞ്ഞിരിക്കുന്നു. എല്ലാവരും അട്ടഹസിച്ചുകൊണ്ടിരുന്നതിനാൽ വികലമായ മുഖത്തോട് കൂടിയവരാണ്. മൃഗീയമായ ആവേശത്തോടെ അവർ തുറിച്ചുനോക്കുന്നു. കണ്ണുകളിൽ ഉറക്കച്ചടവ് നന്നായിക്കാണാം. ഈ കശ്മലന്മാർ അരകല്ല് തിരിച്ചുകൊണ്ടിരിക്കവെ അവരുടെ തലമുടി ചിലപ്പോൾ മുന്നിലേക്കും ചിലപ്പോൾ പിന്നിലേക്കും വീണിരുന്നു. ചില സ്ത്രീകൾ അവർക്ക് കുടിക്കാനായി വീഞ്ഞുപാത്രം ചുണ്ടിൽവെച്ചു കൊടുത്തു. നിലത്ത് പതിച്ചുകൊണ്ടിരിക്കുന്ന രക്തതുള്ളികളും വീഞ്ഞുതുള്ളികളും അരകല്ലിൽനിന്നുയരുന്ന അഗ്നിസ്ഫുലിംഗങ്ങളും, എല്ലാം ചേർന്ന് ആ അന്തരീക്ഷം രക്തപങ്കിലമായി കാണപ്പെട്ടു! ചോര പുരളാത്ത ഒരാളെയും അതിൽനിന്ന് വേർതിരിച്ചു കാണാൻ കണ്ണുകൾക്കായില്ല. തോളോടുതോൾ ചേർന്നവർ തങ്ങളുടെ ആയുധങ്ങൾ മൂർച്ചകൂട്ടനായി അരകല്ലിന്നരികിൽ ബഹളം വെക്കുകയാണ്; പുരുഷന്മാരെല്ലാം രക്തക്കറ പിടിച്ച കീറത്തുണിയാണ് ധരിച്ചിട്ടുള്ളത്. അർദ്ധനഗ്നരായ അവരുടെ അവയവങ്ങളിലെല്ലാം രക്തം കട്ട പിടിച്ച് കിടക്കുന്നു. അവർക്ക് മൂർച്ചകൂട്ടേണ്ടതായ കോടാലികൾ, കഠാരികൾ, ബയനെറ്റുകൾ, വാളുകൾ എല്ലാം രക്തം പുരണ്ട് ചുകന്നിരിക്കുന്നു.

ഒരു നിമിഷം കൊണ്ട് ഈവക ദൃശ്യങ്ങളെല്ലാം കൺമുന്നിൽ നിറഞ്ഞു. മുങ്ങിച്ചാകാൻ പോകുന്നൊരു മനുഷ്യന്റെ ദൃശ്യംപോലെ!

“പൂട്ടിയിട്ട മുറിയിലേക്ക് ഭീതി പൂർവ്വം നോക്കി മി.ലോറി മന്ത്രിച്ചു.” അവർ തടവ് പുള്ളികളെ വധിക്കുകയാണ്. നിങ്ങൾ പറഞ്ഞത് നിങ്ങൾക്ക് ഉറപ്പാണെങ്കിൽ, നിങ്ങൾ കരുതുന്നതുപോലുള്ള അധീശത്വം നിങ്ങൾക്കുണ്ടെങ്കിൽ, ഈ പിശാചുക്കളെ നിങ്ങൾ സ്വയം ബോദ്ധ്യപ്പെടുത്തുക, അവരെ ലാഫോഴ്സിലേക്ക് കൊണ്ടുപോകുക. അത് ഒരു പക്ഷേ വളരെ വൈകിയിരിക്കാം, എനിക്കറിയില്ല; എന്നാൽ, ഒരു മിനിറ്റ് പോലും ഇനി വൈകിപ്പിക്കരുത്!”

ഡോ.മാനെറ്റ് അയാളുടെ കൈ പിടിച്ചമർത്തി, ശിരസ്സിൽ തൊപ്പിപോലും വെക്കാതെ, ധൃതി പിടിച്ച് മുറിയിൽ നിന്ന് പുറത്ത് കടന്നു; മി.ലോറി ജന്നൽ കർട്ടൻ ഇടുമ്പോഴേക്കും അദ്ദേഹം മുറ്റത്തെത്തിക്കഴിഞ്ഞിരുന്നു.

അദ്ദേഹത്തിന്റെ നരച്ച തലയും, ശ്രേഷ്ഠമായ മുഖവും, സാഹസികമായ ദൃഢ വിശ്വാസത്തോടെയുള്ള പെരുമാറ്റവും, ആയുധങ്ങൾ തട്ടിമാറ്റി കൂസലില്ലാതെ ഒരു നിമിഷത്തിനകം അരകല്ലിനടുത്ത് എത്തിയതും ആ ജനക്കൂട്ടത്തെ ആകർഷിച്ചു. ഏതാനും മിനിറ്റുകളുടെ നിശ്ശബ്ദത, ഒരു തിരക്ക്, ഒരു മർമ്മരം, അദ്ദേഹത്തിന്റെ അസ്പഷ്ടമായ സ്വരം. പിന്നെ, എല്ലാവരും ഓടിവന്ന്, തോളോടുതോൾ വട്ടമിട്ടു നിന്ന് ഉച്ചത്തിൽ വിളിച്ചു പറയുന്നത് മി.ലോറി കണ്ടു– "ബാസിൽ തടവുപുള്ളി നീണാൾ വാഴട്ടെ! ബാസിൽ തടവുപുള്ളിയുടെ ലാഫോഴ്സിലുള്ള ബന്ധുവിനുവേണ്ടി സഹായിക്കുക! ലാഫോഴ്സിലെ എവ്രെമോണ്ട് തടവുപുള്ളിയെ രക്ഷിക്കുക!" ജനാവലി ഉദ്ഘോഷിച്ചു.

പിടയ്ക്കുന്ന ഹൃദയത്തോടെ മി.ലോറി ജാലകം വീണ്ടും അടച്ചു, കർട്ടനിട്ടു; ലൂസിയുടെ അടുത്തേക്ക് ഓടിച്ചെന്ന്, ആ ജനങ്ങളുടെ സഹായത്തോടെ അച്ഛൻ അവളുടെ ഭർത്താവിനെ അന്വേഷിച്ച് പോയിരിക്കയാണെന്നവളോട് പറഞ്ഞു. ലൂസിയോടൊപ്പം അവളുടെ കുഞ്ഞും മിസ്സ് പ്രോസ്സും ഉണ്ടായിരുന്ന കാര്യം അപ്പോഴാണദ്ദേഹം ഓർത്തത്. അയാൾ അവിടെ ഇരുന്ന് ലൂസിയെ ശ്രദ്ധാപൂർവ്വം നോക്കിയിരുന്നു.

ലൂസി, അപ്പോഴേക്കും, അയാളുടെ കാലിന്നടുത്ത്, അർദ്ധബോധാവസ്ഥയിൽ കിടപ്പായിക്കഴിഞ്ഞിരുന്നു; അയാളുടെ കരം ഗ്രഹിച്ചു കൊണ്ടായിരുന്നു മയക്കം. മിസ്സ് പ്രോസ്സ് കുഞ്ഞിനെ അയാളുടെ കിടക്കയിൽത്തന്നെ കിടത്തിയുറക്കി; സാവധാനം അവളും മെത്തയിൽ തലചായ്ച്ചിരുന്നു. നീണ്ട രാത്രി, പാവം ഭാര്യ ഞെരങ്ങിക്കൊണ്ടിരുന്നു; അച്ഛൻ തിരിച്ചെത്തിയിട്ടില്ല; യാതൊരു വാർത്തയും ലഭിച്ചില്ല!

ആ വലിയ ഗേറ്റിലെ മണി രാത്രി രണ്ട് പ്രാവശ്യം കൂടി അടിച്ചു. അരകല്ല് കറക്കപ്പെട്ടു, മർമ്മരമുയർന്നു.

"അതെന്താണ്?"പേടിയോടെ ലൂസി നിലവിളിച്ചു. "ഹഷ്! പടയാളികൾ അവിടെ വാളുകൾ മൂർച്ച കൂട്ടുകയാണ്."മി.ലോറി പറഞ്ഞു "ഈ സ്ഥലം ഇപ്പോൾ രാജ്യത്തിന്റെ സ്വത്താണ്; ഒരു തരത്തിലുള്ള ആയുധശാല, എന്റെ ഡിയർ."

കുറച്ചുകഴിഞ്ഞപ്പോൾ നേരം പുലരാൻ തുടങ്ങി; അയാൾ മെല്ലെ ലൂസിയുടെ പിടിത്തം വേർപെടുത്തി; കരുതലോടെ പുറത്തേക്ക് നോക്കി. അരകല്ലിന് സമീപം, തറയിൽ കിടന്നിരുന്ന രക്തം പുരണ്ട ബോധം തിരിച്ചു കിട്ടിയ ഒരാൾ പോർക്കളത്തിൽ മുറിവേറ്റൊരു പടയാളിയെപ്പോലെ ചുറ്റുപാടും ശൂന്യമായ ഒരു നോട്ടം അയച്ചു; ഉടനെ ഈ തളർന്ന ഘാതകൻ അവ്യക്തമായ വെളിച്ചത്തിൽ ഒരു പ്രഭുവിന്റെ വണ്ടി അവിടെ കിടക്കുന്നത് കണ്ടു. ആ ആഡംബരവണ്ടിയിലേക്കയാൾ ഇടറി നടന്നുചെന്ന്, അതിൽക്കയറി സുഖകരമായ കുഷ്യനിൽ കിടന്ന് വിശ്രമിച്ചു.

മി.ലോറി വീണ്ടും പുറത്തേക്ക് നോക്കിയപ്പോൾ, അരുണിമയാർന്ന സൂര്യപ്രകാശം മുറ്റത്ത് പരന്നു കഴിഞ്ഞിരുന്നു. ശാന്തമായ പുലർ

കാലാന്തരീക്ഷത്തിൽ അരകല്ല് ഏകനായി നിലകൊള്ളുന്നു! അതിന്റെ മുകൾ ഭാഗം ചുകന്നിരിക്കുന്നു; എന്നാൽ, അതൊരിക്കലും പ്രഭാത സൂര്യൻ നല്കിയ ചുകപ്പല്ല, സൂര്യന്നത് ഒരിക്കലും അത് എടുത്ത് മാറ്റാനും കഴിയില്ല.

മൂന്ന്

ജോലി സമയമായപ്പോൾ, മി.ലോറിയുടെ ബിസിനസ്സ് മനസ്സിൽ ഉയർന്നു വന്ന ആദ്യപരിഗണന ഇതായിരുന്നു- ബാങ്ക് കെട്ടിടത്തിൽ ഒരു കുടിയേറ്റക്കാരന്റെ ഭാര്യയെ താമസിപ്പിച്ച് ടെൽസൺസിനെ അപകടത്തിലാക്കുവാൻ അയാൾക്ക് യാതൊരവകാശവുമില്ല. തന്റെ സ്വന്തം സ്വത്തുക്കളും, സുരക്ഷിതത്വവും, ജീവിതവും, ഒരു നിമിഷം പോലും ചിന്തിക്കാതെ ലൂസിക്കും അവളുടെ കുട്ടിക്കും വേണ്ടി അയാൾ അപായപ്പെടുത്തും. അയാളെ ഏല്പിച്ചിരിക്കുന്ന മഹത്തായ വസ്തുക്കൾ അയാളുടേതല്ല; അയാൾ ബിസിനസ്സ് കാര്യത്തിൽ കണിശക്കാരനാണ്. ഉത്തരവാദിത്വങ്ങളിൽ കണിശക്കാരനാണ്.

ആദ്യം അയാളുടെ മനസ്സിൽ വന്നത് ഡിഫാർജ് ആണ്. സംഭ്രാന്തമായ ഈ നഗരത്തിൽ ഏറ്റവും സുരക്ഷിതമായൊരു വാസസ്ഥലം കണ്ടെത്തുന്നതിന്നായി ആ വീഞ്ഞുകടക്കാരനെ സമീപിക്കാം. എന്നാൽ, ഉടനെ ആ ചിന്ത ഉപേക്ഷിച്ചു; കാരണം, അയാൾ താമസിക്കുന്നത് ഏറ്റവും അക്രമാസക്തമായ സ്ഥലത്താണ്, അയാൾ അവിടെ വളരെ സ്വാധീനമുള്ളവനാണെങ്കിലും.

ഉച്ച ആകാറായി; ഡോക്ടർ തിരിച്ചെത്തിയിട്ടില്ല; ഓരോ നിമിഷം കഴിയുന്തോറും ടെൽസൺസിന്റെ കാര്യത്തിൽ മി.ലോറി അസ്വസ്ഥനായി. അയാൾ ലൂസിയുമായി ഇക്കാര്യം ചർച്ച ചെയ്തു. കുറച്ചു നാളേക്കു വേണ്ടി. ആ ബാങ്കിന്റെ പരിസരത്ത് ഒരു താമസസ്ഥലം വാടകയ്ക്കെടുക്കേണ്ട കാര്യം അച്ഛൻ സംസാരിച്ചുവെച്ചിട്ടുണ്ടെന്ന് അവൾ പറഞ്ഞു. ഇതിൽ ബിസിനസ്സ് പരമായ എതിർപ്പുകൾ ഒന്നുമില്ലാത്തതിനാൽ, മി.ലോറി അത്തരം ഒരു വാസസ്ഥലമന്വേഷിച്ച്, ഉചിതമായൊരു വീട് കണ്ടെത്തി. ചാൾസിനെ മോചിപ്പിച്ചാലും കുറച്ച് നാൾ അയാൾക്ക് പാരീസിൽ തങ്ങേണ്ടി വരുമെന്ന് മി.ലോറിക്കറിയാമായിരുന്നു. ഒരു ഇടവഴിയിൽ, ഏകാന്തമായ ഒരു വാസസ്ഥലമാണത്, എല്ലാ ജനാലകളിലും കർട്ടനുകൾ ഇട്ട് ഭദ്രമാക്കിയിട്ടുള്ളത്. ഒഴിഞ്ഞു കിടക്കുന്ന നിരവധി ഫ്ളാറ്റുകളുള്ള ഉന്നത സൗധങ്ങളുടെ ഒരു ചത്വരത്തിലാണത്.

ഈ സ്ഥലത്തേക്ക് ലൂസിയേയും കുഞ്ഞിനേയും മിസ്സ് പ്രോസ്സിനേയും അപ്പോൾത്തന്നെ അയാൾ കൊണ്ടാക്കി. തനിക്കുള്ളതിനേക്കാളേറെ സുഖസൗകര്യങ്ങൾ അയാൾ അവർക്കായി ഒരുക്കിക്കൊടുത്തു. കാവലിന്നായി ജെറിയേയും അവരോടൊപ്പം നിർത്തിയശേഷം അയാൾ സ്വന്തം ജോലി ചെയ്യാനായി പോയി.

ബാങ്ക് സമയം കഴിയുന്നതുവരെ അയാൾ വല്ലാതെ അസ്വസ്ഥനായിരുന്നു. അയാൾ സ്വന്തം മുറിയിലെത്തി, ഭാവി പരിപാടികളെക്കുറിച്ച് ചിന്തിച്ചു കൊണ്ടിരിക്കവെ, കോണിയിൽനിന്ന് കാലൊച്ച കേട്ടു. ഏതാനും

നിമിഷങ്ങൾക്കുള്ളിൽ ഒരാൾ മി.ലോറിയുടെ മുന്നിലെത്തി. അയാൾ അദ്ദേഹത്തെ സൂക്ഷിച്ചു നോക്കി.

"നിങ്ങൾക്കെന്നെ അറിയാമോ?"

നാല്പത്തഞ്ചിനും അമ്പതിനുമിടക്ക് പ്രായമുള്ള, കറുത്ത് ചുരുണ്ട മുടിയുള്ള ഒരു മനുഷ്യനായിരുന്നു അത്. മറുപടിയായി അതേ വാക്കുകളിൽഒരു മറുചോദ്യം അയാൾ ആവർത്തിച്ചു.

"നിങ്ങൾക്കെന്നെ അറിയാമോ?"

"ഞാൻ നിങ്ങളെ എവിടെയോ കണ്ടിട്ടുണ്ട്."

"ഒരു പക്ഷേ എന്റെ വീഞ്ഞുഷോപ്പിൽ?"

മി.ലോറി വലിയ മാനസിക വിക്ഷോഭത്തോടെ ചോദിച്ചു "നിങ്ങൾ ഡോ. മാനെറ്റിന്റെ അടുത്ത് നിന്നാണോ വരുന്നത്?"

"അതെ, ഡോ.മാനെറ്റിന്റെ അടുത്ത് നിന്നാണ് വരുന്നത്."

"അദ്ദേഹം എന്ത് പറയുന്നു? എന്ത് സന്ദേശമാണദ്ദേഹം എനിക്കായി അയച്ചിരിക്കുന്നത്?"

ആകാംക്ഷാഭരിതനായ അയാളുടെ കൈയിലേക്ക് ഒരു തുറന്ന കുറിപ്പ് ഡിഫാർജ് വെച്ചുകൊടുത്തു. ഡോക്ടറുടെ കൈയക്ഷരത്തിലുള്ള ഏതാനും വാക്കുകൾ:

"ചാൾസ് സുരക്ഷിതനാണ്. എന്നാൽ, എനിക്കിനിയും സുരക്ഷിതനായി സ്ഥലം വിട്ടുപോരാൻ കഴിഞ്ഞിട്ടില്ല. ചാൾസിൽ നിന്നൊരു ചെറിയ കുറിപ്പ് അയാളുടെ ഭാര്യക്കുവേണ്ടി കൊണ്ടുപോകാൻ ഈ കത്ത് കൊണ്ടുവരുന്ന ആൾ ദയവായി സമ്മതിച്ചിട്ടുണ്ട്! അയാളെ ചാൾസിന്റെ ഭാര്യയെക്കാണാനനുവദിക്കുക."

ഒരു മണിക്കൂറിന്നുള്ളിൽ ലാഫോഴ്സിൽ വെച്ചെഴുതിയ കുറിപ്പാണത്.

"നിങ്ങൾ എന്നോടൊപ്പം വരുമോ"ആഹ്ലാദപൂർവ്വം ഉറക്കെ ഈ കുറിപ്പ് വായിച്ചശേഷം മി.ലോറി പറഞ്ഞു "അയാളുടെ ഭാര്യ താമസിക്കുന്നിടത്തേക്ക് വരാമോ?"

ഡിഫാർജ് വരാമെന്ന് തലയാട്ടി.

വിചിത്രമാംവിധം കരുതലോടെയും, യാന്ത്രികമായ രീതിയിലും ഡിഫാർജ് പെരുമാറുന്നത് ഒട്ടും ശ്രദ്ധിക്കാതെ, മി.ലോറി തൊപ്പി എടുത്ത് ധരിച്ച്, അവർ ഒന്നിച്ച് മുറ്റത്തേക്കിറങ്ങി. അവിടെ അവർ രണ്ടു സ്ത്രീകളെ കണ്ടു; ഒരാൾ തുന്നിക്കൊണ്ടിരിക്കുന്നു.

"തീർച്ചയായും അത് മാഡം ഡിഫാർജ് ആണ്!"

വർഷങ്ങൾക്ക് മുമ്പയാൾ കണ്ടിട്ടുള്ള അതേ രൂപം!

"അതവളാണ്" അവളുടെ ഭർത്താവ് പറഞ്ഞു

"മാഡവും നമ്മളോടൊപ്പം വരുന്നോ?"അവരോടൊപ്പം അവളും നടക്കാൻ തുടങ്ങിയപ്പോൾ മി.ലോറി ചോദിച്ചു.

"അതെ. അവൾക്കപ്പോൾ അവരുടെ മുഖം തിരിച്ചറിയാൻ പറ്റുമല്ലൊ,

ആളുകളെ മനസ്സിലാക്കാനും പറ്റും. അവരുടെ സുരക്ഷയ്ക്കുവേണ്ടിയാണത്."

ഡിഫാർജിന്റെ പെരുമാറ്റം മി.ലോറിയുടെ മനസ്സിൽ സംശയങ്ങളുയർത്താൻ തുടങ്ങി; അദ്ദേഹം സന്ദേഹത്തോടെ അയാളെ നോക്കി, വഴി കാണിച്ച് മുന്നിൽ നടന്നു. രണ്ടു സ്ത്രീകളും അവരെ പിൻതുടർന്നു; രണ്ടാമത്തവൾ 'പ്രതികാരം' ആയിരുന്നു.

അവർ കഴിയാവുന്നത്ര വേഗത്തിൽ തെരുവുകൾ കടന്നു, പുതിയ വാസസ്ഥലത്തിന്റെ കോണി കയറി; ജെറി അവരെ അകത്തേക്ക് കടത്തിവിട്ടു.

ലൂസി അവിടെ ഒറ്റയ്ക്കിരുന്ന് കരയുന്നതവർ കണ്ടു. തന്റെ ഭർത്താവിന്റെ കുറിപ്പ് മി.ലോറി അവൾക്ക് കൊടുത്തപ്പോൾ അവൾ ആഹ്ലാദത്തിലാറാടി; ഇത്രയാണ് ആ കുറിപ്പിൽ ഉണ്ടായിരുന്നത്:

"ഏറ്റവും പ്രിയപ്പെട്ടവളേ,

ധൈര്യമായിരിക്കൂ. എനിക്ക് സുഖമാണ്. നിന്റെ അച്ഛന് ഇവിടെ സ്വാധീനമുണ്ട്. നിനക്കിതിന് മറുപടി തരാൻ കഴിയില്ല. എനിക്കുവേണ്ടി നമ്മുടെ കുഞ്ഞിനെ ചുംബിക്കുക."

അത്രമാത്രമേ എഴുതിയിട്ടുള്ളു. എന്നാൽ, അവളെ സംബന്ധിച്ചിടത്തോളം അത് വലിയ കാര്യമാണ്. അവൾ ഡിഫാർജിൽ നിന്നും അയാളുടെ ഭാര്യയിലേക്ക് തിരിഞ്ഞ് തുന്നിക്കൊണ്ടിരുന്ന അവളുടെ ഒരു കൈയിൽ ചുംബിച്ചു. അത് വികാരഭരിതവും, സ്നേഹവും നന്ദിയും നിറഞ്ഞ സ്ത്രീസഹജമായ പ്രവൃത്തിയായിരുന്നു; എന്നാൽ, തുന്നിക്കൊണ്ടിരുന്ന ആ കൈ പ്രതികരിച്ചതേയില്ല. തണുപ്പൻ മട്ടിൽ ആ കൈ താഴ്ത്തി ഇട്ട്, വീണ്ടും തുന്നൽ വേല തുടർന്നു.

നിർവ്വികാരമായ ആ സ്ത്രീയുടെ കൈയിലെ സ്പർശനം എന്തുക്കൊണ്ടോ ലൂസിയെ ഞെട്ടിച്ചു. ആ കുറിപ്പ് നെഞ്ചിൽ വെക്കവെ ഭീതിയോടെ അവൾ മാഡം ഡിഫാർജിനെ നോക്കി. മാഡം ഡിഫാർജ് നെറ്റി ചുളിച്ച്, നിർവ്വീകാരമായ ഭാവത്തിൽ അവളെ ഒന്ന് തുറിച്ചുനോക്കുക മാത്രം ചെയ്തു.

"എന്റെ ഡിയർ," മി.ലോറി വിശദീകരിച്ചു "തെരുവിൽ ഇടക്കിടെ കലാപങ്ങൾ ഉയരുന്നുണ്ട്; നിന്നെ അവർ ഉപദ്രവിക്കാനുള്ള സാദ്ധ്യതയൊന്നുമില്ലെങ്കിലും, അത്തരം അവസരങ്ങളിൽ നിന്നെ സംരക്ഷിക്കാൻ അധികാരമുള്ള മാഡം ഡിഫാർജ് നിന്നെ കണ്ട് തിരിച്ചറിയാനാഗ്രഹിക്കുന്നു. എന്റെ പ്രസ്താവന ശരിയാണെന്ന് ഞാൻ വിശ്വസിക്കുന്നു; അല്ലേ, പൗരൻ ഡിഫാർജ്?"

ഡിഫാർജ് വിഷാദപൂർവ്വം ഭാര്യയെ ഒന്ന് നോക്കി, സമ്മതഭാവത്തിൽ ഒന്ന് മുരണ്ടതല്ലതെ മറുപടി ഒന്നും നല്കിയില്ല.

"ലൂസി, പ്രിയപ്പെട്ട കുഞ്ഞിനേയും, നല്ലവളായ പ്രോസ്സിനേയും ഇങ്ങോട്ട് വിളിക്കൂ. ഡിഫാർജ്, പ്രോസ്സ് ഒരു ഇംഗ്ലീഷുകാരിയാണ്, ഫ്രഞ്ച് അറിയില്ല."

ഏത് വിദേശിയേക്കാൾ കരുത്തുറ്റവളാണ് താൻ എന്ന് വിശ്വസിക്കുന്ന മിസ്സ് പ്രോസ്സ് ഈ കഷ്ടപ്പാടുകളിലും അപായത്തിലുമൊന്നും ലവലേശം

കുലുങ്ങിയിരുന്നില്ല. അവളുടെ ദൃഷ്ടി ആദ്യം പതിഞ്ഞത് പ്രതികാരത്തി ലാണ്; കൈമടക്കിക്കൊണ്ട് അങ്ങോട്ട് എത്തിയ അവൾ പ്രതികാരത്തി നോട് ഇംഗ്ലീഷിൽ പറഞ്ഞു: “കൊള്ളാം നിങ്ങൾക്ക് വളരെ സുഖമാണെന്ന് ഞാൻ വിശ്വസിക്കുന്നു, ധീരവനിത!” മാഡം ഡിഫാർജിന്നവൾ ഇംഗ്ലീഷ് ശൈലിയിലുള്ള ഒരു ചുമയും സമ്മാനിച്ചു; എന്നാൽ, അവർ ഇരുവരും അവളെ ശ്രദ്ധിച്ചതേയില്ല.

“അത് അയാളുടെ കുട്ടിയാണോ?” മാഡം ഡിഫാർജ് ആദ്യമായി തുന്നൽ നിർത്തി, സൂചി ആ കുട്ടിക്കുനേരെ ചൂണ്ടി ചോദിച്ചു.

“അതെ, മാഡം” മി.ലോറി മറുപടി നല്കി. “ഇതാണ് നമ്മുടെ പാവം ജയിൽപ്പുള്ളിയുടെ ഓമന മകൾ, ഒരേ ഒരു കുട്ടി.”

മാഡം ഡിഫാർജിന്റേയും കൂട്ടരുടേയും ഭീഷണിപ്പെടുത്തുന്ന കരിനിഴ ലുകൾ ആ അമ്മയുടേയും മകളുടേയും മേൽ പതിഞ്ഞു.

“ഇതുമതി, എന്റെ ഭർത്താവെ,” മാഡം ഡിഫാർജ് പറഞ്ഞു “ഞാന വരെ കണ്ടുകഴിഞ്ഞു. ഇനി നമ്മൾക്ക് പോകാം.

എന്നാൽ, അവരുടെ അടക്കിപ്പിടിച്ച ഭാവവും സംസാരവും ലൂസിയെ വിഷമിപ്പിച്ചു. അവൾ യാചനയോടെ മാഡം ഡിഫാർജിന്റെ ഉടുപ്പിൽ സ്പർശിച്ച്, പറഞ്ഞു:

“നിങ്ങൾ എന്റെ പാവം ഭർത്താവിനോട് നന്നായി പെരുമാറില്ലേ? നിങ്ങൾ അദ്ദേഹത്തെ ദ്രോഹിക്കുകയൊന്നുമില്ലല്ലോ. നിങ്ങൾക്ക് കഴിയു മെങ്കിൽ, അദ്ദേഹത്തെ കാണുവാൻ എന്നെ സഹായിക്കുമോ?”

“നിങ്ങളുടെ ഭർത്താവിന്റെ കാര്യത്തിലല്ല എനിക്ക് താൽപര്യം” തികഞ്ഞ ആത്മസംയമനത്തോടെ അവളെ നോക്കി മാഡം ഡിഫാർജ് മറുപടി നല്കി “നിങ്ങളുടെ പിതാവിന്റെ പുത്രിയുടെ കാര്യത്തിലാണെനിക്ക് ഇവിടെ താൽപര്യം.”

“അപ്പോൾ, എനിക്കുവേണ്ടി എന്റെ ഭർത്താവിനോട് കരുണകാണിക്കൂ. എന്റെ കുഞ്ഞിനുവേണ്ടി! നിങ്ങളുടെ കാരുണ്യത്തിനുവേണ്ടി എന്റെ പൊന്നുമോൾ കൈകൂപ്പി നിങ്ങളോട് പ്രാർത്ഥിക്കും. “മറ്റുള്ളവരേക്കാളേറെ ഞങ്ങൾ നിങ്ങളെയാണ് ഭയപ്പെടുന്നത്.”

മാഡം ഡിഫാർജ് അതൊരു അഭിനന്ദനമായി സ്വീകരിച്ച്, ഭർത്താവിനെ ഒന്നു നോക്കി. അസ്വസ്ഥനായി സ്വന്തം തള്ളവിരലിലെ നഖം കടിച്ചുകൊണ്ട് ഡിഫാർജ്, അവളെ നോക്കി, മുഖഭാവം കർശനമാക്കി.

“ആ കൊച്ചു കത്തിൽ എന്താണ് നിങ്ങളുടെ ഭർത്താവ് പറയുന്നത്?” മാഡം ഡിഫാർജ് നേരിയൊരു പുഞ്ചിരിയോടെ ചോദിച്ചു.

“സ്വാധീനം; സ്വാധീനത്തെ കുറിച്ചെന്തോ?”

“എന്റെ അച്ഛനെക്കുറിച്ച്” ധൃതിയിൽ ആ കടലാസു കഷ്ണം മാറിൽ നിന്നെടുത്ത് ലൂസി പറഞ്ഞു; എന്നാൽ, കടലാസിലേക്കല്ല ഭീതി നിറഞ്ഞ അവളുടെ ദൃഷ്ടി പാഞ്ഞത്, ആ ചോദ്യം ചോദിച്ചവളിലേക്കായിരുന്നു. “അദ്ദേഹത്തിന് നല്ല സ്വാധീനമുണ്ടെന്ന്.” “തീർച്ചയായും അതയാളെ സ്വതന്ത്രനാക്കും!” മാഡം ഡിഫാർജ് പറഞ്ഞു “അതങ്ങനെയാകട്ടെ.”

“ഒരു ഭാര്യയും അമ്മയുമെന്ന നിലയ്ക്ക് ”ഏറ്റവും ആത്മാർത്ഥത യോടെ ലൂസി കരഞ്ഞു “ഞാൻ നിങ്ങളോട് അപേക്ഷിക്കുകയാണ്, എന്നോട് ദയകാണിക്കുക, നിങ്ങളുടെ അധികാരം എന്റെ നിരപരാധിയായ ഭർത്താവിന്നെതിരായി. പ്രവർത്തിക്കാതെ, അദ്ദേഹത്തിനുവേണ്ടി ഉപയോ ഗിക്കുക. ഓ, സഹോദരി, എന്നെക്കുറിച്ചോർക്കുക. ഒരു ഭാര്യയും അമ്മ യുമെന്ന നിലയ്ക്ക്!”

എന്നത്തേയും പോലെ, താണുകേണപേക്ഷിക്കുന്നവൾക്കു നേരെ തണുപ്പൻ മട്ടിൽ മാഡം ഡിഫാർജ് നോക്കി, തന്റെ സ്നേഹിത, പ്രതി കാരത്തിനു നേരെ തിരിഞ്ഞ് പറഞ്ഞു: ഈ കുട്ടിയുടെ അത്ര പ്രായമുള്ള പ്പോൾ മുതൽ പതിവായി ഞങ്ങൾ കാണാറുള്ള ഭാര്യമാരേയും അമ്മ മാരേയും ആരും കാര്യമായി പരിഗണിച്ചുകണ്ടില്ല. അവരുടെ ഭർത്താക്ക ന്മാരും പിതാക്കന്മാരും അവരിൽ നിന്ന് വേർപിരിക്കപ്പെട്ട് ജയിലിലടക്ക പ്പെട്ടു. നമ്മുടെ ജീവിതകാലം മുഴുവൻ, നമ്മുടെ സഹോദരിമാരും അവ രുടെ കുഞ്ഞുങ്ങളും ദാരിദ്ര്യത്തിലും, നഗ്നതയിലും, വിശന്നും ദാഹിച്ചും, രോഗം പിടിപ്പെട്ടും, കഷ്ടപ്പെട്ടും, പീഡിപ്പിക്കപ്പെട്ടും, എല്ലാതരം അവഗ ണനകൾക്കും വിധേയരായി ജീവിച്ചില്ലേ?”

“മറ്റൊന്നും ഞങ്ങൾ കണ്ടിട്ടില്ല.” പ്രതികാരം മറുപടി നല്കി.

“ഞങ്ങൾ ഇത് വളരെക്കാലമായി സഹിക്കുന്നു.” വീണ്ടും ലൂസിക്കു നേരെ ദൃഷ്ടിതിരിച്ച് മാഡം ഡിഫാർജ് പറഞ്ഞു “നിങ്ങൾ തീരുമാനിക്കു! ഒരു ഭാര്യയുടേയും അമ്മയുടെയും പ്രശ്നമാണോ ഞങ്ങൾ ഇപ്പോൾ മുഖ്യമായി കാണേണ്ടത്?”

അവൾ തന്റെ തുന്നൽവേല വീണ്ടും തുടർന്ന്, പുറത്തേക്ക് പോയി. ‘പ്രതികാരം’ അവളെ പിൻതുടർന്നു. ഡിഫാർജ് അവസാനം പുറത്ത്പോയി വാതിൽ അടച്ചു.

“ധൈര്യമായിരിക്കൂ, എന്റെ പ്രിയപ്പെട്ട ലൂസീ” അവളുടെ മുഖമു യർത്തിപ്പിടിച്ച് മി.ലോറി പറഞ്ഞു “ധൈര്യം, ധൈര്യം! ഇതുവരെ എല്ലാം ഭംഗിയായി നീങ്ങിയിട്ടുണ്ട്. ഈയിടെ എത്രയോ പാവങ്ങൾക്ക് സംഭവിച്ച തിനേക്കാൾ വളരെയേറെ ഭംഗിയായി... പ്രതീക്ഷയ്ക്ക് വകയുണ്ട് ലൂസീ, സന്തോഷിക്കുക, നന്ദിയുള്ള ഹൃദയത്തോടെ.”

“ഞാൻ നന്ദിയില്ലാത്തവളല്ല എന്ന് ഞാൻ കരുതുന്നു; എന്നാൽ, ഭീകര മായ ആ സ്ത്രീ എന്റെമേൽ കരിനിഴൽ വീഴ്ത്തുന്നതുപോലെ എനിക്ക് തോന്നുന്നു, എന്റെ എല്ലാ ആശകൾക്ക് മേലെയും.”

“ടട്,ടട്!” മി,ലോറി പറഞ്ഞു “ഈ കൊച്ച് ധീരമായ നെഞ്ചിന്നകത്ത് എന്തിനാണീ നൈരാശ്യ ബോധം? ഒരു നിഴൽ തീർച്ചയായും! അതിൽ കഴമ്പ് ഒന്നുമില്ല, ലൂസി.”

എന്നാൽ, ഈ ഡിഫാർജ്മാരുടെ പെരുമാറ്റത്തിന്റെ നിഴൽ അയാളിൽ ഇരുട്ട് പതിപ്പിച്ചിരുന്നു; ഇതെല്ലാം അയാളുടെ മനസ്സിന്റെ ഉള്ളറയിൽ വല്ലാത്ത അസ്വസ്ഥത സൃഷ്ടിക്കാനിടയാക്കി. അയാളുടെയുള്ളിലും ഒരു കരിനിഴൽ നീണ്ടുവളരുന്നുണ്ടായിരുന്നു.

നാല്

നാലാം ദിവസം രാവിലെയാണ് ഡോ. മാനെറ്റ് തിരിച്ചെത്തിയത്. ആ ഭീകര ദിനങ്ങളിൽ നടന്ന, ലൂസിയിൽ നിന്നും മറച്ചുവെക്കേണ്ടതായ കാര്യങ്ങൾ അതേപ്രകാരം അദ്ദേഹം മറച്ചുവെച്ചു. (വളരെ നാളുകൾക്കുശേഷം ഫ്രാൻസും അവളും വേർപ്പെട്ടശേഷം മാത്രമാണ് അന്ന് ജനങ്ങൾ വധിച്ചുകളഞ്ഞ നിസ്സഹായരായ വിവിധ പ്രായത്തിലുള്ള ആയിരത്തി ഒരുനൂറ് സ്ത്രീപുരുഷന്മാരുടെ കാര്യം അവൾ അറിയുന്നത് തന്നെ). നാല് രാപ്പകലുകൾ ഈ ഭീകര പ്രവൃത്തിയാൽ കളങ്കപ്പെട്ടു! ജയിലിനു നേരെ ഒരാക്രമണം നടന്നെന്നും, രാഷ്ട്രീയ തടവുകാരെല്ലാം അപകടത്തിലായിരുന്നെന്നും, ചിലരെ പുറത്തേക്ക് വലിച്ചിഴച്ചു കൊണ്ടുപോയി വധിച്ചെന്നും മാത്രമാണവളോട് ഡോ. മാനെറ്റ് പറഞ്ഞിരുന്നത്. പക്ഷേ കൊല്ലപ്പെട്ടത് വിവിധ പ്രായത്തിലുള്ള ആയിരത്തിഒരുനൂറ് സ്ത്രീ പുരുഷന്മാർ, ഒരൊറ്റ ദിവസത്തിൽ.

മി.ലോറിയോട്, രഹസ്യമാക്കി വെക്കാമെന്ന ഉറപ്പോടെ, നടന്ന സംഭവങ്ങളെല്ലാം വ്യക്തമായി അദ്ദേഹം വിശദീകരിച്ചു. ജനാവലി അദ്ദേഹത്തെ ലാഫോഴ്സ് ജയിലിലേക്ക് എടുത്തുകൊണ്ടുപോയത് കൂട്ടക്കൊല നടക്കുന്ന രംഗത്തിലൂടെയായിരുന്നു. ജയിലിൽ സ്വയം നിയമിച്ച ഒരു ട്രിബൂണൽ ഇരിക്കുന്നുണ്ടായിരുന്നു. അവിടെ തടവുപുള്ളികളെ ഓരോരുത്തരെയായി ഹാജരാക്കുകയും തൽക്ഷണം, അവരെ കൂട്ടക്കൊല നടത്താനോ, മോചിപ്പിക്കാനോ, വീണ്ടും തടവറയിലേക്ക് കൊണ്ടുപോകാനോ കല്പനകൾ കൊടുക്കുന്നുണ്ടായിരുന്നു. ഡോക്ടറെ പൊക്കിക്കൊണ്ടുപോയവർ ഈ ട്രിബൂണലിന് മുന്നിൽ അദ്ദേഹത്തെ ഹാജരാക്കി. അദ്ദേഹം തന്റെ പേരും തൊഴിലും, പതിനെട്ട് വർഷം വിചാരണ ചെയ്യപ്പെടാതെ രഹസ്യ തടവുപുള്ളിയായി ബാസിൽ കോട്ടയിലടയ്ക്കപ്പെട്ട വിവരവുമെല്ലാം വിശദീകരിച്ചു. ട്രിബൂണലിലെ ഒരാൾ എഴുന്നേറ്റ്, അദ്ദേഹത്തെ തിരിച്ചറിഞ്ഞു. ആ മനുഷ്യൻ ഡിഫാർജ് ആയിരുന്നു.

തന്റെ ജാമാതാവ് ഒരു തടവ് പുള്ളിയാണെന്നും, അയാളുടെ ജീവൻ രക്ഷിപ്പിക്കണമെന്നും, മോചിപ്പിക്കണമെന്നും, അദ്ദേഹം ട്രിബൂണലിനോട് വിനീതമായി അഭ്യർത്ഥിച്ചു. ട്രിബൂണലിലെ ചില അംഗങ്ങൾ ഉറക്കത്തിലാണ്, ചിലർ ഉണർന്നിരിക്കുന്നു, ചിലർ കൊലനടത്തി വന്നവരാണ്, വൃത്തികെട്ട വേഷം ധരിച്ചവർ, ചിലർ വൃത്തിയുള്ളവരാണ്! തൂത്തെറിയപ്പെട്ട സർക്കാരിന്റെ കാലത്ത് ദുരിതങ്ങൾ അനുഭവിച്ച അദ്ദേഹത്തിന് മേൽ, ആദ്യം, ആവേശകരമായ അഭിവാദ്യങ്ങൾ ചൊരിയപ്പെട്ടു. ചാൾസ് ഡാർണിയെ ട്രിബൂണലിനു മുന്നിൽ ഹാജരാക്കി വിസ്തരിക്കുവാൻ അനുമതി നല്കപ്പെട്ടു. അയാളെ മോചിപ്പിക്കുവാനുള്ള ഉത്തരവ് ഇറക്കാൻ പോയതാണ്; അപ്പോഴേക്കും എന്തോ വാർത്ത വന്നതുമൂലം അത് നിർത്തിവെക്കപ്പെട്ടു; പെട്ടെന്നവർ എന്തോ രഹസ്യ ചർച്ച നടത്തി. ട്രിബൂണൽ പ്രസിഡന്റ് ഡോ.മാനെറ്റിനെ അറിയിച്ചു, തൽക്കാലം തടവ് പുള്ളി കസ്റ്റഡിയിൽത്തന്നെ നില്ക്കട്ടെ എന്ന്; എന്നാൽ, അയാളുടെ നന്മക്കായി സുരക്ഷിതമായ കസ്റ്റഡിയിലായിരിക്കും വെക്കുക. കാരണമെന്താണെന്ന്

ഡോക്ടർക്ക് പിടികിട്ടിയില്ല. ഒരു ആംഗ്യം കിട്ടിയതോടെ തടവുപുള്ളിയെ ജയിലിന്റെ ഒരു ഉള്ളറയിലേക്ക് കൊണ്ടുപോയി. എന്നാൽ, തന്റെ ജാമാതാവിനെ സുരക്ഷിതനായി കൊണ്ടുപോകുന്നതുവരെ തന്നെ ആ 'ഹാൾ ഓഫ് ബ്ലഡ്ഡി'ൽ നിൽക്കാനനുവദിക്കണമെന്ന് ശക്തമായി അദ്ദേഹം അപേക്ഷിച്ചു; കാരണം, ഗേറ്റിനുപുറമെ തടവുപുള്ളികളുടെ രക്തത്തിനുവേണ്ടി ജനക്കൂട്ടം മുറവിളി കൂട്ടുകയായിരുന്നു! അദ്ദേഹത്തിന് അനുമതി ലഭിക്കുകയും, അപകടം ഒഴിവാകുന്നതുവരെ അദ്ദേഹം 'ഹാൾ ഓഫ് ബ്ലഡ്ഡി'ൽ നില്ക്കുകയും ചെയ്തു.

രക്ഷപ്പെട്ട തടവുകാരുടെ ആവേശഭരിതമായ ആഹ്ലാദം ഒരു വശത്ത് അരങ്ങേറവെ, മറുവശത്ത് ഭ്രാന്തമായ ആവേശത്തോടെ കുറ്റവാളികളായി മുദ്രകുത്തപ്പെട്ട തടവുപുള്ളികൾ വെട്ടിനുറുക്കപ്പെടുകയായിരുന്നു. ഒരു തടവ് പുള്ളി മോചിതനാക്കപ്പെട്ടശേഷം തെരുവിലേക്കിറങ്ങവെ, ഒരു ക്രൂരൻ അയാളെ, കുറ്റവാളിയാണെന്ന് തെറ്റിദ്ധരിച്ച്, കുന്തം കൊണ്ട് കുത്തിക്കൊന്നു! ഇത്തരം ഭീകര ദൃശ്യങ്ങൾ കണ്ട് ഡോക്ടർ കണ്ണുകൾ പൊത്തി ബോധം കെട്ട് വീണുപോയി!

മി.ലോറി ഈ വാർത്തകൾ കേട്ടുകൊണ്ട്, അറുപത്തി രണ്ടുകാരനായ ആ സുഹൃത്തിന്റെ മുഖം നിരീക്ഷിച്ചുകൊണ്ടിരുന്നപ്പോൾ, ഭീകരമായ ആ അനുഭവം പഴയ അപകടനിലയിലേക്ക് ഡോക്ടറെ എത്തിക്കുമോ എന്നയാൾ ശങ്കിച്ചു. എന്നാൽ അതിനെയൊക്കെ ഡോക്ടർ വേഗത്തിൽ തരണം ചെയ്തു. ഒരിക്കലും തന്റെ സുഹൃത്ത് ഇത്ര മനക്കട്ടിയുള്ളവനായി മി. ലോറി കണ്ടിട്ടില്ല. എല്ലാം സഹിക്കാനുള്ള മനക്കട്ടിയുള്ളവനായി മി. ലോറി കണ്ടിട്ടില്ല. എല്ലാം സഹിക്കാനുള്ള മനക്കരുത്തും ശക്തിയും അദ്ദേഹത്തിനുണ്ടായിരുന്നു. ആ ജ്വലിക്കുന്ന അഗ്നിയിൽ താൻ സാവധാനം വാർത്തെടുക്കുന്ന ഇരുമ്പായുധം മകളുടെ ഭർത്താവിന്റെ തടവറവാതിൽ പൊളിച്ച്, അയാളെ മോചിപ്പിക്കും എന്നുതന്നെ മി. ലോറിയ്ക്ക് തോന്നി. "അവളുടെ പ്രിയപ്പെട്ടവനെ അവളിലേക്ക് തിരിച്ചുകൊണ്ടുവരുന്നതിന് ഞാൻ സഹായിക്കും. ദൈവസഹായത്താൽ ഞാനത് ചെയ്യും! "ഡോ:മാനെറ്റ് പറഞ്ഞു. ആ തിളങ്ങുന്ന കണ്ണുകളും, ദൃഢനിശ്ചയമെടുത്ത മുഖവും, പ്രശാന്തമായ കരുത്തുറ്റ ഭാവവും പെരുമാറ്റവും ജാർവിസ് ലോറി കണ്ടപ്പോൾ, വളരെ വർഷങ്ങളായി നിലച്ചുപോയൊരു ഘടികാരം പോലെ വീണ്ടും ഊർജ്ജസ്വലതയോടെ പ്രവർത്തിക്കുന്നതായി മി. ലോറിയ്ക്ക് തോന്നി.

അതിന്നിടയിൽ മനുഷ്യസ്നേഹിയായ ആ ഡോക്ടറെ അവിടത്തെ രോഗികളെ ചികിത്സിക്കുന്ന ചുമതല ഏല്പിച്ചു; മൂന്ന് ജയിലുകളുടെ ചുമതല അദ്ദേഹത്തിന്നായിരുന്നു. ലാഫോഴ്സും അതിൽ ഉൾപ്പെടും. അദ്ദേഹം അവർക്കിടയിൽ തന്റെ സ്വാധീനം വിവേകപൂർവ്വം വളർത്തിയെടുത്തു. ലൂസിയോട് തന്റെ ഭർത്താവിനെ ഏകാന്തത്തടവറയിൽനിന്നു മറ്റെല്ലാവരേയുംപോലെ സാധാരണ തടവുകാരനായി മാറ്റാൻ അദ്ദേഹത്തിന് കഴിഞ്ഞു. അദ്ദേഹം അവളുടെ ഭർത്താവിനെ ആഴ്ചയിലൊരിക്കൽ കണ്ടിരുന്നു, അയാളിൽ നിന്നും മധുരമായ സന്ദേശങ്ങൾ അവൾക്കുവേണ്ടി കൊണ്ടുവന്നിരുന്നു; അദ്ദേഹത്തിന്റെ ചുണ്ടുകളിലൂടെ അവൾ നേരിട്ടത് കേൾക്കുകയും ചെയ്തു; ചിലപ്പോൾ, ഡോക്ടറിലൂടെ അല്ലാതെത്തന്നെ, അവളുടെ ഭർത്താവ് അവൾക്ക് നേരിട്ട് കത്തയയ്ക്കുമായിരുന്നു; എന്നാൽ,

അവൾക്ക് മറുപടി അയക്കാൻ അനുവാദമുണ്ടായിരുന്നില്ല. കാരണം, ജയിലുകളിലെ പല ഗൂഢാലോചനകളുടേയും പിന്നിൽ കുടിയേറ്റക്കാരുടെ സുഹൃത്ത്ബന്ധങ്ങളും, വിദേശവുമായുള്ള ശാശ്വതമായ കൂട്ടുകെട്ടുകളും ആണെന്ന് ഭയങ്കര സംശയമുണ്ടായിരുന്നു.

ഡോക്ടറുടെ ഈ പുതിയ ജീവിതം ഉൽക്കണ്ഠാ നിർഭരമായിരിക്കുന്നു എന്ന കാര്യത്തിൽ സംശയമില്ല. എന്നാലും, സൂക്ഷ്മനിരീക്ഷണ ശക്തിയുള്ള മി.ലോറി അതിലൊരു നൂതനമായ അന്തസ്സ് കണ്ടു.

"എല്ലാം വിചിത്രമായി കാണപ്പെടുന്നു" തന്റെ പ്രിയങ്കരമായ ശൈലിയിൽ മി.ലോറി ചിന്തിച്ചു "എന്നാൽ, എല്ലാം സ്വാഭാവികവും യുക്തവുമാണ്; അതുകൊണ്ട്, മുന്നേറുക, എന്റെ പ്രിയസുഹൃത്തേ, സേവനം തുടർന്നു പോവുക. ഇതിനേക്കാൾ നല്ല കരങ്ങളിൽ അതു വന്നുചേരില്ല."

ഡോക്ടർ നിരന്തരമായി എത്ര കഠിനാദ്ധ്വാനം ചെയ്തിട്ടും, ചാൾസ് ഡാർണിയെ പുറത്തിറക്കാനോ, വിചാരണയ്ക്ക് ഹാജരാക്കാൻ പോലുമോ, അദ്ദേഹത്തിനു കഴിഞ്ഞില്ല. പൊതുജനപ്രവാഹം ശക്തവും പ്രതികൂലവുമായിരുന്നു അപ്പോൾ. പുതിയ കാലഘട്ടം ആരംഭിച്ചു. രാജാവ് വിചാരണ ചെയ്യപ്പെട്ടു; മരണശിക്ഷ വിധിക്കപ്പെട്ടു; ശിരശ്ഛേദം നടത്തപ്പെട്ടു. 'സ്വാതന്ത്ര്യം, സമത്വം, സാഹോദര്യം-ന്റെ റിപ്പബ്ലിക്, അല്ലെങ്കിൽ മരണം ആയിരുന്നു പ്രഖ്യാപിതനയം. ഗംഭീരമായ നോത്രദാം ടവറുകളിൽ രാവും പകലും കറുത്ത പതാക പാറിക്കൊണ്ടിരുന്നു. ഫ്രാൻസിലുടനീളം മൂന്നു ലക്ഷം ജനങ്ങളാണ് സ്വേച്ഛാധിപത്യത്തിന്നെതിരെ സംഘടിപ്പിക്കപ്പെട്ടത്, രാജ്യത്തുടനീളം വിപ്ലവത്തിന്റെ വിത്തുകൾ പാകി; അതിന്റെ ഫലം ഒരുപോലെ, കുന്നിലും സമതലത്തിലും, പാറയിലും, ചരലിലും ചളിയിലും, കാട്ടിലും, മുന്തിരിത്തോട്ടങ്ങളിലും, ഒലിവ് നിലങ്ങളിലും, പുൽത്തകിടികളിലും, പുഴയോരങ്ങളിലും കടൽത്തീരങ്ങളിലും, വിളഞ്ഞു! ദയയില്ലാത്ത, സമാധാനമില്ലാത്ത, വിശ്രമമില്ലാത്ത ആ പ്രളയം നിർത്താതെ തുടർന്നു.

ഒരു ദിവസം പെട്ടെന്ന് നഗരത്തിലെ അസ്വാഭാവികമായ നിശ്ശബ്ദത തകർത്തുകൊണ്ട്, ആരാച്ചാർ, രാജാവിന്റെ ശിരസ്സ് ജനങ്ങൾക്ക് കാണിച്ചുകൊടുത്തു; പിന്നീട് എട്ടുമാസത്തെ വൈധവ്യവും; തടവ് ജീവിതത്തിലെ കഷ്ടപ്പാടും സഹിച്ചു നര കയറിയ, അദ്ദേഹത്തിന്റെ സുന്ദരിയായ പത്നിയുടെ ശിരസ്സും!

തലസ്ഥാനത്ത് ഒരു വിപ്ലവ ട്രിബ്യൂണലും , രാജ്യത്തുടനീളം നാല്പതിനായിരമോ, അമ്പതിനായിരമോ വിപ്ലവകമ്മറ്റികളും പ്രവർത്തനനിരതരായിരുന്നു. 'സംശയാസ്പദരു'ടെ നിയമം സ്വാതന്ത്ര്യത്തെയും ജീവനേയും ഹനിക്കുന്നതായിരുന്നു. നല്ലവരും നിരപരാധികളുമായവരെ അത് നീചരും കുറ്റവാളികളുമാക്കിത്തീർത്തു. യാതൊരു കുറ്റവും ചെയ്യാത്തവരെക്കൊണ്ട് ജയിലുകൾ നിറഞ്ഞു, യാതൊരു വിചാരണയും നടത്തപ്പെടാതെ! അതൊരു പതിവ് സമ്പ്രദായമായി മാറി. എല്ലാറ്റിനും പുറമെ ബീഭത്സമായൊരു രൂപം ഉയർന്നുവന്നു 'ലാഗല്ലറ്റിൻ.'

മനുഷ്യവർഗ്ഗത്തിന്റെ ആത്മീയോന്നതിയുടെ പുത്തൻ പ്രതീകം! അത് കുരിശിനെ മറി കടന്നു. പ്രതികാരദാഹിയായ ഒരു അഗ്നിദേവതയായി അത് ജ്വലിച്ചു.

കണക്കില്ലാത്തത്ര ശിരസ്സുകൾ അത് അറുത്ത് വീഴ്ത്തി; അത് മലിനീകരിച്ച നിലം ചോരകൊണ്ട് ചുകന്നു.

ഈ ഭീകരപ്രവൃത്തികൾ നടക്കുന്നിടത്ത് ശിരസ്സുയർത്തിക്കൊണ്ടു തന്നെ ഡോക്ടർ നടന്നു; തന്റെ കരുത്തിൽ അദ്ദേഹത്തിന് പൂർണ്ണവിശ്വാസമുണ്ടായിരുന്നു; ഒടുവിൽ ലൂസിയുടെ ഭർത്താവിനെ മോചിപ്പിക്കാനാകുമെന്ന കാര്യത്തിൽ അയാൾക്ക് ഒട്ടും സംശയമുണ്ടായിരുന്നില്ല. എന്നിട്ടും കാലം കടന്നുപോയി.

ചാൾസിന്റെ ഭീകരമായ ജയിൽ വാസം ഒരുവർഷം മൂന്ന് മാസം പിന്നിട്ടു. ഡിസംബർ മാസത്തിൽ വിപ്ലവം അതിഭയാനകമായി വളർന്നുവന്നു.

തെക്കൻ പ്രദേശത്തെ പുഴകളിൽ, മുങ്ങിച്ചത്ത മനുഷ്യശരീരങ്ങൾ പൊന്തിക്കിടന്നു. തടവ് പുള്ളികൾ നിരത്തി നിർത്തി പകൽ വെളിച്ചത്തിൽ വെടിവെച്ച് വീഴ്ത്തപ്പെട്ടു. എന്നിട്ടും, ഡോക്ടർ ശിരസ്സുയർത്തിക്കൊണ്ടു തന്നെ ഈ ഭീകരാന്തരീക്ഷത്തിൽ നടന്നു. അദ്ദേഹത്തേക്കാൾ കൂടുതലായി അറിയപ്പെടുന്ന ഒരു മനുഷ്യനും അന്ന് പാരീസിൽ ഇല്ലായിരുന്നു.

നിശ്ശബ്ദനും, മനുഷ്യത്വമുള്ളവനും, ആസ്പത്രിയിലും ജയിലിലും ഒഴിച്ചുകൂടാത്തവൻ. തന്റെ വിജ്ഞാനം കൊലപാതകികളിലും ഇരകളിലും ഉപയോഗിക്കുന്നവൻ; വിഭിന്നനായൊരു വ്യക്തി! അദ്ദേഹത്തിന്റെ രൂപവും, ബാസിൽ തടവുപുള്ളി എന്ന കഥയും, മറ്റുള്ളവരിൽ നിന്ന ദ്ദേഹത്തെ വേർതിരിച്ചുനിർത്തി. അദ്ദേഹത്തെ ആരും സംശയിച്ചില്ല, ചോദ്യം ചെയ്തില്ല.

അഞ്ച്

ഒരു വർഷം മൂന്നു മാസം. ഇക്കാലമത്രയും, തന്റെ ഭർത്താവിന്റെ ശിരസ്സ് ഗില്ലറ്റിൻ അറുത്ത് വീഴ്ത്തുമോ എന്ന ഭീകരചിന്തയിൽ വീർപ്പുമുട്ടിക്കൊണ്ടാണ് ഓരോ ദിവസവും ലൂസി തള്ളി നീക്കിയത്. ദിവസവും ഗില്ലറ്റിനിലേക്ക് കുറ്റവാളികളെ കയറ്റിക്കൊണ്ടുപോകുന്ന വണ്ടികൾ കല്ലു വിരിച്ച തെരുവിലൂടെ ഉറക്കെ കുലുങ്ങിക്കൊണ്ട് നീങ്ങുന്നത് കേൾക്കാം. വണ്ടി നിറയെ ശിക്ഷ വിധിക്കപ്പെട്ട തടവുപുള്ളികളായിരിക്കും: സുന്ദരികളായ പെൺകുട്ടികൾ, തേജസ്വികളായ സ്ത്രീകൾ; തവിട്ടു നിറമുള്ള മുടിയുള്ളവർ, കറുത്ത മുടിയുള്ളവർ, നരച്ച മുടിയുള്ളവർ; യുവാക്കൾ, ബലിഷ്ഠർ, വൃദ്ധർ; ഉന്നതകുല ജാതരും ഗ്രാമീണരും; എല്ലാവരും ഗില്ലറ്റിന്റെ രക്തദാഹം ശമിപ്പിക്കുവാൻ ആനയിക്കപ്പെടുകയാണ്. മനുഷ്യച്ചോര ഗില്ലറ്റിന് ചുകന്ന വീഞ്ഞാണ്; സ്വാതന്ത്ര്യം, സമത്വം, സാഹോദര്യം, അല്ലെങ്കിൽ മരണം; അവസാനത്തേത് നല്കാനാണ് ഏറ്റവും എളുപ്പം.

മറ്റുള്ളവരെപ്പോലെ ഡോക്ടറുടെ മകളും വിധികാത്ത്, മനം നൊന്ത് അലസയായി നിരാശയോടെ കാലം കഴിച്ചിരുന്നെങ്കിൽ, അവരുടെ നില പരിതാപകരമായിരുന്നേനെ! എന്നാൽ, സെന്റ് ആന്റോയിനിലെ അറയിൽ വെച്ച് പിതാവിന്റെ നരച്ച ശിരസ്സ് മാറോടണച്ചതു മുതൽ, അവൾ സത്യസന്ധമായി സ്വന്തം കർത്തവ്യം നിർവ്വഹിച്ചുപോന്നു. അവൾ എല്ലാവരോടും

ആത്മാർത്ഥതയോടെ പെരുമാറി; എപ്പോഴും ശാന്തമായ വിധേയത്വവും, ശുഭാപ്തി വിശ്വാസവും വെച്ചു പുലർത്തി.

പുതിയ വീട്ടിൽ താമസമാക്കിയ ഉടനെ അവൾ തന്റെ ഭർത്താവ് വീട്ടിൽ ഉണ്ടെന്ന മട്ടിലാണ് വീട്ടുഭരണം നടത്തിപ്പോന്നത്. എല്ലാം അതാതിന്റെ സ്ഥാനത്ത് അവൾ സജ്ജീകരിച്ചു; സമയത്തിന്റെ കാര്യത്തിൽ കൃത്യനിഷ്ഠപാലിച്ചു. പതിവായി കൊച്ചു ലൂസിയെ കൂടെയിരുത്തി പഠിപ്പിച്ചു; ഇംഗ്ലണ്ടിലെ വീട്ടിൽ എല്ലാവരും ഒന്നിച്ച് കഴിഞ്ഞിരുന്നതുപോലെ അവർ ജീവിച്ചു. അവൾ ഭർത്താവിനോടൊത്ത് ഒന്നു ചേരുമെന്ന വിശ്വാസം വെച്ചുപുലർത്തി, അത് നേരിയ തോതിൽ സ്വയം വഞ്ചിക്കലായിരുന്നു എങ്കിലും! പെട്ടെന്ന് ഭർത്താവ് തിരിച്ചെത്തുമെന്ന ഭാവത്തിൽ അയാളുടെ കസേരയും പുസ്തകങ്ങളും ഒതുക്കിവെച്ചു! മരണത്തിന്റെ നിഴലിൽ ജയിലിൽകഴിയുന്ന അനേകം ദുഃഖിതരായ ആത്മാക്കൾക്കിടയിൽജീവിക്കുന്ന തന്റെ പ്രിയങ്കരനായ തടവുപുള്ളിക്കുവേണ്ടി രാത്രിയിലവൾ പാവനമായ പ്രാർത്ഥന നടത്തി. അവളുടെ തകർന്ന മനസ്സിന് ഏക ആശ്വാസം അത് മാത്രമായിരുന്നു.

വേഷവിധാനങ്ങൾക്കവൾ വലിയ മാറ്റമൊന്നും വരുത്തിയില്ല. ദുഃഖാചരണവേഷത്തിന് സദൃശമായ സാധാരണ തരം കറുത്ത വസ്ത്രങ്ങളാണവളും കുട്ടിയും ധരിച്ചിരുന്നത്. സന്തോഷകരമായകാലത്തേതു പോലെ ഭംഗിയും വൃത്തിയുമുള്ള രീതിയിലാണവ അണിഞ്ഞിരുന്നത്. അവളുടെ കണ്ണുകളുടെ നിറം മങ്ങി; വല്ലപ്പോഴും മാത്രമല്ല, ഇപ്പോൾ സദാസമയം ഒരു തരം മിഴിച്ചുനോട്ടമാണവളുടേത്. അതൊഴിച്ചാൽ അവൾ വളരെ അഴകും സൗന്ദര്യവും ഉള്ളവളാണ്. ചിലപ്പോൾ രാത്രി അച്ഛനെ ചുംബിക്കവെ, എല്ലാ നിയന്ത്രണവും വിട്ട് അവൾ പൊട്ടിക്കരയും. അദ്ദേഹം എപ്പോഴും ദൃഢവിശ്വാസത്തോടെ മറുപടി നൽകും: "എന്റെ അറിവോട് കൂടിയല്ലാതെ അയാൾക്ക് യാതൊന്നും സംഭവിക്കില്ല; അയാളെ രക്ഷിക്കാൻ കഴിയുമെന്ന് എനിക്കറിയാം, ലൂസി."

ഒരു ദിവസം വൈകുന്നേരം അവളുടെ അച്ഛൻ വീട്ടിലെത്തിയപ്പോൾ പറഞ്ഞു:

"എന്റെ ഡിയർ, ജയിലിന്റെ മുകൾ വശത്തുള്ള ഒരു ജനലയ്ക്കൽ, ചിലപ്പോൾ ഉച്ചതിരിഞ്ഞ് മൂന്നുമണിക്ക് ചാൾസിന് വരാൻ പറ്റിയേക്കും. അയാൾക്കവിടെ എത്താൻ പറ്റിയാൽ, തെരുവിൽ, ഞാൻ പറയുന്ന സ്ഥലത്ത് നീ നിന്നാൽ, അയാൾക്ക് നിന്നെ കാണാൻ പറ്റിയേക്കും. എന്നാൽ, നിനക്കയാളെ കാണാൻ പറ്റില്ല, എന്റെ പാവം കുട്ടി; നിനക്ക് കാണാൻ പറ്റിയാൽത്തന്നെ ആളെ തിരിച്ചറിഞ്ഞതായി എന്തെങ്കിലും ആംഗ്യം കാണിക്കുന്നത് നിനക്ക് അപകടമാണ്."

"ഓഹ്, എനിക്കാസ്ഥലം കാണിച്ചു തരൂ, അച്ഛാ; ഞാനവിടെ എന്നും പോകും."

അന്നുമുതൽ, ഏത് കാലാവസ്ഥയിലും അവൾ അയാൾക്കായി രണ്ട് മണിക്കൂർ നേരം അവിടെ കാത്തുനിന്നു. ക്ലോക്ക് രണ്ട് അടിക്കുമ്പോൾ അവൾ അവിടെ ഹാജർ ആയിരിക്കും; നാലുമണിക്കവൾ തിരിച്ചുപോകും. മഴയും കാറ്റും കോളുമൊന്നുമില്ലെങ്കിൽ അവൾ കുട്ടിയേയും കൂടെ കൊണ്ടു

പോകും; അല്ലാത്ത സമയത്ത് അവൾ ഒറ്റയ്ക്കായിരിക്കും. എന്നാൽ, ഒറ്റ ദിവസവും അവൾ അത് മുടക്കിയിട്ടില്ല.

ഒരു ചെറിയ വളഞ്ഞുപുളഞ്ഞു പോകുന്ന തെരുവിലെ വൃത്തികെട്ട ഇരുണ്ട മൂലയാണത്. ഒരു മരം അറക്കുന്നവന്റെ വിറക്പുര മാത്രമാണ വിടെ ഉള്ളത്. ബാക്കി ഭാഗം മതിലാണ്. അവൾ പോയിത്തുടങ്ങിയതിന്റെ മൂന്നാം ദിവസം മരം അറക്കുന്നവൻ അവളെ ശ്രദ്ധിച്ചു.

“ഗുഡ് ഡെ, ‘സിറ്റിസനെസ്സ്’.”

“ഗുഡ് ഡെ, സിറ്റിസൻ.”

ഈ രീതിയിൽ സംബോധന ചെയ്യണമെന്നത് ഇപ്പോൾ നിയമമാണ്. മുമ്പത് സ്വമനസ്സാലെ പറഞ്ഞിരുന്നതാണ്, രാജ്യസ്നേഹികൾ തമ്മിൽ; എന്നാൽ, എല്ലാവരും അപ്രകാരം സംബോധന ചെയ്യണമെന്നത് നിയമ മാക്കിയിരിക്കുന്നു.

“നടക്കാൻ വന്നതാണോ ഇവിടെ, സിറ്റിസനെസ്സ്?”

“അതെ, സിറ്റിസൻ.”

മരം അറക്കുന്നവൻ ആവശ്യത്തിലേറെ അംഗവിക്ഷേപം നടത്തുന്ന ഒരു ചെറിയ മനുഷ്യനാണ്. അയാൾ പണ്ട് ഒരു റോഡ് പണിക്കാരനായി രുന്നു. അയാൾ ജയിലിനു നേരെ ഒന്ന് കണ്ണോടിച്ചു; അവിടേക്ക് ചൂണ്ടി ക്കാണിച്ചു; പത്ത് വിരലുകളും തന്റെ മുഖത്തിനു നേരെ പിടിച്ചു, ഇരുമ്പഴി കളാണെന്ന ഭാവത്തിൽ; പിന്നെ ഹാസ്യ ഭാവത്തിൽ അതിലൂടെ നോക്കി.

“എന്നാൽ, എനിക്കതിലൊരു കാര്യവുമില്ല” അയാൾ പറഞ്ഞു; മരം അറക്കുന്ന പണി അയാൾ തുടർന്നു.

പിറ്റേന്നയാൾ അവളെ പ്രതീക്ഷിച്ചിരുന്നു. അവൾ എത്തിയ ഉടനെ അയാൾ വിളിച്ചു ചോദിച്ചു:

“എന്ത്! വീണ്ടും നടക്കാൻ വന്നതാണോ, സിറ്റിസനെസ്സ്?”

“അതെ, സിറ്റിസൻ.”

“ആഹ്! ഒരു കുട്ടി കൂടി! നിന്റെ അമ്മ, അല്ലേ, എന്റെ കൊച്ചു സിറ്റിസനസ്സ്?”

“അതെയെന്ന് ഞാൻ പറയട്ടെ, മമ്മാ?” അമ്മയുടെ അടുത്തേക്ക് നീങ്ങി ക്കൊണ്ട് കൊച്ചു ലൂസി മന്ത്രിച്ചു.

“ശരി, ഓമനെ.”

“അതെ, സിറ്റിസൻ.”

“എന്നാൽ, എനിക്കതിൽ കാര്യമൊന്നുമില്ല. എന്റെ ജോലിയാണെനിക്ക് മുഖ്യം. എന്റെ അറക്കവാൾ നോക്കു! ഞാനതിനെ എന്റെ കൊച്ചു ഗില്ല റ്റിൻ എന്നാണ് വിളിക്കുന്നത്. ലാ,ലാ,ലാ; ലാ,ലാ,ലാ! കണ്ടില്ലേ, അതിന്റെ തല വരുമ്പോൾ അറുത്ത് വീഴ്ത്തുന്നു.”

അയാൾ സംസാരിച്ചു കൊണ്ടിരിക്കവെ, ഒരു മരക്കഷ്ണം മുറിച്ച് വീഴ്ത്തപ്പെട്ടു; അയാളതെടുത്ത് ഒരു കുട്ടയിലേക്ക് എറിഞ്ഞു. “എന്നെ വിറക് ഗില്ലറ്റിൻ സംസാൺ എന്നാണ് ഞാൻ സ്വയം വിളിക്കുന്നത്.

ഇങ്ങോട്ട് നോക്കു! ലൂ, ലൂ, ലൂ; ലൂ, ലൂ, ലൂ! അതാ അവളുടെ ശിരസ്സ് വരുന്നു! ഇപ്പോൾ, ഒരു കുട്ടി. ടിക്കിൾ, ടിക്കിൾ; പിക്കിൾ, പിക്കിൾ! അതിന്റെ ശിരസ്സിതാ അറക്കപ്പെടുന്നു. കുടുംബത്തെ മുഴുവൻ തലയറുത്തു. ടിക്കിൾ, ടിക്കിൾ...”

രണ്ട് വിറക് കഷ്ണം കൂടി അയാൾ കുട്ടയിലേക്കെറിഞ്ഞപ്പോൾ ലൂസി കിടുകിടാ വിറച്ചു. മരം അറക്കുന്നവൻ ജോലി ചെയ്തുകൊണ്ടിരിക്കു മ്പോൾ അയാളുടെ അടുത്ത് നില്ക്കുക എന്നത് അസാദ്ധ്യമാണ്. അതു കൊണ്ട് അയാളുടെ പ്രീതി നേടാനായി അവൾ അയാളോട് എപ്പോഴും ആദ്യം സംസാരിക്കുമായിരുന്നു, ഇടയ്ക്കിടയ്ക്ക് കുടിക്കാനായി പണം നല്കുകയും ചെയ്യും, അതയാൾ ഉടനെ സ്വീകരിച്ചിരുന്നു.

അയാൾ ഒരു ജിജ്ഞാസയുള്ള മനുഷ്യനായിരുന്നു: ചിലപ്പോൾ ജെയി ലിന്റെ ജനാലയിലേക്ക്, ഭർത്താവിനെ കാണാനായി അവൾ കണ്ണും നട്ട് നിൽക്കവെ, അയാൾ അവളെ നിരീക്ഷിക്കുന്നതവൾ കാണും, അയാൾ മുട്ടുകുത്തി നിന്ന്, തന്റെ പണി നിർത്തിക്കൊണ്ടായിരിക്കും അവളെ ശ്രദ്ധി ക്കുന്നത്. അത്തരം സന്ദർഭങ്ങളിൽ അയാൾ സാധാരണ പറയുന്ന വാചക മാണ്, “എനിക്കതിൽ കാര്യമൊന്നുമില്ല!” പിന്നെ പെട്ടെന്ന് അറക്കപ്പണി യിലേക്ക് തിരിയും.

എല്ലാകാലാവസ്ഥയിലും, ശിശിര കാലത്തിലെ മഞ്ഞിലും, വസന്ത ത്തിലെ കടുത്ത കാറ്റിലും, ഗ്രീഷ്മത്തിലെ ചുട്ടുപൊള്ളുന്ന വെയിലിലും, ശരത് കാലത്തിലെ മഴയിലും ഈ സ്ഥലത്ത് എന്നും രണ്ട് മണിക്കൂർ ലൂസി ചെലവഴിക്കും. ദിവസവും അവൾ തിരിച്ച് പോകവെ ജയിൽ മതി ലിനെ ചുംബിച്ചു. അവളുടെ ഭർത്താവ് അവളെ കണ്ടു, അച്ഛനിൽ നിന്ന വൾ മനസ്സിലാക്കിയതാണ്. ഒരു പക്ഷേ, അഞ്ചോ ആറോ ദിവസം കൂടു മ്പോൾ ഒരിക്കൽ ആയിരിക്കും; ചിലപ്പോൾ രണ്ടോ മൂന്നോ പ്രാവശ്യം. ചിലപ്പോൾ ഒരാഴ്ചയോ, രണ്ടാഴ്ചയോ കഴിഞ്ഞിട്ടായിരിക്കാം. അവസരം കിട്ടുമ്പോൾ അവളെ കാണാൻ കഴിയുമല്ലോ എന്നത് അയാൾക്ക് ധാരാള മായിരുന്നു; ആ സാധ്യതയോർത്ത്, ആഴ്ചയിൽ ഏഴ് ദിവസവും അവൾ കാത്തിരിക്കുമായിരുന്നു.

അങ്ങനെ ഈ ദിനചര്യ ഡിസംബർവരെ തുടർന്നു; അവളുടെ അച്ഛൻ ഈ ഭീകരർക്കിടയിൽ ശിരസ്സുയർത്തിത്തന്നെ നടന്നു. നേരിയ മഞ്ഞ് പെയ്യുന്ന ഒരു ഉച്ച തിരിഞ്ഞ നേരത്ത് അവൾ തന്റെ പതിവ് മൂലയിലെത്തി. ഭയങ്കരമായൊരാനന്ദോത്സവത്തിന്റെ ദിനമായിരുന്നു അന്ന്. അവൾ നടന്നു വരുമ്പോൾ വീടുകളിൽ കൊച്ചു ചുകന്ന തൊപ്പികൾ കുന്തത്തിൽ കുത്തി വെച്ച്, ത്രിവർണ്ണ ബാഡ്ജും റിബണുകളും ചുറ്റി അലങ്കരിച്ചിരിക്കുന്നതായി കണ്ടു. അതിൽ, അവരുടെ പ്രിയങ്കരമായ ത്രിവർണ്ണ നിറത്തിലുള്ള പതിവ് മുദ്രാവാക്യങ്ങളും പിടിപ്പിച്ചിട്ടുണ്ട്, ‘സ്വാതന്ത്ര്യം, സമത്വം, സാഹോദര്യം, അല്ലെങ്കിൽ മരണം!’

മരം അറക്കുന്നവന്റെ ദയനീയമായ ഷെഡ്ഡ് വളരെ ചെറുതാണ്. മുദ്രാ വാക്യങ്ങളെഴുതാൻ വേണ്ടി ആ സ്ഥലം മുഴുവൻ ഉപയോഗിച്ചിട്ടുണ്ട്; വികൃതമായ രീതിയിലാണ് എഴുതി വെച്ചിട്ടുള്ളത്. എന്തായാലും, സ്ഥല ത്തിന്റെ പരിമിതി മൂലം ‘മരണം’ എന്നവാക്ക് വളരെ ബുദ്ധിമുട്ടിയാണ്

ഒതുക്കി എഴുതിയിട്ടുള്ളത്! ഒരു നല്ല പൗരനെപ്പോലെ അയാൾ തന്റെ കുടിലിനു മുകളിൽ ഒരു കുന്തവും തൊപ്പിയും നാട്ടിയിട്ടുണ്ട്. ജനാലയിൽ 'കൊച്ചു സെന്റ് ഗില്ലാറ്റിൻ' എന്നെഴുതിയ അറക്കവാൾ പിടിപ്പിച്ചിരിക്കുന്നു. അയാളുടെ കട അടച്ചിരിക്കയാണ്, അയാൾ അവിടെ ഇല്ല; ലൂസിക്കത് വലിയ ആശ്വാസം നല്കി; അവൾ ഏകാന്തയായി അവിടെ നിന്നു.

എന്നാൽ, അയാൾ അത്ര ദൂരെയൊന്നുമായിരുന്നില്ല; ബഹളം പിടിച്ചൊരു നീക്കം അവൾ കേട്ടു. അടുത്തുവരുന്ന ഗർജ്ജനം കേട്ട് അവൾ പേടിച്ച് പോയി. ഒരു നിമിഷത്തിനുശേഷം ഒരു കൂട്ടം ജനങ്ങൾ ആ മൂല തിരിഞ്ഞ് ജയിൽ മതിലിന്നരികിലൂടെ പ്രവഹിച്ചു. അതിന്നിടയിൽ കൈകോർത്ത് പിടിച്ചുനടക്കുന്ന മരം അറക്കുന്നവനേയും 'പ്രതികാര'ത്തേയും അവൾ കണ്ടു. ചുരുങ്ങിയത് അഞ്ഞൂറ് പേരെങ്കിലുമുണ്ട്; അയ്യായിരം പിശാചുക്കൾ നൃത്തം വെക്കുന്നതുപോലെയാണവർ കാണപ്പെട്ടത്! അവരുടെ പാട്ടുകളല്ലാതെ മറ്റൊരു സംഗീതവും ഉണ്ടായിരുന്നില്ല. ജനപ്രിയ വിപ്ലവഗാനങ്ങൾ ആലപിച്ചുകൊണ്ടവർ നൃത്തമാടി. രൗദ്ര ഭാവമായിരുന്നു അതിന്, ഐകമത്യത്തോടെ ക്രൂരമായി അവർ പല്ല് കടിച്ചുകാണിച്ചു! ആണുങ്ങളും പെണ്ണുങ്ങളും ഒന്നിച്ചും, പെണ്ണുങ്ങൾ മാത്രമായും, ആണുങ്ങൾ മാത്രമായും അവർ ആടിത്തകർത്തു, അവർ ഒന്നിച്ച് ആപത്തിലുൾപ്പെട്ടതുപോലെ! ലൂസിക്കടുത്തെത്തിയപ്പോൾ അവരുടെ സമൂഹ നൃത്തം ഉഗ്രഭാവത്തിലായി; ആവേശഭരിതമായ ആ നൃത്തത്തിന്നിടെ പലരും തളർന്നുവീണു; അപ്പോൾ അവർക്കു പകരം മറ്റുള്ളവർ നൃത്തത്തിൽ ചേർന്നു. പെട്ടെന്നവർ നൃത്തം നിർത്തും; അല്പനേരത്തിന്നകം വീണ്ടും തുടങ്ങും. ഭീകരമായി അലറും, ഭയങ്കര വേഗതയോടെ ചുറ്റിക്കറങ്ങും, വലിയ വളയം പൊളിച്ച് രണ്ടോ മൂന്നോ വളയങ്ങളായി മാറും. പാട്ടും ഗർജ്ജനവും മുഴങ്ങും. ഒരു യുദ്ധംപോലും ഈ നൃത്തത്തിന്റെ പാതി ക്രൂരമായിരുന്നില്ല!

ഇതായിരുന്നു 'കാർ മഗ്നോൾ'! മരം അറക്കുന്നവന്റെ കുടിലിനു മുന്നിൽ ലൂസി പേടിച്ച്, പരിഭ്രമിച്ച് നിൽക്കവെ, പതിവില്ലാത്ത രീതിയിൽ വെളുത്ത മഞ്ഞിൻ ചീളുകൾ മെല്ലെ വർഷിച്ചുകൊണ്ടിരുന്നു.

അടച്ചുപിടിച്ച കൈകൾ അവൾ കണ്ണുകളിൽ നിന്ന് മാറ്റിയപ്പോൾ പെട്ടെന്നവൾ അച്ഛനെ മുന്നിൽ കണ്ടു. "എന്റെ അച്ഛാ, എത്ര ക്രൂരമായ ദുഷിച്ച ദൃശ്യം!"

"എനിക്കറിയാം, എന്റെ ഡിയർ, എനിക്കറിയാം. ഞാനത് പല പ്രാവശ്യം കണ്ടിട്ടുണ്ട്. പേടിക്കേണ്ട അവരിലാരും നിന്നെ ദ്രോഹിക്കില്ല."

"ഞാൻ എന്റെ കാര്യമോർത്ത് പേടിക്കുന്നില്ല, എന്റെ അച്ഛാ. ഇക്കൂട്ടർ എന്റെ ഭർത്താവിനോട് ദയ കാണിക്കുമോ..."

"നമ്മൾ അയാളെ ഇവരുടെ ദയാവായ്പിന് പുറത്തെത്തിക്കും. അയാൾ ജന്നലിലേക്ക് കയറാൻ വിട്ടിട്ടാണ് ഞാൻ ഇപ്പോൾ നിന്റെ അടുത്തേക്ക്, അത് പറയാനായി വന്നത്. നിന്നെ ഇവിടെ, ഇപ്പോൾ, ആരും കാണില്ല. നിനക്ക് സ്വന്തം കൈയിൽ ചുംബിച്ച് ഏറ്റവും മുകളിലെ ജാലകത്തിലേക്ക് കാണിക്കാം."

“ഞാനപ്രകാരം ചെയ്യുന്നു, അച്ഛാ, അതോടൊപ്പം ഞാനെന്റെ ആത്മാവും അദ്ദേഹത്തിന്നയയ്ക്കുന്നു!”

“നിനക്കയാളെ കാണാൻ കഴിയുന്നില്ലല്ലൊ എന്റെ പാവം കുട്ടി?”

“ഇല്ല, അച്ഛാ” തീവ്രഭിലാഷത്തോടും കരച്ചിലോടും കൂടി സ്വന്തം കൈ ചുംബിച്ച് ലൂസി പറഞ്ഞു

“ഇല്ല.”

മഞ്ഞിൽ ഒരു കാലടി സ്വരം. മാഡം ഡിഫാർജ്. “നിങ്ങൾക്ക് സലാം, സിറ്റിസനസ്സ്” ഡോക്ടറുടെ അഭിവാദ്യം. “നിങ്ങൾക്ക് സലാം, സിറ്റിസൻ” മാഡം ഡിഫാർജിന്റെ പ്രത്യഭിവാദ്യം. കടന്നുപോകവെ ആയിരുന്നു ഇത്. മറ്റൊന്നുമില്ല. വെളുത്ത റോഡിലൂടെ ഒരു നിഴൽ പോലെ മാഡം ഡിഫാർജ് പോയി.

“നിന്റെ കൈ തരു, എന്റെ ഡിയർ. അയാൾക്കുവേണ്ടി സന്തോഷ ത്തോടെയും ധൈര്യത്തോടെയും ഇവിടെനിന്ന് പോകുക. “അത് വൃഥാ വിലാവില്ല. ചാൾസിനെ നാളേക്ക് വിളിപ്പിച്ചിട്ടുണ്ട്.”

“നാളെക്കോ!”

“ഇനി ഒട്ടും സമയം കളയാനില്ല. ഞാൻ നന്നായി തയ്യാറെടുത്തിട്ടുണ്ട്; എന്നാലും, മുൻ കരുതലുകൾ എടുക്കേണ്ടതുണ്ട്; അയാളെ ശരിക്കും ട്രിബ്യൂണലിനുമുന്നിൽ ഹാജരാക്കുന്നതുവരെ ഒന്നും ചെയ്യാനാകില്ലായി രുന്നു. അയാൾക്ക് ഇതുവരെ നോട്ടീസ് കിട്ടിയിട്ടില്ല; എന്നാൽ, ഉടനെ അത് കിട്ടുമെന്നെനിക്കറിയാം, ഇപ്പോൾത്തന്നെ കോൺസീർ ഗെറിയിലേക്ക് മാറ്റും; എനിക്ക് തക്ക സമയത്തിന് വിവരം ലഭിച്ചു. നിനക്ക് പേടിയൊന്നു മില്ലല്ലൊ?”

വളരെ പ്രയാസപ്പെട്ടവൾ മറുപടി നല്കി,“ഞാൻ നിങ്ങളിൽ വിശ്വാ സമർപ്പിക്കുന്നു.”

“സംശയിക്കേണ്ട. നിന്റെ അനിശ്ചിതത്വം അവസാനിക്കാറായി, എന്റെ ഓമനേ; ഏതാനും മണിക്കൂറുകൾക്കകം അയാളെ നിനക്ക് തിരിച്ചു കിട്ടും. ഞാൻ അയാൾക്ക് എല്ലാവിധ സംരക്ഷണവും ഏർപ്പെടുത്തിയിട്ടുണ്ട്. എനിക്ക് ലോറിയെ കാണണം.”

അദ്ദേഹം നിന്നു വണ്ടിചക്രങ്ങളുടെ വിലക്ഷണമായ കനത്ത ശബ്ദം അടുത്ത് നിന്ന് കേട്ടു. അത് എന്താണെന്ന് അവർ ഇരുവർക്കും നന്നായി അറിയാം. ഒന്ന്, രണ്ട്, മൂന്ന്. ഗില്ലറ്റിനിലേക്ക് കൊണ്ടുപോകുന്ന ഭീകര മായ ചുമടുകളുമായുള്ള വണ്ടികൾ മഞ്ഞിലൂടെ നീങ്ങുകയാണ്.

“എനിക്ക് ലോറിയെ കാണണം.” അവളെ മറ്റൊരു വശത്തേക്ക് മാറ്റി നിറുത്തി ഡോക്ടർ ആവർത്തിച്ചു.

ആ ദൃഢചിത്തനായ വൃദ്ധൻ ലോറി അപ്പോഴും ഉറച്ച വിശ്വാസത്തി ലാണ്. നഷ്ടപ്പെട്ടതും, കണ്ടുകെട്ടപ്പെട്ടതുമായ സ്വത്തുക്കളുടെ വിവരങ്ങൾ അടങ്ങിയ അയാളുടെ പുസ്തകങ്ങൾ, അയാളോടൊപ്പം ഇടയ്ക്കിടെ അധി കൃതർ ആവശ്യപ്പെട്ടുകൊണ്ടിരുന്നു. ഉടമകൾക്കുവേണ്ടി കാത്തുരക്ഷിക്കു വാൻ കഴിയുന്നതെല്ലാം അയാൾ സൂക്ഷിച്ചുവെച്ചു. ടെൽസൺസിന്റെ സമ്പത്ത് കാത്തുസൂക്ഷിക്കാൻ പറ്റിയ മറ്റൊരാളും ഇന്ന് ജീവിച്ചിരിപ്പില്ല!

കറുപ്പും, ചുകപ്പും, നീലയും നിറമുള്ള ആകാശവും, 'സീനിൽ' നിന്നുയരുന്ന മൂടൽമഞ്ഞും, ഇരുട്ടിന്റെ വരവ് സൂചിപ്പിച്ചു. അവർ ബാങ്കിലെത്തിയപ്പോഴേക്കും മിക്കവാറും ഇരുട്ടായിക്കഴിഞ്ഞിരുന്നു. തിരുമേനിയുടെ രാജകീയ പ്രൗഢിയുള്ള ഭവനം വിജനമായിരുന്നു. മുറ്റത്ത് കുന്നുകൂടിക്കിടന്ന മണ്ണിനും ചാരത്തിനും മുകളിൽ വിപ്ലവകാരികൾ ഈ വാക്കുകൾ എഴുതിയിട്ടുണ്ട്: ദേശീയ സ്വത്ത്. സ്വാതന്ത്ര്യം, സമത്വം, സാഹോദര്യം, അല്ലെങ്കിൽ മരണം!

മി.ലോറിയുടെ കൂടെ ആരായിരിക്കും ഉള്ളത്? ആ കസേരയിൽ ഇട്ടിട്ടുള്ള സവാരിക്കോട്ടിന്റെ ഉടമ ആരായിരിക്കും? ആരെയും കാണാനില്ലല്ലൊ? തന്റെ പ്രിയപ്പെട്ടവരെ സ്വീകരിക്കാൻ, ഏത് നവാഗതനിൽ നിന്നാണ് അസ്വസ്ഥനും വിസ്മയഭരിതനുമായി അദ്ദേഹം പുറത്ത് വന്നത്? ആരോടാണ് ഇടറിയ ശബ്ദത്തോടെ അദ്ദേഹം പുറത്തേക്കുവന്ന മുറിയുടെ വാതില്ക്കലേക്ക് തലതിരിച്ച്, ശബ്ദമുയർത്തി വിളിച്ചുപറഞ്ഞത്: "കോൺസീർഗെറി'യിലേക്ക് മാറ്റി, നാളേക്ക് വിളിപ്പിച്ചിട്ടുണ്ട്?" എന്ന്?

ആറ്

അഞ്ച് ജഡ്ജിമാർ, പബ്ലിക് പ്രോസിക്യൂട്ടർ, ജൂറി എന്നിവർ അടങ്ങുന്ന ഭീകര ട്രിബ്യൂണൽ എന്നും കൂടാറുണ്ട്. എന്നും വൈകുന്നേരം അവരുടെ ലിസ്റ്റ് വിവിധ ജയിലുകളുടെ ജയിലർമാർ തടവുപുള്ളികൾക്ക് വായിച്ചുകൊടുക്കും. ഒരു പതിവ് ജയിലർതമാശയാണത്

"ഡാർണി എന്ന് വിളിക്കപ്പെടുന്ന ചാൾസ് എവ്രെമോണ്ട്!"

ഒടുവിൽ ലാഫോഴ്സിൽ ജയിലർ പത്രവായന തുടങ്ങി.

വായിക്കാനായി കണ്ണട ധരിക്കുന്ന ചീത്ത മുഖമുള്ള ഡാർണിയുടെ ജെയിലർ തടവുപുള്ളികളെ മൊത്തത്തിലൊന്ന് വീക്ഷിച്ചശേഷം ആ ലിസ്റ്റ് വായിക്കാൻ തുടങ്ങി, ഓരോ പേര് വായിച്ചശേഷവും ഒന്ന് നിർത്തും. ഇരുപത്തിമൂന്ന് പേരുകൾ ഉണ്ടായിരുന്നു; എന്നാൽ, ഇരുപത് പേർ മാത്രമേ മറുപടി നല്കിയിരുന്നുള്ളു, കാരണം, ജയിലിൽകിടന്ന് മരിച്ച ഒരാളെ അവർ മറന്നുപോയിരുന്നു; അതുപോലെ നേരത്തെ ഗില്ലറ്റിൻ ചെയ്യപ്പെട്ടിരുന്ന രണ്ട് പേരെയും അവർ മറന്നിരുന്നു! ഡാർണി അവിടെവന്ന് ആദ്യരാത്രിയിൽ പരിചയപ്പെട്ട തടവുപുള്ളികളുടെ മുറിയിൽ വെച്ചായിരുന്നു ആ ലിസ്റ്റ് വായിച്ചത്. അവിടെ അന്ന് സന്നിഹിതരായിരുന്നവരെല്ലാം കൂട്ടക്കൊലയിൽ ഉന്മൂലനം ചെയ്യപ്പെട്ടിരുന്നു. അതിനുശേഷം അയാൾ പരിചയപ്പെട്ടിരുന്നവരെല്ലാം തൂക്കിലേറ്റപ്പെടുകയുമുണ്ടായി.

ധൃതി പിടിച്ച് ഏതാനും വിടവാങ്ങൽ വാക്കുകളും, കാരുണ്യപ്രകടനവും നടന്നു; എല്ലാം പെട്ടെന്ന് അവസാനിച്ചു. അത് എന്നും അരങ്ങേറുന്ന സംഭവമാണ്. അവർ ഇരുമ്പഴികൾക്ക് പിന്നിൽ നിന്ന് കണ്ണുനീർ പൊഴിച്ചു.

കോൺസീർഗെറിയിലേക്കുള്ള ഇടനാഴി ചെറുതും ഇരുട്ടുള്ളതുമായിരുന്നു, പ്രാണികൾ നിറഞ്ഞ തടവറകളിലെ രാത്രി നീണ്ടതും തണുത്തതും!

പിറ്റേന്ന്, ഡാർണിയുടെ പേര് വിളിക്കുന്നതിനു മുമ്പ് പതിനഞ്ച് ജയിൽ പുള്ളികൾ വിചാരണ ചെയ്യപ്പെട്ടു. ആ പതിനഞ്ച് പേരും ശിക്ഷിക്കപ്പെട്ടു. എല്ലാവർക്കും കൂടിയുള്ള വിചാരണ ഒന്നര മണിക്കൂർ മാത്രമാണ് നീണ്ടു നിന്നത്. "ചാൾസ് എവ്രെമോണ്ട് എന്ന ഡാർണി." ഒടുവിൽ അയാൾ കോടതിയിൽ ഹാജരാക്കപ്പെട്ടു. ഡാർണി പരിസരങ്ങൾ നോക്കിക്കണ്ടു.

അയാളുടെ ജഡ്ജിമാർ തൂവൽ തൊപ്പികൾ ധരിച്ച് ബഞ്ചിൽ ഇരുന്നു; മറ്റുള്ളവർ ചുകന്ന പരുക്കൻതൊപ്പിയും ത്രിവർണ്ണ ബാഡ്ജുമാണ് ശിരസ്സിൽ ധരിച്ചിട്ടുള്ളത്. ജൂറിയേയും പ്രക്ഷുബ്ധരായ പ്രേക്ഷകരേയും നോക്കിയപ്പോൾ, സംഭവഗതികൾ നേരെ മറിച്ചായിരിക്കുന്നു എന്നയാൾ വിചാരിച്ചു കാണും! അതായത്, മഹാപാതകികൾ സത്യസന്ധരെ വിചാരണ ചെയ്യുന്നു എന്ന്! നഗരത്തിലെ ഏറ്റവും ഹീനരും, ഏറ്റവും ക്രൂരരും, ഏറ്റവും വൃത്തികെട്ടവരുമായ മനുഷ്യരാണ് ആ രംഗത്തിന്റെ ആത്മാവ് നിയന്ത്രിക്കുന്നത്: അവർ യാതൊരു മടിയുമില്ലാതെ ഉറക്കെ അഭിപ്രായ പ്രകടനങ്ങൾ നടത്തുകയും, കരഘോഷം മുഴക്കുകയും, വിസമ്മതിക്കുകയും, ഫലം മുൻകൂട്ടി പറയുകയും ചെയ്യുന്നു. പുരുഷന്മാർ പലതരത്തിലുള്ള ആയുധങ്ങൾ ധരിച്ചവരാണ്. സ്ത്രീകൾ കത്തിയും കഠാരിയും പിടിച്ചിരിക്കുന്നു; അവർ മദ്യപിച്ചുകൊണ്ടാണ് വിചാരണ വീക്ഷിക്കുന്നത്; ചിലർ തുന്നിക്കൊണ്ടിരിക്കുന്നു. ഇത്തരക്കാരിൽ ഒരുവളുടെ കൈയിൽ തുന്നിക്കൊണ്ടിരിക്കുന്ന ഒരു തുണിക്കഷ്ണം കാണാം. അവൾ മുൻനിരയിലാണ്; അവളുടെ അടുത്തൊരാൾ നില്പുണ്ട്; തടവുപുള്ളി ആയ ശേഷം അയാൾ ഈ വ്യക്തിയെ കണ്ടിട്ടില്ല; അയാൾ ഡിഫാർജ് ആയിരിക്കുമെന്നയാൾ ഊഹിച്ചു. ഒന്നു രണ്ട് പ്രാവശ്യം അയാളുടെ കാതിൽ അവൾ മന്ത്രിച്ചത് തടവുപുള്ളി ശ്രദ്ധിക്കുകയുണ്ടായി; അവൾ അയാളുടെ ഭാര്യ ആയിരിക്കണം. അവർ തന്റെ തൊട്ടടുത്തായിരുന്നു ഇരുപ്പുറപ്പിച്ചതെങ്കിലും, ഒരിക്കലും അയാൾക്കു നേരെ അവർ നോക്കിയില്ല എന്നതയാൾ പ്രത്യേകം ശ്രദ്ധിച്ചു. ദൃഢവിശ്വാസത്തോടെ എന്തോ പ്രതീക്ഷിച്ചുകൊണ്ടാണവർ ഇരിക്കുന്നതെന്ന് തോന്നി. അവർ ജൂറിയിൽ മാത്രം ശ്രദ്ധ പതിപ്പിച്ച് ഇരിക്കുകയാണ്. പ്രസിഡണ്ടിനു താഴെ, സാധാരണ വേഷത്തിൽ ഡോ.മാനെറ്റ് ഇരിക്കുന്നു. ട്രിബ്യൂണലുമായി ബന്ധമില്ലാത്ത രണ്ട് പേർ അദ്ദേഹവും മി. ലോറിയും മാത്രമാണെന്ന് തടവുപുള്ളിക്ക് കാണാൻ കഴിഞ്ഞു.

ഡാർണി എന്ന് വിളിക്കപ്പെടുന്ന ചാൾസ് എവ്രെമോണ്ട് ഒരു കുടിയേറ്റക്കാരനാണെന്നും, അയാളുടെ ജീവിതം റിപ്പബ്ലിക്കിന് അവകാശപ്പെട്ടതാണെന്നും, നിയമപരമായി എല്ലാ കുടിയേറ്റക്കാർക്കും മരണ ശിക്ഷ നല്കേണ്ടതാണെന്നും പബ്ലിക് പ്രോസിക്യൂട്ടർ വാദിച്ചു. അയാൾ ഫ്രാൻസിൽ തിരിച്ചുവന്നതുകൊണ്ട് വിധി മാറ്റാനാവില്ല. അതുകൊണ്ട് വിധി ബാധകമാണ്, അയാളെ ശിരശ്ഛേദം ചെയ്യണം.

"അയാളെ ശിരശ്ഛേദം ചെയ്യുക!"പ്രേക്ഷകർ ആർത്തുവിളിച്ചു. "റിപ്പബ്ലിക്കിന്റെ ശത്രു!"

ജനങ്ങളോട് നിശ്ശബ്ദത പാലിക്കാനായി പ്രസിഡന്റ് മണിയടിച്ചു. അയാൾ കുറെ വർഷങ്ങളായി ഇംഗ്ലണ്ടിൽ ജീവിക്കയായിരുന്നു എന്നത് സത്യമല്ലേ എന്ന് പ്രസിഡന്റ് ചോദിച്ചു.

ആണെന്ന കാര്യത്തിൽ സംശയമില്ല.

അപ്പോൾ, അയാൾ ഒരു കുടിയേറ്റക്കാരനല്ലേ? എന്താണതിനെ അയാൾ സ്വയം വിളിക്കുക?

നിയമത്തിന്റെ തത്ത്വമനുസരിച്ച് ഒരു കുടിയേറ്റക്കാരനല്ലെന്നയാൾ വിശ്വസിക്കുന്നു.

എന്തുകൊണ്ടല്ല? പ്രസിഡന്റ് അറിയാൻ ആഗ്രഹിച്ചു.

എന്തുകൊണ്ടെന്നാൽ തനിക്കിഷ്ടമില്ലാത്ത ഒരു പദവി സ്വമനസ്സാലെ ഉപേക്ഷിച്ചു, സ്വത്തെല്ലാം വേണ്ടെന്നുവെച്ച് സ്വന്തം രാജ്യം വിട്ടുപോയവനാണയാൾ. ട്രിബ്യൂണൽ ഇന്നത്തെ കുടിയേറ്റക്കാരൻ എന്ന ആശയം പ്രാവർത്തികമാക്കുന്നതിന് മുമ്പ് ഇംഗ്ലണ്ടിൽ പോയി ജോലി ചെയ്ത് ജീവിച്ചവനാണയാൾ. ഫ്രാൻസിലെ ജനങ്ങൾക്ക് ഭാരമായിട്ടില്ല.

പ്രസിഡണ്ട് ചോദിച്ചു.

ഇതിന്നയാളുടെ കൈയിൽ എന്ത് തെളിവാണുള്ളത്?

അയാൾ രണ്ട് സാക്ഷികളുടെ പേരുകൾ നല്കി; തിയോഫിൽ ഗാബേലും അലക്സാണ്ടർ മാനെറ്റും.

അയാൾ ഇംഗ്ലണ്ടിൽ വെച്ച് വിവാഹം കഴിച്ചില്ലേ?

സത്യമാണ്, ഇംഗ്ലീഷ്കാരിയെ അല്ല. ഒരു ഫ്രാൻസ് പൗരയോ?

അതെ. ജന്മം മൂലം.

അവളുടെ പേരും, കുടുംബവും?

“ലൂസി മാനെറ്റ്, ഇവിടെ ഇരിക്കുന്ന പ്രഗല്ഭനായ ഡോക്ടർ മാനെറ്റിന്റെ ഏക പുത്രി.”

ഈ മറുപടി പ്രേക്ഷകരിൽ സന്തോഷമായൊരു ഫലം ഉളവാക്കി. പ്രശസ്തനായ ഡോക്ടറെ അതിയായി സ്തുതിച്ചുകൊണ്ടുള്ള ആർപ്പുവിളികൾ ഹാളിൽ മുഴങ്ങി. അത്ര എളുപ്പത്തിലാണ് ജനങ്ങളുടെ മനസ്സ് ഇളക്കിയത്; അനേകം ക്രൂരമുഖങ്ങളിൽ നിന്ന് പെട്ടെന്ന് കണ്ണീരൊഴുകാൻ തുടങ്ങി; ഒരു നിമിഷം മുമ്പാണ്, തടവുപുള്ളിയെ വലിച്ചിഴച്ച് പുറത്ത് കൊണ്ടിട്ട് കൊല്ലാനായി, ആ മുഖങ്ങൾ അക്ഷമയോടെ തുറിച്ചുനോക്കിയിരുന്നത്!

ഈ അപകടമേഖലയിലൂടെ ചാൾസ് ഡാർണി നടന്നുപോയത്, ഡോ. മാനെറ്റ് ആവർത്തിച്ചുപറഞ്ഞു കൊടുത്തിരുന്ന നിർദ്ദേശങ്ങൾ പിൻതുടർന്നു കൊണ്ടായിരുന്നു. ഇതേ ജാഗരൂകനായ ഉപദേഷ്ടാവ്, അയാളുടെ മുന്നിൽ നീണ്ടുകിടക്കുന്ന പാതയിലെ ഓരോ കാൽവെപ്പും ശ്രദ്ധയോടെ തയ്യാറാക്കിയിരുന്നു.

എന്തുകൊണ്ടയാൾ കാര്യങ്ങൾ കഴിഞ്ഞ ഉടനെ ഫ്രാൻസിലേക്ക് തിരിച്ചുവന്നില്ല?

ഫ്രാൻസിൽ തനിക്ക് ജീവിക്കാനൊരു മാർഗ്ഗവുമില്ലായിരുന്നതിനാലാണ് വേഗം ഇങ്ങോട്ട് തിരിച്ചുവരാതിരുന്നത്; എന്നാൽ, ഇംഗ്ലണ്ടിൽ അയാൾ ഫ്രഞ്ച് ഭാഷയും സാഹിത്യവും പഠിപ്പിച്ച് ജീവിതമാർഗ്ഗം കണ്ടെത്തി. തന്റെ അസാന്നിദ്ധ്യം മൂലം ഒരു ഫ്രഞ്ച് പൗരന്റെ ജീവിതം അപകടത്തിലാണെന്ന്

ആ പൗരൻ അയാൾക്ക് എഴുതിയതിനാലാണയാൾ മടങ്ങിവന്നത്, ഒരു പൗരന്റെ ജീവൻ രക്ഷിക്കാൻവേണ്ടി; എന്തൊക്കെ വ്യക്തിപരമായ അപായം അഭിമുഖീകരിക്കേണ്ടി വന്നാലും, സത്യം തെളിയിക്കാനായി സാക്ഷ്യം വഹിക്കുവാനയാൾ തയ്യാറായി. റിപ്പബ്ലിക്കിന്റെ കണ്ണുകളിൽ അത് കുറ്റകരമാണോ?

ജനം ഉത്സാഹത്തോടെ ആർത്തുവിളിച്ചു, "അല്ല!"അവരെ ശാന്തരാക്കാനായി പ്രസിഡണ്ട് മണിയടിച്ചു. അതുകൊണ്ടൊരു പ്രയോജനവുമുണ്ടായില്ല, കാണികൾ "അല്ല!"എന്ന് ആർത്തുവിളിച്ചുകൊണ്ടിരുന്നു; ഒടുവിൽ, സ്വന്തം ഇഷ്ടാനുസരണം അവർ ശാന്തരായി.

ആ പൗരന്റെ പേര് പ്രസിഡണ്ട് ആവശ്യപ്പെട്ടു. ആ പൗരനാണ് തന്റെ ആദ്യത്തെ സാക്ഷി എന്ന് കുറ്റവാളി വിശദീകരിച്ചു. ആ പൗരന്റെ കത്ത് താൻ തടവിലിടപ്പെട്ട സമയത്ത് അധികാരികൾക്ക് കൈമാറിയിരുന്നെന്നും, അത് പ്രസിഡണ്ടിന്റെ മുന്നിലുള്ള പേപ്പറുകൾക്കിടയിൽ തീർച്ചയായും ഉണ്ടാകുമെന്നും അയാൾ പറഞ്ഞു.

അത് ഫയലിൽ ഉണ്ടെന്ന് ഡോക്ടർ നേരത്തെത്തന്നെ ഉറപ്പ് വരുത്തിയിരുന്നു. ആ സമയത്ത് ആ കത്ത് പ്രസിഡണ്ടിനുമുന്നിൽ എത്തി; അദ്ദേഹം അത് വായിച്ചു. അത് സ്ഥിരീകരിക്കുവാനായി പൗരൻ ഗാബെൽ അകത്തേക്ക് വിളിപ്പിക്കപ്പെട്ടു. മൂന്നു ദിവസം മുമ്പുവരെ താൻ അബ്ബാ ജെയിലിൽ എല്ലാവരാലും വിസ്മരിക്കപ്പെട്ട് കിടക്കുകയായിരുന്നെന്ന് ഗാബെൽ അതീവ എളിമയോടെ പ്രസ്താവിച്ചു. റിപ്പബ്ലിക്കിന്റെ ശത്രുക്കളെ വിചാരണ ചെയ്യുന്ന ഭാരിച്ച ചുമതലകൾക്കിടയിൽ ട്രിബ്യൂണൽ അബ്ബാ ജെയിലിൽ കിടക്കുന്ന തന്നെ അല്പം അവഗണിച്ചതാകാം എന്നയാൾ വിനീതനായി സൂചിപ്പിച്ചു. അയാൾക്കെതിരായ കുറ്റാരോപണത്തിന് തൃപ്തികരമായ മറുപടി ലഭിച്ചതിന്റെ പേരിൽ ഗാബേലിനെ സ്വതന്ത്രനായി ജൂറി പ്രഖ്യാപിച്ചു; പൗരൻ ഡാർണി എന്ന എവ്രെമോണ്ടിന്റെ ഹാജരാകൽത്തന്നെ അതിന്നുള്ള മറുപടി ആയിരുന്നു.

പിന്നീട് ഡോ.മാനെറ്റ് വിസ്തരിക്കപ്പെട്ടു. അദ്ദേഹത്തിന്റെ ഉന്നതമായ വ്യക്തിത്വവും, ജനപ്രീതിയും, മറുപടികളിലുള്ള വ്യക്തതയും, വലിയൊരു മതിപ്പാണ് ഉളവാക്കിയത്. അദ്ദേഹം സത്യസന്ധമായി പഴയ കാര്യങ്ങൾ പരമാർശിച്ചു. അദ്ദേഹം ഡാർണിയുമായുള്ള ബന്ധത്തിന്റെ വിശദാംശങ്ങളിലേക്ക് കടന്നു. തന്റെ ദീർഘമായ കാരഗൃഹവാസം അവസാനിച്ച ശേഷം ഈ കുറ്റവാളിയായിരുന്നു ആദ്യത്തെ സുഹൃത്ത്; കുറ്റവാളി ഇംഗ്ലണ്ടിൽ ഉണ്ടായിരുന്നപ്പോൾ എപ്പോഴും അദ്ദേഹത്തോടും പുത്രിയോടും വളരെ വിശ്വസ്തതയോടും വിധേയത്വത്തോടും കൂടിയാണ് പെരുമാറിയിരുന്നത്; ഇംഗ്ലണ്ടിലായിരിക്കുമ്പോൾ, ഇംഗ്ലണ്ടിന്റെ ശത്രുവും, അമേരിക്കയുടെ മിത്രവുമാണെന്ന കുറ്റത്തിൽ വധശിക്ഷയ്ക്ക് വിചാരണ ചെയ്യപ്പെട്ടവനാണ്. ഈ പരിതഃസ്ഥിതികൾ തികഞ്ഞ ആത്മാർത്ഥതയോടെയും സത്യസന്ധതയോടെയും അവർക്ക് മുന്നിൽ ചിത്രീകരിച്ചപ്പോൾ, ജൂറിയും, പ്രേക്ഷകരും ഒന്നായിത്തീർന്നു. ഒടുവിൽ,ആ സന്ദർഭത്തിൽ സന്നിഹിതനായിരുന്ന ഇംഗ്ലീഷ് മാന്യൻ മി.ലോറിയെ വിസ്തരിച്ചാൽ തന്റെ വിശദീകരണം സ്ഥിരീകരിക്കാൻ കഴിയുമെന്ന് അദ്ദേഹം പറഞ്ഞപ്പോൾ, ഇത് ധാരാളമാണെന്നും,

പ്രസിഡണ്ടിന് തൃപ്തിയാണെങ്കിൽ, തങ്ങൾ വോട്ടിന്നിടാൻ തയ്യാറണെന്നും ജൂറി പ്രഖ്യാപിച്ചു.

ജൂറി അംഗങ്ങൾ ഓരോരുത്തരും ഉറക്കെ ശബ്ദവോട്ട് നല്കി. ജനങ്ങൾ അത് കൈയടിച്ച് അംഗീകരിച്ചു. എല്ലാ വോട്ടുകളും ജയിൽപ്പുള്ളിക്ക് അനുകൂലമായിരുന്നു; പ്രസിഡണ്ട് അയാളെ സ്വതന്ത്രനായി പ്രഖ്യാപിച്ചു.

കുറ്റവിമോചനം പ്രഖ്യാപിക്കപ്പെട്ടതോടെ, കണ്ണുനീർ അനർഗ്ഗളം പ്രവഹിച്ചു, മറ്റ് സമയങ്ങളിൽ രക്തം പ്രവഹിക്കാറുള്ളതുപോലെ! സ്ത്രീ പുരുഷ ഭേദമില്ലാതെ ജനം അയാളെ വളഞ്ഞു, സഹോദര സവിശേഷമായ സ്നേഹത്തോടെ ആലിംഗനം ചെയ്തു; അനാരോഗ്യകരവും സുദീർഘവുമായ ജയിൽ വാസം മൂലം ക്ഷീണിച്ചിരുന്ന ആ ജയിൽപ്പുള്ളി ബോധം കെട്ട് വീഴുമോ എന്ന നിലയിലെത്തി! അതേ ജനാവലി ആയിരുന്നു, മറ്റൊരു തരം വൈകാരിക വിഭ്രാന്തിക്കിരയായി, ഇതേ ആവേശത്തോടെ തന്നെ വെട്ടിനുറുക്കി തെരുവിലെറിയാനായി പാഞ്ഞുവന്നതെന്ന് അയാൾ ഓർത്തു.

വിചാരണ ചെയ്യുവാനുള്ള മറ്റ് കുറ്റവാളികളെ കൊണ്ടുവരാനായി അയാളെ അവിടെനിന്നും മാറ്റിയതോടെ ജനങ്ങളുടെ സ്നേഹപ്രകടനങ്ങളിൽ നിന്ന് തത്ക്കാലം അയാൾക്ക് രക്ഷപ്പെടാനായി. അതിനുശേഷം റിപ്പബ്ലിക്കിന്റെ ശത്രുക്കളായി ആരോപിക്കപ്പെട്ട അഞ്ചുപേർ ഒന്നിച്ച് വിചാരണ ചെയ്യപ്പെട്ടു. അവരുടെ വിചാരണയും വിധിയും പെട്ടെന്ന് കഴിഞ്ഞു. അയാൾ പുറത്തേക്ക് പോകുന്നതിന് മുമ്പുതന്നെ അവർ വധശിക്ഷയ്ക്ക് വിധിക്കപ്പെട്ടു, ഇരുപത്തിനാല് മണിക്കൂറിന്നകം അത് നടപ്പിലാക്കണം.

അയാളും ഡോ.മാനെറ്റും ഗേറ്റിൽനിന്ന് പുറത്ത് കടക്കവെ, അവർക്ക് ചുറ്റും നല്ല ജനക്കൂട്ടം ഉണ്ടായിരുന്നു. അവർ എല്ലാവരും കോടതിയിൽ കണ്ടുപരിചയമുള്ളവരായിരുന്നു; അക്കൂട്ടത്തിൽ രണ്ടുപേരെ മാത്രം അയാൾക്ക് കാണാൻ കഴിഞ്ഞില്ല; അയാൾ, വൃഥാ, അവർക്കുവേണ്ടി ചുറ്റുപാടും ദൃഷ്ടിപായിച്ചു. അയാൾ ഗേറ്റിന് പുറത്ത് കടന്നപാടെ ജനക്കൂട്ടം വീണ്ടും അയാളെ പൊതിഞ്ഞു, കണ്ണീരൊഴുക്കി, ആലിംഗനം ചെയ്തു, അട്ടഹസിച്ചു; ഒറ്റയ്ക്കൊറ്റയ്ക്കായും, ഒന്നിച്ചും!

അവരുടെ പക്കൽ ഉണ്ടായിരുന്ന വലിയൊരു കസേരയിൽ അവർ അയാളെ ഇരുത്തി, കോടതിക്ക് പുറത്തേക്ക് ഏറ്റിക്കൊണ്ടുപോയി; കസാരക്കുമീതെ ഒരു ചുകന്ന കൊടി ഇട്ടു; അതിന് പിന്നിൽ ഒരു ചുകന്ന തൊപ്പി കുത്തിവെച്ച കുന്തം കെട്ടിവെച്ചു. തന്റെ വീട്ടിലേക്ക് ജനങ്ങൾ അയാളെ ചുമന്നു കൊണ്ടുപോകരുതെന്ന് ഡോക്ടർ അപേക്ഷിച്ചെങ്കിലും, അത് നിരാകരിക്കപ്പെട്ടു!

സ്വപ്നത്തിലേതെന്നുപോലുള്ള ആ ഗംഭീര ഘോഷയാത്ര, കാണുന്നവരെല്ലാം അയാളെ ആലിംഗനം ചെയ്ത്, അയാളേയും ചുമലിലേറ്റി മുന്നോട്ടു നീങ്ങി. മഞ്ഞു മൂടിയ വെളുത്ത റോഡുകളെ അത് റിപ്പബ്ലിക്കൻ നിറമാക്കി ചുകപ്പിച്ചു. അങ്ങനെ, അവർ, അയാൾ താമസിക്കുന്ന കെട്ടിടത്തിന്റെ മുറ്റത്ത് ചുമന്നു കൊണ്ടാക്കി. അവളുടെ അച്ഛൻ ആദ്യം, അവളെ അറിയിക്കാനായി, വീട്ടിലേക്ക് കയറിച്ചെന്നു. അവളുടെ ഭർത്താവ് മുന്നിൽ വന്നുനിന്നതോടെ അയാളുടെ കരങ്ങളിലവൾ തളർന്നു വീണു.

അയാൾ അവളുടെ സുന്ദരമായ മുഖം നെഞ്ചിൽ അമർത്തിപ്പിടിച്ച്, തന്റെ നിറഞ്ഞ കണ്ണുകൾ ബഹളം വെക്കുന്ന ജനങ്ങളിൽനിന്നും മറച്ചുപിടിച്ചപ്പോൾ, ഏതാനും പേർ നൃത്തം വെക്കാൻ തുടങ്ങി. ഉടനെ മറ്റുള്ളവരും ആ നൃത്തത്തിൽ പങ്ക് ചേർന്നു; ആ മുറ്റം കാർമാഗ്നോൾ തരംഗത്തിൽ ഇളകിമറിഞ്ഞു! പിന്നെ, ഒഴിഞ്ഞ കസേരയിലവർ, ജനക്കൂട്ടത്തിൽനിന്ന് തിരഞ്ഞെടുത്ത ഒരു യുവതിയെ 'സ്വാതന്ത്ര്യ ദേവത'യായി സങ്കല്പിച്ച് ഇരുത്തി, അടുത്ത തെരുവുകളിലേക്ക് ആർപ്പുവിളിച്ചുകൊണ്ട് നീങ്ങി.

ഡോക്ടറുടെ കരം ഗ്രഹിച്ച്, അദ്ദേഹത്തിന്റെ മുന്നിൽ വിജയാഹ്ലാദത്തോടും അഭിമാനത്തോടും കൂടി അയാൾ നിന്നു. കാർമാഗ്നോൾ നൃത്തത്തിൽ നിന്നും രക്ഷപ്പെട്ട് ഓടിക്കിതച്ചെത്തിയ മി.ലോറിയുടെ കൈ അയാൾ പിടിച്ചു. കൊച്ചു ലൂസിയെ ചുംബിച്ച് പൊക്കിയെടുത്തു; ആ കുഞ്ഞ് അയാളുടെ കഴുത്തിൽ ചുറ്റിപ്പിടിച്ചു. ഉത്സാഹവതിയും വിശ്വസ്തയുമായ പ്രോസ്സിനെ ആലിംഗനം ചെയ്തു; പിന്നെ, തന്റെ ഭാര്യയെ കോരിയെടുത്ത് അവരുടെ മുറിയിലേക്കയാൾ കൊണ്ടുപോയി.

"ലൂസി! എന്റെ ഡിയർ! ഞാൻ സുരക്ഷിതനാണ്."

"ഓ, എന്റെ ഏറ്റവും പ്രിയപ്പെട്ട ചാൾസ്, ഇതിനുവേണ്ടി ഞാൻ മുട്ടുകുത്തി നിന്ന് ദൈവത്തോട് നന്ദി പറയട്ടെ."

അവർ എല്ലാവരും ഭക്തിബഹുമാനത്തോടെ തലകുനിച്ചു. അവൾ വീണ്ടും അയാളുടെ കരവലയത്തിലായപ്പോൾ, അയാൾ അവളോടു പറഞ്ഞു– "ഇനി, നീ നിന്റെ അച്ഛനോട് സംസാരിക്കു, പ്രിയപ്പെട്ടവളെ. ഈ ഫ്രാൻസിലെ മറ്റൊരു മനുഷ്യനും എനിക്കദ്ദേഹം ചെയ്തതുപോലെ ചെയ്യാൻ കഴിയില്ലായിരുന്നു."

വളരെക്കാലം മുമ്പ് ആ പാവം പിതാവിന്റെ ശിരസ്സ് തന്റെ മാറിൽ കിടത്തിയതുപോലെ, അവൾ ഇപ്പോൾ തന്റെ പിതാവിന്റെ നെഞ്ചിൽ സ്വന്തം തല ചായ്ച്ചു നിന്നു. അവൾക്ക് താൻ തിരിച്ചുനല്കിയ പ്രതിഫലത്തിൽ അദ്ദേഹം സന്തോഷഭരിതനായിരുന്നു. തന്റെ കഷ്ടപ്പാടുകൾക്ക് നഷ്ടപരിഹാരം ലഭിച്ചിരിക്കുന്നു! തന്റെ കരുത്തിൽ അദ്ദേഹം അഭിമാനം കൊണ്ടു.

"നീ ദുർബ്ബലയാകരുത്, എന്റെ ഓമനേ"അദ്ദേഹം ഗുണദോഷിച്ചു; "ഇങ്ങനെ വിറയ്ക്കല്ലെ. ഞാൻ അവനെ രക്ഷിച്ചു. ദൈവത്തിന് സ്തുതി!"

ഏഴ്

അയാൾ തിരിച്ചുവന്നു. അത് സത്യമാണ്. മറ്റൊരു സ്വപ്നമല്ല ഇത്! അയാൾ സത്യത്തിൽ ഇവിടെ ഉണ്ട്. എന്നിട്ടും അയാളുടെ ഭാര്യ വിറച്ചു. അവ്യക്തവും ഭയങ്കരവുമായ ഒരു ഭയം അവളിൽ നിറഞ്ഞുനിന്നു.

അന്തരീക്ഷം മങ്ങിയതും ഇരുണ്ടതുമായിരുന്നു; ജനങ്ങൾ ഭയങ്കരമായ പ്രതികാര ദാഹികളും, വികാരഭരിതരുമാണ്; അടിസ്ഥാനമില്ലാത്ത സംശയത്തിന്റെ പേരിൽ നിരപരാധികളെ നിരന്തരമായി കൊലചെയ്തുകൊണ്ടിരിക്കുന്നു. കുറ്റം ചെയ്യാത്ത അവളുടെ ഭർത്താവിനെപ്പോലെ ഉള്ളവർ

നിത്യേന വധിക്കപ്പെട്ടുകൊണ്ടിരിക്കുമ്പോൾ അവൾക്കെങ്ങനെ മനസ്സമാധാനം ലഭിക്കും? തനിക്ക് എപ്രകാരം ഏറ്റവും പ്രിയങ്കരനാണോ തന്റെ ഭർത്താവ്, അപ്രകാരം ഏറ്റവും പ്രിയങ്കരരായിരിക്കുമല്ലോ മറ്റ് സ്ത്രീകൾക്ക് അവരുടെ ഭർത്താക്കന്മാർ.

ശീതകാലത്തിലെ അപാരഘനത്തിന്റെ കരിനിഴൽ വീഴാൻ തുടങ്ങി; ഇപ്പോഴും ഭീകരമായ വണ്ടികൾ റോഡിൽ നീങ്ങിക്കൊണ്ടിരിക്കുന്നു. അവളുടെ മനസ്സ് അവരെ പിൻതുടർന്നു. പിന്നെ ഭർത്താവിനോടൊട്ടി നിന്ന് കൂടുതൽ ശക്തിയിൽ വിറയ്ക്കാൻ തുടങ്ങി.

അച്ഛൻ അവളെ സന്തോഷിപ്പിക്കാൻ ശ്രമിച്ചു; അശ്ചര്യകരമായൊരു കാഴ്ചയായിരുന്നു അത്. തടവറയോ, ഷൂ നിർമ്മാണമോ, 'നൂറ്റി അഞ്ച്' നോർത്ത് ടവറോ, ഒന്നുമില്ല ഇപ്പോൾ!

വളരെ മിതവ്യയം ചെയ്തായിരുന്നു അവർ ജീവിതം നയിച്ചിരുന്നത്. വിപ്ലവകാലത്തെ ഏറ്റവും സുരക്ഷിത ജീവിതരീതി എന്നതുകൊണ്ടു മാത്രമല്ല, അവർ അത്ര ധനികരൊന്നുമല്ലാത്തതുകൊണ്ടും കൂടിയായിരുന്നു. ചാൾസ് ജയിൽപ്പുള്ളി ആയിരുന്നിടത്തോളം കാലം അയാൾക്ക്, അവിടത്തെ വൃത്തികെട്ട ഭക്ഷണത്തിനും, ഗാർഡിനും, പാവങ്ങളായ തടവുപുള്ളികൾക്കും വേണ്ടി വലിയൊരു തുക അടയ്ക്കേണ്ടി വന്നിരുന്നു. ഇത്തരം ചെലവുകൾ മൂലവും, ചാരന്മാരെ ഒഴിവാക്കാൻ വേണ്ടിയും അവർ വീട്ടുവേലക്കാരെ നിയമിച്ചിരുന്നില്ല. വീട്ടുകാവല്ക്കാരനും കാവൽക്കാരിയും ചെലപ്പോഴെല്ലാം വീട്ടുജോലിയിൽ അവരെ സഹായിക്കുമായിരുന്നു. ജെറിയുടെ സേവനം മി.ലോറി അവർക്കായി നീക്കിവെച്ചു. ദിവസവും രാത്രി അയാൾ അവിടെയാണ് കിടക്കാറുള്ളത്.

'സ്വാതന്ത്ര്യം, സമത്വം, സാഹോദര്യം, അല്ലെങ്കിൽ മരണം'ത്തിന്റെ റിപ്പബ്ലിക് നിയമപ്രകാരം, എല്ലാ വീട്ടുവാതിൽക്കലും നിശ്ചിത ഉയരത്തിൽ ആ വീട്ടിലെ താമസക്കാരന്റെ പേര് വ്യക്തമായി നിശ്ചിത വലുപ്പത്തിൽ എഴുതിവെക്കണം. അതുകൊണ്ട്, താഴത്തെ വാതിലിൽ ജെറി ക്രഞ്ചറുടെ പേര് ഭംഗിയായി എഴുതിവെച്ചിട്ടുണ്ട്; അന്ന് സായാഹ്നത്തിൽ അയാൾ, ഡോ. മാനെറ്റ് നിയോഗിച്ച ഒരു പെയിന്ററെ കൂട്ടിക്കൊണ്ടുവന്ന് ഡാർണി എന്ന് വിളിക്കുന്ന ചാൾസ് എവ്രെമോണ്ട് എന്ന പേരും കൂടി എഴുതിപ്പിച്ചു.

അക്കാലത്ത് പൊതുവെ നിലനിന്നിരുന്ന അവിശ്വാസവും ഭയവും അന്തരീക്ഷത്തെ അന്ധകാരത്തിലാഴ്ത്തിയിരുന്നു, പതിവുള്ള നിരുപദ്രവമായ ജീവിതരീതിയെ പലപ്പോഴും അത് പാടെ മാറ്റി മറിച്ചു. ഡോക്ടറുടേതുപോലുള്ള കൊച്ചുവീടുകളിൽ വീട്ടാവശ്യത്തിനുള്ള സാമാനങ്ങൾ കുറെശ്ശേ കൊച്ചുകടകളിൽ നിന്ന് വൈകുന്നേരമാണ് വാങ്ങിക്കാറ്. സംസാരത്തിനും അസൂയയ്ക്കും ഇടകൊടുക്കാതിരിക്കാനും, ആരുടേയും ശ്രദ്ധ ആകർഷിക്കാതിരിക്കാനും വേണ്ടിയാണ് അപ്രാകാരം ചെയ്തിരുന്നത്.

ഏതാനും മാസങ്ങളായി മിസ്സ്.പ്രോസ്സും മി.ക്രഞ്ചറുമാണ് സാമാനങ്ങൾ വാങ്ങിച്ചുകൊണ്ടുവരുന്നത്; പണം മി.പ്രോസ്സിന്റെ പക്കലായിരിക്കും, കുട്ട ചുമക്കുന്നത് മി.ക്രഞ്ചറും. സന്ധ്യക്ക് തെരുവുവിളക്കുകൾ തെളിയുമ്പോൾ അവർ മാർക്കറ്റിലേക്ക് പോകും, വീട്ടാവശ്യത്തിനുള്ള സാമാനങ്ങൾ വാങ്ങിക്കൊണ്ടുവരും. മിസ്സ് പ്രോസ്സിന്, വേണമെങ്കിൽ അവൾക്ക് ദീർഘകാലമായി

അടുപ്പമുള്ള ഫ്രഞ്ച് കുടുംബത്തിലൂടെ ഫ്രഞ്ചുഭാഷ പഠിച്ച് സ്വന്തം ഭാഷ പോലെ സംസാരിക്കാൻ കഴിഞ്ഞേനെ! എന്നാൽ, അവൾക്കതിൽ യതൊരു താൽപര്യവുമില്ലായിരുന്നു. അതുകൊണ്ട്, 'നോൺസെൻസ്' എന്ന വാക്കിന്നപ്പുറം അവൾ കൂടുതൽ പറയില്ല. സാധനങ്ങളുടെ പേര് അറിയാത്തതിനാൽ അവ ഓരോന്നും എടുത്ത് പിടിച്ച്, വിലപേശലാണവളുടെ രീതി. കടക്കാരൻ വിരലുകൾകൊണ്ട് കാണിക്കുന്ന വിലയിൽ ഒരു വിരൽ കുറച്ച് അവൾ കാണിക്കും; അതാണ് അവളുടെ വിലപേശൽ; അങ്ങനെ വില ഉറപ്പിക്കും!

"മി.ക്രഞ്ചർ," മിസ്സ് പ്രോസ്സ് പറഞ്ഞു "നിങ്ങൾ തയ്യാറാണോ, ഞാൻ റെഡി."

മിസ്സ് പ്രോസ്സിന്റെ സേവനത്തിന് അയാൾ തയ്യാറായി നിന്നു. തന്റെ ലോഹക്കറ പിടിച്ച വസ്ത്രങ്ങൾ ധരിച്ചു; എത്ര ചീകിയാലും അയാളുടെ മുള്ളൻ പന്നിയുടേതുപോലെ എഴുന്നേറ്റ് നിൽക്കുന്ന മുടി ഒതുക്കി നിർത്താനാകില്ല.

"എല്ലാതരം സാധനങ്ങളും വാങ്ങിക്കാനുണ്ട്." മിസ്സ് പ്രോസ്സ് പറഞ്ഞു "കുറെ സമയമെടുക്കും. വീഞ്ഞും വാങ്ങിക്കണം. നമ്മൾ വീഞ്ഞു വാങ്ങിക്കാൻ ചെല്ലുമ്പോഴെല്ലാം ഈ ചുകന്ന തലയുള്ളവർ ഇരുന്ന് കുടിക്കുന്നത് കാണാം, പാതിരാത്രിക്കൊല ആഘോഷിക്കൽ!"

"ശ്ശ്, ഡിയർ! ദയവായി സൂക്ഷിക്കുക!" ലൂസി ഉറക്കെ പറഞ്ഞു.

"ശരി, ശരി, ഞാൻ സൂക്ഷിക്കാം." മിസ്സ് പ്രോസ്സ് പറഞ്ഞു "നമ്മൾ തമ്മിൽ പറയുകയാണ്, അത്ര സുഖകരമായ കാര്യങ്ങളല്ല തെരുവിൽ അരങ്ങേറുന്നത്. എന്റെ കുട്ടി, ഞാൻ തിരിച്ചുവരുന്നതുവരെ ആ തീച്ചുളയുടെ മുന്നിൽ നിന്ന് അനങ്ങിപ്പോകരുത്! നിനക്ക് തിരിച്ചുകിട്ടിയ പ്രിയപ്പെട്ട ഭർത്താവിന്റെ തോളിൽ നിന്ന് തല എടുക്കാതെ, ഞാൻ മടങ്ങിവരുന്നതുവരെ ഇരിക്കുക! ഞാൻ പോകുന്നതിനു മുമ്പ് നിങ്ങളോടൊരു ചോദ്യം ചോദിച്ചോട്ടെ, ഡോ. മാനെറ്റ്?"

"നിങ്ങൾക്കാ സ്വാതന്ത്ര്യം എടുക്കാമെന്ന് ഞാൻ കരുതുന്നു" പുഞ്ചിരിയോടെ ഡോക്ടർ, മറുപടി നല്കി.

"ദൈവത്തെ ഓർത്ത് 'സ്വാതന്ത്ര്യത്തെ കുറിച്ച് പറയല്ലെ; നമ്മൾക്കത് ധാരാളമുണ്ട്"മിസ്സ് പ്രോസ്സ് പറഞ്ഞു.

"ശ്ശ്, ഡിയർ! വീണ്ടും?" ലൂസി പ്രതിഷേധം പ്രകടിപ്പിച്ചു.

"ശരി, എന്റെ ഓമനേ" മിസ്സ് പ്രോസ്സ് മുഖത്ത് ഒരു ഗൗരവഭാവം വരുത്തിക്കൊണ്ട് പറഞ്ഞു. "ഏറ്റവും ശ്രേഷ്ഠനായ ജോർജ്ജ് മൂന്നാമന്റെ പ്രജയാണ് ഞാൻ;" ആ പേര് പറഞ്ഞപ്പോൾ മിസ്സ് പ്രോസ്സ് ഒന്ന് മുട്ടുകുത്തി നിന്ന് പ്രണമിച്ചു. "അതുകൊണ്ട് 'അവരുടെ രാഷ്ട്രീയം ഉലയട്ടെ, അവരുടെ തത്ത്വദീക്ഷയില്ലാത്ത തന്ത്രങ്ങൾ വിഫലമാകട്ടെ.''

തികഞ്ഞ കൂറോടെ മി.ക്രഞ്ചർ മിസ്സ് പ്രോസ്സിന്റെ വാക്കുകൾ മുരളിച്ചയോടെ ആവർത്തിച്ചു, പള്ളിയിൽ ചിലർ ചെയ്യുന്നതുപോലെ!

"ഇത്രയും ആവേശമുള്ളൊരു ഇംഗ്ലീഷുകാരനാണ് നിങ്ങൾ എന്ന് അറിഞ്ഞതിൽ എനിക്കതിയായ സന്തോഷമുണ്ട്, നിങ്ങൾ ഒരിക്കലും തണുപ്പൻ

മട്ടിൽ അത് പറയാൻ പാടില്ലായിരുന്നു എന്ന് ഞാൻ ആഗ്രഹിച്ചുപോയെങ്കിലും"മിസ്സ് പ്രോസ്സ് അതംഗീകരിച്ചുകൊണ്ട് പറഞ്ഞു "എന്നാൽ, എന്റെ ചോദ്യം ഇതാണ് ഡോ.മാനെറ്റ്, നമ്മൾക്ക് ഈ സ്ഥലം വിട്ടുപോകാമെന്നുള്ള എന്തെങ്കിലും പ്രതീക്ഷയുണ്ടോ?"

"ഇനിയും ആയിട്ടില്ലെന്ന് പറയാനെനിക്ക് ഖേദമുണ്ട്. ചാൾസ് ഇനിയും അപകടനില തരണം ചെയ്തിട്ടില്ല."

"ഹും!"തീച്ചൂളയിലെ പ്രകാശത്തിൽ തിളങ്ങുന്ന തന്റെ ഓമനയുടെ സുവർണ്ണത്തലമുടിയിലേക്ക് ദൃഷ്ടിപായിച്ച്, സന്തോഷത്തോടെ നെടുവീർപ്പടക്കിക്കൊണ്ട് മിസ്സ് പ്രോസ്സ് പറഞ്ഞു "അപ്പോൾ നമ്മൾക്ക് ക്ഷമയോടെ കാത്തിരിക്കേണ്ടിവരും; അത്ര തന്നെ. എന്റെ സഹോദരൻ പറയാറുള്ളതുപോലെ, തല ഉയർത്തിപ്പിടിച്ച് മെല്ലെപ്പോക്ക് തുടരുക. അപ്പോൾ മി.ക്രഞ്ചർ! നടക്കൂ, ശരി ഓമനകിളിക്കുട്ടി!"

ജ്വലിക്കുന്ന തീച്ചുളക്കുമുന്നിൽ ലൂസി, അവളുടെ ഭർത്താവ്, അച്ഛൻ, കുഞ്ഞ്, എന്നിവരെ വിട്ട് അവർ പുറത്തേക്ക് പോയി. ബാങ്കിൽ നിന്ന് മി. ലോറി ഏത് നിമിഷവും എത്തിച്ചേരാം. മിസ്സ് പ്രോസ്സ് ഒരു വിളക്ക് കത്തിച്ചു വെച്ചിരുന്നു; എന്നാൽ തീച്ചൂളയുടെ വെളിച്ചം നിർബ്ബാധം ആസ്വാദിക്കാനായി അവർ ആ വിളക്ക് ഒരു മൂലയിലേക്ക് മാറ്റിവെച്ചു. കൊച്ചു ലൂസി മുത്തച്ഛന്റെ കൈ പിടിച്ച്, തൊട്ടുരുമ്മി ഇരിക്കുന്നു. അദ്ദേഹം അവൾക്ക് മെല്ലെ ഒരു കഥ പറഞ്ഞുകൊടുക്കുകയാണ്, ജയിൽമതിൽ പൊളിച്ച് ഒരു തടവുപുള്ളിയെ സ്വതന്ത്രനാക്കിയ ഒരു യക്ഷിയുടെ കഥ; ഒരു കാലത്ത് ആ യക്ഷിയെ സഹായിച്ചിട്ടുള്ളവനായിരുന്നു ആ തടവുപുള്ളി. എല്ലാവരും ശാന്തരായി ഒതുങ്ങി ഇരിക്കുന്നു. ലൂസി മുമ്പത്തേക്കാൾ സ്വസ്ഥയായി കാണപ്പെട്ടു.

"എന്താണത്?"പെട്ടെന്നവൾ ഒച്ചവെച്ചു.

"എന്റെ ഡിയർ" കഥ പറച്ചിൽ നിർത്തി അവളുടെ കൈ പിടിച്ച്, അച്ഛൻ പറഞ്ഞു "സ്വയം നിയന്ത്രിക്കുക. എന്തൊരു അസ്വസ്ഥമായ സ്ഥിതിയാണ് നിന്റേത്! നിസ്സാരകാര്യം പോലും നിന്നെ ഞെട്ടിപ്പിക്കുന്നു! നീ നിന്റെ അച്ഛന്റെ മകൾ തന്നെ..."

"വിചിത്രമായ കാലടിസ്വരം കോണിപ്പടിയിൽ നിന്നുയരുന്നതു ഞാൻ കേട്ടു, അച്ഛാ; എനിക്കങ്ങിനെ തോന്നി" വിളർത്ത മുഖത്തോടെ, ഇടറിയ സ്വരത്തിൽ, ക്ഷമാപണത്തോടെ ലൂസി പറഞ്ഞു.

"എന്റെ മോളേ, കോണി ഇപ്പോഴും ചത്തപോലെ കിടക്കുകയാണ്."

അദ്ദേഹം അത് പറഞ്ഞപ്പോഴേക്കും വാതിലിൽ ഒരു ഇടി കേട്ടു.

"ഓഹ് അച്ഛാ, അച്ഛാ. ഇത് എന്തായിരിക്കും! ഒളിക്കൂ ചാൾസ്. ചാൾസിനെ രക്ഷിക്കൂ!"

"എന്റെ കുട്ടി" അദ്ദേഹം അവളുടെ തോളിൽ കൈ വെച്ച് പറഞ്ഞു "ഞാനയളെ രക്ഷിച്ചിട്ടുണ്ട്. എന്തിനാണിങ്ങനെ പേടിക്കുന്നത്, എന്റെ ഡിയർ! ഞാൻ വാതില്ക്കലേക്ക് ചെല്ലട്ടെ."

അദ്ദേഹം വിളക്കെടുത്ത്, അടുത്ത രണ്ട് മുറികൾ കടന്ന്, വാതിൽ തുറന്നു. ഉറക്കെ നിലത്ത് കാലിട്ട് ചവിട്ടിക്കൊണ്ട് ചുകന്നതൊപ്പികൾ

ധരിച്ച, വാളും കൈത്തോക്കും പിടിച്ച നാല് കരുത്തരായ മനുഷ്യർ മുറിയിലേക്ക് പ്രവേശിച്ചു.

"ഡാർണി എന്ന് വിളിക്കുന്ന പൗരൻ എവ്രെമോണ്ട്," ആദ്യത്തെ ആൾ പറഞ്ഞു.

"ആരാണ് അയാളെ അന്വേഷിക്കുന്നത്?" ഡാർണി ചോദിച്ചു.

"ഞാൻ അന്വേഷിക്കുന്നു. ഞങ്ങൾ അന്വേഷിക്കുന്നു. എനിക്ക് നിങ്ങളെ അറിയാം, എവ്രെമോണ്ട്; ഞാൻ ഇന്നത്തെ വിചാരണയ്ക്കുമുമ്പ് നിങ്ങളെ കണ്ടിരുന്നു. നിങ്ങൾ വീണ്ടും റിപ്പബ്ലിക്കിന്റെ തടവുപുള്ളി ആയിരിക്കുന്നു."

ഭാര്യയോടും കുഞ്ഞിനോടുമൊപ്പം നില്ക്കുന്ന അയാളെ അവർ വളഞ്ഞു.

"ഞാൻ എന്തുകൊണ്ടാണ് വീണ്ടും ഒരു തടവുപുള്ളി ആയത്?"

"നിങ്ങൾ നേരെ കോൺസിർഗെറിയിലേക്ക് തിരിച്ചുവന്നാൽ മതി; നാളെ കാര്യങ്ങൾ അറിയാം. നാളേക്ക് നിങ്ങളെ വിളിപ്പിച്ചിരിക്കയാണ്."

ഡോ.മാനെറ്റ് ഇതുകേട്ട് ശില പേലെ തരിച്ചുനിന്നുപോയി, കൈയിൽ വിളക്കുമായി നില്ക്കുന്ന ഒരു പ്രതിമ! ഏതാനും നിമിഷങ്ങൾക്കുശേഷം, വിളക്ക് താഴെ വെച്ച്, അയാളോട് ചോദിച്ചു:

"നിങ്ങൾക്കെന്നെ അറിയാമോ?"

"ഉവ്വ്, എനിക്ക് നിങ്ങളെ അറിയാം, പൗരൻ ഡോക്ടർ."

"ഞങ്ങൾക്കെല്ലാവർക്കും നിങ്ങളെ അറിയാം, പൗരൻ ഡോക്ടർ." മൂന്നു പേരും പറഞ്ഞു.

അദ്ദേഹം അവരെ ഓരോരുത്തരേയും മാറി മാറി നോക്കി; അല്പനേരത്തിനുശേഷം മെല്ലെ ചോദിച്ചു

"നിങ്ങൾ ഈ ചോദ്യത്തിന് എനിക്ക് മറുപടി തരാമോ? ഇതെങ്ങിനെയാണ് സംഭവിച്ചത്?"

"പൗരൻ ഡോക്ടർ"ഒന്നാമത്തവൻ വിമുഖതയോടെ പറഞ്ഞു "സെന്റ് ആന്റോയിനിൽ നിന്ന് പരാതി ലഭിച്ചിട്ടുണ്ട്. ഈ പൗരൻ"രണ്ടാമത് കടന്നു വന്ന ആളെ ചൂണ്ടികാണിച്ച് പറഞ്ഞു "സെന്റ് ആന്റോയിൽ നിന്നുള്ളവനാണ്."

ആ പൗരൻ തലകുലുക്കിക്കൊണ്ട് കൂട്ടിച്ചേർത്തു:

"സെന്റ് ആന്റോയിൽകാർ അയാൾക്കെതിരെ കുറ്റാരോപണം നടത്തിയിരിക്കുന്നു."

"എന്ത് കുറ്റം?"

"പൗരൻ ഡോക്ടർ" ഒന്നാമത്തവൻ മുമ്പത്തേതുപോലെ വൈമനസ്യത്തോടെ പറഞ്ഞു "കൂടുതലൊന്നും ചോദിക്കരുതേ. നിങ്ങളിൽ നിന്ന് റിപ്പബ്ലിക് എന്തെങ്കിലും ത്യാഗം ആവശ്യപ്പെട്ടാൽ, ഒരു നല്ല രാജ്യസ്നേഹി എന്ന നിലയ്ക്ക് സന്തോഷപൂർവ്വം, നിസ്സംശയം നിങ്ങളത് ചെയ്യണം. റിപ്പബ്ലിക് ആണ് എല്ലാറ്റിനും ഉപരി ആയിട്ടുള്ളത്, ജനങ്ങളാണ് പരമോന്നതർ."

“ഒരു വാക്ക്” ഡോക്ടർ അപേക്ഷിച്ചു “അയാൾക്കെതിരെ ആരാണ് കുറ്റാരോപണം നടത്തിയിട്ടുള്ളത്?”

“അത് നിയമത്തിന്നെതിരാണ്” ഒന്നാമത്തവൻ മറുപടി നല്കി “എന്നാൽ, സെന്റ് ആന്റോയിൻകാരനോട് നിങ്ങൾക്ക് ചോദിക്കാം.”

ഡോക്ടർ ആ മനുഷ്യനുനേരെ കണ്ണുകൾ തിരിച്ചു. അയാൾ അസ്വ സ്ഥതയോടെ ഒന്ന് ഇളകി, താടി ഒന്ന് ചൊറിഞ്ഞു, ഒടുവിൽ പറഞ്ഞു:

“ശരി! സത്യത്തിൽ, അത് നിയമത്തിന്നെതിരാണ്. എന്നാൽ, ‘സിറ്റി സൻ ഡിഫാർജും’ ‘സിറ്റിസനസ്സ് ഡിഫാർജും’ ആണ് അയാൾക്കെതിരെ കുറ്റാരോപണം നടത്തിയിട്ടുള്ളത്, ഗുരുതരമായ ആരോപണങ്ങൾ. മറ്റൊ രാളും കൂടിയുണ്ട്.”

“ആരാണ് മറ്റെ ആൾ?”

“നിങ്ങൾ ചോദിക്കുന്നോ, പൗരൻ ഡോക്ടർ?”

“അതെ.”

“അപ്പോൾ”സെന്റ് ആന്റോയിൻകാരൻ അസാധാരണമായൊരു ഭാവ ത്തോടെ പറഞ്ഞു “നിങ്ങൾക്കതിന്റെ മറുപടി നാളെ കിട്ടും. ഇപ്പോൾ എനിക്ക് രഹസ്യം പുറത്ത് വിടാനാവില്ല!”

എട്ട്

വീട്ടിലെ പുതിയ അത്യാപത്തിനെ കുറിച്ചൊന്നുമറിയാത്ത മിസ്സ് പ്രോസ്സ് ഇടുങ്ങിയ തെരുവുകളിലൂടെ നടന്ന്, പോണ്ട് ന്യുഫ് പാലത്തിലൂടെ പുഴ കടന്ന്, വാങ്ങിക്കാനുള്ള അത്യാവശ്യ സാധനങ്ങളെക്കുറിച്ച് ചിന്തിച്ചു കൊണ്ട് മുന്നോട്ടുപോയി. കൈയിൽ കുട്ടയുമായി മി.ക്രഞ്ചർ അവളോ ടൊപ്പം നടന്നു. അവർ അങ്ങനെ കടന്നുപോകവെ ഇരുവശത്തേയും തിരക്കുപിടിച്ച കടകളിലേക്ക് ദൃഷ്ടി പായിച്ചു; വികാരവേശത്തോടെ സംസാരിച്ചുകൊണ്ടിരിക്കുന്ന ആളുകളെ ഒഴിവാക്കാനായി മറ്റൊരു വഴി യിലേക്ക് തിരിഞ്ഞു.

പലചരക്ക് സാധനങ്ങളും വിളക്കിനുള്ള എണ്ണയും വാങ്ങിച്ചശേഷം വീഞ്ഞ് വാങ്ങിക്കാമെന്നവൾ വിചാരിച്ചു. പല വീഞ്ഞുകടകളിലേക്കും എത്തിനോക്കിയശേഷം അധികം ചുകന്ന തൊപ്പിക്കാർ ഇല്ലാത്ത ‘ദി ഗുഡ് റിപ്പബ്ലിക്കൻ ബ്രൂട്ടസ് ഓഫ് ആന്റി കുറ്റി’ എന്ന ബോർഡുള്ള വീഞ്ഞുകട യിലവൾ കയറി. താരതമ്യേന തിരക്ക് കുറഞ്ഞൊരു കടയായിരുന്നു അത്.

അവിടെ ചിലർ പൈപ്പ് വായിൽ വെച്ചുകൊണ്ട് ശീട്ട് കളിക്കുന്നു; അർദ്ധ നഗ്നനായ ഒരു തൊഴിലാളി ഒരു പത്രം ഉറക്കെ വായിക്കുന്നു, മറ്റുള്ളവർ അത് കേൾക്കുന്നു. രണ്ടു മൂന്ന് പതിവ്ഇടപാടുകാർ മുന്നോട്ട് കുനിഞ്ഞി രുന്ന് ഉറങ്ങുന്നു. രണ്ട് വിലക്ഷണരായ മനുഷ്യർ കൗണ്ടറിൽചെന്ന്, അവർക്കാവശ്യമുള്ള മദ്യം ചൂണ്ടിക്കാണിക്കുന്നു.

അവർക്കുള്ള വീഞ്ഞ് അളന്ന് ഒഴിച്ചുകൊണ്ടിരിക്കവെ, ഒരു മനു ഷ്യൻ മൂലയിൽനിന്നും കൂട്ടുകാരനോട് വിട പറഞ്ഞ് പുറത്ത് പോകാൻ

നില്ക്കുകയായിരുന്നു. പെട്ടെന്നയാൾ മിസ്സ് പ്രോസ്സിന് അഭിമുഖമായി വന്നു; അയാളുടെ മുഖം കണ്ട ഉടനെ അവളിൽ നിന്നൊരു നിലവിളി ഉയർന്നു!

ഒരു നിമിഷം അവിടെ ഉള്ളവരെല്ലാം ചാടി എഴുന്നേറ്റു. വാക്കുതർക്കത്തിന്റെ പേരിൽ കുത്തിക്കൊല നടത്തുന്നതവിടെ സർവ്വസാധാരണമാണ്. ആരോ കുത്തേറ്റ് നിലം പതിക്കുമെന്ന പ്രതീക്ഷയിലവർ നില്പാണ്; എന്നാൽ, ഒരു സ്ത്രീയും പുരുഷനും പരസ്പരം മിഴിച്ചുനോക്കി നില്ക്കുന്നതാണവർ കണ്ടത്. ആ പുരുഷൻ പുറമേക്ക് ഒരു ഫ്രഞ്ചുകാരനെപ്പോലുണ്ട്, തികഞ്ഞ ഒരു റിപ്പബ്ലിക്കൻ; സ്ത്രീ തീർച്ചയായും ഒരു ഇംഗ്ലീഷ്കാരിയും.

മിസ്സ് പ്രോസ്സ് ആശ്ചര്യഭരിതയായി നിന്നുപോയി; മി.ക്രാഞ്ചും അദ്ഭുത സ്തബ്ധനായി കണ്ണ് തുറിച്ചുനോക്കിനിന്നു!

“എന്താണ് കാര്യം?” മിസ്സ് പ്രോസ്സിനെ നിലവിളിപ്പിച്ച ആ മനുഷ്യൻ ചോദിച്ചു. ശല്യപ്പെടുത്തിയ മട്ടിൽ, മര്യാദയില്ലാത്ത മട്ടിലായിരുന്നു അയാളുടെ സംസാരം, പതിഞ്ഞ സ്വരത്തിൽ. ഇംഗ്ലീഷിലാണ്.

“ഓഹ് സോളൊമൻ, പ്രിയപ്പെട്ട സോളൊമൻ!”

മിസ്സ് പ്രോസ്സ് കയ്യടിച്ചുകൊണ്ട് നിലവിളിച്ചു.

“ഇത്രയും കാലം നിങ്ങളെ കുറിച്ച് കേൾക്കാനോ, നിങ്ങളെ കാണാനോ കഴിയാതെ, ഇപ്പോൾ, ഇവിടെ, നിങ്ങളെ ഞാൻ കണ്ടെത്തിയിരിക്കുന്നു!”

“എന്നെ സോളമൻ എന്ന് വിളിക്കല്ലെ. എന്റെ മരണം നിങ്ങൾ ആഗ്രഹിക്കുന്നോ?” പേടിച്ച്, കള്ളത്തരം മറച്ചുവെക്കുന്ന രീതിയിൽ അയാൾ ചോദിച്ചു.

“സഹോദരാ, സഹോദരാ!”കണ്ണുനീരൊഴുക്കിക്കൊണ്ടവൾ പൊട്ടിക്കരഞ്ഞു “ഇത്തരം ക്രൂരമായ ചോദ്യം ചോദിക്കാൻ മാത്രം ഞാൻ നിങ്ങളോട് എപ്പോഴെങ്കിലും കഠിനമായി പെരുമാറിയിട്ടുണ്ടോ?”

“ദയവുചെയ്ത് നാവ് അടക്കുക.”സോളമൻ പറഞ്ഞു “എന്നോട് സംസാരിക്കണമെന്നുണ്ടെങ്കിൽ പുറത്തേക്ക് വരൂ. നിങ്ങൾ വീഞ്ഞിന്റെ പണം കൊടുത്ത് വേഗം വരൂ. ഏതാണ് ഈ മനുഷ്യൻ?”

ഒരു തരത്തിലും സ്നേഹം കാണിക്കാത്ത ആ സഹോദരനോട് തന്റെ സ്നേഹം നിറഞ്ഞ ശിരസ്സ് വിഷാദത്തോടെ കുലുക്കി, കണ്ണുനീരോടെ അവൾ പറഞ്ഞു “മി. ക്രഞ്ചർ.”

“അയാളും പുറത്ത് വരട്ടെ” സോളമൻ പറഞ്ഞു “എന്നെ ഒരു പ്രേതമാണെന്നയാൾ കരുതിയോ?”

മി.ക്രാഞ്ചർ അപ്രകാരം തന്നെയാണ് കരുതിയതെന്ന് അയാളുടെ മുഖഭാവം കണ്ടാലറിയാം! അയാൾ എന്തായാലും ഒരക്ഷരം മിണ്ടിയില്ല. കണ്ണുനീരിലൂടെ വളരെ ബുദ്ധിമുട്ടി മിസ്സ് പ്രോസ്സ് തന്റെ പെഴ്സ് പരിശോധിച്ച്, വീഞ്ഞിന്റെ പണം എടുത്തു കൊടുത്തു. ആ സമയത്ത് സോളമൻ വീഞ്ഞുകടയിൽ നിന്നിരുന്നവരോട് ഫ്രഞ്ച് ഭാഷയിൽ ചില വിശദീകരണങ്ങൾ നല്കി; അതോടെ അവർ വീണ്ടും പഴയ സ്ഥിതിയിലായി, അവരുടെ സ്ഥലത്തിരുന്ന്, സ്വന്തം കാര്യങ്ങളിൽ മുഴുകി.

"ഇപ്പോൾ" തെരുവിലെ ഒരു ഇരുണ്ട മൂലയിൽ നിന്നു കൊണ്ട് സോളമൻ ചോദിച്ചു "നിങ്ങൾക്കെന്താണ് വേണ്ടത്?"

"എത്ര നിർദ്ദയമായ ചോദ്യമാണ് ഒരു സഹോദരനിൽനിന്ന് കേൾക്കേണ്ടി വരുന്നത്! ഞാൻ ആത്മാർത്ഥമായി സ്നേഹിച്ച സഹോദരൻ ഇപ്രകാരം ആണോ അഭിവാദ്യം ചെയ്യുക, യാതൊരു സ്നേഹവും പ്രകടിപ്പിക്കാതെ!"

"അതാ. കുഴപ്പത്തിലാകുന്നു!" സോളമൻ അയാളുടെ ചുണ്ടുകൾ മൃദുവായി മിസ്സ് പ്രോസ്സിന്റെ ചുണ്ടുകളിൽ അമർത്തി "ഇപ്പോൾ നിങ്ങൾക്ക് തൃപ്തിയായോ?"

മിസ്സ് പ്രോസ്സ് തലകുലുക്കുക മാത്രം ചെയ്തു; പിന്നെ, നിശ്ശബ്ദയായി കരഞ്ഞു. "ഞാൻ അദ്ഭുതപ്പെട്ടു എന്ന് നിങ്ങൾ കരുതുന്നുണ്ടോ" സഹോദരൻ സോളമൻ പറഞ്ഞു "ഞാൻ അദ്ഭുതപ്പെട്ടിട്ടില്ല. എനിക്കറിയാമായിരുന്നു നിങ്ങൾ ഇവിടെ ഉണ്ടെന്ന്. ഇവിടെയുള്ള മിക്കവാറും എല്ലാ മനുഷ്യരേയും എനിക്കറിയാം. നിങ്ങൾ സത്യമായും എന്റെ ജീവിതം അപകടത്തിലാക്കാനാഗ്രഹിക്കുന്നില്ലെങ്കിൽ, കഴിയുന്നത്ര വേഗം നിങ്ങൾ സ്വന്തം മാർഗ്ഗം നോക്കൂ, എന്നെ എന്റെ വഴിക്ക് പോകാനനുവദിക്കു. ഞാൻ തിരക്കിലാണ്. ഞാനൊരു ഉദ്യോഗസ്ഥനാണ്."

"എന്റെ ഇംഗ്ലീഷ് സഹോദരൻ സോളമൻ" നിറഞ്ഞ കണ്ണുകൾ ഉയർത്തി മിസ്സ് പ്രോസ്സ് വിലപിച്ചു. "സ്വന്തം നാട്ടിൽ ഏറ്റവും മഹാനായൊരു മനുഷ്യനാകാൻ കഴിവുള്ളവനായിരുന്നു; അവനിപ്പോൾ വിദേശികൾക്കിടയിൽ ജോലി ചെയ്യുന്നു, അതും ഇത്തരം വിദേശികൾ!"

"ഞാൻ പറഞ്ഞല്ലൊ!"അവളുടെ സഹോദരൻ ഇടയ്ക്കുകയറി ഒച്ച വെച്ചു. "എനിക്കത് അറിയാമായിരുന്നു. എന്റെ മരണമാണ് നിങ്ങൾ ആഗ്രഹിക്കുന്നത്. എന്റെ സ്വന്തം സഹോദരി തന്നെ സംശയിക്കപ്പെട്ടവനായി ചിത്രീകരിക്കുന്നു!"

"നല്ലവനും കരുണാമയനുമായ ദൈവം പൊറുക്കട്ടെ!" മിസ്സ് പ്രോസ്സ് നിലിവിളിച്ചു. "ഇതിനേക്കാൾ ഭേദം ഞാൻ നിങ്ങളെ വീണ്ടും കാണാതിരിക്കുകയായിരുന്നു, പ്രിയപ്പെട്ട സോളമൻ; ഞാൻ നിങ്ങളെ എന്നും ആത്മാർത്ഥമായി സ്നേഹിച്ചിട്ടേ ഉള്ളൂ. ഇനിയും എന്നും സ്നേഹിക്കുകയും ചെയ്യും. സ്നേഹത്തോടെ ഒരു വാക്കെങ്കിലും പറയൂ, എന്നോട് നിങ്ങൾക്ക് ദ്വേഷ്യമോ വിരോധമോ ഇല്ലെന്ന്."

നല്ലവളായ മിസ്സ് പ്രോസ്സ്! അവർ തമ്മിലുള്ള പിണക്കം അവൾ മൂലം ഉണ്ടായതാണെന്നതുപോലെ! ഈ ശ്രേഷ്ഠനായ സഹോദരൻ അവളുടെ പണമെല്ലാം തുലച്ച്, അവളേയും ഉപേക്ഷിച്ച് പോയത്, ശാന്തമായ സോഹൊ മൂലയിൽ വെച്ച് വർഷങ്ങൾക്കു മുമ്പ്... എല്ലാം മി. ലോറിയ്ക്കും അറിയാമായിരുന്നു.

വളരെ പരുക്കൻമട്ടിൽ അയാൾ സഹോദരിയോട് സ്നേഹവാക്കുകൾ പ്രകടിപ്പിക്കവെ, മി.ക്രഞ്ചർ അയാളുടെ തോളിൽത്തട്ടി, അപ്രതീക്ഷിതമായി പരുക്കൻ സ്വരത്തിൽ ഇടയ്ക്കുകയറി ചോദിച്ചു: "ഞാൻ പറയട്ടെ! നിങ്ങളുടെ പേര് ജോൺ സോളമൻ എന്നാണോ, സോളമൻ ജോൺ എന്നാണോ?"

പെട്ടെന്ന്, അവിശ്വസനീയമായ രീതിയിൽ ആ ഉദ്യോഗസ്ഥൻ അയാൾക്കുനേരെ തിരിഞ്ഞു. അതുവരെ അയാൾ ഒരക്ഷരം മിണ്ടിയിട്ടില്ല.

“പറയൂ!” മി.ക്രഞ്ചർ ആവശ്യപ്പെട്ടു “സംസാരിക്കൂ നിങ്ങൾക്കറിയാമല്ലോ. ജോൺ സോളമനോ, സോളമൻ ജോണോ? അവൾ നിങ്ങളെ സോളമൻ എന്നാണ് വിളിച്ചത്, ഒരു സഹോദരി എന്ന നിലയ്ക്ക് അവൾക്കറിയാമല്ലോ. പിന്നെ, നിങ്ങൾ ജോൺ ആണെന്ന് എനിക്കറിയാം, മനസ്സിലായോ? ഇതിൽ ഏതാണ് ആദ്യം വരുന്നത്? പ്രോസ്സ് എന്ന പേരിനോടൊപ്പം വരുന്നത് പോലെ കടലിന്നപ്പുറത്ത് അതായിരുന്നില്ല നിങ്ങളുടെ പേര്.”

“നിങ്ങൾ എന്താണ് ഉദ്ദേശിക്കുന്നത്?”

“കൊള്ളാം, ഞാൻ ഉദ്ദേശിക്കുന്നത് പൂർണ്ണമായും എനിക്കറിയില്ല, കാരണം, കടലിന്നക്കരെ നിങ്ങളുടെ പേരെന്തായിരുന്നെന്ന് എനിക്ക് ഓർക്കാൻ കഴിയുന്നില്ല.”

“ഇല്ല?”

“ഇല്ല. എന്നാൽ, രണ്ട് വാക്കുള്ളൊരു പേരായിരുന്നു അതെന്ന് ഞാൻ ശപഥം ചെയ്യാം.”

“തീർച്ച?”

“അതെ. മറ്റൊരു വാക്ക് കൂടിയുണ്ട്. എനിക്ക് നിങ്ങളെ അറിയാം. ബെയിലിയിൽ നിങ്ങൾ ഒരു ചാരനായ സാക്ഷിയായിരുന്നു. എന്തായിരുന്നു അന്നത്തെ പേര്?”

“ബർസാദ്” പെട്ടെന്ന് മറ്റൊരു ശബ്ദം വിളിച്ചു പറഞ്ഞു.

“അതാണ് പേര്, നൂറ് പവന് വാതു വെക്കാം!” ജെറി ഉൽഘോഷിച്ചു.

പെട്ടെന്നത് വിളിച്ചു പറഞ്ഞ ആൾ സിഡ്നി കാർട്ടൻ ആയിരുന്നു. അയാൾ കോട്ടിന് പിന്നിൽ കൈ മടക്കി വെച്ച്, മി. ക്രഞ്ചറിനോട് തൊട്ടു ഉരുമ്മി നിന്നു.

“പേടിക്കേണ്ട, എന്റെ പ്രിയപ്പെട്ട മിസ്സ് പ്രോസ്സ്. ഞാൻ മി.ലോറിയെ ആശ്ചര്യപ്പെടുത്തിക്കൊണ്ട്, അദ്ദേഹത്തിന്റെ വീട്ടിൽ ഇന്നലെ വൈകുന്നേരം എത്തി എല്ലാം നേരെയാകുന്നതുവരെ ആരുടെയും മുന്നിൽ പ്രത്യക്ഷപ്പെടില്ലെന്ന് ഞങ്ങൾ പരസ്പരം സമ്മതിച്ചിട്ടുള്ളതാണ്; അല്ലെങ്കിൽ, എന്നെക്കൊണ്ട് എന്തെങ്കിലും ഉപകാരം ഉണ്ടാകുന്നതുവരെ.” ഞാനിവിടെവന്നത് നിങ്ങളുടെ സഹോദരനോട് അല്പം സംസാരിക്കാൻ പറ്റുമോ എന്ന് യാചിക്കാനാണ്. മി.ബർസാദിനേക്കാൾ നല്ല ഒരു ഉദ്യോഗമാണ് ഇപ്പോൾ നിങ്ങളുടെ സഹോദരന്റേതെന്ന് ഞാൻ കരുതുന്നു. ജയിലിലെ ഒരു ചെമ്മരിയാട് ആകാതിരിക്കട്ടെ മി.ബർസാദ് എന്ന് നിങ്ങൾക്കുവേണ്ടി ഞാൻ ആശിച്ചു പോകുകയാണ്.”

ജെയിലർമാർക്ക് കീഴിലുള്ള ഒരു ചാരനുള്ള ഗുപ്തവാക്കാണ് അക്കാലത്ത് ‘ചെമ്മരിയാട്’ എന്നത്! സ്വതവെ വിളർപ്പ് നിറമുള്ള ആ ചാരൻ കൂടുതൽ വിളർത്തു; അയാൾ ചോദിച്ചു “എങ്ങനെ നിങ്ങൾ ധൈര്യപ്പെട്ടു–”

“ഞാൻ നിങ്ങളോട് പറയാം” സിഡ്നി വിവരിച്ചു “ഒരു മണിക്കൂർ മുമ്പ് ഞാൻ മതിലിന്നടുത്ത് ചിന്താധീനനായി നില്ക്കവെ, നിങ്ങൾ

കോൺസിർ ഗെറി ജയിലിൽനിന്നും പുറത്ത് വരുന്നത് കണ്ടു, മി.ബർസാദ്. എന്നും ഓർക്കത്തക്ക ഒരു മുഖമാണ് നിങ്ങളുടേത്; ഞാൻ മുഖങ്ങൾ നന്നായി ഓർത്തുവെക്കുന്ന കൂട്ടത്തിലാണ്. ഇപ്പോൾ വളരെ നിർഭാഗ്യവാനായ ഒരു സുഹൃത്തുമായി നിങ്ങൾക്കുണ്ടായിരുന്ന ബന്ധത്തെ കുറിച്ച് ഞാൻ ഓർത്തു; നിങ്ങൾ എനിക്കൊരു അപരിചിതനല്ലല്ലോ. ഞാൻ നിങ്ങൾക്ക് പിന്നാലെ നടന്നു. ഇവിടത്തെ വീഞ്ഞുകടയിൽ കയറി, നിങ്ങൾക്ക് അടുത്തായി ഇരുന്നു. നിങ്ങളുടെ തുറന്ന സംസാരത്തിൽ നിന്ന് നിങ്ങളുടെ ജോലിയെ കുറിച്ചും, നിങ്ങളുടെ ആരാധകർക്കിടയിൽ പരന്നിരിക്കുന്ന കിംവദന്തികളെക്കുറിച്ചും മനസ്സിലാക്കനെനിക്ക് യാതൊരു ബുദ്ധിമുട്ടും ഉണ്ടായില്ല. സാവധാനം, എന്റെ മനസ്സിൽ രൂപം കൊണ്ട ഒരാശയം ഉപകാര പ്രദമാക്കാൻ ഞാൻ ആഗ്രഹിച്ചു, മി.ബർസാദ്."

"എന്ത് ആശയം?"ചാരൻ ചോദിച്ചു.

"തെരുവിൽ വെച്ചത് വിവരിക്കുന്നത് കുഴപ്പം പിടിച്ചതും, അപകടകരവുമാണ്. നിങ്ങൾക്ക് ഒരു ഉപകാരം ചെയ്യാമോ, ഏതാനും മിനിറ്റുകൾ എന്നോടൊപ്പം രഹസ്യമായി സംസാരിക്കാൻ ചെലവിടാമോ? ഉദാഹരണത്തിന്, ടെൽസൺസ് ബാങ്കിൽ?"

"ഭീഷണിയാണോ?"

"ഓഹ്! ഞാനങ്ങിനെ പറഞ്ഞുവോ?"

"അപ്പോൾ, ഞാൻ എന്തിനവിടെ പോകണം?"

"സത്യമായും, ബർസാദ്, എനിക്ക് പറയാനാവില്ല, നിങ്ങൾക്ക് വരാൻ കഴിയില്ലെങ്കിൽ! എന്തും സംഭവിക്കുമെന്ന്!"

"നിങ്ങൾ പറയില്ലെന്നാണോ ഉദ്ദേശിക്കുന്നത്, സാർ?" ആ ചാരൻ പതർച്ചയോടെ ചോദിച്ചു.

"എന്നെക്കുറിച്ച് വളരെ വ്യക്തമായി നിങ്ങൾ ഊഹിച്ചിരിക്കുന്നു, മി. ബർസാദ് ഞാൻ പറയില്ല."

തന്റെ മനസ്സിൽ രൂപം കൊണ്ട ആശയം പെട്ടെന്ന് നടപ്പാക്കാനുള്ള തന്ത്രം അതിവിദഗ്ധമായി കാർട്ടൻ പ്രയോഗിച്ചു; ഇത്തരം ഒരു മനുഷ്യനോട് എങ്ങനെ പെരുമാറണമെന്ന് അയാളുടെ പരിശീലനം നേടിയ നേത്രങ്ങൾ മനസ്സിലാക്കി, അത് പരമാവധി പ്രയോഗികമാക്കുകയും ചെയ്തു.

"ഇപ്പോൾ ഞാൻ നിങ്ങളോട് പറഞ്ഞില്ലേ" തന്റെ സഹോദരിയെ ശകാരിക്കുന്ന ഭാവത്തിൽ നോക്കി ചാരൻ പറഞ്ഞു "ഇതിൽ നിന്ന് എന്തെങ്കിലും കുഴപ്പം സംഭവിച്ചാൽ, അത് നിങ്ങളുടെ പ്രവൃത്തി മൂലമായിരിക്കും."

"വരൂ, വരൂ, മി.ബർസാദ്!"സിഡ്നി ഉറക്കെപ്പറഞ്ഞു

"നന്ദിയില്ലായ്മ കാണിക്കരുത്. നിങ്ങളുടെ സഹോദരിയോട് എനിക്കുള്ള ബഹുമാനം കൊണ്ടാണ് ഇത്രയും ചെറിയൊരു നിർദ്ദേശം ഞാൻ സസന്തോഷം വെച്ചത്; അത് നമ്മൾക്കിരുവർക്കും ഒരു പോലെ സംതൃപ്തി നല്കും. നിങ്ങൾ എന്നോടൊപ്പം ബാങ്കിലേക്ക് വരുന്നുണ്ടോ?"

"നിങ്ങൾക്ക് പറയാനുള്ളത് ഞാൻ കേൾക്കാം. അതെ, ഞാൻ നിങ്ങളോടൊപ്പം വരുന്നു."

"നമ്മൾക്ക് ആദ്യം നിങ്ങളുടെ സഹോദരിയെ സുരക്ഷിതയായി അവളുടെ വഴിയുടെ മൂല വരെ എത്തിക്കാം. ഞാൻ നിങ്ങളുടെ കൈ പിടിക്കാം, മിസ്സ് പ്രോസ്സ്. ഈ സമയത്ത് ഇതൊരു നല്ല നഗരമല്ല; സുരക്ഷിതത്വമില്ലാതെ പുറത്തിറങ്ങുന്നത് നല്ലതല്ല. നിങ്ങളുടെ അംഗരക്ഷകൻ ബർസാദിനെ അറിയുന്ന നിലയ്ക്ക്, മി. ലോറിയുടെ വീട്ടിലേക്ക് ഞങ്ങളോടൊപ്പം വരുവാൻ അയാളെ ഞാൻ ക്ഷണിക്കുന്നു. നമ്മൾ തയ്യാറായോ? എന്നാൽ വരൂ!"

ഉടനെ അവളുടെ മനസ്സിൽ വന്ന ചിന്ത അവൾ തന്റെ ജീവിതകാലം മുഴുവൻ ഓർക്കുന്നതായിരുന്നു; അവൾ സിഡ്നിയുടെ കൈയിൽ പിടിച്ചമർത്തി, സോളമനെ ദ്രോഹിക്കരുതെന്ന യാചനയോടെ അയാളുടെ മുഖത്തേക്ക് നോക്കി. അപ്പോൾ, കൈയിൽ എന്തോ ലക്ഷ്യത്തോടെ അമർത്തിയതായും, കണ്ണുകളിൽ ഒരു തരം ദിവ്യപ്രചോദനം ദർശിച്ചതായും അവൾ അറിഞ്ഞു! അയാളുടെ ലാഘവമായ രീതിക്ക് അത് കടകവിരുദ്ധമായിരുന്നു. അതയാളെ അത്യുന്നതങ്ങളിലേക്ക് ഉയർത്തുകയും ചെയ്തു.

അവളെ ആ തെരുവിന്റെ മൂലയിൽ വിട്ട് തൊട്ടടുത്തുള്ള മി.ലോറിയുടെ വീട്ടിലേക്ക് കാർട്ടൻ അവരെ നയിച്ചു. ഏതാനും മിനിറ്റുകൾ നടന്നാൽ അവിടെ എത്തും. ജോൺ ബർസാദ്, അല്ലെങ്കിൽ സോളമൻ പ്രോസ്സ് അയാളുടെ ഒരു വശത്തിലൂടെ നടന്നു.

മി.ലോറി ആഹാരം കഴിച്ചുകഴിഞ്ഞതേയുള്ളു; തീച്ചൂളയിൽ ജ്വലിക്കുന്ന ഒന്നോ രണ്ടോ വിറകുകൊള്ളികളിൽ കണ്ണും നട്ട് ഇരിക്കുന്നു. ഒരു പക്ഷേ, ഏതാനും വർഷങ്ങൾക്കുമുമ്പ് ഡോവറിലെ, റോയൽ ജോർജ്ജിൽ തീച്ചുളയിലെ നെൽകട്ടയിലേക്ക് നോക്കിയിരിക്കുന്ന ടെൽസൺസ് ബാങ്കിലെ മദ്ധ്യവയസ്കനായ മാന്യന്റെ രൂപം ആ തീജ്വാലയിൽ കാണുകയായിരിക്കാം. അവർ പ്രവേശിച്ചപ്പോൾ അദ്ദേഹം തലതിരിച്ചു, ഒരു അപരിചിതനെ കണ്ട് അദ്ഭുതപ്പെട്ടു.

"മിസ്സ് പ്രോസ്സിന്റെ സഹോദരൻ, സാർ" സിഡ്നി പറഞ്ഞു

"മി.ബർസാദ്."

"ബർസാദ്?" ആ വൃദ്ധമാന്യൻ ആവർത്തിച്ചു "ബർസാദ്? ആ പേരുമായി എനിക്കെന്തോ ഒരു ബന്ധം തോന്നുന്നു; ഈ മുഖവും നല്ല പരിചയം തോന്നുന്നല്ലോ."

"നിങ്ങൾക്ക് അസാധാരണമായൊരു മുഖമുണ്ടെന്ന് ഞാൻ നിങ്ങളോട് പറഞ്ഞിരുന്നില്ലേ, മി.ബർസാദ്" കാർട്ടൻ തണുപ്പൻ മട്ടിൽ അഭിപ്രായപ്പെട്ടു. "ദയവായി ഇരിക്കൂ."

അയാൾ ഒരു കസേര സ്വയം നീക്കി ഇടുമ്പോൾ, മി.ലോറിക്കാവശ്യമായ ആ കണ്ണി അയാൾ നല്കി; നെറ്റി ചുളിച്ചു കൊണ്ടയാൾ പറഞ്ഞു "ആ വിചാരണയിലെ സാക്ഷി." മി.ലോറിക്ക് ഉടനെ ഓർമ്മ വന്നു; ആ പുതിയ സന്ദർശകനെ അദ്ദേഹം അറപ്പോടെ നോക്കി.

"മിസ്സ് പ്രോസ്സ്, ആ സ്നേഹ സമ്പന്നനായ സഹോദരനെ തിരിച്ചറിഞ്ഞു." സിഡ്നി പറഞ്ഞു "എന്നാൽ, കൂടുതൽ ചീത്ത വാർത്തയാണ് ഞാൻ കൊണ്ടുവന്നിരിക്കുന്നത്. ഡാർണി വീണ്ടും അറസ്റ്റ് ചെയ്യപ്പെട്ടിരിക്കുന്നു."

ആ വൃദ്ധൻ സംഭ്രാന്തനായി ഉറക്കെ ചോദിച്ചു "നിങ്ങൾ എന്താണ് ഈ പറയുന്നത്! രണ്ട് മണിക്കൂർ മുമ്പല്ലെ ഞാനയാളെ സുരക്ഷിതനും സ്വതന്ത്രനുമായി വിട്ടുപോന്നത്; വീണ്ടും ഞാനങ്ങോട്ട് പോകാൻ നില്ക്കുകയാണ്!"

"അറസ്റ്റു ചെയ്തു എന്നു മാത്രമറിയാം. എപ്പോഴാണത് നടന്നത്, മി. ബർസാദ്?"

"ഇപ്പോൾത്തന്നെ."

"അത് ആധികാരികമായി പറയാൻ ഏറ്റവും അർഹതയുള്ള ആൾ ബർസാദ് തന്നെയാണ്, സാർ" സിഡ്നി പറഞ്ഞു "ബർസാദ് ചാരനായ മറ്റൊരു സുഹൃത്തുമായി വീഞ്ഞു കുടിച്ച് സംസാരിച്ചു കൊണ്ടിരിക്കുമ്പോൾ അവർ പറഞ്ഞത് ഞാൻ കേട്ടതാണ് അറസ്റ്റ് നടന്ന വിവരം. കാവല്ക്കാരൻ അവരെ അകത്ത് കയറ്റി വിട്ടതയാൾ കണ്ടിരുന്നു. അതുകൊണ്ട് അക്കാര്യത്തിൽ സംശയമില്ല."

മി.ലോറിയുടെ ബിസിനസ്സ് ദൃഷ്ടി അയാളുടെ മുഖത്ത് പതിഞ്ഞു; അതിന്റെ പേരിൽ സമയം നഷ്ടപ്പെടുത്തേണ്ടെന്നയാൾ തീരുമാനിച്ചു, നിശ്ശബ്ദനായി ശ്രദ്ധിച്ചിരുന്നു.

"അയാളെ വീണ്ടും ട്രിബ്യൂണലിന് മുന്നിൽ നാളെ ഹാജരാക്കുമെന്നല്ലേ നിങ്ങൾ പറഞ്ഞത്, മി.ബർസാദ്?"

"അതെ, ഞാനപ്രകാരം വിശ്വസിക്കുന്നു."

"ഡോ.മാനെറ്റിന്റെ പേരും സ്വാധീനവും ഇന്നത്തെപ്പോലെ നാളെയും സഹായകരമാകുമോ?" "അങ്ങനെ ആകണമെന്നില്ല. ഡോ.മാനെറ്റിന് ഈ അറസ്റ്റ് തടയാൻ കഴിവില്ലാതെ പോയതിൽ ഞാൻ അസ്വസ്ഥനാണ് മി.ലോറി."

"അദ്ദേഹം ഇക്കാര്യം നേരത്തെ അറിഞ്ഞുകാണില്ല" മി.ലോറി പറഞ്ഞു.

"എന്നാൽ, ആ പരിതഃസ്ഥിതി അപായകരമാണ്, ജാമാതാവിനെ അവർ തിരിച്ചറിഞ്ഞത്!"

"അത് സത്യമാണ്."അസ്വസ്ഥതയോടെ താടിയിൽ കൈവെച്ച്, അദ്ദേഹം കർട്ടനു നേരെ നോക്കി.

"ചുരുക്കത്തിൽ" സിഡ്നി പറഞ്ഞു "ഇതൊരു ആശയറ്റ സമരമാണ്, ആശയറ്റ പണയത്തിന്മേലുള്ള ആശയറ്റ കളി! ഡോക്ടർ ജയിക്കുന്ന കളി കളിക്കട്ടെ; ഞാൻ തോൽക്കുന്ന കളിയും. ഇവിടെ ആരുടെ ജീവിതവും ശാശ്വതമല്ല. ജനങ്ങളാൽ ഇന്ന് ആഹ്ലാദപൂർവ്വം വീട്ടിലേക്ക് ചുമന്നു കൊണ്ടുപോയവർ നാളെ വധശിക്ഷയ്ക്ക് വിധിക്കപ്പെട്ടേക്കാം! ഇന്ന് ഞാൻ കളിച്ച് ജയിക്കാൻ പോകുന്നത് കോൺസിർഗെറിയിലെ ഒരു സുഹൃത്തിനെ പണയം വെച്ചു കൊണ്ടാണ്; മി.ബർസാദ് ആണ് ആ സുഹൃത്ത്.

"നല്ല ശീട്ടുകൾ നിങ്ങൾക്ക് ആവശ്യമാണ്,സാർ" ചാരൻ പറഞ്ഞു

"ഞാനവരെ വീഴ്ത്തും, എന്റെ കൈയിലുള്ളത് കാണാം–"

"മി.ലോറി, എന്ത് നിർദ്ദയനാണ് ഞാനെന്ന് നിങ്ങൾക്കറിയാമല്ലൊ; എനിക്കല്പം ബ്രാണ്ടി തരാമോ?"

ഒരു ബ്രാണ്ടിക്കുപ്പി അയാളുടെ മുന്നിൽ വെച്ചു കൊടുത്തു. അയാൾ ഒന്നിനുപിറകെ ഒന്നായി ഓരോ ഗ്ലാസ്സ് നിറയെ ബ്രാണ്ടി ഒഴിച്ച് കുടിച്ചു; പിന്നെ, അതല്പം നീക്കിവെച്ചു.

"മി.ബർസാദ്" കൈയിലെ ശീട്ടുകൾ നിരീക്ഷിക്കുന്ന ഒരുവനെപ്പോലെ, അതേ സ്വരത്തിൽ അയാൾ പറഞ്ഞുതുടങ്ങി: "ജയിലുകളിലെ ചാരൻ, റിപ്പബ്ലിക്കൻ കമ്മറ്റികളുടെ ഗൂഢദൂതൻ, ജയിൽക്കാവൽക്കാരൻ, ചില പ്പോൾ തടവുപുള്ളി, എന്നും ചാരനും രഹസ്യവിവരങ്ങൾ നല്കുന്നവനും, ഇംഗ്ലീഷുകാരൻ, അധികാരികൾക്ക് വ്യാജനാമം നല്കിയിട്ടുള്ളവൻ. അതൊരു വളരെ നല്ല ശീട്ട് ആണ്! മി.ബർസാദ്, ഇപ്പോൾ റിപ്പബ്ലിക്കൻ ഫ്രഞ്ച് ഗവൺമെണ്ടിൽ ജോലി ചെയ്യുന്നവൻ, മുമ്പ് ഇംഗ്ലീഷ് പ്രഭു ജനവാഴ്ചക്കാലത്ത് ഇംഗ്ലണ്ടിൽ ജോലി ചെയ്തിരുന്നവൻ. ഫ്രാൻസി ന്റെയും സ്വാതന്ത്ര്യത്തിന്റേയും ശത്രുരാജ്യം! അതൊരു ഒന്നാം തരം ശീട്ട് ആണ്! അനുമാനം വ്യക്തമാണ്, ബർസാദ് ഇപ്പോഴും ബ്രിട്ടീഷ് പ്രഭുവർഗ്ഗ ഗവൺമെണ്ടിന്റെ ഉദ്യോഗസ്ഥനാണ്, 'പിറ്റി'ന്റെ ചാരൻ; റിപ്പബ്ലിക്കിന്റെ വഞ്ചകനായ ശത്രു! കണ്ടെത്താൻ കഴിയാത്ത കുപ്രസിദ്ധനായ ഇംഗ്ലീഷ് രാജ്യദ്രോഹി, എല്ലാ കുഴപ്പങ്ങൾക്കും കാരണക്കാരൻ. തോല്പിക്കാൻ കഴി യാത്തൊരു ശീട്ടാണത്!

"നിങ്ങളുടെ കളി എനിക്ക് മനസ്സിലാകുന്നില്ല" അസ്വസ്ഥതയോടെ ചാരൻ മറുപടി നല്കി.

"ഞാൻ എന്റെ 'എയ്സ്' കളിക്കുന്നു, ഏറ്റവും അടുത്ത സെക്ഷൻ കമ്മറ്റിയിലേക്ക് മി.ബർസാദിനെക്കുറിച്ച് പരാതി കൊടുക്കുന്നു. നിങ്ങളുടെ കൈ നോക്കു മി.ബർസാദ്, നിങ്ങൾക്കെന്താണുള്ളതെന്ന് മനസ്സിലാക്കൂ. ധൃതി പിടിക്കേണ്ട."

അയാൾ കുപ്പി അടുത്തേക്ക് വലിച്ചുവെച്ച്, ഒരു ഗ്ലാസ്സിൽ ബ്രാണ്ടി നിറച്ചൊഴിച്ച്, ഒറ്റ വലിക്ക് അത് കുടിച്ചു. തന്റെ മദ്യപാന രീതി കണ്ട് ചാരൻ വല്ലാതെ ഭയപ്പെട്ടന്നയാൾക്ക് മനസ്സിലായി, കുടിച്ച് ബോധം കെട്ട് അപ്പോൾത്തന്നെ ചാരന്നെതിരെ പരാതി നല്കിയെങ്കിലോ! അയാളുടെ സംഭ്രമം കണ്ട്, ഒരു ഗ്ലാസ്സ് ബ്രാണ്ടി കൂടി ഒഴിച്ചയാൾ കുടിച്ചു.

"നിങ്ങളുടെ കൈ ഒന്ന് ശ്രദ്ധിച്ചു നോക്കു, ബർസാദ്. സമയം എടുത്തോളൂ."

അതയാൾ സംശയിച്ചതിനേക്കാൾ മോശം കൈ ആയിരുന്നു; താൻ തോല്ക്കാനാണ് സാധ്യത എന്നയാൾക്ക് മനസ്സിലായി, സിഡ്നി കാർട്ടന് അറിയാത്ത പലതും അതിൽ ഉണ്ട്! ഇംഗ്ലണ്ടിലെ അന്തസ്സുള്ള ജോലി യിൽ ശോഭിക്കാൻ കഴിയാതിരുന്ന മി.ബർസാദ് ഫ്രാൻസിലെ ജോലി സ്വീകരിച്ചു. ആദ്യം, സ്വന്തം നാട്ടുകാർക്കിടയിൽ ഒരു പ്രലോഭിപ്പിക്കുന്ന വനും, ഒളിച്ചുനിന്ന് മറ്റുള്ളവരുടെ സംഭാഷണം കേൾക്കുന്നവനുമായിരുന്നു അയാൾ. സാവധാനം, അത് സ്വന്തം നാട്ടുകാർക്കിടയിൽ നിന്ന് ഈ നാട്ടു ക്കാർക്കിടയിലേക്കാക്കി. അധികാരഭ്രഷ്ടനാക്കപ്പെട്ട ഗവൺമെണ്ടിനു കീഴിൽ അയാൾ സെന്റ് ആന്റോയിനിലും ഡിഫാർജിന്റെ വീഞ്ഞു കട യിലും ഒരു ചാരനായിരുന്നു. അയാൾക്ക് പൊലീസുകാരിൽ നിന്നും ഡോക്ടർ മാനെറ്റിന്റെ തടവുജീവിതത്തെ കുറിച്ചും, മോചനത്തെ കുറിച്ചും, ചരിത്രത്തെക്കുറിച്ചും പൂർണ്ണവിവരങ്ങൾ ലഭിച്ചിരുന്നു; അത് ഉപയോഗിച്ച്

അയാൾ ഡിഫാർജുമാരുമായി സംഭാഷണത്തിലേർപ്പെട്ടു. അയാൾ എപ്പോഴും മാഡം ഡിഫാർജിനെ പേടിയോടും, വിറയലോടും കൂടിയാണ് ഓർത്തത്; ആ ഭീകര സ്ത്രീ, അയാൾ സംസാരിക്കുമ്പോൾ, തുന്നിക്കൊണ്ടിരിക്കുകയും, തന്റെ വിരലുകൾ ചലിപ്പിച്ചുകൊണ്ട് അശുഭസൂചകമായി വീക്ഷിച്ചുകൊണ്ടിരിക്കയും ചെയ്തിരുന്നു. അതിനുശേഷം സെന്റ് ആന്റോയിൻ സെക്ഷനിൽ അവൾ തന്റെ തുന്നിപ്പിടിപ്പിച്ച റജിസ്റ്ററുകൾ പലതവണ അവതരിപ്പിക്കുന്നതയാൾ കണ്ടിട്ടുണ്ട്; അവൾ കുറ്റാരോപണം നടത്തിയവരുടെ ശിരസ്സുകൾ ഗില്ലറ്റിൻ വിഴുങ്ങിയിട്ടുമുണ്ട്. മറ്റുള്ള ഏത് ജോലിക്കാരനേയും പോലെ തന്റെ ജീവനും സുരക്ഷിതമല്ലെന്ന് അയാൾക്കറിയാം; അവിടന്ന് ഓടിപ്പോകുക എന്നത് അസാദ്ധ്യമാണ്. കോടാലിയുടെ നിഴലിനുകീഴിലാണയാൾ ബന്ധിക്കപ്പെട്ടിട്ടുള്ളത്. ഭീകരഭരണം അഭിവൃദ്ധിപ്പെടുത്താനായി അയാൾ ചെയ്ത ചതികളും ഒറ്റിക്കൊടുക്കലുകളും നിഷ്പ്രഭമാക്കാനും, അയാളെ ചവിട്ടിത്താഴ്ത്താനും ഒരുവാക്ക് മതി! ഒരിക്കൽ കുറ്റാരോപണ വിധേയനായാൽ, ആ ഭീകരസ്ത്രീയുടെ മാരകമായ റജിസ്റ്റർ അയാൾക്കെതിരായി അവതരിക്കപ്പെടും. ജീവിതത്തിന്റെ അന്ത്യമായിരിക്കും അത്. ആ സ്ത്രീയുടെ നിർദ്ദയമായ സ്വഭാവത്തിനു പലപ്പോഴും അയാൾ സാക്ഷ്യം വഹിച്ചിട്ടുള്ളതാണ്. അയാൾ ഇപ്രകാരം ചിന്താധീനനായി ഇരിക്കവെ, കാർട്ടൻ വീണ്ടും ശീട്ട് വിഷയത്തിലേക്ക് വന്നു.

"തീർച്ചയായും, മറ്റൊരു നല്ല ശീട്ട് എനിക്ക് ഉള്ളതായി എനിക്കിപ്പോൾ തോന്നുന്നു, ഇതുവരെ പരിഗണിക്കാത്ത ഒരു ശീട്ട്. ആ സഹപ്രവർത്തകനായ ചെമ്മരിയാട്, നാട്ടിൽ പുറത്തെ ജയിലുകളിൽ മേഞ്ഞുനടക്കുന്നു എന്ന് പറഞ്ഞവൻ; ആരാണവൻ?"

"ഫ്രഞ്ചുകാരനോ, ങ്ഹേ?" അയാളെ ഒട്ടും ശ്രദ്ധിക്കാത്ത മട്ടിൽ ചിന്താധീനനായി കാർട്ടൻ മറുപടി നല്കി "കൊള്ളാം, അയാൾ ഫ്രഞ്ചുകാരനായിരിക്കാം."

"ആണ്, ഞാൻ നിങ്ങൾക്ക് ഉറപ്പ് തരുന്നു." ചാരൻ പറഞ്ഞു, "അതത്ര പ്രധാനപ്പെട്ട കാര്യമല്ലെങ്കിലും" അതേ യാന്ത്രികരീതിയിൽ കാർട്ടൻ ആവർത്തിച്ചു. "അതത്ര പ്രാധാനപ്പെട്ട കാര്യമല്ലെങ്കിലും. അല്ല. എന്നാലും, ആ മുഖം എനിക്കറിയാം."

"ഞാൻ കരുതുന്നില്ല. എനിക്കുറപ്പാണ്, ഇല്ല. അതാകാൻ കഴിയില്ല." ചാരൻ ഉറപ്പിച്ചു പറഞ്ഞു.

"അത്-ആകാൻ-കഴിയില്ല" കഴിഞ്ഞകാലത്തെ കുറിച്ചോർത്തുകൊണ്ട് സിഡ്നി കാർട്ടൻ പിറുപിറുത്തു; അയാൾ വീണ്ടും തന്റെ ഗ്ലാസ്സ് നിറച്ചു; "അങ്ങനെ ആകാൻ കഴിയില്ല. നല്ല ഫ്രഞ്ച് സംസാരിക്കുന്നു. എന്നാലും ഒരു വിദേശിയെപ്പോലുണ്ട്."

"ഈ നാട്ടുകാരൻ!"ചാരൻ പറഞ്ഞു.

"അല്ല. വിദേശി!" മനസ്സിൽ ഒരു പ്രകാശം പൊട്ടി വിരിഞ്ഞതുപോലെ മേശമേൽ കൈയിട്ടടിച്ചുകൊണ്ട് കാർട്ടൻ നിലവിളിച്ചു "ക്ലൈ! വേഷപ്രച്ഛന്നനാണെങ്കിലും, അതേ മനുഷ്യൻ തന്നെ. പുരാതന ബെയിലിയിൽ നമ്മൾക്ക് മുന്നിൽ അയാൾ വന്നിട്ടുണ്ട്."

"നിങ്ങൾ ധൃതിപിടിക്കുകയാണ്, സാർ." ഒരു പുഞ്ചിരിയോടെ ബർസാദ് പറഞ്ഞു; അപ്പോൾ, അയാളുടെ കഴുകനെപ്പോലുള്ള വളഞ്ഞ മൂക്ക് ഒരു വശത്തേക്ക് കൂടുതലായി ചെരിഞ്ഞു. ഇക്കാര്യത്തിൽ ഞാൻ നിങ്ങളെ കവച്ചു വെക്കുന്നു. ക്ലൈ മരിച്ചിട്ട് അനേകം വർഷങ്ങളായി. അന്തിമ കാലത്ത് ഞാനയാളെ ശുശ്രൂഷിച്ചിട്ടുള്ളവനാണ്. അയാളെ ലണ്ടനിലെ സെന്റ് പാൻക്രാസ് പള്ളിയിലാണ് സംസ്കരിച്ചത്. അയാളുടെ ജനപ്രീതി യില്ലായ്മ മൂലം ഞാൻ അയാളുടെ ശവസംസ്കാര ചടങ്ങിൽ പങ്കെടുത്തില്ല. എന്നാൽ, അയാളെ ശവപ്പെട്ടിയിൽ അടക്കം ചെയ്യാൻ ഞാൻ സഹായിച്ചി രുന്നു."

ആ സമയത്ത്, പ്രേതത്തിന്റേതുപോലൊരു വിചിത്രമായ നിഴൽ ചുമ രിൽ പതിഞ്ഞത് മി.ലോറി കണ്ടു. അതിന്റെ ഉറവിടം എവിടെ നിന്നാണെന്ന് പരിശോധിക്കവെ, മി.ക്രഞ്ചറിന്റെ കുറ്റിച്ചൂൽ പോലുള്ള തലമുടിയിൽ ചെന്നെത്തി!

"നമ്മൾക്ക് യുക്തിയുള്ളവരാകാം." ചാരൻ പറഞ്ഞു. "നമ്മൾക്ക് നീതി പൂർവ്വം നീങ്ങാം. നിങ്ങൾ എന്തുമാത്രം തെറ്റിദ്ധരിച്ചിരിക്കയാണെന്ന്; എത്ര അടിസ്ഥാന രഹിതമാണ് നിങ്ങളുടെ സംശയമെന്നും തെളിയിക്കാനായി, എന്റെ പോക്കറ്റ് പുസ്തകത്തിൽ വെച്ചിട്ടുള്ള ക്ലൈയുടെ ശവസംസ്കാര സർട്ടിഫിക്കറ്റ് നിങ്ങൾക്ക് കാണിച്ചു തരാം." ധൃതിപിടിച്ച് അയാൾ അതെ ടുത്ത് തുറന്നു "അന്നു മുതൽ അതെന്റെ പോക്കറ്റ് ബുക്കിൽ ഇരിക്കയാണ്. ഓഹ്, അത് നോക്കൂ, അതിലേക്കൊന്ന് നോക്കൂ! നിങ്ങൾക്കത് കൈയിലെ ടുക്കാം; കള്ളരേഖയൊന്നുമല്ല."

ഈ സമയത്ത്, ചുമരിലെ നിഴൽ നീണ്ടു വരുന്നത് മി.ലോറി കണ്ടു; മി.ക്രഞ്ചർ എഴുന്നേറ്റ് മുന്നോട്ടു നടന്നു. അയാളുടെ തലമുടി കുത്തനെ നിന്നു! ചാരന്റെ ദൃഷ്ടിയിൽപ്പെടാതെ, അയാൾ അടുത്ത് ചെന്നു നിന്നു; ചാരന്റെ തോളിൽ ഒന്ന് തട്ടി.

"ആ റോഗർ ക്ലൈയെ നിങ്ങളാണ് ശവപ്പെട്ടിയിൽ അടക്കം ചെയ്തത്?" മി. ക്രഞ്ചർ ഗൗരവത്തോടെ ചോദിച്ചു.

"ഞാനാണ് ചെയ്തത്."

"ആരാണയാളെ പുറത്തെടുത്തത്?"

ബർസാദ് കസാരയിൽ പിന്നാക്കമിരുന്ന്, വിക്കി വിക്കിപ്പറഞ്ഞു "നിങ്ങൾ എന്താണ് ഉദ്ദേശിക്കുന്നത്!"

"ഞാൻ ഉദ്ദേശിക്കുന്നത്" മി.ക്രഞ്ചർ പറഞ്ഞു "അയാൾ ഒരിക്കലും അതിൽ ഉണ്ടായിരുന്നില്ല എന്നാണ്. ഇല്ല! അയാൾ ഇല്ലായിരുന്നു! അയാള തിൽ ഉണ്ടായിരുന്നെങ്കിൽ എന്റെ ശിരസ്സ് ഛേദിക്കാം."

ആ രണ്ട് മാന്യന്മാരുടെ മുഖത്തേക്ക് ചാരൻ മാറി മാറി നോക്കി; അവർ ഇരുവരും സ്തബ്ധരായി ജെറിയെ ആശ്ചര്യപൂർവ്വം മിഴിച്ചു നോക്കി.

"ഞാൻ പറയുന്നു." ജെറി ഉൽഘോഷിച്ചു "നിങ്ങൾ കല്ലും മണ്ണുമാണ് ആ ശവപ്പെട്ടിയിൽ ഇട്ട് മറവ് ചെയ്തത്. നിങ്ങൾ ക്ലൈയെ സംസ്കരിച്ചു എന്ന് എന്നോട് പറയല്ലെ. എനിക്കും മറ്റ് രണ്ടുപേർക്കും അതറിയാം."

"നിങ്ങൾക്ക് എങ്ങനെ അറിയാം?"

"നിങ്ങൾക്കതിലെന്ത് കാര്യം!" മി.ക്രഞ്ചർ മുരണ്ടു. "എനിക്ക് നിങ്ങളോട് പഴയൊരു വിരോധമുണ്ട്, നിങ്ങൾ തൊഴിലാളികളോട് നടത്തിയ ലജ്ജാകരമായ ചതി! അര'ഗ്വിനി'ക്കുവേണ്ടി ഞാൻ നിങ്ങളെ കഴുത്തു ഞെരിച്ചു കൊല്ലുമെന്ന് വാത് വെക്കാം!"

ഈ സംഭവ വികാസത്തിൽ മി.ലോറിയെപ്പോലെ ആശ്ചര്യഭരിതരായ സിഡ്നി കാർട്ടൻ, മി.ക്രഞ്ചറിനോട് ശാന്തനായി കാര്യങ്ങൾ വിശദീകരിക്കാൻ അഭ്യർത്ഥിച്ചു. "മറ്റൊരു സമയത്ത്, സാർ"ഒഴിഞ്ഞു മാറുന്ന മട്ടിൽ അയാൾ മറുപടി നല്കി "ഈ സന്ദർഭം അതിന് യോജിച്ചതല്ല. ക്ലൈ ഒരിക്കലും ആ ശവപ്പെട്ടിയിൽ ഉണ്ടായിരുന്നില്ല എന്ന വസ്തുത അയാൾക്ക് നന്നായി അറിയാമെന്ന് ഞാൻ ഉറപ്പ് തരുന്നു. ക്ലൈ അതിലുണ്ടയിരുന്നെന്ന് അയാൾ പറയട്ടെ, അര'ഗ്വിനി'ക്കുവേണ്ടി ഞാനയാളുടെ കഴുത്ത് ഞെരിച്ചു കൊല്ലുമെന്ന് വാത് വെക്കാം.!" വളരെ ഉദാരമായൊരു വാഗ്ദാനം നല്കിയ ഭാവത്തിൽ മി.ക്രഞ്ചർ നിന്നു!

"അല്ലെങ്കിൽ, ഞാൻ പുറത്തുപോയി, അയാളെക്കുറിച്ച് വിളിച്ചു പറയും."

"ഞാൻ ഒരു കാര്യം മനസ്സിലാക്കുന്നു" കാർട്ടൻ പറഞ്ഞു "മറ്റൊരു കാർഡ് എനിക്കുണ്ട്. നിങ്ങളെപ്പോലെ പൂർവ്വകാല ചരിത്രമുള്ള മറ്റൊരു പ്രഭുവർഗ്ഗ ചാരനുമായി ഈ വിപ്ലവാന്തരീക്ഷം നിലവിലുള്ള പാരീസിൽ നിങ്ങൾ ബന്ധം പുലർത്തുന്നു; അയാളാണെങ്കിലോ മരിച്ചെന്ന് നടിച്ച്, വീണ്ടും ജീവിച്ചിരിക്കുന്നവൻ! ദുരൂഹതകൾ ഏറെ! റിപ്പബ്ലിക്കിന്നെതിരെ ജയിലിൽ ഗൂഢാലോചന നടത്തുന്ന ഒരു വിദേശി! ഒരു ശക്തമായ ശീട്ട്! ഉറപ്പുള്ള ഗില്ലറ്റിൻ ശീട്ടും! നിങ്ങൾ കളിക്കുന്നോ?"

"ഇല്ല!" ചാരൻ മറുപടി നല്കി."ഞാൻ വിടുന്നു. കലാപകാരികളായ ജനങ്ങൾക്കിടയിൽ ഞങ്ങൾ ഒട്ടും ജനപ്രീതിയില്ലാത്തവരാണ്; ഇംഗ്ലണ്ടിൽ മരണശിക്ഷ ഭയപ്പെട്ടാണ് ഞങ്ങൾ അവിടം വിട്ടത്. ആ ക്ലൈ അത്ര വെറുക്കപ്പെട്ട ചാരനായിരുന്നതിനാൽ, ആ മറിമായം നടത്തിയില്ലായിരുന്നെങ്കിൽ അയാൾ ഒരിക്കലും രക്ഷപ്പെടില്ലായിരുന്നു. എന്നാൽ, അതൊരു മറിമായമായിരുന്നെന്ന് ഈ മനുഷ്യൻ എങ്ങനെ മനസ്സിലാക്കി; അദ്ഭുതങ്ങളിൽ അദ്ഭുതം തന്നെയാണത്!"

"ഈ മനുഷ്യനെക്കുറിച്ച് ചിന്തിച്ച് നിങ്ങൾ തലപുണ്ണാക്കേണ്ട." കലഹപ്രിയനായ മി.ക്രഞ്ചർ തിരിച്ചടിച്ചു."ആ മാന്യനെ കുറെ നേരമായി നിങ്ങൾ ബുദ്ധിമുട്ടിക്കുന്നു. ഇങ്ങോട്ട് നോക്കൂ! ഒരിക്കൽ കൂടി!" ഏറെക്കുറെ, പൊങ്ങച്ചം പ്രകടിപ്പിക്കുന്ന രീതിയിൽ നടന്നുകൊണ്ട്, മി.ക്രഞ്ചർ പറഞ്ഞു "അര'ഗ്വിനി'ക്കുവേണ്ടി ഞാൻ നിങ്ങളുടെ കഴുത്ത് ഞെരിച്ചു കൊല്ലുമെന്ന് വാതുവെക്കാം."

ആ ജയിലിലെ ചെമ്മരിയാട്, അയാളിൽനിന്നും സിഡ്നി കാർട്ടനിലേക്ക് മുഖം തിരിച്ച് കൂടുതൽ ദൃഢതയോടെ പറഞ്ഞു "അതൊരു അറ്റത്ത് എത്തിയിരിക്കുന്നു. എനിക്ക് ഉടനെ ഡ്യൂട്ടിക്ക് പോകണം; വൈകിപ്പിക്കാനാവില്ല. നിങ്ങൾക്ക് എന്തോ പ്രസ്താവിക്കാനുണ്ടെന്ന് നിങ്ങൾ പറഞ്ഞല്ലോ; എന്താണത്? ഇപ്പോൾ, കൂടുതലായി എന്നോടെന്തെങ്കിലും

ആവശ്യപ്പെടുന്നതുകൊണ്ട് പ്രയോജനമൊന്നുമില്ല. എന്നിൽ നിന്ന് എന്താണ് നിങ്ങൾ ആഗ്രഹിക്കുന്നത്?"

"അധികമൊന്നുമില്ല. നിങ്ങൾ കോൺസിർഗെറിയിലെ ഒരു കാവൽക്കാരനല്ലെ?"

"ഞാൻ അവസാനമായി പറയട്ടെ, രക്ഷപ്പെടാനുള്ള യതൊരു സാദ്ധ്യതയുമില്ല."

ചാരൻ ദൃഢ സ്വരത്തിൽ പറഞ്ഞു "ഞാൻ ചോദിക്കാത്ത കാര്യം നിങ്ങൾ എന്തിനാണ് പറയുന്നത്? നിങ്ങൾ കോൺസിർഗെറിയിലെ ഒരു കാവൽക്കാരനല്ലേ?"

"ചിലപ്പോഴൊക്കെ ആണ്."

"നിനക്ക് ആവശ്യമുള്ളപ്പോൾ എല്ലാം ആകാം."

"എനിക്കിഷ്ടമുള്ളപ്പോളെല്ലാം വരുകയും പോകുകയും ചെയ്യാം."

സിഡ്നി കാർട്ടൻ ഒരു ഗ്ലാസ്സിൽ ബ്രാണ്ടി നിറച്ചു; അത് മെല്ലെ തീച്ചൂളയിലേക്ക് ഇറ്റിറ്റായി വീഴ്ത്തി; അത് ഇറ്റിറ്റു വീഴുന്നത് നോക്കിക്കൊണ്ടിരുന്നു. അത് തീർന്നപ്പോൾ, അയാൾ എഴുന്നേറ്റ് പറഞ്ഞു.

"ഇത്രനേരം നമ്മൾ രണ്ട് പേരുടെ മുന്നിൽ ഇരുന്നുകൊണ്ടാണ് സംസാരിച്ചത്; എന്തുകൊണ്ടെന്നാൽ ശീട്ടുകളുടെ മേന്മ നമ്മൾ ഇരുവർ മാത്രം അറിഞ്ഞാൽ പോര. ഇവിടെയുള്ള ഇരുട്ട് മുറിയിലേക്കൊന്ന് വരു; നമ്മൾക്ക് ഒറ്റയ്ക്ക് അവസാന വാക്കുകൾ പറഞ്ഞു തീർക്കാം."

ഒമ്പത്

അടുത്തുള്ള ഇരുട്ട് മുറിയിലിരുന്ന് സിഡ്നി കാർട്ടനും ജയിലുകളിലെ ചെമ്മരിയാടും, പുറത്തേക്ക് ഒന്നും കേൾക്കാത്ത വിധത്തിൽ മെല്ലെ സംസാരിക്കുകയായിരുന്നു. അപ്പോൾ, ജെറിക്കുനേരെ, ഒട്ടും വിശ്വാസമില്ലാത്ത രീതിയിൽ മി.ലോറി ദൃഷ്ടി പായിച്ചു. ആ നോട്ടം ആ വിശ്വസ്ത സേവകനെ അസ്വസ്ഥനാക്കി; അയാൾ കാലുകൾ മാറ്റി മാറ്റി ചവിട്ടിക്കൊണ്ട്, അമ്പരപ്പോടെ തന്റെ വിരൽ നഖങ്ങൾ വളരെ സൂക്ഷ്മതയോടെ, കണ്ണിന്നടുത്തുവെച്ച് പരിശോധിച്ചു. മി.ലോറിയുടെ കണ്ണുകൾ അയാളുടേതുമായി ഇടയുമ്പോഴെല്ലാം, അയാൾ ഒരു പ്രത്യേകതരം ചെറിയ പൊള്ളച്ചുമ ചുമച്ച്, കൈപ്പത്തി വായിലേക്ക് ഉയർത്തി.

"ജെറി"മി.ലോറി പറഞ്ഞു "ഇങ്ങോട്ട് വരു."

മി.ക്രഞ്ചർ ചെരിഞ്ഞുനടന്നുകൊണ്ട് അദ്ദേഹത്തിന്റെ അടുത്തെത്തി.

"ഒരു സന്ദേശ വാഹകനപ്പുറം മറ്റെന്ത് തൊഴിലാണ് നിങ്ങൾ ചെയ്തിരുന്നത്?"

അല്പം ചിന്തിച്ചശേഷം തന്റെ മനസ്സിലുദിച്ച തേജോമയമായ ആശയം, തന്റെ രക്ഷാധികാരിയെ മിഴിച്ചു നോക്കിക്കൊണ്ട്, മി.ക്രഞ്ചർ മറുപടിയായി നല്കി "കാർഷിക സ്വഭാവമുള്ള ജോലി."

മി.ലോറി കോപത്തോടെ ചൂണ്ടാണി വിരൽ ചലിപ്പിച്ചുകൊണ്ട് പറഞ്ഞു! "എന്റെ മനസ്സിൽ വല്ലാത്ത ഭയാശങ്കയുണ്ട്, നിങ്ങൾ ബഹുമാനപ്പെട്ട, മഹത്തായ ടെൽസൺസിന്റെ മറവിൽ നിയമവിരുദ്ധവും, അപകീർത്തിപരവുമായ പ്രവൃത്തികൾ ചെയ്യുകയായിരുന്നെന്ന്. അങ്ങനെയാണെങ്കിൽ, ഇംഗ്ലണ്ടിൽ തിരിച്ചെത്തിയശേഷം നിങ്ങളോട് ഞാൻ സൗഹൃദം കാണിക്കുമെന്ന് പ്രതീക്ഷിക്കേണ്ട; ആ രഹസ്യം ഞാൻ സൂക്ഷിച്ചുവെക്കുമെന്നും പ്രതീക്ഷിക്കേണ്ട. ടെൽസൺസിനെ കബളിപ്പിക്കാൻ പറ്റില്ല."

ലജ്ജിതനായ മി.ക്രഞ്ചർ പറഞ്ഞു "സാർ, വൃദ്ധനാകുന്നതുവരെ എല്ലാവിധ ജോലികളും ആദരവോടെ നിർവ്വഹിച്ച എന്നെ നിങ്ങളെപ്പോലൊരു മാന്യൻ ഉപദ്രവിക്കുന്നതിനു മുമ്പ് രണ്ട് പ്രാവശ്യം ചിന്തിക്കും എന്ന് ഞാൻ വിശ്വസിക്കുന്നു, അതങ്ങനെ ആണെങ്കിൽത്തന്നെ! അതങ്ങനെ ആണെന്ന് ഞാൻ പറയുന്നില്ല, അങ്ങനെ ആയിരുന്നെങ്കിൽ പോലും!"

"ഹട്ട്!"അനുകമ്പ തോന്നിയെങ്കിലും മി.ലോറി ഒച്ചവെച്ചു "നിങ്ങളെ കാണുന്നതു തന്നെ എന്നിൽ ഞെട്ടലുളവാക്കുന്നു!"

"ഇപ്പോൾ, ഞാൻ നിങ്ങളോട് വിനീതമായി സമർപ്പിക്കട്ടെ, സാർ" മി.ക്രഞ്ചർ പറഞ്ഞു "അതപ്രകാരമായിരുന്നെങ്കിൽപ്പോലും, അതങ്ങനെ ആയിരുന്നെന്ന് ഞാൻ പറയുന്നില്ല–"

"അവ്യക്തമായി പറയാതിരിക്കുക" മി.ലോറി പറഞ്ഞു.

"ഇല്ല, ഞാൻ അങ്ങനെ പറയില്ല, സാർ."

"ശരി" മി.ലോറി പറഞ്ഞു "ഇപ്പോൾ കൂടുതലൊന്നും പറയേണ്ട. നിങ്ങൾ സ്വന്തം പ്രവൃത്തിയിലൂടെ പശ്ചാത്താപം പ്രകടിപ്പിക്കുകയും, സൗഹൃദത്തിന് അർഹനാണെന്ന് തെളിയിക്കുകയും ചെയ്താൽ, ഞാൻ നിങ്ങളെ സുഹൃത്തായി കരുതിയേക്കാം; വാക്കുകളിലൂടെയല്ല പശ്ചാത്താപം പ്രകടിപ്പിക്കേണ്ടത്. കൂടുതലൊന്നും എനിക്ക് കേൾക്കേണ്ട."

മി.ക്രഞ്ചർ നെറ്റിയിലടിച്ചുകൊണ്ടു നില്ക്കുന്ന സമയത്ത്, സിഡ്നി കാർട്ടനും ചാരനും ഇരുട്ടുമുറിയിൽനിന്നും പുറത്തു വന്നു. "ഗുഡ് ബൈ, മി.ബർസാദ്." സിഡ്നി യാത്ര പറഞ്ഞു "അങ്ങനെ നമ്മുടെ ഏർപ്പാട് പൂർത്തിയായി; നിങ്ങൾക്കെന്നിൽ നിന്നു യാതൊന്നും പേടിക്കേണ്ടതില്ല."

അയാൾ തീച്ചൂളക്കരികിൽ മി.ലോറിക്ക് മുന്നിലായി ഇരുന്നു. അവർ മാത്രമായപ്പോൾ അയാൾ എന്താണ് ചെയ്തതെന്ന് മി.ലോറി ചോദിച്ചു.

"അധികമൊന്നുമില്ല. തടവുപുള്ളിക്ക് കുഴപ്പമുണ്ടായാൽ, അയാളെ ഒരു പ്രാവശ്യം എനിക്ക് സമീപിക്കാൻ കഴിയണമെന്ന് ഞാൻ ഉറപ്പു വരുത്തി."

മി.ലോറിയുടെ മുഖം വാടി.

"അത്രമാത്രമേ എനിക്ക് ചെയ്യാൻ കഴിയു."കാർട്ടൻ പറഞ്ഞു "കൂടുതൽ ആവശ്യപ്പെടുന്നത്, ഈ മനുഷ്യന്റെ ശിരസ്സ് ഛേദിക്കുന്നതിലെത്തിക്കും; അയാൾ പറഞ്ഞതുപോലെ അയാളെ കുറിച്ച് പരാതി നല്കിയാലും ഇതിനേക്കാൾ മോശമായതൊന്നും സംഭവിക്കുകയില്ല. ആ നിലയുടെ ദൗർബല്യമാണത്. ഒരു രക്ഷയുമില്ല."

"എന്നാൽ, അയാളെ ട്രിബ്യൂണലിന് മുന്നിൽ വെച്ച് സമീപിച്ചതുകൊണ്ട് അയാളെ രക്ഷിക്കാനാവില്ല."

"ആകുമെന്ന് ഞാൻ ഒരിക്കലും പറഞ്ഞില്ല."

മി.ലോറിയുടെ കണ്ണുകൾ സാവധാനം തീച്ചൂളയിലേക്ക് തിരിഞ്ഞു; അയാളുടെ പ്രിയപ്പെട്ടവളോടുള്ള സഹാനുഭൂതിയും, ഈ രണ്ടാമത്തെ അറസ്റ്റു മൂലം ഉണ്ടായ കനത്ത നിരാശയും, സാവധാനം അയാളെ തളർത്തി; അയാളിപ്പോൾ ഒരുപടു കിഴവനായിത്തീർന്നിരിക്കുന്നു, ഈയിടെ ഉണ്ടായ ഉൽക്കണ്ഠ അയാളെ തകർത്തു; അയാളുടെ കണ്ണുകൾ നിറഞ്ഞൊഴുകി.

"നിങ്ങൾ ഒരു നല്ല മനുഷ്യനും, ഒരു യഥാർത്ഥ സുഹൃത്തുമാണ്." മാറിയ ഒരു സ്വരത്തിൽ കാർട്ടൻ പറഞ്ഞു "നിങ്ങളെ അത് വല്ലാതെ ബാധിച്ചെന്ന് കാണുന്നതിൽ എന്നോട് ക്ഷമിക്കുക. എന്റെ അച്ഛൻ കരയുന്നത് നോക്കി, അശ്രദ്ധനായി അടുത്തിരിക്കാനെനിക്ക് കഴിയില്ല. നിങ്ങൾ എന്റെ അച്ഛനായിരുന്നെങ്കിൽ, നിങ്ങളുടെ ഈ ദുഃഖം എനിക്ക് സഹിക്കാൻ കഴിയില്ല."

സാധാരണ മട്ടിലാണയാൾ അത് പറഞ്ഞതെങ്കിലും, ആത്മാർത്ഥമായി വികാരവും ബഹുമാനവും, അയാളുടെ സ്വരത്തിലും സ്പർശനത്തിലും പ്രകടമായിരുന്നു. അയാളുടെ ആ നല്ലവശം ഒരിക്കലും അറിഞ്ഞിട്ടില്ലാത്ത ലോറി അതൊരിക്കലും പ്രതീക്ഷിച്ചിരുന്നില്ല! അദ്ദേഹം അയാൾക്കു നേരെ കൈ നീട്ടി, കാർട്ടൻ മെല്ലെ ആ കൈ പിടിച്ച് മൃദുവായി അമർത്തി.

"പാവം ഡാർണിയിലേക്ക് തിരിച്ചുവരാം" കാർട്ടൻ പറഞ്ഞു "ഈ അഭിമുഖത്തെ കുറിച്ചോ, അല്ലെങ്കിൽ ഈ ഒരുക്കങ്ങളെ കുറിച്ചോ അവളോട് ഒന്നും പറയരുത്. അയാളെ കാണാനവൾക്ക് സാധിക്കില്ല. കോടതി വിധിയെ ക്കുറിച്ച് ചിന്തിക്കാനുള്ള ഉപാധികൾ അയാൾക്ക് എത്തിച്ചു കൊടുക്കാനുള്ള തന്ത്രമാണിതെന്ന് അവൾ വിചാരിച്ചെങ്കിലോ."

മി.ലോറി അക്കാര്യത്തെ കുറിച്ച് ചിന്തിച്ചിരുന്നില്ല; അതയാളുടെ മനസ്സിലുണ്ടോ എന്നറിയാനായി പെട്ടെന്നദ്ദേഹം കാർട്ടനെ നോക്കി. അതുണ്ടെന്ന യാൾക്ക് തോന്നി. അയാൾ ആനോട്ടം തിരിച്ചു നല്കി, തീർച്ചയായും അത് മനസ്സിലാക്കി.

"അവൾ ഒരായിരം കാര്യങ്ങൾ ചിന്തിക്കും." കാർട്ടൻ പറഞ്ഞു "അവയിലെന്തെങ്കിലും ഒന്ന് അവളുടെ പ്രശ്നങ്ങൾ വർദ്ധിപ്പിക്കും. എന്നെ കുറിച്ചവളോട് സംസാരിക്കരുത്. ഞാൻ ആദ്യം വന്ന ഉടനെ പറഞ്ഞത് ഓർക്കുന്നല്ലൊ, ഞാനവളെ കാണാതിരിക്കയാണ് നല്ലതെന്ന്. അതില്ലാതെത്തന്നെ, എന്റെ കരങ്ങൾക്ക് ചെയ്യാൻ കഴിയാവുന്ന കൊച്ചു സഹായങ്ങൾ ഞാനവൾക്കുവേണ്ടി ചെയ്യും. നിങ്ങൾ അവളുടെ അടുത്തേക്ക് പോകുകയാണെന്ന് ഞാൻ കരുതുന്നു. അവൾ ഇന്നു രാത്രി വളരെ ഏകാന്തതയിലായിരിക്കും."

"ഞാൻ ഇപ്പോൾ നേരെ അങ്ങോട്ട് പോകുകയാണ്."

"എനിക്കതിൽ സന്തോഷമുണ്ട്. അവൾക്ക് നിങ്ങളോട് അത്ര അഗാധമായ സ്നേഹവും വിശ്വാസവുമാണ്. അവൾക്ക് എങ്ങനെയുണ്ട്?"

"ഉൽക്കണ്ഠാകുലയാണ്; എന്നാലും അതിസുന്ദരി."

"ആഹ്!"

അതൊരു നീണ്ട, വേദനിക്കുന്ന ശബ്ദമായിരുന്നു, ഒരു ദീർഘശ്വാസം പോലെ, അല്ലെങ്കിൽ ഒരു തേങ്ങൽ. തീച്ചൂളയിലേക്ക് തിരിഞ്ഞ കാർട്ടന്റെ മുഖത്തേക്ക് മി.ലോറിയുടെ കണ്ണുകൾ ആകർഷിക്കപ്പെട്ടു. ഒരു പ്രകാശം, അല്ലെങ്കിൽ ഒരു നിഴൽ അതിൽനിന്നും പെട്ടെന്ന് കടന്നുപോയി. തീച്ചൂളയിലെ ഒരു വിറക് കഷ്ണം താഴത്ത് വീഴാൻ നില്ക്കുമ്പോൾ, അയാൾ കാലുയർത്തി അത് ഉള്ളിലേക്കും തള്ളിനീക്കി. അക്കാലത്ത് പ്രചാരത്തിലുള്ള വെളുത്ത സവാരിക്കോട്ടും, പൊക്കമുള്ള ബൂട്സുമാണ് അയാൾ ധരിച്ചിട്ടുള്ളത്. തീജ്ജ്വാലയുടെ പ്രകാശത്തിൽ അയാൾ വല്ലാതെ വിളർത്തിരിക്കുന്നതായി കാണപ്പെട്ടു; അയാളുടെ നീണ്ട തവിട്ടു നിറമുള്ള തലമുടി പാറിപ്പറക്കുന്നു. അയാളുടെ ബൂട്സ് അപ്പോഴും വെച്ചിരിക്കുന്നത് ജ്വലിക്കുന്ന വിറകുകൊള്ളിയുടെ അറ്റത്താണ്; കാലിന്റെ ഭാരത്താൽ അത് തകർന്നു വീണു.

"ഞാനത് മറന്നു" അയാൾ പറഞ്ഞു.

മി.ലോറിയുടെ കണ്ണുകൾ വീണ്ടും അയാളെ ആകർഷിച്ചു. ആ വിഷാദം നിറഞ്ഞ മുഖത്തേക്ക് നോക്കി കാർട്ടൻ ചോദിച്ചു.

"നിങ്ങളുടെ ജോലികൾ ചെയ്ത് കഴിഞ്ഞോ, സാർ?"

"ഉവ്വ്. ലൂസി ഇന്നലെ അപ്രതീക്ഷിതമായി കയറി വന്നപ്പോൾ ഞാൻ പറഞ്ഞിരുന്നല്ലോ. എനിക്കിവിടെ ചെയ്യാനുണ്ടായിരുന്ന പണികളെല്ലാം ചെയ്തുതീർത്തു. അതെല്ലാം സുരക്ഷിതമായ രീതിയിലാക്കി എന്നാണെന്റെ വിശ്വാസം; ഇനി പാരീസ് വിട്ടുപോകാം. പോകാനുള്ള പാസ്സ് എന്റെ പക്കൽ ഉണ്ട്. ഞാൻ പോകാൻ തയ്യാറാണ്."

അവർ ഇരുവരും നിശ്ശബ്ദരായി ഇരുന്നു.

"പിൻതിരിഞ്ഞുനോക്കാൻ മാത്രം സുദീർഘമായൊരു ജീവിതമാണ് നിങ്ങളുടേത്, അല്ലേ സാർ?"കാർട്ടൻ ആകാംക്ഷയോടെ ചോദിച്ചു.

"എന്റെ എഴുപത്തെട്ടാം വയസ്സാണിത്."

"ജീവിതകാലം മുഴുവൻ നിങ്ങൾ ഉപകാരപ്രദമായ ജീവിതമാണ് നയിച്ചത്; ഇടറാതെ, ആദരണീയനായി, മാതൃകയായി?"

"ഞാൻ ഒരു യുവാവായതുമുതൽ ഒരു ബിസിനസ്സുകാരനായിരുന്നു;"

"ഈ എഴുപത്തെട്ടാം വയസ്സിൽ എന്തൊരു സ്ഥാനമാണ് നിങ്ങൾ വഹിക്കുന്നത് എന്ന് നോക്കൂ. അത് ഒഴിഞ്ഞുപോകുമ്പോൾ എത്രമാത്രം മനുഷ്യരാണ് നിങ്ങളെ മിസ്സ് ചെയ്യുക!"

"ഒരു ഏകാന്തനായ വൃദ്ധഅവിവാഹിതൻ" തലകുലുക്കിക്കൊണ്ട് മി. ലോറി പറഞ്ഞു "എനിക്കുവേണ്ടി കരയാൻ ആരുമില്ല."

"നിങ്ങൾക്കെങ്ങനെ അത് പറയാൻ കഴിയും! അവൾ നിങ്ങൾക്കുവേണ്ടി കരയില്ലേ? അവളുടെ മകൾ കരയില്ലേ?"

"ഉവ്വ്, ഉവ്വ്, ദൈവത്തിന് നന്ദി. ഞാൻ ശരിക്കും അതുദ്ദേശിച്ചല്ല പറഞ്ഞത്."

"ദൈവത്തിന് നന്ദി പറയേണ്ടതായൊരു കാര്യം തന്നെയാണത്, അല്ലേ?"

“തീർച്ചയായും, തീർച്ചയായും.”

“ഇന്നു രാത്രി, നിങ്ങളുടെ ഏകാന്തമനസ്സിനോട് ഇപ്രകാരം സത്യ സന്ധമായി പറയാൻ കഴിയുമോ,

‘ഒറ്റ മനുഷ്യന്റേയും സ്നേഹവാത്സല്യമോ, കൃതജ്ഞതയോ, ആദ രവോ നേടിയിട്ടില്ലെന്ന്; ഒരു തരത്തിലും ബഹുമാന്യമായൊരു സ്ഥാനം കരസ്ഥമാക്കിയിട്ടില്ലെന്ന്; ഓർക്കത്തക്കതായി യാതൊരു സൽക്കർമ്മവും ചെയ്തിട്ടില്ലെന്ന്!”

“എങ്കിൽ നിങ്ങളുടെ എഴുപത്തെട്ട് വർഷങ്ങൾ എഴുപത്തെട്ട് കനത്ത ശാപങ്ങൾ ആയിത്തിർന്നേനെ; അങ്ങനെയല്ലേ?”

“സത്യമാണ് നിങ്ങൾ പറഞ്ഞത്, മി.കാർട്ടൻ; അതങ്ങനെത്തന്നെ ആയേനെ.”

സിഡ്നി വീണ്ടും കണ്ണുകൾ തീച്ചൂളയിലേക്ക് തിരിച്ചു; ഏതാനും നിമിഷങ്ങൾ നീണ്ടുനിന്ന നിശ്ശബ്ദതക്കുശേഷം പറഞ്ഞു:

“ഞാൻ നിങ്ങളോടൊരു കാര്യം ചോദിക്കാൻ ആഗ്രഹിക്കുന്നു:- നിങ്ങൾക്ക് ബാല്യകാലം വളരെ വിദൂരമായി തോന്നുന്നുണ്ടോ? നിങ്ങൾ സ്വന്തം അമ്മയുടെ മടിയിലിരുന്ന കാലം വളരെ മുമ്പാണെന്ന് തോന്നു ന്നുണ്ടോ?”

അയാളുടെ മൃദുവായ രീതി കണ്ട് മി.ലോറി മറുപടി നല്കി:

“ഇരുപത് വർഷങ്ങൾക്കുമുമ്പ്, അതെ; ഈ സമയത്ത്, അന്ത്യത്തി നോട് കൂടുതൽ അടുത്ത് കൊണ്ടിരിക്കുമ്പോൾ, ആരംഭത്തിനോട് കൂടു തൽ അടുക്കുന്ന രീതിയിൽ ഞാൻ ഒരു വൃത്തത്തിൽ കറങ്ങിക്കൊണ്ടിരി ക്കയാണ്. ഇപ്പോൾ എന്റെ ഹൃദയത്തിൽ അവ സ്പർശിക്കുന്നു; എന്റെ സുന്ദരിയും യുവതിയുമായ അമ്മയെക്കുറിച്ച് ഉറങ്ങിക്കിടന്ന പല ഓർമ്മ കളും എന്റെ മനസ്സിൽ ഉയർന്നുവരുന്നു; ലോകത്തെക്കുറിച്ച് ഞാൻ അജ്ഞ നായിരുന്ന കാലത്ത് ഉണ്ടായിരുന്ന പല ബന്ധങ്ങളെക്കുറിച്ചും, തെറ്റു കളെക്കുറിച്ചും ഞാനിപ്പോൾ ഓർത്തുപോകുന്നു.”

“ഞാൻ മനസ്സിലാക്കുന്നു!” തുടുത്ത മുഖത്തോടെ കാർട്ടൻ ഉൽഘോ ഷിച്ചു. സംഭാഷണം ഇവിടെ അവസാനിപ്പിച്ച്, അദ്ദേഹത്തെ ഓവർകോട്ട് ധരിപ്പിക്കാനായി എഴുന്നേറ്റു. “എന്നാൽ നിങ്ങൾ” മിസ്റ്റർ ലോറി. അതേ വിഷയത്തിലേക്ക് തിരിച്ചുവന്ന് പറഞ്ഞു “നിങ്ങൾ ചെറുപ്പമാണ്.”

“അതെ,”കാർട്ടൻ മറുപടി നല്കി “ഞാൻ ചെറുപ്പമാണ്; എന്നാൽ, എന്റെ മാർഗ്ഗം പ്രായത്തിനനുസരിച്ചുള്ളതായിരുന്നില്ല ഒരിക്കലും. എന്റെ കാര്യം ഇത്രയും മതി.”

“ഞാൻ നിങ്ങളോടൊപ്പം അവളുടെ ഗേറ്റുവരെ വരാം. എന്റെ അലഞ്ഞു നടക്കുന്ന സ്വഭാവം നിങ്ങൾക്കറിയാമല്ലോ. ഞാൻ കൂടുതൽ നേരം തെരുവിൽ ചുറ്റിക്കറങ്ങിയാൽ അസ്വസ്ഥനാകരുത്. ഞാൻ രാവിലെ തിരിച്ചെത്തും. നിങ്ങൾ നാളെ കോടതിയിലേക്ക് പോകുന്നുണ്ടല്ലോ?”

“ഉവ്വ്, വിഷമത്തോടെ ആണെങ്കിലും.”

“ഞാൻ അവിടെ ഉണ്ടാകും; എന്നാൽ, ജനക്കൂട്ടത്തിന്നിടയിലായിരിക്കുമെന്നു മാത്രം. എന്റെ ചാരൻ എനിക്കായി ഒരു സ്ഥലം കണ്ടെത്തും. എന്റെ കൈ പിടിക്കൂ, സാർ.”

മി.ലോറി അപ്രകാരം ചെയ്തു; അവർ താഴേക്കിറങ്ങി, റോഡിലെത്തി. ഏതാനും മിനിറ്റുകൾക്കുള്ളിൽ അവർ മി.ലോറിയുടെ ലക്ഷ്യസ്ഥാനത്തിലെത്തി. കാർട്ടൻ അദ്ദേഹത്തെ അവിടെ വിട്ടു; അല്പം മാറി നിന്ന ശേഷം, ഗേറ്റ് അടച്ചപ്പോൾ അങ്ങോട്ടുതന്നെ തിരിച്ചുവന്നു; ഗേറ്റിൽ കൈ വച്ചു. അവൾ എന്നും ജയിലിന്നടുത്തേക്ക് പോകുന്നതിനെക്കുറിച്ചയാൾ കേട്ടിട്ടുണ്ട്. തന്റെ ചുറ്റും നോക്കിക്കൊണ്ടയാൾ പറഞ്ഞു “അവൾ ഇതിലെയാണ് പുറത്ത് വരാറുള്ളത്; പിന്നെ, ഈ വഴിക്ക് തിരിഞ്ഞു, ഈ കല്ലുകൾക്കുമീതെയായിരിക്കണം നടന്നിരിക്കുക. അവളുടെ കാല്പാടുകൾ ഞാൻ പിൻതുടരട്ടെ.”

അവൾ നൂറുകണക്കിന് പ്രാവശ്യം നിന്നിട്ടുള്ള ലാഫേഴ്സ് ജെയിലിന് മുന്നിലെ പ്രത്യേക സ്ഥലത്ത് രാത്രി പത്തുമണിക്ക് അയാൾ വന്നു നിന്നു. ഒരു കൊച്ചുമരം വെട്ടുകാരൻ തന്റെ കട അടച്ച് കുടിലിന്റെ വാതില്ക്കൽ ഇരുന്ന് പൈപ്പ് വലിക്കുകയാണ്.

“ഗുഡ് നൈറ്റ്, പൗരൻ” സിഡ്നി കാർട്ടൻ അടുത്തുചെന്ന് അഭിവാദ്യം ചെയ്തു; കാരണം ആ മനുഷ്യൻ അയാളെ ചോദ്യം ചെയ്യുന്ന മട്ടിൽ നോക്കിയിരുന്നു.

“ഗുഡ് നൈറ്റ്, പൗരൻ.”

“റിപ്പബ്ലിക് എങ്ങനെ പോകുന്നു?”

“നിങ്ങൾ ഉദ്ദേശിച്ചത് ഗില്ലറ്റിൻ ആണോ. കുഴപ്പമില്ല. ഇന്ന് അറുപത്തിമൂന്ന് എണ്ണം. അതിവേഗം ഞങ്ങൾ നൂറിൽ എത്തും. സാംസനും അയാളുടെ ആളുകളും, ചിലപ്പോൾ, തളർന്നുപോയെന്ന് ആവലാതിപ്പെടുന്നു. ഹാ, ഹാ, ഹാ! അയാളൊരു കോമാളി തന്നെ, ആ സാംസൻ.”

“അയാളെ കാണാൻ നിങ്ങൾ ഇടയ്ക്കിടെ പോകാറുണ്ടോ?”

“ ‘ഷേവ്’ ചെയ്യുന്നത് കാണാനോ? എപ്പോഴും എന്നും. അയാൾ ജോലി ചെയ്യുന്നത് നിങ്ങൾ കണ്ടിട്ടുണ്ടോ?”

“ഒരിക്കലുമില്ല.”

“വലിയ ഒരു കൂട്ടം ആളുകൾ ഉള്ളപ്പോൾ നിങ്ങൾ ഒന്ന് പോയി നോക്കൂ; അയാൾ ഇന്ന് അറുപത്തിമൂന്ന് പേരെ ‘ഷേവ്’ ചെയ്തു, രണ്ട് പൈപ്പ് വലിക്കുന്നതിന്നിടക്ക്. അഭിനന്ദനീയം!”

കഴുത്തറുത്ത് വീഴ്ത്തിയ സമയം അയാൾ കണക്ക് കൂട്ടിയതെങ്ങനെയെന്ന് വിശദീകരിക്കാനായി പല്ലിളിക്കുന്ന ആ മനുഷ്യൻ താൻ വലിക്കുന്ന പൈപ്പ് നീട്ടിപ്പിടിച്ചു. ആ കള്ളനെ ഒറ്റ അടിക്ക് കൊന്നുകളയാനുള്ള ഒരു മോഹം കാർട്ടനിൽ പെട്ടെന്നുദിച്ചു! അയാൾ തിരിച്ചു നടക്കാൻ തുനിഞ്ഞു.

“എന്നാൽ, നിങ്ങൾ ഇംഗ്ലീഷുകാരനല്ല, ഇംഗ്ലീഷ് വസ്ത്രം ആണ് ധരിച്ചിട്ടുള്ളതെങ്കിലും” മരവെട്ടുകാരൻ പറഞ്ഞു.

"അതെ" വീണ്ടും നിന്ന്, തിരിഞ്ഞുനോക്കി കാർട്ടൻ മറുപടി നല്കി.

"നിങ്ങൾ ഒരു ഫ്രഞ്ചുകാരനെപ്പോലെ സംസാരിക്കുന്നു."

"ഞാൻ ഇവിടത്തെ ഒരു പൂർവ്വ വിദ്യാർത്ഥിയാണ്."

"ആഹാ, ഒരു ശുദ്ധ ഫ്രഞ്ചുക്കാരൻ! ഗുഡ് നൈറ്റ് ഇംഗ്ലീഷുകാരാ."

"ഗുഡ് നൈറ്റ്, പൗരൻ."

"എന്നാൽ, പോയി ആ കോമാളി നീചനെ കാണുക."

ആ കള്ളൻ പിന്നിൽനിന്നും വിളിച്ചു പറഞ്ഞു "പിന്നെ, കൈയിലൊരു പൈപ്പും പിടിച്ചോളു!"

സിഡ്നി അയാളുടെ ദൃഷ്ടിയിൽനിന്നും മറഞ്ഞ ഉടനെ, ഒരു തെരുവ് വിളക്കിന്നടിയിൽ നിന്ന്, പെൻസിൽ കൊണ്ട് ഒരു കടലാസു കഷ്ണത്തിൽ എന്തോ കുത്തിക്കുറിച്ചു. പിന്നെ, വഴി നല്ല പരിചയമുള്ളവനെപ്പോലെ, ഇരുളടഞ്ഞതും വൃത്തികെട്ടതുമായ പല തെരുവുകൾ കടന്ന്, ഒരു കെമിസ്റ്റിന്റെ കടയിൽ ചെന്നു നിന്നു; ഒരു ഇരുണ്ട കൊച്ചുകൂനന്റെ ഒരു കൊച്ചു കട!

ഗുഡ്നൈറ്റ് ആശംസിച്ച്, അയാൾ ആ കടലാസു കഷ്ണം കൗണ്ടറിൽ വെച്ചു.

"വ്യൂ"; ആ കെമിസ്റ്റ് അത് വായിച്ച് മൃദുവായി ഒന്ന് ചൂളമടിച്ചു. "ഹായ്! ഹായ്, ഹായ്!"

സിഡ്നി കാർട്ടൻ അത് വക വെച്ചില്ല; കെമിസ്റ്റ് പറഞ്ഞു.

"നിങ്ങൾക്കാണോ, പൗരൻ?"

"അതെ."

"അവ പ്രത്യേകം മാറ്റി വെക്കുന്നതിൽ നിങ്ങൾ ശ്രദ്ധിക്കണം, പൗരൻ. അവ കൂടിക്കലർന്നാലുള്ള പ്രത്യാഘാതം നിങ്ങൾക്കറിയാമല്ലൊ?"

"തീർച്ചയായും."

ഏതാനും കൊച്ചു പൊതികളിലാക്കി; അവ കെമിസ്റ്റ് അയാൾക്ക് കൊടുത്തു. അത് ഓരോന്നായി അയാൾ ഉള്ളിലെ കോട്ടിന്റെ പോക്കറ്റിൽ നിക്ഷേപിച്ചു; പണം എണ്ണിക്കൊടുത്ത് ചിന്താധീനനായി സ്ഥലം വിട്ടു.

"നാളെ രാവിലെ വരെ കൂടുതലൊന്നും ചെയ്യാനില്ല" അയാൾ ആകാശത്തേക്ക് ദൃഷ്ടി പായിച്ച് ചന്ദ്രനെ നോക്കി പറഞ്ഞു "എനിക്കുറങ്ങാനും കഴിയില്ല."

അതിവേഗം പാഞ്ഞുപോകുന്ന കാർമേഘങ്ങൾക്കുകീഴെ നിന്ന് കൂസലില്ലാത്ത മട്ടിലാണ് അയാൾ ഈ വാക്കുകൾ ഉച്ചരിച്ചത്. വഴിതെറ്റി, കഷ്ടപ്പെട്ട് അലഞ്ഞു തിരിഞ്ഞ് തളർന്ന ഒരു മനുഷ്യൻ, അവസാനം തന്റെ മാർഗ്ഗംകണ്ടുപിടിക്കുകയും, അതിന്റെ അന്ത്യം കാണുകയും ചെയ്തതുപോലുള്ളൊരു സംതൃപ്തി ആയിരുന്നു അയാൾക്ക്.

വളരെ മുമ്പ്, തന്റെ മുൻകാലത്തെ മത്സരാർത്ഥികൾക്കിടയിൽ വലിയ പ്രത്യാശയുള്ള യുവാവ് എന്ന് പ്രശസ്തി നേടിയ കാലത്താണ് അയാളുടെ അച്ഛൻ മരിച്ചത്; വർഷങ്ങൾക്കുമുമ്പ് അമ്മ മരിച്ചിരുന്നു. ആ ഇരുളടഞ്ഞ

തെരുവിലൂടെ നടക്കവെ, ആകാശത്ത് അവന്റെ മുകളിൽ ചന്ദ്രനും കാർമേഘങ്ങളും കനത്ത നിഴലുകൾ നിലത്ത് പതിപ്പിക്കവെ, അച്ഛന്റെ ശവക്കല്ലറയ്ക്ക് മുന്നിൽ വെച്ച് വായിക്കപ്പെട്ട ദിവ്യ വചനങ്ങൾ അയാളുടെ മനസ്സിൽ ഉയർന്നുവന്നു. "ഉയിർത്തെഴുന്നേറ്റ ആത്മാവാണ് ഞാൻ" ദൈവം പറഞ്ഞു: എന്നിൽ വിശ്വസിക്കുന്നവൻ, അവൻ മരിച്ചാലും, അവൻ ജീവിക്കുന്നു: എന്നിൽ ജീവിക്കുന്നവനും എന്നിൽ വിശ്വസിക്കുന്നവനും ഒരിക്കലും മരിക്കുകയില്ല.

കോടാലികൾ അധികാരം ചെലുത്തുന്ന നഗരത്തിൽ രാത്രി ഏകനായി നടക്കവെ, അന്ന് ശിരശ്ഛേദം ചെയ്യപ്പെട്ട അറുപത്തി മൂന്നു പേർക്കും, നാളെയും അതിന്റെ അടുത്ത ദിവസങ്ങളിലും വധിക്കപ്പെടാനായി ജയിലുകളിൽ കാത്തുകിടക്കുന്ന 'ബലിമൃഗ'ങ്ങൾക്കും വേണ്ടി അയാളുടെ മനസ്സ് വേദനിച്ചു. സിഡ്നി കാർട്ടൻ സീൻ നദി കടന്ന് തിരക്കില്ലാത്ത തെരുവിലെത്തി. അവിടത്തെ തിയേറ്ററുകളെല്ലാം നിറഞ്ഞിരിക്കുന്നു; ജനങ്ങൾ അവയിൽ നിന്ന് ആഹ്ലാദപൂർവ്വം പുറത്തുവരുന്നത് അയാൾ കണ്ടു; അവർ ചിലച്ചുകൊണ്ട് വീട്ടിലേക്ക് പോകുന്നു. ഒരു തിയേറ്റർ വാതിൽക്കൽ, ചെളി നിറഞ്ഞ റോഡ് മുറിച്ചു കടക്കാനായി ഒരു അമ്മയും മകളും നില്ക്കുന്നു. അയാൾ ആ കൊച്ചു കുട്ടിയെ എടുത്ത് അപ്പുറത്തെത്തിച്ചു; അയാളുടെ കഴുത്തിൽ നിന്നവൾ കൈ എടുക്കുന്നതിനു മുമ്പ് അവളോടൊരു ഉമ്മ തരാനയാൾ ആവശ്യപ്പെട്ടു.

"ഞാൻ ഉയിർത്തെഴുന്നേല്പും ജീവിതവുമാണ്," ദൈവം പറഞ്ഞു: "എന്നിൽ വിശ്വസിക്കുന്നവൻ, മൃതിയടഞ്ഞാലും, അവൻ ജീവിക്കും; എന്നിൽ ജീവിക്കുന്നവരും വിശ്വസിക്കുന്നവരും ഒരിക്കലും മരിക്കില്ല."

ഇപ്പോൾ തെരുവുകൾ ശാന്തമാണ്, രാത്രി കനത്തുവന്നു; അയാളുടെ കാലടി സ്വരത്തിന്റെ പ്രതിധ്വനിയിലും, അന്തരീക്ഷത്തിലും ആ വാക്കുകൾ തങ്ങി നിന്നു. നടന്നുപോകവെ തികഞ്ഞ ശാന്തതയോടെ, ചിലപ്പോൾ അയാളത് തന്നോടു തന്നെ ആവർത്തിച്ചുകൊണ്ടിരുന്നു; എന്നാൽ, എപ്പോഴും അയാളത് കേട്ടു.

അയാൾ പാലത്തിൽ നിന്നുകൊണ്ട്, പാരീസ് ദ്വീപിന്റെ നദീത്തിട്ടുകളിൽ വെള്ളം അടിച്ച് പൊട്ടിച്ചിതറുന്ന ശബ്ദം കേട്ടു; വീടുകളും പള്ളിയും കൂടിക്കലർന്ന മനോഹരമായ ദൃശ്യം പൂനിലാവിൽ പ്രകാശിച്ചുനില്ക്കുന്നത് കണ്ടു.

തണുപ്പൻ മട്ടിൽ പകൽ കടന്നുവന്നു, ആകാശത്തു നിന്ന് പുറത്തുവന്ന ഒരു മൃതശരീരത്തിന്റെ മുഖം പോലെ! പിന്നെ, ചന്ദ്രനോടും നക്ഷത്രങ്ങളോടും കൂടിയ രാത്രി വിളർത്തു, മരിച്ചു! അല്പ സമയത്തേക്ക് ഒരു മരണഭൂമി സൃഷ്ടിക്കപ്പെട്ടതുപോലെ കാണപ്പെട്ടു!

അഗാധവും ശക്തവും ത്വരിതവുമായ തിരമാലകൾ, പ്രഭാതത്തിന്റെ പ്രശാന്തതയിൽ ഒരു പ്രിയങ്കരനായ സുഹൃത്തിനെപ്പോലെ ആയിരുന്നു. അയാൾ നദീതീരത്തിലൂടെ വീടുകളിൽനിന്നും അകലേക്ക് നടന്നു. ഊഷ്മളമായ സൂര്യപ്രകാശത്തിൽ നദീതീരത്ത് കിടന്നുറങ്ങി. ഉറക്കമുണർന്നപ്പോൾ, ലക്ഷ്യമില്ലാതെ കറങ്ങിക്കൊണ്ടിരുന്ന ഒരു ചുഴിയിൽ

കണ്ണുംനട്ട് കുറച്ചു നേരം കൂടി അവിടെ ഇരുന്നു. ഒടുവിൽ ആ ചുഴിയെ നദി വിഴുങ്ങി, കടലിലേക്ക് കൊണ്ടുപോയി – "എന്നെപ്പോലെ!"

തന്റെ കുറ്റങ്ങളും കുറവുകളും കരുണാപൂർവ്വം പരിഗണിക്കണമെന്ന അയാളുടെ ഹൃദയംഗമമായ പ്രാർത്ഥന ഈ വാക്കുകളിൽ അവസാനിച്ചു, "ഞാൻ ഉയിർത്തെഴുന്നേൽപ്പും ജീവിതവും ആണ്."

അയാൾ വീട്ടിൽ തിരിച്ചെത്തിയപ്പോഴേക്കും മി. ലോറി പുറത്ത് പോയിക്കഴിഞ്ഞിരുന്നു; ആ വൃദ്ധൻ എവിടേക്കാണ് പോയിരിക്കുന്നതെന്ന് ഊഹിക്കാൻ എളുപ്പമായിരുന്നു. അല്പം കാപ്പിയും ഒരു കഷ്ണം ബ്രെഡ്ഡുമല്ലാതെ മറ്റൊന്നും സിഡ്നി കാർട്ടൻ കഴിച്ചില്ല; കുളിച്ച് വസ്ത്രം മാറി, ഉണർവ്വോടെ അയാൾ വിചാരണസ്ഥലത്തേക്ക് പോയി.

ആ ചാരൻ അയാളെ ജനക്കൂട്ടത്തിലൂടെ തള്ളിനീക്കി നിഗൂഢമായൊരു സ്ഥലത്തെത്തിക്കുമ്പോൾ കോടതിയിൽ നല്ല ഉത്സാഹത്തോടെ ബഹളം നടക്കുകയായിരുന്നു. മി.ലോറി അവിടെ ഉണ്ട്, ഡോ.മാനെറ്റ് അവിടെ ഉണ്ട്. ലൂസി അദ്ദേഹത്തിന്റെ അടുത്ത് ഇരിക്കുന്നുണ്ട്.

അവളുടെ ഭർത്താവിനെ അങ്ങോട്ട് കൊണ്ടുവന്നപ്പോൾ, അവൾ അയാൾക്കുനേരെ നോക്കി; അങ്ങേയറ്റം ആശ്വാസജനകവും പ്രോത്സാഹനീയവും പ്രേമനിർഭരവും, കരുണാർദ്രവും ആയിരുന്നു ആ നോട്ടം. അയാൾക്കത് ധൈര്യം പകർന്നു, ആരോഗ്യകരമായ രക്തം മുഖത്തേക്കത് അടിച്ചു കയറ്റി; അയാളെ അത് ഉജ്ജ്വലനാക്കി; ഹൃദയം ഓജസ്സുറ്റതാക്കി. അവളുടെ കണ്ണുകളുടെ സ്വാധീനം ആരെങ്കിലും ശ്രദ്ധിച്ചിട്ടുണ്ടെങ്കിൽ, അത് സിഡ്നി കാർട്ടനിലും അതേ സ്വാധീനം സൃഷ്ടിച്ചിട്ടുണ്ടെന്ന് അവർക്ക് മനസ്സിലാക്കാൻ കഴിയുമായിരുന്നു.

ആ 'അനീതി'യുടെ ട്രിബ്യൂണലിന് യാതൊരു നടപടി ക്രമമോ, കുറ്റവാളി എന്നാരോപിക്കപ്പെട്ടവന്റെ ന്യായമായ മൊഴി കേൾക്കാനോ ഉള്ള സംവിധാനമോ ഉണ്ടായിരുന്നില്ല. അവയെല്ലാം കാറ്റിൽ പറത്തിക്കൊണ്ട് പ്രതികാരദാഹത്തോടെയുള്ള ഒരു പ്രക്രിയയായിരുന്നു അത്.

എല്ലാ കണ്ണുകളും ജൂറിയിലേക്ക് തിരിഞ്ഞു. ഇന്നലത്തേയും മിനിഞ്ഞാന്നത്തേയും മറ്റ് ദിവസങ്ങളിലേയും പോലെ ദൃഢനിശ്ചയമെടുത്ത രാജ്യസ്നേഹികളും ഏറ്റവും റിപ്പബ്ലിക്കന്മാരും അടങ്ങിയതാണ് ആ ജൂറി. അവരിൽ ഏറ്റവും ജിജ്ഞാസുവും പ്രധാനിയുമായ ഒരുവൻ ആർത്തിപിടിച്ച മുഖമുള്ളവനാണ്; അയാളുടെ വിരലുകൾ സദാസമയം ചുണ്ടുകളിൽ തത്തിക്കളിക്കുന്നു! കാണികൾക്കയാളുടെ സാന്നിദ്ധ്യം വലിയ സംതൃപ്തി നൽകുന്നുണ്ട്. രക്തദാഹിയും, നരഭോജിഭാവവും ഉള്ള ആ ജൂറി അംഗം സെന്റ് ആന്റോയിനിലെ ജാക്സ് മൂന്നാമൻ ആണ്. വിചാരണ ചെയ്യുന്നൊരു ചെന്നായസംഘം പോലുണ്ട്!

പിന്നെ, എല്ലാ കണ്ണുകളും അഞ്ച് ജഡ്ജിമാരിലേക്കും, പബ്ലിക് പ്രൊസിക്യൂട്ടറിലേക്കും തിരിഞ്ഞു. അനുകൂലമായ ചായ്വ് ഒന്നും ഇന്ന് ആ ഭാഗത്ത് കാണപ്പെടുന്നില്ല. വിട്ടുവീഴ്ചയില്ലാത്ത, കൊലപാതക അന്തരീക്ഷമാണ്! ഓരോ കണ്ണും അപ്പോൾ അവിടെ കൂടിയിരുക്കുന്നവരുടെ കണ്ണുകളിലേക്ക് തിരിഞ്ഞു. അതിൽ അംഗീകാരത്തിന്റേതായൊരു തിളക്കം പ്രകടമായി; പരസ്പരം തലകുലുക്കി.

ചാൾസ് എവ്രെമോണ്ട് എന്ന ഡാർണി ഇന്നലെ മോചിപ്പിക്കപ്പെട്ടവൻ; വീണ്ടും കുറ്റാരോപണം നടത്തി ഇന്നലെ അറസ്റ്റ് ചെയ്യപ്പെട്ടവൻ. കുറ്റാരോപണം ഇന്നലെ രാത്രി അയാൾക്ക് കൈമാറിയിരുന്നു. റിപ്പബ്ലിക്കിന്റെ ശത്രുവായി സംശയിക്കപ്പെടുകയും, കുറ്റാരോപണം നടത്തപ്പെടുകയും ചെയ്യുന്നവൻ, പ്രഭു, സ്വേച്ഛാധിപതികളുടെ കുടുംബാംഗം, ഭ്രഷ്ട് കല്പിക്കപ്പെട്ട വംശത്തിലെ ഒരു വ്യക്തി, ജനതയെ അടിച്ചമർത്തിയ കുപ്രസിദ്ധ വർഗ്ഗത്തിലെ ഒരുവൻ. ചാൾസ് എവ്രെമോണ്ട് എന്ന ഡാർണി ഭ്രഷ്ടാക്കപ്പെട്ടവനായതിനാൽ നിയമപരമായി മരണശിക്ഷക്കർഹൻ.

ഇതേ അർത്ഥത്തിൽ, പബ്ലിക് പ്രൊസിക്യൂട്ടർ ചുരുങ്ങിയ വാക്കുകളിൽ വിശദീകരണം നൽകി.

ഈ കുറ്റവാളി പരസ്യമായാണോ, രഹസ്യമായാണോ കുറ്റാരോപണം ചെയ്യപ്പെട്ടത്, എന്ന് പ്രസിഡണ്ട് ചോദിച്ചു.

"പരസ്യമായി, പ്രസിഡണ്ട്."

"ആര്?"

"മൂന്നുപേർ. ഏണസ്റ്റ് ഡിഫാർജ്, സെന്റ് ആന്റോയിനിലെ വീഞ്ഞ് കടക്കാരൻ."

"ശരി."

"തെരീസാ ഡിഫാർജ്, അയാളുടെ ഭാര്യ."

"ശരി."

"അലക്സാണ്ടർ മാനെറ്റ്, ഡോക്ടർ."

കോടതിയിൽ ഭയങ്കര കോലാഹലം ഉയർന്നു! അതിനിടയിൽ ഡോ. മാനെറ്റ് വിളർത്തുവിറച്ച്, ഇരുന്നിടത്തുനിന്ന് എഴുന്നേൽക്കുന്നത് കണ്ടു.

"പ്രസിഡണ്ട്, അതൊരു കള്ളരേഖയും വഞ്ചനയുമാണ്. ഞാൻ നിങ്ങളോട് ധാർമ്മിക രോഷത്തോടെ പ്രതിഷേധിക്കുന്നു. ഈ കുറ്റം ചുമത്തപ്പെട്ടിട്ടുള്ളവൻ എന്റെ മകളുടെ ഭർത്താവാണെന്ന് നിങ്ങൾക്കറിയാമല്ലോ. എന്റെ മകളും, അവൾക്ക് പ്രിയപ്പെട്ടവരും, എനിക്ക് സ്വന്തം ജീവനേക്കാൾ പ്രിയമുള്ളവരാണ്. എന്റെ കുട്ടിയുടെ ഭർത്താവിനെ ഞാൻ കുറ്റാരോപണം നടത്തുന്നു എന്നു പറയുന്ന ഗൂഢാലോചനക്കാരൻ ആരാണ്, എവിടെയാണ്?"

"പൗരൻ മാനെറ്റ്, ശാന്തനാകൂ. ട്രിബ്യൂണലിന്റെ അധികാരത്തെ ചോദ്യം ചെയ്യുന്നതും അനുസരിക്കാതിരിക്കുന്നതും നിങ്ങളെ നിഷേധിയാക്കിത്തീർക്കും. നിങ്ങൾക്ക് ജീവനേക്കാൾ പ്രിയമുള്ളത് ഏതാണോ, അതിനേക്കാൾ പ്രിയങ്കരമാണ് ഒരു നല്ല പൗരന് റിപ്പബ്ലിക്."

ഈ ശക്തമായ ശാസനയെ ആർപ്പുവിളിയോടെ അഭിവാദ്യം ചെയ്തു. പ്രസിഡണ്ട് മണിയടിച്ചു; ഊഷ്മളതയോടെ നടപടികൾ പുനരാരംഭിച്ചു. "നിങ്ങളുടെ മകളെത്തന്നെ ത്യജിക്കണമെന്ന് റിപ്പബ്ലിക്കിൽ ആവശ്യപ്പെട്ടാൽ, അതനുസരിക്കുകയാണ് നിങ്ങളുടെ കർത്തവ്യം. തുടർന്ന് പറയാനുള്ളത് ശ്രദ്ധിച്ചു കേൾക്കുക. അത് തീരുന്നതുവരെ നിശ്ശബ്ദത പാലിക്കുക."

ഭയങ്കരമായ ആർപ്പുവിളി വീണ്ടും ഉയർന്നു. ചുറ്റുപാടും നോക്കി, വിറയ്ക്കുന്ന ചുണ്ടുകളോടെ ഡോ.മാനെറ്റ് ഇരുന്നു. അദ്ദേഹത്തിന്റെ പുത്രി അച്ഛനോട് കൂടുതൽ അടുത്തിരുന്നു. ആർത്തി പിടിച്ച ആ ജൂറി അംഗം ഇരുകൈകളും കൂട്ടിത്തിരുമ്മി. പിന്നെ, പതിവുപോലെ ഒരു കൈ വായിലേക്ക് കൊണ്ടുപോയി.

ഡിഫാർജ് ഹാജരാക്കപ്പെട്ടു. അയാളുടെ മൊഴി കേൾക്കാനായി കോടതി നിശ്ശബ്ദതയിലാണ്ടു. അയാൾ വേഗത്തിൽ ആ സംഭവകഥ വിശദീകരിച്ചു – ഡോക്ടറുടെ തടവ് ജീവിതം, അയാൾ ഒരു ബാലനായിരിക്കുമ്പോൾ മുതൽ ഡോക്ടറെ സേവിച്ചത്, ഡോക്ടർ ജയിൽമുക്തനായത്, അയാൾക്ക് ഡോക്ടറെ കൈമാറിയപ്പോൾ ഉള്ള അദ്ദേഹത്തിന്റെ മാനസികാവസ്ഥ, തുടങ്ങിയവ. കോടതി തിരക്കിലായിരുന്നതിനാൽ, പെട്ടെന്ന് ചുരുങ്ങിയ രീതിയിൽ വിചാരണ നടത്തപ്പെട്ടു.

“ബാസിൽകോട്ട പിടിച്ചെടുക്കുന്നതിൽ നിങ്ങൾ നല്ല സേവനമാണ് ചെയ്തത്, അല്ലേ പൗരൻ?

“ഞാനപ്രകാരം കരുതുന്നു.”

ഈ സമയത്ത്, ജനക്കൂട്ടത്തിനിടയിൽ നിന്ന് ഒരു സ്ത്രീ ആവേശത്തോടെ ഉറക്കെ ചീറിവിളിച്ചു; “നിങ്ങൾ അവിടത്തെ ഏറ്റവും നല്ല രാജ്യസ്നേഹികളിൽ ഒരാളായിരുന്നു. എന്തുകൊണ്ട് അങ്ങനെ പറയുന്നില്ല‘ ആ ദിവസം അവിടത്തെ പീരങ്കിക്കാരനായിരുന്നു നിങ്ങൾ. അത് തകർക്കപ്പെട്ടപ്പോൾ, ആ നശിച്ച കോട്ടയിൽ ആദ്യം കടന്നത് നിങ്ങൾ ആയിരുന്നു. രാജ്യസ്നേഹികളെ, ഞാൻ സത്യമാണ് പറയുന്നത്!”

അത് ‘പ്രതികാരം’ ആയിരുന്നു. കാണികളുടെ ഊഷ്മളമായ പ്രശംസകൾക്കിടയിൽ നടപടികളെ അവൾ പ്രോത്സാഹിപ്പിച്ചു. പ്രസിഡണ്ട് മണി അടിച്ചു; എന്നാൽ, പ്രോത്സാഹനത്താൽ ചൂടുപിടിച്ച പ്രതികാരം ചീറി. “ഞാൻ ആ മണിയടിയെ ധിക്കരിക്കുന്നു!” അവൾ അഭിനന്ദിക്കപ്പെട്ടു.

“ബാസിലിനകത്ത് അന്ന് നിങ്ങൾ എന്താണ് ചെയ്തതെന്ന് ട്രിബ്യൂണലിനോട് പറയൂ, പൗരൻ.”

ഡിഫാർജ് നിൽക്കുന്ന ചവിട്ടുപടിക്ക് താഴെ നിന്നിരുന്ന തന്റെ ഭാര്യയെ അയാൾ നോക്കി; അവൾ അയാളിൽ കണ്ണുംനട്ട് നില്പാണ്.

ഡിഫാർജ് പറഞ്ഞു “നോർത്ത് ടവറിലെ നൂറ്റി അഞ്ചാം നമ്പർ അറയിൽ അടയ്ക്കപ്പെട്ടവനായിരുന്നു ഞാൻ പറയുന്ന ഈ തടവുപുള്ളി എന്ന് എനിക്കറിയാം, അയാളിൽ നിന്നുതന്നെയാണ് ഞാനതറിഞ്ഞത്. ഞാൻ അയാളെ സംരക്ഷിച്ചിരുന്നകാലത്ത് അയാൾ ഷൂ നിർമ്മിച്ചിരുന്നപ്പോൾ സ്വയം വിളിച്ചിരുന്നത്, നോർത്ത് ടവറിലെ 105 എന്ന പേർ മാത്രമാണ്. അന്ന് ഞാനാണ് പീരങ്കി ഉപയോഗിച്ചിരുന്നത്; ആ കോട്ട കീഴടക്കിയാൽ ആ അറ പരിശോധിക്കണമെന്ന് ഞാനന്ന് ദൃഢനിശ്ചയമെടുത്തു. അത് കീഴടക്കപ്പെട്ടു. ഞാൻ ആ അറയിൽക്കയറി, ജൂറി അംഗമായ ഒരു വ്യക്തിയും എന്നോടൊപ്പം ഉണ്ടായിരുന്നു. ഒരു ജയിലറോടൊപ്പം ആ അറയിൽ കടന്നു; ഞാൻ സൂക്ഷ്മപരിശോധന നടത്തി. പുകക്കുഴലിന്റെ തുളയിൽ, ഒരു കല്ല് മാറ്റിവെച്ചിരുന്നിടത്ത്, നിന്ന് എഴുതിയ ഒരു കടലാസ് ഞാൻ കണ്ടു.

അതാണ് ആ കടലാസ്. അത് ഡോക്ടറുടെ കൈയക്ഷരം തന്നെയാണോ എന്ന് ഡോക്ടർ എഴുതിയ മറ്റ് ചില എഴുത്തുകൾ വെച്ച് പരിശോധിച്ചു. ഇത് ഡോ.മാനെറ്റിന്റെ കൈയക്ഷരം തന്നെയാണ്. ഞാനിത് ഡോക്ടറിന്റെ എഴുത്താണെന്ന് വിശ്വാസപൂർവ്വം വെളിപ്പെടുത്തിക്കൊണ്ട് പ്രസിഡണ്ടിന്റെ കൈകളിലേല്പിക്കുന്നു."

"അത് വായിക്കുക."

പൂർണ്ണ നിശ്ശബ്ദത. നിശ്ചലത.

വിചാരണത്തടവുകാരൻ സ്നേഹപൂർവ്വം തന്റെ ഭാര്യയെ നോക്കി; അയാളുടെ ഭാര്യ ഭർത്താവിൽ നിന്നും വ്യഗ്രതയോടെ ദൃഷ്ടി അച്ഛനിലേക്ക് തിരിച്ചു; ഡോ.മാനെറ്റ് വായനക്കാരനിൽത്തന്നെ കണ്ണുംനട്ടിരിക്കുന്നു.

മാഡം ഡിഫാർജ് ഒരിക്കലും തടവുപുള്ളിയിൽ നിന്നും കണ്ണെടുക്കുന്നില്ല; ഡിഫാർജ് തന്റെ ആഹ്ലാദവതിയായ ഭാര്യയിൽത്തന്നെ ദൃഷ്ടി പതിപ്പിച്ചിരിക്കുന്നു; മറ്റെല്ലാ കണ്ണുകളും ഡോക്ടറെ മിഴിച്ചുനോക്കുന്നു; അദ്ദേഹമാണെങ്കിൽ അവരെ ആരെയും കണ്ടിരുന്നില്ല. വായന തുടങ്ങി.

പത്ത്

"**ഞാ**ൻ, അലക്സാണ്ടർ മാനെറ്റ്, ബ്യൂവായിസ്റ്റിലെ നിർഭാഗ്യവാനായ ഡോക്ടർ. പിൽക്കാലത്ത് പാരീസിൽ താമസമാക്കിയവൻ, 1767-ാമാണ്ട് അവസാന മാസത്തിൽ ബാസിൽകോട്ടയിലെ എന്റെ ദയനീയമായ തടവറയിലിരുന്ന്, ഈ ദുഃഖസൂചകമായ സംഭവകഥ കടലാസിൽ കുറിക്കുകയാണ്. വളരെ ബുദ്ധിമുട്ടി, ഇടയ്ക്കിടെ കിട്ടുന്ന അവസരങ്ങളിൽ ഒളിച്ചിരുന്നാണിതെഴുതുന്നത്. പുകക്കുഴൽചുമരിൽ രഹസ്യമായി ഞാനിത് ഒളിപ്പിച്ച് വെക്കുന്നു; വളരെ കഷ്ടപ്പെട്ട് ശ്രമിച്ച്, സാവധാനം, ഒളിപ്പിച്ചു വെക്കാനുള്ള ഒരു സ്ഥലം ഞാനുണ്ടാക്കിയെടുത്തു. ഞാനും എന്റെ ദുഃഖങ്ങളും മണ്ണടിയുമ്പോൾ, ഏതെങ്കിലും കനിവുള്ള കൈ അത് കണ്ടെത്തും.

തുരുമ്പുപിടിച്ച ഇരുമ്പ് മുനകൊണ്ടാണ് ഞാനിത് എഴുതുന്നത്; വളരെ കഷ്ടപ്പെട്ട് ചിമ്മിനിക്കുള്ളിൽ നിന്ന് കരിയും പുകക്കറയും ചുരണ്ടി എടുത്ത്, രക്തവും കൂട്ടി കലർത്തിയാണ് എന്റെ തടവറയിലെ പത്താം വർഷത്തിന്റെ അവസാനമാസത്തിൽ ഞാനിതെഴുതുന്നത്. എന്റെ ഹൃദയത്തിൽനിന്ന് ആശ പൂർണ്ണമായും വിട്ടുപോയി. എന്റെ ബുദ്ധി അധികനാൾ എന്നിൽ നിലനിൽക്കുകയില്ലെന്ന് എനിക്ക് തോന്നിത്തുടങ്ങി; എന്നാൽ, ഈ സമയത്ത് എനിക്ക് പൂർണ്ണബോധമുണ്ടായിരുന്നെന്ന് ഞാൻ പ്രതിജ്ഞാപൂർവ്വം പ്രഖ്യാപിക്കുന്നു. ഞാൻ എഴുതിയിട്ടുള്ളതെല്ലാം സത്യമാണ്; ഈ അവസാനമായി രേഖപ്പെടുത്തപ്പെട്ട വാക്കുകൾ ഏതെങ്കിലും മനുഷ്യൻ വായിക്കുന്ന ദിവസമോ, അല്ലെങ്കിൽ അന്തിമവിധി ദിവസമോ, വേണ്ടിവന്നാൽ ഞാൻ മറുപടി നൽകുവാൻ തയ്യാറാണ്.

ഒരു ഇരുണ്ട നിലാവുള്ള രാത്രിയിൽ, 1757 ഡിസംബർ മാസത്തിലെ മൂന്നാം വാരത്തിൽ, 23-ാം തിയ്യതിയാണെന്ന് തോന്നുന്നു, സീൻ നദീതീരത്തിലെ തുറമുഖ പരിസരത്തിലൂടെ ശുദ്ധവായു ശ്വസിക്കാനായി ഞാൻ

നടക്കുകയായിരുന്നു. ഞാൻ താമസിക്കുന്ന മെഡിക്കൽ കോളേജ് റോഡിൽ നിന്ന് ഒരു മണിക്കൂർ ദൂരെയാണാ സ്ഥലം. അപ്പോൾ ഒരു വണ്ടി എന്റെ പിന്നിൽ വളരെ വേഗത്തിൽ പാഞ്ഞെത്തി. ഞാൻ പെട്ടെന്ന് ഒരു വശത്തേക്ക് മാറിനിന്ന് വണ്ടിക്ക് കടന്നുപോകാൻ ഇടം കൊടുത്തു; അല്ലെങ്കിൽ അതെന്നെ ഇടിച്ചുവീഴ്ത്തും എന്നെനിക്ക് തോന്നി; ഉടനെ ഒരു തല വണ്ടിയുടെ ജന്നലിലൂടെ പുറത്തുവന്നു; വണ്ടിക്കാരനോട് നിർത്താനുള്ള ഒരു ശാസനയും.

വണ്ടിക്കാരൻ കുതിരയുടെ കടിഞ്ഞാൺ പിടിച്ചതോടെ വണ്ടി നിന്നു; ആ ശാസനം പുറപ്പെടുവിച്ച ശബ്ദം എന്നെ പേരെടുത്ത് വിളിച്ചു. ഞാൻ മറുപടി നൽകി. എന്റെ മുന്നിൽ നിന്ന ആ വണ്ടിയിലേക്ക് ഞാൻ നടക്കാൻ തുടങ്ങുമ്പോഴേക്ക് രണ്ട് മാന്യന്മാർ വാതിൽ തുറന്ന്, പുറത്തിറങ്ങി. അവർ ഇരുവരും മേലങ്കികൊണ്ട് പൊതിഞ്ഞിരിക്കുന്നു, സ്വയം മറച്ചുവെക്കാനെന്നതു പോലെ! വണ്ടിയിലെ വാതിലിനടുത്ത് അവർ അടുത്തടുത്തായി നില ഉറപ്പിച്ചപ്പോൾ, അവർ ഇരുവരും എന്റെ പ്രായക്കാരോ, അല്ലെങ്കിൽ എന്നേക്കാൾ അല്പം പ്രായക്കുറവുള്ളവരോ ആണെന്നെനിക്ക് തോന്നി; അവർ രൂപത്തിലും, ഭാവത്തിലും, ചലനത്തിലും, ശബ്ദത്തിലും വളരെ സാമ്യമുണ്ട്.

“നിങ്ങൾ ഡോ.മാനെറ്റ് ആണോ?” ഒരാൾ ചോദിച്ചു.

“ആണ്.”

“മുമ്പ് ബ്യൂവായിസ്റ്റുകാരനായിരുന്ന ഡോ.മാനെറ്റ്?” രണ്ടാമത്തവൻ പറഞ്ഞു. “ഒരു വിദഗ്ധസർജനായിരുന്നവൻ, ഇപ്പോൾ ഒരു ഫിസിഷ്യൻ; കഴിഞ്ഞ ഒന്ന് രണ്ട് കൊല്ലത്തിനുള്ളിൽ പാരീസിൽ വൻകീർത്തി നേടിയവൻ?”

“മാന്യരെ, നിങ്ങൾ ഇത്രയും കൃപയോടെ പരാമർശിച്ച ആ ഡോ. മാനെറ്റ് ഞാൻ തന്നെയാണ്.”

“ഞങ്ങൾ നിങ്ങളുടെ വീട്ടിൽ പോയിരുന്നു.” ഒന്നാമത്തവൻ പറഞ്ഞു. “അവിടെ നിങ്ങളെ കാണാനുള്ള ഭാഗ്യമുണ്ടായില്ല; നിങ്ങൾ ഈ വഴിയിലൂടെ നടക്കാൻ പോകാറുണ്ടെന്നറിഞ്ഞപ്പോൾ, നിങ്ങളെ കണ്ടെത്താമെന്ന വിശ്വാസത്തിൽ ഞങ്ങൾ പിൻതുടർന്നു. നിങ്ങൾ ദയവായി ഈ വണ്ടിയിൽ കയറാമോ?”

അവർ ഇരുവരുടെയും പെരുമാറ്റരീതി കണ്ടപ്പോൾ എന്നെ തടയുകയാണവരുടെ ഉദ്ദേശ്യം എന്നെനിക്ക് തോന്നി.

ഇത്രയും പറഞ്ഞ്, അവർ നടന്നുവന്ന് എന്നെ വണ്ടിയുടെ വാതിലിനും അവർക്കും ഇടയിലാക്കി. അവർ ആയുധധാരികളായിരുന്നു; ഞാൻ ആയുധം ധരിച്ചിരുന്നുമില്ല.

“മാന്യരെ” ഞാൻ പറഞ്ഞു. “എന്നോട് ക്ഷമിക്കുക; ഞാൻ സാധാരണ ചോദിക്കാറുള്ളൊരു കാര്യമാണ്, എന്റെ സഹായം അന്വേഷിച്ച് എന്നെ ആദരിക്കുന്നവർ ആരാണ്, എന്നെ വിളിപ്പിച്ച കേസിന്റെ സ്വാഭാവം എന്താണ്?”

രണ്ടാമത് സംസാരിച്ചവൻ ഇതിന് മറുപടി നൽകി. “ഡോക്ടർ, നിങ്ങളുടെ ഈ കക്ഷികൾ ഉന്നതനിലയിലുള്ളവരാണ്. പിന്നെ, രോഗവിവരത്തെക്കുറിച്ച് പറയുകയാണെങ്കിൽ നിങ്ങൾ സ്വയം വന്ന് പരിശോധിക്കുന്നതാണ് നല്ലത്, നിങ്ങളുടെ കഴിവിൽ ഞങ്ങൾക്ക് വിശ്വാസമാണ്. അത് ധാരാളം. നിങ്ങൾ ദയവായി വണ്ടിയിൽ കയറുമോ?”

എനിക്ക് അതനുസരിക്കുകയല്ലാതെ മറ്റ് മാർഗ്ഗങ്ങളൊന്നുമില്ലായിരുന്നു; ഞാൻ നിശ്ശബ്ദം വണ്ടിയിൽ കയറി. എനിക്ക് പിന്നാലെ ഇരുവരും കയറി. വണ്ടി തിരിച്ച്, പഴയ വേഗതയിൽ പറപ്പിച്ചുവിട്ടു.

നടന്ന അതേപോലെ ഞാൻ ഈ സംഭാഷണം ആവർത്തിക്കുന്നു. അത് അക്ഷരം പ്രതി ശരിയാണെന്ന കാര്യത്തിൽ എനിക്ക് യാതൊരു സംശയവുമില്ല. നടന്ന ഓരോ സംഭവവും, അതേപടി ഞാൻ വിവരിച്ചിരിക്കുന്നു, മനസ്സ് ഒട്ടും വ്യതിചലിക്കാതെ. അതിനുശേഷമുള്ള ഇടവിട്ട അടയാളം, തത്ക്കാലം എഴുത്ത് നിർത്തിയതിന്റെ ചിഹ്നമാണ്; പിന്നെ ഞാൻ ആ പേപ്പർ ഒളിപ്പിച്ച് വെക്കുന്നു....

വണ്ടി തെരുവുകൾ പിന്നിട്ട്, വടക്കേ അതിർത്തി കടന്ന്, ഗ്രാമീണ റോഡിലേക്ക് പ്രവേശിച്ചു. കഷ്ടിച്ച് ഒരു മൈൽ ചെന്നപ്പോൾ, പ്രധാന റോഡിനപ്പുറത്തായി ഏകാന്തമായൊരു വീടിന് മുന്നിൽ വണ്ടി നിന്നു. ആദ്യം അതെത്ര ദൂരെയാണെന്നെനിക്കറിയില്ലായിരുന്നു; പിന്നീട് നടന്നപ്പോഴാണതെനിക്ക് മനസ്സിലായത്. ഞങ്ങൾ എല്ലാവരും വണ്ടിയിൽ നിന്ന് താഴെ ഇറങ്ങി, തോട്ടത്തിലെ ഈർപ്പമുള്ള മൃദുവായൊരു നടപ്പാതയിലൂടെ വീടിന്റെ വാതില്ക്കലേക്ക് നടന്നു. അവഗണിക്കപ്പെട്ട ഒരു ഫൌണ്ടനിൽ നിന്ന് ഒഴുകിവരുന്ന വെള്ളം മൂലമാണ് ആ നടപ്പാത നനഞ്ഞു കിടന്നിരുന്നത്. മണി അടിച്ച ഉടനെ വാതിൽ തുറക്കപ്പെട്ടു. വാതിൽ തുറന്ന് കൊടുത്ത ആളുടെ മുഖത്ത് എന്നെ കൊണ്ടുവന്നവരിൽ ഒരാൾ ഗ്ലൌസ് ഇട്ട കൈകൊണ്ട് ഒരു ഇടി വെച്ചുകൊടുത്തു.

എന്റെ പ്രത്യേക ശ്രദ്ധ ആകർഷിക്കാൻ മാത്രം ഈ പ്രവൃത്തിയിൽ ഒന്നും ഇല്ലായിരുന്നു; കാരണം, നായ്ക്കളേക്കാളേറെ സാധാരണക്കാർ അടിവാങ്ങിക്കുന്നത് ഞാൻ കണ്ടിട്ടുണ്ട്. മറ്റെ മനുഷ്യനും അതേ രീതിയിൽ കുപിതനായി അയാളെ അതേപോലെ കൈകൊണ്ട് പ്രഹരിച്ചു; ആ സഹോദരന്മാരുടെ നോട്ടവും പ്രവൃത്തിയുമെല്ലാം ശരിക്കും ഒരേ മട്ടിലായിരുന്നു, അവർ ഇരട്ട സഹോദരന്മാരാണെന്നെനിക്ക് തോന്നി.

ഞങ്ങൾ പുറത്തെ ഗേറ്റിൽ വണ്ടി ഇറങ്ങിയ ഉടനെ മുകളിലെ മുറിയിൽ നിന്നും നിലവിളി കേട്ടു. ആ ഗേറ്റ് പൂട്ടിയിരിക്കുകയായിരുന്നു; ഞങ്ങളെ അകത്ത് കയറ്റാനായി സഹോദരന്മാരിലൊരാൾ അത് തുറന്ന്, വീണ്ടും പൂട്ടിയിട്ടു. ആ നിലവിളി കേട്ട മുറിയിലേക്കവർ നേരെ എന്നെ കൊണ്ടുപോയി. കോണികയറവെ, ആ കരച്ചിൽ കൂടുതൽ ഉച്ചത്തിലായിക്കൊണ്ടിരുന്നു. ഒരു രോഗി ഭയങ്കരമായി മസ്തിഷ്കജ്വരം പിടിച്ച് കിടക്കുന്നത് ഞാൻ കണ്ടു.

അതിസുന്ദരിയായൊരു യുവതി ആയിരുന്നു ആ രോഗി; ഇരുപത് വയസ്സിൽ കൂടുതൽ കാണില്ല. അവളുടെ തലമുടി ചിന്നിച്ചിതറികിടക്കുന്നു. അവളുടെ കൈകൾ ഒരു വശത്തേക്ക്, നാടകളും ഉറുമാലുകളും കൊണ്ട്,

ബന്ധിച്ചിരിക്കുന്നു. കെട്ടാനുപയോഗിച്ച വസ്തുക്കളെല്ലാം ആ മാന്യരുടെ വസ്ത്രത്തിന്റെ ഭാഗങ്ങളാണെന്ന് ഞാൻ മനസ്സിലാക്കി. ആഘോഷവേളയിൽ ഉപയോഗിക്കുന്ന തൊങ്ങൽ സ്കാർഫ് ആണ് അതിലൊന്ന്. 'ഇ' എന്ന അക്ഷരം അതിൽ തുന്നിപ്പിടിപ്പിച്ചിട്ടുണ്ട്. രോഗിയെ പരിശോധിക്കാൻ തുടങ്ങിയ ഉടനെ ഞാനത് ശ്രദ്ധിച്ചു. കാരണം, അസ്വസ്ഥമായ വെപ്രാളത്തിന്നിടയ്ക്ക് അവൾ തല കട്ടിലിന്നറ്റത്തേക്ക് തിരിച്ച്, ആ സ്കാർഫിന്റെ ഒരറ്റം വായിലേക്ക് അറിയാതെ തിരുകി, ശ്വാസം മുട്ടി ചാകേണ്ടതായിരുന്നു! എന്റെ ആദ്യത്തെ പ്രവൃത്തി അവളുടെ ശ്വാസതടസ്സം മാറ്റികൊടുക്കലായിരുന്നു. ആ സ്കാർഫ് വലിച്ചു മാറ്റുമ്പോൾ, അതിന്റെ അറ്റത്ത് തുന്നിവെച്ച അക്ഷരം ഞാൻ കാണാനിടയായി.

ഞാനവളെ മെല്ലെ തിരിച്ചു കിടത്തി, മൃദുവായി നെഞ്ചിൽത്തട്ടി, അവളെ ശാന്തയാക്കി; അവളുടെ മുഖത്തേക്ക് ഞാൻ നോക്കി. അവളുടെ കണ്ണുകൾ പരിഭ്രാന്തിയോടെ വികസിച്ചിരുന്നു; നിരന്തരമായി ഉറക്കെ നിലവിളിച്ചു കൊണ്ടിരുന്നു; ഒരേ വാക്കുകൾ വിളിച്ചുപറഞ്ഞുകൊണ്ടിരുന്നു "എന്റെ ഭർത്താവ്, എന്റെ അച്ഛൻ, എന്റെ സഹോദരൻ!" പിന്നെ, പന്ത്രണ്ടു വരെ എണ്ണൽ, "ഹഷ്!" എന്ന് അലറും. ഒരു നിമിഷം നിർത്തി ശ്രദ്ധിക്കും. വീണ്ടും തുളച്ചുകയറുന്ന ചീറൽ! അതേ വാക്കുകളുടെ ആവർത്തനം "എന്റെ ഭർത്താവ്, എന്റെ അച്ഛൻ, എന്റെ സഹോദരൻ!" വീണ്ടും പന്ത്രണ്ട് വരെ എണ്ണൽ. "ഹഷ്!" എന്ന അലർച്ച. യാതൊരു മാറ്റവുമില്ലാതെ, നിർത്താതെ ഈ രീതി തുടർന്നു പോന്നു.

"എത്ര നേരമായി ഇത് തുടരുന്നു?" ഞാൻ ചോദിച്ചു.

സഹോദരന്മാരെ തിരിച്ചറിയാനായി, ഞാനവരെ മൂത്തവനെന്നും ഇളയവൻ എന്നും വിളിക്കട്ടെ; ഏറ്റവും കൂടുതൽ അധികാരം പ്രകടിപ്പിക്കുന്നവനെയാണ് ഞാൻ മൂത്തവൻ എന്ന് ഉദ്ദേശിച്ചത്. മൂത്തവൻ മറുപടി നല്കി: "ഇന്നലെ രാത്രി ഏകദേശം ഇതേ സമയംമുതൽ."

"അവൾക്ക് ഭർത്താവും, അച്ഛനും, ഒരു സഹോദരനും ഉണ്ടോ?"

"ഒരു സഹോദരൻ."

"എനിക്ക് ആ സഹോദരനോട് സംസാരിക്കാൻ പറ്റുമോ?"

അയാൾ ഭയങ്കര പുച്ഛത്തോടെ പറഞ്ഞു "ഇല്ല."

"പന്ത്രണ്ട് എന്ന അക്കവുമായി അവൾക്ക് എന്തോ ചില ബന്ധമുണ്ടല്ലോ?"

ഇളയ സഹോദരൻ അക്ഷമയോടെ മറുപടി നല്കി "പന്ത്രണ്ട് മണിയോട്."

"നോക്കു, മാന്യരെ," അവളുടെ നെഞ്ചിൽ കൈ വെച്ചു കൊണ്ട് ഞാൻ പറഞ്ഞു "നിങ്ങൾ എന്നെ കൊണ്ടുവന്നതുകൊണ്ട് ഒരു പ്രയോജനവും ഇല്ലാതായല്ലോ! കാണാൻ വരുന്ന രോഗിയെക്കുറിച്ച് അറിഞ്ഞിരുന്നെങ്കിൽ, ഞാൻ മരുന്ന് കൊണ്ടുവന്നേനെ. ഇപ്പോൾ സമയം നഷ്ടമാകും. ഈ ഏകാന്ത സ്ഥലത്ത് മരുന്നൊന്നും ലഭിക്കില്ല."

മൂത്തവൻ ഇളയവനെ നോക്കി; അയാൾ ദ്വേഷ്യത്തോടെ പറഞ്ഞു "അവിടെ ഒരു പെട്ടിയിൽ കുറെ മരുന്നുണ്ട്"; അയാളത് എടുത്തു കൊണ്ടുവന്ന് മേശപ്പുറത്ത് വെച്ചു.....

ഞാൻ ചില കുപ്പികൾ തുറന്നു, അവ മണപ്പിച്ചു നോക്കി, നാവിൽ വെച്ചുനോക്കി.

"നിങ്ങൾ അത് സംശയിക്കുന്നോ? ഇളയ സഹോദരൻ ചോദിച്ചു.

"നോക്കൂ, സാർ, ഞാനിവ ഉപയോഗിക്കാൻ പോകുകയാണ്." ഞാൻ മറുപടി നല്കി; പിന്നീടൊന്നും മിണ്ടിയില്ല.

രോഗിക്ക് കഴിക്കാനുള്ള മരുന്ന് വളരെ ബുദ്ധിമുട്ടി, അവളെക്കൊണ്ട് ഞാൻ കഴിപ്പിച്ചു. അതിന്റെ ഫലം അറിഞ്ഞ ശേഷം ആ മരുന്ന് ആവർത്തിക്കേണ്ടതുള്ളതിനാൽ, ഞാനവളുടെ കട്ടിലിന്നടുത്ത് ഇരുന്നു. താഴെക്കണ്ട ഭൃത്യന്റെ ഭാര്യ പേടിച്ച്, ആ മുറിയുടെ ഒരു മൂലയിൽ ഒതുങ്ങി നിന്നിരുന്നു. നനഞ്ഞുജീർണ്ണിച്ച ഒരു വീടാണത്. ചില ഫർണിച്ചർ അലക്ഷ്യമായി അവിടെ ഇട്ടിട്ടുണ്ട്. താല്ക്കാലികാവശ്യത്തിന്നായി, ഈയിടെ താമസം തുടങ്ങിയതാണെന്ന് ഉറപ്പാണ്. ചില കട്ടിയുള്ള പഴയ പലകകൾ, കരച്ചിൽ പുറത്ത് കേൾക്കാതിരിക്കാനായി, ജനലക്ക് മുന്നിൽ ആണി അടിച്ചുറപ്പിച്ചിട്ടുണ്ട്. അവൾ തന്റെ നിലവിളി തുടർന്നു കൊണ്ടിരിക്കുന്നു; "എന്റെ ഭർത്താവ്, എന്റെ അച്ഛൻ, എന്റെ സഹോദരൻ!", പന്ത്രണ്ടു വരെ എണ്ണൽ "ഹഷ്!" അപസ്മാരം വളരെ ശക്തമായതിനാൽ കൈകളിലെ കെട്ടുകൾ ഞാൻ അഴിച്ചുകളഞ്ഞില്ല, അവ വേദനിക്കാത്ത വിധത്തിലാക്കുക മാത്രം ചെയ്തു 'എനിക്കുള്ള നേരിയൊരു ആശ്വാസം, രോഗിയുടെ നെഞ്ചിടിപ്പ് ശാന്തമായിത്തുടങ്ങി എന്നതാണ്, മുഖഭാവത്തിലും അത് പ്രകടമായി. എന്നാൽ, നിലവിളിയുടെ കാര്യത്തിൽ മാറ്റമൊന്നും സംഭവിച്ചിട്ടില്ല; 'പെണ്ടുലത്തിന് പോലും ഇത്ര ക്രമീകൃതമായി പ്രവർത്തിക്കാൻ കഴിയില്ല.

അരമണിക്കൂർ നേരം ഞാനാ കിടയ്ക്കക്കരികിൽ ഇരുന്നു. രണ്ടു സഹോദരന്മാരും അവിടെത്തന്നെ നോക്കി നില്ക്കുകയായിരുന്നു.

ഒടുവിൽ മൂത്തവൻ പറഞ്ഞു: "മറ്റൊരു രോഗി കൂടിയുണ്ട്."

ഞാൻ ഒന്ന് ഞെട്ടി."ഗുരുതരമായ കേസ് ആണോ?"

"നിങ്ങൾ നേരിട്ടു കാണുന്നതാണ് ഭേദം" അയാൾ ഉദാസീനനായി മറുപടി നല്കി, വിളക്ക് കൈയിലെടുത്തു.....

മറ്റെ രോഗി രണ്ടാമത്തെ കോണിക്കപ്പുറത്ത്, കുതിരലായത്തിന് മുകളിലുള്ള ഒരു മുറിയിലാണ് കിടക്കുന്നത്. മുറിക്ക് പുറമെയുള്ള ഭാഗം തുറസ്സായി കിടക്കുകയാണ്. ആ ഭാഗത്ത് വൈക്കോലും വിറകും കൂട്ടിയിട്ടിരിക്കുന്നു. മണലിൽ കുറെ ആപ്പിൾ കുന്നുകൂട്ടിയിട്ടിട്ടുണ്ട്. ഇതിലൂടെ കടന്നിട്ടു വേണം എനിക്ക് മറ്റെ മുറിയിലെത്താൻ. എന്റെ ഓർമ്മശക്തിക്ക് യാതൊരു കോട്ടവും സംഭവിച്ചിട്ടില്ല. ബാസിൽ തടവറയിൽ പത്ത് വർഷങ്ങൾ കിടന്ന ശേഷവും, അന്ന് രാത്രി അവരെയെല്ലാം കണ്ടുതുപോലെ ഇപ്പോൾ ഈ അറയിൽ ഇരുന്ന് ഞാൻ കാണുന്നു.

നിലത്ത് കുറച്ച് വൈക്കോൽ വിരിച്ച്, തലക്കുകീഴെ ഒരു കുഷൻ വെച്ച് സുമുഖനായൊരു ഗ്രാമീണ ബാലൻ കിടക്കുന്നു. പതിനേഴ് വയസ്സിൽ കൂടുതൽ കാണില്ല. അവൻ പല്ലു കടിച്ച്; നെഞ്ചിൽ വലതു കൈ മടക്കിവെച്ച്, നേരെ മുകളിലേക്ക് തുറിച്ചു നോക്കി, മലർന്നുകിടക്കുകയാണ്. ഞാൻ ഒരു കാൽ മുട്ട് നിലത്തൂന്നി അവനെ പരിശോധിച്ചു; അവന്റെ മുറിവ്

എവിടെയാണെന്ന് എനിക്ക് കാണാൻ കഴിഞ്ഞില്ല. മൂർച്ചയുള്ള ഒരായുധം കൊണ്ട് കുത്തേറ്റ് അവൻ മരിക്കാൻ പോകുകയാണെന്ന് എനിക്ക് കാണാൻ കഴിഞ്ഞു.

"ഞാൻ ഒരു ഡോക്ടറാണ്, എന്റെ പാവം കുട്ടി" ഞാൻ പറഞ്ഞു "ഞാനതൊന്ന് പരിശോധിച്ചോട്ടെ."

"അത് പരിശോധിക്കേണ്ട" അവൻ മറുപടി നല്കി

"അതങ്ങനെ വിട്ടേക്കു."

"മുറിവ് അവന്റെ കൈയിന്നടിയിലായിരുന്നു. അവനെ സാന്ത്വനിപ്പിച്ചു കൊണ്ട് ഞാനവന്റെ കൈ മെല്ലെ എടുത്ത് മാറ്റി. ഏകദേശം ഇരുപത്തി നാല് മണിക്കൂർ മുമ്പ് വാളു കൊണ്ട് വെട്ടിമുറിവേല്പിച്ചിരിക്കയായിരുന്നു. ഞാനെന്റെ കണ്ണുകൾ മൂത്ത പ്രഭു സഹോദരനിലേക്ക് തിരിച്ചു; അയാൾ ഈ ജീവൻ പോകാറായ സുമുഖനായ ബാലനെ, ഒരു മുറിവേറ്റ പക്ഷിയോ, മുയലോ എന്നപോലെ നോക്കി നില്ക്കുന്നത് ഞാൻ കണ്ടു. ഒരു സഹ ജീവിയെ നോക്കുന്നതുപോലെയേ ആയിരുന്നില്ല.

"എങ്ങനെയാണിത് സംഭവിച്ചത്, സാർ?" ഞാൻ ചോദിച്ചു.

"ഒരു സാധാരണ ഭ്രാന്തനായ! ഒരു ഭൃത്യൻ! എന്റെ സഹോദരന്റെ വാളിനെ പ്രകോപിപ്പിച്ചു."

ദയയുടേയോ, ദു:ഖത്തിന്റേയോ, മനുഷ്യത്വത്തിന്റേയോ കണിക പോലും ഈ മറുപടിയിൽ ഇല്ലായിരുന്നു. ആ ബാലന്റെ ദുർഗ്ഗതിയെ കുറിച്ച് യാതൊരുവിധ സഹാനുഭൂതിയും അയാൾക്കില്ലായിരുന്നു. ഈ താഴ്ന്ന വർഗ്ഗക്കാരൻ അവിടെക്കിടന്ന് മരിക്കുന്നത് അയാൾക്ക് അസൗകര്യമാണെന്ന ഭാവത്തിലായിരുന്നു അയാളുടെ സംസാരം; അവൻ സ്വന്തം രീതിയിൽ ഒരു കൃമിയെപ്പോലെ മണ്ണടിയുകയാണ് വേണ്ടത്! അയാളുടെ സംസാരം കേട്ട് ബാലന്റെ കണ്ണുകൾ അയാൾക്കു നേരെ മെല്ലെ തിരിഞ്ഞു, പിന്നെ, എന്റെ നേരെ തിരിഞ്ഞു.

"ഡോക്ടർ, ഈ പ്രഭുക്കന്മാർ വലിയ അഭിമാനികളാണ്; എന്നാൽ, സാധാരണക്കാരായ ഞങ്ങളും ചിലപ്പോൾ അഭിമാനികൾ ആകും. അവർ ഞങ്ങളെ കൊള്ളയടിക്കുന്നു, ആക്രമിക്കുന്നു, തല്ലുന്നു, കൊല്ലുന്നു; എന്നാൽ, ചിലപ്പോൾ ഞങ്ങളുടെ അഭിമാനവും ഉണർന്നെഴുന്നേല്ക്കുന്നു. അവൾ- അവളെ നിങ്ങൾ കണ്ടോ, ഡോക്ടർ?"

കുറച്ച് അകലെയാണെങ്കിലും അവളുടെ കരച്ചിലും ചീറലും അവിടേക്ക് കേൾക്കാം. ഞങ്ങളുടെ മുന്നിലാണവൾ കിടന്നിരുന്നതെന്ന മട്ടിലായിരുന്നു അവന്റെ പരാമർശം.

"ഞനവളെ കണ്ടിരുന്നു." ഞാൻ പറഞ്ഞു.

"അവളെന്റെ സഹോദരിയാണ്, ഡോക്ടർ. ഞങ്ങളുടെ സഹോദരിമാരുടെ എളിമയും ഗുണങ്ങളും മുതലെടുത്ത് വളരെ വർഷങ്ങളായി ഈ പ്രഭുക്കന്മാർ നിർല്ലജ്ജം അവരിൽ അവകാശം ചെലുത്തുന്നു! എന്നാൽ, ഞങ്ങൾക്കിടയിൽ സദാചാരം വെച്ചുപുലർത്തുന്ന പെൺകുട്ടികൾ ഉണ്ട്. എനിക്കതറിയാം; എന്റെ അച്ഛൻ പറയുന്നത് ഞാൻ കേട്ടിട്ടുണ്ട്. അവൾ

ഒരു നല്ല പെൺകുട്ടിയായിരുന്നു. ഒരു നല്ലവനായ യുവാവുമായി അവളുടെ വിവാഹനിശ്ചയം നടന്നിരുന്നു; അയാളുടെ ഒരു കുടികിടപ്പുകാരൻ. ഞങ്ങളെല്ലാവരും അയാളുടെ കുടികിടപ്പുകാരാണ്, ആ നില്ക്കുന്ന ആളുടെ. മറ്റവൻ അയാളുടെ സഹോദരനാണ്, ഏറ്റവും വൃത്തികെട്ട വർഗ്ഗം."

വളരെ കഷ്ടപ്പെട്ടാണ് ആ ബാലൻ സംസാരശേഷി സംഭരിച്ചത്. എന്നാൽ, ഭീകരമായ വികാര തീവ്രതയോടെ അവൻ ഊന്നിപ്പറഞ്ഞു.

"ആ നില്ക്കുന്ന മനുഷ്യൻ ഞങ്ങളെ പൂർണ്ണമായും കൊള്ളയടിച്ചു, ഞങ്ങളെ വെറും പട്ടികളെപ്പോലെ കണക്കാക്കി- നിർദ്ദയമായ രീതിയിൽ ഞങ്ങളിൽ നിന്നും നികുതി ഈടാക്കി, കൂലിയില്ലാതെ അയാൾക്കുവേണ്ടി ജോലി ചെയ്യാൻ ഞങ്ങൾ നിർബ്ബന്ധിതരായി; അയാളുടെ മില്ലിൽ ഞങ്ങളുടെ ധാന്യം പൊടിപ്പിക്കാൻ ഞങ്ങളെ നിർബ്ബന്ധിച്ചു, ഞങ്ങളുടെ വയലുകളിൽ അയാളുടെ അനവധി വളർത്തുപക്ഷികളെ മേയാൻ വിട്ടു; ഒറ്റ പക്ഷികളെയും വളർത്താൻ ഞങ്ങളെ അനുവദിച്ചില്ല. ഞങ്ങൾ എപ്പോഴെങ്കിലും ഇറച്ചി കഴിച്ചിരുന്നത് ജന്നലും വാതിലുമെല്ലാം അടച്ച് പൂട്ടിയിട്ടായിരുന്നു. കാരണം, അവരുടെ ആളുകൾ അതുകണ്ടാൽ ഞങ്ങളിൽ നിന്നും അത് തട്ടിയെടുക്കും! ഞങ്ങൾ അപ്രകാരം കൊള്ളയടിക്കപ്പെടുകയും, വേട്ടയാടപ്പെടുകയും ചെയ്തു. ഞങ്ങൾ അങ്ങേ അറ്റം ദരിദ്രരായിത്തീർന്നു. ഒരു കുഞ്ഞ് വീട്ടിൽ പിറക്കുന്നത് ഭീകരമായൊരു സംഭവമായി മാറി; ഞങ്ങളുടെ അച്ഛൻ ഞങ്ങളോട് പറഞ്ഞു; ഞങ്ങളുടെ സ്ത്രീകൾ വന്ധ്യകളാകട്ടെ, ഞങ്ങളുടെ ദയനീയമായ വംശം നശിച്ചുപോകട്ടെ!"

ഞാൻ മുമ്പൊരിക്കലും, അടിച്ചമർത്തപ്പെട്ടവരുടെ വികാരം ഒരു തീജ്ജ്വാല പോലെ ആളിക്കത്തുന്നത് കണ്ടിട്ടില്ല. മറ്റ് സ്ഥലങ്ങളിലെ ജനങ്ങൾക്കുള്ളിലും ഇത് ഒളിഞ്ഞു കിടക്കുന്നുണ്ടായിരിക്കണമെന്ന് ഞാൻ ഊഹിച്ചു; എന്നാൽ, അത് പൊട്ടിപ്പുറപ്പെടുന്നത് ഞാൻ ഒരിക്കലും കണ്ടിട്ടില്ല, മരിക്കാൻ പോകുന്ന ഈ ബാലനിൽ അത് കാണുന്നതു വരെ!

"എന്തായാലും, ഡോക്ടർ, എന്റെ സഹോദരി വിവാഹിതയായി. പാവം, അയാൾ അന്നൊരു രോഗി ആയിരുന്നു; അവൾ ഞങ്ങളുടെ കുടിലിൽ അയാളെ സ്നേഹപൂർവ്വം ശുശ്രൂഷിച്ചു, ആ പ്രഭുമനുഷ്യൻ പറയുന്നതു പോലെ ഞങ്ങളുടെ നായക്കൂട്ടിൽ! വിവാഹം കഴിഞ്ഞ് ഏതാനും ആഴ്ചകൾക്കുശേഷം ആ പ്രഭുമനുഷ്യന്റെ സഹോദരൻ അവളെ കണ്ടപ്പോൾ, അവളുടെ സൗന്ദര്യത്തെ അഭിനന്ദിച്ചു. അവളെ നേടാനുള്ള മാർഗ്ഗങ്ങൾ ആരാഞ്ഞു; എന്നാൽ, അവൾ നല്ലവളും പാതിവ്രത്യമുള്ളവളായിരുന്നു; ആ ദുർമ്മാർഗ്ഗിയുടെ ഇംഗിതത്തിന് വഴങ്ങാനവൾ ഒരിക്കലും തയ്യാറായില്ല. എനിക്കു തോന്നിയതുപോലുള്ള കടുത്ത വെറുപ്പായിരുന്നു അവൾക്കും ആ ദുഷ്ടനോട്. അപ്പോൾ ആ രണ്ട് സഹോദരന്മാരും എന്താണ് ചെയ്തതെന്നോ, അവളെക്കൊണ്ട് സമ്മതിപ്പിക്കാനായി അവളുടെ ഭർത്താവിൽ സ്വാധീനം ചെലുത്തി.

എന്നിൽ തറച്ചു നിന്നിരുന്ന ആ ബാലന്റെ കണ്ണുകൾ, സാവധാനം ആ രണ്ട് പേരിലേക്ക് തിരിഞ്ഞു. അവരുടെ മുഖഭാവത്തിൽ നിന്നും അവൻ പറഞ്ഞതെല്ലാം സത്യമാണെന്ന് ഞാൻ മനസ്സിലാക്കി. ഈ ബാസിൽ കോട്ടയിൽ ഇരുന്നിട്ടുപോലും, പരസ്പരം ഏറ്റുമുട്ടുന്ന രണ്ട്

വിരുദ്ധ ആത്മാഭിമാനത്തെ എനിക്ക് കാണാൻ കഴുയുന്നു. പ്രഭുക്കന്മാരുടെ അനാസ്ഥയോടെയുള്ള ഉദാസീനത; കർഷകരുടെ ചവിട്ടി അമർത്തപ്പെട്ട മനോവികാരവും, വികാര തീവ്രമായ പ്രതികാരവും.

"നിങ്ങൾക്കറിയാമോ, ഡോക്ടർ, ഞങ്ങളെ വണ്ടിക്ക് പൂട്ടി ഓടിക്കാനുള്ള അവകാശം ഈ പ്രഭുക്കന്മാർക്കുണ്ട്. അങ്ങനെ അവർ അയാളെ വണ്ടിയിൽ കെട്ടി ഓടിച്ചു. നിങ്ങൾക്കറിയാമോ, ഞങ്ങളെ രാത്രി മുഴുവൻ അവരുടെ പറമ്പുകളിൽ കാവൽ നിർത്താൻ പ്രഭുക്കന്മാർക്ക് അവകാശമുണ്ട്, തവളകളെ നിശ്ശബ്ദമാക്കാൻ, അങ്ങനെ പ്രഭുക്കന്മാർക്ക് ശല്യമില്ലാതെ കിടന്നുറങ്ങാൻ. അവർ രോഗിയായ അയാളെ രാത്രി കനത്ത മൂടൽമഞ്ഞിൽ നിർത്തി, പകൽ വണ്ടി വലിപ്പിച്ചു. ഒരു ദിവസം ഉച്ചയ്ക്ക് ഭക്ഷണം കഴിക്കാനായി ചെന്നപ്പോൾ അയാൾ തേങ്ങിക്കരഞ്ഞു കൊണ്ട് അവളുടെ നെഞ്ചിൽ ചാരിക്കിടന്ന് മരിച്ചു.

"പിന്നെ, ഈ മനുഷ്യന്റെ അനുവാദത്തോടും സഹായത്തോടും കൂടി അയാളുടെ സഹോദരൻ അവളെ തട്ടിക്കൊണ്ടുപോയി. അവൾ റോഡിലൂടെ കടന്നു പോകുന്നത് ഞാൻ കണ്ടു. ഞാൻ ഈ വാർത്ത വീട്ടിലെത്തിച്ചപ്പോൾ, ഞങ്ങളുടെ അച്ഛന്റെ ഹൃദയം തകർന്നു. ഞാൻ എന്റെ താഴെയുള്ള സഹോദരിയെ, അയാളുടെ കണ്ണെത്താത്ത സ്ഥലത്ത് കൊണ്ടുപോയാക്കിയ ശേഷം അയാളുടെ കാലടിപ്പാടുകൾ പിൻ തുടർന്ന് ആ വീട്ടിലേക്ക് ഇന്നലെ രാത്രി ചാടിക്കയറി. എന്റെ കൈയിൽ ഒരു വാൾ ഉണ്ടായിരുന്നു.

മുറിയിൽ ഇരുട്ട് വ്യാപിക്കുകയായിരുന്നു. ഞാൻ ചുറ്റുപാടും കണ്ണോടിച്ചു. ഒരു മല്പിടുത്തം നടന്നതുപോലെ, തറയിലെ വൈക്കോൽ ചവിട്ടിച്ചതച്ചതായി ഞാൻ കണ്ടു.

അവൾ എന്റെ കാലടി സ്വരം കേട്ട് അകത്തേക്ക് ഓടിവന്നു. അയാളെ കൊല്ലുന്നതുവരെ ഞങ്ങളുടെ അടുത്തേക്ക് വരരുതെന്ന് ഞാൻ അവളോട് പറഞ്ഞു. അയാൾ അടുത്തേക്കുവന്ന്, എനിക്ക് കുറച്ച് നാണയത്തുട്ടുകൾ ഇട്ടു തന്നു; പിന്നെ ഒരു ചാട്ടവാർ എടുത്ത് എന്നെ വീശി അടിച്ചു. എന്റെ വാൾ പൊട്ടിത്തകർന്ന് വൈക്കോലിൽ ചിതറി വീണു. അപ്പുറത്ത് ഒരു പടയാളിയുടെ പഴയ വാൾ കിടന്നിരുന്നു.

"ഇപ്പോൾ, എന്നെ ഒന്ന് പൊക്കാമോ, ഡോക്ടർ; എന്നെ ഒന്ന് പൊക്കു. അയാൾ എവിടെയാണ്?"

"അയാൾ ഇവിടെ ഇല്ല." ആ ബാലൻ ഉദ്ദേശിച്ചത് അയാളുടെ സഹോദരനെയാണെന്ന് കരുതി, അവനെ പിടിച്ചു പൊക്കിക്കൊണ്ട് ഞാൻ പറഞ്ഞു.

"അയാൾ! ഏതൊരു ജന്മിയേയും പോലെ അഹങ്കാരിയാണ്! എന്നെ കാണാനയാൾ ഭയപ്പെടുന്നു. ഇവിടെ ഉണ്ടായിരുന്ന മനുഷ്യനെവിടെ? എന്റെ മുഖം അയാളിലേക്ക് തിരിക്കു."

ഞാൻ അപ്രകാരം ചെയ്തു; ആ ബാലന്റെ ശിരസ്സ് എന്റെ മടിയിൽ വെച്ച് ഉയർത്തി. എന്നാൽ, അസാധാരണമായൊരു ശക്തി സംഭരിച്ച് അവൻ സ്വയം ശിരസ്സ് നന്നായി പൊക്കി! ഞാനും ഉയർന്ന് ഇരുന്നു,

അല്ലെങ്കിൽ എനിക്കവനെ താങ്ങാൻ കഴിയില്ലായിരുന്നു. "മാർക്വിസ്" അയാൾക്കു നേരെ തിരിഞ്ഞു വിടർന്ന കണ്ണുകളോടെ, വലതു കൈ ഉയർത്തി അവൻ പറഞ്ഞു "ഇക്കാര്യങ്ങൾക്കെല്ലാം മറുപടി പറയേണ്ട ദിവസങ്ങളിൽ ഞാൻ നിങ്ങളേയും നിങ്ങളുടെ വംശത്തിലെ അവസാന ത്തവനേയും വിളിപ്പിക്കും, അതിനെല്ലാം മറുപടി പറയിപ്പിക്കും. ഈ രക്ത ത്തിൽ തൊട്ട് ഞാൻ നിനക്കുമേൽ കുരിശ് വരയ്ക്കുന്നു, ഞാൻ അത് ചെയ്യും എന്നതിന്റെ ചിഹ്നമെന്നോണം. ഇക്കാര്യങ്ങൾക്കെല്ലാം മറുപടി പറ യേണ്ട ദിനങ്ങളിൽ നിന്റെ സഹോദരനെ, ആ ചീത്ത വംശത്തിലെ ഏറ്റവും നീചനായവനെ, മറുപടി പറയാനായി, ഞാൻ പ്രത്യേകം വിളിപ്പിക്കും. അവനുമേലും ഞാനീ രക്തം തൊട്ട് വരച്ച കുരിശ് വരയ്ക്കുന്നു, ഞാനത് ചെയ്യുമെന്നതിന്റെ ചിഹ്നം!"

രണ്ടുപ്രാവശ്യം അവൻ തന്റെ വിരൽ നെഞ്ചിലെ മുറിവിൽ തൊട്ട്, അന്തരീക്ഷത്തിൽ കുരിശ് വരച്ചു. ഒരു നിമിഷം ഉയർത്തിപ്പിടിച്ച വിരൽ നിശ്ചലമായി നിന്നു; അത് താഴേക്ക് വീണതോടെ അവനും വീണു. ജീവൻ പോയ ബാലനെ ഞാൻ കിടത്തി.....

ഞാൻ ആ യുവതിയുടെ അടുത്തേക്ക് തിരിച്ചുവന്നപ്പോൾ, അവൾ അതേ രീതിയിൽ പിച്ചും പേയും പറഞ്ഞുകൊണ്ടിരിക്കുന്നത് ഞാൻ കണ്ടു. അത് ഏതാനും മണിക്കൂറുകൾ നീണ്ടു നില്ക്കുമെന്ന് എനിക്കറിയാം; ഒരു പക്ഷേ ശവക്കുഴിയിലെ നിശ്ശബ്ദതയിലായിരിക്കാം അത് അവസാനിക്കുക.

അവൾക്ക് കൊടുത്തിരുന്ന മരുന്ന് ഞാൻ ആവർത്തിച്ചു; രാത്രി വളരെ വൈകുന്നതുവരെ ഞാൻ കട്ടിലിന്നടുത്ത് ഇരുന്നു. അവളുടെ ചീറലിന്റെ ശക്തി ഒട്ടും കുറഞ്ഞില്ല, വാക്കുകൾക്കും മാറ്റം വന്നില്ല, "എന്റെ ഭർത്താവ്, എന്റെ അച്ഛൻ, എന്റെ സഹോദരൻ! ഒന്ന്, രണ്ട്, മൂന്ന്, നാല്, അഞ്ച്, ആറ്, ഏഴ്, എട്ട്, ഒമ്പത്, പത്ത്, പതിനൊന്ന്, പന്ത്രണ്ട്! ഹഷ്!"

ഞാൻ അവളെ കണ്ടതുമുതൽ ഇരുപത്താറ് മണിക്കൂർ അത് തുടർന്നു. രണ്ടു പ്രാവശ്യം ഞാൻ വന്ന് നോക്കി; അവളുടെ അരികിൽ ഇരുന്നു; അവൾ ഇടറി നടക്കാൻ തുനിഞ്ഞു; ഈ സമയത്തെല്ലാം എന്നെക്കൊണ്ട് കഴിയുന്ന സഹായങ്ങളെല്ലാം ഞാനവൾക്കുവേണ്ടി ചെയ്തു; സാവധാനം അവൾ തളർന്നുകൊണ്ടിരുന്നു; ഒടുവിൽ, മൃതശരീരം പോലെ അവൾ കിടന്നു.

ഭീകരമായ കാറ്റും മഴയും ശമിച്ചതുപോലുള്ള ഒരവസ്ഥയായിരുന്നു അവളുടേത്. അവിടെ നിന്നിരുന്ന സ്ത്രീയെ എന്നെ സഹായിക്കാനായി ഞാൻ വിളിച്ചു; അവളുടെ കീറിയ ഉടുപ്പെല്ലാം നേരെയാക്കി ഇടുമ്പോ ഴാണ് അവൾ ആദ്യമായി ഒരമ്മയാകാൻ പോകുകയാണെന്ന വസ്തുത ഞാൻ മനസ്സിലാക്കിയത്. അതോടെ, അവളെക്കുറിച്ച് എനിക്കുണ്ടായിരുന്ന നേരിയ പ്രതീക്ഷയും അസ്തമിച്ചു.

"അവൾ മരിച്ചോ?" മാർക്വിസ് ചോദിച്ചു. അയാളെ ഇപ്പോഴും മൂത്ത സഹോദരൻ എന്ന് ഞാൻ വിശേഷിപ്പിക്കട്ടെ. കുതിരപ്പുറത്തു നിന്നിറങ്ങി, സവാരി ബൂട്ടോടു കൂടിയാണയാൾ മുറിയിലേക്ക് വന്നത്.

"മരിച്ചിട്ടില്ല," ഞാൻ പറഞ്ഞു "എന്നാൽ, മരിക്കാറായി."

“ഈ സാധാരണക്കാരുടെ ശരീരത്തിന് എന്ത് ശക്തിയാണുള്ളത്!” അവളെ വിചിത്ര ഭാവത്തോടെ നോക്കി, അയാൾ പറഞ്ഞു.

“ദുഃഖത്തിലും നിരാശയിലും അത്ഭുതാവഹമായ ശക്തിയാണ് അവർക്കുള്ളത്.”ഞാൻ മറുപടി നല്കി.

എന്റെ വാക്കുകൾ കേട്ട് ആദ്യം അയാൾ ചിരിച്ചു, പിന്നെ കോപിച്ചു. അയാൾ ഒരു കസേര സ്വന്തം കാലുകൊണ്ട് തട്ടി എന്റെ അടുത്തേക്കിട്ടു; ആ വേലക്കാരിയോട് പോകാൻ ആജ്ഞാപിച്ചു; പിന്നെ അടക്കിയ സ്വരത്തിൽ പറഞ്ഞു:

“ഡോക്ടർ, ഇത്തരം സ്ത്രീകളുമായുള്ള എന്റെ സഹോദരന്റെ പ്രശ്നത്തിൽ, നിങ്ങളുടെ സഹായം ആവശ്യപ്പെടണമെന്ന് ഞാനാണ് നിർദ്ദേശിച്ചത്. നിങ്ങൾക്ക് നല്ല സല്പേരുണ്ട്; നല്ല ഭാവിയുള്ള ഒരു യുവാവെന്ന നിലയ്ക്ക് നിങ്ങൾ ഇതിൽ താല്പര്യമെടുക്കും. ഇവിടെ നിങ്ങൾ കാണുന്ന കാര്യങ്ങളെല്ലാം കാണാൻ മാത്രമുള്ളതാണ്, പറയാനുള്ളതല്ല.”

ഞാൻ രോഗിയുടെ ശ്വാസോച്ഛ്വാസം ശ്രദ്ധിച്ചു; മറുപടി ഒഴിവാക്കി.

“ഞാൻ പറഞ്ഞത് നിങ്ങൾ ശ്രദ്ധിച്ചുവോ, ഡോക്ടർ?”

“സാർ” ഞാൻ പറഞ്ഞു “എന്റെ തൊഴിലിൽ രോഗികളുമായുള്ള സംഭാഷണം എപ്പോഴും രഹസ്യമായി കാത്ത് സൂക്ഷിക്കപ്പെടും.” ഞാൻ കരുതലോടെയാണ് മറുപടി നല്കിയത്; കാരണം, ഞാൻ കേട്ടതും കണ്ടതും എന്റെ മനസ്സിനെ വിഷമിപ്പിച്ചുകൊണ്ടിരിക്കയായിരുന്നു.

അവളുടെ ശ്വാസോച്ഛ്വാസം ദുർബ്ബലമായിരുന്നു; ഞാൻ വളരെ ശ്രദ്ധയോടെ നാഡിമിടിപ്പും ഹൃദയമിടിപ്പും പരിശോധിച്ചു. ജീവനുണ്ട്, അത്ര തന്നെ. ഞാൻ കസേരയിലിരുന്ന് ചുറ്റും കണ്ണോടിച്ചപ്പോൾ രണ്ട് സഹോദരന്മാരും എന്നെത്തന്നെ നോക്കി നില്ക്കുന്നത് കണ്ടു.

ഞാൻ വളരെ ബുദ്ധിമുട്ടിയാണ് ഇതെഴുതുന്നത്, ഭയങ്കര തണുപ്പാണ്. ഇത് കണ്ടുപിടിച്ചെങ്കിലോ എന്ന് ഞാൻ ഭയപ്പെട്ടു; അപ്പോൾ, ഇരുളടഞ്ഞ ഭൂഗർഭ അറയിലേക്കെന്നെ മാറ്റിയെങ്കിലോ, എങ്കിൽ ഓർമ്മക്കുറിപ്പുകൾ ചുരുക്കേണ്ടിവരും. എനിക്ക് ഇപ്പോൾ യാതൊരു ഓർമ്മക്കുറവോ, ആശയക്കുഴപ്പമോ ഇല്ല. ഞാനും ഈ സഹോദരന്മാരും തമ്മിൽ നടന്ന സംഭാഷണത്തിലെ ഓരോ വാക്കും ഞാൻ ഓർക്കുന്നു, അതെനിക്ക് വിശദീകരിക്കാൻ കഴിയും.

അവൾ ഒരാഴ്ച അതേ നില തുടർന്നു. അന്ത്യമായപ്പോൾ അവൾ എന്റെ ചെവിയിൽ ചുണ്ടുവെച്ച് ചില വാക്കുകൾ ഉച്ചരിച്ചു; എനിക്ക് അത് കുറച്ചെല്ലാം മനസ്സിലായി. അവൾ എവിടെയാണെന്ന് എന്നോട് ചോദിച്ചു. ഞാൻ സ്ഥലം പറഞ്ഞുകൊടുത്തു; ഞാനാരാണെന്ന് ചോദിച്ചു, അതും ഞാൻ പറഞ്ഞു. അവളുടെ കുടുംബപ്പേര് ഞാൻ ചോദിച്ചെങ്കിലും ഫലമുണ്ടായില്ല. അവൾ മെല്ലെ തലകുലുക്കുക മാത്രം ചെയ്തു, ആ ബാലൻ ചെയ്തതുപോലെ, അത് രഹസ്യമായിത്തന്നെ വെച്ചു.

ഒരു ചോദ്യവും അവളോട് ചോദിക്കാൻ വീണ്ടും ഒരവസരം എനിക്ക് ലഭിച്ചില്ല. ഒരു ദിവസത്തിൽ കൂടുതൽ അവളുടെ ജീവിതം നീണ്ടുനില്ക്കാൻ സാദ്ധ്യതയില്ലെന്ന് ഞാൻ ആ സഹോദരന്മാരോട് പറഞ്ഞു,

അവൾ മരിച്ചു കൊണ്ടിരിക്കുകയാണ്. അതുവരെ ഞാനോ ആ സ്ത്രീയോ അല്ലാതെ ആരും ആ പെൺകുട്ടിയെ ശ്രദ്ധിക്കാനുണ്ടായിരുന്നില്ല. ഇപ്പോൾ, അവരിൽ ആരെങ്കിലും ഒരാൾ കട്ടിലിന്റെ പിന്നിലെ കർട്ടന് പിറകിലായി വന്നിരിക്കും. അവളും ഞാനുമായുള്ള സംഭാഷണം അവർ ശ്രദ്ധിക്കുന്നില്ലെന്നതുപോലെ നടിക്കും, ഞാനും മരിച്ചുകൊണ്ടിരിക്കുകയാണെന്നതു പോലെ!

അവരുടെ അഭിമാനം കഠിനമായി വ്രണപ്പെട്ടതുപോലെ എനിക്കെപ്പോഴും തോന്നിയിരുന്നു, ഇളയ സഹോദരൻ ഒരു കർഷകനുമായി വാൾ പയറ്റ് നടത്തിയത് അവരുടെ അന്തസ്സിന് നിരക്കാത്തതാണ്! അതും ഒരു ബാലൻ. അവർക്ക് ആകെ ഉണ്ടായിരുന്ന വിഷമം, അത് കുടുംബത്തിന് വല്ലാത്ത അപമാനം വരുത്തി വെച്ചു എന്നതാണ്; പരിഹാസ്യം! ആ ബാലനിൽ നിന്ന് യാഥാർത്ഥ്യം ഞാൻ മനസ്സിലാക്കിയതിൽ ഇളയ സഹോദരന് എന്നോട് ഭയങ്കര വെറുപ്പും വിദ്വേഷവുമായിരുന്നു; അത് അയാളുടെ കണ്ണുകളിൽ ജ്വലിച്ചു നിന്നു. അയാൾ, മൂത്തവനേക്കാൾ ഏറെ സൗമ്യത എന്നോട് പ്രദർശിപ്പിച്ചു; എന്നാൽ, ഞാൻ എല്ലാം മനസ്സിലാക്കി. മൂത്തവന്റെ മനസ്സിലും ഞാൻ ഒരു ബാദ്ധ്യതയാണെന്ന് ഞാൻ മനസ്സിലാക്കി.

പാതി രാത്രിക്ക് രണ്ട് മണിക്കൂർ മുമ്പ് എന്റെ രോഗി മരിച്ചു. ആ യുവതിയുടെ ശിരസ്സ് ഒരുവശത്തേക്ക് ചെരിഞ്ഞപ്പോൾ, അവളോടൊപ്പം ഞാൻ മാത്രമേ ഉണ്ടായിരുന്നുള്ളൂ; ഭൂമിയിലെ അവളുടെ എല്ലാ തെറ്റുകളും ദുഃഖങ്ങളും അവസാനിച്ചു.

ആ സഹോദരന്മാർ പുറത്തേക്ക് സവാരി നടത്താനായി അക്ഷമയോടെ കാത്തു നില്ക്കുകയായിരുന്നു. ഞാൻ ഒറ്റയ്ക്ക് കട്ടിലിന്നടുത്തിരിക്കുമ്പോൾ, ചാട്ടവാറും കൈയിലേന്തി ബൂട്സ് നിലത്തിട്ട് ചവിട്ടി അങ്ങോട്ടുമിങ്ങോട്ടും ഉലാത്തുന്ന ശബ്ദം ഞാൻ കേട്ടു.

"അവസാനം അവൾ ചത്തു?" ഞാൻ അകത്തേക്ക് കടന്നുചെന്നപ്പോൾ മൂത്തവൻ ചോദിച്ചു.

"അവൾ മരിച്ചു." ഞാൻ പറഞ്ഞു

"ഞാൻ നിന്നെ അഭിനന്ദിക്കുന്നു, സഹോദരാ." അയാൾ തിരിയുമ്പോൾ പറഞ്ഞ വാക്കുകൾ ആയിരുന്നു അവ!

"അയാൾ മുമ്പ് എനിക്ക് പണം നീട്ടിയിരുന്നു; എന്നാൽ, പിന്നീട് മതിയെന്ന് ഞാൻ പറഞ്ഞു ഞാനത് സ്വീകരിച്ചില്ല. ഇപ്പോൾ ഒരു സ്വർണ്ണ റോളക്സ് അയാൾ കൈയിൽ വെച്ച് എനിക്ക് നീട്ടി; ഞാനത് വാങ്ങി മേശപ്പുറത്ത് വെച്ചു. യാതൊന്നും സ്വീകരിക്കില്ലെന്ന് ഞാൻ ദൃഢ നിശ്ചയമെടുത്തിരുന്നതാണ്."

"ദയവായി എന്നോട് ക്ഷമിക്കുക." ഞാൻ പറഞ്ഞു "ഈ പരിതഃസ്ഥിതിയിൽ വേണ്ട."

അവർ പരസ്പരം നോക്കി; ഞാനവർക്കുനേരെ തലകുനിച്ചപ്പോൾ അവരും തലകുനിച്ചു. ഞങ്ങൾ യാതൊന്നും ഉരിയാടാതെ വേർപിരിഞ്ഞു.

ഞാൻ വല്ലാതെ തളർന്നിരിക്കുന്നു, കഷ്ടപ്പാടുകൾ കൊണ്ട് അവശ നായിരിക്കുന്നു; ഈ ശോഷിച്ച കൈകൊണ്ട് ഞാൻ എഴുതിയതൊന്നും എനിക്ക് വായിക്കാൻ കഴിയുന്നില്ല.

നേരം വെളുക്കുന്ന സമയത്ത്, എന്റെ വാതില്ക്കൽ ആ സ്വർണ്ണ റോളക്സ് ചെറിയൊരു പെട്ടിയിൽ വെച്ചിരിക്കുന്നത് കണ്ടു; അതിന് പുറത്ത് എന്റെ പേര് എഴുതിയിട്ടുണ്ട്. എന്ത് ചെയ്യണമെന്നാണ് ഞാൻ ആദ്യം ഉൽക്കണ്ഠയോടെ ചിന്തിച്ചത്. അന്ന് ഞാനൊരു തീരുമാനത്തിലെത്തി, മന്ത്രിക്ക് രഹസ്യമായി ഒരു കത്തയയ്ക്കുക, എന്നെ വിളിപ്പിച്ച രണ്ട് കേസു കളും സ്ഥലവും വിശദീകരിക്കുക: ഫലത്തിൽ, എല്ലാ ചുറ്റുപാടുകളും വിവരിക്കുക. കോടതിയുടെ സ്വാധീനം എന്താണെന്ന് എനിക്കറിയാം; പ്രഭു ക്കന്മാരുടെ പ്രതിരോധ ശക്തി എന്താണെന്നും എനിക്കറിയാം; ഈ കേസ് ഒരിക്കലും വിളിക്കില്ലെന്നെനിക്കറിയാമെങ്കിലും, എന്റെ മനസ്സിലെ ഭാരം കുറയ്ക്കാൻ ഞാൻ ആഗ്രഹിച്ചു. ഞാനിക്കാര്യം തികഞ്ഞ രഹസ്യമായി മനസ്സിൽ സൂക്ഷിച്ചു, എന്റെ ഭാര്യയിൽ നിന്നുപോലും അത് മറച്ചുവെച്ചു; ഇക്കാര്യവും എന്റെ കത്തിൽ പ്രസ്താവിക്കാൻ ഞാൻ നിശ്ചയിച്ചു. ഞാൻ അഭിമുഖീകരിക്കാൻ പോകുന്ന യഥാർത്ഥ അപകടത്തെ കുറിച്ച് എനിക്ക് യാതൊരു ആശങ്കയുമില്ലായിരുന്നു. എന്നാൽ, എനിക്കറിയാവുന്ന കാര്യ ങ്ങൾ മറ്റുള്ളവർ മനസ്സിലാക്കി അനുരഞ്ജനത്തിന് തുനിഞ്ഞാൽ അത വർക്ക് അപകടമാകുമെന്ന് എനിക്കറിയാമായിരുന്നു.

അന്നേ ദിവസം മുഴുവൻ ഞാൻ തിരക്കിലായിരുന്നതിനാൽ, അന്നു രാത്രി എനിക്കാ കത്ത് എഴുതിത്തീർക്കാൻ കഴിഞ്ഞില്ല. പിറ്റേന്ന് പതി വിന് വളരെ മുമ്പായി രാവിലെ ഞാൻ എഴുന്നേറ്റ് കത്ത് പൂർത്തിയാക്കാ നായി ഇരുന്നു. കൊല്ലാവസാന ദിനമായിരുന്നു അത്. ആ കത്ത് എഴുതിത്തീർത്ത്, മേശപ്പുറത്ത് വെച്ചിരിക്കുകയാണ്; ആ സമയത്ത്, ഒരു മഹതി എന്നെ കാണാനായി കാത്തു നില്ക്കുന്നെന്ന് അറിവു കിട്ടി....

ജോലി ഭാരം മൂലം എന്റെ ബുദ്ധിമന്ദിക്കുന്നതുപോലെ എനിക്ക് തോന്നി. അന്നത്രയ്ക്ക് തണുപ്പും ഇരുട്ടും ഉണ്ടായിരുന്നതിനാൽ എന്റെ ബുദ്ധി മരവിച്ചു; എന്നിലെ വിഷാദം ഭീകരമായി.

അവൾ സുന്ദരിയായൊരു യുവതിയായിരുന്നു; എന്നാൽ, ദീർഘായു സ്സിന് വിധിക്കപ്പെട്ടവളല്ല. അവൾ വല്ലാതെ അസ്വസ്ഥയായിരുന്നു. താൻ മാർക്വിസ് സെന്റ് എവ്രെമോണ്ടിന്റെ പത്നിയാണെന്നവൾ സ്വയം പരി ചയപ്പെടുത്തി. മൂത്ത സഹോദരനെ ആ ബാലൻ അഭിസംബോധന ചെയ്ത സ്ഥാനപ്പേരും, സ്കാർഫിൽ തുന്നിപ്പിടിപ്പിച്ച അക്ഷരവും കൂട്ടി വായിച്ച പ്പോൾ, ഈയിടെ ഞാൻ കണ്ട ആ പ്രഭുവാണതെന്ന നിഗമനത്തിലെ ത്താൻ എനിക്ക് യാതൊരു ബുദ്ധിമുട്ടുമുണ്ടായില്ല.

എന്റെ ഓർമ്മയ്ക്ക് അപ്പോഴും യാതൊരു കുഴപ്പവുമില്ല, എന്നാൽ, ഞ ങ്ങളുടെ സംഭാഷണത്തിലെ വാക്കുകൾ എനിക്കെഴുതാൻ കഴിയുന്നില്ല. ഞാൻ പതിവിലേറെ സൂക്ഷ്മമായി നിരീക്ഷിക്കപ്പെടുന്നുണ്ടെന്ന് എനിക്കു സംശയം തോന്നി; എന്നാൽ, എപ്പോഴാണ് ഞാൻ നിരീക്ഷിക്കപ്പെടുന്ന തെന്ന് എനിക്കറിയില്ല. ആ ക്രൂര കഥയിൽ തന്റെ ഭർത്താവിന്റെ പങ്കിനെ കുറിച്ചവൾക്ക് ഒരുപാട് സംശയങ്ങളുണ്ടായിരുന്നു, കുറെയൊക്കെ

കണ്ടെത്തുകയും ചെയ്തു; ഇപ്പോൾ എന്നിൽ അഭയം തേടിയിരിക്കയാണ്. ആ പെൺകുട്ടി മരിച്ച കാര്യം അവൾക്കറിയില്ല. അവൾ തീവ്രദുഃഖത്തോടെ പറഞ്ഞു, ഒരു സ്ത്രീയുടെ സഹാനുഭൂതി രഹസ്യമായി അറിയിക്കാനവൾ വന്നതാണെന്ന്. അനേകം മനുഷ്യർക്ക് ദ്രോഹങ്ങൾ ചെയ്ത വെറുക്കപ്പെട്ട ആ കുടുംബത്തിൽ നിന്ന് ദൈവകോപം അകറ്റാനുള്ള ആശയിലായിരുന്നു അവൾ.

മരിച്ച സ്ത്രീക്ക് ഒരു അനിയത്തിയുണ്ടെന്നവൾ വിശ്വസിച്ചിരുന്നു; ആ അനിയത്തിക്ക് സഹായം എത്തിക്കുക എന്നതായിരുന്നു അവളുടെ ഏറ്റവും വലിയ ആഗ്രഹം. അങ്ങനെ ഒരു അനിയത്തി ഉണ്ടായിരുന്നു എന്നല്ലാതെ മറ്റൊന്നും എനിക്കറിയില്ലെന്ന് ഞാൻ അവളോട് പറഞ്ഞു. ഞാൻ ആ അനിയത്തിയുടെ പേരും താമസസ്ഥലവും പറഞ്ഞു കൊടുക്കുമെന്ന വിശ്വാസമായിരുന്നു, അവളെ എന്റെ അടുത്തേക്ക് വരാൻ പ്രേരിപ്പിച്ചത്. എന്നാൽ, ഈ നശിച്ച കാലം വരെ അതെനിക്കജ്ഞാതമാണ്.....

ഈ കടലാസു കഷ്ണങ്ങൾ എന്നെ തോല്പിക്കുന്നു. ഇന്നലെ, ഒരു താക്കീതോടെ ഒരെണ്ണം എന്നിൽ നിന്ന് പിടിച്ചെടുത്തു. എന്റെ എഴുത്ത് ഇന്ന് പൂർത്തീകരിക്കണം.

അവൾ നല്ലവളും കാരുണ്യവതിയുമായൊരു സ്ത്രീ ആയിരുന്നു, തന്റെ വിവാഹത്തിൽ അസംതൃപ്ത! അവൾക്ക് എങ്ങനെ സംതൃപ്തയാകാൻ കഴിയും! സഹോദരന് അവളോട് വെറുപ്പും അവിശ്വാസവുമായിരുന്നു; അവൾക്കെതിരെ തന്റെ സ്വാധീനശക്തിയെല്ലാം അയാൾ പ്രയോഗിച്ചു; അവൾക്ക് അയാളേയും, സ്വന്തം ഭർത്താവിനേയും ഭയങ്കര പേടിയായിരുന്നു. ഞാനവളെ താഴത്തെ വാതിലിലേക്ക് കൂട്ടിക്കൊണ്ടു പോയപ്പോൾ, രണ്ടോ മൂന്നോ വയസ്സ് പ്രായമുള്ള സുന്ദരനായൊരു ബാലൻ വണ്ടിയിലിരിക്കുന്നത് കണ്ടു. "ഇവനുവേണ്ടി, ഡോക്ടർ" കണ്ണുനീരോടെ ആ ബാലനെ ചൂണ്ടിക്കാണിച്ചുകൊണ്ട് അവൾ പറഞ്ഞു "എനിക്ക് കഴിയാവുന്ന വിധത്തിലെല്ലാം തെറ്റുതിരുത്താൻ ഞാൻ തയ്യാറാണ്. അല്ലെങ്കിൽ, ഈ പൂർവ്വാർജ്ജിത സ്വത്തിൽ അവൻ ഒരിക്കലും ഗുണം പിടിക്കില്ല. ഞാൻ വിചാരിക്കുന്നത്, ഇതിന് എനിക്ക് യാതൊരുവിധ പ്രായശ്ചിത്തവും നിഷ്കളങ്കതയോടെ ചെയ്യാൻ കഴിഞ്ഞില്ലെങ്കിൽ, ഒരു ദിവസം അവനോടത് ചെയ്യുവാൻ ഞാൻ ആവശ്യപ്പെടും. എനിക്ക് സ്വന്തം സ്വത്തെന്ന് പറയാനുള്ളത് ഏതാനും ആഭരണങ്ങൾ മാത്രമാണ്; മൃതിയടഞ്ഞ അമ്മയുടെ സഹാനുഭൂതിയോടും പരിവേദനത്തോടും കൂടി അത് ആ പീഡിപ്പിക്കപ്പെടുന്ന കുടുംബത്തിന്, അവൻ ആ സഹോദരിയെ കണ്ടുപിടിച്ച്, നല്കണം."

അവൾ ആ ബാലനെ ചുംബിച്ച്, താലോലിച്ചു കൊണ്ട് പറഞ്ഞു "അത് നിനക്കുവേണ്ടിയാണ്. നീ വിശ്വസ്തത പുലർത്തുമല്ലോ, ഇല്ലേ, കൊച്ചു ചാൾസ്?"

ആ ബാലൻ സധൈര്യം മറുപടി നല്കി "ഉവ്വ്!"; ഞാനവളുടെ കൈയിൽ ചുംബിച്ചു; അവൾ കുഞ്ഞിനെ എടുത്ത്, ഓമനിച്ചുകൊണ്ട് സ്ഥലം വിട്ടു. പിന്നീടൊരിക്കലും ഞാനവളെ കണ്ടിട്ടില്ല.

അവൾ തന്റെ ഭർത്താവിന്റെ പേര് വിശ്വാസപൂർവ്വം എന്നോട് പറഞ്ഞതിനാൽ, ഞാനത് എന്റെ കത്തിൽ കൂട്ടിച്ചേർത്തു. അന്നു തന്നെ ആ കത്ത്

സീൽ ചെയ്ത്, ആരേയും വിശ്വസിച്ചേല്പിക്കാനാവാത്തതിനാൽ, സ്വയം ഞാനത് കൊണ്ടു കൊടുത്തു.

ആ രാത്രി, വർഷാവസാന രാത്രി, ഒമ്പതുമണിക്ക്, കറുത്ത വസ്ത്രമണിഞ്ഞ ഒരു മനുഷ്യൻ എന്റെ ഗേറ്റിലെ മണി അടിച്ച്, എന്നെ കാണണമെന്ന് ആവശ്യപ്പെട്ടു. എന്റെ യുവാവായ ഭൃത്യൻ ഏണസ്റ്റ് ഡിഫാർജിന്റെ പിന്നാലെ അയാൾ മെല്ലെ മുകളിലേക്ക് വന്നു. ഭൃത്യൻ മുറിയിലെത്തിയപ്പോൾ ഞാൻ ഭാര്യയോടൊപ്പം ഇരിക്കയായിരുന്നു. എന്റെ സ്നേഹനിധിയായ ഭാര്യ! സുന്ദരിയായ ഇംഗ്ലീഷ്കാരി യുവതി!

ആ മനുഷ്യനെ ഞങ്ങൾ കണ്ടു. ഗേറ്റിൽ നില്ക്കേണ്ടിയിരുന്ന ആ മനുഷ്യൻ നേരെ മുറിയിൽ കടന്നുവന്ന് നിശ്ശബ്ദം നില്ക്കുന്നു!

" 'റുസെന്റ് ഓണറി'ൽ ഒരു അത്യാവശ്യ കേസ്." അയാൾ പറഞ്ഞു. അയാൾ ഒരു വണ്ടി കൊണ്ടു വന്നിട്ടുണ്ട്, എന്നെ വൈകിപ്പിക്കില്ല.

"അതെന്നെ ഇവിടേക്കെത്തിച്ചു; അതെന്നെ എന്റെ ശവക്കുഴിയിലേക്കെത്തിച്ചു; ഞാൻ വീട്ടിൽ നിന്ന് പുറത്തു വന്നപ്പോൾ, പിന്നിൽ നിന്ന് ആരോ ഒരു കറുത്ത മഫ്ളർ കൊണ്ട് എന്റെ വായ മൂടിക്കെട്ടി. കൈകളിൽ വിലങ്ങിട്ടു. ഇരുളടഞ്ഞ ഒരു മൂലയിൽനിന്ന് ആ രണ്ട് സഹോദരന്മാർ റോഡിന് കുറുകെ വന്നു. ഞാൻ എഴുതിയ പരാതിക്കത്ത് മാർക്വിസ് സ്വന്തം പോക്കറ്റിൽ നിന്ന് പുറത്തെടുത്ത് കൈയിലുണ്ടായിരുന്ന വിളക്കിന്റെ പ്രകാശത്തിൽ എനിക്ക് കാണിച്ചുതന്നു; പിന്നെ, അത് കത്തിച്ച് ചാരമാക്കി, കാലു കൊണ്ട് തട്ടിക്കളഞ്ഞു. ഒരക്ഷരം മിണ്ടിയില്ല. എന്നെ ഇങ്ങോട്ട് കൊണ്ടുവന്നു, എന്റെ ജീവിച്ചിരിക്കുന്ന ശവക്കല്ലറയിലേക്ക്.

ഈ ഭീകരമായ വർഷങ്ങൾക്കിടയിൽ, യാതൊരു വിവരവും അവർ എന്റെ ഭാര്യയെക്കുറിച്ചെനിക്ക് തന്നില്ല, അവൾ ജീവിച്ചിരുപ്പുണ്ടോ, മരിച്ചോ എന്ന ഒരു വാക്ക് പോലും! തന്നിരുന്നെങ്കിൽ, ഞാൻ കരുതിയേനെ ദൈവം അവരെ പൂർണ്ണമായും ഉപേക്ഷിച്ചിട്ടില്ലെന്ന്! എന്നാൽ, ഞാൻ ഇപ്പോൾ വിശ്വസിക്കുന്നു, ആ ചുകന്ന കുരിശ് അടയാളം അവർക്ക് മാരകമാണെന്ന്, ദൈവ കാരുണ്യം അവർക്കില്ലെന്ന്. ഞാൻ, അലക്സാണ്ടർ മാനെറ്റ്, ദുഃഖിതനായ തടവുപുള്ളി, 1767-ാം ആണ്ടിലെ അവസാന രാത്രി, അസഹ്യമായ വേദനയോടെ അവരേയും അവരുടെ അവസാന കണ്ണിവരെയുള്ള സന്തതി പരമ്പരകളേയും പഴിക്കുന്നു, ഈ കാര്യങ്ങൾക്കെല്ലാം മറുപടി കിട്ടുന്ന കാലം വരെ ഞാൻ കുറ്റാരോപണം നടത്തുന്നു. സ്വർഗ്ഗത്തിലും ഭൂമിയിലും ഞാനവരെ അപലപിക്കുന്നു."

ഈ രേഖ വായിച്ചുകഴിഞ്ഞപ്പോൾ ഭയങ്കര ശബ്ദത്തിൽ അട്ടഹാസങ്ങൾ ഉയർന്നു. രക്തത്തിനുവേണ്ടിയുള്ള ആർത്തിപൂണ്ട ആരവമായിരുന്നു അവിടെ അലയടിച്ചത്! അക്കാലത്തെ ഏറ്റവും വികാര നിർഭരമായ പ്രതികാരമാണ് ആ സംഭവകഥയുടെ വിവരണം കത്തിജ്ജ്വലിപ്പിച്ചത്. അതിന് മുന്നിൽ തലകുനിക്കാത്ത ഒറ്റ ശിരസ്സും ആ രാജ്യത്ത് ഇല്ലായിരുന്നു.

ബാസിൽ കോട്ട തകർത്ത കാലത്ത്, അവിടന്ന് കിട്ടിയ സ്മാരകങ്ങളുമായി നടത്തിയ ജാഥയിൽ ഈ ഓർമ്മക്കുറിപ്പുകൾ പരസ്യമായി പ്രദർശിപ്പിക്കാതെ, അവസരം കാത്തിരുന്ന് പുറത്തുകൊണ്ടുവന്ന ഡിഫാർജിനെക്കുറിച്ച് പറയേണ്ട ആവശ്യമില്ല. ഈ വെറുക്കപ്പെട്ട കുടുംബത്തെ വളരെ

കാലമായി സെന്റ് ആന്റോയിൻ നിവാസികൾ ഭ്രഷ്ട് കല്പിച്ചതാണെന്നും, മാരകമായ റജിസ്റ്ററിൽ രേഖപ്പെടുത്തിയിട്ടുള്ളതാണെന്നും പ്രത്യേകം പറയേണ്ടതില്ല.

ആ നിർഭാഗ്യവാന് കൂടുതൽ മോശമായിത്തീർന്നത്, കുറ്റാരോപണം നടത്തിയവൻ സുപ്രസിദ്ധനായൊരു പൗരനും, സ്വന്തം സുഹൃത്തും, ഭാര്യാപിതാവുമാണെന്നതാണ്. ജനതയുടെ ഉന്മത്തമായ അഭിലാഷങ്ങളിലൊന്നായിരുന്നു പുരാതന കാലത്തെ പരസ്യമായ ധർമ്മാചരണം! ജനതയുടെ അൾത്താരയിൽ ആത്മത്യാഗം നടത്തൽ! അതുകൊണ്ട്, റിപ്പബ്ലിക്കിന്റെ നല്ലവാനായ ഡോക്ടർക്ക് ഉചിതമായ പ്രവൃത്തി തന്റെ പുത്രി വിധവയും, അവളുടെ കുട്ടി അനാഥയും ആയാലും, ഒരു വെറുക്കപ്പെട്ട പ്രഭുകുടുംബത്തെ ഉന്മൂലനം ചെയ്യലാണ്; അതിൽ അദ്ദേഹത്തിന് പാവനമായൊരു തേജസ്സും ആനന്ദവും കൈവരിക്കാനാകുമെന്ന കാര്യത്തിൽ സംശയമില്ല. പ്രസിഡണ്ട് ഈ പ്രസ്താവന നടത്തിയപ്പോൾ, മാനുഷിക സഹതാപം അല്പം പോലും സ്പർശിച്ചിട്ടില്ലാത്ത, ഭയങ്കരമായ വികാര വിക്ഷോഭവവും, തീക്ഷ്ണമായ രാജ്യസ്നേഹത്തിന്റെ അലയടികളും അവിടെ ഉയർന്നു.

"ആ ഡോക്ടർക്ക് വലിയ സ്വാധീനശക്തിയാണ്, അല്ലേ?" 'പ്രതികാര'ത്തെ നോക്കി പുഞ്ചിരിച്ചുകൊണ്ട് മാഡം ഡിഫാർജ് പരിഹാസപൂർവ്വം മന്ത്രിച്ചു. "ഇപ്പോൾ അയാളെ രക്ഷിക്കൂ, എന്റെ ഡോക്ടർ അയാളെ രക്ഷിക്കൂ!"

ഓരോ ജൂറി അംഗത്തിന്റെ വോട്ടിലും ഭയങ്കര ആർപ്പുവിളിയായിരുന്നു! വീണ്ടും, വീണ്ടും!

വോട്ട് ഏകകണ്ഠമായിരുന്നു. പാരമ്പര്യമനുസരിച്ച് ഒരു പ്രഭു, റിപ്പബ്ലിക്കിന്റെ ഒരു ശത്രു, കുപ്രസിദ്ധനായ ജനമർദ്ദകൻ!

വീണ്ടും കോൺസിർഗെറി ജയിലിലേക്ക്, ഇരുപത്തിനാല് മണിക്കൂറിന്നകം മരണം!

പതിനൊന്ന്

മരിക്കാനായി വിധിക്കപ്പെട്ട ആ നിരപരാധിയായ മനുഷ്യന്റെ ദു:ഖിതയായ ഭാര്യ കോടതിവിധി കേട്ട് തകർന്നുപോയി! എന്നാൽ, അവൾ ഒരു ശബ്ദവും പുറപ്പെടുവിച്ചില്ല; നേരെ മറിച്ച്, ഊർജ്ജസ്വലയാകാനുള്ള ശക്തമായൊരുൽഘോഷം അവളുടെ ഉള്ളിൽനിന്നും ഉയർന്നു, ലോകത്തുള്ള എല്ലാ മനുഷ്യരിലും വെച്ച്, അവളാണ് അയാളുടെ കഷ്ടതകളിൽ നിന്നയാളെ പിടിച്ചുയർത്തേണ്ടത് എന്ന്! കഷ്ടതകൾ വർദ്ധിപ്പിക്കുകയല്ല വേണ്ടത്. ആ ആന്തരികശബ്ദം ആഘാതത്തിൽ നിന്നും പെട്ടെന്ന് ഉണർത്തി.

പുറമെയുള്ള പ്രകടനത്തിൽ പങ്കെടുക്കേണ്ടതുള്ളതിനാൽ, ട്രിബ്യൂണൽ പിരിഞ്ഞു. ഭയങ്കര കോലാഹലത്തോടെ കോടതിയുടെ എല്ലാ വാതിലുകളിലൂടെയും ആളുകൾ പുറത്തേക്ക് ഒഴുകി. മുഖത്ത് സ്നേഹവും സാന്ത്വനവും മാത്രം പ്രകടിപ്പിച്ചുകൊണ്ട്, ഭർത്താവിനുനേരെ കൈകൾ നീട്ടി ലൂസി നിന്നു.

"എനിക്കദ്ദേഹത്തെ ഒന്ന് തൊടാൻ കഴിഞ്ഞിരുന്നെങ്കിൽ! അദ്ദേഹത്തെ ഒരിക്കൽ ഒന്ന് ആലിംഗനം ചെയ്യാൻ കഴിഞ്ഞിരുന്നെങ്കിൽ! ഓ, നല്ലവരായ പൗരന്മാരെ, ഇത്രയെങ്കിലും സഹാനുഭൂതി നിങ്ങൾ ഞങ്ങളോട് കാണിച്ചിരുന്നെങ്കിൽ!"

ഒരു ജയിലറും തലേന്ന് രാത്രി അയാളെ കൊണ്ടുപോകുവാൻ വന്നവരിൽ രണ്ടുപേരും, ബർസാദും മാത്രം ബാക്കിയായി. ആളുകളെല്ലാം പുറത്തെ പ്രകടനത്തിൽ പങ്കുകൊള്ളാനായി തെരുവുകളിലേക്ക് പാഞ്ഞു. ബർസാദ് മറ്റുള്ളവരോട് നിർദ്ദേശിച്ചു "അവൾ അയാളെ ഒന്ന് ആലിംഗനം ചെയ്തോട്ടെ; ഒരു നിമിഷമല്ലേ എടുക്കു." അത് നിശ്ശബ്ദം അംഗീകരിക്കപ്പെട്ടു; ആ ഹാളിലെ ഉയർന്ന ഒരു സ്ഥലത്തേക്ക് അവർ അയാളെ അയച്ചു; പ്രതിക്കൂട്ടിൽ ചാഞ്ഞുനിന്ന് അയാൾക്ക് അവളെ കരവലയത്തിനുള്ളിലാക്കാൻ കഴിഞ്ഞു.

"വിട, എന്റെ പ്രാണ പ്രിയെ. എന്റെ ഓമനയ്ക്ക് വിടവാങ്ങൽ ആശംസകൾ. ക്ലേശം അവസാനിക്കുന്നിടത്ത് നമ്മൾ വീണ്ടും കണ്ടുമുട്ടും!"

ഭാര്യയെ നെഞ്ചോട് ചേർത്തപ്പോൾ ഭർത്താവിൽ നിന്നുയർന്ന വാക്കുകളായിരുന്നു അവ.

"എനിക്കത് താങ്ങാൻ കഴിയും, പ്രിയപ്പെട്ട ചാൾസ്. മുകളിലുള്ളവന്റെ പിൻതുണ എനിക്കുണ്ട്. എന്നെ ഓർത്ത് വിഷമിക്കരുത്. നമ്മുടെ കുഞ്ഞിന് വേണ്ടി വിടവാങ്ങൽ ആശംസകൾ!"

"നിന്നിലൂടെ ഞാനത് അവൾക്കയയ്ക്കുന്നു. നിന്നിലൂടെ ഞാനവളെ ചുംബിക്കുന്നു. നിന്നിലൂടെ ഞാനവൾക്ക് വിട പറയുന്നു."

"ഇല്ല! ഒരു നിമിഷം!" അയാൾ അവളിൽനിന്നും വേർപിരിയുകയായിരുന്നു. സ്വർഗ്ഗത്തിൽവെച്ച്കാണാം എന്ന അർത്ഥത്തിൽ അവൾ പറഞ്ഞു. "നമ്മൾ ദീർഘകാലം വേർപെട്ട് കഴിയില്ല. സാവധാനം ഇതെന്റെ ഹൃദയം തകർക്കുമെന്ന് ഞാൻ കരുതുന്നു; എന്നാൽ, ഞാൻ എന്റെ ചുമതലകൾ പരമാവധി നിർവ്വഹിക്കും; ഞാൻ അവളെ വിട്ടുപിരിയുമ്പോൾ ദൈവം അവൾക്ക് സുഹൃത്തുക്കളെ നല്കും, എനിക്കുവേണ്ടി ദൈവം ചെയ്തതുപോലെ."

അവളുടെ അച്ഛൻ അവളെ പിൻതുടർന്നു; അദ്ദേഹം മുട്ടുകുത്തി അവരുടെ കാല്ക്കൽ വീഴാൻ പോയതാണ്; എന്നാൽ ഡാർണി ഒരു കൈ നീട്ടി അദ്ദേഹത്തെ പിടിച്ചു കരഞ്ഞു.

"നൊ, നൊ! നിങ്ങൾ എന്താണ് ഈ ചെയ്തത്! നിങ്ങൾ എന്താണീ ചെയ്തത്, ഞങ്ങളുടെ മുന്നിൽ മുട്ടുകുത്തുകയോ! പണ്ട് എന്തുമാത്രം വിഷമതകളാണ് നിങ്ങൾ അനുഭവിച്ചിട്ടുള്ളതെന്ന് ഞങ്ങൾ ഇപ്പോൾ മനസ്സിലാക്കുന്നു. നിങ്ങൾ എന്റെ വംശത്തെ കുറിച്ച് സംശയിച്ചപ്പോഴും, അതിനെ കുറിച്ച് മനസ്സിലാക്കിയപ്പോഴും, നിങ്ങൾ അനുഭവിച്ച മനോക്ഷോഭം ഞാൻ ഇപ്പോൾ മനസ്സിലാക്കുന്നു. നിങ്ങൾക്കതിന്നെതിരായ സഹജ വിരോധവും, മകളുടെ പ്രിയപ്പെട്ടവനുവേണ്ടി അത് അതിജീവിച്ചതും ഞങ്ങൾ ഇപ്പോൾ മനസ്സിലാക്കുന്നു. ഞങ്ങൾ സ്നേഹത്തോടും ധാർമ്മികമായ കടമയോടും കൂടി ഹൃദയപൂർവ്വം അങ്ങയോട് നന്ദി പറയുന്നു. ദൈവം അങ്ങയോടൊപ്പമുണ്ടാകട്ടെ!"

തന്റെ നരച്ച മുടിയിലൂടെ കൈവിരലുകൾ ഓടിക്കയും, ഉൽക്കണ്ഠാകുലനായി ആർത്തനാദം മുഴക്കുകയുമായിരുന്നു അതിനുള്ള അദ്ദേഹത്തിന്റെ മറുപടി.

"മറ്റൊരു വിധത്തിൽ ആകാനതിന് കഴിയില്ല." തടവുപുള്ളി പറഞ്ഞു. "താളം തെറ്റിയതോടെ എല്ലാം ഒന്നിച്ച് പ്രവർത്തിക്കാൻ തുടങ്ങി. എന്റെ പാവം അമ്മ എന്നിൽ അർപ്പിച്ച വിശ്വാസം നിർവ്വഹിക്കുക എന്നത് എന്നും ഒരു പാഴ്‌വേലയായിരുന്നു; തിന്മയിൽ നിന്ന് നന്മ ഒരിക്കലും വരില്ല; അത്തരം അസുഖകരമായ ഒരു ആരംഭത്തിന് സുഖകരമായൊരു അന്ത്യം സ്വാഭാവികമല്ല. ആശ്വസിക്കുക, എന്നോട് ക്ഷമിക്കുക. ദൈവം നിങ്ങളെ അനുഗ്രഹിക്കട്ടെ!"

അയാളെ പിടിച്ചുകൊണ്ടു പോയപ്പോൾ, തൊഴുകൈയോടെ, പ്രാർത്ഥനാരൂപത്തിൽ അയാളേയും നോക്കിക്കൊണ്ടവൾ നിന്നു. ആ മുഖത്ത് ഒരു തേജസ്സ് പ്രകടമായിരുന്നു, ആശ്വാസകരമായൊരു മന്ദഹാസം പൊട്ടിവിടർന്നു എന്ന് പോലും തോന്നി! അയാൾ തടവുകാരുടെ വാതിൽ കടന്ന് പോയപ്പോൾ, അവൾ പിൻതിരിഞ്ഞ്, സ്നേഹപൂർവ്വം ശിരസ്സ് അച്ഛന്റെ നെഞ്ചിൽ ചായ്ച്ചു; അദ്ദേഹത്തോട് സംസാരിക്കാൻ ശ്രമിച്ചുകൊണ്ട് കാൽക്കൽ വീണു.

അപ്പോൾ നിഗൂഢമായൊരു മൂലയിൽ അതുവരെ അനങ്ങാതെ നിന്ന സിഡ്നി കാർട്ടൻ അടുത്ത് വന്ന് അവളെ എടുത്ത് പൊക്കി. അവളുടെ അച്ഛനും മി.ലോറിയും മാത്രമേ അവളോടൊപ്പം ഉണ്ടായിരുന്നുള്ളു. അവളെ പൊക്കിയപ്പോൾ അയാളുടെ കൈ വിറച്ചു; അയാൾ അവളുടെ തലതാങ്ങി നിർത്തി. അയാൾക്കപ്പോൾ ദയ മാത്രമല്ല അനുഭവപ്പെട്ടത്, ഒരുതരം അഭിമാനം കൂടി ആയിരുന്നു.

"ഞാനവളെ വണ്ടിയിലേക്ക് എടുത്തോട്ടെ? എനിക്കവളെ ഭാരമല്ല."

അയാൾ അവളെ മെല്ലെ വാതില്ക്കലേക്ക് എടുത്തുകൊണ്ടുപോയി, മൃദുവായി വണ്ടിയിൽക്കിടത്തി. അവളുടെ അച്ഛനും അവരുടെ വൃദ്ധൻ സുഹൃത്തും വണ്ടിയിൽക്കയറി. അയാൾ വണ്ടിക്കാരന്റെ അടുത്ത ഇരിപ്പിടത്തിൽ ഇരുന്നു. ഏതാനും നിമിഷം കൊണ്ട് വീട്ടിലെത്തിച്ചേർന്നു.

അവളെ പൊക്കിയെടുത്ത് മുകളിലെ അവരുടെ മുറിയിലേക്ക് അയാൾ കൊണ്ടുപോയി. അവിടെ ഒരു കട്ടിലിൽ കിടത്തി; അവളുടെ കുട്ടിയും, മിസ്സ് പ്രോസ്സും അവൾക്കരികിലിരുന്ന് കരഞ്ഞു.

"അവളെ ഉണർത്തരുത്." അയാൾ മെല്ലെ മിസ്സ് പ്രോസ്സിനോട് പറഞ്ഞു "അങ്ങനെ കിടക്കുന്നതാണവൾക്ക് നല്ലത്; അവൾ മോഹാലസ്യപ്പെട്ടതാണ്. ഉണർത്തേണ്ട."

"ഓഹ്, കാർട്ടൻ, കാർട്ടൻ, പ്രിയപ്പെട്ട കാർട്ടൻ!"ദുഃഖം അടക്കാനാവാതെ പൊട്ടിക്കരഞ്ഞു കൊച്ചു ലൂസി വികാരഭരിതയായി അയാളെ കെട്ടിപ്പിടിച്ചു. "ഇപ്പോൾ നിങ്ങൾ വന്നല്ലൊ. നിങ്ങൾ മമ്മായെ സഹായിക്കാൻ എന്തെങ്കിലും ചെയ്യുമെന്നും ഞാൻ കരുതുന്നു! ഓ, അമ്മയെ ഒന്നു നോക്കു, കാർട്ടൻ! അവളെ എല്ലാ മനുഷ്യരേക്കാളേറെ സ്നേഹിക്കുന്ന നിങ്ങൾക്ക് ഇത് സഹിക്കാനാകുമോ?"

അയാൾ ആ കുഞ്ഞിനുനേരെ കുനിഞ്ഞ്, അവളുടെ സുന്ദരമായ മുഖം അയാളുടേതിനോടടുപ്പിച്ചു; പിന്നെ, അബോധാവസ്ഥയിൽ കിടക്കുന്ന അവളുടെ അമ്മയെ നോക്കി.

"ഞാൻ പോകുന്നതിനുമുമ്പ്, എനിക്കവളെ ഒന്ന് ചുംബിക്കാമോ?" അയാൾ ഇത്രയും പറഞ്ഞ് ഒന്ന് നിന്നു. (അയാളുടെ ഏറ്റവും അടുത്ത് നിന്നിരുന്ന ആ കുട്ടി പിൽക്കാലത്ത് അവരോട് പറഞ്ഞതാണ്,- അയാൾ അവളുടെ കവിളിൽ തന്റെ ചുണ്ടുകൾ അമർത്തിയപ്പോൾ ഇപ്രകാരം മന്ത്രിച്ചു, "എന്റെ പ്രാണനും ആത്മാവും ഞാൻ നിന്റെ കാല്ക്കൽ അർപ്പിക്കുന്നു." ആ കുട്ടി പ്രായമായി ഒരു വൃദ്ധയായപ്പോൾ, തന്റെ പേരക്കുട്ടികളോടും ഇതുതന്നെ പറയുകയുണ്ടായി!)

അയാൾ അടുത്ത മുറിയിലേക്ക് ചെന്നപ്പോൾ, തന്നെ പിൻതുടർന്ന മി.ലോറിയേയും, അവളുടെ അച്ഛനേയും പെട്ടെന്ന്, തിരിഞ്ഞു നോക്കി, അച്ഛനോടായി കാർട്ടൺ പറഞ്ഞു:

"നിങ്ങൾക്ക്, ഇന്നലെവരെ, വലിയ സ്വാധീനമല്ലേ ജനങ്ങളിൽ ഉണ്ടായിരുന്നത്, ഡോ. മാനെറ്റ്: ഇനിയും ഒന്ന് ശ്രമിച്ചുനോക്കുകയെങ്കിലും ചെയ്യാം. ഈ ജഡ്ജിമാരും, അധികാരത്തിലുള്ളവരുമെല്ലാം നിങ്ങളോട് വലിയ സൗഹൃദത്തിലാണ്; നിങ്ങളുടെ സേവനം അങ്ങേ അറ്റം അംഗീകരിച്ചിട്ടുള്ളവരുമാണ്; അങ്ങനെയല്ലേ?"

"ചാൾസിനെ സംബന്ധിച്ച കാര്യങ്ങളൊന്നും എന്നിൽ നിന്ന് മറച്ചുവെച്ചിരുന്നില്ല. എനിക്കയാളെ രക്ഷിക്കാൻ കഴിയുമെന്ന് നല്ല ഉറപ്പ് തോന്നിയിരുന്നു; ഞാനത് ചെയ്തു." വളരെ സാവധാനം വലിയ വിഷമത്തോടെ അദ്ദേഹം മറുപടി നല്കി.

"അവ വീണ്ടും ഒന്ന് ശ്രമിച്ചു നോക്കു. ഏതാനും മണിക്കൂറുകൾ മാത്രമേ അവശേഷിച്ചിട്ടുള്ളു എങ്കിലും, ശ്രമിച്ചു നോക്കു."

"ഞാൻ ശ്രമിക്കാൻ തന്നെയാണ് ഉദ്ദേശിക്കുന്നത്; ഒരു നിമിഷം പോലും ഞാൻ വിശ്രമിക്കില്ല."

"എത്ര മഹത്തരമായ കാര്യങ്ങളാണ് നിങ്ങൾ ചെയ്തിട്ടുള്ളതെന്ന് അറിയുന്നവർക്കറിയാം." പുഞ്ചിരിയോടെ ദീർഘശ്വാസം വിട്ടുകൊണ്ടയാൾ തുടർന്നു "ശ്രമിക്കുക! അതിന് ഇനിയും അതിന്റേതായ ഫലമുണ്ടാകും."

"ഞാൻ അത് ചെയ്യും." ഡോ.മാനെറ്റ് പറഞ്ഞു

"ഞാൻ നേരെ പ്രോസിക്യൂട്ടറുടേയും പ്രസിഡണ്ടിന്റേയും അടുത്തേക്ക് പോകും. പേര് പറയാൻ പറ്റാത്ത മറ്റ് ചിലരേയും ഞാൻ സമീപിക്കും. ഞാൻ എഴുതുകയും ചെയ്യാം.: എന്നാൽ, നില്ക്കൂ! തെരുവുകളിൽ ഇപ്പോൾ ആഘോഷം നടക്കുകയാണ്, രാത്രി ആകുന്നതുവരെ ആരേയും കാണാനൊക്കുകയില്ല."

"അത് ശരിയാണ്. ആശയ്ക്ക് വലിയ വകയില്ലെങ്കിലും, രാത്രി വരെ കാത്തിരിക്കുകയല്ലാതെ ഈ നിസ്സഹായാവസ്ഥയിൽ മറ്റെന്ത് ചെയ്യാൻ. എത്ര സമയമെടുക്കുമെന്നാണ് നിങ്ങൾ കരുതുന്നത്? ഈ ഭീകര ശക്തികളെ കണ്ട് സംസാരിക്കാൻ എത്ര സമയം എടുക്കും, ഡോ.മാനെറ്റ്?"

"ഇരുട്ടായ ഉടനെ. ഒന്നോ, രണ്ടോ മണിക്കൂറിന്നകം?"

"നാല് മണിയോടെ ഇരുട്ടാകും. അതിനുശേഷം രണ്ട് മണിക്കൂർ. ഒമ്പതുമണിക്ക് ഞാൻ മി.ലോറിയുടെ വീട്ടിൽച്ചെന്നാൽ, നിങ്ങൾ ചെയ്ത കാര്യങ്ങൾ അദ്ദേഹത്തിൽനിന്നോ, നിങ്ങളിൽ നിന്നോ എനിക്കറിയാൻ കഴിയുമോ?"

"ഉവ്വ്."

"നിങ്ങൾക്ക് വിജയം നേരുന്നു!"

സിഡ്നി വാതില്ക്കലേക്ക് നടക്കവെ, മി.ലോറി അയാളെ പിൻതുടർന്നു ചെന്ന് അയാളുടെ തോളിൽ സ്പർശിച്ചപ്പോൾ സിഡ്നി തിരിഞ്ഞു.

"എനിക്ക് യാതൊരു പ്രതീക്ഷയുമില്ല." വേദനാ നിർഭരമായ പതിഞ്ഞ സ്വരത്തിൽ മി.ലോറി പറഞ്ഞു.

"എനിക്കും."

"ഇവരിൽ ഏതെങ്കിലും വ്യക്തിയോ, ഇവരെല്ലാവരും തന്നെയോ, അയാളെ മോചിപ്പിച്ചാലും, കോടതി നടപടിക്കുശേഷം, ജനങ്ങൾ അയാളെ വിടുമെന്ന് എനിക്ക് തോന്നുന്നില്ല."

"എനിക്കും അങ്ങനെത്തന്നെ തോന്നുന്നു. ആ ശബ്ദത്തിൽ കോടാലി പതിക്കുന്ന ധ്വനി ഞാൻ കേട്ടു."

മി.ലോറി വാതിൽച്ചട്ടയിൽ കൈ ഊന്നി തന്റെ മുഖം അതിൽ ചായ്ച്ചു.

"ആശ കൈ വിടരുത്." കാർട്ടൻ വളരെ സൗമ്യതയോടെ പറഞ്ഞു "ദുഃഖിക്കരുത്. ഞാനാണ് ഈ ആശയം നല്കി ഡോ.മാനെറ്റിനെ പ്രോത്സാഹിപ്പിച്ചത്; എന്തുകൊണ്ടെന്നാൽ, ഒരു ദിവസമെങ്കിൽ ഒരു ദിവസം ലൂസിക്കത് ആശ്വാസം നൽകുമെന്ന് ഞാൻ കരുതി. അല്ലെങ്കിൽ അവൾ കരുതിയേക്കാം, 'അദ്ദേഹത്തിന്റെ ജീവൻ വിവേകശൂന്യത മൂലം നഷ്ടപ്പെട്ടു' എന്ന്, അതവളെ വല്ലാതെ വിഷമിപ്പിക്കും."

"അതെ, അതെ, അതെ," മി.ലോറി കണ്ണുനീർ തുടച്ചുകൊണ്ട് മറുപടി നല്കി"നിങ്ങൾ പറഞ്ഞത് ശരിയാണ്. അയാൾ മരിക്കും. യഥാർത്ഥത്തിൽ, യാതൊരു പ്രതീക്ഷയുമില്ല."

"അതെ. അയാൾ മരിക്കും. യഥാർത്ഥത്തിൽ, യാതൊരു പ്രതീക്ഷയുമില്ല." ഒരു പ്രതിധ്വനി പോലെ കാർട്ടൻ ആവർത്തിച്ചു. പിന്നെ, ദൃഢമായ കാൽവെപ്പുകളോടെ അയാൾ കോണി ഇറങ്ങി.

പന്ത്രണ്ട്

ഇരുട്ട് വ്യാപിച്ചുതുടങ്ങിയ തെരുവിൽ ഒന്നുരണ്ട് വളവ് തിരിഞ്ഞശേഷം, സിഡ്നി കാർട്ടൺ സ്വന്തം ചിന്തയിൽ മുഴുകി, പ്രത്യാഘാതങ്ങളെ കുറിച്ച് വിശകലനം ചെയ്തു. ഒരു അന്തിമ തീരുമാനത്തിലെത്തി. "ഇവിടെ ഇങ്ങനെ ഒരാൾ ഉണ്ടെന്ന് ആളുകൾ അറിയുന്നതാണ് ഏറ്റവും നല്ലത്." പിന്നെ, അയാൾ സെന്റ് ആന്റോയിനുനേരെ മുഖം തിരിച്ച് നടന്നു.

സെന്റ് ആന്റോയിൻ പട്ടണ പ്രാന്തത്തിൽ വീഞ്ഞുകട നടത്തുന്നവനാണ് താൻ എന്ന് ഡിഫാർജ് അന്ന് സ്വയം പരിചയപ്പെടുത്തിയിരുന്നു.

അതുകൊണ്ട് നഗരം നന്നായി അറിയാവുന്ന ഒരാൾക്ക്, അയാളുടെ വീട് ആരോടും ചോദിക്കാതെത്തന്നെ കണ്ടെത്താനാകും. പരിതഃസ്ഥിതി വില യിരുത്തിയശേഷം കാർട്ടൻ ആ തെരുവിൽനിന്നും പുറത്ത് കടന്നു; ഒരു റസ്റ്റോറണ്ടിൽ പോയി ഭക്ഷണം കഴിച്ചു; സുഖമായി കിടന്നുറങ്ങി. വളരെ വർഷങ്ങൾക്കുശേഷം ജീവിതത്തിലാദ്യമായി അയാൾ മദ്യപിച്ചില്ല! ഇന്നലെ രാത്രിക്കുശേഷം അല്പം മൃദുവായ വീഞ്ഞല്ലാതെ മറ്റൊന്നും കുടിച്ചിട്ടില്ല; തലേന്ന് രാത്രി, ബ്രാണ്ടി മുഴുവൻ അയാൾ മി.ലോറിയുടെ തീച്ചൂളയിൽ, മദ്യപാനം ഉപേക്ഷിച്ചവനെപ്പോലെ, കുറെശ്ശെയായി ഒഴിച്ചുകളഞ്ഞു.

ഏഴുമണിയായപ്പോൾ അയാൾ ഉറക്കമുണർന്ന്, വീണ്ടും തെരുവിലേക്ക് പോയി. സെന്റ് ആന്റോയിനിലേക്ക് നടക്കവെ, അയാൾ ഒരു ഷോപ്പിന്റെ ജനാലയ്ക്കൽ നിന്ന്, അവിടെ ഉണ്ടായിരുന്ന ഒരു കണ്ണാടിയിൽ നോക്കി, അയഞ്ഞു കിടന്നിരുന്ന മഫ്ളറും, കോട്ടിന്റെ കോളറും, ചിതറിക്കിടന്ന തലമുടിയും നേരെയാക്കി ഇട്ടു. അതിനുശേഷം നേരെ, ഡിഫാർജിന്റെ കടയിലേക്ക് നടന്നു; അകത്തേക്ക് കയറിച്ചെന്നു.

ഷോപ്പിൽ പതിവുകാരൊന്നുമില്ലായിരുന്നു. കൈവിരലുകൾ വിറച്ചു കൊണ്ടിരിക്കുന്ന, തവള കരയുന്നതു പോലെ ശബ്ദിക്കുന്ന, ജാക്സ് മൂന്നാ മൻ അവിടെ ഇരിപ്പുണ്ട്. ജൂറി അംഗമായിരുന്ന ഇയാൾ ആ കൊച്ചു കൗണ്ട റിന് മുന്നിൽ നിന്ന് ഡിഫാർജ്മാരോട് സംസാരിക്കുന്നു. ആ സ്ഥാപന ത്തിലെ ഒരു സ്ഥിരാംഗം പോലെ 'പ്രതികാരം' അവരെ സംഭാഷണത്തിൽ സഹായിച്ചു കൊണ്ടിരിക്കുന്നു.

കാർട്ടൻ അകത്തേക്ക് കടന്നുചെന്ന്, ഒരു കസേരയിൽ ഇരുന്ന്, വളരെ പ്രാകൃതമായ ഫ്രഞ്ചിൽ, ഒരു ചെറിയ ഗ്ലാസ്സ് വീഞ്ഞ് ആവശ്യപ്പെട്ടു: മാഡം ഡിഫാർജ് അശ്രദ്ധയായി അയാളെ ഒന്ന് വീക്ഷിച്ചു, പിന്നെ ശ്രദ്ധയോടെ, അതിനുശേഷം കൂടുതൽ കൂടുതൽ ശ്രദ്ധയോടെ! ഒടുവിൽ അവൾ സ്വയം അയാൾക്ക് മുന്നിലേക്ക് നടന്നു ചെന്ന്, അയാൾ എന്താണ് ഓർഡർ ചെയ്ത തെന്ന് ചോദിച്ചു.

അയാൾ ഓർഡർ ആവർത്തിച്ചു.

"ഇംഗ്ലീഷുകാരൻ?" തന്റെ കറുത്ത കൺപുരികങ്ങൾ ഉയർത്തി ജിജ്ഞാസയോടെ മാഡം ഡിഫാർജ് ചോദിച്ചു.

ഫ്രഞ്ച് വാക്കുകൾ മനസ്സിലാക്കാൻ ബുദ്ധിമുട്ടാണെന്ന മട്ടിൽ അവൾ ക്കുനേരെ നോക്കി, അയാൾ തന്റെ കഠിനമായ വിദേശ ഉച്ചാരണ ശൈലി യിൽ മറുപടി നല്കി "അതെ മാഡം, അതെ, ഞാൻ ഇംഗ്ലീഷുകാരനാണ്!"

മാഡം ഡിഫാർജ് വീഞ്ഞെടുക്കാനായി കൗണ്ടറിലേക്ക് തിരിച്ചുപോയി, അയാൾ ഒരു ജേക്കോഹിൽ പത്രം എടുത്ത്, അതിലെ വാർത്തയുടെ അർത്ഥം മനസ്സിലാക്കാൻ ശ്രമിക്കുന്ന നാട്യത്തിൽ ഇരിക്കവെ, അവൾ പറഞ്ഞതയാൾ കേട്ടു, "എവ്രെമോണ്ടിനെപ്പോലെത്തന്നെ ഉണ്ടെന്ന് ഞാൻ ശപഥം ചെയ്യുന്നു!"

ഡിഫാർജ് അയാൾക്ക് വീഞ്ഞുകൊണ്ടു കൊടുത്ത്, ഗുഡ് ഈവനിംഗ് പറഞ്ഞു.

"എന്താണ്?"

"ഗുഡ് ഈവനിംഗ്."

"ഓഹ്! ഗുഡ് ഈവനിംഗ്, പൗരൻ" ഗ്ലാസ്സ് നിറച്ചു.

"ആഹ്! നല്ല വീഞ്ഞ്. ഞാൻ റിപ്പബ്ലിക്കിനുവേണ്ടി കുടിക്കുന്നു."

ഡിഫാർജ് കൗണ്ടറിലേക്ക് തിരിച്ചുചെന്ന് പറഞ്ഞു "തീർച്ചയായും, കുറെശ്ശെ ഛായയുണ്ട്."

മാഡം ദൃഢമായി തിരിച്ചടിച്ചു "ഞാൻ പറയുന്നു, നല്ല ഛായയുണ്ട്."

ജാക്സ് മൂന്നാമൻ ശാന്തനായി പറഞ്ഞു "അയാൾ അത്രയ്ക്ക് നിങ്ങളുടെ മനസ്സിൽ നിറഞ്ഞുനില്ക്കുകയാണ്, നോക്കു, മാഡം."

സൗഹാർദ്ദത്തോടെ പുഞ്ചിരിച്ച് 'പ്രതികാരം' കൂട്ടിച്ചേർത്തു "അതെ, എന്റെ വിശ്വസ്ത തോഴി! നാളെ അയാളെ ഒന്നു കൂടി കാണാൻ ആഹ്ലാദപൂർവ്വം കാത്തിരിക്കുകയാണ് നിങ്ങൾ!"

കാർട്ടൻ പത്രത്തിലെ ഓരോ വാചകവും വാക്കും കൈ വിരൽ വെച്ച് മെല്ലെ നീക്കി വായിച്ചുകൊണ്ടിരുന്നു; അയാൾ വായനയിൽ മുഴുകിയതുപോലെ കാണപ്പെട്ടു! അവർ എല്ലാവരും കൗണ്ടറിൽ കൈകൾ കുത്തി അടുത്തടുത്ത് തലകുനിച്ചുനിന്ന് മെല്ലെ സംസാരിക്കയാണ്. ഏതാനും നിമിഷത്തെ നിശ്ശബ്ദതക്കുശേഷം, അവർ അയാളെ സൂത്രത്തിൽ നിരീക്ഷിച്ച് സംഭാഷണം പുനരാരംഭിച്ചു.

"ശരി. ശരി." ഡിഫാർജ് ന്യായീകരിച്ചു "എവിടെയെങ്കിലും വെച്ച് നിർത്തണമല്ലോ. എവിടെ വെച്ച് എന്നതാണ് ചോദ്യം."

"ഉന്മൂലനം ചെയ്യുമ്പോൾ." മാഡം പറഞ്ഞു.

"ഉജ്ജ്വലം!" ജാക്സ് മൂന്നാമൻ തവളയെപ്പോലെ കരഞ്ഞു. പ്രതികാരവും അത് അഭിനന്ദനത്തോടെ അംഗീകരിച്ചു.

"'ഉന്മൂലനം' നല്ല സിദ്ധാന്തം തന്നെ, എന്റെ ഭാര്യേ." അല്പം അസ്വസ്ഥനായി ഡിഫാർജ് പറഞ്ഞു "പൊതുവെ, അതിന്നെതിരായി ഞാനൊന്നും പറയുന്നില്ല. എന്നാൽ, ഈ ഡോക്ടർ ഒരുപാട് സഹിച്ചവനാണ്; നീ അദ്ദേഹത്തെ ഇന്ന് കണ്ടതല്ലെ; ആ പേപ്പർ വായിച്ചപ്പോൾ നിങ്ങൾ അദ്ദേഹത്തിന്റെ മുഖം കണ്ടില്ലേ."

"ഞാൻ അയാളുടെ മുഖം കണ്ടു!" പുച്ഛത്തോടും കോപത്തോടും കൂടി മാഡം ആവർത്തിച്ചു. "അതെ. ഞാനയാളുടെ മുഖം കണ്ടു, അത് റിപ്പബ്ലിക്കിന്റെ യഥാർത്ഥ സുഹൃത്തിന്റെ മുഖമല്ല. അയാൾ സ്വന്തം മുഖം സംരക്ഷിച്ചോട്ടെ!"

"പിന്നെ, നീ കണ്ടുവല്ലൊ, എന്റെ ഭാര്യേ" അപലപിക്കുന്ന രീതിയിൽ ഡിഫാർജ് പറഞ്ഞു "അദ്ദേഹത്തിന്റെ മകളുടെ തീവ്ര മാനസികവേദന, അതദ്ദേഹത്തിന് എത്ര ഭീകരമായ വേദന ഉളവാക്കിയിരിക്കണം!"

"ഞാനയാളുടെ മകളെക്കണ്ടു" മാഡം ആവർത്തിച്ചു

"അതെ, ഞാനയാളുടെ മകളെ പലതവണ നോക്കി. ഇന്നും ഞാനവളെ നോക്കി, മറ്റ് ദിവസങ്ങളിലും നോക്കി. ഞാൻ അവളെ കോടതിയിൽ വെച്ച് നോക്കി, ജയിലിന് മുന്നിലെ റോഡിൽ വെച്ച് നോക്കി. ഞാനെന്റെ വിരൽ പൊക്കട്ടെ–" അത് മുന്നിലുള്ള ഷെൽഫിൽ ഒരു ചിലമ്പലോടെ

പതിച്ചു, കോടാലി പതിച്ചതുപോലെ! അത് ശ്രദ്ധിച്ചിരിക്കുന്നവന്റെ കണ്ണുകൾ പത്രപാരായണത്തിൽത്തന്നെ മുഴുകിയിരിക്കുകയാണ്.

"ഈ പൗര, അത്യുൽക്കൃഷ്ട തന്നെ!" ജൂറി അംഗം തവളയെപ്പോലെ കരഞ്ഞു.

"ഇവളൊരു മാലാഖയാണ്!" 'പ്രതികാരം' അവളെ ആലിംഗനം ചെയ്തുകൊണ്ട് പറഞ്ഞു.

ഭർത്താവിനെ അഭിസംബോധന ചെയ്തു കൊണ്ട് കൊടും പകയോടെ മാഡം ഉൽഘോഷിച്ചു. "നിങ്ങളെ ആശ്രയിച്ചാണ് ആ കേസ് നടന്നിരുന്നതെങ്കിൽ, ആ മനുഷ്യനെ നിങ്ങൾ മോചിപ്പിച്ചേനെ; സന്തോഷമെന്നു പറയട്ടെ, എന്നാൽ അതങ്ങനെ ആയില്ല?"

"ഇല്ല!" ഡിഫാർജ് പ്രതിഷേധിച്ചു "ഞാൻ ഈ വിഷയം ഇവിടെ വിടുന്നു. ഞാൻ പറയുന്നു, നിർത്തു."

"നിങ്ങൾ നോക്കു, ജാക്സ്" മാഡം ഡിഫാർജ് ക്രോധത്തോടെ പറഞ്ഞു "നിങ്ങളും നോക്കു, എന്റെ കൊച്ചു 'പ്രതികാരം' ഇരുവരും നോക്കു! ശ്രദ്ധിക്കു! ഈ വംശം, മറ്റ് സ്വേച്ഛാധിപതികളേക്കാളും മർദ്ദകരേക്കാളും വളരെ മുമ്പ് എന്റെ റെജിസ്റ്ററിൽ സ്ഥാനം പിടിച്ചുകഴിഞ്ഞു, ഉന്മൂലനം! എന്റെ ഭർത്താവിനോട് ചോദിക്കു, അങ്ങിനെയല്ലെ എന്ന്."

"അങ്ങനെത്തന്നെ." ചോദിക്കാതെത്തന്നെ ഡിഫാർജ് സമ്മതിച്ചു.

"മഹത്തായ കാലഘട്ടം ആരംഭിക്കവെ, ബാസിൽ തകർക്കപ്പെട്ടപ്പോൾ, ഡോ. മാനെറ്റിന്റെ ഒളിപ്പിച്ചുവെച്ച കടലാസ്സുകൾ അദ്ദേഹം കണ്ടെത്തി; അത് വീട്ടിലേക്ക് കൊണ്ടു വന്ന്, പാതി രാത്രി നേരത്ത് ഈ സ്ഥലത്തിരുന്ന്, ഈ വിളക്കിന്റെ പ്രകാശത്തിൽ ഞങ്ങളത് വായിച്ചു. അതങ്ങനെയല്ലേ എന്ന് അദ്ദേഹത്തോട് ചോദിച്ചു നോക്കു."

"അതപ്രകാരം തന്നെ" ഡിഫാർജ് സമ്മതിച്ചു.

"അന്നു രാത്രി ആ കടലാസ് വായിച്ചുതീർന്നപ്പോൾ, വിളക്ക് കത്തിത്തീരുകയും, പ്രഭാത സൂര്യകിരണങ്ങൾ അഴികൾക്കിടയിലൂടെ കടക്കാൻ തുടങ്ങുകയും ചെയ്തിരുന്നു; അപ്പോൾ ഞാൻ അദ്ദേഹത്തോട് പറഞ്ഞു, എനിക്കിപ്പോൾ ഒരു രഹസ്യം പറയാനുണ്ടെന്ന്. അതപ്രകാരമല്ലെ എന്ന് അദ്ദേഹത്തോട് ചോദിക്കു."

"അതപ്രകാരമാണ്." ഡിഫാർജ് വീണ്ടും സമ്മതിച്ചു.

"അദ്ദേഹത്തോട് ഞാനാരഹസ്യം പറഞ്ഞു. ഞാൻ ഈ രണ്ട് കൈകൾ കൊണ്ട് ഇപ്പോൾ ഇടിക്കുന്നതുപോലെ, അന്ന് എന്റെ നെഞ്ചിൽ ഇടിച്ചു; പിന്നെ, അദ്ദേഹത്തോട് പറഞ്ഞു 'ഡിഫാർജ്, ഞാൻ കടൽത്തീരത്തിലെ മീൻ പിടുത്തക്കാർക്കിടയിലാണ് വളർന്നു വന്നത്; ആ രണ്ട് എവ്രെമോണ്ട് സഹോദരന്മാർ ക്രൂരമായി പീഡിപ്പിച്ചത് എന്റെ കർഷക കുടുംബത്തെയാണ്; ബാസിൽ പേപ്പറിൽ വിവരിച്ചിരിക്കുന്ന ആ കർഷക കുടുംബം! ഡിഫാർജ്, കൊല്ലപ്പെട്ട ആ ബാലന്റെ മൃതപ്രായയായി കിടന്നിരുന്ന സഹോദരി, എന്റെയും സഹോദരി ആയിരുന്നു; ആ ഭർത്താവ് എന്റെ സഹോദരീ ഭർത്താവാണ്; ആ പിറക്കാതെ പോയ കുഞ്ഞ് അവരുടെ കുഞ്ഞും; ആ സഹോദരൻ എന്റെ സഹോദരനാണ്, ആ അച്ഛൻ എന്റെ

അച്ഛനാണ്, ആ മരിച്ചവർ എന്റെ ആളുകളാണ്; അവരോട് പ്രതികാരം ചെയ്യേണ്ട ഭാരം എന്നിൽ ചുമത്തപ്പെട്ടിരിക്കുന്നു? അപ്രകാരമാണോ എന്ന് അദ്ദേഹത്തോട് ചോദിക്കൂ."

"അതപ്രകാരം തന്നെയാണ്." ഡിഫാർജ് ഒരിക്കൽ കൂടി സമ്മതിച്ചു.

"അപ്പോൾ കാറ്റിനോടും തീയോടും പറയു എവിടെ നിർത്തണമെന്ന്" മാഡം തിരിച്ചടിച്ചു "എന്നോട് പറയേണ്ട."

ഭീകര കോപത്തോടെയുള്ള അവളുടെ ഭാവം അവളുടെ രണ്ട് ശ്രോതാക്കളിലും വലിയ ആനന്ദമാണ് ഉളവാക്കിയത്.

"കാറ്റിനോടും തീയോടും പറയൂ എവിടെ നിർത്തണമെന്ന്; എന്നോട് പറയേണ്ട!"

പതിവുകാർ ബാറിൽ വരാൻ തുടങ്ങിയതോടെ ആ സംഘം പിരിഞ്ഞു. ആ ഇംഗ്ലീഷുകാരൻ പത്രപാരായണം നിർത്തി, ചിന്താക്കുഴപ്പം നടിച്ച് ഒരു അപരിചിതനെപ്പോലെ, നാഷനൽ പാലസിലേക്കുള്ള വഴി ചോദിച്ചറിഞ്ഞു. മാഡം ഡിഫാർജ് അയാളെ വാതില്ക്കലേക്ക് കൊണ്ടുപോയി അയാളുടെ തോളിൽ കൈ വെച്ച് വഴി ചൂണ്ടിക്കാണിച്ചു. ആ കൈ പിടിച്ചുവലിച്ച്, അവളെ നിലത്തിട്ടടിക്കണമെന്നായിരുന്നു ആ ഇംഗ്ലീഷുകാരന്റെ മനസ്സിലെ അപ്പോഴത്തെ മോഹം!

അയാൾ തന്റെ വഴിക്ക് പോയി, ജയിൽ മതിലിന്റെ നിഴലിൽ മറഞ്ഞു. നിശ്ചിത സമയത്ത്, അയാൾ ഇരുളിൽ നിന്നും പ്രത്യക്ഷനായി, വീണ്ടും മി.ലോറിയുടെ മുറിയിലെത്തി.

ഉൽക്കണ്ഠകുലനായ ആ വൃദ്ധൻ അങ്ങോട്ടുമിങ്ങോട്ടും ഉലാത്തുകായായിരുന്നു. ഇതുവരെ താൻ ലൂസിയോടൊപ്പമായിരുന്നെന്നും, ഇവിടെ എത്താമെന്നേറ്റിരുന്നതിനാൽ ഏതാനും മിനിറ്റിനു മുമ്പാണിവിടെ എത്തിയതെന്നും അദ്ദേഹം പറഞ്ഞു. അവളുടെ അച്ഛൻ ബാങ്കിംഗ് ഹൗസിൽ നിന്ന് നാലുമണിക്ക് പുറത്തുപോയശേഷം ഇതുവരെ തിരിച്ചെത്തിയിട്ടില്ല. അദ്ദേഹത്തിന്റെ മധ്യസ്ഥത ചാൾസിനെ രക്ഷിക്കുമെന്ന നേരിയൊരു ആശ അവൾക്കുണ്ട്, വളരെ നേരിയത്. അഞ്ച് മണിക്കൂറിലേറെയായി അയാൾ പോയിട്ട്: അദ്ദേഹം എവിടെ ആയിരിക്കാം?

മി.ലോറി പത്തുമണി വരെ കാത്തിരുന്നു. എന്നിട്ടും ഡോ.മാനെറ്റ് തിരിച്ചു വരാതായപ്പോൾ, ലൂസിയെ ഇനിയും ഒറ്റയ്ക്കാക്കുന്നതിൽ വിഷമമുള്ള അദ്ദേഹം അവളുടെ അടുത്തേക്ക് തിരിച്ചു പോകാൻ തീരുമാനിച്ചു; വീണ്ടും പാതിരാത്രിക്ക് ബാങ്കിംഗ് ഹൗസിൽ എത്താമെന്നേറ്റു. അതുവരെ കാർട്ടൻ ഡോക്ടർക്കുവേണ്ടി തീച്ചൂളയ്ക്കു മുന്നിൽ ഒറ്റയ്ക്ക് കാത്തിരിക്കും.

അയാൾ കാത്തിരിക്കുകയാണ്; ക്ലോക്ക് പന്ത്രണ്ടടിച്ചു; എന്നാൽ, ഡോ. മാനെറ്റ് തിരിച്ചെത്തിയില്ല. മി.ലോറി തിരിച്ചുവന്നു; അദ്ദേഹത്തിന്റെ യാതൊരു വിവരവുമില്ല, ആരേയും കൊണ്ടുവന്നതുമില്ല. അദ്ദേഹം എവിടെ ആയിരിക്കാം?

അവർ ഈ പ്രശ്നം ചർച്ച ചെയ്തുകൊണ്ടിരിക്കയായിരുന്നു; ഇത്രയും നേരം എടുത്ത നിലയ്ക്ക് നേരിയ ആശയ്ക്ക് വകയുണ്ടെന്നവർ ആകാശ

ക്കോട്ട കെട്ടികൊണ്ടിരിക്കവെ, അദ്ദേഹം കോണി കയറി വരുന്ന ശബ്ദം കേട്ടു; അദ്ദേഹം മുറിയിൽ പ്രവേശിച്ചതോടെ, എല്ലാം നഷ്ടപ്പെട്ടെന്നവർക്ക് ബോധ്യമായി....

അദ്ദേഹം, യഥാർത്ഥത്തിൽ, ആരെയെങ്കിലും കാണാൻ പോയിരുന്നോ, അതോ തെരുവിൽ, വൃഥാ, ചുറ്റിക്കറങ്ങിക്കൊണ്ടിരിക്കയായിരുന്നോ എന്നൊന്നുമറിയില്ല. അദ്ദേഹം അവരെ മിഴിച്ചു നോക്കി നിന്നപ്പോൾ, അവർ അദ്ദേഹത്തോട് ഒരു ചോദ്യവും ചോദിച്ചില്ല; കാരണം, അദ്ദേഹത്തിന്റെ മുഖം എല്ലാം അവരോട് പറഞ്ഞു!

"എനിക്കത് കണ്ടെത്താൻ കഴിയുന്നില്ല." അദ്ദേഹം പറഞ്ഞു "എനിക്കത് വേണം. അതെവിടെയാണ്?"

അദ്ദേഹത്തിന്റെ ശിരസ്സും കഴുത്തും നഗ്നമായിരുന്നു. ചുറ്റുപാടും ദൃഷ്ടിപായിച്ച് നിസ്സഹായനായി അദ്ദേഹം കോട്ട് ഊരി, നിലത്തേക്കെറിഞ്ഞു.

"എന്റെ ബെഞ്ച് എവിടെയാണ്? ഞാൻ എല്ലായിടത്തും എന്റെ ബെഞ്ച് തിരയുകയായിരുന്നു. എനിക്കത് കണ്ടെത്താനായില്ല. ഞാൻ നിർമ്മിച്ചിരുന്ന ഷൂസ് അവരെന്ത് ചെയ്തു! സമയമില്ല. എനിക്കത് ഈ ഷൂസ് വേഗം പണിത് തീർക്കണം."

അവർ പരസ്പരം നോക്കി; അവരുടെ ഹൃദയം തകർന്നു പോയി!

"വരൂ, വരൂ!" ദയനീയമായി വിലപിക്കുന്ന മട്ടിൽ അദ്ദേഹം പറഞ്ഞു "ഞാൻ ജോലി തുടങ്ങട്ടെ. എന്റെ ഷൂസ് തരൂ."

മറുപടി ഒന്നും കിട്ടാതായപ്പോൾ, അയാൾ സ്വന്തം മുടി പിടിച്ച് വലിച്ചു; നിലത്തിട്ട് ചവിട്ടി, സംഭ്രാന്തനായൊരു കുട്ടിയെപ്പോലെ വാശി പിടിച്ചു.

"ഒരു നിസ്സഹായനായ പാവം. നിർഭാഗ്യവാനെ പീഡിപ്പിക്കല്ലെ." ഭീകരമായ കരച്ചിലോടെ അദ്ദേഹം യാചിച്ചു "എന്റെ ഷൂസ് എനിക്ക് തരൂ! ആ ഷൂസ് ഇന്ന് പണിത് തീർത്തില്ലെങ്കിൽ ഞങ്ങൾക്ക് എന്താണ് സംഭവിക്കാൻ പോകുന്നതെന്നറിയാമോ?"

നശിച്ചു, തീർത്തും നശിച്ചു!

അദ്ദേഹത്തെ വിവേകത്തിലേക്ക് തിരിച്ചുകൊണ്ടുവരുക എന്നത് പ്രതീക്ഷയ്ക്ക് അപ്പുറത്തായിരുന്നു. അവർ ഇരുവരും അദ്ദേഹത്തിന്റെ തോളിൽ കൈ വെച്ച്, ആശ്വസിപ്പിച്ച് തീച്ചൂളയ്ക്ക് മുന്നിൽ ഇരുത്തി; അദ്ദേഹം നിർമ്മിച്ചു കൊണ്ടിരുന്ന ഷൂ ഉടനെ അവിടെ എത്തിക്കാമെന്ന് വാക്കുകൊടുത്തു. അദ്ദേഹം കസേരയിലേക്ക് ചെരിഞ്ഞു, വിറക് കൊള്ളികൾക്ക് മുകളിൽ തലകുനിച്ചിരുന്ന് കണ്ണുനീർ വാർത്തു. ഡിഫാർജിന്റെ സംരക്ഷണത്തിൽ കഴിഞ്ഞിരുന്ന രൂപത്തിലേക്ക് അദ്ദേഹം സങ്കോചിച്ചതായി മി.ലോറി കണ്ടു, ആ ഇരുട്ടറയിലെ ജീവിതത്തിനുശേഷം സംഭവിച്ചതെല്ലാം താത്കാലികമായ ഒരു വിചിത്രമായ ഭാവനയോ, സ്വപ്നമോ ആണെന്നതുപോലെ!

പ്രതീക്ഷകൾ തകർന്നുപോയ ഈ ദൃശ്യം കണ്ട് അവർ ഇരുവരും ഭയങ്കരമായി വിഷമിച്ചെങ്കിലും, അത്തരം വികാരങ്ങൾക്ക് കീഴ്പ്പെടേണ്ട

സമയമായിരുന്നില്ല അത്. തന്റെ അവസാന ആശയവും ആശ്രയവും നഷ്ടപ്പെട്ട്, ഏകയായിത്തീർന്ന അദ്ദേഹത്തിന്റെ പുത്രിയെ കുറിച്ചവർ വല്ലാതെ ഉൽക്കണ്ഠാകുലരായിരുന്നു. വീണ്ടും അവർ പരസ്പരം നോക്കി; അവരുടെ മുഖത്ത് ഒരേ ഉദ്ദേശ്യമാണ് തെളിഞ്ഞു കണ്ടത്. കാർട്ടൻ ആദ്യം സംസാരിച്ചു:

"അവസാന അവസരവും പോയി. സാരമില്ല. അതെ; അദ്ദേഹത്തെ അവളുടെ അടുത്തേക്ക് കൊണ്ടുപോകുന്നതാണ് നല്ലത്. എന്നാൽ, നിങ്ങൾ പോകുന്നതിനുമുമ്പ്, ഒരു നിമിഷം ഞാൻ പറയുന്നത് ഒന്ന് ശ്രദ്ധിച്ച് കേൾക്കാമോ? ഞാൻ എന്തിനാണ് ഈ നിബന്ധനകൾ വെക്കാൻ പോകുന്നതെന്ന് എന്നോട് ചോദിക്കരുത്. ഞാൻ നിർബന്ധിച്ച് വാങ്ങിക്കാൻ പോകുന്നൊരു വാഗ്ദാനം ആണത്. എനിക്കതിന്നൊരു കാരണമുണ്ട്, തക്കതായൊരു കാരണം."

"എനിക്കതിൽ സംശയമില്ല." മി.ലോറി മറുപടി നല്കി.

"പറയൂ."

അവർക്കിടയിലെ കസേരയിലിരുന്ന രൂപം വിരസതയോടെ അങ്ങോട്ടു മിങ്ങോട്ടും ചാഞ്ചാടുകയും വിലപിക്കുകയും ചെയ്തുകൊണ്ടിരുന്നു. വളരെ പതിഞ്ഞ സ്വരത്തിലാണവർ സംസാരിച്ചുകൊണ്ടിരുന്നത്.

അദ്ദേഹത്തിന്റെ കോട്ട് നിലത്തു നിന്നെടുക്കാനായി കാർട്ടൻ കുനിഞ്ഞു; അതായളുടെ കാലിൽ ചുറ്റിപ്പിണഞ്ഞ് കിടക്കുകയായിരുന്നു. അപ്പോൾ, ഡോക്ടർ തന്റെ ദൈനം ദിന ജോലികളുടെ ലിസ്റ്റ് വെക്കാറുള്ള കോട്ടിൽനിന്നും ഒരു ചെറിയ കവർ നിലത്ത് വീണു. കാർട്ടൻ അതെടുത്തു. അതിന്നകത്ത് മടക്കിയ ഒരു കടലാസ് ഉണ്ടായിരുന്നു. "നമ്മൾക്ക് തുറന്നു നോക്കിയാലോ!" അയാൾ പറഞ്ഞു. മി.ലോറി സമ്മത രൂപത്തിൽ തല കുലുക്കി. അയാൾ അത് തുറന്നു നോക്കി, ആശ്ചര്യപൂർവ്വം ഒച്ചവെച്ചു "ദൈവത്തിന് നന്ദി!" "എന്താണത്?" മി.ലോറി ജിജ്ഞാസയോടെ ചോദിച്ചു. "ഒരു നിമിഷം, ഞാനാദ്യം ഒരു കാര്യം പറയട്ടെ." അയാൾ കൈ തന്റെ കോട്ടിന്റെ പോക്കറ്റിലിട്ട്, അതിൽ നിന്ന് മറ്റൊരു കടലാസ് പുറത്തെടുത്തു. "എനിക്ക് ഈ നഗരത്തിൽ നിന്ന് പുറത്തു കടക്കാനുള്ള സർട്ടിഫിക്കറ്റ് ആണിത്. ഇത് നോക്കു- സിഡ്നി കാർട്ടൻ, ഒരു ഇംഗ്ലീഷുകാരൻ?"

അയാളുടെ ആത്മാർത്ഥത തുളുമ്പുന്ന മുഖത്തേക്ക് മിഴിച്ചു നോക്കിക്കൊണ്ട്, ആ കടലാസിലേക്ക് മി.ലോറി ദൃഷ്ടിപായിച്ചു.

"എനിക്കുവേണ്ടി നാളെ വരെ ഇത് കാത്തു സൂക്ഷിക്കുക. ഞാനയാളെ നാളെ കാണും, നിങ്ങൾ ഒർക്കുന്നോ, ഞാനത് ജയിലിലേക്ക് കൊണ്ടു പോകാതിരിക്കുന്നതാണ് നല്ലത്."

"എന്തുകൊണ്ട്?"

"എനിക്കറിയില്ല. അങ്ങനെ ചെയ്യാതിരിക്കാനാണെനിക്കിഷ്ടം. ഇനി ഡോ.മാനെറ്റിന്റെ പക്കലുണ്ടായിരുന്ന ഈ കടലാസ് നോക്കൂ. അദ്ദേഹത്തിനും, മകൾക്കും, അവളുടെ കുട്ടിക്കും, ഏത് സമയത്ത് വേണമെങ്കിലും അതിർത്തി കടന്ന് പോകാനുള്ള ഒരു സർട്ടിഫിക്കറ്റാണത്. മനസ്സിലായോ?"

"ഉവ്വ്!"

"ഇന്നലത്തെ ദുഷ്കർമ്മത്തിന്നെതിരെ നേടിയ അന്തിമ മുൻകരുതൽ ആയിരിക്കാം അത്. ഏതാണതിലെ തിയതി? അത് സാരമില്ല, അത് നോക്കി സമയം കളയേണ്ട. അത് ശ്രദ്ധാപൂർവ്വം എന്റേതും നിങ്ങളുടേതുമായ സർട്ടിഫിക്കറ്റുകളോടൊപ്പം വെക്കു. ഇനി, കേൾക്കു! അദ്ദേഹത്തിന്റെ പക്കൽ ഇത്തരം ഒരു കടലാസ് ഉണ്ടെന്ന് ഞാനിതുവരെ കരുതിയിരുന്നില്ല. അത് വളരെ നന്നായി, അത് തിരിച്ചെടുക്കാതിരുന്നാൽ കൊള്ളാം. എന്നാൽ, വേഗം അത് തിരിച്ചെടുക്കാൻ സാദ്ധ്യതയുണ്ട്; അങ്ങനെ കരുതാനുള്ള കാരണം എനിക്കുണ്ട്, അത് സംഭവിച്ചേക്കാം."

"അവർ അപകടത്തിലല്ലല്ലൊ?"

"അവർ അപകടത്തിലാണ്. മാഡം ഡിഫാർജ് അപകടകരമായ കുറ്റാരോപണം നടത്താനിടയുണ്ട്. അവളുടെ ചുണ്ടുകളിൽ നിന്നു തന്നെ ഞാനതറിഞ്ഞതാണ്. ഇന്നു രാത്രി ആ സ്ത്രീ പറഞ്ഞ വാക്കുകൾ ഞാൻ യാദൃച്ഛികമായി കേട്ടതാണ്. അത്യാപത്ത് നിറഞ്ഞ വാക്കുകൾ. അതിനുശേഷം ഞാൻ ഒട്ടും സമയം പാഴാക്കിയില്ല. ഞാൻ ആ ചാരനെ കണ്ടു." അയാൾ അത് സ്ഥിരീകരിച്ചു- ജയിൽ മതിലിന്നടുത്ത് താമസിക്കുന്ന ഒരു മരം അറക്കുന്നവൻ ഉണ്ട്; ഡിഫാർജുമാരുടെ നിയന്ത്രണത്തിലാണയാൾ ലൂസിയെ കണ്ടിരുന്നതായി ഉള്ള മൊഴി അയാളെ മാഡം ഡിഫാർജ് ഉരുവിട്ട് പഠിപ്പിച്ചിട്ടുണ്ട്. ലൂസി തടവുപുള്ളികൾക്ക് അടയാളങ്ങളും ആംഗ്യങ്ങളും കാണിക്കാറുണ്ടത്രെ. അതൊരു ജയിൽ ഗൂഢാലോചനയായി കണക്കാക്കപ്പെടും, അതവളുടെ ജീവിതം അപകടത്തിലാക്കും; ഒരു പക്ഷേ, അവളുടെ കുട്ടിയുടേയും, അവളുടെ അച്ഛന്റേയും; കാരണം, അവരെ ഇരുവരേയും അവളോടൊപ്പം ആ സ്ഥലത്ത് ആ മരം അറക്കുന്നവൻ കണ്ടിട്ടുണ്ട്. ഇത്ര പേടിപ്പിക്കുന്ന രീതിയിൽ നോക്കല്ലെ. മി. ലോറി, നിങ്ങൾക്കും അവരെ രക്ഷിക്കാൻ കഴിയും."

"ദൈവം സഹായിച്ചാൽ, ഞാൻ രക്ഷിക്കാം, കാർട്ടൻ! എന്നാൽ, എങ്ങനെ?"

"എങ്ങനെയെന്ന് ഞാൻ നിങ്ങളോട് പറയാൻ പോകുകയാണ്. അത് നിങ്ങളെ ആശ്രയിച്ചിരിക്കും, അതിനേക്കാൾ മെച്ചപ്പെട്ട മറ്റാരുമില്ല. ഈ പുതിയ കുറ്റാരോപണം, തീർച്ചയായും നാളെക്ക് ശേഷമേ സംഭവിക്കാൻ പോകുന്നുള്ളു; രണ്ടോ മൂന്നോ ദിവസത്തിനുശേഷം, ഒരുപക്ഷേ ഒരാഴ്ചക്കുശേഷം. ഗില്ലറ്റിൻ ചെയ്യപ്പെടുന്ന ഒരാൾക്കുവേണ്ടി വിലപിക്കുന്നതും, സഹതപിക്കുന്നതും ശിക്ഷാർഹമാണ്. അവളും അവളുടെ അച്ഛനും നിസ്സംശയം കുറ്റക്കാരാണെന്ന് തെളിയിക്കപ്പെടും; ഈ സ്ത്രീ ഇരട്ടി ശക്തിയോടെ അത് ഉറപ്പിച്ചെടുക്കും. ഞാൻ പറഞ്ഞത് നിങ്ങൾക്ക് മനസ്സിലാകുന്നുണ്ടോ?"

"ശരിക്കും മനസ്സിലാകുന്നു, നിങ്ങൾ പറയുന്നതിൽ ഞാനത്രയ്ക്ക് വിശ്വാസമർപ്പിക്കുന്നു, ഈ തീവ്രദുഃഖത്തിൽ പോലും" ഡോക്ടറുടെ കസേരയുടെ പിന്നിൽ സ്പർശിച്ചു കൊണ്ടദ്ദേഹം പറഞ്ഞു.

"നിങ്ങളുടെ കൈയിൽ പണമുണ്ട്; കടൽത്തീരത്തിലൂടെ വേഗം യാത്ര ചെയ്യാനുള്ള വണ്ടി നിങ്ങൾക്ക് ഏർപ്പാടാക്കാൻ കഴിയും. ഇംഗ്ലണ്ടിലേക്ക് തിരിച്ചുപോകാനുള്ള തയ്യാറെടുപ്പുകൾ ഏതാനും ദിവസങ്ങൾക്ക് മുമ്പു തന്നെ നിങ്ങൾ ചെയ്തു തീർത്തതാണല്ലൊ. നാളെ അതിരാവിലെ

കുതിരകളെ തയ്യാറാക്കി നിർത്തുക; അപ്പോൾ ഉച്ചതിരിഞ്ഞ് രണ്ടുമണിക്ക് യാത്ര തിരിക്കാമല്ലോ."

"അത് ചെയ്യാം!"

അയാളുടെ ഊർജ്ജസ്വലവും പ്രോത്സാഹ ജനകവുമായ പെരുമാറ്റം പെട്ടെന്ന് മിസ്റ്റർ ലോറിയെ ഉത്തേജിപ്പിച്ചു, അദ്ദേഹം ഒരു യുവാവായി മാറി!

"നിങ്ങൾ ശ്രേഷ്ഠമായൊരു ഹൃദയത്തിന്നുടമയാണ്. ഞാൻ പറഞ്ഞില്ലേ, ഇതിനേക്കാൾ കൂടുതൽ ആശ്രയിക്കാവുന്ന മറ്റൊരു മനുഷ്യനുണ്ടാവില്ലെന്ന്? ഇന്നു രാത്രി നിങ്ങൾ അവളെ ധരിപ്പിക്കുക, അവളും അച്ഛനും കുഞ്ഞും അപകടത്തിലാണെന്ന്. അവളോട് വിശദമായി പറഞ്ഞ് വിശ്വസിപ്പിക്കുക, അവളുടെ സുന്ദരമായ ശിരസ്സ് ആഹ്ലാദപൂർവ്വം ഭർത്താവിനുമേൽ ചായ്ക്കാനാകുമെന്ന്." ഒരു നിമിഷം അയാൾ പതറിപ്പോയി; പിന്നെ, പഴയതുപോലെ തുടർന്നു "അവളുടെ കുഞ്ഞിനും അച്ഛനും വേണ്ടി, ആ സമയത്ത് അവരോടും നിങ്ങളോടുമൊപ്പം പാരീസ് വിടേണ്ടതിന്റെ ആവശ്യകത അവളെ ബോധ്യപ്പെടുത്തുക, അവളിൽ സമ്മർദ്ദം ചെലുത്തുക. ഭർത്താവിന്റെ അവസാനത്തെ ഏർപ്പാടാണിതെന്ന് അവളോട് പറയുക. അവൾ വിശ്വസിക്കുന്നതിലും ആശിക്കുന്നതിലും ഏറെ, അതിൽ ആശ്രയിക്കാമെന്നവളോട് പറയുക. അവളുടെ അച്ഛൻ ഈ ദയനീയാവസ്ഥയിൽപ്പോലും അവൾക്ക് കീഴ്പ്പെടുമെന്ന് നിങ്ങൾ കരുതുന്നു ഇല്ലേ?; നിങ്ങൾക്ക് തോന്നുന്നില്ലേ?"

"എനിക്കുറപ്പാണത്."

"ഞാനും അപ്രകാരം കരുതുന്നു. ഈ ഒരുക്കങ്ങളെല്ലാം ശാന്തമായി തയ്യാറാക്കിയിട്ടുള്ളത് ഈ അങ്കണത്തിലാണ്; നിങ്ങൾ വണ്ടിയിൽക്കയറി ഇരിക്കുന്നത് പോലും. ഞാൻ നിങ്ങളുടെ അടുത്ത് എത്തിയ ഉടനെ, എന്നെ ഉള്ളിൽക്കയറ്റി വണ്ടി വിടുക."

"ഏത് പരിതഃസ്ഥിതിയിലും ഞാൻ നിങ്ങൾക്കുവേണ്ടി കാത്തുനില്ക്കണമെന്നല്ലേ, ഞാൻ മനസ്സിലാക്കേണ്ടത്?"

"മറ്റുള്ളവരുടെ സർട്ടിഫിക്കറ്റിനോടൊപ്പം എന്റേതും നിങ്ങളുടെ പക്കലുണ്ട്, നിങ്ങൾക്കറിയാമല്ലോ; എന്റെ സ്ഥലം മാറ്റി വെക്കുക. ഞാൻ എന്റെ സ്ഥലത്ത് ഇരുന്ന ഉടനെ വണ്ടി നേരെ ഇംഗ്ലണ്ടിലേക്ക്!"

"അപ്പോൾ, എല്ലാം ഈ ഒരു വൃദ്ധനെ മാത്രം ആശ്രയിച്ചായിരിക്കുകയില്ല. കാര്യങ്ങൾ നീങ്ങുന്നത്; എന്റെ അരികിൽ അത്യുത്സാഹിയായൊരു യുവാവും ഉണ്ടാകുമല്ലോ." അയാളുടെ ശക്തവും ദൃഢവുമായ കൈ പിടിച്ചു കൊണ്ട് മി.ലോറി പറഞ്ഞു.

"ദൈവസഹായത്താൽ നിങ്ങൾക്കത് ഉണ്ടാകും! നമ്മൾ ഇപ്പോൾ പരസ്പരം ശപഥം ചെയ്ത മാർഗ്ഗത്തിൽ യാതൊരുവിധ സ്വാധീനവും ചെലുത്തപ്പെടില്ലെന്ന് ധർമ്മാനുസൃതമായി സത്യപ്രതിജ്ഞ ചെയ്യുക."

"ശരി, കാർട്ടൻ."

"ഈ വാക്കുകൾ നാളെ ഓർക്കുക: ഏതെങ്കിലും കാരണവശാൽ ഗതി മാറ്റുകയോ, വൈകിപ്പിക്കുകയോ ചെയ്താൽ, ഒരു പക്ഷേ, ഒറ്റ ജീവനേയും

രക്ഷിക്കാൻ കഴിഞ്ഞെന്നു വരില്ല; പല ജീവനുകളും ത്യജിക്കേണ്ടത് അനിവാര്യമായിത്തീരും."

"ഞാനത് ഓർക്കും. ഞാൻ എന്റെ പങ്ക് ആത്മാർത്ഥതയോടെ നിർവ്വഹിക്കുമെന്ന് പ്രതീക്ഷിക്കാം."

"ഞാൻ എന്റേതും. ഇപ്പോൾ, ഗുഡ് ബൈ!"

ഗൗരവത്തോടെ, ആത്മാർത്ഥത നിറഞ്ഞൊരു പുഞ്ചിരിയോടെയാണയാളത് പറഞ്ഞതെങ്കിലും, ആ വൃദ്ധന്റെ കൈ സ്വന്തം ചുണ്ടുകളിലേക്ക് പിടിച്ച് ഉയർത്തിയെങ്കിലും, അയാൾ അപ്പോൾ അദ്ദേഹത്തെ വിട്ടുപിരിഞ്ഞില്ല. തീച്ചൂളയ്ക്ക് മുന്നിൽ നിശ്ചലനായി ഇരിക്കുന്ന ആ രൂപത്തെ പിടിച്ചെഴുന്നേല്പിച്ച്, അതിനെ തൊപ്പിയും കോട്ടും ധരിപ്പിച്ചു, ബെഞ്ചും ഷൂസും കാണാതെ വിലപിക്കുന്നവനെ സഹായിക്കുവാൻ മി.ലോറിയോടൊപ്പം അയാളും കൂടി. അയാൾ അദ്ദേഹത്തിന്റെ ഒരു വശത്തുകൂടെ നടന്ന്, ഭീകരമായ ആ രാത്രിയെ നോക്കിനില്ക്കുന്ന വീടിന്റെ മുറ്റത്തെത്തി. മുറ്റത്ത് പ്രവേശിച്ച അയാൾ, അവളുടെ പ്രകാശിക്കുന്ന ജനാലയിലേക്ക് നോക്കി ഏതാനും നിമിഷങ്ങൾ ഒറ്റയ്ക്ക് നിന്നു! അയാൾ പോകുന്നതിനു മുമ്പ്, അതിനുനേരെ ആശംസകൾ മന്ത്രിക്കുകയും, വിട പറയുകയും ചെയ്തു.

പതിമ്മൂന്ന്

കോൺസിർഗെറി ജയിലിലെ ഇരുണ്ട അറകളിൽ അന്തിമവിധി കാത്തുകൊണ്ടവർ കിടന്നു. അമ്പത്തി രണ്ട് പേരുടെ ശിരസ്സുകൾ അന്ന് ഉച്ചതിരിഞ്ഞ് ഉരുളും. അവരുടെ അറകൾ കാലിയാകുന്നതിന് മുമ്പുതന്നെ പുതിയ താമസക്കാരെ തയ്യാറാക്കി നിർത്തുന്നു. ഇന്നലെ ഒഴുക്കിയ രക്തത്തിലേക്ക് അവരുടെ രക്തം ഒഴുകുന്നതിനു മുമ്പ്, അതിലേക്ക് നാളെ ഒഴുകിച്ചേരേണ്ട രക്തം മാറ്റി നിർത്തപ്പെട്ടുകഴിഞ്ഞു.

ഒരു അറയിൽ ഏകനായി കഴിഞ്ഞ ചാൾസ് ഡാർണി ട്രിബ്യൂണലിൽ നിന്നും അതിലേക്ക് വന്നതുമുതൽ യാതൊരു വ്യാമോഹവും വെച്ചുപുലർത്തിയില്ല. അയാൾ അവിടെ കേട്ട ഓരോ വാചകവും, തന്റെ നേരെയുള്ള കുറ്റാരോപണമായിരുന്നു. യാതൊരു വ്യക്തി സ്വാധീനത്തിനും തന്നെ രക്ഷിക്കാനാവില്ലെന്നയാൾക്ക് പൂർണ്ണ ബോധ്യമായിരുന്നു; താൻ യഥാർത്ഥത്തിൽ, ലക്ഷക്കണക്കിന് ജനങ്ങളാലാണ് വിധിക്കപ്പെട്ടിട്ടുള്ളത്, യൂണിറ്റുകൾക്ക് യാതൊരു സഹായവും ചെയ്യാൻ കഴിയില്ല.

എന്തൊക്കെ ആയാലും, തന്റെ സ്നേഹം നിറഞ്ഞ ഭാര്യയുടെ ഉന്മേഷമുള്ള മുഖം പുത്തനായി മുന്നിൽ നിലകൊള്ളുമ്പോൾ മനസ്സ് ശാന്തമാകുവാൻ അയാൾക്ക് എളുപ്പമായിരുന്നില്ല. ജീവിക്കാനുള്ള മോഹം ശക്തമായി അയാളെ മഥിച്ചിരുന്നു. അതയാളെ വല്ലാതെ വലിച്ചു മുറുക്കി. വളരെ കഷ്ടപ്പെട്ട്, ഒരു വശത്ത് അത് അയച്ചുവിടാനയാൾ ശ്രമിക്കുമ്പോൾ, മറുവശത്ത് കൂടുതൽ മുറുകുന്നു!

എന്നാൽ, ഇതെല്ലാം തുടക്കത്തിൽ മാത്രമായിരുന്നു. അതിവേഗം, തനിക്ക് നേരിടേണ്ട വിധിയെക്കുറിച്ചുള്ള ചിന്തയുടെ രൂപവും ഭാവവും

മാറിയതുപോലെ അയാൾക്കനുഭവപ്പെട്ടു; തന്നെപ്പോലെ, തെറ്റായ മാർഗ്ഗത്തിലൂടെ എത്രപേരെയാണ് ഗില്ലറ്റിനിലേക്ക് എന്നും വലിച്ചിഴയ്ക്കപ്പെടുന്നതെന്ന് അയാൾ ഓർത്തു; പിന്നെ, അയാളുടെ മനസ്സിൽ ഉയർന്നുവന്ന ചിന്ത, തന്റെ ശാന്തമായ സഹനശക്തിയെ ആശ്രയിച്ചായിരിക്കും തന്റെ പ്രിയപ്പെട്ടവരുടെ ഭാവിയിലെ മനസ്സമാധാനം കുടികൊള്ളുന്നത് എന്നതായിരുന്നു. അങ്ങനെ, സാവധാനം അയാൾ ശാന്തമായൊരു മാനസിക നിലയിലെത്തി; ഉന്നതമായ ചിന്തകൾ അയാൾക്ക് ആശ്വാസം നല്കി.

വിധി പ്രഖ്യപിച്ച ദിവസം ഇരുട്ടാകുന്നതിനുമുമ്പ്, അയാൾ തന്റെ പഴയമാർഗ്ഗത്തിൽനിന്ന് ബഹുദൂരം സഞ്ചരിച്ചുകഴിഞ്ഞിരുന്നു. എഴുത്തെഴുതാനുള്ള സാധനങ്ങളും, ഒരു വിളക്കും വാങ്ങിക്കുവാൻ അനുവാദം ലഭിച്ചപ്പോൾ, ജയിൽവിളക്കുകൾ കെടുത്തുന്നതുവരെ അയാൾ എഴുതാനിരുന്നു. അയാൾ ദീർഘമായൊരു കത്ത് ലൂസിക്ക് എഴുതി- അവളിൽ നിന്ന് അറിയുന്നതുവരെ അവളുടെ അച്ഛന്റെ തടവുജീവിതത്തെ കുറിച്ച് അയാൾക്ക് ഒന്നും അറിയില്ലായിരുന്നു. ആ കഷ്ടപ്പാടുകളുടെ ഉത്തരവാദികൾ അയാളുടെ പിതാവും അങ്കിളുമാണെന്ന് ആ കടലാസ് വായിക്കുന്നതുവരെ, അയാളും അവളെപ്പോലെ, അജ്ഞനായിരുന്നു. താൻ ഉപേക്ഷിച്ച സ്ഥാനപ്പേര് അവളിൽ നിന്നും ഒളിപ്പിച്ചുവെച്ചത്, നമ്മുടെ വിവാഹ നിശ്ചയത്തിന്നായി അവളുടെ അച്ഛൻ ഉന്നയിച്ച ഒരു നിബന്ധന മൂലമാണ്! നമ്മുടെ വിവാഹ ദിവസം രാവിലെ അദ്ദേഹം ആ പ്രതിജ്ഞ നിർബ്ബന്ധിച്ച് എന്നിൽ നിന്ന് വാങ്ങിച്ചിരുന്നു. ഇപ്പോൾ അതിന്റെ അർത്ഥം പൂർണ്ണമായും ഞാൻ മനസ്സിലാക്കുന്നു.

അയാൾ അവളുടെ അച്ഛനുവേണ്ടി അഭ്യർത്ഥിച്ചു, ആ പേപ്പർ എഴുതിവെച്ച കാര്യം അദ്ദേഹം മറന്നുവോ എന്ന് ഒരിക്കലും അച്ഛനോട് ചോദിക്കരുത്. അദ്ദേഹം അതിനെക്കുറിച്ച് എന്തെങ്കിലും ഓർമ്മകൾ സൂക്ഷിച്ചു വെച്ചിട്ടുണ്ടെങ്കിൽത്തന്നെ അത് ബാസിൽ കോട്ടയോടൊപ്പം തകർക്കപ്പെട്ടിട്ടുണ്ടാകുമെന്ന് അദ്ദേഹം കരുതിക്കാണണം; കാരണം, ജനങ്ങൾ കണ്ടെടുത്ത, തടവുപുള്ളികളുടെ ഭൗതികാവശിഷ്ടങ്ങൾക്കൊപ്പം ഇതിനെക്കുറിച്ച് യാതൊരു സൂചനയുമില്ലായിരുന്നു; ബാക്കി എല്ലാം ലോകത്തെ മുഴുവൻ അറിയിച്ചിട്ടുള്ളതാണ്. ഒരു തരത്തിലും അച്ഛനെ ആശ്വാസിപ്പിക്കാനവൾ ഈ വിഷയം എടുത്തിടരുതെന്ന് അയാൾ യാചിച്ചു; തന്റെ കൃതജ്ഞതാപൂർവ്വമായ സ്നേഹവും ആശീർവ്വാദവും കാത്തുരക്ഷിക്കുവാനും, ദുഃഖം മറി കടക്കാനും വേണ്ടി, അവരുടെ പ്രിയപ്പെട്ട കുഞ്ഞിനുവേണ്ടി അവൾ ജീവിതം സ്വയം സമർപ്പിക്കുക; അയാൾ ആണയിട്ടുപറഞ്ഞു, അവർ സ്വർഗ്ഗത്തിൽ വെച്ച് കണ്ടുമുട്ടുമ്പോൾ, അവളുടെ അച്ഛനെ ആശ്വസിപ്പിക്കും.

അവളുടെ അച്ഛന് അതേ പിരിമുറുക്കത്തോടെയാണയാൾ എഴുതിയത്; തന്റെ ഭാര്യയേയും കുഞ്ഞിനേയും അദ്ദേഹത്തെ വിശ്വസിച്ചേല്പിക്കുകയാണെന്നയാൾ അവളുടെ അച്ഛനോട് പറഞ്ഞു. നൈരാശ്യ ബോധത്തിൽ നിന്ന് ഉണർത്താമെന്ന ആശയോടെ, വളരെ ശക്തമായാണയാൾ ഇത് അദ്ദേഹത്തോട് പറഞ്ഞത്. അല്ലെങ്കിൽ അപകടകരമായ പൂർവ്വകാലാവലോകനത്തിലേക്കദ്ദേഹം പോയെങ്കിലോ! അതിലേക്കുള്ള ഒരു ചായ്‌വ് അയാൾ മുൻകൂട്ടി കണ്ടിരുന്നു.

മി.ലോറിക്ക്, അദ്ദേഹത്തിന്റെ പ്രവൃത്തികളെ ശ്ലാഘിച്ചുകൊണ്ട്, കത്തെഴുതി. അദ്ദേഹത്തിന്റെ സൗഹൃദത്തേയും, ഊഷ്മള ബന്ധത്തേയും പറ്റി, നന്ദി പൂർവ്വം, ചില വാചകങ്ങളിലൂടെ വിവരിച്ചു. അയാൾ ഒരിക്കലും കാർട്ടനെ ഓർത്തില്ല. അയാളുടെ മനസ്സ് നിറയെ മറ്റുള്ളവരായിരുന്നു; ഒരിക്കൽ പോലും കാർട്ടനെ അയാൾ ഓർത്തില്ല.

ജയിലിലെ വിളക്കുകൾ അണയ്ക്കുന്നതിന് മുമ്പു തന്നെ, ഈ കത്തുകൾ എഴുതിത്തീർക്കാനയാൾക്ക് കഴിഞ്ഞു. തന്റെ വൈക്കോൽ കിടക്കയിൽ കിടന്നപ്പോൾ, ഈ ലോകത്ത് ചെയ്യാനുള്ളതെല്ലാം താൻ ചെയ്തു കഴിഞ്ഞെന്നയാൾ വിചാരിച്ചു.

ഉറക്കത്തിൽ അയാൾ, വർണ്ണശബളമായ ഒരു സ്വപ്നം കണ്ടു, സോഹൊയിലെ പഴയ വീട്, സ്വതന്ത്രവും സുഖകരവുമായ ജീവിതം, യാതൊരു അല്ലലുമില്ലാത്ത ഹൃദ്യമായ ജീവിതം; അയാൾ വീണ്ടും ലൂസിയോടൊപ്പമാണ്; ഇതെല്ലാം ഒരു സ്വപ്നമാണെന്നും, അയാൾ ഒരിക്കലും ദൂരെ പോയിട്ടില്ലെന്നും അവൾ അയാളോട് പറഞ്ഞു. മറവിയുടെ ഒരു ഇടവേള പിന്നെ. എല്ലാം സഹിച്ചശേഷം, അയാൾ അവളുടെ അടുത്തേക്ക് തിരിച്ചുവന്നു, ക്രൂശിതനായ ക്രിസ്തുവിനെപ്പോലെ വിസ്മൃതിയുടെ മറ്റൊരു ഇടവേള; ഇരുളടഞ്ഞ പ്രഭാതത്തിലയാൾ ഉറക്കമുണർന്നു; താൻ എവിടെയാണെന്നോ, തനിക്ക് എന്താണ് സംഭവിച്ചതെന്നോ ഓർമ്മയില്ലാതെ; പെട്ടെന്നയാളുടെ മനസ്സിലേക്കൊരു വെളിച്ചം വീശി. "ഇന്നെന്റെ മരണ ദിനമാണ്!"

അങ്ങിനെ അമ്പത്തിരണ്ട് ശിരസ്സുകൾ അറുത്ത് വീഴ്ത്തപ്പെടുന്ന ദിനം പിറന്നു, മണിക്കൂറുകൾ ഇഴഞ്ഞുനീങ്ങി. ഇപ്പോൾ, അയാൾ ശാന്തനായി; സ്വന്തം അന്ത്യം ധീരതയോടെ അഭിമുഖീകരിക്കണമെന്ന ആശയിൽ ഇരുപ്പുറപ്പിച്ചു; അപ്പോൾ പുതിയൊരു ചിന്ത മനസ്സിലുയർന്നുവന്നു, നിയന്ത്രിക്കാനാകാത്ത വിധം!

തന്റെ കഴുത്തറക്കുന്ന മെഷിൻ അയാൾ ഇതുവരെ കണ്ടിട്ടില്ല. അതിന് നിലത്തുനിന്ന് എത്ര ഉയരമുണ്ടാകും? എങ്ങനെയാണതിൽ സ്പർശിക്കുക? സ്പർശിക്കുമ്പോൾ കൈകളിൽ ചോരപുരളുമോ! അതിന് എത്ര ചവിട്ടു പടികൾ ഉണ്ടാകും? എവിടെയാണ് അയാളെ നിർത്തുക? ഏത് വശത്തേക്കായിരിക്കും മുഖം തിരിച്ച് നിർത്തുക? അയാൾ ആദ്യത്തെ ആളായിരിക്കുമോ, അവസാനത്തേതോ? ഇവയും, ഇതുപോലുള്ള മറ്റ് പല ചോദ്യങ്ങളും വീണ്ടും വീണ്ടും നിരവധി തവണ മനസ്സിൽ ഉയർന്നുവന്നു. അവയൊന്നും അയാളെ ഭയപ്പെടുത്തിയില്ല: നിർഭയനായി അയാൾ ചിന്തയിലാണ്ടു. സമയം ആകുമ്പോൾ എന്ത് ചെയ്യണമെന്നറിയാനുള്ള വിചിത്രവും അടക്കാനാവാത്തതുമായൊരു മോഹം മനസ്സിൽ പൊട്ടിമുളച്ചു. അത് മറ്റ് ചിന്തകളേക്കാൾ വളരെ വലുതായിരുന്നു, തന്റെ മനസ്സിനുള്ളിൽ മറ്റേതോ ഒരു ആത്മാവ്.....

മണിക്കൂറുകൾ കടന്നുപോയി! താൻ ഇനിയൊരിക്കലും കേൾക്കാനിടയില്ലാത്ത നാഴികമണികൾ അടിച്ചു. ഒമ്പത് എന്നെന്നേക്കുമായി കഴിഞ്ഞു, പത്ത് എന്നെന്നേക്കുമായി കഴിഞ്ഞു, പതിനൊന്ന് എന്നെന്നേക്കുമായി കഴിഞ്ഞു, പന്ത്രണ്ട് വരുകയായി, ഇത്തരം വിചിത്ര ചിന്തകളിൽ ഉൽക്കണ്ഠാകുലനായിരുന്ന അയാൾ ഒടുവിൽ ശാന്തത കൈവരിച്ചു.

അയാൾ മെല്ലെ പ്രിയപ്പെട്ടവരുടെ പേരുകൾ ആവർത്തിച്ച് ഉരുവിട്ടുകൊണ്ട് ഉലാത്തിക്കൊണ്ടിരുന്നു. ഏറ്റവും മോശം സംഘട്ടനാവസ്ഥ തരണം ചെയ്തു. മനസ്സിനെ വ്യതിചലിപ്പിക്കുന്ന വിചിത്ര ഭാവനകളിൽ നിന്നും സ്വതന്ത്രനായി അയാൾക്ക് ഉലാത്താൻ കഴിഞ്ഞു, തനിക്കുവേണ്ടിയും മറ്റുള്ളവർക്കുവേണ്ടിയും പ്രാർത്ഥിച്ചുകൊണ്ട് നടന്നു.

പന്ത്രണ്ട് എന്നെന്നേക്കുമായിക്കഴിഞ്ഞു. അവസാനസമയം മൂന്ന് ആണെന്ന് അയാളെ അറിയിച്ചിരുന്നു; അല്പ സമയം മുമ്പ് താൻ വിളിക്കപ്പെടുമെന്ന് അയാൾക്കറിയാം. ഗില്ലറ്റിനിലേക്ക് ആളുകളെ കയറ്റിക്കൊണ്ടുപോകുന്ന വണ്ടികളുടെ ആരവം തെരുവിൽ നിന്ന് കേൾക്കുന്നുണ്ട്. അതുകൊണ്ട് ‘രണ്ട് മണി’ അയാൾ മനസ്സിൽ കുറിച്ചിട്ടു; ആ ഇടവേളക്കിടയിൽ സ്വയം ശക്തി സംഭരിക്കാം!

തടവുപുള്ളിയിൽ നിന്നും വ്യത്യസ്തനായൊരു വ്യക്തിയെപ്പോലെ, നെഞ്ചിൽ കൈ മടക്കി വെച്ച് അങ്ങോട്ടുമിങ്ങോട്ടും നടന്നു കൊണ്ടിരിക്കവെ മണി ഒന്ന് അടിക്കുന്നതയാൾ കേട്ടു; അയാൾ ആശ്ചര്യപ്പെട്ടില്ല. തന്റെ ആത്മ നിഷ്ഠത തിരിച്ചുകിട്ടിയതിൽ ഭക്തിപുരസ്സരം അയാൾ ദൈവത്തോട് നന്ദി പറഞ്ഞ് ചിന്തിച്ചു “ഇനി ഒരു മണി കൂടി അടിക്കാനുണ്ട്” വീണ്ടും നടത്തം തുടർന്നു.

വാതിലിന് പുറത്ത് കല്ല് വിരിച്ച നടപ്പാതയിൽനിന്ന് കാലടിസ്വരം! അയാൾ നിന്നു.

താക്കോൽ പൂട്ടിലിട്ട് തിരിക്കുന്നു. വാതിൽ തുറക്കുന്നതിനു മുമ്പോ, തുറക്കുമ്പോഴോ, ഒരു മനുഷ്യൻ മെല്ലെ ഇംഗ്ലീഷിൽ പറഞ്ഞു. “അയാൾ എന്നെ ഇവിടെ ഒരിക്കലും കണ്ടിട്ടില്ല; ഞാനയാളുടെ മാർഗ്ഗത്തിൽ നിന്നും മാറി നടക്കുകയായിരുന്നു. നിങ്ങൾ ഒറ്റയ്ക്ക് പോകൂ; ഞാൻ ഇവിടെ കാത്തു നില്ക്കുന്നു. സമയം നഷ്ടപ്പെടുത്തരുത്!”

വാതിൽ പെട്ടെന്ന് തുറക്കുകയും അടയ്ക്കുകയും ചെയ്തു; അതാ മുഖത്തോട് മുഖം നോക്കി, ചുണ്ടിൽ വിരൽ വെച്ച്, താക്കീത് നല്കി, സിഡ്നി കാർട്ടൻ നില്ക്കുന്നു.

അയാളുടെ മുഖത്തെ പ്രകാശം കണ്ട്, അതൊരു മായാദർശനമായിരിക്കുമോ എന്ന് തടവുപുള്ളി സംശയിച്ചു. അയാൾ തടവുപുള്ളിയുടെ കൈ പിടിച്ചു, അത് യഥാർത്ഥ പിടിത്തമാണ്, അയാൾ തന്നെ!

“ഈ ഭൂമിയിലെ മറ്റാര് വന്നാലും, എന്നെ കാണുമെന്ന് നിങ്ങൾ ഒരിക്കലും പ്രതീക്ഷിച്ചില്ല, അല്ലേ?” കാർട്ടൻ ചോദിച്ചു.

“നിങ്ങളാണതെന്ന് എനിക്ക് വിശ്വസിക്കാൻ കഴിഞ്ഞില്ല! ഇപ്പോഴും, ഒരു തടവുപുള്ളി?” പെട്ടെന്ന് മനസ്സിൽ അങ്ങനെ തോന്നി.

“അല്ല. സന്ദർഭവശാൽ, ഇവിടത്തെ ഒരു കാവൽക്കാരനിൽ എനിക്ക് സ്വാധീനമുണ്ട്, അതുകൊണ്ടാണ് നിങ്ങളുടെ മുന്നിൽ എനിക്ക് വന്നു നില്ക്കാൻ കഴിഞ്ഞത്. ഞാൻ നിങ്ങളുടെ ഭാര്യയുടെ അടുക്കൽ നിന്നാണ് വരുന്നത്, പ്രിയ ഡാർണി.”

തടവുപുള്ളി അയാളുടെ കൈ പിടിച്ചമർത്തി.

“അവളിൽ നിന്നൊരു അഭ്യർത്ഥന ഞാൻ കൊണ്ടുവന്നിരിക്കുന്നു.”

"എന്താണത്?"

"നിങ്ങൾക്ക് ഏറ്റവും പ്രിയങ്കരമായ.... നിങ്ങൾ നന്നായി ഓർക്കുന്ന... ആ സ്വരത്തിൽ.... ഏറ്റവും ദയനീയമായ രീതിയിൽ ഏറ്റവും ആത്മാർത്ഥത യോടെയുള്ള ഒരു യാചന"

ആ തടവുപുള്ളി തല ഒരു വശത്തേക്ക് അല്പം തിരിച്ചു.

"ഞാനെന്തിന്നത് കൊണ്ടുവന്നെന്നോ, അതിന്റെ ഉള്ളടക്കം എന്താ ണെന്നോ ചോദിക്കാൻ നിങ്ങൾക്ക് സമയമില്ല; എനിക്ക് പറയാനും സമയ മില്ല. നിങ്ങൾ അത് അനുസരിക്കണം- നിങ്ങൾ ഇട്ടിരിക്കുന്ന ഷൂസ് ഊരുക, എന്റെ ഈ ഷൂസുകൾ ധരിക്കുക."

ആ അറയുടെ ചുമരിൽ ചാരി ഒരു കസേര വെച്ചിട്ടുണ്ട്. കാർട്ടൻ മിന്നൽ വേഗത്തിൽ ചാടി വീണ് അയാളെ അതിൽ പിടിച്ചിരുത്തി, അയാൾക്ക് മുന്നിൽ നഗ്നപാദനായി നിന്ന്, മെല്ലെ പറഞ്ഞു "എന്റെ ഈ ഷൂസ് ധരി ക്കുക. അതിലേക്ക് മനസ്സോടെ കൈകൾ നീട്ടു. പെട്ടെന്ന്!"

"കാർട്ടൻ, ഈ സ്ഥലത്തുനിന്ന് രക്ഷപ്പെടാനാവില്ല; അതിന് ഒരിക്കലും കഴിയില്ല. നിങ്ങളും എന്നോടൊപ്പം മരിക്കും. ഇത് ഭ്രാന്താണ്."

"നിങ്ങളോട് രക്ഷപ്പെടാനാണ് ഞാൻ പറയുന്നതെങ്കിൽ അത് ഭ്രാന്താണ്; എന്നാൽ, ഞാൻ അങ്ങനെ പറഞ്ഞോ? ഞാൻ നിങ്ങളോട് വാതി ലിന് പുറത്ത് കടക്കാനാണ് പറയുന്നതെങ്കിൽ അത് ഭ്രാന്താണ്; ഇവിടെ നില്ക്കു. ആ കോട്ടും മേലങ്കിയും മാറ്റി എന്റേത് ധരിക്കുക. നിങ്ങൾ അത് ചെയ്യുന്നതിന്നിടയ്ക്ക്, ഈ റിബ്ബൺ ഞാൻ നിങ്ങളുടെ മുടിയിൽ നിന്നും ഊരട്ടെ; പിന്നെ, ശിരസ്സ് കുടഞ്ഞ്, മുടി എന്റേതുപോലെ ആക്കുക!"

ആശ്ചര്യകരമായ വേഗതയോടെ, സന്മനസ്സോടെയും ചടുലതയോടെ യുംകൂടി, അമാനുഷികമായ രീതിയിൽ ഈ മാറ്റങ്ങളെല്ലാം അയാളെ ക്കൊണ്ട് കാർട്ടൻ നിർബ്ബന്ധിച്ച് ചെയ്യിപ്പിച്ചു. ഈ തടവുപുള്ളി അയാളുടെ കൈകളിൽ വെറുമൊരു കുഞ്ഞിനെപ്പോലെ ആയി!

"കാർട്ടൻ! പ്രിയപ്പെട്ട കാർട്ടൻ! ഇത് ഭ്രാന്താണ്. അത് നിർവ്വഹിക്കാ നാവില്ല; അതൊരിക്കലും ചെയ്യാൻ കഴിയില്ല, അത് ശ്രമിച്ചിട്ടുള്ളതാണ്, എല്ലായ്പോഴും പരാജയപ്പെട്ടിട്ടുള്ളതും. എന്റെ വേദനയോടൊപ്പം നിങ്ങ ളുടെ മരണവും കൂട്ടിച്ചേർക്കല്ലെ എന്നു ഞാൻ അപേക്ഷിക്കുന്നു."

"നിങ്ങളോട് വാതിൽ കടന്നു പോകുവാൻ ഞാൻ ആവശ്യപ്പെട്ടോ, എന്റെ പ്രിയപ്പെട്ട ഡാർണി? ഞാൻ അത് ആവശ്യപ്പെട്ടാൽ, നിരസിക്കുക. ഇവിടെ മേശപ്പുറത്ത് പേനയും മഷിയും കടലാസും ഉണ്ട്. നിങ്ങളുടെ കൈ എഴുതുമ്പോൾ ഇടറുമോ?"

"നിങ്ങൾ കടന്നു വന്നപ്പോൾ ഇടറി."

"വീണ്ടും അത് ദൃഢമാക്കുക; എന്നിട്ട്, ഞാൻ പറഞ്ഞുതരുന്നത് എഴു തുക. വേഗം, സുഹൃത്തേ, വേഗം!"

തന്റെ സംഭ്രമിച്ച ശിരസ്സിൽ കൈ വെച്ചമർത്തി, ഡാർണി മേശയ്ക്ക് മുന്നിൽ ഇരുന്നു. കാർട്ടൻ തന്റെ വലതുകൈ നെഞ്ചത്ത് വെച്ച് അയാ ളുടെ അടുത്ത് നിന്നു.

"ഞാൻ പറയുന്നതുപോലെത്തന്നെ എഴുതുക."

"ഞാൻ ആർക്കാണ് അഭിസംബോധന ചെയ്യേണ്ടത്?"

"ആർക്കുമില്ല." നെഞ്ചത്ത് കൈവെച്ചുകൊണ്ടുതന്നെ കാർട്ടൻ പറഞ്ഞു.

"തിയതി വെക്കണോ?"

"വേണ്ട."

ഓരോ ചോദ്യം ചോദിക്കുമ്പോഴും ജയിൽപ്പുള്ളി തല ഉയർത്തി നോക്കി. കാർട്ടൻ നെഞ്ചത്ത് കൈ വെച്ച് അയാൾക്ക് മുകളിൽ കുനിഞ്ഞു നിന്ന്, താഴോട്ട് നോക്കി.

"നമ്മൾ തമ്മിൽ കൈമാറിയ വാക്കുകൾ നിങ്ങൾ ഓർത്താൽ, ഇത് കാണുമ്പോൾ നിങ്ങൾ ഉടനെ മനസ്സിലാക്കും! നിങ്ങൾ അതോർക്കും, എനിക്കറിയാം. അത് മറക്കുന്ന പ്രകൃതമല്ല നിങ്ങളുടേത്."

അയാൾ നെഞ്ചിൽനിന്നും കൈമാറ്റുകയായിരുന്നു; അപ്പോൾ ആ കത്തെഴുതിക്കൊണ്ടിരിക്കവെ, തടവുപുള്ളി ധൃതിയിൽ ആശ്ചര്യപൂർവ്വം തല പൊക്കി നോക്കാനിടയായി; ഉടനെ നെഞ്ചിലെ ആ കൈയിന്റെ ചലനം നിന്നു, എന്തോ മുറുക്കിപ്പിടിച്ചിട്ടുണ്ട്.

" 'പ്രകൃതമല്ല നിങ്ങളുടേതെന്ന്' നിങ്ങൾ എഴുതിക്കഴിഞ്ഞോ?" കാർട്ടൻ ചോദിച്ചു.

"ഉവ്വ്. നിങ്ങളുടെ കൈയിലുള്ളത് ഒരു ആയുധമാണോ?"

"അല്ല; എന്റെ പക്കൽ ആയുധമില്ല."

"എന്താണ് നിങ്ങളുടെ കൈയിലുള്ളത്?"

"നിങ്ങൾക്കത് നേരിട്ട് മനസ്സിലാകും. എഴുതൂ; ഏതാനും വാക്കുകൾ കൂടിയേ ഉള്ളു." അയാൾ വീണ്ടും പറഞ്ഞുകൊടുത്തു. "സമയം വന്നണഞ്ഞതിൽ ഞാൻ നന്ദിയുള്ളവനാണ്; എനിക്കവ തെളിയിക്കാൻ കഴിയുമല്ലോ. എനിക്കതിൽ പശ്ചാത്താപമോ, ദുഃഖമോ ഇല്ല." എഴുതുന്ന ആളുടെ മേൽ കണ്ണുംനട്ട് ഈ വാക്കുകൾ പറഞ്ഞുകൊണ്ടിരിക്കവെ, അയാളുടെ കൈ മെല്ലെ, മൃദുവായി എഴുതുന്നവന്റെ മുഖത്തേക്ക് നീങ്ങുകയായിരുന്നു.

ഡാർണിയുടെ വിരലുകളിൽ നിന്നും പേന മേശപ്പുറത്തേക്ക് വീണു; അയാൾ തനിക്ക് ചുറ്റുപാടും ചുമ്മാ മിഴിച്ചു നോക്കി.

"എന്ത് ആവിയാണിത്?" അയാൾ ചോദിച്ചു.

"ആവിയോ?"

"എന്നെ എന്തോ കടന്നുപോയി?"

"എനിക്കൊന്നും അറിയില്ല; ഇവിടെ ഒന്നും ഉണ്ടാകാനിടയില്ല. പേന എടുത്ത് കത്ത് അവസാനിപ്പിക്കു. വേഗം, വേഗം!"

ഓർമ്മക്കുറവ് വരുന്നതുപോലെയോ, തന്റെ കഴിവ് നഷ്ടപ്പെടുന്നതുപോലെയോ തടവുപുള്ളിക്ക് തോന്നി; ശ്രദ്ധ കഴിവതും വീണ്ടെടുക്കാനായി അയാളൊരു ശ്രമം നടത്തി. മൂടൽ വന്ന കണ്ണുകളോടെ അയാൾ കാർട്ടനെ നോക്കി, വ്യത്യസ്തമായ രീതിയിൽ ശ്വാസം വിട്ടു; നെഞ്ചിൽത്തന്നെ കൈ വെച്ചു കൊണ്ടിരുന്ന കാർട്ടൻ അയാളെ മിഴിച്ചു നോക്കി.

"വേഗം, വേഗം!"

തടവുപുള്ളി വീണ്ടും കടലാസ്സിലേക്ക് കുനിഞ്ഞിരുന്നു.

"അത് മറ്റ് രീതിയിലായിരുന്നെങ്കിൽ;" കാർട്ടന്റെ കൈ വീണ്ടും ശ്രദ്ധാപൂർവ്വം, മെല്ലെ താഴോട്ടിറങ്ങി വന്നു.

"ഈ ദീർഘമായ അവസരം ഒരിക്കലും ഉപയോഗിക്കില്ലായിരുന്നു. അത് മറ്റ് രീതിയിലായിരുന്നെങ്കിൽ" ആ കൈ തടവുപുള്ളിയുടെ മുഖത്തെത്തി; "എനിക്ക് കൂടുതൽ വിശദീകരണം നല്കേണ്ടി വന്നേനെ. അത് മറ്റ് രീതിയിലായിരുന്നെങ്കിൽ...,"

കാർട്ടൻ ആ പേനയിലേക്ക് നോക്കി, അബോധാവസ്ഥയിലത് ചലിച്ചു കൊണ്ടിരിക്കയാണ്.

ശാസനാരൂപത്തിൽ ഒന്ന് നോക്കി, തടവുപുള്ളി കുതിച്ചുമാറാൻ നോക്കി; കാർട്ടന്റെ കൈ അയാളുടെ നാസാരന്ധ്രങ്ങളിൽ അമർന്നു കഴിഞ്ഞിരുന്നു; കാർട്ടൻ തന്റെ ഇടതുകൈ കൊണ്ടയാളുടെ അരക്കെട്ടിൽ ചുറ്റിപ്പിടിച്ചു. ഏതാനും നിമിഷങ്ങൾ, തനിക്കുവേണ്ടി ജീവൻ ബലി അർപ്പിക്കാൻ വന്ന ആ മനുഷ്യനോട് ദുർബ്ബലമായൊരു പോരാട്ടം നടത്തിയെങ്കിലും ഒരു മിനിറ്റിനുള്ളിൽ അയാൾ ബോധം കെട്ട് തറയിൽ നീണ്ടു നിവർന്ന് കിടന്നു.

പെട്ടെന്ന്, തന്റെ ഹൃദയം പോലെ സത്യസന്ധമായ കൈകൾ കൊണ്ട്, തടവുപുള്ളി ഊരിയിട്ട ആ വസ്ത്രങ്ങൾ എടുത്തണിഞ്ഞു, തലമുടി ചീകി ഒതുക്കി, തടവുപുള്ളി കെട്ടിയിരുന്ന റിബ്ബൺ കൊണ്ട് മുടി കെട്ടി. പിന്നെ അയാൾ മെല്ലെ വിളിച്ചു "ഉള്ളിലേക്ക് വരു!"

ആ ചാരൻ ഉള്ളിലേക്ക് വന്നു. "നിങ്ങൾ കാണുന്നോ?" ബോധമറ്റ് കിടക്കുന്ന രൂപത്തിനരികിൽ മുട്ടുകുത്തി നില്ക്കുന്ന കാർട്ടൻ. മുകളിലേക്ക് നോക്കി ചോദിച്ചു; ആ പേപ്പർ അയാൾ സ്വന്തം നെഞ്ചിൽ വെച്ചു കൊണ്ട് ചോദിച്ചു "ഇപ്പോൾ നിങ്ങളുടെ അപകട സാദ്ധ്യത വലുതാണെന്ന് തോന്നുന്നുണ്ടോ?"

"മി. കാർട്ടൻ" പേടിച്ച് കൈവിരൽ ഞൊടിച്ച്, ആ ചാരൻ പറഞ്ഞു. "എന്റെ അപകട സാദ്ധ്യത അതല്ല, പൂർണ്ണമായും ഈ ഏർപ്പാടിൽ നിങ്ങൾ സത്യസന്ധത പാലിക്കുമോ, എന്നതാണ്."

"എന്നെ ഭയപ്പെടേണ്ട. ഞാൻ മരണത്തിൽ സത്യസന്ധത പുലർത്തും."

"നിങ്ങൾ അങ്ങനെ ആയിരിക്കണം, മി. കാർട്ടൻ, എങ്കിലേ അമ്പത്തി രണ്ടെണ്ണം തികയുകയുള്ളു. ആ വേഷത്തിൽ നിങ്ങൾ തയ്യാറായപ്പോൾ, എന്റെ ഭയം മാറി."

"പേടിക്കേണ്ട! ഞാൻ അതിവേഗം നിങ്ങളെ ദ്രോഹിക്കുന്ന മാർഗ്ഗത്തിൽ നിന്നും വിട്ടുപോകും. ബാക്കി ഉള്ളവരെല്ലാം ഇവിടെ നിന്നും അതിവേഗം ബഹുദൂരം എത്തിയിരിക്കും, ദൈവത്തിന് സ്തുതി! ഇനി സഹായികളെ വിളിച്ച് എന്നെ പുറത്തുള്ള വണ്ടിയിലേക്ക് കൊണ്ടുപോകു."

"നിങ്ങളെ?" ചാരൻ പരിഭ്രമത്തോടെ ചോദിച്ചു.

"അയാളെ മനുഷ്യാ, ഞാനുമായി പകരം വെച്ചവനെ. എന്നെ അകത്തേക്ക് കൊണ്ടുവന്ന അതേ ഗേറ്റിലൂടെ നിങ്ങൾ പുറത്തേക്ക് പോകുമോ?"

"തീർച്ചയായും."

"നിങ്ങൾ എന്നെ ഉള്ളിലേക്ക് കൊണ്ടുവരുമ്പോൾ ഞാൻ തളർന്ന് അവശനായിരുന്നു, ഇപ്പോൾ നിങ്ങൾ എന്നെ പുറത്തേക്ക് കൊണ്ടു പോകുമ്പോൾ കൂടുതൽ അവശനായി. വിടവാങ്ങൽ കൂടിക്കാഴ്ച എന്നെ തകർത്തു കളഞ്ഞു. അത്തരം ഒരു കാര്യം ഇവിടെ പതിവായി സംഭവിക്കുന്നതാണ്. നിങ്ങളുടെ ജീവൻ സുരക്ഷിതമാണ്. വേഗം! സഹായത്തിന് ആളെ വിളിക്കൂ!"

"നിങ്ങൾ എന്നെ വഞ്ചിക്കില്ലെന്ന് ശപഥം ചെയ്യില്ലേ?" വിറച്ചു കൊണ്ട് അവസാനമായി ഒരു നിമിഷം നിന്ന് ചാരൻ ചോദിച്ചു.

"മനുഷ്യാ, മനുഷ്യാ!" കാല് നിലത്തിട്ട് ചവിട്ടി കാർട്ടൻ മറുപടി നല്കി "ഞാൻ ഭക്തിപുരസ്സരം ശപഥം ചെയ്തുകഴിഞ്ഞതാണ്; നിങ്ങൾ വില പിടിച്ച സമയം ഇപ്പോൾ നഷ്ടപ്പെടുത്തുകയാണോ? നിങ്ങൾ സ്വയം അയാളെ മുറ്റത്തേക്ക് കൊണ്ടുപോയി, വണ്ടിയിൽക്കയറ്റൂ; മി. ലോറിയോട് പറയൂ, അയാൾക്ക് ശുദ്ധവായു അല്ലാതെ, ബോധം വരാനുള്ള യാതൊരു മരുന്നും കൊടുക്കരുതെന്ന്; തലേന്ന് രാത്രി ഞാൻ പറഞ്ഞ വാക്കുകളും അദ്ദേഹത്തിന്റെ വാഗ്ദാനങ്ങളും ഓർക്കുവാനും ഉടനെ വണ്ടി വിടുവാനും പറയുക!"

ആ ചാരൻ പിൻവാങ്ങി; കാർട്ടൻ നെറ്റിയിൽ കൈകൾ വെച്ചമർത്തി മേശക്ക് മുന്നിൽ ഇരുന്നു. ആ ചാരൻ പെട്ടെന്ന് രണ്ട് മനുഷ്യരുമായി എത്തി.

"അപ്പോൾ എന്താണിത്?" അവരിലൊരാൾ, വീണു കിടക്കുന്ന രൂപത്തെ നോക്കി ചിന്താധീനനായി പറഞ്ഞു "സെന്റ് ഗില്ലറ്റിൻ ലോട്ടറിയിൽ സമ്മാനം അടിച്ച സുഹൃത്തിനെ കണ്ട് ഇത്രയും ദുഃഖാവസ്ഥയിലായോ?"

അവർ ആ ബോധം കെട്ട രൂപത്തെ പൊക്കിയെടുത്ത് ഒരു മഞ്ചത്തിൽ കിടത്തി വാതില്ക്കലേക്ക് തള്ളിക്കൊണ്ടുപോയി, പിന്നെ അയാളെ എടുക്കാനായി അവർ കുനിഞ്ഞു

"അധികം സമയമില്ല, എവ്രെമോണ്ട്" ഒരു താക്കീത് സ്വരത്തിൽ ചാരൻ പറഞ്ഞു.

"എനിക്ക് നന്നായി അറിയാം." കാർട്ടൻ മറുപടി നല്കി

"എന്റെ സുഹൃത്തിനെ ശ്രദ്ധിക്കുക, ഞാൻ അഭ്യർത്ഥിക്കുന്നു, എന്റെ കാര്യം വിടൂ."

"എന്നാൽ, വരൂ, എന്റെ കുട്ടികളെ" ബർസാദ് പറഞ്ഞു "അയാളെ പൊക്കു, വരൂ!"

വാതിൽ അടച്ചു. കാർട്ടൻ ഒറ്റയ്ക്കായി. പരമാവധി സൂക്ഷ്മതയോടെ, സംശയാസ്പദമോ, ആപൽക്കരമോ ആയ വല്ല ശബ്ദവും പുറമേനിന്ന് കേൾക്കുന്നുണ്ടോ എന്ന് അയാൾ ചെവിയോർത്തു. ഒന്നുമില്ല. താക്കോലുകൾ തിരിഞ്ഞു, വാതിലുകൾ തുറക്കപ്പെട്ടു, കാലടി ശബ്ദങ്ങൾ ഇടനാഴിയിലൂടെ അകന്നകന്ന് പോയി; യാതൊരു നിലവിളിയും ഉയർന്നു കേട്ടില്ല, യാതൊരു ധൃതിയുമില്ല, അസാധാരണമായി ഒന്നും സംഭവിച്ചില്ല. അല്പസമയം ആശ്വാസത്തോടെ ശ്വസിച്ചുകൊണ്ട്, അയാൾ മേശയ്ക്കടുത്ത് ഇരുന്നു; ക്ലോക്ക് രണ്ട് അടിക്കുന്നതയാൾ കേട്ടു.

അനേകം വാതിലുകൾ, ഒന്നിനു പിന്നാലെ ഒന്നായി തുറക്കപ്പെട്ടു, ഒടുവിൽ അയാളുടേതും. കൈയിലൊരു ലിസ്റ്റ് പിടിച്ച്, ഉള്ളിലേക്ക് നോക്കി, ഒരാൾ വിളിച്ചുപറഞ്ഞു, "എന്നെ പിൻതുടരൂ, എവ്രെമോണ്ട്!" ദൂരെയുള്ളൊരു വലിയ ഇരുട്ട് മുറിയിലേക്കയാൾ ജയിലറുടെ പിന്നാലെ നടന്നു. ശീതകാലത്തിലെ ഒരു ഇരുണ്ട ദിവസമായിരുന്നു അത്. കൈകൾ കൂട്ടിക്കെട്ടി അവിടെ കൊണ്ടുവന്നവരെ അവ്യക്തമായിട്ടേ അയാൾക്ക് കാണാൻ കഴിഞ്ഞുള്ളു, നിഴൽ പോലെ! ചിലർ നിൽക്കുന്നു; ചിലർ ഇരിക്കുന്നു. ചിലർ വിലപിക്കുന്നു, ചിലർ അസ്വസ്ഥരായി നടന്നുകൊണ്ടിരിക്കുന്നു; ഭൂരിഭാഗം ആളുകളും നിശ്ശബ്ദരും നിശ്ചലരുമാണ്; അവർ നിലത്ത് കണ്ണും നട്ട് നില്ക്കുന്നു.

അയാൾ ഇരുളടഞ്ഞ ഒരു മൂലയിൽ, ചുമരിന്നടുത്ത് നില്ക്കവെ, അയാൾക്ക് പിന്നാലെ ആ അമ്പത്തിരണ്ട് പേരിൽ ചിലരെ അങ്ങോട്ട് കൊണ്ടുവന്നു; അതിൽ ഒരാൾ കടന്നുപോകവെ, അയാളെ ആലിംഗനം ചെയ്യാനായി നിന്നു, അയാൾക്ക് പരിചയമുള്ള ഒരാൾ! താൻ കണ്ടുപിടിക്കപ്പെട്ടു എന്ന ഭയത്താൽ അയാൾ നടുങ്ങിപ്പോയി! എന്നാൽ, ആ മനുഷ്യൻ നിശ്ശബ്ദം നടന്നുപോയി! ഏതാനും നിമിഷങ്ങൾക്കുശേഷം, പെൺകുട്ടിയാണെന്ന് തോന്നിക്കുന്ന ഒരു സുന്ദരിയായ യുവതി തന്റെ ഇരിപ്പിടത്തിൽ നിന്ന് എഴുന്നേറ്റ്, അയാളോട് സംസാരിക്കാൻ ചെന്നു. "പൗരൻ എവ്രെമോണ്ട്" തന്റെ തണുത്ത കൈകൊണ്ട് അയാളെ സ്പർശിച്ച് അവൾ പറഞ്ഞു "ഞാനൊരു, ദരിദ്രയായ തുന്നൽക്കാരിയാണ്, നിങ്ങളോടൊപ്പം ലാഫോഴ്സിൽ ഉണ്ടായിരുന്നു."

അയാൾ ഉത്തരമായി ഒന്ന് പിറുപിറുത്തു "ശരിയാണ്. നിങ്ങളുടെ കുറ്റം എന്താണെന്ന് ഞാൻ മറന്നു!"

"ഗൂഢാലോചന. ദൈവത്തിന്നറിയാം ഞാൻ നിരപരാധിയാണെന്ന്. അതിന് വല്ല സാധ്യതയുമുണ്ടോ? എന്നെപ്പോലെ ദുർബ്ബലയായൊരു ദരിദ്രജീവിയോടൊപ്പം ആര് ഗൂഢാലോചന നടത്താനാണ്?"

നിഷ്കളങ്കമായ പുഞ്ചിരിയോടെയുള്ള അവളുടെ സംസാരം അയാളെ വല്ലാതെ സ്പർശിച്ചു, അയാളുടെ കണ്ണുകൾ നിറഞ്ഞു.

"എനിക്ക് മരിക്കാൻ പേടിയൊന്നുമില്ല, പൗരൻ എവ്രെമോണ്ട്, എന്നാൽ ഞാനൊന്നും ചെയ്തിട്ടില്ല. ഞങ്ങളെപ്പോലുള്ള ദരിദ്രർക്ക് അത്ര അധികം നന്മ ചെയ്യാൻ കഴിയുന്ന റിപ്പബ്ലിക്കിന് എന്റെ മരണം കൊണ്ട് ഗുണമുണ്ടാകുമെങ്കിൽ, ഞാൻ മരിക്കാൻ സന്നദ്ധയാണ്; എന്നാൽ, അതെങ്ങനെയാകുമെന്ന് എനിക്കറിയില്ല, പൗരൻ എവ്രെമോണ്ട്. ഇത്തരം ഒരു ദുർബ്ബലയായ പാവം ജീവി!"

ഈ ലോകത്തിൽ അവസാനമായി അയാൾക്ക് വേണ്ടിയിരുന്നത്, ഹൃദയം ഊഷ്മളവും മൃദുലവുമാക്കുകയായിരുന്നു; പാവം പെൺകുട്ടി അത് ചെയ്തു.

"നിങ്ങൾ മോചിപ്പിക്കപ്പെട്ടു എന്ന് ഞാൻ കേട്ടു, പൗരൻ എവ്രെമോണ്ട്; അത് സത്യമാണെന്നായിരുന്നു എന്റെ വിശ്വാസം."

"സത്യമായിരുന്നു. എന്നാൽ, ഞാൻ വീണ്ടും അറസ്റ്റ് ചെയ്യപ്പെട്ടു, കുറ്റാരോപണം ചെയ്യപ്പെട്ടു."

"എന്നെ നിങ്ങളോടൊപ്പമാണ് കൊണ്ടുപോകുന്നതെങ്കിൽ, പൗരൻ എവ്രെമോണ്ട്, ഞാൻ നിങ്ങളുടെ കൈപിടിച്ചോട്ടെ? എനിക്ക് പേടിയൊന്നുമില്ല, ഞാൻ വല്ലാതെ ക്ഷീണിച്ചിരിക്കയാണ്; രോഗിയാണ്. എനിക്കത് കൂടുതൽ ധൈര്യം നല്കും."

ആ രോഗിയുടെ കണ്ണുകൾ അയാളുടെ മുഖത്തേക്ക് ഉയർന്നപ്പോൾ, അവളുടെ കണ്ണുകളിൽ പെട്ടെന്നുയർന്ന സന്ദേഹവും ആശ്ചര്യവും അയാൾ ദർശിച്ചു! അവളുടെ ജോലിയും ദാരിദ്ര്യവും മൂലം ശുഷ്കിച്ചുപോയ കൊച്ചു വിരലുകളിൽ അയാൾ തന്റെ ചുണ്ടുകൾ അമർത്തി.

"നിങ്ങൾ അയാൾക്കുവേണ്ടി മരിക്കുകയാണോ?" അവൾ മന്ത്രിച്ചു.

"അയാളുടെ ഭാര്യക്കും കുഞ്ഞിനും വേണ്ടി. ശ്ശ്! അതെ."

"ഓ, നിങ്ങളുടെ ധീരമായ കൈകൾ പിടിക്കാൻ നിങ്ങൾ എന്നെ അനുവദിക്കില്ലേ, നവാഗതാ?"

"ശ്ശ്! ഉവ്വ്, എന്റെ പാവം സഹോദരി; അവസാനം വരെ."

ഉച്ചതിരിഞ്ഞ നേരത്ത്, ജയിലിലെ നിഴലുകൾ ഭൂമിയിൽ പതിച്ചുകൊണ്ടിരിക്കുമ്പോൾ, പാരീസിൽനിന്നും പുറത്തേക്ക് പോകുന്ന ഒരു വണ്ടി ചെക്ക് പോസ്റ്റിൽ പരിശോധനയ്ക്കായി നിർത്തപ്പെട്ടു.

"ആരാണ് പോകുന്നത്? ആരാണിതിന്നുള്ളിൽ ഉള്ളവർ? കടലാസുകൾ?"

കടലാസുകൾ കൈമാറി, വായിച്ചു.

"അലക്സാണ്ടർ മാനെറ്റ്. ഡോക്ടർ. ഫ്രഞ്ച്. ആരാണത്?"

ഇതാണദ്ദേഹം; അവ്യക്തമായി പിറുപിറുത്തു കൊണ്ടിരിക്കുന്ന വൃദ്ധനെ ചൂണ്ടിക്കാണിച്ചു.

"പൗരൻ ഡോക്ടർ സ്വബോധത്തോടെയല്ലെന്ന് തോന്നുന്നു. വിപ്ലവജ്വരം അദ്ദേഹത്തിന് താങ്ങാനായിട്ടില്ല?"

ശരിക്കും അസഹ്യം.

"ആഹ്! അനേകം പേർ അതനുഭവിക്കുന്നു. ലൂസി, അദ്ദേഹത്തിന്റെ പുത്രി. ഫ്രഞ്ച്. ഏതാണവൾ?"

ഇതാണ്.

"ലൂസി, എവ്രെമോണ്ടിന്റെ ഭാര്യ, അല്ലേ?"

അതെ.

"ആഹ്! എവ്രെമോണ്ടിന് മറ്റൊരിടത്ത് ചുമതലയുണ്ട്. ലൂസിയുടെ കുഞ്ഞ്. ഇംഗ്ലീഷ്. ഇതല്ലേ?"

അതുതന്നെ.

"എന്നെ ഉമ്മ വെക്കൂ, എവ്രെമോണ്ടിന്റെ കുഞ്ഞേ. ഇപ്പോൾ നല്ലൊരു റിപ്പബ്ലിക്കിനെയാണ് നീ ചുംബിച്ചത്; നിന്റെ കുടുംബത്തിനത് പുത്തിരിയാണ്; അത് ഓർക്കുമല്ലോ? സിഡ്ണി കാർട്ടൻ. അഡ്വക്കേറ്റ്. ഇംഗ്ലീഷ്. ഏതാണയാൾ?"

അയാൾ വണ്ടിയുടെ ആ മൂലയിൽ കിടക്കുന്നു. അയാളെയും ചൂണ്ടിക്കാണിച്ചു കൊടുത്തു.

“ഇംഗ്ലീഷ് അഡ്വക്കേറ്റ് അബോധാവസ്ഥയിലാണെന്ന് തോന്നുന്നു?”

ശുദ്ധവായു ഏല്ക്കുമ്പോൾ അയാൾക്ക് ബോധം വരുമെന്ന് കരുതുന്നു. അയാൾക്കത്ര സുഖമില്ല. അയാൾ റിപ്പബ്ലിക്കിന്റെ ഇഷ്ടക്കേട് സമ്പാദിച്ച തന്റെ സുഹൃത്തിൽ നിന്നും എന്നന്നേക്കുമായി വേദനയോടെ വേർപെടുത്തപ്പെട്ടിരിക്കയാണ്;

“അത്രയേ ഉള്ളോ? അതൊരു വലിയ കാര്യമൊന്നുമല്ല! അനേകം പേർ റിപ്പബ്ലിക്കിന്റെ ഇഷ്ടക്കേട് സമ്പാദിച്ച്, ആ കൊച്ചു ജനാലയിലൂടെ പുറത്തേക്ക് നോക്കി ഇരിക്കേണ്ടി വന്നിട്ടുണ്ട്. ജാർവിസ് ലോറി. ബാങ്കർ. ഇംഗ്ലീഷ്. ആരാണത്?”

“ഞാനാണ്. ഒടുവിലത്തെ ആൾ.”

മുമ്പത്തെ എല്ലാ ചോദ്യങ്ങൾക്കും മറുപടി കൊടുത്തിരുന്നത് ജാർവിസ് ലോറി ആയിരുന്നു. അയാൾ താഴെ ഇറങ്ങി വണ്ടിയുടെ വാതിലിൽ പിടിച്ച് നില്ക്കുകയായിരുന്നു. ഒരു സംഘം ഓഫീസർമാരുടെ ചോദ്യങ്ങൾക്കയാൾ അവിടെ നിന്നുകൊണ്ട് മറുപടി നല്കി. അവർ അലസരായി വണ്ടിക്ക് ചുറ്റും നടക്കുകയും, മെല്ലെ വണ്ടിയിൽക്കയറി, അതിൽ കയറ്റിയ ചെറിയ സാമാനങ്ങൾ പരിശോധിക്കുകയും ചെയ്തു. ചുറ്റുപാടും ഉള്ള ഗ്രാമ നിവാസികൾ അടുത്തു വന്ന്, വണ്ടിയുടെ വാതിലിലൂടെ അകത്തേക്ക് കൊതിയോടെ എത്തിനോക്കി!-ഒരു കൊച്ചു കുട്ടി, അതിനെ മടിയിലിരുത്തിയിരിക്കുന്ന അമ്മ, അവളുടെ കൈ പുറത്തേക്ക് നീട്ടിയിരുന്നെങ്കിൽ ഗില്ലറ്റിൻ ചെയ്യപ്പെട്ട ഒരു പ്രഭുവിന്റെ ഭാര്യയെ ഒന്ന് സ്പർശിക്കാമായിരുന്നു!

“നിങ്ങളുടെ കടലാസ് പിടിച്ചോളു, ജാർവിസ് ലോറി, കൗണ്ടർ സൈൻ ചെയ്തിട്ടുണ്ട്.”

“പോകാമോ, പൗരൻ?”

“പോകാം. മുന്നോട്ട്, വണ്ടിക്കാരാ! ശുഭയാത്ര!”

“ഞാൻ നിങ്ങളെ സല്യൂട്ട് ചെയ്യുന്നു, പൗരന്മാരെ ആദ്യത്തെ അപകടം മറി കടന്നു!”

കൈകൾ കൂപ്പി മുകളിലേക്ക് നോക്കി ജാർവിസ് ലോറി പറഞ്ഞു. വണ്ടിക്കകത്ത് ഭീതി പരന്നിരുന്നു, കരച്ചിൽ കേൾക്കാമായിരുന്നു, അബോധാവസ്ഥയിൽ കിടന്നിരുന്ന യാത്രക്കാരനിൽനിന്ന് കനത്ത ശ്വാസോച്ഛ്വാസം ഉയർന്നിരുന്നു.

“നമ്മൾ വളരെ മെല്ലെയല്ലേ പോകുന്നത്? അവരോട് വേഗം വിടാൻ പറഞ്ഞു കൂടേ?” വൃദ്ധനോട് ചാരിയിരുന്നുകൊണ്ട് ലൂസി ചോദിച്ചു.

“അപ്പോൾ, അതൊരു ഒളിച്ചോട്ടമാണെന്ന് കരുതപ്പെടും, എന്റെ ഡാർളിംഗ്. അവരെ അധികം നിർബന്ധിക്കേണ്ട; അത് സംശയം ഉയർത്താൻ ഇടയാകും.”

“പിന്നാക്കം നോക്കു, പിന്നാക്കം നോക്കു, നമ്മളെ ആരെങ്കിലും പിൻതുടരുന്നുണ്ടോ എന്ന്!”

"റോഡ് വളരെ തെളിഞ്ഞിരിക്കുന്നു എന്റെ ഏറ്റവും പ്രിയപ്പെട്ടവളെ. ഇതുവരെ നമ്മളെ ആരും പിൻതുടർന്നിട്ടില്ല."

രണ്ടും മൂന്നും നിലകളുള്ള വീടുകളും, വിജനമായ വയലുകളും, തകർന്ന കെട്ടിടങ്ങളും, ചായം മുക്കുന്ന തൊഴിൽ ശാലകളും, തുകൽ ഊറയ്ക്കിടുന്ന സ്ഥലങ്ങളും, തുറസ്സായ ഗ്രാമങ്ങളും, ഇലകൊഴിഞ്ഞ മരങ്ങളുള്ള വീഥികളും ഞങ്ങൾ കടന്നുപോയി. കടുത്ത, കുണ്ടും കുഴിയുമുള്ള പാത വന്നു; ഇരുവശങ്ങളിലും മൃദുവായ, ആഴമുള്ള ചെളി നിറഞ്ഞ പ്രദേശം. ചിലപ്പോൾ, കല്ലുകൾ ഒഴിവാക്കാനായി വണ്ടി ഓരങ്ങളിലെ ചെളിയിലൂടെ കയറ്റി വിടും; അത് ഞങ്ങളെ വല്ലാതെ ഇട്ട് കുലുക്കി. ചിലപ്പോൾ വണ്ടിചക്രച്ചാലിൽ ഞങ്ങൾ കുടുങ്ങും, ചിലപ്പോൾ ചെളിയിൽ ആഴ്ന്നു പോകും. ഞങ്ങളുടെ അക്ഷമയുടെ വേദന വളരെ വലുതായിരുന്നു; ഭയങ്കരമായ ഭീതിയിൽ ഞങ്ങൾ തിരക്കിട്ട് പായുകയായിരുന്നു, ഒരിക്കലും നിർത്താതെ.

തുറന്ന ഗ്രാമത്തിന്നപ്പുറത്ത്, വീണ്ടും തകർന്ന കെട്ടിടങ്ങളും, വിജനമായ വയലുകളും, ചായം മുക്കുന്ന തൊഴിൽ ശാലകളും, രണ്ടും മൂന്നും നിലകളുള്ള വീടുകളും, തുകൽ ഊറയ്ക്കിടുന്ന സ്ഥലങ്ങളും, ഇലകൊഴിഞ്ഞ മരങ്ങളുള്ള വീഥികളും, വീണ്ടും ഞങ്ങൾ കടന്നു. ഈ മനുഷ്യർ ഞങ്ങളെ ചതിച്ച്, മറ്റൊരു മാർഗ്ഗത്തിലൂടെ തിരിച്ചുകൊണ്ടുപോയതാണോ? ഇതേ സ്ഥലത്ത് കൂടെയല്ലെ വീണ്ടും വന്നത്? ദൈവത്തിന് നന്ദി, ഇല്ല. പിന്നാക്കം നോക്കൂ, പിന്നാക്കം നോക്കൂ, നമ്മളെ ആരെങ്കിലും പിൻതുടരുന്നുണ്ടോ എന്ന് നോക്കൂ! ശ്ശ്! അതാ പോസ്റ്റിംഗ് ഹൗസ്.

സാവകാശം ഞങ്ങളുടെ നാല് കുതിരകളേയും പുറത്ത് കൊണ്ടുവന്നു; സാവകാശം, കുതിരയില്ലാത്ത വണ്ടി ആ കൊച്ചു തെരുവിൽ നിന്നു, അതിനി ഒരിക്കലും ഓടിക്കാൻ പോകുന്നില്ലെന്ന മട്ടിൽ! സാവകാശം ഓരോ പുതിയ കുതിരകൾ പ്രത്യക്ഷപ്പെട്ടു; പിന്നാലെ വണ്ടിക്കാരും, ചാട്ടവാറുകൾ കൈയിലിട്ട് തിരിച്ചുകൊണ്ട്. പഴയ വണ്ടിക്കാർ പണം എണ്ണി നോക്കി, കൂട്ടി നോക്കുന്നതിൽ എണ്ണം തെറ്റിച്ചു. ആ സമയം മുഴുവൻ പേടിച്ചുവിരണ്ട ഞങ്ങളുടെ ഹൃദയങ്ങൾ ഭയങ്കര വേഗതയോടെ കിടന്ന് പിടയ്ക്കുകയായിരുന്നു, ഇതുവരെ പിറന്ന ഏറ്റവും വേഗതയുള്ള കുതിരയേക്കാൾ വേഗത്തിൽ!

ഒടുവിൽ പുതിയ വണ്ടിക്കാർ കടിഞ്ഞാൺ പിടിച്ച് വണ്ടിവിടാൻ തയ്യാറായി ഇരുന്നു; പഴയവർ പിൻവാങ്ങി. ഞങ്ങൾ ഗ്രാമത്തിലൂടെ മുന്നേറി, കുന്ന് കയറി, കുന്നിറങ്ങി, താഴെ നനവുള്ള നിലത്തെത്തി. പെട്ടെന്ന് വണ്ടിക്കാർ ആംഗ്യ ഭാഷയിൽ എന്തോ കാര്യങ്ങൾ പരസ്പരം കൈമാറി; കുതിരകളെ വലിച്ചു നിർത്തി.

ഞങ്ങളെ ആരെങ്കിലും പിൻതുടരുന്നുണ്ടോ?

"ഹോ! വണ്ടിക്കുള്ളിൽ, അവിടെ, പറയൂ!"

"എന്താണത്?"

ജനാലയിലൂടെ പുറത്തേക്ക് നോക്കി മി.ലോറി ചോദിച്ചു.

"എത്ര പേരെന്നാണവർ പറഞ്ഞത്?"

"എനിക്ക് നിങ്ങൾ പറയുന്നത് മനസ്സിലാകുന്നില്ല."

"എത്ര പേരെ ഇന്ന് ഗില്ലറ്റിനിലേറ്റി?"

"അമ്പത്തി രണ്ട്."

"ഞാൻ പറഞ്ഞില്ലെ! തിളക്കമുള്ളൊരു സംഖ്യ! എന്നോടൊപ്പമുള്ള പൗരൻ പറഞ്ഞത് നാല്പത്തിരണ്ട് എന്നാണ്. പത്ത് എണ്ണം കൂടി വീണല്ലൊ. ഗില്ലറ്റിൻ സുന്ദരമായി നീങ്ങുന്നു. എനിക്കതിനെ ഇഷ്ടമായി. ഹായ് മുന്നോട്ട്. ഹുറെ!"

രാത്രിയാകുന്നു, ഇരുട്ട് വ്യാപിക്കുകയായി. അയാൾ കൂടുതൽ ഇളകി; അയാൾ ഉണരുവാൻ തുടങ്ങുകയാണ്; സ്പഷ്ടമായി സംസാരിക്കാൻ തുടങ്ങുന്നു. അവർ അപ്പോഴും ഒന്നിച്ചാണെന്നാണ് അയാളുടെ വിചാരം; അയാൾ കാർട്ടനെ പേരെടുത്ത് വിളിച്ചു ചോദിക്കുന്നു, എന്താണ് നിങ്ങളുടെ കൈയിൽ? ഓഹ് ഞങ്ങളോട് കരുണ കാണിക്കേണമേ, ദയാനിധിയായ ദൈവമേ, ഞങ്ങളെ സഹായിക്കേണമേ! പുറത്തേക്ക് നോക്കു, പുറത്തേക്ക് നോക്കു, നമ്മളെ ആരെങ്കിലും പിൻതുടരുന്നുണ്ടോ എന്ന്!

കാറ്റ് ഞങ്ങളുടെ പിന്നാലെ പാഞ്ഞുവരുന്നുണ്ട്, കാർമേഘങ്ങൾ ഞങ്ങളുടെ പിന്നാലെ പറന്നുവരുന്നുണ്ട്, ആ ഭീകര രാത്രി മുഴുവൻ ഞങ്ങളെ പിൻതുടരുന്നുണ്ട്; എന്നാൽ, മറ്റൊരാളും ഇതേവരെ ഞങ്ങളെ പിൻതുടർന്നുകണ്ടില്ല. ദൈവത്തിനു നന്ദി.

പതിന്നാല്

അമ്പത്തിരണ്ട് പേർ തങ്ങളുടെ മരണം കാത്തുനില്ക്കവെ, വിപ്ലവ ജൂറി ജാക്സ്മൂന്നാമനും പ്രതികാരവും ആയി മാഡം ഡിഫാർജ് കടുത്ത അശുഭ സൂചകമായൊരു കൗൺസിൽ കൂടുകയായിരുന്നു. വീഞ്ഞുകടയിൽ വെച്ചായിരുന്നില്ല സഹായികളോടൊപ്പം മാഡം ഡിഫാർജ് ഈ യോഗം നടത്തിയത്, മുമ്പത്തെ റോഡ് പണിക്കാരനും, ഇപ്പോൾ മരം അറക്കുന്നവനുമായ വ്യക്തിയുടെ ഷെഡ്ഡിൽ വെച്ചായിരുന്നു. മരം അറക്കുന്നവൻ സ്വയം ആ ചർച്ചയിൽ പങ്കെടുത്തിരുന്നില്ല; ആവശ്യപ്പെടുമ്പോൾ മാത്രം അഭിപ്രായം പറയാനായി അയാളെ അല്പം അകലേക്ക് മാറ്റി ഇരുത്തിയിരിക്കയാണ്.

"എന്നാൽ, നമ്മുടെ ഡിഫാർജ്, സംശയിക്കാനാവാത്ത രീതിയിലുള്ള ഒരു റിപ്പബ്ലിക്കൻ അല്ലേ?" ജാക്സ് മൂന്നാമൻ ചോദിച്ചു.

"അതിനേക്കാൾ നല്ല റിപ്പബ്ലിക്കൻ ഫ്രാൻസിൽ ഉണ്ടാകില്ല." പ്രതികാരം ഉറക്കെ ചീറി.

"ശാന്തയാകൂ, കൊച്ചു 'പ്രതികാരം' " തന്റെ സഹായിയുടെ ചുണ്ടിൽ കൈ വച്ച് നേരിയ മുഷിച്ചലോടെ മാഡം ഡിഫാർജ് പറഞ്ഞു "ഞാൻ പറയുന്നത് കേൾക്കൂ. എന്റെ ഭർത്താവ് നല്ലൊരു റിപ്പബ്ലിക്കനും ധീരനുമാണ്. റിപ്പബ്ലിക്കിന്റെ പ്രശംസയും വിശ്വാസവും അദ്ദേഹം നന്നായി അർഹിക്കുന്നു. എന്നാൽ, എന്റെ ഭർത്താവിന് തന്റേതായ ദൗർബ്ബല്യങ്ങൾ ഉണ്ട്; ഈ ഡോക്ടറോടദ്ദേഹത്തിന് വലിയ സഹാനുഭൂതിയാണ്."

"അത് വലിയ കഷ്ടമാണ്" ജാക്സ് മൂന്നാമൻ തവള കരയുന്ന ശബ്ദത്തിൽ പറഞ്ഞു; തന്റെ ആർത്തിപിടിച്ച വായിൽ ക്രൂരമായ വിരലുകൾ കടത്തുകയും, സംശയാലുവായി തലകുലുക്കുകയും ചെയ്തു;

"ഒരു നല്ല പൗരന് അനുയോജ്യമല്ല അത്; ഖേദകരമായൊരു കാര്യം തന്നെ."

"നിങ്ങൾക്ക് മനസ്സിലാകുന്നോ" മാഡം പറഞ്ഞു

"ഞാൻ ഈ ഡോക്ടറെ ഒട്ടും കണക്കാക്കുന്നില്ല. അയാളുടെ ശിരസ്സ് സുരക്ഷിതമായിരുന്നാലും, വീണാലും, എനിക്കൊന്നുമില്ല. എനിക്കതിൽ യാതൊരു താത്പര്യവുമില്ല! എന്നാൽ, എവ്രെമോണ്ട് കുടുംബത്തെ ഉന്മൂലനം ചെയ്യണം, ഭാര്യയും കുഞ്ഞും, ഭർത്താവിനേയും അച്ഛനേയും പിൻതുടരണം."

"അവളുടെ അഴകാർന്ന ശിരസ്സ് അതിന് പറ്റിയതാണ്" ജാക്സ് മൂന്നാമൻ തവളയെപ്പോലെ കരഞ്ഞു! ആ നീലക്കണ്ണുകളും സുവർണ്ണത്തലമുടിയും ഞാൻ കണ്ടിട്ടുണ്ട്, ആകർഷണീയം." ഭോഗാസക്തനായൊരു രാക്ഷസനെപ്പോലെയാണയാൾ സംസാരിച്ചത്.

മാഡം ഡിഫാർജ് തലതാഴ്ത്തി, അല്പനേരം ചിന്തയിലാണ്ടു.

"ആ കുഞ്ഞിനും സുവർണ്ണത്തലമുടിയും നീലക്കണ്ണുകളുമുണ്ട്. നമ്മൾക്കൊരു കുഞ്ഞിനെ കിട്ടിയിട്ടില്ല. മനോഹരമായൊരു ദൃശ്യമായിരിക്കും അത്!"

ഗില്ലറ്റിൻ ചെയ്ത സുവർണ്ണത്തലമുടിയുള്ള ഒരമ്മയും മകളും! ഛേദിയ്ക്കപ്പെട്ട രണ്ട് മനേഹരമായ ശിരസ്സുകൾ!

"ഒറ്റവാക്കിൽ പറഞ്ഞാൽ" ചിന്തയിൽ നിന്നും ഉണർന്ന ശേഷം മാഡം ഡിഫാർജ് പറഞ്ഞു. "ഇക്കാര്യത്തിൽ എനിക്കെന്റെ ഭർത്താവിനെ വിശ്വസിക്കാനാവില്ല. ഇന്നലെ രാത്രി മുതൽ ഞാൻ എന്റെ പദ്ധതിയുടെ വിശദാംശങ്ങൾ അദ്ദേഹവുമായി ചർച്ച ചെയ്യാൻ ധൈര്യപ്പെട്ടിട്ടില്ല; എന്നാൽ, ഞാൻ കാര്യങ്ങൾ വൈകിപ്പിച്ചാലോ, അദ്ദേഹം അവർക്ക് മുന്നറിയിപ്പ് കൊടുക്കാനുള്ള അപകട സാധ്യതയുമുണ്ട് എന്ന് ഞാൻ കരുതുന്നു; അപ്പോൾ അവർ രക്ഷപ്പെട്ടേക്കാം."

"അതൊരിക്കലും സംഭവിച്ചു കൂടാ." ജാക്സ് മൂന്നാമൻ തവളയെപ്പോലെ കരഞ്ഞു "ഒരാളും രക്ഷപ്പെടരുത്. ഇപ്പോൾത്തന്നെ, ലക്ഷ്യത്തിന്റെ പാതിപോലും തികയുന്നില്ല. ഒരു ദിവസം ആറ് എണ്ണമെങ്കിലും നമ്മൾ തികയ്ക്കണം."

"ഒറ്റവാക്കിൽ പറഞ്ഞാൽ" മാഡം ഡിഫാർജ് തുടർന്നു "ഈ കുടുംബത്തെ ഉന്മൂലനം ചെയ്യാനുള്ള എന്റേതായ കാരണം എന്റെ ഭർത്താവിനില്ല; അതുപോലെ ആ ഡോക്ടറെ സഹതാപത്തോടെ കാണാനുള്ള ഭർത്താവിന്റെ കാരണം എനിക്കുമില്ല. അതുകൊണ്ട്, എനിക്ക് സ്വയം പ്രവർത്തിക്കേണ്ടിയിരിക്കുന്നു, ഇങ്ങോട്ടു വരൂ, കൊച്ചു പൗരൻ."

ആ മരം അറക്കുന്നവൻ അവളോട് ബഹുമാനമുള്ളവനായിരുന്നു; മരണ ഭയവും അവനിൽ പ്രകടമായിരുന്നു; അതിനാൽ, ഭവ്യതയോടെ തന്റെ ചുകന്ന തൊപ്പിയിൽ കൈ വച്ച് അയാൾ അവളുടെ അടുത്തേക്ക് ചെന്നു.

"ആ സ്ത്രീ, തടവുപുള്ളികളോട് ആംഗ്യം കാണിച്ചിരുന്നു എന്ന് ഇന്ന് സാക്ഷി പറയുവാൻ നിങ്ങൾ തയ്യാറാണോ, കൊച്ചു പൗരാ?"മാഡം ഡിഫാർജ് കർശന സ്വരത്തിൽ ചോദിച്ചു.

"ഹായ്, ഹായ്, എന്തുകൊണ്ട് ഇല്ല?" മരം അറക്കുന്നവൻ ഉറക്കെ പറഞ്ഞു. "എല്ലാ ദിവസവും, എല്ലാ കാലാവസ്ഥയിലും രണ്ട് മുതൽ നാലു വരെ, ചിലപ്പോൾ കുട്ടിയോടൊപ്പമോ, ചിലപ്പോൾ ഒറ്റയ്ക്കോ, അവൾ അടയാളങ്ങൾ കാണിക്കുമായിരുന്നു. എനിക്കതറിയാം. ഞാൻ എന്റെ കണ്ണുകൾ കൊണ്ട് കണ്ടിട്ടുള്ളതാണ്." അംഗ വിക്ഷേപങ്ങളോടെ അയാൾ വിശദീകരിച്ചു.

"വ്യക്തമായ ഗൂഢാലോചനകൾ" ജാക്സ് മൂന്നാമൻ പറഞ്ഞു, "സുതാര്യം!"

"ജൂറിക്ക് സംശയമൊന്നുമുണ്ടാകില്ലല്ലോ?" വിഷാദം നിറഞ്ഞൊരു പുഞ്ചിരിയോടെ അയാൾക്കു നേരെ ദൃഷ്ടി തിരിച്ച് മാഡം ഡിഫാർജ് ചോദിച്ചു.

"രാജ്യസ്നേഹികളായ ജൂറിയിൽ വിശ്വാസമർപ്പിക്കുക, പ്രിയപ്പെട്ട പൗരരെ. എന്റെ സഹ ജൂറികൾക്കുവേണ്ടി ഞാൻ മറുപടി പറയുന്നു."

"ഇപ്പോൾ ഞാൻ ഒന്ന് ചിന്തിക്കട്ടെ" വീണ്ടും ചിന്താധീനയായി. മാഡം ഡിഫാർജ് പറഞ്ഞു "ഒരിക്കൽ കൂടി! ഈ ഡേക്ടറെ ഞാൻ എന്റെ ഭർത്താവിനുവേണ്ടി ഒഴിവാക്കട്ടെ? എനിക്ക് ഏത് തരത്തിലാണെങ്കിലും ഒരു താത്പര്യവുമില്ല. ഞാനയാളെ വിട്ടുകൊടുക്കട്ടെ?"

"മരിച്ചവനായി അയാളെ കണക്ക് കൂട്ടണം." ജാക്സ് മൂന്നാമൻ മെല്ലെ പറഞ്ഞു "സത്യത്തിൽ, നമ്മൾക്കിപ്പോൾത്തന്നെ ആവശ്യത്തിന് തലകൾ ഇല്ല; അത് കഷ്ടമാണെന്ന് ഞാൻ കരുതുന്നു."

"ഞാൻ അന്നയാളെ കണ്ടപ്പോൾ, അവളോടൊപ്പം അയാളും ആംഗ്യം കാണിച്ചിരുന്നു." മാഡം ഡിഫാർജ് സമർത്ഥിച്ചു. "എനിക്കൊരാളെ മാറ്റി നിർത്തി പറയാൻ കഴിയില്ല; ഈ കൊച്ചു പൗരനിൽ മാത്രം വിശ്വാസമർപ്പിച്ച്, ഞാൻ നിശ്ശബ്ദത പാലിക്കരുത്. കാരണം, ഞാൻ നല്ലൊരു സാക്ഷിയാണ്."

അവൾ ഏറ്റവും പ്രശംസനീയവും, ഉജ്ജ്വലവുമായ സാക്ഷി ആയിരിക്കുമെന്ന് 'പ്രതികാര'വും ജാക്സ് മൂന്നാമനും വാദിച്ചു. അവൾ അതിവിശിഷ്ടയായൊരു സാക്ഷിയാണെന്ന് കൊച്ചു പൗരൻ പ്രഖ്യാപിച്ചു. "അയാൾ വരുന്നത് എന്താണെന്നു വെച്ചാൽ അനുഭവിക്കട്ടെ"മാഡം ഡിഫാർജ് പറഞ്ഞു "ഇല്ല, എനിക്കയാളെ ഒഴിവാക്കാൻ കഴിയില്ല! നിങ്ങൾ മൂന്ന് മണിക്ക് അവിടെ ഉണ്ടാകുമല്ലോ; ഇന്നത്തെ സംഘം വധിക്കപ്പെടുന്നതു കാണാൻ നിങ്ങൾ പോകുമല്ലോ, നിങ്ങൾ?"

മരം അറക്കുന്നവനെ അഭിസംബോധന ചെയ്തുകൊണ്ടായിരുന്നു ആ ചോദ്യം. അയാൾ ധൃതി പിടിച്ച് 'ഉവ്വ്' എന്ന് മറുപടി നല്കി. താൻ ഏറ്റവും അത്യാസക്തിയുള്ള ഒരു റിപ്പബ്ലിക്കനാണെന്ന് കാണിക്കാനുള്ള അവസരം അയാൾ പാഴാക്കിയില്ല. ദിവസംതോറും, ഓരോ മണിക്കൂറും അയാൾ സ്വന്തം സുരക്ഷയോർത്ത് ഭീതിയിലാണ് കഴിഞ്ഞിരുന്നത്!

"ഞാനും ആ സ്ഥലത്തെത്തും. അത് കഴിഞ്ഞശേഷം ഏകദേശം രാത്രി എട്ടുമണിക്ക്, സെന്റ് ആന്റോയിനിൽ, എന്റെ അടുത്തേക്ക് വരുക. എന്റെ സെക്ഷനിൽ ഈ ആളുകൾക്കെതിരായുള്ള വിവരങ്ങൾ നമ്മൾക്ക് നല്കാം."

അവളെ സേവിക്കുന്നതിൽ തനിക്ക് അന്തസ്സും, ആഹ്ലാദവുമുണ്ടെന്ന് മരം അറക്കുന്നവൻ പറഞ്ഞു. പൗരയുടെ നോട്ടം കണ്ട് അമ്പരന്ന അയാൾ മരത്തടിയിലേക്ക് പിൻവാങ്ങി, മുഖം അറക്കവാളിന് പിന്നിൽ ഒളിപ്പിച്ചു.

ജൂറി അംഗത്തേയും 'പ്രതികാര'ത്തേയും മാഡം ഡിഫാർജ് വാതിലിന്നടുത്തേക്ക് മാടി വിളിച്ചു, അവളുടെ കാഴ്ചപ്പാട് കൂടുതൽ വ്യക്തമായി അവർക്ക് വിശദീകരിച്ചുകൊടുത്തു:

"അയാളുടെ മരണസമയവും കാത്തുകൊണ്ട് അവൾ ഇപ്പോൾ വീട്ടിൽ ഇരിക്കുന്നുണ്ടായിരിക്കും. ദുഃഖത്തോടെ വിലപിക്കയായിരിക്കും. റിപ്പബ്ലിക്കിന്റെ നീതി വ്യവസ്ഥയെ കുറ്റപ്പെടുത്തുന്ന മാനസികാവസ്ഥയിലായിരിക്കും അവളിപ്പോൾ, റിപ്പബ്ലിക്കിന്റെ ശത്രുക്കളോട് പൂർണ്ണ സഹാനുഭൂതിയുള്ളവൾ... ഞാനവളുടെ അടുത്തേക്ക് പോകുന്നു."

"എന്തൊരു ആരാധ്യയായ സ്ത്രീ; എന്തൊരു ആദരണീയയായ സ്ത്രീ!" ഹർഷോന്മാദത്തോടെ ജാക്സ് മൂന്നാമൻ ഉൽഘോഷിച്ചു.

"ഹാ, എന്റെ പ്രിയപ്പെട്ടവളെ!" 'പ്രതികാരം' ആർത്തുവിളിച്ച്, അവളെ ആലിംഗനം ചെയ്തു.

"എന്റെ തുന്നൽ സാധനങ്ങൾ എടുക്കുക" മാഡം ഡിഫാർജ് അത് തന്റെ സഹായിയുടെ കൈയിൽ വെച്ചുകൊടുത്തു "എന്റെ പതിവു സ്ഥലം തയ്യാറാക്കി വെക്കുക. എന്റെ പതിവ് ഇരിപ്പിടം എനിക്കായി മാറ്റി വെക്കുക. നിങ്ങൾ നേരെ അങ്ങോട്ട് പൊയ്ക്കൊള്ളു; കാരണം, ഇന്ന് പതിവിലേറെ തിക്കും തിരക്കും ഉണ്ടാക്കാൻ സാധ്യതയുണ്ട്."

"ഞാൻ സസന്തോഷം എന്റെ ചീഫിന്റെ ഉത്തരവുകൾ അനുസരിക്കുന്നു." അവളുടെ കവിളിൽ ചുംബിച്ച്,'പ്രതികാരം' ഉത്സാഹത്തോടെ പറഞ്ഞു,

"നിങ്ങൾ വൈകില്ലല്ലൊ?"

"ഗില്ലറ്റിനിലേക്കുള്ള വണ്ടികൾ എത്തുന്നതിനുമുമ്പ്."

"നിങ്ങൾ അവിടെ ഉണ്ടാകുമെന്ന് ഉറപ്പു വരുത്തുക, എന്റെ ആത്മസഖി" തെരുവിലേക്ക് തിരിഞ്ഞ അവളോട് 'പ്രതികാരം' വിളിച്ചു പറഞ്ഞു. "ഗില്ലറ്റിനിലേക്കുള്ള വണ്ടികൾ എത്തുന്നതിന് മുമ്പ്!"

താൻ അത് കേട്ടു എന്നറിയിക്കാനായി മാഡം ഡിഫാർജ് ചെറുതായൊന്ന് കൈ വീശി, സമയത്തിന് എത്താമെന്ന് ഉറപ്പ് നല്കിയ മട്ടിൽ; പിന്നെ, ചെളിപിടിച്ച റോഡിലൂടെ നടന്ന് ജയിൽ മതിലിന്റെ അരികിലൂടെ വളവ് തിരിഞ്ഞു. പ്രതികാരവും ജൂറി അംഗവും ആ നടന്നുമറയുന്ന രൂപത്തെ വലിയ അഭിനന്ദനത്തോടെ നോക്കിനിന്നു!

നശീകരണ ശക്തിയുള്ള അനേകം സ്ത്രീകളെ കാലം അന്ന് രംഗത്തിറക്കിയിട്ടുണ്ട്; എന്നാൽ, ഇപ്പോൾ തെരുവിലേക്ക് ഇറങ്ങിപ്പോയ ഈ സ്ത്രീയെപ്പോലെ നിഷ്ഠുര ഹൃദയമുള്ള ഒരുവളെ അവർക്കിടയിൽ കാണാൻ കഴിയില്ല. ശക്തവും നിർഭയവുമായ സ്വഭാവം, കുശാഗ്രബുദ്ധിയും സന്നദ്ധതയും, ദൃഢനിശ്ചയവും അവളുടെ സഹജഗുണങ്ങളാണ്. ഏത് പരിതഃസ്ഥിതിയിലായാലും കലാപാന്തരീക്ഷം അവളെ മുൻനിരയിലേക്ക് ഉയർത്തിയേനെ. എന്നാൽ, ബാല്യം മുതൽ തെറ്റുകളിൽ നിന്നും

പ്രചോദിതയായ അവൾ ഒരു വർഗ്ഗത്തോട് രൂഢമൂലമായ വെറുപ്പ് വെച്ചുപുലർത്തി; അവസരം അവളെ ഒരു പെൺകടുവയാക്കി മാറ്റി. ഒട്ടും ദയാദാക്ഷിണ്യമില്ലാത്തവളാണവൾ. മുമ്പ് എന്തെങ്കിലും സദ്ഗുണം അവളിൽ ഉണ്ടായിരുന്നെങ്കിൽത്തന്നെ അത് ഇപ്പോൾ പാടെ തുടച്ചുനീക്കപ്പെട്ടിരിക്കുന്നു. നിരപരാധി ആയ ഒരാൾ തന്റെ പൂർവ്വികരുടെ പാപങ്ങളുടെ പേരിൽ കൊല്ലപ്പെടുന്നത് അവളെ സംബന്ധിച്ചിടത്തോളം ഒന്നുമല്ല; അവൾ അയാളെയല്ല,'അവരെ'യാണ് കാണുന്നത്. അയാളുടെ ഭാര്യ വിധവയാകുന്നതോ, അയാളുടെ പുത്രി അനാഥയാകുന്നതോ അവൾക്കൊന്നുമല്ല; ആ ശിക്ഷ അപര്യാപ്തമാണ്; കാരണം, അവർ അവളുടെ സ്വാഭാവികശത്രുക്കളും ഇരകളുമാണ്, അതുകൊണ്ട് ജീവിക്കാൻ അർഹതയില്ലാത്തവർ. നിർദ്ദയയായ അവളോട് അഭ്യർത്ഥിക്കുന്നത് നിഷ്ഫലമാണ്.

തന്റെ പരുക്കൻകോട്ടിനുള്ളിൽ അത്തരം ഒരു ഹൃദയമാണ് മാഡം ഡിഫാർജ് കൊണ്ടുനടന്നിരുന്നത്! അശ്രദ്ധമായി ധരിച്ച കോട്ടും, പരുക്കൻ തുണികൊണ്ടുള്ള ചുകന്ന തൊപ്പിക്കടിയിലെ ഇടതൂർന്ന കറുത്ത തലമുടിയും അവളുടെ പ്രത്യേകതകളാണ്. മാറിടത്തിൽ ഒളിപ്പിച്ചുവെച്ച വെടിയുണ്ട നിറച്ച ഒരു പിസ്റ്റൾ. അരക്കെട്ടിൽ ഒളിപ്പിച്ചുവെച്ച ഒരു കഠാരി. അപ്രകാരം പടക്കോപ്പണിഞ്ഞു ആത്മവിശ്വാസത്തോടെ നടന്നുനീങ്ങുന്ന ഒരു രൂപം. ബാല്യ കാലം മുതൽ ചടുലതയോടെ സ്വതന്ത്രയായി, നഗ്നപാദങ്ങളോടെ കടലോരത്തെ തവിട്ടു നിറമുള്ള പൂഴി മണലിൽ വളർന്നുവന്ന ആ മാഡം ഡിഫാർജ്, അതാ തെരുവുകളിലൂടെ നടന്ന് നീങ്ങുന്നു.

തങ്ങളുടെ വണ്ടി വിട്ടശേഷം, മൂന്നുമണിക്ക് മിസ്സ് പ്രോസ്സും ജെറിയും ഭാരം കുറഞ്ഞ വണ്ടിയിൽ പുറപ്പെടണമെന്നായിരുന്നു മി. ലോറി പ്ലാൻ തയ്യാറാക്കിയിരുന്നത്. അവരുടെ വണ്ടിയിൽ ആളുകൾ കുറവായാൽ ഉദ്യോഗസ്ഥരുടെ പരിശോധനക്കുവേണ്ടി അധിക സമയം നഷ്ടപ്പെടുത്തേണ്ടി വരില്ല; പരമാവധി സമയം കുറയ്ക്കുക എന്നത് ഏറ്റവും പ്രാധാന്യം ഉള്ള ഒരു കാര്യം തന്നെയാണ്; അവരുടെ സുരക്ഷ അതിനെയാണ് ആശ്രയിച്ചിരിക്കുന്നത്. മിസ്സ് പ്രോസ്സിനും ജെറിക്കും നഗരം വിടാൻ സ്വാതന്ത്ര്യമുണ്ട്. അതുകൊണ്ട്, വളരെ ഉൽക്കണ്ഠാപൂർവ്വം പരിഗണിച്ച ശേഷമാണ് രണ്ട് വണ്ടികളിലായി പോകാൻ, അവസാനം മി.ലോറി തീരുമാനിച്ചത്. ലഗ്ഗേജ് അധികമില്ലാത്തതിനാൽ മിസ്സ് പ്രോസ്സും ജെറിയും ഉള്ള വണ്ടി അവരെ മറി കടക്കും. അങ്ങനെ അവർ ഏറ്റവും അധികം ഭയപ്പെട്ടിരുന്ന സമയ നഷ്ടം ഒഴിവാക്കാനാകും.

ഈ അടിയന്തരാവസ്ഥയിൽ തനിക്ക് യഥാർത്ഥസേവനം നല്കാനായതിൽ മിസ്സ് പ്രോസ്സ് ആഹ്ലാദിച്ചു. യാത്രയെക്കുറിച്ച് അവളും ജെറിയും ആളൊഴിഞ്ഞ വീട്ടിൽ ചർച്ച ചെയ്തു കൊണ്ടിരിക്കവെ, മാഡം ഡിഫാർജ് അങ്ങോട്ട് നടന്നുവന്നു കൊണ്ടിരിക്കയായിരുന്നു; അവൾ കൂടുതൽ കൂടുതൽ അടുത്തു വന്നുകൊണ്ടിരുന്നു.

മിസ്സ് പ്രോസ്സ് പറഞ്ഞു "നിങ്ങൾ മുമ്പേപോയി കുതിരവണ്ടി ഇവിടേക്ക് വരുന്നതിനുമുമ്പ്, മറ്റെവിടെയെങ്കിലും നിർത്തി, എനിക്കുവേണ്ടി കാത്തു നില്ക്കുന്നതല്ലേ, ഏറ്റവും നന്നായിരിക്കുക?"

അത് തന്നെയാണ് ഏറ്റവും നല്ലതെന്ന് മി. ക്രഞ്ചറും വിചാരിച്ചു.

"എവിടെയാണ് നിങ്ങൾ എനിക്കുവേണ്ടി കാത്തുനില്ക്കുക?" മിസ്സ് പ്രോസ്സ് ചോദിച്ചു.

സ്ഥലത്തിന്റെ കാര്യം മി. ക്രഞ്ചറിനെ വല്ലാതെ കുഴക്കി. ടെമ്പിൾ ബാറിനെ കുറിച്ചല്ലാതെ മറ്റൊന്നും അയാൾക്ക് ചിന്തിക്കാൻ കഴിഞ്ഞില്ല; അതാണെങ്കിലോ വളരെ ദൂരെയാണ്! മാഡം ഡിഫാർജ് വളരെ അടുത്ത് എത്തിക്കഴിഞ്ഞു!

"പള്ളിയുടെ ഗേറ്റിൽ?"മിസ്സ്.പ്രോസ്സ് ചോദിച്ചു, "അത് നമ്മുടെ മാർഗ്ഗത്തിൽ നിന്നും ദൂരെയാണോ?"

"ഇല്ല, മിസ്സ്." മി. ക്രഞ്ചർ മറുപടി നല്കി.

"എന്നാൽ, നേരെ പോസ്റ്റിംഗ് ഹൗസ്സിലേക്ക് പൊയ്ക്കോളൂ; അങ്ങനെ ഒരു മാറ്റം വരുത്താം."

"നിങ്ങളെ ഒറ്റയ്ക്ക് വിടുന്നതിൽ എനിക്ക് ഭയമുണ്ട്," മി. ക്രഞ്ചെർ വിമുഖതയോടെ തലകുലുക്കി "നിങ്ങൾക്കറിയാമോ. എന്താണ് സംഭവിക്കുക എന്ന് നമ്മൾക്ക് മനസ്സിലാക്കാൻ കഴിയില്ല."

"ദൈവത്തിന്നറിയാം, നമ്മൾക്കറിയില്ലെന്ന്" മിസ്സ് പ്രോസ്സ് മറുപടി നല്കി, "എന്നാൽ, എന്നെ ഓർത്ത് പേടിക്കേണ്ട. എന്നെ പള്ളി ഗേറ്റിൽ നിന്ന് മൂന്നുമണിക്ക് വണ്ടിയിൽ കയറ്റുക; അല്ലെങ്കിൽ അതിന്നടുത്ത മറ്റേതെങ്കിലും സ്ഥലത്തുനിന്ന്; നമ്മൾ ഇവിടെനിന്ന് വണ്ടിയിൽ പുറപ്പെടുന്നതിനേക്കാൾ ഭേദമാണതെന്ന് എനിക്ക് ഉറപ്പാണ്. നിങ്ങൾക്ക് ദൈവാനുഗ്രഹമുണ്ടാകട്ടെ, മി. ക്രഞ്ചർ! എന്നെക്കുറിച്ച് ചിന്തിക്കേണ്ട, നമ്മളെ ഇരുവരെയും ആശ്രയിക്കുന്ന ജീവിതങ്ങളെക്കുറിച്ച് മാത്രം ചിന്തിക്കുക!"

അയാളുടെ ഇരുകൈകളും കൂട്ടിപ്പിടിച്ചുകൊണ്ടുള്ള മിസ്സ് പ്രോസ്സിന്റെ യാചന മി. ക്രഞ്ചറെ ഒരു തീരുമാനത്തിലെത്തിച്ചു. പ്രോത്സാഹനത്തോടെ ഒന്നു രണ്ട് തവണ തലകുലുക്കി, ഒരുക്കങ്ങളിൽ മാറ്റം വരുത്താനായി അയാൾ പെട്ടെന്ന് പുറത്തേക്ക് പോയി. അവളുടെ നിർദ്ദേശപ്രകാരം സ്വയം തയ്യാറാക്കാനായി അയാൾ അവളെ അവിടെ വിട്ടു. ഒരു മുൻകരുതൽ പദ്ധതി തയ്യാറാക്കാൻ കഴിഞ്ഞതിൽ മിസ്സ് പ്രോസ്സിന് വലിയ ആശ്വാസം തോന്നി. ശാന്തമായൊരു മുഖഭാവം ഉണ്ടെങ്കിലേ തെരുവിലുള്ളവരുടെ പ്രത്യേക ശ്രദ്ധ തന്നിലേക്ക് തിരിയാതിരിക്കൂ എന്നവൾ കരുതി, അതും മറ്റൊരു വിധത്തിൽ ആശ്വാസത്തിന് വക നല്കി. അവൾ തന്റെ വാച്ചിലേക്ക് നോക്കി, രണ്ടുമണി കഴിഞ്ഞ് ഇരുപത് മിനിറ്റ് ആയി. അവൾക്ക് സമയം കളയാനില്ല; പെട്ടെന്ന് തയ്യാറാകണം.

വിജനമായ മുറികളിലെ ഏകാന്തത അവളെ സംഭ്രാന്തയാക്കിയിരുന്നു; അതിലെ ഓരോ തുറന്നുകിടക്കുന്ന വാതിലിലൂടെയും ആരൊക്കെയോ ഒളിച്ചു നോക്കുന്നുണ്ടെന്നവൾക്ക് തോന്നി; മിസ്സ് പ്രോസ്സ് ഒരു ബേസിനിൽ തണുത്ത വെള്ളം കൊണ്ടുവന്ന്, തന്റെ ചീർത്ത് ചുകന്ന കണ്ണുകൾ കഴുകാൻ തുടങ്ങി. അതിന്നിടയിലും, തന്നെ ആരെങ്കിലും ശ്രദ്ധിക്കുന്നുണ്ടോ എന്നവൾ ഇടയ്ക്കിടെ ഭീതിയോടെ നോക്കിക്കൊണ്ടിരുന്നു. അങ്ങനെ ഒരവസരത്തിൽ അവൾ പിന്നാക്കം മാറി ഉറക്കെ നിലവിളിച്ചു; കാരണം, ഒരു രൂപം മുറിയിൽ നില്ക്കുന്നതവൾ കണ്ടു.

ബേസിൻ നിലത്ത് വീണ് പൊട്ടിത്തകർന്നു; വെള്ളം മാഡം ഡിഫാർജിന്റെ കാല്ക്കലേക്കൊഴുകി എത്തി. പല കർക്കശമായ വിചിത്ര മാർഗ്ഗങ്ങളിലൂടെയും, നിണമണിഞ്ഞ പാതയിലൂടെയും നടന്ന്, ആ പാദങ്ങൾ ആ വെള്ളത്തിൽ വന്നെത്തിയിരിക്കയാണ്.

മാഡം ഡിഫാർജ് തണുപ്പൻ മട്ടിൽ അവളെ നോക്കി ചോദിച്ചു "എവ്രെമോണ്ടിന്റെ ഭാര്യ എവിടെ?"

വാതിലുകളെല്ലാം തുറന്ന് കിടക്കുകയാണ്, ഓടി രക്ഷപ്പെട്ടെന്നവൾ കരുതുമല്ലൊ എന്ന ചിന്ത ഒരു മിന്നൽപ്പിണർ പോലെ മിസ്സ് പ്രോസ്സിന്റെ മനസ്സിലൂടെ കടന്നുപോയി! അവ അടച്ചിടുക ആയിരുന്നു അവളുടെ ആദ്യ പ്രവൃത്തി. നാല് വാതിലുകൾ ഉണ്ടായിരുന്നു ആ മുറിയിൽ; അവ നാലും അവൾ അടച്ചിട്ടു. പിന്നെ, ലൂസി താമസിച്ചിരുന്ന മുറിയുടെ വാതിലിന് മുന്നിൽ അവൾ ഇരുന്നു.

അവളുടെ ചടുലതയോടെയുള്ള ചലനങ്ങൾ മാഡം ഡിഫാർജിന്റെ കറുത്ത കണ്ണുകൾ പിൻതുടർന്നു; അതിനുശേഷം അതവളിൽ തറച്ചുനിന്നു. മിസ്സ് പ്രോസ്സിൽ അഴകുള്ളതെന്ന് പറയാനായി ഒന്നുമില്ല. കാലത്തിന് അവളുടെ അച്ചടക്ക രാഹിത്യത്തെ മെരുക്കിയെടുക്കാനോ, അവളുടെ ഭാവത്തിലെ ഭീകരതയെ മാർദ്ദവമാക്കാനോ കഴിഞ്ഞിട്ടില്ല. എന്നാൽ, അവളും തന്റേതായ വ്യത്യസ്തരീതിയിൽ ഒരു സ്ഥിരതയുള്ള സ്ത്രീയാണ്; അവൾ മാഡം ഡിഫാർജിനെ ഇഞ്ചിഞ്ചായി തന്റെ കണ്ണുകൾ കൊണ്ട് അളന്നു.

"നിങ്ങളുടെ രൂപത്തിൽ നിന്നും, നിങ്ങൾ ലൂസിഫറിന്റെ ഭാര്യയാണെന്ന് തോന്നുന്നു!" ദീർഘനിശ്വാസത്തോടെ മിസ്സ് പ്രോസ്സ് പറഞ്ഞു "എന്തായാലും എന്നിൽ നിന്ന് കാര്യമായൊന്നും നിങ്ങൾക്ക് കിട്ടാൻ പോകുന്നില്ല. ഞാനൊരു ഇംഗ്ലീഷ്കാരിയാണ്."

മാഡം ഡിഫാർജ് അവളെ ദ്വേഷ്യത്തോടെ നോക്കി; എന്നാൽ, ഇരുവരും വിഷമ സ്ഥിതിയിലാണെന്ന മട്ടിൽ. വർഷങ്ങൾക്കു മുമ്പ് മി.ലോറി കണ്ട കരുത്തുറ്റ കരങ്ങളുള്ള ഒരു സ്ത്രീയാണവളെന്ന് മാഡം ഡിഫാർജും അപ്പോൾ മനസ്സിലാക്കി. ആ കുടുംബത്തോട് ഭക്തിനിർഭരമായ സ്നേഹം വെച്ചു പുലർത്തുന്നൊരു സുഹൃത്താണ് മിസ്സ് പ്രോസ്സ് എന്ന് അവൾക്ക് നന്നായി അറിയാം. മാഡം ഡിഫാർജ് ആ കുടുംബത്തിന്റെ ഏറ്റവും വലിയ ശത്രുവാണെന്ന് മിസ്സ്.പ്രോസ്സിനും നന്നായി അറിയാം.

"ഞാൻ അങ്ങോട്ട് പോകുന്ന വഴി" കൊല നടത്തുന്ന സ്ഥലത്തേക്ക് കൈ ചെറുതായി നീട്ടിക്കൊണ്ട് മാഡം ഡിഫാർജ് പറഞ്ഞു "അവൾക്ക് എന്റെ അഭിനന്ദനം അറിയിക്കാൻ വന്നതാണ്; അവിടെ എന്റെ ഇരിപ്പിടവും തുന്നൽ സാധനങ്ങളും അവർ ഒരുക്കി വെച്ചിട്ടുണ്ട്. ഞാനവളെ കാണാനാഗ്രഹിക്കുന്നു."

"ദുഷ്ടലാക്കോടെയാണ് നിങ്ങൾ വന്നിരിക്കുന്നതെന്ന് എനിക്കറിയാം." മിസ്സ് പ്രോസ്സ് തിരിച്ചടിച്ചു "നിങ്ങൾക്ക് അപ്രകാരം പ്രവർത്തിക്കാം; ഞാൻ എന്റേതായ രീതിയിൽ അതിന്നെതിരായും."

ഇരുവരും അവരവരുടെ ഭാഷയിലാണ് സംസാരിച്ചത്; ഇരുവരും മറ്റെ ആൾ പറയുന്നത് മനസ്സിലാക്കിയില്ല; ഇരുവരും പരസ്പരം നന്നായി

നിരീക്ഷിച്ചു, നോട്ടത്തിൽ നിന്നും പെരുമാറ്റത്തിൽ നിന്നും ഉദ്ദേശ്യം മനസ്സിലാക്കി, മനസ്സിലാക്കാത്ത വാക്കുകളുടെ അർത്ഥം അനുമാനിച്ചു.

"ഈ സമയത്ത് അവളെ എന്നിൽ നിന്ന് ഒളിപ്പിച്ചതുകൊണ്ട് പ്രയോജനമൊന്നുമില്ല." മാഡം ഡിഫാർജ് പറഞ്ഞു "നല്ല രാജ്യസ്നേഹികൾക്കതിന്റെ അർത്ഥം അറിയാം. ഞാനവളെ കാണട്ടെ. ഞാൻ അവളെ കാണാനാഗ്രഹിക്കുന്നു എന്ന് അവളോട് പോയി പറയുക. നീ കേൾക്കുന്നുണ്ടോ?"

"ഞാനൊരു ഇംഗ്ലീഷുകാരിയാണെങ്കിൽ നിനക്കെന്നെ തൊടാൻ കഴിയില്ല. ഇല്ല, ദുഷ്ടയായ വിദേശിപ്പെണ്ണേ. നിനക്ക് ഞാൻ മതി, നല്ല ചേർച്ച!"

ഇംഗ്ലീഷ് ഭാഷാ ശൈലിയിലുള്ള ഈ അഭിപ്രായ പ്രകടനം പൂർണ്ണമായി മനസ്സിലാക്കാനായില്ലെങ്കിലും, തന്നെ വിലവെക്കുന്നില്ല എന്നതാണ് അതിന്റെ സാരമെന്ന് മാഡം ഡിഫാർജിന് പിടികിട്ടി.

"പന്നിയെപ്പോലുള്ള മന്ദബുദ്ധിപ്പെണ്ണേ!" മാഡം ഡിഫാർജ് ക്രോധത്തോടെ പറഞ്ഞു. "എനിക്ക് നിന്റെ മറുപടി ഒന്നും ആവശ്യമില്ല. അവളെ എനിക്ക് കാണണം. അവളോട് പറയുക, ഞാനവളെ കാണാൻ അധികാര പൂർവ്വം ആവശ്യപ്പെടുന്നു എന്ന്, ഇല്ലെങ്കിൽ, ഞാൻ അവളുടെ അടുത്തേക്ക് വരും; വാതില്ക്കൽ നിന്ന് മാറി നില്ക്കാൻ പറഞ്ഞേക്കു!" തന്റെ വലതു കൈ കോപത്തോടെ വീശിക്കൊണ്ടാണവൾ അത് ഉച്ചരിച്ചത്.

"നിങ്ങളുടെ നിരർത്ഥകമായ ഭാഷ മനസ്സിലാക്കണമെന്ന് ഞാൻ ഒരിക്കലും ചിന്തിച്ചിട്ടില്ല." മിസ്സ് പ്രോസ്സ് പറഞ്ഞു. "എന്നാൽ, നിങ്ങൾ സത്യത്തെ അവിശ്വസിക്കുന്നോ എന്ന് അറിയിച്ചാൽ എന്റേതായ എല്ലാ വസ്തുക്കളും ഞാൻ നിങ്ങൾക്ക് തരാം, ഞാൻ ധരിച്ചിരിക്കുന്ന വസ്ത്രങ്ങൾ ഒഴിച്ച്!"

ഇരുവരും നിർന്നിമേഷരായി പരസ്പരം നോക്കി നിന്നു! മിസ്സ് പ്രോസ്സ് ആദ്യമായി മാഡം ഡിഫാർജിനെ കണ്ട അതേ സ്ഥലത്തു നിന്ന് ആ സ്ത്രീ അനങ്ങിയിട്ടില്ല; എന്നാൽ, ഇപ്പോൾ, അവൾ ഒരു ചുവട് മുന്നോട്ടു വെച്ചു.

"ഞാനൊരു ബ്രിട്ടീഷ്കാരിയാണ്"മിസ്സ് പ്രോസ്സ് പറഞ്ഞു "ഞാൻ ഏതിനും തുനിയാൻ തയ്യാറാണ്. ഞാൻ സ്വയം എനിക്ക് രണ്ട് പെൻസ് പോലും വില കല്പിക്കുന്നില്ല. നിന്നെ കൂടുതൽ നേരം ഇവിടെ പിടിച്ചു നിർത്താൻ കഴിഞ്ഞാൽ, എന്റെ കൊച്ചു യജമാനത്തിക്കത് കൂടുതൽ ശുഭപ്രതീക്ഷ നല്കും എന്ന് എനിക്കറിയാം. നീ എന്നെ ഒന്ന് സ്പർശിച്ചാൽ, നിന്റെ തലയിൽ ഒറ്റ കറുത്ത തലമുടി പോലും ഞാൻ അവശേഷിപ്പിക്കില്ല!"

ആ ഓരോ വാക്കുകൾക്കിടയിലും മിസ്സ് പ്രോസ്സിന്റെ ശിരസ്സ് കുലുങ്ങിക്കൊണ്ടിരിക്കുകയും, കണ്ണുകൾ ജ്വലിക്കുകയും ചെയ്തിരുന്നു.

എന്നാൽ, വികാരഭരിതയായ അവളുടെ കണ്ണുകൾ അപ്പോൾ നിറഞ്ഞിരുന്നു. വികാരോജ്ജ്വലമായ കണ്ണുനീരായിരുന്നു ഇതെങ്കിലും, ഭീരുത്വത്തിന്റെ ലക്ഷണമായി അതിനെ മാഡം ഡിഫാർജ് കരുതി! "ഹാ,ഹാ!" അവൾ ചിരിച്ചു "പാവം നിർഭാഗ്യവതി! നിനക്ക് എന്ത് വിലയാണുള്ളത്! ഞാൻ സ്വയം ഡോക്ടറെ വിളിക്കാം." പിന്നെ, അവൾ ശബ്ദമുയർത്തി വിളിച്ചു.

"പൗരൻ ഡോക്ടർ! എവ്രെമോണ്ടിന്റെ ഭാര്യ! എവ്രെമോണ്ടിന്റെ കുട്ടി!

ഈ നികൃഷ്ടയായ ജീവിയല്ലാതെ മറ്റാരെങ്കിലും പൗരൻ, ഡിഫാർജിന് മറുപടി തരട്ടെ?"

ഒരു പക്ഷേ, അതിനെത്തുടർന്നുള്ള നിശ്ശബ്ദതയോ, മിസ്സ് പ്രോസ്സിന്റെ മുഖഭാവമോ, പെട്ടെന്നുണ്ടായ ആശങ്കയോ, അവർ സ്ഥലം വിട്ടു എന്ന്, മാഡം ഡിഫാർജിന്റെ കാതുകളിൽ മന്ത്രിച്ചു! മൂന്ന് വാതിലുകൾ അവൾ പെട്ടെന്ന് തുറന്ന്, അകത്തേക്ക് നോക്കി.

"ഈ മുറികളെല്ലാം അലങ്കോലപ്പെട്ടു കിടക്കുന്നു; ധൃതിപിടിച്ച് പാക്ക് ചെയ്ത പോലുണ്ട്. ആ മുറിയിൽ ആരുമില്ല. ഞാനൊന്ന് നോക്കട്ടെ."

"ഒരിക്കലുമില്ല!" അവളുടെ ആവശ്യം മിസ്സ് പ്രോസ്സിന് മനസ്സിലായി, മറുപടിയുടെ അർത്ഥം വ്യക്തമായി മാഡം ഡിഫാർജിന് മനസ്സിലായതു പോലെ!

"അവർ ആ മുറിയിലില്ലെങ്കിൽ, അവർ സ്ഥലം വിട്ടുകാണും. അവരെ ഉടനെ പിൻതുടർന്ന്, പിടിക്കൂടി, തിരിച്ചുകൊണ്ടുവരാൻ കഴിയും." മാഡം ഡിഫാർജ് സ്വയം പറഞ്ഞു.

"അവർ അതിന്നുള്ളിൽ ഉണ്ടോ എന്ന് അറിയുന്നതുവരെ എന്താണ് ചെയ്യേണ്ടതെന്ന് നിനക്ക് ഉറപ്പിക്കാനാവില്ല." മിസ്സ് പ്രോസ്സ് തന്നോടു തന്നെ പറഞ്ഞു "എന്നാൽ, നീ അതറിയില്ല, എനിക്കത് തടയാൻ കഴിഞ്ഞാൽ! നിന്നെ ഞാൻ പിടിച്ചു നിർത്തിയാൽ നിനക്കതെങ്ങിനെ അറിയാനാകും?"

"തുടക്കം മുതൽ ഞാൻ ഈ തെരുവിൽ ഉള്ളവളാണ്. എന്നെ ആരും തടഞ്ഞിട്ടില്ല; ഞാൻ നിന്നെ വെട്ടി നുറുക്കും; വേഗം വാതില്ക്കൽ നിന്ന് മാറുക." മാഡം ഡിഫാർജ് ആജ്ഞാപിച്ചു.

"വിജനമായ ഒരു മുറ്റത്ത് സ്ഥിതിചെയ്യുന്ന പൊക്കമുള്ളൊരു കെട്ടിടത്തിന്റെ മുകളിൽ നമ്മൾ മാത്രമേ ഉള്ളു; നമ്മളുടെ ഒച്ച ആരും കേൾക്കാൻ പോകുന്നില്ല. നിന്നെ പിടിച്ചുനിർത്താനുള്ള ശാരീരിക ശക്തിക്കുവേണ്ടി ഞാൻ പ്രാർത്ഥിക്കുന്നു; നീ ഇവിടെയുള്ള ഓരോ മിനിറ്റും എന്റെ ഓമന കുട്ടിക്ക് അമൂല്യ വിലയുള്ളതാണ്." മിസ്സ് പ്രോസ്സ് പറഞ്ഞു.

മാഡം ഡിഫാർജ് വാതില്ക്കലേക്ക് നീങ്ങാൻ തുനിഞ്ഞു. ഒരു നിമിഷത്തെ സഹജവാസന മിസ്സ് പ്രോസ്സിനെ പെട്ടെന്ന് പ്രവർത്തിപ്പിച്ചു; അവൾ രണ്ട് കൈകളും കൊണ്ട് മാഡം ഡിഫാർജിന്റെ അരക്കെട്ടിൽ വട്ടനെ മുറുക്കിപ്പിടിച്ചു; അവൾക്കനങ്ങാൻ കഴിഞ്ഞില്ല. മിസ്സ് പ്രോസ്സ് പിടയുന്ന അവളെ ബലമായി പിടിച്ചുപൊക്കി; മാഡം ഡിഫാർജ് മുഷ്ടി ചുരുട്ടി ഇടിച്ച് അവളുടെ മുഖത്ത് പരുക്കേല്പിച്ചു. എന്നാൽ, മിസ്സ് പ്രോസ്സ് തലതാഴ്ത്തി അവളുടെ അരക്കെട്ടിലെ പിടിത്തം കൂടുതൽ മുറുക്കി, വെള്ളത്തിൽ മുങ്ങിച്ചാകാൻ പോകുന്നൊരു വ്യക്തിയെപ്പോലെ അവളിൽ ഞാന്നുകിടന്നു.

പെട്ടെന്ന്, മാഡം ഡിഫാർജ് അടി നിർത്തി, കൈ അരക്കെട്ടിലേക്ക് താഴ്ത്തി. "അത് എന്റെ കൈകൾക്കടിയിലാണ്" മിസ്സ് പ്രോസ്സ് ശ്വാസം മുട്ടുന്ന സ്വരത്തിൽ പറഞ്ഞു "നിനക്കത് വലിച്ചൂരാൻ കഴിയില്ല. ഞാൻ നിന്നേക്കാൾ ശക്തയാണ്; അതിന് ഞാൻ ദൈവത്തോട് നന്ദി പറയുന്നു. നമ്മളിൽ ആരെങ്കിലുമൊരാൾ ബോധം കെട്ട് വീഴുകയോ, മരിക്കുകയോ ചെയ്യുന്നതുവരെ ഞാൻ നിന്നെ വിടില്ല!"

മാഡം ഡിഫാർജിന്റെ കൈകൾ സ്വന്തം നെഞ്ചിലേക്ക് ഉയർന്നു. മിസ്സ് പ്രോസ്സ് ശിരസ്സുയർത്തി നോക്കി, അതെന്താണെന്ന് കണ്ടു, അതിൽ അടിച്ചു, ഒരു മിന്നലും പൊട്ടലും, പുകകൊണ്ട് കണ്ണു കാണാതെ അവൾ ഏകയായി നിന്നു!

ഇതെല്ലാം ഒരു നിമിഷത്തിനുള്ളിൽ സംഭവിച്ചു. പുകമാറിയപ്പോൾ, ഭീകരമായൊരു നിശ്ചലത അവിടെ വ്യാപിച്ചു, അത് അന്തരീക്ഷത്തിലേക്ക് കടന്നുപോയി, നിലത്ത് നിർജ്ജീവമായി കിടക്കുന്ന ആ രോഷോന്മത്ത യായ സ്ത്രീയുടെ ആത്മാവ് പോലെ!

ആദ്യം ഉളവായ ആ ഭീകരമായ ഭീതിയിൽ മിസ്സ് പ്രോസ്സ് ആ ശവ ശരീരത്തിൽ നിന്നും പരമാവധി ദൂരേക്ക് മാറി നിന്നു; പിന്നെ, കോണിയി ലൂടെ താഴെക്കിറങ്ങി സഹായത്തിന്നായി വിളിച്ചുനോക്കി; അത് വിഫല മായി. അപ്പോഴാണ് താൻ ചെയ്ത പ്രവൃത്തിയുടെ അനന്തരഫലത്തെ കുറിച്ചവൾ സസന്തോഷം ചിന്തിച്ചത്; അവൾ പെട്ടെന്ന് തിരിച്ചുനടന്നു. വീണ്ടും ആ വാതിൽ തുറന്ന് അകത്ത് കടക്കുക എന്നത് ഭയാജനകമാ യൊരു കാര്യം തന്നെ ആയിരുന്നു; എന്നാൽ, അവൾ പോകുക തന്നെ ചെയ്തു; അതിന്നടുത്ത് ചെല്ലുക പോലും ചെയ്തു. അവൾക്ക് തൊപ്പിയും, ധരിക്കാനുള്ള മറ്റ് വസ്ത്രങ്ങളും എടുക്കണമായിരുന്നു. അതെല്ലാം ധരിച്ച്, പുറത്തു വന്ന്, വാതിൽ അടച്ച് പൂട്ടി, താക്കോൽ എടുത്ത് കൈയിൽ വെച്ചു. ഏതാനും നിമിഷങ്ങൾ ശ്വാസം വിടാനും കരയാനും വേണ്ടി കോണിപ്പടി യിൽ ഇരുന്നു; പിന്നെ, എഴുന്നേറ്റ് ധൃതിയിൽ പുറത്തേക്ക് നടന്നു.

ഭാഗ്യവശാൽ, അവളുടെ തൊപ്പിയിൽ ഒരു ശിരോവസ്ത്രമുണ്ടായി രുന്നു; അതുകൊണ്ട് വഴിക്കുവെച്ച് ആരും അവളെ തടഞ്ഞു നിർത്തുക യുണ്ടായില്ല. വാസ്തവത്തിൽ, അവളുടെ മുഖത്ത് അടിയേറ്റ വിരൽപ്പാടു കൾ പതിഞ്ഞു കിടന്നിരുന്നു; മുടി പാറിപ്പറക്കുന്നുണ്ട്; വിറയ്ക്കുന്ന കൈക ളോടെ ധൃതിപിടിച്ച് ധരിച്ച വസ്ത്രങ്ങൾ പല ഭാഗത്തും കൂട്ടിപ്പിടിക്കുകയും, ഞാന്ന് കിടക്കുകയും ചെയ്തിരുന്നു.

പാലം കടക്കവെ, അവൾ താക്കോൽ പുഴയിലേക്ക് വലിച്ചെറിഞ്ഞു. തന്റെ അകമ്പടിക്കാരൻ എത്തുന്നതിന് ഏതാനും മിനിറ്റുകൾക്കുമുമ്പ് അവൾ പള്ളി ഗേറ്റിലെത്തി. അവിടെ കാത്തു നില്ക്കവെ, അവളുടെ മന സ്സിലൂടെ ഓരോ ചിന്തകൾ കടന്നുപോയി– ആ താക്കോൽ ഏതെങ്കിലും വലയിൽ പെട്ടുപോയിട്ടുണ്ടെങ്കിലോ, അത് തിരിച്ചറിഞ്ഞ്, വാതിൽ തുറന്ന്, മൃതദേഹം കണ്ടെത്തിയെങ്കിലോ; അവളെ ഗേറ്റിൽ തടഞ്ഞു നിർത്തി, ജെയിലിലേക്കയച്ച്, കൊലക്കുറ്റം ചുമത്തിയിരുന്നെങ്കിലോ! ഇത്തരം സംഭ്രമ ജനകമായ ചിന്തകൾക്കിടയിൽ അകമ്പടിക്കാരൻ എത്തി അവളെ വണ്ടിയിൽ കയറ്റി ഓടിച്ചു പോയി.

"തെരുവുകളിൽ എന്തെങ്കിലും ബഹളമുണ്ടോ?" അവൾ അയാളോട് ചോദിച്ചു.

"പതിവ് ബഹളങ്ങൾ" മി.ക്രഞ്ചെർ മറുപടി നല്കി; ആ ചോദ്യവും, അവളുടെ മുഖഭാവവും കണ്ട് അയാൾ ആശ്ചര്യപ്പെട്ടു.

"നിങ്ങൾ പറയുന്നത് എനിക്ക് കേൾക്കാൻ കഴിയുന്നില്ല." മിസ്സ് പ്രോസ്സ് പറഞ്ഞു "നിങ്ങൾ എന്താണ് പറഞ്ഞത്?"

താൻ പറഞ്ഞത്, മി.ക്രഞ്ചെർ ആവർത്തിച്ചിട്ടും യാതൊരു പ്രയോജനവും ഉണ്ടായില്ല; മിസ്സ് പ്രോസ്സിന്നത് കേൾക്കാൻ കഴിഞ്ഞില്ല.

"അതുകൊണ്ട്, ഞാൻ തലകുലുക്കും" അദ്ഭുതത്തോടെ മി.ക്രഞ്ചെർ ചിന്തിച്ചു "അവളത് കാണട്ടെ."

"ഇപ്പോൾ തെരുവിൽ വല്ല ഒച്ചപ്പാടുമുണ്ടോ?" മിസ്സ് പ്രോസ്സ് വീണ്ടും ചോദിച്ചു.

മി. ക്രഞ്ചെർ തലകുലുക്കി.

"എനിക്ക് കേൾക്കാൻ പറ്റുന്നില്ല."

"ഒരു മണിക്കൂറിനുള്ളിൽ ബധിരയായോ?" ചിന്താധീനനായി, മാനസിക അസ്വാസ്ഥ്യത്തോടെ മി. ക്രഞ്ചെർ ചോദിച്ചു. "അവൾക്കെന്ത് പറ്റി?"

"ആ മിന്നലും പൊട്ടിത്തെറിയും; ഞാൻ എന്റെ ജീവിതത്തിൽ അവസാനമായി കേട്ടത് ആ പൊട്ടിത്തെറിയാണെന്ന് തോന്നുന്നു."

"അവൾ അസ്വസ്ഥമായൊരു അവസ്ഥയിലല്ലാത്തത് ഒരനുഗ്രഹം തന്നെ!" കൂടുതൽ വിഷമത്തോടെ മി. ക്രഞ്ചെർ പറഞ്ഞു. "അവളെ ധൈര്യപ്പെടുത്താൻ എന്തു ചെയ്യണം? ശ്രദ്ധിക്കുക! ആ ഭീകര വണ്ടികൾ ഉരുളുന്ന ശബ്ദം നിങ്ങൾക്ക് കേൾക്കാൻ കഴിയുന്നുണ്ടോ, മിസ്സ്?"

അയാൾ അവളോട് സംസാരിക്കുകയാണെന്ന് കണ്ട മിസ്സ് പ്രോസ്സ് പറഞ്ഞു. "എനിക്ക് ഒന്നും കേൾക്കാൻ കഴിയുന്നില്ല. ഓ, എന്റെ നല്ലവനായ മനുഷ്യാ, ആദ്യം ഭയങ്കരമായൊരു പൊട്ടിത്തെറി, പിന്നെ ഭയങ്കരമായൊരു നിശ്ചലത; ആ നിശ്ചലത ഉറച്ചതും, മാറ്റാനാവാത്തതുമാണെന്ന് തോന്നുന്നു; ഞാൻ ജീവിച്ചിരിക്കുന്നിടത്തോളം കാലം അതൊരിക്കലും ഭഞ്ജിക്കാനാവില്ല."

"അടുത്തെത്തിയ ആ ഭീകരവണ്ടികൾ ഉരുളുന്ന ശബ്ദം അവൾക്ക് കേൾക്കാൻ കഴിയുന്നില്ലെങ്കിൽ" പിൻതിരിഞ്ഞു നോക്കിക്കൊണ്ട് മി. ക്രഞ്ചെർ പറഞ്ഞു "ഈ ലോകത്തിൽ മറ്റൊരു ശബ്ദവും അവൾ ഇനി ഒരിക്കലും കേൾക്കാൻ പോണില്ല."

തീർച്ചയായും അവൾ ഒരിക്കലും കേൾക്കുകയുണ്ടായില്ല.

പതിനഞ്ച്

പാരീസിന്റെ തെരുവുകളിലൂടെ മരണവണ്ടികൾ ഇരമ്പി നീങ്ങുന്നു; പൊള്ളയായ, കർണ്ണകഠോരമായ ഇരമ്പൽ. ആറ് വണ്ടികൾ 'ലാ ഗില്ലറ്റിന്' അന്നത്തെ ചോര വീഞ്ഞ് ചുമന്നുകൊണ്ടു പോകുകയാണ്.

ആ ആറ് വണ്ടികളുടെ പ്രസന്നതയില്ലാത്ത ചക്രങ്ങൾ ഉരുളുമ്പോൾ, തിരക്കുപിടിച്ച തെരുവുകളിലൂടെ ചാലുകൾ ഉഴുതുമറിക്കുകയാണെന്നേ തോന്നൂ. ആളുകൾ ഇരുവശങ്ങളിലും തിങ്ങിനിൽക്കുന്നു. വണ്ടി ദൃഢമായി മുന്നോട്ട് നീങ്ങുന്നു. അവിടെ സ്ഥിര താമസമാക്കിയിട്ടുള്ളവർക്ക് ഇതൊരു പതിവ് ദൃശ്യമായിരുന്നു; അതുകൊണ്ട് അനേകം ജന്നലുകളിൽ ആളുകൾ ഒന്നുമില്ലായിരുന്നു; ചിലർ ജോലി ചെയ്തുകൊണ്ടിരിക്കവെ,

മരണവണ്ടിയിലുള്ളവരെ ഒന്ന് വീക്ഷിക്കും. ചില വീടുകളിലെ സന്ദർശകർ ആ വണ്ടികളിലേക്ക് ചൂണ്ടിക്കാട്ടി, ഇന്നലെ അവിടെ ആരാണിരുന്നതെന്നും, മിനിഞ്ഞാന്ന് ആരാണിരുന്നതെന്നും മറ്റും സംസാരിക്കുന്നതു പോലെ തോന്നും.

മരണ വണ്ടിയിൽ നില്ക്കുന്ന ചിലർ ഇക്കാര്യങ്ങൾ, തങ്ങളുടെ അന്തിമ യാത്രയ്ക്കിടെ, നിർവ്വികാരരായി മിഴിച്ചു നോക്കിയിരുന്നു; ചിലർ തല താഴ്ത്തി മൂകമായ നിരാശയിലാണ്ട് ഇരുന്നു. മറ്റു ചിലർ, തിയേറ്ററുകളിലേതുപോലെ, ഇതെല്ലാം ശ്രദ്ധിച്ച് നോക്കിക്കൊണ്ടിരുന്നു. പലരും കണ്ണുകളടച്ച് ചിതറിയ ചിന്തകൾ ഒന്നിച്ച് കൂട്ടിയിണക്കുന്നതുപോലെ കാണപ്പെട്ടു. ഒരാൾ മാത്രം, ദയനീയമായൊരു രൂപം, ഭ്രാന്തനെപ്പോലെ പേടിച്ച് വിറച്ച് പാടുകയും, നൃത്തം വെക്കാൻ ശ്രമിക്കുകയും ചെയ്തു! എന്നാൽ, ഒറ്റ വ്യക്തിയും കാണികളുടെ ദയയ്ക്കർഹരായില്ല.

മരണ വണ്ടിയോടൊപ്പം അണിയായി ഏതാനും കുതിരപ്പടയാളികൾ നീങ്ങുന്നുണ്ട്. ചിലർ അവർക്കു നേരെ തിരിഞ്ഞ്, എന്തോ ചില ചോദ്യങ്ങൾ ചോദിക്കുന്നു. അതെപ്പോഴും ഒരേ പോലുള്ള ചോദ്യം തന്നെ; കാരണം, അതിനുശേഷം മൂന്നാമത്തെ വണ്ടിക്കു നേരെ ജനം തള്ളിക്കേറുന്നു. പടയാളികൾ ഇടയ്ക്കിടെ തങ്ങളുടെ വാൾ ഒരാൾക്കു നേരെ ചൂണ്ടിക്കാണിച്ചിരുന്നു. അതാരാണെന്നറിയാനെല്ലാവർക്കും വലിയ ജിജ്ഞാസ തോന്നി; മരണ വണ്ടിയുടെ പിൻവശത്തായി അയാൾ തലകുനിച്ച് നിന്ന്, വണ്ടിയുടെ ഒരു വശത്ത് ഇരിക്കുന്ന ഒരു പെൺകുട്ടിയോട് സംസാരിക്കുകയാണ്; അവൾ അയാളുടെ കൈയിൽ പിടിച്ചിരിക്കുന്നു. തന്റെ ചുറ്റിലും നടക്കുന്ന കാര്യങ്ങളിലൊന്നും അയാൾക്ക് ആകാംക്ഷയോ, ശ്രദ്ധയോ ഇല്ല; എപ്പോഴും പെൺ കുട്ടിയോട് സംസാരിച്ചുകൊണ്ടിരിക്കയാണ്. സെന്റ് ഓണർ തെരുവിലെ നീണ്ട വീഥിയിൽ അവിടവിടെ അയാൾക്കെതിരെ മുറവിളി ഉയർന്നു. അതയാളെ ഒന്ന് പുഞ്ചിരിക്കാനേ സഹായിച്ചുള്ളു.

പള്ളിയുടെ പടികളിൽ മരണവണ്ടിയുടെ വരവും കാത്ത് ആ ചാരനും 'ജയിൽ– ചെമ്മരിയാ'ടും നിന്നിരുന്നു. അയാൾ ആദ്യത്തെ വണ്ടിയിലേക്ക് നോക്കുന്നു: അതിലില്ല: അയാൾ രണ്ടാമത്തേതിലേക്ക് നോക്കുന്നു: അതിലില്ല: അയാൾ സ്വയം ചോദിക്കുന്നു "അയാൾ എന്നെ ബലിയർപ്പിച്ചോ?" അയാളുടെ മുഖം തെളിഞ്ഞപ്പോൾ, മൂന്നാമത്തെ വണ്ടിയിലേക്ക് നോക്കുന്നു.

"ഏതാണ് എവ്രെമോണ്ട്?" അയാളുടെ പിന്നിൽ നിന്ന ഒരാൾ ചോദിക്കുന്നു.

"അത്. അവിടെ പിന്നിൽ."

"അയാളുടെ കൈയാണോ ആ പെൺകുട്ടി പിടിച്ചിരിക്കുന്നത്?"

"അതെ."

ആ മനുഷ്യൻ അട്ടഹസിക്കുന്നു "എവ്രെമോണ്ട് തുലയട്ടെ! എല്ലാ പ്രഭുക്കന്മാരേയും ഗില്ലറ്റിനിലേക്കയയ്ക്കുക! എവ്രെമോണ്ട് തുലയട്ടെ!"

"ശ്ശ്, ശ്ശ്!" ആ ചാരൻ അധൈര്യത്തോടെ അയാളോട് അഭ്യർത്ഥിക്കുന്നു.

"എന്തുകൊണ്ട് ഇല്ല, പൗരൻ?"

"അയാൾ അതിനുള്ള പിഴ അടയ്ക്കാൻ പോകുകയാണ്: അഞ്ച് മിനിറ്റിനുള്ളിൽ അതടയ്ക്കും. അതുവരെ അയാൾ ശാന്തനായി ഇരുന്നോട്ടെ."

ആ മനുഷ്യൻ അട്ടഹാസം തുടർന്നു,

"എവ്രെമോണ്ട് തുലയട്ടെ!" ഒരു നിമിഷം എവ്രെമോണ്ടിന്റെ മുഖം അയാളിലേക്ക് തിരിഞ്ഞു. അപ്പോൾ എവ്രെമോണ്ട് ചാരനെ കാണുന്നു, അയാളെ ശ്രദ്ധിച്ച് നോക്കുന്നു, പിന്നെ തന്റേതായ വഴിക്ക് പോകുന്നു.

ഘടികാരങ്ങൾ മൂന്ന് അടിച്ചു, വണ്ടി ജനാവലിക്കിടയിലൂടെ തിരിഞ്ഞു വന്ന്, വധസ്ഥലത്ത് എത്തി, യാത്ര അവസാനിപ്പിച്ചു. ഇരുവശത്തും നിന്നിരുന്നവർ ബഹളം വെച്ച് അവസാന വണ്ടിക്ക് പിന്നാലെ ഓടി ഗില്ലറ്റിന്നടുത്തെത്തി. മുൻ വശത്ത് സജ്ജീകരിച്ച കസേരകളിൽ നിരവധി സ്ത്രീകൾ തുന്നിക്കൊണ്ടിരിക്കുന്നു. ഏറ്റവും മുന്നിലെ കസേരകളിലൊന്നിൽക്കയറി നിന്ന് 'പ്രതികാരം' അവളുടെ സ്നേഹിതയെ ചുറ്റുപാടും തിരയുന്നു.

"തെരീസ്സാ!" ചീറുന്ന സ്വരത്തിൽ അവൾ വിളിച്ചു.

"ആരാണവളെ കണ്ടിട്ടുള്ളത്? തെരീസ്സാ ഡിഫാർജ്!"

"അവൾ മുമ്പൊരിക്കലും വരാതിരുന്നിട്ടില്ലല്ലൊ." സഹോദരീ സംഘത്തിലെ ഒരു സ്ത്രീ തുന്നിക്കൊണ്ട് പറഞ്ഞു.

"ഇല്ല; ഇന്നും അവൾ വരാതിരിക്കില്ല." അത്യന്തം അക്ഷമയോടെ 'പ്രതികാരം' വിളിച്ചു. "തെരീസ്സാ."

"കുറെക്കൂടി ഉറക്കെ" മറ്റെ സ്ത്രീ നിർദ്ദേശിച്ചു.

ഹായ്! കൂടുതൽ ഉച്ചത്തിൽ, പ്രതികാരം, കൂടുതൽ ഉച്ചത്തിൽ; എന്നാലും അവൾ നിന്റെ വിളികേൾക്കില്ല. കൂടുതൽ ഉറക്കെ, പ്രതികാരം, അതോടൊപ്പം ശപഥം കൂടി ചേർത്തോളൂ, എന്നാലും, അതവളെ കൊണ്ടുവരില്ല. മറ്റ് സ്ത്രീകളെ അവളെ തെരയാനായി ചുറ്റുപാടിലേക്കും വിട്ടു, എവിടെയെങ്കിലും അവൾ ചുറ്റിപ്പറ്റി നില്ക്കുന്നുണ്ടെങ്കിലോ! ആ ദൂതന്മാർ ഭീകര പ്രവൃത്തികൾ ചെയ്തവരാണെങ്കിലും, അവർ സ്വന്തം ഇഷ്ടാനുസരണം അവളെ അന്വേഷിച്ച് അധികം ദൂരെ പോകുമോ എന്നത് സംശയമാണ്!

"നിർഭാഗ്യം!" പ്രതികാരം കസേരയിൽ കാലിട്ടു ചവിട്ടിക്കൊണ്ട് നിലവിളിച്ചു "ഇതാ മരണവണ്ടികൾ! കണ്ണടച്ച് തുറക്കുംമുമ്പ് എവ്രെമോണ്ട് അയയ്ക്കപ്പെടും, അവളുടെ അസാന്നിദ്ധ്യത്തിൽ! നോക്കൂ, അവളുടെ തുന്നൽ സാധനങ്ങൾ എന്റെ കൈയിൽ; അവളുടെ കസേര അവൾക്കുവേണ്ടി തയ്യാറായിക്കിടക്കുന്നു. ഞാൻ വിഷമത്തോടെയും, നിരാശയോടും കൂടി നിലവിളിക്കുന്നു!"

പ്രതികാരം കസേരയിൽ നിന്ന് താഴെ ഇറങ്ങുമ്പോഴേക്കും മരണവണ്ടികളിൽനിന്ന് ഭാരം താഴെ ഇറക്കാൻ തുടങ്ങിയിരുന്നു. സെന്റ് ഗില്ലറ്റിന്റെ സചിവന്മാർ മേലങ്കി ധരിച്ച് തയ്യാറായി നിന്നു! ക്രേഷ്!- ഒരു ശിരസ്സ് പൊക്കിപ്പിടിക്കപ്പെട്ടു; ഒരു നിമിഷം മുമ്പും അതിന് ചിന്തിക്കാനും സംസാരിക്കാനും കഴിയുമായിരുന്നപ്പോൾ കണ്ണുകൾ, ഉയർത്തി നോക്കാതിരുന്ന, തുന്നിക്കൊണ്ടിരുന്ന, സ്ത്രീകൾ, 'ഒന്ന്' എന്ന് എണ്ണി.

രണ്ടാമത്തെ വണ്ടിയും കാലിയാക്കി സ്ഥലം വിട്ടു, മൂന്നാമത്തേത് വരുന്നു. ക്രേഷ്!- നിരന്തരമായി, നിർത്താതെ പണിയെടുത്തിരുന്ന തുന്നൽ വേലയിലേർപ്പെട്ടവർ 'രണ്ട്' എണ്ണി.

എവ്രെമോണ്ട് എന്ന് കരുതപ്പെട്ടവൻ താഴെ ഇറങ്ങി; അയാൾക്ക് പിന്നാലെ ആ പാവം പെൺകുട്ടിയേയും ഇറക്കി നിർത്തി. ആ രോഗിയുടെ ദുർബ്ബലമായ കൈ അയാൾ വിട്ടിരുന്നില്ല, പ്രതിജ്ഞയെടുത്തിരുന്നതു പോലെ, അപ്പോഴും അതയാൾ പിടിച്ചിരുന്നു. പൊങ്ങിയും താഴ്ന്നും കൊണ്ടിരിക്കുന്ന ആ കഴുത്തറക്കുന്ന എഞ്ചിനിലേക്കയാൾ അവളെ മെല്ലെ മുതുകത്ത് താങ്ങിക്കൊണ്ട് കയറ്റി ഇരുത്തി. അവൾ അയാളുടെ മുഖത്ത് നോക്കി നന്ദി പറയുന്നു.

"എന്റെ പ്രിയപ്പെട്ട അപരിചിതാ, നിങ്ങൾ ഇല്ലായിരുന്നെങ്കിൽ എനിക്ക് ഇങ്ങനെ ശാന്തയായി ഇരിക്കാൻ കഴിയില്ലായിരുന്നു; കാരണം, ഞാൻ ജന്മനാ ഒരു സാധുവാണ്, ധൈര്യമില്ലാത്തവൾ; ഇന്ന് നമ്മൾക്ക് ആശ്വാസവും ആശയും നല്കുന്ന ആ കുരിശിലേറ്റപ്പെട്ട ഈശോയെ മനസ്സിൽ ധ്യാനിക്കുവാൻ പോലും, നിങ്ങൾ ഇല്ലായിരുന്നെങ്കിൽ, എനിക്ക് കഴിയുമായിരുന്നില്ല. ദൈവമാണ് നിങ്ങളെ എന്റെ അടുത്തേക്കയച്ചതെന്ന് ഞാൻ കരുതുന്നു."

"അതോ, നിന്നെ എനിക്കോ" സിഡ്നി കാർട്ടൻ പറഞ്ഞു

"നീ എന്നിൽ ദൃഷ്ടി ഉറപ്പിക്കുക, പ്രിയപ്പെട്ട കുട്ടി, മറ്റൊരു വിഷയവും കാര്യമാക്കേണ്ട."

"നിങ്ങളുടെ കൈ പിടിക്കുമ്പോൾ മറ്റൊന്നും ഞാൻ കാര്യമാക്കുന്നില്ല. അവർ അത് പെട്ടെന്ന് നടത്തിയാൽ മതി, അപ്പോൾ ഞാൻ ഒന്നും കാര്യമാക്കില്ല."

"അവർ പെട്ടെന്ന് നടത്തും. പേടിക്കരുത്!"

ആൾക്കൂട്ടത്തെ അവർ കാണുന്നേയില്ല. അവർ മാത്രമേ ഉള്ളൂ എന്ന ഭാവത്തിലാണ് സംസാരം. കണ്ണിനോട് കണ്ണും, ശബ്ദത്തോട് ശബ്ദവും, കൈയിനോട് കൈയും, ഹൃദയത്തോട് ഹൃദയവും ചേർന്ന്, വിശ്വമാതാവിന്റെ ഈ രണ്ട് വ്യത്യസ്തരായ ആത്മാവുകൾ മാതാവിന്റെ മാറിടത്തിൽ വിശ്രമിക്കാനായി ഒന്നിച്ചു ചേർന്നു.

"ധീരനും മഹാമനസ്കനുമായ സുഹൃത്തേ, അവസാനമായി ഒരു ചോദ്യം ചോദിക്കുവാൻ നിങ്ങൾ എന്നെ അനുവദിക്കുമോ? ഞാൻ ഒട്ടും അറിവില്ലാത്തവളാണ്, എന്നെ അത് വിഷമിപ്പിക്കുന്നു."

"എന്നോട് പറയൂ, എന്താണത്?"

"എനിക്കൊരു കസിൻ ഉണ്ട്. എന്നെപ്പോലെ ഒരു അനാഥ. എന്റെ ഒരേ ഒരു ബന്ധു. ഞാനവളെ വളരെ അധികം സ്നേഹിക്കുന്നു. എന്നേക്കാൾ അഞ്ച് വയസ്സ് താഴെയാണവൾക്ക്. തെക്കൻ പ്രദേശത്ത് ഒരു കർഷകന്റെ വീട്ടിലാണവൾ താമസിക്കുന്നത്. ദാരിദ്ര്യം ഞങ്ങളെ വേർപ്പെടുത്തി; എന്റെ വിധിയെക്കുറിച്ചൊന്നും അവൾക്കറിയില്ല; കാരണം, എനിക്കെഴുതാനറിയില്ല; എനിക്ക് കഴിയുമായിരുന്നെങ്കിൽ, എങ്ങനെയാണത് ഞാൻ പറയുക! അതേ പടി തന്നെ പറയുന്നതല്ലേ നല്ലത്."

"അതെ, അതെ, അതേപടി തന്നെ പറയുന്നതാണ് നല്ലത്."

"നമ്മൾ വരുന്ന സമയത്തും, എനിക്ക് ഇത്രയും പിൻതുണ നല്കുന്ന ശക്തവും കരുണാർദ്രവുമായ ഈ മുഖത്തേക്ക് നോക്കുന്ന സമയത്തും, ഞാൻ ചിന്തിച്ചിരുന്നത് ഇതാണ്:- റിപ്പബ്ലിക് ശരിക്കും പാവങ്ങൾക്ക് ഗുണം ചെയ്താൽ, അവരുടെ ദാരിദ്ര്യം കുറച്ചാൽ, എല്ലാ വിധത്തിലുള്ള കഷ്ടതകളും ലഘൂകരിച്ചാൽ, അവൾ കുറെ കാലം ജീവിച്ചേക്കാം; വൃദ്ധയാകും വരെ പോലും."

"അപ്പോൾ എന്താണ്, എന്റെ മാന്യ സഹോദരി?"

അത്യധികം സഹന ശക്തിയുള്ള, പരാതിയില്ലാത്ത ആ കണ്ണുകൾ നിറഞ്ഞു, ചുണ്ടുകൾ വിറച്ചു; അവൾ പറഞ്ഞു, "എനിക്കും നിങ്ങൾക്കും കരുണയോടെ അഭയം നല്കുമെന്ന് ഞാൻ വിശ്വസിക്കുന്ന ആ ലോകത്ത്, എനിക്കവൾ വരുന്നതും കാത്ത് ദീർഘകാലം കാത്തിരിക്കേണ്ടി വരുമെന്ന് തോന്നുന്നു; നിങ്ങൾ അങ്ങനെ കരുതുന്നോ?"

"അങ്ങനെയാകാൻ വഴിയില്ല, എന്റെ കുട്ടി; അവിടെ കാലം ഇല്ല, അവിടെ ഒരു പ്രശ്നവുമില്ല."

"നിങ്ങൾ എന്നെ എന്തുമാത്രം ആശ്വസിപ്പിക്കുന്നു! ഞാൻ അത്രയ്ക്ക് അറിവില്ലാത്തവളാണ്. ഞാൻ ഇപ്പോൾ നിങ്ങളെ ചുംബിച്ചോട്ടെ? സമയമായോ?"

"ഉവ്വ്."

അവൾ അയാളുടെ അധരങ്ങളിൽ ചുംബിച്ചു; അയാൾ അവളുടേതും. ധർമ്മനിഷ്ഠയോടെ അവർ പരസ്പരം ആശീർവ്വദിച്ചു. അയാൾ അവളുടെ ശോഷിച്ച കൈ വേർപെടുത്തിയപ്പോൾ, അത് വിറച്ചില്ല; ആ ശാന്തമായ മുഖത്ത് സുരഭിലവും അചഞ്ചലവുമായൊരു പ്രകാശം തങ്ങി നിന്നു! അയാൾക്ക് തൊട്ടു മുമ്പ് അവൾ പോകുന്നു- പോയി; തുന്നിക്കൊണ്ടിരുന്ന സ്ത്രീകൾ എണ്ണി, ഇരുപത്തി രണ്ട്.

"ഞാൻ ഉയിർത്തെഴുന്നേല്പും ജീവിതവുമാണ്: എന്നിൽ വിശ്വാസമർപ്പിക്കുന്നവൻ മരിച്ചാലും ജീവിക്കും: എന്നിൽ ജീവിക്കുകയും വിശ്വസിക്കുകയും ചെയ്യുന്നവൻ ഒരിക്കലും മരിക്കില്ല!"

ശബ്ദങ്ങളുടെ മർമ്മരം, തലകീഴായി മറിയുന്ന നിരവധി മുഖങ്ങൾ, പുറമെ നിന്ന് അടുത്തേക്ക് തള്ളി എത്തുന്ന ജനക്കൂട്ടത്തിന്റെ കാലടികൾ തിരമാല പോലെ അലയടിച്ചു. എല്ലാം മിന്നിമറഞ്ഞു! ഇരുപത്തിമൂന്ന്.

അന്നു രാത്രി നഗരത്തിൽ, അയാളെക്കുറിച്ച് അവർ പറഞ്ഞു, അവിടെ കാണപ്പെട്ടതിൽവെച്ച് ഏറ്റവും ശാന്തമായ മുഖം. ശ്രേഷ്ഠനും ദീർഘവീക്ഷണ ശക്തിയുള്ളവനുമാണയാൾ എന്ന് പലരും കൂട്ടിച്ചേർത്തു. ഒരു പ്രവാചകൻ!

ഈ ഗില്ലറ്റിനിൽ ശിരശ്ഛേദം ചെയ്യപ്പെട്ട, ഏറ്റവും ശ്രേഷ്ഠരായവരിൽ ഒരുവൾ, തന്നെ പ്രചോദനം കൊള്ളിപ്പിക്കുന്ന ചിന്തകൾ എഴുതാനനുവദിക്കണമെന്ന്, ഗില്ലറ്റിന്നടിയിൽ നിന്നുകൊണ്ട് ആവശ്യപ്പെട്ടു. അവളെ സംസാരിക്കാൻ അനുവദിച്ചിരുന്നെങ്കിൽ, ആ വാക്കുകൾ ദീർഘവീക്ഷണ ശക്തിയുള്ളവയാകുമായിരുന്നു, അതിപ്രകാരമാകുമായിരുന്നു.

"ബർസാദ്, ക്ലൈ, ഡിഫാർജ്, പ്രതികാരം, ജൂറി അംഗം, പഴയതിനെ തകർത്ത് ഉയർന്നുവന്ന പുതിയ പീഡിതരുടെ നീണ്ട നിര, ഈ പ്രതികാര

ഉപകരണത്താൽ ഉന്മൂലനം ചെയ്യപ്പെടുന്നത് ഞാൻ കാണുന്നു; അതിന്റെ ഇപ്പോഴത്തെ ഉപയോഗം അവസാനിക്കുന്നതിനു മുമ്പ് അത് സംഭവിക്കും. ഈ ഗർത്തത്തിൽ നിന്ന് മനോഹരമായൊരു നഗരവും, അത്യുജ്ജ്വലരായൊരു ജനതയും ഉയർന്നുവരുന്നതായി ഞാൻ കാണുന്നു. ജനത്തെ ശരിക്കും സ്വതന്ത്രമാക്കാനുള്ള അവരുടെ പോരാട്ടങ്ങളിൽ, നിരവധി വർഷങ്ങൾ നീണ്ടുനില്ക്കുന്ന അവരുടെ വിജയങ്ങളിലൂടെയും പരാജയങ്ങളിലൂടെയും, ഇക്കാലത്തെ തിന്മകളും, അതിന്നിടവരുത്തിയ മുൻകാലത്തെ തിന്മകളും കാലക്രമേണ സ്വയം പ്രായശ്ചിത്തം ചെയ്യുന്നതും. നാമാവശേഷമാകുന്നതും ഞാൻ കാണുന്നു.

"ഞാനിനി ഒരിക്കലും കാണാനിടയില്ലാത്ത ഇംഗ്ലണ്ടിൽ, ഞാനെന്റെ ജീവൻ ബലിയർപ്പിച്ച് രക്ഷപ്പെടുത്തിയ മനുഷ്യാത്മാക്കൾ, ശാന്തരും, സന്തോഷവാന്മാരുമായി, പ്രയോജനപ്രദവും ശ്രേയസ്കരവുമായ ജീവിതം നയിക്കുന്നത് ഞാൻ കാണുന്നു. എന്റെ പേരുള്ള മറ്റൊരു കുഞ്ഞിനെ അവൾ സ്വന്തം മാറിൽ അടക്കിപ്പിടിച്ചിരിക്കുന്നത് ഞാൻ കാണുന്നു. കുനിഞ്ഞ് നടക്കുന്ന ഒരു വൃദ്ധനായ അവളുടെ അച്ഛനെ ഞാൻ കാണുന്നു; അദ്ദേഹം പൂർവ്വ സ്ഥിതിയിലായി, വിശ്വസ്തരായ രോഗികളെ ശുശ്രൂഷിച്ച് സമാധാനത്തോടെ ജീവിക്കുന്നു. അത്രയും കാലം അവരുടെ സുഹൃത്തായി ജീവിച്ച നല്ലവനായ മനുഷ്യൻ മറ്റൊരു പത്ത് വർഷങ്ങൾക്കുള്ളിൽ ആ സ്നേഹം കൂടുതൽ സമ്പുഷ്ടമാക്കി, ജീവിതം സഫലീകരിച്ചുകൊണ്ട്, പ്രശാന്തതയിലേക്ക് കടന്നുപോകുന്നത് ഞാൻ കാണുന്നു.

അവരുടെ ഹൃദയങ്ങളിലും, അവരുടെ വംശപരമ്പരയുടെ ഹൃദയങ്ങളിലും എന്നെ ഒരു അഭയസ്ഥാനമായി അവർ പ്രതിഷ്ഠിച്ചിട്ടുള്ളത് ഞാൻ കാണുന്നു. ഈ ദിനത്തിന്റെ വാർഷികത്തിൽ, ഒരു വൃദ്ധയായ അവൾ എനിക്കുവേണ്ടി കണ്ണീരൊഴുക്കുന്നതായി ഞാൻ കാണുന്നു.

അവരുടെ ജീവിത യാത്ര അവസാനിച്ചും, ഭൂമിയിലെ അവസാനമെത്തയിൽ അടുത്തടുത്തായി അവർ ശയിക്കുന്നത് ഞാൻ കാണുന്നു. അവർ തങ്ങളുടെ ആത്മാവിൽ പരസ്പരം ആദരിക്കപ്പെടുന്നതുപോലെ, ഞാനും അവരുടെ ഇരുവരുടേയും ആത്മാവിൽ ആദരിക്കപ്പെടുന്നു."

"അവളുടെ മാറിടത്തിൽ കിടന്നിരുന്ന എന്റെ പേരുള്ള ആ കുഞ്ഞ്, ഒരു കാലത്ത് എന്റേതായ ജീവിത മാർഗ്ഗത്തിലൂടെ വിജയപൂർവ്വം മുന്നേറുന്ന ഒരു മനുഷ്യനാകുന്നത് ഞാൻ കാണുന്നു. അവനതിൽ വളരെ നന്നായി ശോഭിച്ച്, അവന്റെ ശോഭയാൽ എന്റെ പേര് പ്രശസ്തമാക്കുന്നു. അതിൽ ഞാൻ വരുത്തിയ കളങ്കം മാഞ്ഞുപോയതായി ഞാൻ കാണുന്നു. നീതിമാന്മാരായ ജഡ്ജിമാരിൽ ഏറ്റവും ആദരണീയനായി ഞാനവനെ കാണുന്നു; എനിക്കറിയാവുന്ന നെറ്റിയും, സുവർണ്ണത്തലമുടിയും, എന്റെ പേരുമുള്ള ഒരു ബാലനെ അവൻ ഈ സ്ഥലത്തേക്ക് കൊണ്ടുവരുന്നു, മൃദുവായ ഇടറിയ സ്വരത്തോടെ എന്റെ കഥ ആ ബാലന് പറഞ്ഞുകൊടുക്കുന്നത് ഞാൻ കേൾക്കുന്നു."

"ഞാൻ ഇതുവരെ ചെയ്തിട്ടുള്ളതിൽ വെച്ച് എത്രയോ നല്ല കാര്യമാണ് ഞാൻ ചെയ്യുന്നത്; ഞാൻ ഇതുവരെ അറിഞ്ഞിട്ടുള്ളതിനേക്കാൾ എത്രയോ നല്ല വിശ്രമമാണ് ഞാൻ അനുഭവിക്കാൻ പോകുന്നത്." ■